'अ टेल फॉर द टाइम बीइंग' ही एक अजरामर कथा आहे. रुथ ओझेकी यात मानव आणि सृष्टी यांच्या संघर्षातून घडलेल्या विनाशाची कथा तर अप्रतिमरीत्या मांडतातच; पण त्यातून उद्‌भवलेले चमत्कारिक परिणामही यात आहेत. आपल्या जाणिवा वाचकांपर्यंत पोहोचते करण्याची खिळवून टाकणारी शैली असलेली ती एक प्रगल्भ, प्रेमळ आणि सहृदय लेखिका आहे. मला मनापासून आवडलेली कादंबरी आहे ही.

– ॲलिस सेबॉल्ड

अंतर्मन ढवळून टाकणाऱ्या आणि विचार करायला भाग पाडणाऱ्या कादंबऱ्यांपैकी ही बऱ्याच कालावधीनंतर वाचनात आलेली कादंबरी आहे. खिळवणारी, धाडसी, प्रेरणादायी आणि वास्तविक. थेट आणि वाचकाला उजळवून टाकणाऱ्या लिखाणात ओझेकीने आपल्या मानवी अद्वैताची ओघवती आणि सूक्ष्म कथा टिपली आहे, जी नाओ आणि वाचकाच्या स्वतःच्या कथेत आंदोलित होत राहते.

– मॅडेलिन मिलर

कल्पक आणि हृदयस्पर्शी अशी 'अ टेल फॉर द टाइम बीइंग' ही कादंबरी अत्यंत वाचनीय आहे. विशेषत:, संस्कृतींमधील तफावत यात अप्रतिम मांडली आहे.

– फिलिप पुलमन

'अ टेल फॉर द टाइम बीइंग' हे असे चमत्कारिक पुस्तक आहे जे अगदी पहिल्या पानापासून तुम्हाला खिळवून ठेवते. भारावून टाकणाऱ्या अस्सल व्यक्तिरेखा आणि वाचकाला कवेत घेणाऱ्या आशयघन कथावस्तूंनी सामावलेली ही अत्यंत खरीखुरी कथा मांडून रुथ ओझेकी यांनी सिद्ध केले आहे, की या कादंबरीसारख्या महान कथा अजूनही मानवाच्या जाणिवांची सखोल रुजवात करतात आणि आपल्याला मानवी एकात्मतेची आठवण करून देतात.

– डेबोरा हार्कनेस, 'अ डिस्कव्हरी ऑफ विचेस'च्या लेखिका

उल्लेखनीय आणि महत्त्वाकांक्षी अशा या पुस्तकासंदर्भात थोडक्यात सांगणे कठीण आहे. 'अ टेल फॉर द टाइम बीइंग' ही मोठी कामगिरी आहे आणि लेखिकेच्या ताकदीच्या उत्तुंगतेचे ते उदाहरण आहे. कादंबरीच्या मूलभूत आकृतिबंधाला रुथ ओझेकी यांनी पुनर्जीवित तर केलेच आहे; पण त्याचबरोबर त्यांनी आपले ज्यांच्यावर प्रेम आहे आणि ज्यांची आपल्याला पर्वा आहे, अशा व्यक्तिरेखांकडून मिळणाऱ्या शाश्वत, खऱ्याखुऱ्या, प्रगाढ व वाचकांसाठी गरजेच्या असलेल्या आनंदालादेखील पुन्हा जिवंत केले आहे.

– जेन हॅमिल्टन, 'अ मॅप ऑफ द वर्ल्ड'च्या लेखिका

'अ टेल फॉर द टाइम बीइंग' म्हणजे गूढता आणि ध्यानमय एकाग्रता यांचा संगम आहे. यातील गूढता प्रत्येक पान उलटण्यासाठी बाध्य करते आणि ध्यानाकडे नेणारी एकतानता ही गडद, गोंडस आणि गंभीर आहे – जी कधी काळ आणि आठवणींच्या रूपात, तर कधी अस्थायी व अस्थिर; मात्र चिकाटी आणि धैर्य धारण केलेल्या ऐतिहासिक घटनांच्या विशाल लाटांच्या रूपाने समोर येते. सतत चकित करणारी, संपूर्ण समाधान देणारी अशी ही वैशिष्ट्यपूर्ण कादंबरी वाचावी आणि वारंवार वाचावी अशी आहे.

– करेन जॉय फाऊलर, 'द जेन ऑस्टिन बुक क्लब'च्या लेखिका

नाओ गोष्ट सांगणारी एक प्रतिभावान मुलगी आहे आणि आपल्या पणजीच्या कथेतून तिचा भूतकाळ आणि वर्तमानातील अवाढव्य जग यांच्यात दुवा साधण्यासाठीची तिची तळमळ ही एकाच वेळी काळीज पिळवटणारी आणि खूप वास्तविक आहे. ओझेकी माझी आवडती लेखिका आहे आणि ही कादंबरी म्हणजे तिचे सर्वोच्च काम आहे, असे मला वाटते. संमोहक, प्रगल्भ आणि हृदयद्रावक कादंबरी.

– जुनो डियाझ

'A TALE FOR THE TIME BEING' या इंग्रजी पुस्तकाचा अनुवाद

कथा या क्षणाची

कल्पिताहून अद्भुत असं सत्य

रुथ ओझेकी

अनुवाद
वर्षा वेलणकर
आणि
वासंती घोसपूरकर

मेहता पब्लिशिंग हाऊस

Please contact us at **Mehta Publishing House,** Pune.
Email : production@mehtapublishinghouse.com
Website : www.mehtapublishinghouse.com

A TALE FOR THE TIME BEING by RUTH OZEKI

Copyright © Ruth Ozeki

Published by arrangement with Canongate Books Ltd, 14 High Street, Edinburgh EH 1 1 TE.

Translated into Marathi Language by Varsha Welankar & Vasanti Ghospurkar

कथा या क्षणाची / अनुवादित कादंबरी

अनुवाद : वर्षा वेलणकर आणि वासंती घोसपूरकर
author@mehtapublishinghouse.com

मराठी अनुवादाचे व प्रकाशनाचे हक्क मेहता पब्लिशिंग हाऊस, पुणे

प्रकाशक : सुनील अनिल मेहता, मेहता पब्लिशिंग हाऊस,
१९४१, सदाशिव पेठ, माडीवाले कॉलनी, पुणे – ४११०३०

मुखपृष्ठ : फाल्गुन ग्राफिक्स

प्रथमावृत्ती : नोव्हेंबर, २०२१

P Book ISBN 9789391151553
E Book ISBN 9789391151560
E Books available on : play.google.com/store/books
www.amazon.in
https://books.apple.com

मसाकोकरिता
आत्तासाठी आणि नेहमीसाठी

मनोगत

हे वेगळं होणं म्हणजे काय? एक भिंत असते का... एक लाट? की पाण्याचा अथांग डोह? प्रकाशाच्या लहरींसारख्या झळकणाऱ्या गोल गोल लाटा... की अणूपेक्षासुद्धा लहान असणारे लुकलुकते कण? किंवा रेणू? जेव्हा असं जीवनातून पुढं ढकललं जातो... मृत्यूच्या दारात... तेव्हा काय वाटतं?... हे झपाटलेपण इतकं धारदार होतं की जणू करवतीची धारच किंवा वैद्याच्या त्वचा कापण्याच्या धारदार चाकूच्या धारेइतकं तीव्र होतं. अगदी पत्ता न लागू देता जशी ही धार आरपार जाते, तसं त्या झपाटलेपणानं तिला तिच्याही नकळतपणे तिच्या स्वप्नांच्या जगात नेलं होतं. अगदी तिच्याही नकळतपणे भौतिक जगापासून कापून स्वप्नांच्या जगात ढकललं होतं.

माझा या गोष्टीवर अगदी ठाम विश्वास कायमच आहे की, 'सत्य हे कल्पिताहूनही अद्भुत असतं.' 'अ टेल फॉर द टाइम बीइंग' या रुथ ओझेकीच्या कादंबरीनं पुन्हा हे सिद्ध केलं आहे.

सामान्य माणूस कल्पनांना फारसं महत्त्व देत नाही. त्याच्या लेखी कल्पना सत्यात उतरण्याची शक्यता एक टक्काच असते; पण कल्पनाविश्वाच्या अद्भुत सफरी घडवणाऱ्या आणि करणाऱ्या लेखकांचं आणि कवींचं तर हे जगच असतं. आणि हे सारे कवी आणि लेखक त्या जगाच्या भरवशावरच वास्तविक जीवन जगत असतात.

मला इथं रुथ ओझेकीच्या 'लेखणीची' करामतच सांगायची आहे. तिनं इथं वास्तविकतेलाच- सत्यालाच कल्पना बनवून टाकलं आहे, रोजच्या जीवनावर कुठंही अद्भुततेचा ओरखडा न उठवता! त्यासाठी तिनं आधार घेतलाय तो स्वप्नांचा. स्वप्नं खरी नसतातच! पण स्वप्नं पडतात हे तर खरं आहे ना? पुढे

जाऊन हेसुद्धा म्हणता येतं की, ती आपल्या वास्तविक जीवनाला धरून संकेत देणारी असतात...

म्हणूनच रुथची कथा अद्भुत झालेली आहे. तिची कथा ही अचाट आणि काल्पनिक गोष्टींची नाहीच. उलट वास्तविकतेला स्वप्नांचं कोंदण लावून तिनं त्याचं रूपच बदलवून टाकलेलं आहे. इथं रुथचं वेगळेपण समोर येतं. सामान्य माणसाला स्वप्नं पडू शकतात. जीवनात असमान परिस्थितीला तोंड द्यावंच लागतं; पण ही माणसं जीवनावर गाढ श्रद्धा ठेवून जगत असतात. कधी कधी थोडासा तोल जातो; पण सावरलंसुद्धा जातं.

असंच हारुकी नं. २चं आणि त्याच्या कुटुंबीयांचं आयुष्य आहे. त्यांच्या त्या दाहक वास्तवतेला तोंड देताना, रुथनं स्वप्नांच्या मदतीनं त्यांच्या स्थितीचा शेवट गोड केला आहे. त्यामुळे इथं वास्तवतेला स्वप्नांच्या मदतीनं कल्पनेत बदलवून तिनं एक धक्काच दिला आहे. सामान्य माणसांना अशाच गोड धक्क्यांची जीवनात अपेक्षा असते.

रुथच्या झपाटलेपणाचं वैभव एखाद्या खजिन्यासारखं पुढे येतं. काय बघू आणि काय वेचू असं होतं. तिनं सांगितलेली कथा प्रत्येकच सामान्य माणसाच्या आयुष्यात घडत असते; पण तिच्या कथेचं वेगळेपण हे आहे की, तिची कथाच वास्तविक किंवा सत्य होती; सत्यावर बेतलेली नव्हती. आणि म्हणूनच, तिची कथा अद्भुत झालेली आहे. असं झपाटलेपण फारच थोड्यांच्या वाट्याला येतं. रुथनं तिच्या त्या झपाटलेपणाच्या आविष्कारानं चकितच केलं आहे.

नाओच्या अर्धवट डायरीचे खरेखुरे संदर्भ, वास्तविक दाहक जीवनाचे तुकडे आहेत. त्याला स्वप्नांच्या मदतीनं जोडून तिनं ती दाहकता एका सुंदर आणि शेवट गोड असणाऱ्या वळणावर आणून संपवली.

रुथनं कथेसाठी घेतलेल्या धार्मिक तत्त्वांचा आणि वैज्ञानिक तथ्यांचा आधारसुद्धा अगदी सामान्य माणसं घेतात, तसाच सहजपणे घेतलेला आहे. फक्त वेगळेपणा हा आहे की, तिच्या लेखणीच्या चारुदर्शकाद्वारा सत्यालाच कल्पना बनवून त्याला उलट आपल्या समोर मांडताना त्याला स्वप्नांच्या बिलोरी काचेच्या तुकड्यांनी सजवलं आणि वेगवेगळ्या कोनांमधून आपल्यासमोर पेश केलं आहे.

इथंच रुथनं सत्य कल्पिताहून अद्भुत असल्याचं सिद्ध केलं आहे. तिच्या त्या झपाटलेपणाला सलामच करायला पाहिजे, नाही का?

— वासंती घोसपूरकर

भाग एक

एका प्राचीन बुद्धानं म्हटलं आहे :

या क्षणी, आत्तापुरता, उभा आहे सगळ्यात उंच शिखरावर,
या क्षणी, आत्तापुरता, गाठला आहे अथांग सागराचा तळ
या क्षणी, आत्तापुरता, आहे एक तीन तोंडांचा आणि अष्टहस्तांचा दानव,
या क्षणी, आत्तापुरता, आहे त्या बुद्धाचं सोळा फुटी सोनेरी शरीर,
या क्षणी, आत्तापुरता, बनलो आहे एका संन्याशाचा चाकर,
त्याच्या हातातील झाडू
या क्षणी, आत्तापुरता, आहे एक दिवा किंवा खांब,
या क्षणी, आत्तापुरता, कुणी तरी एक सोम्या-गोम्या
या क्षणी, आत्तापुरता, आहे ही संपूर्ण पृथ्वी आणि ते अनंत आकाश

– डोजेन झेन्जी*

---

* ***डोजेन झेन्जी*** – शोबोजेन्झो (द ट्रेझर ऑफ द ट्रु धर्मा आय) या पुस्तकाचे लेखक.

नाओ

१

हाय,

मी नाओ आणि मी एक क्षण आहे; मी आत्तापुरती आहे. हा क्षण किंवा आत्तापुरतं असणं म्हणजे काय तुम्हाला ठाऊक आहे का? मी सांगते तुम्हाला. फक्त मला जरा थोडा वेळ द्या.

जे वर्तमानात जगणारं आहे ते काहीतरी म्हणजे आत्तापुरतं किंवा हा क्षण असणं आहे. म्हणजे तुम्ही, मी आणि इतर सारेच; जे होते, आहेत आणि भविष्यात असणार आहेत ते सर्व. माझ्या संदर्भात सांगायचं झालं, तर मी आत्ता, या क्षणी अकिबा इलेक्ट्रिसिटी टाउनमधल्या एका फ्रेंच पद्धतीच्या मेड कॅफेत[१] बसले आहे आणि गतकाळातील- पण माझ्या वर्तमानात वाजणारं- एक फ्रेंच विरहगीत ऐकताना या साऱ्या नोंदी करतेय आणि त्याच वेळी तुमच्याबद्दल विचारही करतेय; कारण तुम्ही माझा भविष्यकाळ असणार आहात. आणि आता तुमच्या हाती जर हे लिखाण आलं असेल, तर तुम्हीही माझा विचार करत असणार.

तुम्ही माझा विचार करत आहात.

मी तुमचा विचार करत आहे.

कोण आहात तुम्ही आणि काय करत आहात?

या क्षणी न्यू यॉर्कच्या सबवेमध्ये धावणाऱ्या एखाद्या कारमध्ये सीटबेल्ट लावून तुम्ही बसला आहात, की सनीवेलमध्ये गरमागरम पाण्यानं भरलेल्या बाथटबमध्ये निवांत डुंबत आहात?

---

१. मेड कॅफे ही जपानमध्ये चलनात असलेली हॉटेलची एक नवीन पद्धत आहे, ज्यात सुंदर, वयानं लहान, अविवाहित मुली आलेल्या लोकांचं, आकर्षक कपडे करून थोड्या वेगळ्या पद्धतीनं आदरातिथ्य करतात.

फुकेटला समुद्रकिनाऱ्यावर उन्हात न्हाऊन निघत आहात की ब्राईटनला आपल्या नखांना आकार देत आहात?

तुम्ही पुरुष आहात की स्त्री, की आणखी कुणी तरी?

या क्षणी तुमची मैत्रीण तुमच्यासाठी मस्तपैकी चविष्ट जेवण तयार करते आहे, की डब्यातले गारढोण झालेले चायनीज नूडल्स तुम्ही घशाखाली ढकलत आहात?

घोरत पडलेल्या तुमच्या बायकोकडे थंडपणे पाठ करून तुम्ही दुसऱ्या कुशीवर वळला आहात, की तुमचा देखणा प्रियकर अंघोळ आटोपून कधी एकदा बाहेर येतो आणि त्याच्या मिठीत सामावून त्याच्यावर प्रेमाचा वर्षाव करण्यास आतूर झाला आहात?

तुमच्याकडे मांजर आहे का, आणि ते आता या क्षणी तुमच्या मांडीत विसावलं आहे का? तिच्या डोक्याला चेडार वृक्षाचा आणि मंद वाऱ्याच्या झुळकीचा सुगंध येतो आहे का?

खरं तर या सगळ्या गोष्टींत काहीही तथ्य नाही; कारण तुम्ही हे सारं काही वाचत असेपर्यंत सारं काही बदललेलं असणार आणि निवांत बसून, माझ्या या जगातील शेवटच्या काही दिवसांची साक्ष असणाऱ्या या डायरीची पानं उलगडत बसलेलं आणि, ती पूर्ण वाचावी की नाही, असं वाटणारं 'तुम्ही' असं ठरावीक कुणी असणारही नाही.

आणि जर का आता यापुढे अजिबात वाचू नये असं तुम्हाला वाटत असेल ना, तर अहो खरंच, त्यात काहीही प्रॉब्लेम नाही, बरं का! कारण मग ज्यांची मी आतुरतेनं वाट पाहते आहे, ते तुम्ही नाहीतच; पण तुम्ही जर पुढे, आणखी पुढे वाचण्याचा निर्णय घेतला तर माहिती आहे काय? मग तुम्ही मला अपेक्षित असलेला 'हा क्षण' आहात आणि आपण दोघं मिळून धमाल करणार आहोत! जादू!!

२

शी! हे जे काही लिहिलं ते फारच वाईट होतं हं! मला यापेक्षा चांगलं लिहायला हवं. हे असं मूर्खासारखं, शब्दबंबाळ कोण मुलगी लिहू शकते, म्हणून तुम्हीसुद्धा बुचकळ्यात पडले असणार, मी दाव्यानिशी सांगू शकते.

मी लिहू शकते.

नाओ लिहू शकते असं सारं.

मी आहे नाओ- माझं पूर्ण नाव नाओको यासूतानी; पण तुम्ही मला नाओच

म्हणा; कारण इतर सारे जण मला त्याच नावानं हाक मारतात. आणि आपण जर असं वारंवार भेटणार आहोतच, तर मग मला आता स्वतःसंदर्भात आणखी बरंच काही सांगायला हवं....! ☺

अजून तरी फारसं काही बदललेलं नाही. मी अजूनही अकिबा इलेक्ट्रिसिटी टाउनच्या मेड कॅफेत बसले आहे आणि इडिथ पिआफच्या आवाजातील आणखी एक विरहगीत इथं वाजत आहे. बेबेटनं माझ्यासाठी आणलेल्या कॉफीचा एक घोटही मी घेतला आहे. बेबेट माझी यजमान आहे आणि माझी नवीन मैत्रीणही. पौगंडावस्थेतल्या मुलींना आवडणार नाही ती ब्ल्यू माऊंटन कॉफी मी मागवली आहे. मला ती काळीच प्यायला आवडते. या कडू चवीच्या बियांबद्दल तुम्हाला थोडा जरी आदर असेल, तर चांगली कॉफी ही अशीच प्यायला हवी, असं मी मानते.

या क्षणी पायातले मोजे वर सरकवून गुडघ्यामागे थोडं खाजवण्याचा मी प्रयत्न केला आहे.

स्कर्टच्या चुण्या नीट करून मांडीवर त्या व्यवस्थित बसवण्याचा मी प्रयत्न करते आहे.

पाच ठिकाणी टोचलेल्या माझ्या उजव्या कानांच्या मागे मी माझे खांद्यापर्यंत वाढलेले केस नीट सारलेत आणि नंतर क्षणातच ते अगदी सहज माझ्या चेहऱ्यावर येतील असाही माझा प्रयत्न आहे; कारण तो त्या दुसऱ्या टेबलवर बसलेला नोकरपेशा ओताकू[२] माणूस आहे ना, तो आता माझ्याकडे वखवखलेल्या नजरेनं पाहतोय. मला या साऱ्या प्रकाराची किळस वाटतेय, अगदी हे कितीही मजेशीर आणि मनोरंजक असलं तरीही. मी माझा हायस्कूलचा गणवेश घातलाय आणि ज्या पद्धतीनं तो माझं शरीर न्याहाळतोय, त्यावरून त्याला शाळकरी मुलींचं खूळ आहे हे नक्की. म्हणून मी जरा आश्चर्यचकित झालेय की, हा इथं या फ्रेंच मेड कॅफेत काय करतोय? ही काय भानगड!

पण काहीच सांगता येत नाही हं. क्षणात सारं काही पालटतं आणि जगात तर काहीही अशक्य नाही. त्यामुळे माझंही त्याच्याबद्दलचं मत बदलू शकतं. कदाचित काही वेळानं तो थोडा बिचकत आणि दबकत माझ्या दिशेनं येईल, अचानक खूप सुंदर असं काहीतरी माझ्या संदर्भात बोलेल आणि एका क्षणात त्याच्या त्या तेलानं माखलेल्या केसांची आणि त्याच्या वर्णासंदर्भातील माझ्या मनातील अढी जाऊन, मलाही त्याचं आकर्षण वाटू लागेल आणि त्याच्यावर उपकार केल्याच्या थाटात कदाचित मी त्याच्याशी थोडं बोलण्याचा प्रयत्नही करेन. मग तो मला कदाचित

---

२. लोचट, फाजील उत्साह असलेला

खरेदी करायला नेण्यास उत्सुकता दाखवेल आणि यदाकदाचित त्यानं जर मला पटवून दिलं, की तो माझ्या प्रेमात आकंठ बुडाला आहे, तर मग मीही त्याच्यासोबत एखाद्या मोठ्या डिपार्टमेंटल स्टोअरमध्ये जायला राजी होईन आणि त्याला माझ्यासाठी एखादं खूप छान क्यूट कार्डिगन स्वेटर किंवा केताई[३] किंवा एखादी बॅग घेऊ देईन. हे सारं खरेदी करण्याची त्याची ऐपत तर दिसत नाही, पण तरीही. त्यानंतर कदाचित आम्ही एखाद्या क्लबमध्ये जाऊ आणि कॉकटेल वगैरे घेऊ. मग एखाद्या प्रेमी युगुलांसाठी असलेल्या लव्ह हॉटेलमध्येही आम्ही जाऊ, जिथं जॅकुझी असेल आणि तिथं आम्ही एकत्र स्नान घेतल्यावर मी त्याच्या सान्निध्यात थोडा मोकळेपणा अनुभवत असतानाच अचानक त्याचं खरं रूप तो दाखवेल. माझे हातपाय बांधून आणि माझ्या कार्डिगनच्याच प्लास्टिक बॅगनं मला गुदमरवून तो माझ्यावर बलात्कार करेल आणि मग अनेक तासांनी पोलिसांना एका पट्टेदार गोलाकार बिछान्याशेजारी जमिनीवर वेड्याविद्र्या स्वरूपात निष्प्राण झालेला माझा नग्न देह आढळून येईल.

किंवा कदाचित तो स्वतः, माझ्या अंतर्वस्त्रांनी त्याला गुदमरवून टाकण्याची विनंती करेल आणि त्या गंधात तो हरवून जाईल.

किंवा कदाचित हे असं सारं काहीही घडणार नाही. ते फक्त माझ्या आणि तुमच्या डोक्यात घडू शकतं; कारण मी सांगितलं ना तुम्हाला, की एकत्र येऊन आपण जादू घडवणार आहोत. या क्षणी आणि आत्तापुरती!

३

तुम्ही अजूनही वाचत आहात का? त्या ओताकू नोकरपेशा व्यक्तीसंदर्भात मी आता जे काही लिहिलं ते मीही पुन्हा वाचलं आणि मला त्यासाठी तुमची माफी मागायची आहे. फारच चावट होतं ते. माझ्या डायरीची ही अजिबात योग्य सुरुवात नाही.

तुमच्या मनात माझ्याविषयी कुठलाही गैरसमज मला निर्माण होऊ द्यायचा नाही. मी काही मूर्ख मुलगी नाही. एडिथ पिआफचं नाव पिआफ नाही हेही मला ठाऊक आहे. मी चावटही नाही आणि भरकटलेली किंवा विकृतही नाही. आणि मला लैंगिक विकृतींचा तिटकारा आहे आणि तुम्ही जर 'त्या' प्रकारात मोडणारी व्यक्ती असाल, तर ताबडतोब माझी डायरी वाचणं बंद करा आणि ती बाजूला ठेवा, कळलं? कारण तुमची निराशा होईल आणि वेळही फुकट जाईल. एखाद्या विकृत शाळकरी मुलीच्या गुलाबी स्वप्नांची आणि चावट खुळांच्या वर्णनाची ही खासगी डायरी नाही. तुम्हाला जे वाटतं ते तसं नाही. मरण्यापूर्वी मला माझ्या १०४ वर्षांच्या

---

३. मोबाइल फोन

झेन बुद्ध संन्यासिनी असलेल्या पणजीच्या जीवनातील अलौकिक घटनांची नोंद या डायरीत करण्याचा उद्देश आहे.

संन्यासिनींच्या आयुष्यात काही भन्नाट घडू शकतं, असं तुम्हाला नाही ना वाटत? पण माझ्या पणजीसंदर्भात हे लागू होत नाही. आणि जे काही भन्नाट आहे ते विकृत स्वरूपाचंही नाही. तसं पाहिलं तर अशा काही विकृत संन्यासिनी आहेत या जगात... त्यांची संख्या कदाचित कमी असेल; पण संन्यासी आणि धर्मगुरू आहेत असे... आणि सर्वदूर आहेत... पण माझ्या डायरीत त्यांचा आणि त्यांच्या विक्षिप्त वृत्तींचा उल्लेखही नसणार, याची मी ग्वाही देते.

यासूतानी जिको या माझ्या पणजीची खरीखुरी कहाणी मी माझ्या या डायरीत लिहिणार आहे. ती संन्यासिनी होती आणि कादंबरीकारही आणि ताईशो[४] काळातील ती एक न्यू वुमन[५] होती. ती शासनविरोधी, विद्रोही आणि स्त्रीमतवादीही होती आणि तिचा मोठा चाहता वर्गही होता, ज्यात पुरुष आणि स्त्रिया दोहोंचाही समावेश होता; पण तरीही ती विक्षिप्त किंवा विकृत अजिबात नव्हती. कदाचित लिहिता लिहिता तिच्या काही प्रकरणांचा उल्लेख या डायरीत माझ्याकडून होण्याची शक्यता आहे; पण जे काही लिहिलं जाईल ते ऐतिहासिक सत्य आहे आणि ते स्त्रियांच्या सक्षमीकरणासंदर्भातील आहे. गेशांच्या (जपानी वेश्या व्यवसायातील स्त्रिया) ढीगभर सांगितल्या गेलेल्या मूर्ख कथांप्रमाणे या गोष्टी नाहीत. म्हणून तुम्ही जर का आंबटशौकिन असाल तर मग आधी ही डायरी बंद करा आणि तुमच्या बायकोला किंवा सहकाऱ्याला द्या, म्हणजे तुमचा महत्त्वाचा वेळ फुकट जाणार नाही.

४

मला वाटतं की, आयुष्यात ना, अगदी स्पष्ट ध्येयं असावीत. तुम्हाला काय वाटतं? विशेषतः जर अगदी थोडं आयुष्य शिल्लक राहिलं असेल तर नक्कीच. कारण ध्येय स्पष्ट नसतील तर कदाचित तुम्हाला ती पूर्ण करण्याची संधीच

---

४. १९१२ ते १९२६या कालावधीला हे नाव ताईशो राज्यकर्त्यांवरून पडलं. यालाच ताईशो डेमॉक्रेसी असंही म्हणतात. सामाजिक आणि राजकीय मुक्ततेचा फार थोडा काळ, ज्याचा अंत उजव्या विचारसरणीच्या सैनिकी शासनाने झाला; ज्याचा परिणाम म्हणून दुसरं जागतिक महायुद्ध झालं.

५. स्त्री-पुरुष असमानतेनं घालून दिलेल्या पारंपरिक मर्यादा झुगारून देणाऱ्या, पुढारलेल्या व सुशिक्षित स्त्रियांसाठी ही संज्ञा जपानमध्ये १९व्या शतकाच्या सुरुवातीला वापरली जायची.

मिळणार नाही आणि मग मृत्यूचा क्षण जेव्हा तुमच्या आयुष्यात येईल तेव्हा एखाद्या उंच बिल्डिंगच्या बाल्कनीच्या कठड्यावर उभे असलेले, किंवा हातात झोपेच्या गोळ्यांची भरलेली बाटली घेऊन बिछान्यावर बसलेले तुम्ही स्वतःला आढळून याल आणि चरफडत म्हणाल, 'शी! मी सारंच वाया घालवलं. माझी ध्येयं जर मला स्पष्ट करता आली असती तर!'

मी हे तुम्हाला सांगते आहे; कारण प्रत्यक्षात मीही फार काळ या जगात राहणार नाही. माझ्याकडे तेवढा वेळ नाही. आणि माझ्या संदर्भात कुठलेही तर्क करण्याआधी मी तुम्हाला हे सारं काही स्पष्ट सांगायला हवं; कारण तर्कवितर्क वायफळ असतात. ते अपेक्षांसारखे असतात. असे तर्क आणि अपेक्षा हे नात्यांना संपवतात आणि म्हणून तुम्ही आणि मी या फंदात पडायचं नाही, चालेल?

तर सत्य परिस्थिती अशी आहे की लवकरच मी वेळेच्या वरच्या वर्गात जाणार आहे किंवा मी वरच्या वर्गात जाणार असं म्हणणं योग्य नाही; कारण त्यातून असा समज निर्माण होण्याची शक्यता आहे की माझं ध्येय मी गाठलं आणि म्हणून पुढे जाण्याचा अधिकार मला मिळाला आहे; पण प्रत्यक्षात मात्र असं नाही. मी नुकतीच वयाची सोळा वर्षं पूर्ण केलीत; मात्र कुठलंही उद्दिष्ट मला गाठता आलेलं नाही. शून्य. काहीही नाही. दयनीय वाटते आहे ना माझी स्थिती? मला खरंतर असं काही तुम्हाला वाटू द्यायचं नाही. मला फक्त माझी तंतोतंत माहिती तुम्हाला द्यायची आहे. म्हणून कदाचित वरच्या वर्गात जाणार असं म्हणण्याऐवजी माझी गळती होणार, असं मी म्हणावं. गळती... वेळेतून गच्छंती. माझ्या अस्तित्वातून माझं निर्गमन. मी क्षण मोजते आहे.

एक...

दोन...

तीन...

चार...

अरे हो, मला ठाऊक आहे, तुम्हीही आहात. आपण हे क्षण सोबत मोजू या!

रुथ

१

भरती असताना समुद्रानं किनाऱ्यावर लाटांनी वाहत आणलेल्या भल्यामोठ्या वाळत चाललेल्या शेवाळाच्या पुंजक्यातून उन्हाच्या तिरिपीनं काहीतरी चकाकलं आणि रुथची नजर त्यावर खिळली. मरणासन्न जेलीफिशची त्वचा असावी असा अंदाज तिनं बांधला आणि दुर्लक्ष करत ती निघालीही होती. गेले काही दिवस लाल रंगाच्या, महाकाय आणि दंश करणाऱ्या जेलिफिशनी समुद्रकिनारे भरून वाहत होते. ते जेलिफिशचे जथे जणू काही जखमांसारखे दिसत होते.

पण कशामुळे तरी ती थबकली. खाली वाकून तिनं त्या पुंजक्याला जोड्याच्या टोकानं थोडं हलवलं आणि नंतर एका काठीनं ती ते वाळलेलं शेवाळ उकरू लागली. चाबकासारखा भासणाऱ्या त्या भल्यामोठ्या पानांच्या जंजाळाला दूर सारल्यावर ते चकाकणारं काहीतरी म्हणजे अर्धमेला जेलीफिश नसून, एक प्लॅस्टिक पिशवी असल्याचं तिच्या ध्यानात आलं. आश्चर्य वाटावं असं काही नव्हतं. समुद्रात प्लॅस्टिकची भरमार होतीच. कोपरा धरून ती बॅग बाहेर काढता यावी यासाठी तिनं तो ढिगारा आणखी थोडा उकरला. चरे पडलेली आणि सागरी वनस्पतींनी वेढलेली ती फ्रिजमध्ये वापरली जाणारी बॅग तिच्या अपेक्षेपेक्षा जड होती. अनेक दिवस ही बॅग समुद्रात असावी, असा तिनं अंदाज बांधला. आत लालसर रंगाचं काहीतरी झळकलं. एखाद्या पिकनिक किंवा पार्टीनंतर समुद्रात सोडून दिलेल्या अशा कचऱ्यानी भरलेल्या पुडक्यांची कुणालाही नवलाई नव्हती. स्वतःत सामावून घेऊन नंतर भरतीला किनाऱ्यावर टाकणाऱ्या सागरातून कधी तुटकी मासेमारीची साधनं, बिअर कॅन, प्लॅस्टिकची खेळणी, टॅमपॉन्स, नाईकीचे जोडे असं बरंच काही बाहेर येतं. काही वर्षांपूर्वी एक तुटलेला पाय असाच तरंगत काठाशी आला होता. व्हँकुव्हर बेटावर राहणाऱ्यांना किनाऱ्यावर सर्वदूर असं काहीतरी पाहण्याची आता सवय झाली होती. अशा सापडलेल्या अवयवांवरून इतर शरीराची काय अवस्था झाली असेल याचा अंदाज बांधणंही केवळ अशक्य असायचं. त्या बॅगच्या आतही असंच

काहीतरी कुजत असावं; पण त्याचा विचारही रुथला करायचा नव्हता. तिनं ती बॅग किनाऱ्यावरून उचलून दूर भिरकावून दिली. आधी चालणं पूर्ण करू आणि घरी परतताना ती बॅग नेऊन तिची विल्हेवाट लावण्याचा तिचा मानस होता.

२

"काय आहे हे?" ओले, चिखलानं माखलेले कपडे आणि जोडे ठेवायच्या खोलीतून तिच्या नवऱ्यानं विचारलं.

ती रात्रीच्या जेवणाची तयारी करत होती आणि त्यासाठी गाजर चिरत असताना ती एकाग्र होण्याच्या प्रयत्नात होती.

"हे काय आहे?" तिचं उत्तर आलं नाही म्हणून ऑलिव्हरनं पुन्हा विचारलं.

तिनं वर पाहिलं. स्वयंपाकघराच्या दारात तो हातात ती बॅग घेऊन उभा होता. बाहेरच्या बाहेर ती कचऱ्यात टाकण्याचा तिचा विचार होता. पण ते तिच्या डोक्यातून पार निघून गेलं आणि ती बॅग ती व्हरांड्यातच विसरली.

"अरे हो, सोड," ती उद्गारली. "कचरा आहे तो. बीचवर होता. मी उचलून आणला. प्लीज, ते आता तू स्वयंपाकघरात आणू नकोस." हे समजावून सांगण्याची तिला काय गरज होती?

"पण त्यात काही तरी आहे," तो म्हणाला. "तुला जाणून घ्यायचं नाही का काय आहे ते?"

"नाही," ती उत्तरली. "स्वयंपाक तयार आहे हं!"

त्यानं ते पुडकं आत आणलं आणि स्वयंपाकघरातल्या टेबलवर ठेवलं. त्याबरोबरची वाळू सगळीकडे पसरली. त्याच्या हातात नव्हतं ते. तो त्याचा स्वभावच होता. काय आहे हे जाणून घेण्याच्या जिज्ञासेपोटी काही गोष्टी सुट्या करणं आणि नंतर पुन्हा त्या 'जैसे थे' करणं, हीच त्याची वृत्ती होती. प्लॅस्टिकच्या छोट्या पुडक्यांमध्ये त्याच्या मांजरानं धुंडाळून आणलेले पक्ष्यांचे चिमुकले सापळे, उंदीरसदृश आणि इतर काही छोटे मृत प्राणी यांचा खच त्यांच्या फ्रिजरमध्ये पडला होता. काही दिवसांनंतर त्यांचे डिसेक्शन करून नंतर जतन करण्यासाठीची ती उठाठेव होती.

"ही फक्त एक पिशवी नाही बरं का," त्या पुडक्याला व्यवस्थित मोकळं करून बाजूला ठेवत त्यानं तिला माहिती पुरवली. "पिशव्यांमध्ये पिशव्या आहेत या."

टेबलवर चाललेल्या या कार्यक्रमाचं मांजरालाही कुतूहल वाटलं आणि ते चटकन उडी मारून जणू मदत करायला टेबलवर आलं. त्याला किचन टेबलवर

येण्याची खरं तर परवानगी नव्हती. मांजराचं स्क्रोडिंजर असं नामकरण केलं होतं, पण त्या नावानं त्याला कुणीच हाक मारत नसे. ऑलिव्हर त्याला 'पेस्ट' म्हणायचा ज्याचं कौतुकानं कधी कधी पेस्टोही व्हायचं. नेहमी काहीतरी दुष्टासारखं वागणं हा त्याचा स्वभाव होता. म्हणजे स्वयंपाकघरात खारींना कचाट्यात पकडणं किंवा मारलेल्या प्राण्याचे बारके अवयव, जसं किडनी किंवा आतडी अगदी बेडरूमच्या दारात टाकणं इत्यादी. रात्री बाथरूमला जाण्यासाठी रुथ उठली की तिचा पाय हमखास त्यांवर पडायचा. ऑलिव्हर आणि या मांजराची गट्टी होती आणि त्यांचा गट होता. ऑलिव्हर वरच्या मजल्यावर गेला की यानंही तिकडं जायलाच हवं. तो काही खाण्यासाठी खाली आला, की हेही खाली येणार. ऑलिव्हर जर बाहेर जंगलाकडे लघुशंकेसाठी गेला, तर पेस्टोही मग बाहेरच जाणार. आताही हे दोघं त्या पुडक्यांचं विच्छेदन आणि निरीक्षण करत असताना रुथ त्यांना न्याहाळत होती. त्या पुडक्यातील कुजक्या सामानाच्या संभावित दुर्गंधीमुळे तिनं तयार केलेल्या जेवणाची वाट लागते की काय या कल्पनेनंच रुथ शहारली. आज तिनं उडदाचं सूप आणि सॅलड केलं होतं आणि त्यात नुकतंच तिनं रोजमेरीची पानं घातली होती. सॅलड आणि हे सूप असं त्या रात्रीच्या जेवणाचा बेत होता. "हा जो काही तू त्या कचऱ्याचा अभ्यास करतो आहेस, तो व्हरांड्यात होऊ शकतो का?"

"तू उचलून आणलं आहेस हे," तो म्हणाला. "आणि माझ्या मते हा कचरा नाही. हे जे काही आहे ते अगदी खूप काळजीपूर्वक गुंडाळलेलं आहे," हातातील कामात खंड पडू न देता तो बोलला.

रुथनं वास घेण्याचा प्रयत्न केला; पण त्या सगळ्याला वाळू, मीठ आणि समुद्र यांचा संमिश्र वास येत होता.

अचानक ऑलिव्हर जोरात हसायला लागला. "हे बघ पेस्टो," तो उद्गारला. "हे तुझ्यासाठी आहे! हैलो किटी डबा[१] आहे हा!"

"प्लीज!" निराश होऊन रुथ म्हणाली.

"आणि यात काहीतरी आहे...."

"मला खरंच वाटतंय हं की तू हे इथं अजिबात उघडू नयेस. तू ते बाहेर ने बघू..."

पण तोपर्यंत उशीर झाला होता.

---

१. मांजरीचा आकार किंवा चित्र असलेला शाळेत न्यायचा खाण्याचा डबा

३

त्या सगळ्या पिशव्या त्यानं हातानं नीट केल्या आणि आकाराप्रमाणं त्या एकमेकांवर रचून ठेवल्या. शिवाय त्यातून हाती आलेल्या प्रत्येक जिन्नसाचंही त्यानं वर्गीकरण केलं : काही हस्तलिखित पत्रांचा एक छोटा गठ्ठा, एक लालसर रंगाचं मुखपृष्ठ असलेलं आणि आकारानं छोटं पण जाडजूड पुस्तक, एक दणकट जुन्या पद्धतीचं काळ्या रंगाचं चकाकणारं डायल असलेलं घड्याळ. या सगळ्यांच्या शेजारी तो हैलो किटी डबा होता, ज्यानं समुद्राच्या पाण्यापासून त्या वस्तूंचं रक्षण केलं होतं. मांजरानं तो डबा हुंगायला सुरुवात केली तसं रुथनं त्याला उचललं आणि जमिनीवर सोडलं आणि स्वतः पुन्हा ते सर्व हाती आलेलं सामान निरखू लागली.

सकृतदर्शनी ती सर्व पत्रं जपानी भाषेतली होती. त्या लाल पुस्तकाच्या मुखपृष्ठावरचा मजकूर फ्रेंच होता. त्या काळ्या घड्याळाच्या मागच्या बाजूला असलेल्या खुणांमधून अक्षर लावणं फारच अवघड होतं. म्हणून ऑलिव्हरनं ते हातात घेतलं आणि स्वतःच्या आयफोनमधल्या मायक्रोस्कोपच्या आधारानं तो ते कोडं सोडवण्याचा प्रयत्न करू लागला. "मला वाटतं, हेसुद्धा जपानीतच आहे," तो बोलला.

निळ्या शाईच्या त्या पुसट होत गेलेल्या अक्षरांचा काही संदर्भ लागतो की नाही हे पाहण्याचा रुथ प्रयत्न करत होती. हातातील पत्र ती वारंवार निरखून पाहत होती. "हस्ताक्षर जुन्या पद्धतीचं आणि खूप वळणदार आहे, खूप सुंदरही; पण मला यातलं काहीही कळत नाहीये." हातातली पत्रं तिनं टेबलावर ठेवली आणि त्याच्याकडून तिनं घड्याळ हस्तगत केलं. "अगदी बरोबर," ती म्हणाली. "हे सगळे आकडे जपानी भाषेतले आहेत; पण तारीख मात्र नाही हं. यॉन, नाना, सान, हाची, नाना. चार, सात, तीन, आठ आणि सात. कदाचित हा अनुक्रमांक असेल का?"

घड्याळ हातात घेऊन तिनं कानाजवळ नेलं आणि त्याचा आवाज ऐकण्याचा प्रयत्न करू लागली; पण ते मोडलं होतं. ते खाली टेबलावर ठेवून तिनं तो लालचुटूक डबा उचलला. फाटक्या प्लॅस्टिकच्या पिशवीतून दिसणारा हाच तो डबा होता ज्याला ती चुकून मेलेली जेलीफिश समजली होती. किती दिवस हा असा समुद्राच्या लाटांवर हिंदकळत असेल? डब्याच्या झाकणाखाली एक रबराची रिंग होती. मग तिनं पुस्तक उचललं. आश्चर्य म्हणजे ते अजूनही कोरडं होतं. कापडी मुखपृष्ठ मऊसूत होतं, मात्र विटू लागलं होतं आणि नीट न हाताळल्यामुळे त्याचे कोपरे पार झिजल्यासारखे झाले होते. नाकाजवळ नेऊन तिनं त्या पुस्तकाच्या बुरशी आणि मातीनं माखलेल्या पानांचा मातकट वास घेतला आणि पुस्तकाचं नाव पाहिलं.

"A la recherche du temps perdu" she read "Par Marcel Proust."

४

त्यांना पुस्तकं आवडायची, अगदी सर्व प्रकारची; पण विशेषतः जुनी पुस्तकं. त्यांच्या घरात अशा पुस्तकांचा अगदी ओसंडून वाहण्याइतका साठा होता. घरभर पुस्तकंच पुस्तकं होती, अलमाऱ्यांवर रचलेली, जमिनीवर ढीग केलेली, खुर्च्यांवर, पायऱ्यांवर; पण रुथ किंवा ऑलिव्हरला त्यांची कुठलीही अडचण होत नव्हती. रुथ कादंबरीकार आहे आणि प्रत्येक कादंबरीकाराकडे पुस्तकं आणि मांजर असणं अगदी आवश्यक असतं, असं ऑलिव्हरचं ठाम मत होतं. आणि खरं तर डेसोलेशन साऊंडच्या अगदी दुर्गम बेटावर येण्यासाठी राजी झाल्याबद्दल तिला हे पुस्तकं विकत घेण्याचं बक्षीस देण्यात आलं होतं. डेसोलेशन साऊंडचं सार्वजनिक वाचनालय म्हणजे कम्युनिटी सेंटरच्या इमारतीतली वरच्या मजल्यावर असलेली एक दमट खोली. तिथं कायम लहान मुलांचं साम्राज्य असायचं. लहान मुलांसाठी असलेला एक मोठा विभाग आणि मोठ्यांसाठी असलेली काही लोकप्रिय पुस्तकं वगळली, तर या वाचनालयातल्या बहुतांश पुस्तकांमध्ये बागवानी, पाळीव प्राणी, धान्य सुरक्षितता, पर्यायी ऊर्जा, पर्यायी उपचार आणि पर्यायी शिक्षण यांचाच समावेश होता. शहरी वाचनालयांतली विविधता आणि विपुलता अशा वेळी रुथला खूप जाणवायची. तिथल्या त्या भव्यतेत सामावलेल्या शांततेच्या आठवणीनं ती हळवी व्हायची. म्हणून ती आणि ऑलिव्हर जेव्हा या दुर्गम बेटावर राहायला तयार झाले तेव्हा कुठलंही पुस्तक केव्हाही मागवण्याची तिला मुभा देण्यात आली होती आणि तिनं त्या परवानगीचा पुरेपूर वापरही केला होता. त्याला तिनं संशोधन असं नाव दिलं होतं; मात्र सरतेशेवटी तोच ती सारी पुस्तकं वाचून काढायचा आणि ती अगदी काही ठराविक पुस्तकं वाचायची. ती सारी आजूबाजूला असण्यात तिला एक निराळं समाधान होतं. मात्र समुद्रावरून येणाऱ्या दमट हवेनं अनेक पुस्तकांच्या पानांवर आपल्या खुणा सोडल्याचं तिच्या नुकतंच ध्यानात आलं होतं. शिवाय पुस्तकांच्या बाइंडिंगमध्येही बुरशी लागायला सुरुवात झाली होती. पुस्तकं उघडल्यावर त्यातून बुरशीचाच वास येऊ लागला होता, याचं तिला फार वाईट वाटत होतं.

'गतकाळाच्या शोधात,' त्या लाल रंगाच्या मुखपृष्ठावरच्या धूसर झालेल्या अक्षरांचं तिनं भाषांतर केलं. "मी हे कधीच वाचलेलं नाही."

"मी पण नाही," ऑलिव्हर उत्तरला. "आणि ते वाचायचंही झालं तरी मी ते फ्रेंचमध्ये वाचण्याची अजिबात शक्यता नाही."

"हं..." तिनं होकार दिलाः पण त्याच वेळी, किमान सुरुवातीच्या काही ओळी तरी वाचू यात या जिज्ञासेपोटी तिनं ते पुस्तक उघडलं. आत जुनाट छपाई आणि अक्षरांचे नमुने पाहायला मिळतील असा अंदाज तिनं बांधला होता, त्यामुळे आत जांभळ्या शाईनं लिहिलेली बालिश अक्षरं पाहण्याची तिची मानसिक तयारी नव्हती. कुणी तरी दगा दिल्यासारखं तिला ते वाटलं आणि त्या आश्चर्यातच तिच्या हातून ते पुस्तक खाली पडलं.

५

छापील गोष्टी खूपशा अपेक्षित आणि व्यक्तिनिरपेक्ष असतात, ज्यातून वाचणाऱ्याच्या नजरेला अगदी यांत्रिक पद्धतीनं काही विशिष्ट माहिती पुरवली जाते.

पण याच्या अगदी विरुद्ध, हस्तलिखितात डोळे खिळतात आणि अर्थ हळूहळू उलगडतो आणि शरीरावरील त्वचेइतकीच त्यांची जवळीक जाणवू लागते.

रुथनंही त्या पानावर नजर खिळवली. ती जांभळी अक्षरं बहुतांश इंग्रजी भाषेत होती. तुरळक जपानी मुळाक्षरंही त्यात पेरली होती; पण तिच्या नजरेला त्या शब्दांचा अर्थ जाणून घ्यायची उत्सुकता नव्हती. तिला त्या अक्षरांतून लिहिणाऱ्याच्या अस्तित्वाची जाणीव होत होती, काहीशी गडद आणि खूप भावनिक. ती जांभळी अक्षरं उमटवणारी लेखणी धरणारे हात हे नक्कीच एका किशोरवयीन मुलीचे होते. त्या वळणदार, घोटीव हस्ताक्षरातून पानापानावर जे उमटलं होतं त्यातून तिच्या मनोवस्थांचा अंदाज येत होता आणि जेव्हा तिनं त्या पानांकडे खूप लक्षपूर्वक पाहिलं तेव्हा तिला जाणवलं की, लिहिताना त्या कोवळ्या मुलीच्या बोटांची टोकं लालबुंद आणि ओलसर होती. शिवाय अस्वस्थतेत तिनं अगदी जिव्हाळी लागेपर्यंत नखं कुरतडली होती, हेही रुथला जाणवलं.

आता रुथ अक्षरांना निरखू लागली. अक्षरं वळणदार पण थोडी Sloppy = गबाळी, नेभळट, बावळट किंवा निष्काळजी होती (यावरून, ती मुलगीही अशीच असणार, हा निष्कर्ष तिनं काढला), पण तरीही ती शेवटपर्यंत खूप नेटकी आणि एकसारखी होती. खूप घाईत काढलेली नाही; पण रेंगाळत किंवा कंटाळवाणं लिहिलेलीही नाही. रेषेच्या शेवटी मात्र काही ठिकाणी, एखाद्या लिफ्टमध्ये किंवा सबवे ट्रेनमध्ये कोंबलेल्या लोकांनी दार बंद होताना घसट करावी तशी ती अक्षरं एकमेकांशी सलगी करत होती. आता मात्र रुथचं कुतूहल पराकोटीला गेलं. ती कुणाची तरी डायरी आहे एवढं मात्र तिला निश्चित जाणवलं. तिनं पुन्हा एकदा मुखपृष्ठ नीट पाहिलं. हे वाचावं का आपण? आता मुद्दाम तिनं डायरीचं पहिलं पान उघडलं. कुणाच्या तरी वैयक्तिक आयुष्यातील अत्यंत खासगी क्षणांना जाणून

घेण्यासाठी उतावीळ झालेल्या विकृत मन:स्थितीच्या व्यक्तीसारखं तिला वाटलं. तसंही कादंबरीकार किंवा लेखकांचा इतरांच्या आयुष्यात नाक खुपसण्यातच बराच वेळ जातो. त्यामुळे रुथला या जाणिवेचं नावीन्य नव्हतं.

हाय! ती वाचू लागली. *मी नाओ आणि मी हा क्षण आहे आणि मी आत्तापुरती आहे. हा क्षण किंवा आत्तापुरतं असणं म्हणजे काय तुम्हाला ठाऊक आहे का?......*

६

''बुडालेल्या जहाजातील तरंगत आलेले अवशेष,'' प्लॅस्टिक बॅगवर चिकटून बसलेल्या त्या समुद्री प्राण्यांचं निरीक्षण करत ऑलिव्हर म्हणाला. ''माझा तर विश्वासच बसत नाही.''

रुथनं डायरीतून नजर हटवली. ''हो, अवशेषच आहेत,'' ती उत्तरली. ''पण कदाचित मुद्दाम टाकलेले.'' तिच्या हातातील त्या पुस्तकाचा स्पर्श उबदार होता आणि रुथला ते पुढे वाचायचं होतं; पण त्याऐवजी तिनं त्याला प्रश्न केला, ''पण या दोहोंतील फरक काय?''

''तरंगत आलेलं हे अपघातानं घडतं. एखादी गोष्ट बुडली की त्यातील काही गोष्टी सागराच्या लाटांवर तरंगत किनाऱ्याशी येतात; पण मुद्दाम टाकलेलं, ही एक निश्चित कृती आहे. त्यामागे एक ठराविक उद्देश असतो. तू म्हणालीस ते अगदी बरोबर आहे, हे टाकून दिलेलं आहे.'' त्यानं ती बॅग पुन्हा नीट टेबलावर ठेवली. ''मला वाटतं आता सुरुवात झाली आहे.''

''कसली सुरुवात?''

''या तरंगणाऱ्या अवशेषांची,'' तो म्हणाला. ''प्रशांत महासागरातील जलप्रवाहाच्या कक्षेतून बाहेर पडणाऱ्या....''

त्याच्या डोळ्यांतील चमक पाहून तिला लक्षात आलं की तो आता उत्साहात आला होता. तिनं पुस्तक मांडीवर ठेवलं. ''जलप्रवाह काय असतात?''

''ग्रहांवर अवलंबून असलेले एकंदर अकरा जलप्रवाह आहेत,'' तो सांगू लागला. ''त्यातील दोन जपानहून थेट आपल्या दिशेनं येतात आणि ब्रिटिश कोलंबियाच्या किनारपट्टीपासून काही अंतरावर विभक्त होतात. यातील सगळ्यात छोटा प्रवाह ज्याला अल्यूट असं नाव आहे तो उत्तरेकडे अल्युशियन बेटांकडे प्रवास करतो. आणि सगळ्यात मोठा हा दक्षिणेकडे सरकतो. त्याला 'टर्टल' जलप्रवाह असं संबोधलं जातं; कारण समुद्रातील कासवं जेव्हा जपान ते बाजा असं स्थलांतर करतात, तेव्हा ते याच प्रवाहाच्या लाटांवर तरंगत मार्गक्रमण करतात.''

जलप्रवाहांचं वर्णन करताना तो हातानं त्याचं चक्राकार स्वरूप सांगण्याचा

प्रयत्न करत होता. त्याच्या त्या उत्साहाची जाणीव बहुधा मांजरालाही झाली आणि आतापर्यंत टेबलवर ताणून दिलेल्या पेस्टोनं आपले हिरवे डोळे उघडून ऑलिव्हरकडे नजर टाकली.

''आता प्रशांत महासागराची कल्पना कर,'' ऑलिव्हर बोलत होता. ''टर्टल जलप्रवाह घड्याळाच्या दिशेनं जातो आणि अल्यूट त्याच्या विरुद्ध दिशेनं फिरतो,'' हे सांगतानाही तो समुद्राच्या चक्राकार लाटा हातांनी दाखवण्याचा प्रयत्न करत होता.

''हे थोडंफार कुरोशिओसारखं नाही का?''

कुरोशिओसंदर्भात त्यानंच तिला एकदा सांगितलं होतं. त्याला ब्लॅक करंट असंही म्हटलं जायचं. यात विषुववृत्तीय उष्ण पाण्याचे प्रवाह आशिया खंडातून प्रशांत महासागराच्या उत्तर-पश्चिम तटांकडे प्रवाहित होतात.

तिच्या प्रश्नावर त्यानं नकारार्थी मान डोलवली. ''नाही, तसं नाही,'' तो म्हणाला. ''जलप्रवाह प्रचंड असतात. म्हणजे पाण्यातील प्रवाहांची एक सतत घडणारी साखळीच. परस्परांच्या शेपट्यांचा चावा घेणाऱ्या सापांच्या गोलाकार साखळीची कल्पना कर. अगदी तसं. कुरोशिओसारख्या चार ते पाच प्रवाहांना एकत्र केलं तर टर्टल प्रवाहाची तीव्रता निर्माण होऊ शकते.

तिनं मान डोलवली. डोळे बंद करून तिनं त्या सर्पसाखळीची कल्पनाही केली.

''या प्रत्येक प्रवाहाची स्वतःची एक कक्षा आणि गती असते,'' तो पुढे सांगू लागला. ''आणि त्या कक्षेच्या लांबीला नाद म्हणतात. किती सुंदर कल्पना आहे, नाही? म्हणजे कक्षेचं संगीत. आणि सर्वांत मोठ्या प्रवाहाच्या कक्षीय नादाचं प्रथम आवर्तन सुरू होण्यासाठी साधारण १३ वर्षांचा काळ लागतो. टर्टल प्रवाहाच्या नादाच्या घडणीचा काळ साडेसहा वर्षांचा मानला जातो. तर स्वतःच्या नादनिर्मितीसाठी अल्यूट प्रवाहाला तीन वर्षं लागतात. या तरंगांवर किंवा प्रवाहासोबत वाहून येणाऱ्या गोष्टी या अपघाती अवशेष म्हणून गणल्या जातात. अशा प्रवाहांच्या कक्षेतच फिरणाऱ्या अवशेषांना प्रवाह स्मृतीचा अंश म्हणून गणलं जातं. तसंच अशा प्रवाहांतून बाहेर पडणाऱ्या अवशेषांच्या प्रमाणावरून त्या अवशेषांचं अर्ध आयुष्य ठरवता येतं....''

त्यानं तो हैलो किटी लंचबॉक्स हातात घेऊन पालथा केला. ''जपानच्या घराघरांतून त्सुनामीच्या पाण्यासोबत वाहत आलेलं सामान असेल हे? ते (जपानी लोक) या सगळ्याचा मागोवा घेत होते आणि ते आपल्या बेटांकडे आणि तटांवर येणार याचीही त्यांना थोडीफार कल्पना असणारच. फक्त त्यांनी वर्तवलेल्या काळापेक्षा ते अधिक लवकर घडतंय.''

नाओ

१

लिहिण्यासारखं बरंच काही आहे. पण सुरुवात कुठून बरं करू?

मी आताच हा प्रश्न माझ्या वृद्ध जिको पणजीला मेसेज केला आहे आणि तिचं उत्तरही आलं आहे : 現在地で始まるべき.[१]

ओके, माय डिअर जिको, तू म्हटल्याप्रमाणे मी जिथं आहे तिथूनच सुरुवात करते म्हणजे फिफीज् लव्हली ॲप्रनपासून. गेल्या दोन-एक वर्षात अकिबा इलेक्ट्रिसिटी टाउन[२]मध्ये ज्या मेड कॅफेजचं पेव फुटलं आहे ना, त्यातील एक म्हणजे फिफीज्; पण फ्रान्समधल्या दुकानांच्या पद्धतीनं ते सजवल्यामुळे ते जरा या गर्दीत वेगळं उठून दिसतं, एवढंच. आतली रंगांची सजावट ही मुख्यतः लाल आणि गुलाबी रंगांची आहे ज्याला हलकीशी सोनेरी, मोतिया किनार आहे आणि टेंबुरणीच्या लाकडाचं काम केलं आहे. इथं ठेवलेली टेबलं गोलाकार आणि फार आरामदायक आहेत. त्यावर संगमरवरासारखे दिसणारे पृष्ठभाग आहेत आणि पाय तर कोरीवकाम केलेल्या महोगनी लाकडासारखे आहेत. यालाच साजेशा खुर्च्या आहेत, ज्यावर वेलबुट्टीदार कापडाच्या गुलाबी गुबगुबीत उबदार बैठकीच्या उश्या लावण्यात आल्या आहेत. भिंतींवरच्या कागदावर गडद लाल रंगाच्या मखमली गुलाबांची नक्षी आहे, तर खिडक्यांना सॅटिनचे पडदे आहेत. छत सोनेरी मुलामा दिलेलं आहे आणि त्यावर काचेची झुंबरं लावण्यात आली आहेत. आकाशात ढग तरंगावेत तशा प्रत्येक कोपऱ्यात मदनाच्या नग्न क्यूपी बाहुल्या लावल्या आहेत. प्रवेशद्वार आणि त्याला लागून एक कोट ठेवण्यासाठीची रूम आहे जिथं पाण्याचं कारंजं आहे आणि ज्यावर चालू-बंद होणाऱ्या (लुकलुकणाऱ्या) लाल रंगाच्या दिव्यात उजळून गेलेल्या एका नग्न स्त्रीचा पुतळा आहे.

---

१. गेन्झाईची दे हाजिमारूबेकी : जिथं तुम्ही आहात तिथूनच सुरुवात करा.

२. अकिहाबारा ही टोकियोतील इलेक्ट्रॉनिक उपकरणं मिळण्याची प्रसिद्ध जागा आणि जपानच्या फॅशनेबल संस्कृतीचं हृदयस्थान

मी कधीच फ्रान्सला गेलेली नाही; त्यामुळे ही जी काही सजावट आहे ती अस्सल आहे अथवा नाही, याची मला जराही कल्पना नाही; पण मला असं वाटतं की, अशा प्रकारचं एकही मेड कॅफे पॅरिसला नसणार. त्यानं काहीच फरक पडत नाही. फिफीज् लव्हली अॅप्रनमधली जाणीव खूप आकर्षक आणि तिथं एक घनिष्टता नांदते. म्हणजे अगदी एका खूप मोठ्या, सुरेख, देखण्या पण घुसमटवून टाकणाऱ्या वॅलेंटाईनमध्ये शिरावं ना अगदी तसं. आणि तिथल्या त्या काम करणाऱ्या तरुण मेड, आपल्या वक्षांना आणखी उभारी देऊन त्यांच्या त्या झालर लावलेल्या पोशाखांमध्ये त्याही अगदी छोट्या-छोट्या वॅलेंटाईन्सप्रमाणेच भासतात.

दुर्दैवानं या क्षणी मात्र आत अजिबात गर्दी नाही. फक्त काही ती ओताकू माणसं कोपऱ्यातली काही टेबलं अडवून बसली आहेत आणि दोन टपोऱ्या डोळ्यांचे अमेरिकन प्रवासीही आहेत. सगळ्या मेड चेहरे पाडून उदास होऊन आपल्या पेटीकोटच्या झालरींशी चाळा करत एका रांगेत उभ्या आहेत. आत बसलेल्या आमच्यासारख्या सगळ्यांचा त्यांना उबग आला आहे आणि निराशाही, हे त्यांच्या चेहऱ्यांवर स्पष्ट आहे. कुणी तरी एखादा नवीन ग्राहक आत येऊन हे मळभ झटकून चैतन्य आणील, याची त्या जणू प्रतीक्षा करत आहेत. थोड्या वेळापूर्वी अशी एक चैतन्याची झुळूक आली होती. त्या ओताकू माणसानं जेव्हा ओमू राइसची- ऑमलेट भाताची ऑर्डर दिली तेव्हा थोडा वेळ सारेच प्रफुल्लित झाले होते. ऑमलेट भात देताना त्यावर हैलो किटीचा एक भला मोठा चेहरा केचअपनी काढला जातो. मिमी नावाच्या मेडनं तो भात त्या ओताकूसाठी आणला आणि त्याला भरवून देण्यासाठी ती त्याच्यासमोर गुडघ्यांवर बसली. प्रत्येक घास भरवताना ती त्यावर हळुवार फुंकरही घालत होती. हे सारं पाहून ते अमेरिकन मात्र चक्रावले होते आणि ते दृश्य अगदी पाहण्यासारखं होतं. तुम्ही ते खरंच पाहायला हवं होतं; पण क्षणात हे सारं काही संपलं. त्याचा भात खाऊन संपल्यावर मिमीनं ती उष्टी भांडी उचलली आणि सारं काही तिथंच संपलं. पुन्हा तीच उदासीनता वातावरणात दाटून आली. ते अमेरिकन प्रवासी ग्राहक फक्त कॉफीच पित आहेत. त्यातला नवरा आपल्या बायकोला तो हॅलो किटीचा चेहरा असलेला ओमू राइस ऑर्डर करण्यासाठी पटवतोय; पण ती कसल्यातरी ताणाखाली आहे. तो ओमू राइस फार महागडा आहे, असं कुजबुजताना मीही त्या स्त्रीला पाहिलं आणि तिचा मुद्दा अगदी बरोबर आहे. इथं मिळणारं जेवण खरंच खूप महागडं आहे; पण बेबेट माझी मैत्रीण असल्यामुळे मला मात्र कॉफी फुकट मिळते. जर त्या बाई जरा वरमल्या आणि त्यांनी त्यांचा विचार बदलला तर मी तुम्हाला तसं कळवते बरं का.

पण पूर्वी ही अशी परिस्थिती नव्हती. असे मेड कॅफे निन्की नंबर १ म्हणजेच खूप लोकप्रिय आणि पहिल्या क्रमांकाचे गणले जात असत. बेबेट सांगते की तेव्हा

ग्राहक तासन्तास कॅफेसमोर रांगेत फक्त एक टेबल मिळवण्यासाठी ताटकळत उभे असायचे आणि टोकियोतील सगळ्यात देखण्या आणि सुंदर तरुणी अशा कॅफेत काम करायच्या. आलेल्या ग्राहकांचं 'Okaerinasaimase, dannasama!'[३] असं म्हणून स्वागत करताना त्यांचा आवाज अकिबा इलेक्ट्रिसिटी टाउनच्या गोंधळातही स्पष्ट ऐकू यायचा. त्यांनी असं स्वागत केल्यावर येणाऱ्या पुरुषांना आपण खूप श्रीमंत आणि मोठे आहोत असं वाटायचं; पण आता ते आकर्षण गेलं आहे आणि मेडही 'तशा' राहिलेल्या नाहीत. आता इथं येणाऱ्या लोकांमध्ये परदेशी प्रवाशांची आणि ग्रामीण भागातून आलेल्या ओताकू माणसांचीच किंवा मेडचं खूळ जडलेल्या हेंताई म्हणजे विकृत मनोवृत्तीच्या पुरुषांचीच संख्या जास्त असते. आता इथं काम करणाऱ्या या मेडदेखील तेवढ्या सुंदर आणि आकर्षक नाहीत; कारण चांगल्या दिसणाऱ्या साऱ्या जणी जास्त कमाईसाठी एकतर नर्स बनून मेडिकल कॅफे किंवा बेडटाउन यांसारख्या उच्चभ्रू समजल्या जाणाऱ्या भागात काम करायला गेल्या आहेत. फ्रेंच मेडची पत आता खालावत चालली आहे, हे साऱ्यांनाच ठाऊक आहे आणि म्हणून कुणी त्यांच्यासाठी फारसा प्रयत्न करताना आढळून येत नाही. इथलं सगळं वातावरण फारच उदासवाणं आहे असं तुम्हाला वाटेल; पण मला मात्र ते खूप समाधानकारक वाटतं; कारण कुणीच इथं फारसा कसला प्रयत्न करताना दिसत नाही. निराशावादी तर तेव्हा वाटतं, जेव्हा सारेच कशासाठी तरी खूप धडपडत असतात. ही निराशा आणखी गडद होते, जेव्हा ते सारेच आणखी आणखी प्रयत्न करतात आणि आपण यशस्वी झालो आहोत, असा समज करून घेताना दिसतात, तेव्हा मी खूप निराश होते; पण मला वाटतं पूर्वी हे असं काहीसं असावं. त्या आनंदी घंटांचं आणि खिदळण्याचं ते किणकिणणं आणि कॅफेभोवती गोळा झालेली ती गर्दी आणि त्या रांगा, त्या लहान-लहान गोड दिसणाऱ्या मुली कॅफेच्या मालकाभोवती पिंगा घालणाऱ्या, त्याला खिजवणाऱ्या आणि फॅशनेबल गॉगल आणि लिवाईज्च्या राखीव उत्पादनातील कपडे घातलेले ते मालक.

म्हणून मला यानं काही फरक पडत नाही. खरं तर मला इथं आवडतं; कारण मला ठाऊक आहे की इथं फिफीज् लव्हली ॲप्रनमध्ये मला हमखास टेबल मिळणार आणि हे जे संगीत वाजतंय तेही ठीकठाक आहे. शिवाय इथल्या सगळ्या मेड आताशा मला ओळखू लागल्या आहेत आणि मला एकटं सोडायला त्यांची काही हरकत नसते. मला वाटतं आता या जागेला फिफीज् लोनली ॲप्रन असं म्हणायला हवं. अरे वा! हे छान आहे हं! मला भारी आवडलं हे!

---

३. इथे आपलं स्वागत आहे, यजमान, यावं आपण.

२

आधुनिक जगातील यासारख्या घडामोडी मी जेव्हा माझ्या जिको पणजीला सांगते तेव्हा ती ते फार उत्साहानं ऐकते. तिला ते फार आवडतं. अर्थात त्यातल्या बऱ्याच गोष्टी तिच्या आकलनाबाहेरच्या आहेत; कारण ती पार तिकडे कुठंतरी डोंगरात एका देवळात राहते आणि सगळ्या ऐहिक गोष्टींचा तिनं त्याग केला आहे. शिवाय ती आता एकशेचार वर्षांची झाली आहे, त्यातच सारं काही आलं. खरं तर तिच्या वयासंदर्भात आम्हालाही फारशी काही माहिती नाही आणि ती तर स्वतः म्हणते की तिला काही आठवत नाही. तिला विचारलं तर ती म्हणते :

"Zuibun nagaku ikasarete itadaite orimasu ne"[४]

हे काही उत्तर नव्हे आणि मग तुम्ही तिला पुन्हा विचारलं तर ती म्हणते,

"Soo desu ne. हं...बरोबर....ते तसंच असावं. मी मोजणं कधीच सोडलं आहे..."

मग तुम्ही तिला तिचा वाढदिवस कधी असतो हे विचारता आणि ती उत्तरते,

"जन्म झाल्याचं माझ्या काही स्मरणात नाही...."

आणि मग जर का तुम्ही तिच्या पाठीच लागलात आणि ती गेली किती वर्षं जिवंत आहे, हे जाणून घेण्यासाठी तिचा पिच्छा पुरवला तर ती म्हणते,

"जेव्हापासून मला आठवतंय तेव्हापासून मी इथंच आहे."

क्या बात है, पणजी!

एक गोष्ट आम्हाला खात्रीनं माहीत आहे ती अशी की, ज्याला काही आठवत असेल असं तिच्यापेक्षा वयस्कर कुणीही नाही. दुसऱ्या महायुद्धात झालेल्या बॉम्बहल्ल्यात वॉर्ड ऑफिसमधलं कुटुंबाची माहिती असलेलं रजिस्टर जळून गेलं, त्यामुळे आता तिचाच शब्द ग्राह्य धरणं भाग आहे. दोन-एक वर्षांपूर्वी तिच्या एकशे चार वर्षं वयावर जणू शिक्कामोर्तब झालं आणि तेव्हापासून ती एकशे चार वर्षांची आहे.

---

४. त्याचा मथितार्थ काहीसा असा आहे. या विश्वातील गहिऱ्या संस्कारांनी मला जगण्याचं निमित्त दिलं आहे आणि त्यासाठी मी फार फार आभारी आहे, कृतज्ञ आहे. पी. अराई याला व्याकरणाच्या भाषेत 'कृतज्ञता काळ' असं संबोधतात. ते म्हणतात, 'या व्याकरणाचा वापर करून केलेल्या विधानातून तुम्ही उत्पत्तीच्या मुळाकडे कुठलाही संकेत करत नसता आणि हेच या व्याकरणाचं सौंदर्य आहे.' जिको म्हणते, "याचा आणखी एक फायदा हा आहे की, कृतज्ञता काळ वापरून केलेल्या विधानातून तुम्ही कधी क्रोध व्यक्त करू शकत नाही."

आणि मी वर सांगितलं ना त्याप्रमाणे माझ्या वृद्ध पणजीला कुठलीही गोष्ट अगदी तपशिलासकट ऐकायला आवडते. म्हणजे लहानसहान आवाज आणि सुवास आणि रंग आणि दिवे आणि जाहिराती आणि लोक आणि फॅशन आणि वर्तमानपत्रातील ठळक बातम्या... सारं सारं, ज्यातून टोकियो नावाच्या या विशाल सागरात खळबळ आणि रव निर्माण झाला आहे ते सारं काही. म्हणून तर एक-एक गोष्ट टिपून घेण्याची आणि ती स्मरणात ठेवण्याची मी सवय लावून घेतली आहे. स्वतःला त्यासाठी प्रशिक्षित केलं आहे. सध्या चलनात असलेल्या गोष्टी किंवा प्रेमी युगुलांसाठी असलेल्या हॉटेलात हायस्कूलमधल्या मुलींवर होणारे बलात्कार आणि नंतर प्लॅस्टिक बॅगनं त्यांना घुसमटवून त्यांच्या होणाऱ्या हत्या आणि त्याच्या बातम्या हे सारं काही मी तिला अगदी व्यवस्थित कळवत असते. तिला हे अशा प्रकारचं सारं काही अगदी बिनधास्त सांगता येतं आणि मुख्य म्हणजे हे तिला सांगणं तिलाही गैर वाटत नाही. ती विकृत नाही; पण हे असले प्रकार घडतात याची तिला पुरेपूर जाणीव आहे. शांत बसून ती सारं काही ऐकते, मान डोलावते आणि हातातल्या जुझूवर[५] प्रत्येक मणी मोजताना त्या मारल्या गेलेल्या दुर्दैवी मुली आणि ते विकृत मनोवृत्तीचे पुरुष आणि या जगात ज्यांच्या वाट्याला फक्त दुःख आलं आहे अशा साऱ्यांसाठी ती प्रार्थना करते. ती संन्यासिनी आहे आणि हे तर तिचं कामच आहे. मी एक गोष्ट शपथेवर सांगू शकते की ती इतकी वर्षं जिवंत आहे, कारण मी तिला जे काही सांगते त्यातून तिला प्रार्थना करण्यासाठी सतत काहीतरी मिळतं ना, म्हणून.

हे असं सगळं ऐकायला तिला का आवडतं, हे मी तिला एकदा विचारलं तर ती म्हणाली की जेव्हा तिच्या नशिबी हे लिहिलं गेलं, तिनं आपले (तिच्यावर ही वेळ आली) केस कापले, आणि बौद्ध धर्माच्या काही शपथा घेतल्या. त्यातील एक शपथ अशी होती की जोपर्यंत या जगातील प्रत्येक व्यक्तीला साक्षात्कार होणार नाही, तोपर्यंत ती स्वतःही त्या ज्ञानाचा पूर्ण अंगीकार करणार नाही. हे म्हणजे कसं आहे ठाऊक आहे का? तुमच्या आधी फक्त इतरांना लिफ्टमध्ये शिरण्याची परवानगी देण्यासारखं आहे ते. आता जर या भूतलावर अस्तित्वात असलेल्या सगळ्यांची गणती केली, त्यात प्रत्येक सेकंदाला जन्माला येणाऱ्यांची बेरीज केली आणि जे इहलोक सोडून गेले आहेत ते- त्यातही फक्त मनुष्य नाही तर सगळ्या प्रकारचे प्राणी, जिवाणू, अमिबासारखे कुठल्याही प्रकारात जीवित असलेले आणि जगलेले आणि जगणारे सर्व प्रकारचे वृक्ष, ज्यांचा ऱ्हास झाला आहे असे सर्व जीव - या सगळ्यांच्या साक्षात्कारी होण्याला खूप खूप खूपच काळ जावा लागणार, नाही

---

५. जपमाळ

का? आणि जर लिफ्ट पूर्ण भरली आणि दार बंद झालं आणि तुम्हीच बाहेर राहिलात तर?

मी हे तिला विचारलं तर आपल्या गुळगुळीत, चकाकणाऱ्या डोक्यावरून हात फिरवत तिनं सांगितलं,

"Soo desu ne. ही लिफ्ट प्रचंड मोठी आहे..."

"पण पणजी, यासाठी अनंत काळ लागणार."

"मग तर आपल्याला खूप प्रयत्न करायला हवा."

"आपल्याला?"

"हो माझ्या लाडक्या नाओ, तूही मला मदत करायला हवीस."

"अजिबात नाही!" मी जिकोला सांगितलं. "विसर ते! मी काही ती बोधिसत्त्व-फित्व नाही हं..."

यावर तिनं आपले ओठ घट्ट मिटले आणि जुझूवर आणखी एक मणी मोजला, आणि आपल्या जाड काळ्या फ्रेमच्या चष्म्यातून तिनं ज्या पद्धतीनं माझ्याकडे नजर टाकली, मला कळलं की आता या क्षणी ती माझ्यासाठीही प्रार्थना करते आहे. माझी हरकत नाही. त्यामुळे मला स्वतःला खूप सुरक्षित वाटलं आणि वाटलं की काहीही झालं तरी त्या लिफ्टमध्ये मला माझी पणजी कुठल्याही परिस्थितीत प्रवेश मिळवून देणारच.

अरे, तुम्हाला ठाऊक आहे का? आत्ता... या क्षणी, हे सारं काही लिहिताना मला एक गोष्ट जाणवली. मी जिकोला कधीच विचारलं नाही की लिफ्ट शेवटी जाते तरी कुठं. मी आत्ता तिला मेसेज करणार आहे आणि विचारणार आहे. ती काय उत्तर देते ते कळवते मी तुम्हाला.

३

चला तर, आता मी यासुतानी जिकोच्या भन्नाट आयुष्याबद्दल सांगणार आहे. जिको-ताईशो काळातील एक प्रसिद्ध सत्ताविरोधी-स्त्रीमतवादी-कादंबरीकार जिनं कालांतरानं बुद्ध धर्माची दीक्षा घेऊन संन्यासिनीचं आयुष्य स्वीकारलं; पण त्याआधी मला तुम्हाला या पुस्तकासंदर्भातही सांगायचं आहे. पुस्तक म्हणजे आता तुमच्या हातात आहे ते. आतापर्यंत तुमच्या लक्षात आलंच असेल की गुलाबी चकाकणाऱ्या कव्हरवर गुबगुबीत प्राण्याचा चेहरा असलेली आणि एक हृदयाच्या आकाराचं छोटंसं कुलूप आणि सोनेरी छोटी किल्ली असलेली एका साधारण शाळकरी मुलीनं बाळगावी अशी ही डायरी नाही. आणि पहिल्यांदा तुम्ही ती वाचायला घेतल्यावर, 'अरे वा, ही तर एका जपानच्या शाळकरी मुलीची दैनंदिनी आहे. चला, आपण वाचू

या ती!' असंही तुम्हाला नक्कीच जाणवलं नसणार; कारण जेव्हा तुम्ही हे पुस्तक हातात घेतलं, तेव्हा तुम्हाला वाटलं की सुप्रसिद्ध, ख्यातनाम फ्रान्सचे लेखक मार्सेल प्रॉस्टचं तत्त्वज्ञानावरील एक अप्रतिम पुस्तक *A la recherche du temps perdu* हे पुस्तक आपल्या हाती आलं आहे आणि ती कुण्या अपरिचित नाओ यासुतानीची डायरी नाही. ते म्हणतात ना, की फक्त मुखपृष्ठावरून पुस्तकाचा अदमास घेता येत नाही, हे मात्र यातून सिद्ध होतं.

तुम्ही फार निराश झालेले नसणार अशी अपेक्षा करते. काय झालं, की मार्सेल प्रॉस्टच्या या पुस्तकाची वाट लावली गेली; पण ती मी नाही हं लावली. मी ते असं वाट लागलेल्या अवस्थेतच विकत घेतलं. हाराजुकूच्या[६] एका हस्तकलेच्या वस्तू विकणाऱ्या दुकानात मला हे पुस्तक मिळालं. हाराजुकूला प्रत्येक दुकानात तुम्हाला 'डू-इट-युवरसेल्फ' म्हणजे आपण स्वतः करू शकणाऱ्या अशा काही वस्तू हमखास मिळतात. जसे क्रोशाचे स्कार्फ किंवा केताईसाठी पाऊच किंवा मणी लावलेले कंगन आणि इतर अशाच काही झकास गोष्टी. हस्तकलेनं सध्या आख्ख्या जपानला वेड लावलं आहे. कुठेही पाहा, प्रत्येक जण तुम्हाला विणकाम करताना, एम्ब्रॉयडरी करताना, क्रोशाचं विणकाम करताना किंवा कागदापासून विविध वस्तू तयार करताना- ज्याला जपानमध्ये पेपाकुरा असं म्हणतात- दिसतील; पण मी जरा वेंधळी असल्यामुळे या नवीन ट्रेंडबरोबर राहण्यासाठी मला या 'डू-इट-युवरसेल्फ' वस्तू विकतच घ्याव्या लागतात. मी घेतली ना तशा डायऱ्या बनवण्यात ही मुलगी अगदी कुशल आहे. जगभरातील पुस्तकं ती विकत घेते आणि त्यातली छापील पानं अत्यंत कुशलतेनं काढून टाकून तिथं कोरी पानं चिकटवते. तिच्या कामातील सफाई पाहून तुम्ही चाटच पडाल. तुम्हालाही हा बदल ओळखायला येणार नाही इतका बेमालूमपणे तो केलेला असतो. क्षणभर तर वाटतं की पुस्तकातील सगळी अक्षरं पानांवरून गळून पडली आहेत आणि जमिनीवर मेलेल्या मुंग्यांचा ढीग व्हावा तशी ही अक्षरं निपचित पडली आहेत.

गेल्या काही दिवसांमध्ये माझ्या आयुष्यात काही विचित्र घटना घडत आहेत आणि विशेषतः ही डायरी मी ज्या दिवशी विकत घेतली त्या दिवशी मी शाळेला चाट दिली होती आणि मी खूप उदास होते आणि म्हणून हाराजुकाला काही खरेदी करून मन प्रसन्न करण्याचा माझा विचार होता. अगदी पहिल्या क्षणी मला ती पुस्तकं दुकानाच्या दर्शनी भागात ठेवण्यासाठी आहेत असं वाटलं आणि त्यामुळे त्यांच्याकडे मी दुर्लक्ष केलं; पण नंतर त्या दुकानातील सेल्सगर्लनं मला ती

---

६. तरुणाईला वेड लावणाऱ्या आधुनिक वस्तू मिळणाऱ्या दुकानांसाठी प्रसिद्ध असलेली टोकियोतील एक वसाहत.

दाखवली त्या क्षणी त्यातलं एक विकत घेण्याचा मी निर्णय घेतला. ती काही स्वस्त नव्हती; पण मला त्या पुस्तकाच्या जुनाटपणाचं आकर्षण वाटलं. ते मुखपृष्ठ विटलेलं वाटत होतं आणि या अशा डायरीत लिहिण्याची ऊर्मी मला दाटून आली. एखाद्या प्रकाशित झालेल्या पुस्तकासारखं ते असणार, ही कल्पनाच मला उत्तेजित करून गेली; पण त्याहीपेक्षा जर मला आणखी काही जाणवलं असेल तर या मुखपृष्ठामुळे डायरीला मिळणारी सुरक्षितता.

कुणी तुम्हाला मारहाण करणं किंवा तुमच्या वस्तू चोरून तुमच्याविरुद्ध त्याचा वापर करणं अशासारखे प्रकार तुमच्या आयुष्यात कधी झाले असतील असं मला वाटत नाही; पण झाले असतील तर या डायरीच्या सुरक्षिततेसंदर्भात मला जे काही वाटलं ते तुम्हाला समजेल. असं इतर कुठल्या तरी पुस्तकाच्या मुखपृष्ठामागे दडलेली डायरी ही किती भन्नाट कल्पना आहे याचा तुम्हाला अंदाज येईल. समजा माझ्या बावळटपणामुळे माझी डायरी कुण्या माझ्या वर्गमैत्रिणीच्या हाती लागली आणि त्यातील काही तरी वाचून तिनं तो मजकूर इंटरनेटवर टाकण्याचा घाट घातला तर? पण असं मुखपृष्ठ असलेलं पुस्तक कोण उत्सुकतेनं उघडणार आणि वाचणार? माझ्या वर्गातील मूर्ख मुलींना तर वाटेल की शिकवणी वर्गात दिलेल्या होमवर्कचाच एक भाग असणार. त्यांना हे नक्की काय आहे, हे अजिबात कळणार नाही.

मला फ्रेंच कवडीही कळत नाही आणि त्यामुळे अगदी सुरुवातीला हे काय आहे ते मलाही कळलं नव्हतं. तिथं खूप वेगवेगळ्या नावांची पुस्तकं या डायरी स्वरूपात ठेवली होती. ग्रेट एक्सपेक्टेशन किंवा गलिव्हर ट्रॅव्हल्स यांसारखी काही इंग्रजी पुस्तकंही तिथं होती; पण मला वाटलं की जे मलाही वाचता येत नाही आणि कळत नाही, अशा नावाचं काही तरी घ्यावं म्हणजे ते नाव केवळ अर्थ माहिती आहे म्हणून माझ्या विचार करण्यात कुठलाही अडथळा निर्माण करणार नाही. इतरही काही भाषांमधली पुस्तकांची मुखपृष्ठं असलेल्या डायऱ्या तिथं होत्या, ज्यात जर्मन, रशियन किंवा चिनी यांचाही समावेश होता; पण मी मात्र 'A la recherche du temps perdu' हे नाव निवडलं; कारण ते मला फ्रेंच वाटलं आणि मला तरी फ्रेंच भाषा झकास आणि थोडी उच्च दर्जाची वाटते आणि शिवाय माझ्या हॅन्डबॅगइतकाच त्या पुस्तकाचा आकार होता.

४

ज्या क्षणी पुस्तक म्हणजे ती पुस्तकाचं मुखपृष्ठ असलेली डायरी विकत घेतली, त्या क्षणी मला त्यात काहीतरी लिहिण्यास सुरुवात करायची होती. म्हणून मी जवळपास कुठे 'किस्सा'(कॉफी शॉप) दिसतं का ते पाहिलं आणि आत शिरताच माझी आवडती ब्ल्यू माऊंटन कॉफी मागवली. लगेच बॅगेतून माझ्या आवडत्या जांभळ्या रंगाचं जेल पेन काढलं आणि पुस्तकाचं ते पहिलं पिवळसर पांढऱ्या रंगाचं पान उघडलं. कॉफीचा एक कडू घोट घेऊन मी शब्द स्फुरण्याची वाट पाहत होते. मी वाट पाहिली, आणखी थोडा वेळ आणि आणखी थोडा वेळ आणि आणखी थोडा वेळ. दरम्यान, कॉफीचे घोट घेत राहिले. ....पण नाही. मी तशी खूप बडबडी आहे आणि ते आतापर्यंत तुमच्या ध्यानात आलं असेलच. आणि मला शब्द सुचत नाहीत असं कधी होत नाही; पण या वेळी इतकं सगळं माझ्या डोक्यात असूनही एकही शब्द लिहिण्यासाठी सुचत नव्हता. जरा विचित्रच होतं ते; पण मग मला लगेच लक्षात आलं की मी त्या क्षणी त्या पुस्तकाच्या कव्हरनं इतकी भारावले होते की मला काही सुचत नव्हतं आणि ते काही वेळानं जाणार होतं. मग मी थोडी थांबले आणि उरलेली पूर्ण कॉफी प्यायले, काही मासिकं वाचली आणि बरोबर शाळा सुटायची वेळ झाल्यानंतर मी घरी जायला निघाले.

दुसऱ्या दिवशी मी पुन्हा प्रयत्न केला; पण पुन्हा तेच! आणि त्यानंतरही जेव्हाही मी डायरी काढायचे आणि त्याचं ते नाव पाहत बसायचे. म्हणजे मला असं वाटायचं की माझ्यासारख्या मुलीच्याही ऐकिवात असलेला हा मार्सेल प्रॉस्ट नक्कीच कुणीतरी मोठी आणि महत्त्वाची व्यक्ती असणार आणि तरीही तो कुणी नामांकित शेफ आहे की फ्रान्सचा एखादा प्रसिद्ध फॅशन डिझायनर, हेही मला निश्चित माहीत नव्हतं. असं असेल का, की त्याचं भूत या पुस्तकाच्या आत चिकटून बसलं असेल आणि त्या मुलीनं त्याचे शब्द काढून टाकल्यामुळे त्याचं माथं भडकलं असेल? आणि आता तेच भूत मलाही या डायरीत त्या बाष्कळ शाळकरी मुलींच्या गोष्टी म्हणजे एखाद्या मुलाबद्दल वाटणारं आकर्षण (मी मात्र कुणाकडेही आकर्षित झालेले नाही हं), किंवा नवीन पद्धतीच्या फॅशनेबल गोष्टी ज्या मला हव्या आहेत (माझ्या इच्छा अनंत आहेत) किंवा माझ्या जाड मांड्यांबद्दल (खरं तर माझ्या मांड्या ठीक आहेत; पण मला माझे गुडघे अजिबात आवडत नाहीत. मी हे असं सारं काही तरी बाष्कळ, फुटकळ लिहिणार या कल्पनेनं जर त्या बिच्चाऱ्या वृद्ध मार्सेलसचं माथं ठणकलं असेल तर त्याला अजिबात दोष देता येणार नाही. त्याच्या या इतक्या महत्त्वाच्या पुस्तकात हे असलं काहीतरी लिखाण त्यानं का खपवून घ्यावं?

आणि मार्सेलच्या भुतानं जरी हरकत घेतली नाही किंवा माझे हे या जगातील

शेवटचे काही दिवस नसतीलही तरी मला या डायरीत या अशा बाष्कळ गोष्टी अजिबात लिहायच्या नाहीत; पण खरंच माझे हे काही शेवटचे जगण्याचे दिवस आहेत आणि मला मात्र काहीतरी खूप महत्त्वाचं या डायरीत नोंद करून ठेवायचं आहे. कदाचित महत्त्वाचं असं काही नाही; कारण मला महत्त्वाचं असं काहीही ठाऊक नाही; पण ते कदाचित काहीतरी मोलाचं किंवा अर्थपूर्ण असेल. माझ्या पश्चात एक वास्तविकता, एक सत्य मी सोडून जावं, अशी माझी इच्छा आहे.

पण वास्तविक किंवा सत्य असं काय लिहू मी? माझ्या आयुष्यात जे काही वाईटसाईट घडलंय, ते मी नक्कीच लिहू शकते आणि मला माझ्या आईबद्दल आणि वडिलांबद्दल काय वाटतं तेही मी निश्चित सांगू शकते, शिवाय माझ्या तथाकथित मैत्रिणींसंदर्भातही लिहिता येईल मला; पण मला तेच मुळात लिहायचं नाही. मी स्वतःच्या या भकास आयुष्याबद्दल जेव्हा केव्हा विचार करते, तेव्हा मला प्रकर्षानं जाणवतं की, सगळा वेळ फुकट घालवतेय आणि असं करणारी मी एकटी नाही. माझ्या वृद्ध जिको पणजीव्यतिरिक्त सारेच हे असे टाईमपास करताहेत आणि आलेली वेळ ढकलताहेत आणि निरर्थक वाटून घेताहेत स्वतःबद्दल.

आणि हे वेळ वाया घालवणं आहे तरी काय? वेळ वाया घालवला म्हणजे तो हरवला का?

आणि जर वेळ कायमची हरवली आहे तर त्याचा अर्थ काय? म्हणजे तुम्ही थोडे लवकर मरणार असा काही त्याचा अर्थ होत नाही ना, बरोबर? म्हणजे मला म्हणायचं आहे की, जर तुम्हाला लवकर मरायचं असेल तर तुम्हाला काही गोष्टी तुमच्या नियंत्रणात आणाव्या लागतात.

५

जाऊ द्या. खरं तर जेव्हाही मी मार्सेलच्या त्या जुनाट पुस्तकात काहीही लिहायचा प्रयत्न करायचे, हे भुताचे आणि वेळेसंदर्भातील विचार मला भरकटवायचे आणि म्हणून मग मी आधी त्या पुस्तकाच्या नावाचा अर्थ शोधण्याचा निश्चय केला. सर्वांत आधी मी बेबेटला विचारलं; पण तिला ते माहीत असण्याचं काही कारण नव्हतं; कारण ती काही खरीखुरी फ्रेंच मेड नव्हती. छिबासारख्या एका भागातून शाळेतून काढून टाकलेली एक मुलगी होती ती. आणि जे काही फ्रेंच तिला येत होतं ती काही सेक्सी वाक्यं होती जी एका फ्रेंच प्राध्यापकाकडून ती शिकली होती. या माणसाशी तिचे संबंध होते. म्हणून मी घरी रात्री गेल्यागेल्या गूगलवर मार्सेल प्रॉस्ट आणि A la recherche du temps perduचा अर्थ शोधला आणि अर्थ होता 'हरवलेल्या वेळेच्या शोधात.'

आहे ना विचित्र? म्हणजे मी ही अशी, अकिबाच्या एका फ्रेंच मेड कॅफेत बसलेली आणि हरवलेल्या वेळेचा विचार करणारी आणि किमान शंभर वर्षांपूर्वी तिकडे वृद्ध मार्सेल प्रॉस्ट फ्रान्समध्ये याच विषयावर पुस्तक लिहीत बसलेला. म्हणजे कदाचित प्रॉस्टचं भूत खरंच त्या पुस्तकाच्या पानांमध्ये लपलेलं असणार आणि माझ्या विचारांना प्रभावित करत असणार किंवा कदाचित हा एक विचित्र योगायोग असू शकतो; पण परिस्थिती काहीही असो, हे किती झकास आहे ना? मला वाटतं की, त्याला काहीही अर्थ जरी नसला तरी योगायोग नेहमीच झकास असतात. अर्थ नाही असंही नसेल, कुणास ठाऊक? आणि कदाचित असेलही! जे काही होतं त्यामागे काहीतरी संकेत असतो, असं मला काही म्हणायचं नाही. मला फक्त या घटनेत एक गोष्ट खूप प्रकर्षानं जाणवली की, मी आणि मार्सेल एकाच पातळीवर विचार करत होतो.

दुसऱ्या दिवशी मी पुन्हा फिफीज्‌ला गेले आणि एक छोटं भांडंभर लॅपसॅन्ग सौचॉन्ग मागवलं. कधी कधी ब्ल्यू माऊंटन प्यायची इच्छा नसेल तर मी चहाचा हा प्रकार मागवते. आणि त्या चहाचे घोट घेत आणि एक फ्रेंच पेस्ट्रीचा तुकडा चघळत, बेबेट माझ्यासाठी ग्राहक शोधेपर्यंत मी पुन्हा विचार करायला लागले.

हरवलेल्या वेळेचा शोध घ्यायचा तरी कसा? प्रश्न खूप रोचक आहे आणि म्हणून मी लगेच जिकोला तो मेसेज केला. माझ्यापुढे कुठले तात्त्विक पेच उद्‌भवले की मी लगेच जिकोला विचारते. मला उत्तरासाठी खरं खूप खूप वाट पाहावी लागली; पण शेवटी एकदाचा माझ्या केताईनं तिचा निरोप आल्याचा संकेत दिला. तिनं हे असं काही तरी उत्तरादाखल पाठवलं होतं :

あるときや
ことのはもちり
おちばかな

ज्याचा अर्थ थोडाफार असा आहे :

या एका क्षणी
शब्द सारे विखुरले
जैसी चहूकडे पाने पसरली?

मला कवितेतलं काही कळत नाही; पण माझ्या जिकोची कविता वाचली आणि माझ्या नजरेपुढे तिच्याच देवळातलं एक मोठं जिंको[७] झाड उभं राहिलं. छोट्या

७. जिंको झाडाची पानं ही स्मृती वृद्धिंगत करण्यासाठी वापरली जातात. बुद्ध मंदिरांमध्ये भिक्खूंना सूत्रस्मरणासाठी मदत व्हावी म्हणून अशी शेकडो झाडं मंदिराच्या परिसरात लावण्यात यायची.

हिरव्या रंगाच्या पंख्यांसारखी त्याची पानं दिसतात. वसंतात ही पानं पिवळीधमक होऊन गळू लागली की आख्खी जमीन त्या पानांच्या सुवर्णवर्षावात न्हाऊनमाखून निघाल्यागत होते. आणि त्या क्षणी मला जाणवलं की तो वृक्षदेखील एक क्षण आहे आणि आत्तापुरता आहे आणि माझी जिकोही हा आत्तापुरता एक क्षण आहे आणि मी त्या वृक्षाखाली तो हरवलेला काळ शोधणारी एक मुलगी; त्या गळलेल्या पानांमध्ये दडलेलं तिचं सुवर्णाक्षर शोधण्याचा प्रयत्न करणारी.

ही जी आत्तापुरती असण्याची किंवा क्षण असण्याची जी कल्पना आहे ना, ती shobogenzo या पुस्तकातली आहे आणि सुमारे ८०० वर्षांपूर्वी डोजेन झेन्जी म्हणून एक झेन गुरू होते, त्यांनी हा वेळेचा विचार त्या पुस्तकात विशद केला आहे. आठशे वर्षं म्हणजे माझी जिको आणि मार्सेल प्रॉस्ट यांच्याही आधी अनेक वर्षं त्यांनी हे काम केलं आहे. डोजेन झेन्जी माझ्या जिकोचे आवडते लेखक आहेत आणि काय गंमत ना, की आजही त्यांची पुस्तकं महत्त्वाची म्हणून गणली जातात आणि त्यांची कायम चर्चाही असते; पण दुर्दैवानं माझ्या जिकोनं मात्र जे काही लिहिलं ते आता पुन्हा छापलं गेलेलं नाही आणि त्यामुळे तिनं लिहिलेलं काहीही मी प्रत्यक्ष वाचू शकले नाही; पण तिनं मला खूप गोष्टी सांगितल्या आहेत आणि मी त्यावर विचार करते तेव्हाही मला वाटतं की, ते शब्द किंवा त्या कथा याही एक क्षण आहेत आणि आत्तापुरत्या आहेत. आणि मग त्या क्षणी मला माझ्या जिकोची कथा मार्सेल प्रॉस्टच्या या पुस्तकाच्या मागे दडलेल्या डायरीत लिहिण्याची कल्पना सुचली.

जिको माझ्या आयुष्यातील सगळ्यात महत्त्वाची व्यक्ती आहे म्हणून मी ही उठाठेव करते आहे असं काही नाही; पण हा विचारही समाविष्ट आहे त्यात. शिवाय ती वयानं फार मोठी आहे- म्हणजे मार्सेल प्रॉस्ट पुस्तक प्रत्यक्षात लिहीत असतानाही ती जिवंत होती आणि अजूनही जिवंत आहे, हा मुद्दाही असला तरीही फक्त म्हणून मी लिहिण्याचा निर्णय घेतलेला नाही. A la recherche du temps perduमध्ये जिकोची कहाणी मी लिहिणार आहे; कारण माझ्या माहितीतली ती एकच अशी व्यक्ती आहे जिला काळ कळलेला आहे; वेळ कळलेली आहे.

जिको आपल्या वेळेसंदर्भात कमालीची काळजी घेते. प्रत्येक काम ती अगदी सावकाशीनं करते. सावकाश नाही तर अगदी सावकाश किंवा अति सावकाशीनं. म्हणजे अगदी ती जर व्हरांड्यात बसली असेल आणि बगिच्यातल्या छोट्याशा तळ्यात उमललेल्या फुलांभोवती भिरभिरणाऱ्या चतुरांना पाहत असेल, तेव्हाही ती ते अत्यंत सावकाशपणे करत असते. ती म्हणते की वेळेचा वापर मी अगदी सावकाश करते; कारण ती वेळ आणखी काही काळ पसरावी असा तिचा हेतू असतो, जेणेकरून तिला आणखी काही काळ जिवंत राहता येईल. अर्थात हे असं

काहीतरी स्पष्टीकरण दिलं की ती स्वतःच हसते आणि आपण कशी तुमची गंमत केली असा त्याचा सरळ अर्थ असतो. म्हणजे जॅम किंवा लोण्यासारखं वेळेला काही पसरवता येत नाही किंवा तुमची सारी कामं झाली की नाही याचा विचार मृत्यू करत नाही आणि तुम्ही कसेही असा तो तुमच्यावर झपाटा घालतो, हे जिकोलाही पक्कं ठाऊक आहे. हाच खरा विनोदाचा भाग आहे आणि हेच जिकोला माहिती असल्यामुळे ती हसते.

पण हे सारं काही गमतीदार आहे, असं मला मात्र मुळीच वाटत नाही. जिकोचं खरं वय काय हे मला माहीत नसलं तरी मला एवढं मात्र कळतं की, तिचं मंदिर झाडून झालं आहे की नाही, मुळं उपटून आणलीत की नाही आणि देवासमोर फुलांची आरास केली की नाही, या कुठल्याही गोष्टींचा अडथळा न येता तिला मृत्यू येणार आहे आणि एकदा तिला मृत्यू आला की तिचं अस्तित्व संपुष्टात येणार आहे, काळाप्रमाणे. तिला याची काहीही फिकीर नाही; पण मला मात्र हा विचार सतावतो. खूप. हे येणारे काही दिवस माझ्या जिकोचे शेवटचे दिवस आहेत या जगातले आणि मी काहीही करू शकत नाही आणि मी भराभर जाणारी वेळ थांबवूही शकत नाही, तिच्या वेगावरही माझं नियंत्रण नाही आणि दिवसाचा गेलेला प्रत्येक क्षण हा हरवणारा क्षण आहे. तिला माझं हे म्हणणं पटणार नाही हे नक्की; पण मला ते दिसतंय.

माझ्या अस्तित्वाशिवाय मी जगाची कल्पना सहज करू शकते; कारण मी काही विशिष्ट व्यक्ती वगैरे नाही; पण जिकोशिवाय या जगाची कल्पना मला असह्य वाटते. ती खूप अनोखी आहे आणि खूप खूप स्पेशल आहे. म्हणजे ते शेवटचं गॅलापॅगोस कासव होतं ना किंवा तापलेल्या जमिनीवर रखडत चालणारा त्याच्या जातीतला शेवटचा असा एखादा प्राणी असतो ना, तशी ती खूप वेगळी एकमेवाद्वितीय आहे. पण प्लीज, आता तुम्ही मला लुप्त होत चाललेल्या प्राण्यांच्या प्रजातींबद्दल लिहिण्यास भाग पाडू नका; कारण ते अत्यंत निराशाजनक आहे आणि मग मला आत्ता या क्षणी आत्महत्या करावी लागेल.

६

नाओ, का करते आहेस तू हे सारं काही? काय उद्देश आहे या उठाठेवीचा?

हा खरा प्रॉब्लेम आहे. या पुस्तकात जिकोची कहाणी लिहिण्याचा मी घाट घातला आहे; कारण माझं तिच्यावर खूप प्रेम आहे आणि मला ती कायम स्मरणात राहावी अशी इच्छा आहे; पण मीही फार काही काळ जिवंत राहण्याच्या मूडमध्ये नाही आणि जर मी मेले तर मला तिच्या कथा आठवणार नाहीत, बरोबर?

शिवाय माझ्याव्यतिरिक्त या सगळ्यांचं महत्त्व कुणाला का वाटावं? म्हणजे मला असं म्हणायचं आहे की, जर मला वाटत असेल की माझ्या जिकोची कथा जगाला कळावी; तर मग मी तिच्या गोष्टी ब्लॉगवर लिहाव्यात ना; पण मी काही काळापूर्वी ब्लॉग लिहिणं सोडलं आहे; कारण आपण काय विचार करतो याची साऱ्या सायबर जगतातील रहिवाशांना चिंता आहे, अशा भ्रमात मी जगत होते आणि तो भ्रमाचा भोपळा फुटला तेव्हा मी फार दुःखी झाले होते. आणि मग माझं हे वाईट वाटणं जेव्हा मी इतर माझ्यासारख्या कोट्यवधींच्या वाईट वाटण्यास जोडलं, तेव्हा मी आणखी दुःखी झाले. माझ्यासारखे असंख्य लोक आहेत, जे आपल्या एकाकी जगण्याच्या पानांवर काहीतरी लिहितात आणि लोक वाचतील अशी अपेक्षा करतात आणि तसं होत नाही; कारण ते इतर एकाकी लोकही आपल्या एकाकी पानांवर लिहिण्यात व्यस्त आहेत.[८]

खरं सांगायचं तर मी सध्या सोशल नेटवर्किंगच्या कक्षेबाहेर आहे आणि ज्या थोड्याफार लोकांशी माझा थोडाथोडका संवाद आहे, त्यांना एका १०४ वर्षं वयाच्या एका बौद्ध संन्यासिनीचं काही अप्रूप असावं असं मला अजिबात वाटत नाही. एक बोसात्सू (साक्षात्कारी) असून, ईमेल आणि मेसेजेस करणारी असली तरीही. मीच तिला आग्रहानं कॉम्प्यूटर शिकायला मदत केली म्हणजे ती तिकडे देवळात आणि मी टोकियोमध्ये असले तरी आम्हाला परस्परांच्या संपर्कात राहता यावं म्हणून. नवीन तंत्रज्ञानाचं तिला फारसं काही कौतुक नाही आणि औत्सुक्यही नाही; पण सध्या तरी तिनं दोन्ही अंगठ्यांनी- संधिवात असतानाही आणि मोतीबिंदू झालेला असतानाही- मेसेज करण्याची कला आत्मसात केली आहे. वृद्ध जिको आणि मार्सेल प्रॉस्ट हे संगणक आणि मोबाईलपूर्व काळातील आहेत आणि तो काळ आता पूर्णतः हरवलेला आहे.

फीफीज् लव्हली एप्रनमध्ये मी अशी एकटीच समोरच्या कोऱ्या पानांकडे टक लावून बघत असताना, आणि मी स्वतःला का तसदी करून घेतेय असा विचार करत असतानाच, एक भन्नाट कल्पना माझ्या डोक्यात येते. ऐकायला तयार आहात का? मग ऐका तर :

मार्सेलच्या या पुस्तकात मी माझ्या वृद्ध जिकोची कथा लिहीन आणि जेव्हा माझं लिखाण संपेल तेव्हा मी ते कुठंतरी ठेवून देईन आणि तुम्हाला ते सापडेल!

हाऊ कूल इज दॅट! झकास!! म्हणजे काळाच्या पडद्यातून मी तुम्हाला स्पर्श

---

८. "एकदा का प्रत्येक व्यक्तीतील लेखक जागा झाला (आणि तो काळ आता समीप आला आहे) मग आपण जागतिक बहिरेपणा आणि बधिरतेच्या युगात प्रवेश करणार आहोत." - मिलन कुंदरा, बुक ऑफ लाफ्टर अॅन्ड फरगेटिंग, १९८०

करण्यासाठी तुमच्याकडे सरसावते आहे आणि आता मी तुम्हाला सापडले आहे आणि आता तुम्ही त्याच काळाच्या माध्यमातून मला स्पर्श करण्याचा प्रयत्न करता आहात, असं मला जाणवतं आहे.

मला विचाराल तर हे असं वाटणं भन्नाट आणि सुंदरही आहे. काळ आणि अवकाशाच्या महासागरात एका बाटलीत बंद करून सोडून दिलेल्या निरोपासारखं आहे हे! खूप वैयक्तिक, आणि वास्तविकसुद्धा. म्हणजे अगदी मार्सेल आणि जिकोच्या काळातल्या बिनतारी जगासारखं. ब्लॉगच्या अगदी विरुद्ध. ॲन्टीब्लॉग, कारण हा संदेश फक्त एका विशिष्ट व्यक्तीसाठी आहे आणि ती विशेष व्यक्ती तुम्ही आहात. आणि तुम्ही जर हे इतकं वाचलं असेल तर मला काय म्हणायचं आहे ते तुम्हाला नक्की कळेल. कळतंय ना? तुम्हाला वाटतंय का विशेष असल्यासारखं?

तुम्ही काही उत्तर पाठवता का याची मी जरा वेळ वाट पाहणार आहे...

७

गंमत केली. तुम्ही उत्तर देऊ शकत नाही याची मला जाणीव आहे; पण आता मला खरंच या क्षणी मूर्ख असल्यासारखं वाटतंय; कारण जर तुम्हाला ते विशेष असणं जाणवलं नाही तर काय? मी फक्त शक्यता वर्तवते आहे, बरोबर? जर तुम्हालाही मी एक मूर्ख मुलगी वाटले आणि तुम्ही मला कचऱ्यात टाकून दिलं तर? मी जिकोला ज्या मुलींबद्दल सांगितलं ना की त्यांना कसं विकृत पुरुषांनी वापरून आणि नंतर मारून, तुकडे करून कचऱ्यात फेकून दिलं, अगदी तसं तुम्ही मला टाकून दिलं तर? त्यांचा दोष फक्त एवढाच होता की त्यांनी प्रणयासाठी चुकीच्या व्यक्तीची निवड केली होती. ते फार भयंकर असेल नाही!

किंवा आणखी एक घाबरवणारा विचार मला शिवून गेला की जर तुम्ही हे वाचलंच नाही तर? तुम्हाला हे पुस्तक कधी मिळालंच नाही तर काय? ते कुणी मध्येच मिळवून कचऱ्यात टाकून दिलं असेल आणि त्याची आतापर्यंत विल्हेवाटही लागली असेल तर? तर मग माझ्या वृद्ध जिकोची कथा खऱ्या अर्थानं काळाच्या उदरात गडप होणार, कायमची हरवून जाणार आणि मी मूर्खासारखी त्या कचऱ्याच्या ढिगाऱ्यात एकटीच बडबडत असणार.

अरे, मला उत्तर द्या काहीतरी! मी खरंच कचऱ्याच्या डब्यात अडकले आहे की नाही?

पुन्हा गंमत केली हं! ☺

ओके! तर मी निर्णय घेतला आहे. आणि यात धोका असला तरी तो आजमावायला

हरकत नाही; कारण धोका असेल तरच यात आणखी मजाही येणार. शिवाय जिकोलाही काही हरकत असणार नाही; कारण एक बौद्ध संन्यासिनी असल्यामुळे तिला काय महत्त्वाचं आहे ते कळतं आणि सारं काही परिवर्तनीय आहे आणि काहीही कायमस्वरूपी नाही, हेही तिला चांगलं ठाऊक आहे. तिच्या आयुष्याची कथा कुणी लिहून ठेवतंय का किंवा ती नाहीशी होते का, याचं तिला तरी काही सोयरसुतक नाही. आणि कदाचित माझ्यातही आता तो स्वभावगुण काही प्रमाणात आला आहे. वेळ आली की मीही आता सारं काही निसटून जाऊ देते.

किंवा कदाचित नाहीही जाऊ देत. मला माहिती नाही. कदाचित या कथेचं अंतिम पान लिहिल्यानंतर मला या साऱ्या प्रकाराची लाज वाटेल किंवा ते असंच कुठंतरी टाकून देण्याची माझी मानसिक तयारी राहणार नाही आणि कदाचित मी कमकुवत ठरून हे पूर्ण नष्टही करू शकते.

काय हो, तुम्हाला हे वाचायला मिळालं नाही तर तुम्ही मला कमकुवत व्यक्ती समजणार ना! हा....हा....हा...

आणि ते मार्सेल प्रॉस्टच्या भुताचा वैताग झाला आहे की माथं भडकलं आहे त्याबद्दलही मला डोकं खपवायचं नाही. प्रॉस्टची गूगलवर माहिती पाहत असताना ॲमॅझॉनवर त्याच्या पुस्तकाच्या खपाची आकडेवारी मला दिसली आणि माझा विश्वासच बसला नाही की त्याचं पुस्तक अजूनही आऊट ऑफ प्रिन्ट गेलेलं नाही. अर्थात तुम्ही A la recherche du temps perduच्या नेमक्या कुठल्या आवृत्तीचा आढावा घेता आहात ते महत्त्वाचं, आणि त्याचं मानांकन १३,६९५ आणि ७९,३२४ मध्ये आहे आणि हे काही बेस्टसेलरच्या यादीत नाही; पण एका मेलेल्या लेखकासाठी हेही नसे थोडके. तुम्हाला हे फक्त माहिती असावं म्हणून सांगितलं. त्या वृद्ध मार्सेलकरता वाईट वाटून घेण्याची गरज नाही.

या पूर्ण प्रकल्पाला एकंदर किती काळ लागणार याची मला अजिबातच कल्पना नाही. कदाचित अनेक महिने. कोरी पानं भरपूर आहेत आणि जिकोच्या कथाही भरपूर आहेत आणि माझी लिहिण्याची गती जरा कमीच आहे; पण मी खूप मेहनत घेणार आहे आणि मी अंताकडे पोचत असतानाच जिकोचाही अंत झालेला असेल आणि नंतर माझी वेळ आलेली असेल.

आणि हो, जिकोच्या आयुष्यातील इत्थंभूत माहिती अगदी बारकाव्यासह देणं मलाही शक्य नाही. त्यामुळे तिच्यासंदर्भात आणखी जाणून घेण्यास उत्सुक असाल तर तुम्हाला तिची पुस्तकंच वाचावी लागतील; पण ती तुम्हाला मिळाली तर; कारण मी आधीच सांगितलं आहे की तिनं केलेलं लिखाण आता प्रकाशित होत नाही आणि त्यामुळे ते मिळणं कठीण आहे. शिवाय तिच्याही पुस्तकातील पानं एखाद्या कलाकुसर करणाऱ्या मुलीनं काढून टाकून तिची सुवर्णाक्षरं असलेली पानं

मार्सेलच्या पुस्तकासोबतच कचऱ्यात टाकली असतीलही. असं झालं असेल तर ते फार दुःखद आहे; कारण प्रॉस्टप्रमाणे तिचं काही ॲमॅझॉनवर मानांकन वगैरे नाही. हे ठामपणे सांगू शकते कारण मी स्वतः ते पाहिलं आहे. तिचं नावही तिथं नाही. हं.... ही पानं काढून पुस्तकाचं डायरीत रूपांतर करण्याची जी काही कला आहे, त्याबद्दल मला जरा पुन्हा विचार करावा लागणार बहुधा. कदाचित मला वाटतं तितकी ही कल्पना झकास नाही.

रुथ

१

मांजरानं रुथच्या टेबलावर उडी मारली आणि आता अगदी काळजीपूर्वक आणि योजनाबद्ध रीतीनं तिच्या मांडीत जाण्यासाठी ते तयार झालं. त्यानं बाजूनं येऊन तिच्या गुडघ्यावर आपले समोरचे पंजे ठेवले तेव्हा रुथ नाओचं पुस्तक वाचण्यात गुंग होती. त्या पुस्तकाच्या बाईंडिंगच्या टोकाशी आपलं नाक वर-खाली घासत ते तिचं लक्ष आकर्षित करून घेण्याचा प्रयत्न करत होतं. ती घसट उबग आणणारी होती.

तिनं डायरी बंद केली आणि टेबलावर ठेवली. मांजराच्या डोक्यावर हात फिरवायला तिनं सुरुवात केली. डायरी बाजूला ठेवली खरी; पण जाणिवेच्या पातळीवर काहीतरी विचित्र आणि गरजेचं तिला बोचत होतं. तत्काळ करण्यासारखं असं....पण काय? त्या मुलीला मदत करणं? तिचा जीव वाचवणं? छे, काहीतरी काय!

डायरी पाहिली त्या क्षणी तिला जाणवलेली पहिली गोष्ट म्हणजे ती शेवटापर्यंत वाचून काढण्याची तीव्र इच्छा; पण काही ठिकाणी त्या मुलीचं अक्षर जुळवताना फार अवघड जात होतं. त्यात तिनं वापरलेली भाषा अनौपचारिक होती आणि बोली भाषेचाही भरपूर वापर तिनं केला होता. जपानमधल्या रुथच्या वास्तव्याला आता अनेक वर्षं लोटून गेली होती आणि जरी तिच्या भाषेवर तिचं मोठ्या प्रमाणात प्रभुत्व होतं, तरीही तिची भाषा आता कालबाह्य झाली होती. विद्यापीठात असताना रुथनं जपानी भाषेतलं, 'द टेल ऑफ गेन्जी,' 'द पिलो बुक' आणि शेकडो वर्षं जतन केलेलं साहित्य वाचलं होतं; पण जपानच्या वर्तमानातील पॉप संस्कृतीची तिला फारशी माहिती नव्हती. डायरीत त्या मुलीनं काही गोष्टींचं स्पष्टीकरण देण्याचा प्रयत्न केला होत; मात्र ते पुरेसं नव्हतं. रुथ अशा वेळी संगणक आणि इंटरनेटची मदत घ्यायची आणि खरं-खोटं काय त्याची खात्री करून घ्यायची. त्याहीपूर्वी तिनं तिचा जुनाट, विटत चाललेला कांजी शब्दकोश काढला आणि त्यातून काही

गोष्टींचे अर्थ पाहून त्याची नोंदही करून ठेवायला सुरुवात केली होती. अकिबा आणि मेड कॅफे, ओताकू आणि हेंताई यासारख्या शब्दांचं भाषांतर तिनं आधीच केलं होतं. आता पाळी होती विद्रोही, स्त्रीमतवादी झेन बौद्ध संन्यासिनी असलेल्या कादंबरी लेखिकेची.

तिनं थोडं पुढे वाकून लगेच ॲमॅझॉनवर जिको यासूतानीबद्दल काही माहिती मिळते आहे का ते पाहिलं; पण नाओ म्हणाली त्याप्रमाणे तिच्या नावाचा उल्लेखही तिथं नव्हता. मग गूगलवर नाओ यासूतानी लिहून तिनं पुन्हा पाहिलं; पण काहीही हाती आलं नाही. तिच्या या अस्वस्थतेची मांजरालाही कुणकुण लागली आणि वैतागून ते तिच्या मांडीतून खाली उतरलं. त्याचं डोकं कुरवाळण्याऐवजी ती तिची बोटं कॉम्प्यूटरवर टाईप करण्यासाठी वापरते, हे त्याला अजिबात आवडलं नव्हतं. त्या दोन हातांचा हा असा वापर म्हणजे निव्वळ अपव्यय, असं त्याला वाटलं आणि मग ते ऑलिव्हरच्या शोधात निघालं.

डोजेनचा शोध घेण्यात मात्र तिला यश आलं आणि त्यांचं पुस्तक shobogenzo किंवा ट्रेजर ऑफ द ट्रू धर्मा आय हे ॲमॅझॉनवर होतं आणि त्याला मानांकनही होतं; पण प्रॅस्टइतकं नक्कीच नाही. तेराव्या शतकाच्या पूर्वार्धात म्हणजे मार्सेलच्या सातशे वर्षं आधी त्यांचा कार्यकाळ होता. मग रुथनं एक क्षण किंवा आतापुरते या शब्दांचा अर्थ पाहिला. shobogenzoच्या इंग्रजी आवृत्तीच्या अकराव्या प्रकरणात 'टाइम बीइंग' हा शब्दप्रयोग केला आहे. काही भाषांतरं आणि त्यावरची निरूपणंही तिला त्यात सापडली. काळासंदर्भात या झेन गुरूनं अत्यंत सूक्ष्म पण थोडं क्लिष्ट वर्णन असलेलं लिखाण केलं आहे. रुथला ते काव्यात्मक पण काहीसं अस्पष्ट वाटलं. ते लिहितात : *वेळ, काळ हे स्वतःच हा क्षण आहे; आतापुरते आहे आणि जे काही आतापुरते आहे ते ही वेळ आहेत....थोडक्यात जसे वेळेतील प्रत्येक क्षण हा परस्पराशी जुळलेला आहे, तसेच या विश्वात असलेले सारे काही एकमेकांत गुंफलेले आहेत, एकसंध पण तरीही वेगळे.*

रुथनं आपला चष्मा काढून ठेवला आणि डोळे चोळले. एक चहाचा घोट घेतला. डोक्यात प्रश्नांचं इतकं काहूर माजलं की त्यातच चहा गारढोण झाल्याचं तिला कळलंही नाही. कोण होती ही नाओ यासूतानी आणि आता कुठे असेल ती? जरी तिनं अगदी स्पष्टपणे पुढे येऊन, आपण आत्महत्या करणार आहोत, असं सांगितलं नाही, तरीही अनेक ठिकाणी तिनं त्याचा उल्लेख मात्र केला आहे. हातात झोपेच्या गोळ्यांची आखखी बाटली, एक भरलेला पाण्याचा ग्लास घेऊन ती बिछान्यात बसली आहे का? की त्या विकृत माणसानं तिला गाठलं असेल? किंवा जीव न देण्याचा तिनं निर्णय घेतला असेल आणि भूकंप किंवा त्सुनामीच्या वादळाला स्वतःला समर्पित करण्याचा तिनं निर्णय घेतला असेल. अर्थात याची

शक्यता कमी आहे. त्सुनामी टोहोकूला आली होती जे जपानच्या उत्तरेकडे आहे. आणि नाओ ज्या मेड कॅफेमध्ये बसून लिहिते आहे, ते टोकियोमध्ये आहे; पण या मेड कॅफेत ती करते काय आहे? फिफीज्? त्याच्या वर्णनावरून तो कुंटणखाना असल्याचं जाणवतं.

ती खुर्चीत जरा मागे टेकून बसली आणि उंच वृक्षराजीतून दिसणाऱ्या क्षितिजाच्या छोट्याशा तुकड्याला न्याहाळू लागली. डोजेन म्हणतात, *पाईन वृक्षही क्षण आहे आणि बांबूही वेळ आहे. पहाड वेळ आहे. सागरही काळ आहे...* ओथंबलेले ढग आकाशात खाली झुकतात आणि सागरावर मळभ पसरवत एक अदृश्य क्षितिज तयार करतात. गहिरा धुरकट रंग. तिकडे प्रशांत महासागराच्या पार पलीकडे जपानची उद्ध्वस्त किनारपट्टी पसरली आहे. गावंच्या गावं कोलमडली आहेत आणि सागरात ओढली गेली आहेत. *जर वेळ उद्ध्वस्त झाली तर डोंगर आणि सागरही उद्ध्वस्त होणार.* ही मुलगीही त्या तिकडे कुठेतरी पाण्यात अडकून पडली असेल काय, तिचं शरीर आतापर्यंत कुजलं असेल आणि लाटांवर तिच्या शरीराचे भाग सर्वदूर वाहत असतील?

रुथनं पुन्हा एकदा त्या लाल रंगाच्या मजबूत पुस्तकावर आणि त्याच्या कलाकुसरीनं तयार केलेल्या मुखपृष्ठावर नजर टाकली. काही कागदांचे कपटे आणि हस्तलिखिताच्या पसरलेल्या जंजाळात ते पुस्तक पडलं होतं. सगळीकडे नोंदी केलेल्या चिठ्ठ्यांची पुरळं आणि अरुंद समासांच्या जखमा बाळगणारी ती आठवणींची डायरी तिला एक दशकापूर्वी तिनं केलेल्या अशाच लिखाणाची आठवण करून देत होती. खऱ्या अर्थानं A la recherche du temps perdu म्हणजे हरवलेल्या काळाच्या शोधात तीही होती. जेव्हा दुसरी कादंबरी लिहिण्याचं काम पूर्ण होताना दिसलं नाही, तेव्हा तिनं तिच्या आईचा स्मृतिभ्रंश झाला असताना त्या दोघींनी एकत्र घालवलेल्या काळासंदर्भातच लिखाण करायचं ठरवलं होतं. आता त्या पानांच्या ढिगाकडे पाहताना क्षणभर तिला तिच्या हरवलेल्या वेळेची जाणीव झाली. तो सारा लिखाणाचा घाट घालताना लागलेला आणि आता ते सारं काही निस्तरण्यासाठी लागणारा वेळ. इतर कुणाच्या तरी कथेवर तिनं तासन्‌तास का घालवले?

तिनं पुन्हा ती डायरी हातात घेतली आणि अंगठ्यानं धरून तिनं पानं सरसरा उलटली. ती डायरी वाचत नव्हती आणि खरं तर तिला ती वाचायचीही नव्हती. फक्त ती पूर्ण लिहिली आहे की मध्येच सोडून दिली आहे, एवढी खात्री तिला करून घ्यायची होती. स्वतः तिनं अशा किती तरी डायऱ्या आणि रोजनिशी अर्धवट लिहून सोडल्या होत्या... अर्धवट लिहिलेल्या कितीतरी कादंबऱ्या आणि त्यांच्या रूपरेषा तिच्या कॉम्प्यूटरच्या फोल्डरमध्ये पडून आहेत... पण आश्चर्य म्हणजे या डायरीत

काही ठिकाणी पेनच्या शाईचा रंग सोडला- जो कधी जांभळ्यावरून गुलाबी, तर कधी निळा, काळा आणि पुन्हा जांभळा होता- तर अक्षरं मात्र शेवटपर्यंत होती. नंतर नंतर कदाचित गहिरा विचार त्या अक्षरांना आणखी नेटकं करत गेला होता आणि प्रत्येक पानावर तो अगदी स्पष्ट, सरळ आणि नेटका आला होता. शब्द संपण्याआधी या मुलीची बहुधा पानं संपली होती.

आणि नंतर?

रुथनं पुस्तक झटकन बंद केलं आणि स्वतःचे डोळेही बंद केले. काय झालं हे जाणून घेण्यासाठी त्या डायरीतील शेवटची वाक्यं वाचण्याच्या मोहाला बळी पडू नये, म्हणून तिनं डोळे बंद केले; पण प्रश्न मात्र तिच्या मिटलेल्या डोळ्यांच्या पटलावर तरळत होता : शेवटी काय होतं?

२

नाकाच्या टोकावर चष्मा सांभाळत म्युरिअलनं फ्रिजरबॅगवर गोळा झालेल्या शेवाळाचं नीट निरीक्षण केलं. "तुझ्या जागी जर मी असते ना, तर मी कॅलीला ही पाहणी करायला सांगितलं असतं. कदाचित ती सांगू शकेल की हे शेवाळं किती जुनं आहे आणि त्यावरून ही बॅग किती दिवस पाण्यात होती त्याचाही अंदाज बांधता येईल."

"ऑलिव्हर म्हणतो की त्सुनामीनंतर वाहून येणाऱ्या सामानाची ही सुरुवात आहे," रुथ म्हणाली.

म्युरिअलच्या कपाळावर आठी आली. "मला वाटतं ते शक्य आहे. थोडं लवकर घडतंय हे. तिकडे अलास्का आणि टोफिनोमध्ये काही हलकं सामान आत्ताच किनाऱ्यांवर थडकू लागलं आहे आणि आपण जरा आतल्या भागात आहोत. तुला हे कुठे सापडलं म्हणालीस?"

"बीचच्या दक्षिण टोकाला, त्या जॅप रान्चच्या खाली."

तिनं वापरलेलं नाव या बेटावर कुणीही आता वापरत नाही; पण म्युरिअलला काही जुने संदर्भ माहीत असल्यामुळे तिनं ते ओळखलं. बेटावरच्या सगळ्यात निसर्गरम्य भागात असलेलं हे घर कधी काळी एका जपानी कुटुंबाच्या मालकीचं होत, ज्यांना युद्धकाळात बंदिस्त करण्यात आलं होतं. त्यानंतर ही जागा अनेकांच्या हातात गेली आणि सध्या इथं एक जर्मन कुटुंब वास्तव्यास आहे; पण रुथला हे कळताच तिनं अगदी आग्रहानं त्या जपानी मालकाच्या संदर्भाचा वापर करण्याचा निश्चय केला. तिनं ही गोष्ट फारच लावून धरली होती. स्वतः जपानी असल्यामुळे तो स्वतःचा अधिकार आहे, असा पवित्रा तिनं घेतला आणि नवयुगातील सत्य परिस्थिती काहीही असू देत; पण त्यात बेटाच्या इतिहासाला मूठमाती मिळू देणार

नाही, असा प्रतिवाद ती करायची.

"तुझ्यासाठी ते ठीक आहे," ऑलिव्हर तिला म्हणाला होता. त्याचा परिवार जर्मनीहून स्थलांतरित झाला होता. "मी तसा उल्लेख करणं मात्र योग्य नाही. ते अजिबात न्याय्य ठरणार नाही."

"अगदी बरोबर," रुथ उद्गारली होती. "ते अजिबात योग्य नाही. माझ्या आईचं कुटुंबही बंदिवासात होतं. आणि ठरवलं तर या लोकांच्या विरुद्ध मी जमीन हडपल्याचा दावाही ठोकू शकते; कारण मूळ जपानी लोकांची ही जागा त्यांनी अक्षरशः ढापली आहे हं. मी तर या क्षणी त्यांच्या दारात ठाण मांडू शकते आणि उठण्यास इन्कार करू शकते. जमिनीवर पुन्हा ताबा मिळवून त्या जर्मनांना घालवून लावू शकते."

"माझ्या लोकांबद्दल तुझ्या मनात इतका द्वेष का आहे?" ऑलिव्हरनं विचारलं होतं.

त्यांचं लग्न हे असं होतं, दोन विरुद्ध टोकांच्या मिलनासारखं - तिच्या लोकांना बंदिवासात टाकण्यात आलं होतं तर याच्या लोकांना स्टुटगार्टमध्ये एका बॉम्बहल्ल्याचा सामना करावा लागला होता. खरं तर ही घटना त्यांच्या दोघांच्याही जन्मापूर्वी झालेल्या युद्धातील एक अपघात होता.

"आपण ना विसाव्या शतकाच्या मधल्या काळाचे बाय-प्रॉडक्ट आहोत," ऑलिव्हर म्हणाला.

"मग कोण नाही?"

"पण हे त्सुनामीतून आलेलं आहे यात मला शंका आहे," म्युरिअल म्हणाली. बोलता बोलता तिनं फ्रीजरबॅग टेबलवर नीट ठेवली आणि मोर्चा हैलो किटी डब्याकडे वळवला. "कदाचित इनसाईड पॅसेजकडे जाणाऱ्या क्रूज जहाजाची शक्यता मला जास्त वाटते आहे किंवा मग एखाद्या जपानी प्रवाशाची."

इतका वेळ म्युरिअलच्या पायाशी रिंगण घालणाऱ्या पेस्टोनं एक उडी घेतली आणि तिच्या मांडीत प्रवेश केला आणि पहिला प्रेमळ हल्ला तिच्या खांद्यावर विसावलेल्या वेणीवर केला. करड्या रंगाच्या केसांना अतिशय व्यवस्थित गुंफून त्याला एका रंगीत हेअरबँडनं तिनं बांधलं होतं आणि हेच पेस्टोचं मुख्य आकर्षण ठरलं. तिच्या कानातलेही त्याला आवडल्याचं दिसत होतं.

"मला त्सुनामीचा संदर्भ जास्त आवडला आहे," पेस्टोकडे जरा रागानं पाहत रुथ बोलली.

म्युरिअलनं आपली वेणी पाठीवर टाकली आणि मांजराचं लक्ष वळवण्याकरता त्याच्या कानांच्या मधल्या पांढऱ्या त्वचेला कुरवाळण्यास सुरुवात केली. आपल्या

चष्म्यातून रुथकडे एक नजर तिनं टाकली. ''वाईट कल्पना आहे ही. तुला काय आवडतं हे शोधकामाच्या आड येऊ नये.''

म्युरिअल एक निवृत्त मानववंश शास्त्रज्ञ होती आणि तिचा ढिगाऱ्यांचा आणि टेकड्यांचा अभ्यास होता. कचऱ्याच्या आत काय आहे हे तिला कळायचं. तसंच किनारपट्टीवर हिंडून वस्तू धुंडाळून काढणारी ती एकमेव व्यक्ती होती. तुटलेला पाय तिलाच मिळाला होता. तिच्या काही शोधवस्तूंचा तिला प्रचंड अभिमान होता, ज्यात हाडापासून तयार केलेले मासळी पकडायचे हूक आणि त्यांना अडकवण्यासाठी वापरायची इतर हत्यारं, विविध प्रकारचे बाणांचे प्रकार आणि खणण्यासाठी आणि कटाईसाठी दगडापासून तयार केलेली अवजारं.

''मी कादंबरीकार आहे,'' रुथ उत्तरली. ''मी काही करू शकत नाही. कथा सांगण्यासाठी मला काय हवं तेच माझ्यासाठी गरजेचं आहे.''

''ते ठीक आहे,'' म्युरिअल म्हणाली. ''पण तथ्य हे तथ्यचं असतं आणि सत्य काय किंवा मूळ काय हे शोधणं महत्त्वाचं असतं.'' आता तिनं मांजराला मांडीतून उचललं आणि जमिनीवर सोडलं आणि मग तिचा हात हैलो किटी बॉक्सवर गेला. ''मला परवानगी आहे?'' तिनं रुथला विचारलं.

''अर्थात, तू माझी पाहुणी आहेस.''

तिथं येण्यापूर्वी म्युरिअलनं मिळालेल्या वस्तूंचं निरीक्षण करण्याची विनंती केली होती आणि म्हणून रुथनं तो बॉक्स पुन्हा बॅगमध्ये घालून अगदी व्यवस्थित बंद करून ठेवला होता. आता म्युरिअलला परवानगी देताना तिला वातावरणात थोडा तणाव निर्माण झाल्याची जाणीव झाली आणि त्याचं कारण काय, हे मात्र तिला जराही कळत नव्हतं. कदाचित म्युरिअलनं इतक्या औपचारिकतेनं परवानगी वगैरे विचारल्यामुळे असेल. तो बॉक्स उघडतानाची तिची अत्यंत गंभीर वृत्ती. शिवाय झाकण उघडल्यावर आणि त्यातील घड्याळ उचलल्यावर तिनं अत्यंत नाटकीय पद्धतीनं रोखून धरलेला श्वास किंवा ते कानाशी नेऊन आवाज ऐकण्याचा प्रयत्न.

''ते बंद आहे,'' रुथनं माहिती पुरवली.

म्युरिअलनं मग डायरी उचलली. आधी त्याचं बाइंडिंग आणि मग तिनं त्याचं मुखपृष्ठ नीट निरखून पाहिलं. ''यात तुला तुझ्या साऱ्या शंकाचं समाधान मिळेल,'' पुस्तक अगदी मधोमध उघडून ती रुथला उद्देशून बोलली. ''तू वाचायला सुरुवात केली का?''

म्युरिअलच्या पुस्तक हाताळणीकडे पाहून रुथची अस्वस्थता आता वाढली होती. ''अं....हो. सुरुवातीची काही पानं चाळली मी. फारसं काही सुरस नाही.'' तिनं बॉक्समधली पत्रं हातात घेतली आणि म्युरिअलला दाखवत म्हणाली, ''हे पाहा

आधी. याबाबत मी खूप अपेक्षा बाळगून आहे. ती फार जुनी आहेत बहुधा आणि त्याला ऐतिहासिक महत्त्वही आहे असं मला वाटतं, तुला काय वाटतं?'' म्युरिअलनं हातातली डायरी ठेवून रुथच्या हातातली पत्रं घेतली. ''दुर्दैवानं मी ती वाचू शकत नाही,'' रुथ म्हणाली.

''हस्ताक्षर तर फारच सुरेख आहे,'' त्यातील काही पत्रांची पानं उलटवत ती उद्गारली. ''तू आयकोला दाखवलीस का ही पत्रं?'' बेटावरच्या ऑयस्टरची शेती करणाऱ्या जपानी शेतकऱ्याची आयको ही बायको आहे.

''हो,'' डायरी टेबलवरून उचलून ती दिसणार नाही अशा रीतीनं खाली ठेवत ती उत्तरली. ''ती म्हणाली की तिच्यासाठीही ती वाचणं फार अवघड आहे आणि परत तिचं इंग्रजी फारसं चांगलं नाही; पण काही तारखा वाचण्यात तिला यश आलं. ही पत्रं १९४४ आणि ४५च्या दरम्यान लिहिण्यात आल्याचं ती म्हणाली. युद्धाचा तो काळ पाहणाऱ्या कुण्या वृद्ध व्यक्तीला मला गाठावं लागेल.''

''तुला शुभेच्छा,'' म्युरिअल म्हणाली. ''पण भाषा खरंच इतकी बदलली आहे का?''

''भाषा नाही; पण लोक बदलले आहेत. तरुणांना आता किचकट हस्ताक्षर फारसं कळत नाही आणि त्यातच ही पिढी संगणकाधीन आहे. त्यामुळे हातानं लिहिलेलं त्यांना नाही कळत आणि लिहिताही येत नाही, असं आयकोचं म्हणणं पडलं.'' टेबलखाली रुथनं ठेवलेल्या डायरीचे गुळगुळीत झालेले कोपरे तिच्याच नजरेस पडले. एक कोपरा तर अक्षरशः दुमडलाच होता आणि कापडाच्या वेष्टणातील कार्डबोर्ड तुटलेल्या दातासारखा लोंबकळत होता. नाओनंही या कोपऱ्याला आपल्या बोटांनी काळजीपोटी कुरवाळलं असेल का?

म्युरिअलनं मान डोलावली. ''अगदी बरोबर आहे तुझं,'' ती म्हणाली. ''आताशा ही परिस्थिती सगळीकडेच लागू होते. मुलांचं हस्ताक्षर फारच वाईट झालं आहे. आणि कहर म्हणजे आता तर शाळांमध्ये लिहायलाही फारसं शिकवत नाहीत.'' तिनं हातातली सगळी पत्रं टेबलावर ठेवलेल्या हैलो किटी डबा आणि त्या घड्याळाशेजारी ठेवली आणि पुन्हा एकवार सगळ्या अवशेषांकडे डोळे भरून पाहिलं. त्यात डायरी नाही हे तिला लक्षात आलं; तरीही तिनं त्याचा उल्लेख केला नाही. ''बरं तर. हे सगळं मला पाहण्याची परवानगी दिलीस त्यासाठी आभार,'' ती बोलली.

ती एक सुस्कारा सोडत उभी राहिली आणि मांडीवर पसरलेले मांजराचे केस झटकू लागली. लंगडत ती जोडे ठेवायच्या खोलीकडे चालू लागली. हिप रिप्लेसमेंट सर्जरीनंतर तिचं वजन जाम वाढलं होतं आणि अजूनही उठताना आणि बसताना तिला खूप कष्ट पडायचे. हातानी काढलेल्या धाग्यांनी तयार केलेल्या रखरखीत

कापडाच्या एका लांब स्कर्टवर जुन्या पद्धतीचं काऊवीचान स्वेटर तिनं घातलं होतं. तिनं घातलेले गमबूट त्या स्कर्टखाली झाकले गेले होते. बूट घातल्यावर तिनं वळून रुथकडे पाहिलं. तिला सोडायला रुथ दारापर्यंत आली होती.

"खरं तर हे सगळं मला सापडायलं हवं होतं आणि सापडलंही असतं," रेनकोटचं अप्पर स्वेटरवर चढवत ती बोलली. "पण एका अर्थानं बरंही झालं ते तुला सापडलं; कारण तू जपानी वाचू शकतेस. तुला शुभेच्छा. आणि त्यात आता जास्त गुंतू वगैरे नको..."

रुथनं स्वतःला सावरलं.

".....ते तुझ्या नवीन पुस्तकाचं कुठपर्यंत आलं आहे?" म्युरिअलनं विचारलं.

३

रात्री बिछान्यात आल्यावर ती अनेकदा ऑलिव्हरला काहीतरी वाचून दाखवायची. स्वतःच्या लिखाणातला एखादा चांगला भाग किंवा ज्या दिवशी लिखाण खूप छान झालं असेल तेव्हा अगदी मोठ्या आवाजात ती ते वाचायची. म्हणजे झोपताना असं वाचलं तर कथेतील ज्या भागात लिखाण थांबलं आहे त्यात पुढे काय करायचं याची जाणीव घेऊनच जाग येते, असं तिला वाटायचं; पण त्याला आता खूप काळ लोटला होता. गेल्या कित्येक दिवसांत तिनं असं काही वाचून दाखवलं नव्हतं आणि वाचून दाखवावं, असं काही लिहिलंही नव्हतं.

पण त्या दिवशी तिनं नाओच्या डायरीतील सुरुवातीचा काही भाग वाचून दाखवला. त्या लोचट माणसाचा आणि त्या हॉटेलचा आणि तिथल्या त्या गोलाकार पट्टेदार चादर घातलेल्या बिछान्याचा उल्लेख आला तेव्हा तिला स्वतःला अस्वस्थ झाल्याचं जाणवलं. ती लाज नव्हती. अशा प्रकारच्या विषयांसंदर्भात बोलताना ती कधीही लाजायची नाही; पण तिचं ते अस्वस्थ होणं त्या मुलीच्या बाजूनं होतं. तिच्यासाठीचं होतं. तिच्या सुरक्षिततेच्या जाणिवेतून ते आलं होतं आणि त्या मुलीची रक्षणकर्ता असल्याचं तिला जाणवलं; पण तिला काळजी करण्याची गरज नव्हती.

"त्या संन्यासिनीबद्दल उत्सुकता निर्माण झाली आहे," हातात ते अवशेषात मिळालेलं घड्याळ चाळवत ऑलिव्हर म्हणाला.

"हो," निःश्वास टाकत ती उद्गारली. "जपानच्या महिलांसाठी ताईशो काळ हा खरंच महत्त्वाचा होता."

"तुला वाटतं ती अजूनही जिवंत असेल?"

"ती संन्यासिनी? मला शंका आहे. ती एकशे चार वर्षांची होती...."

"मला म्हणायचं आहे ती मुलगी."

"मला नाही ठाऊक,'' रुथ म्हणाली. "हे जरा विचित्र आहे; पण मी नं तिच्यासाठी जरा चिंतित आहे. मला वाटतं पुढे काय झालं तिचं, हे जाणून घेण्यासाठी मला वाचत राहायला हवं.''

४

अजून तुम्हाला वाटतंय का विशेष असल्यासारखं?

त्या मुलीचा प्रश्न अजूनही तिच्या डोक्यात रेंगाळत होता.

"खूप रोचक कल्पना आहे ही,'' अजूनही त्या घड्याळाशी खेळ करत ऑलिव्हर बोलला. "तुला वाटतं का?''

"मला काय वाटतं का?''

"ती म्हणाली ना की ती हे सारं तुझ्यासाठी लिहिते आहे. मग तुला वाटतं का विशेष असल्यासारखं?''

"चल, काहीतरीच काय,'' रुथ उद्गारली.

जर तुम्हालाही मी एक मूर्ख मुलगी वाटले आणि तुम्ही मला कचऱ्यात टाकून दिलं तर?

"आणि कचऱ्यासंदर्भात म्हणशील तर,'' ऑलिव्हर बोलू लागला, "मी गेले काही दिवस ग्रेट गार्बेज पॅचेसबद्दल विचार करत होतो...''

"कशाबद्दल?''

"द ग्रेट इस्टर्न आणि ग्रेट वेस्टर्न गार्बेज पॅचेस? महासागरांमध्ये तरंगणारे प्रचंड मोठाले कचऱ्याचे ढीग? तू ऐकलं असशील ना त्याबद्दल..''

"हो,'' तिनं होकार दिला. "नाही; म्हणजे थोडंफार.'' पण तिच्या त्या स्पष्टीकरणाला काही अर्थ नव्हता; कारण तिला ही माहिती देण्यासाठी तो आधीच सरसावला होता. पांढऱ्या शुभ्र चादरीवर ती डायरी रुथनं ठेवून दिली. डोळ्यांवरचा चष्मा काढून पुस्तकावर ठेवला. जाड काळ्या फ्रेमचा तो चष्मा जुन्या पद्धतीचा होता आणि त्या झिजलेल्या लाल कापडी मुखपृष्ठावर तो छान दिसत होता.

"असे एकूण कमीत कमी आठ ढिगारे जगातील सागरांमध्ये आहेत,'' तो सांगू लागला. "मी गेले काही दिवस हे जे पुस्तक वाचतो आहे ना त्याप्रमाणे त्यातील दोन- ग्रेट इस्टर्न पॅच आणि ग्रेट वेस्टर्न पॅच हे टर्टल जलप्रवाहात आढळतात आणि हवाईच्या दक्षिणेकडच्या भागात ते दिसतात. ग्रेट इस्टर्न पॅचचा आकार टेक्सासइतका आहे. ग्रेट वेस्टर्न तर त्याहूनही मोठा आहे, म्हणजे यूएसएच्या अर्धा.''

"त्यात काय आहे?''

"मुख्यतः प्लॅस्टिक. म्हणजे तुझ्या त्या फ्रीजर बॅगसारख्या गोष्टी. सोडा बॉटल्स, स्टायरोफोम, अन्नाचे कंटेनर, नष्ट करता येण्यासारखे रेझर आणि औद्योगिक कचरा. जे काही आपण टाकून देतो आणि जे तरंगतं."

"भयंकर आहे हे सगळं; पण तू हे सगळं मला का सांगतो आहेस?"

त्यानं हातातलं घड्याळ एकदा जोरात हलवलं आणि कानाशी नेलं. "कारण असं काही नाही. फक्त ते तिथं आहे. आणि जे काही बुडत नाही किंवा जलप्रवाहात वाहून जात नाही, ते या कचऱ्याच्या ढिगाऱ्यात येऊन मिळतं. यातून सुटका झाली म्हणून तुला ही बॅग सापडली. नाहीतर तीही त्या कचऱ्यातच गेली असती. आधी तिचं प्लॅस्टिक माश्यांनी ओरबाडलं असतं. डायरी आणि पत्रं विच्छिन्न झाली असती, कुणीही न वाचता; पण ते वाहत आले आणि जॅप रान्चच्या खाली येऊन अडकले आणि तुझ्या हाती लागले....."

"तुला काय म्हणायचं आहे?" रुथनं विचारलं.

"हेच की हे सारं काही फार अद्भुत आहे. बाकी काही नाही."

"म्हणजे 'विश्वच आपल्याला सगळं काही देतं,' त्याप्रमाणे का?"

"कदाचित," त्याच्या चेहऱ्यावर एक आश्चर्याचा भाव होता. "ए, हे बघ!" हातातलं घड्याळ तिला दाखवत तो उद्गारला, "हे काम करतंय!"

घड्याळ्याच्या चकाकणाऱ्या डायलवरचा सेकंद काटा आता आकड्यांवरून भराभर चालू लागला होता. तिनं ते घड्याळ त्याच्या हातातून काढून घेतलं आणि स्वतःच्या मनगटावर चढवलं. ते पुरुषांचं घड्याळ होतं; पण ते तिच्या हातावर एकदम फिट बसलं होतं. "तू काय केलं?"

"मला नाही माहिती," खांदे उडवत तो उत्तरला. "मला वाटतं मी त्याला फक्त फिरवलं."

५

अंधारात ती त्या घड्याळाची टिक टिक आणि ऑलिव्हरच्या श्वासांचा तांत्रिक आवाज ऐकत होती. अंधारातच तिनं हात पुढे करून टेबलावर ठेवलेली डायरी चाचपली. त्यावर बोटं फिरवताना मुखपृष्ठासाठी वापरलेल्या त्या कापडाचा स्पर्श तिला जाणवला आणि चाचपताना ती अस्पष्ट होत गेलेली अक्षरंही ती पाहू शकत होती. A la recherche du temps perdu या अक्षरांचा आकार तोच असला, तरी ते नाव आता बदललं होतं- नाही, त्यातून एक वेगळाच अर्थ उलगडत होता. आणि हे अचानक घडत होतं. एखादा बदल घडावा किंवा एखादा तडा जावा त्याप्रमाणे. टोकियोच्या कुठल्याशा एका कलाकारानं काढून टाकलेल्या त्या पानांनी

प्रॉस्टला नव्यानं उभारलं होतं; एका वेगळ्या संदर्भासह.

आपल्या आतल्या डोळ्यांनी ती त्या रंगीत छायाचित्रांच्या भरीव चौकोनांमध्ये जांभळ्या शाईनं लिहिलेल्या वळणदार ओळी बघू शकत होती. त्या मुलीच्या लिखाणाचा अविश्रांत आणि अखंड प्रवाह पाहण्यात ती गुंग झाली होती. अगदी क्वचितच दुसरा कुठला विचार यात अडथळा आणायचा. त्या संपूर्ण लिखाणात खोडलेल्या ओळी किंवा वाक्प्रचार इतके कमी होते की, ते रुथला आश्चर्यचकित करणारं होतं. इतकं निश्चित, इतकं खात्रीपूर्ण लिखाण वाचण्यालाही कितीतरी वर्षं उलटून गेली होती.

काळाच्या पडद्यातून मी तुम्हाला स्पर्श करण्यासाठी तुमच्याकडे सरसावते आहे.

डायरीचा स्पर्श तिला पुन्हा एकदा उबदार वाटला; पण त्याचा संबंध त्या पुस्तकातील कुठल्याही अनाकलनीयतेशी नाही, तर तिच्या स्वतःच्या शरीरातील ऋतुबदलाशी आहे, हे तिला पक्कं माहीत होतं. तिच्या शरीरातील या बदलाशी आताशा जुळवून घ्यायला ती शिकली होती. तिच्या शरीराचं तापमान अचानक वाढायचं. हातातील गाडीचं स्टिअरिंग व्हील घामानं चिकट व्हायचं आणि गरमही. बिछान्यातून तिनं फेकून दिलेल्या उशा आणि पांघरुणं तिला जमिनीवर दिसायची. तिला तापवण्यासाठी त्यांना मिळालेली ती शिक्षा असायची.

पण त्याच क्षणी तिला तिच्या हातावर बांधलेल्या घड्याळाचा स्पर्श मात्र थंडगार वाटला.

काळाच्या पडद्यातून तुम्हाला स्पर्श करण्यासाठी तुमच्याकडे सरसावते आहे....तुम्ही माझ्याकडे परतून येण्याचा प्रयत्न करता आहात.

तिनं डायरी हातात घेऊन नाकाजवळ नेली आणि तिचा वास घेतला. एक-एक गंध वेगवेगळा करण्याचा ती प्रयत्न करू लागली : जुनाट पुस्तकांचा तो हलकासा कुबट-मातकट वास तिच्या नाकपुड्यांमध्ये तरळला. मग तो गोंद आणि कागदाचा आंबूस वास आणि आणखी एक गंध होता त्याला- जो तिला नाओसारखा आणि नाओचा वाटला, कॉफीचा कडवटपणा आणि शॅम्पूचा गोडसर फळांसारखा गंध नक्कीच नाओचा होता. पुस्तक टेबलवर ठेवण्यापूर्वी तिनं पुन्हा एकदा त्याचा गंध आपल्या श्वासात भरला आणि पुस्तक बाजूला ठेवलं- हो, पुस्तक. एका शाळकरी मुलीच्या गुलाबी स्वप्नांची आणि आकांक्षांची डायरी नाही- बिछान्याच्या बाजूच्या टेबलवर पुस्तक ठेवतानाही ती विचारात गुंग होती. आता हे असं अविश्वसनीय साहित्य कसं वाचायचं. नाओनं तर दावा केला आहे की हे सारं काही तिनं फक्त तिच्यासाठी लिहिलं आहे आणि रुथ तर मनोमन जाणते की, हे असं काही असणं शक्य नाही, ते विचित्र आहे. म्हणून तिनं ते स्वतःच्या सवडीनं वाचायचं ठरवलं.

त्या मुलीची एक वाचक म्हणून हे एवढंच तिला शक्य होतं.

घड्याळाचा तो निरंतर टिक टिक आवाज आता जरा वाढला होता. खरंच, पण 'हरवलेली वेळ कशी शोधतात, या प्रश्नावर जरा रेंगाळल्यावर तिला जाणवलं की प्रश्नाचं उत्तर लयीत दडलं आहे. नाओनं डायरी तिच्या काळात जगताना लिहिली आहे, प्रत्येक दिवस आणि प्रत्येक क्षण जगताना. जर रुथनंही आपली गती तिच्या लिखाणाच्या गतीशी जुळवून वाचन केलं तर कदाचित नाओच्या अनुभवांची चव चाखणं तिला सहज शक्य होईल. पुनर्नुभव घेणं शक्य होईल; पण त्या पुस्तकात जे काही लिहिलं होतं त्याला कुठल्याही तारखांचे संदर्भ नव्हते. त्यामुळेच कुठला भाग केव्हा लिहिला गेला आणि किती गतीनं तो लिहिला हे सांगणं कठीण होतं; पण त्यातही काही संकेत होतेच. म्हणजे शाईचा बदललेला रंग, हस्ताक्षरांची बदललेली वळणं यावरून लिखाणाचा बदललेला काळ आणि लेखकाचा बदललेला मूड दोन्हीचा अंदाज बांधणं शक्य होतं. थोडा अभ्यास केला तर या डायरीतील नोंदी तुकड्यांत बांधून त्या क्रमवार लावणं आणि त्या गतीनं त्याचं वाचन करणं तिला सहज शक्य होणार होतं. जर तिला जाणवलं की लिखाण करणाऱ्याला वेळ-काळाचं बंधन नाही आणि तो लिहीतच चालला आहे, तर तीही त्याप्रमाणे स्वतःच्या वाचनाचा वेग वाढवू शकते आणि जर का थोडं लिखाण रेंगाळलं आहे किंवा निवांत लिखाण केल्याचं लक्षात आलं, तर तीही थोडं रेंगाळू शकते किंवा पूर्णतः वाचन थांबवूही शकते. अशा तऱ्हेनं ती त्या मुलीच्या आयुष्याचा आढावा कुठलीही घाईगडबड न करता सावकाशीनं घेऊ शकते. त्याची होणारी उकल अगदी व्यवस्थित पाहू शकते. अशात खूप वेळ वाया जाण्याचीही शक्यता राहणार नाही. या डायरी वाचनाबरोबरच तिच्या स्वतःच्या लिखाणाचाही समतोल तिला सांभाळणं शक्य होणार, हेही तिला जाणवलं.

ही योजना ठीक होती. मनात एक समाधान साठवून रुथनं पुन्हा टेबलकडे हात नेऊन ते पुस्तक मिळवलं आणि ते आपल्या उशीखाली सारलं. आणि नाओ म्हणाली होती त्याप्रमाणे ती अगदी अलगदपणे झोपेच्या स्वाधीन झाली. जे काही होतं ते खरं होतं आणि वैयक्तिकही.

६

त्या रात्री रुथला संन्यासिनीचं स्वप्न पडलं.

स्वप्नात ती जागा जपानमधल्या एका कुठल्यातरी डोंगरावर होती जिथं किड्यांची किरकिर किर्र शांततेचा भंग करत होती आणि सुरूच्या झाडांतून वाहणारा तो रात्रीचा गार वारा फार सुखद होता.

मिट्ट काळोखातही त्या गर्द झाडींमधलं ते दिमाखदार कौलारू देऊळ फिक्कट चंद्रप्रकाशात नजरेस पडत होतं. ते कुठल्याही क्षणी कोसळत कोसळत जमीनदोस्त होऊ शकतं, असं रुथला वाटलं. देवळातून येणारा एकमेव प्रकाशाचा स्रोत बागेजवळ असलेल्या एका खोलीतून येत होता. त्या प्रकाशात एका संन्यासिनीची आकृती एका छोट्या मेजासमोर वाकून बसलेली होती आणि तिच्यापुढे एका संगणकाचा प्रकाशमय पडदा होता. त्या प्रकाशाचे ते चौकोनी तुकडे सर्वदूर तरंगल्यासारखे जाणवत होते. त्यातीलच एका तुकड्याच्या प्रकाशात तो प्राचीन चेहरा न्हाऊन निघाला होता. उर्वरित शरीर मात्र पूर्णतः अंधाराच्या अधीन झालं होतं; पण त्या संन्यासिनीची पाठही ती संगणकाकडे वाकल्यानंतर प्रश्नार्थक चिन्हासारखी भासत असल्याचं रुथनं पाहिलं. त्या स्त्रीनं घातलेला काळा झगा विटका आणि जुनाट झाला होता. तोंडातून गळणाऱ्या लाळेसाठी लहान मुलांना गळ्यात बांधतात तसलं एक चौकोनी काळं कापड त्या स्त्रीच्या गळ्यात बांधलं होतं. देवळाच्या बाहेर बागेत चंद्रप्रकाश पसरला होता आणि देवळातून वऱ्हांड्याकडे उघडणाऱ्या सरकत्या दारांतून तो आत डोकावत होता. त्या संन्यासिनीचं केशवपन केलेलं गुळगुळीत डोकं त्या चंद्रप्रकाशात चकाकत होतं आणि तशातच तिनं वळून पाहिलं तेव्हा त्या संगणकातून निघणाऱ्या प्रकाशाचं प्रतिबिंब त्या संन्यासिनीच्या चष्म्याच्या काचांमध्ये रुथला दिसलं. चष्मा चौकोनी, जाड काळ्या फ्रेमचा होता, जो रुथच्या चष्म्यासारखा मात्र नव्हता. त्या अंधूक आणि अस्पष्ट प्रकाशात रुथला त्या स्त्रीचा चेहरा मात्र फार तरुण असल्याचं जाणवलं, जे विचित्र होतं. तिच्या संधिवातानं आखडलेल्या बोटांनी ती अत्यंत काळजीपूर्वक त्या संगणकावर काहीतरी लिहीत होती.

''कधीतरी वर....'' तिनं लिहिलं. तुटलेल्या फांद्यांप्रमाणे तिची मनगटं झुकली होती आणि बारीक वाळक्या बाक आलेल्या काटक्यांप्रमाणे दिसणारी तिची बोटं संगणकावर फिरत होती.

''कधीतरी खाली....'' हे नाओच्या लिफ्टसंदर्भात विचारलेल्या प्रश्नाचं उत्तर होतं. तिनं एक बटण दाबून ते सारं मिटवलं आणि ग्लानी आल्याप्रमाणे डोळे मिटून ती टाचांवर बसून राहिली. काही क्षणांनी संगणकाच्या त्या पटलावर एक आकृती दिसू लागली आणि एक संकेतध्वनीही ऐकू आला. तो ऐकून ती पुन्हा सावरून बसली आणि चष्मा नीट करत ती संगणकाकडे झुकली. मग ती पुन्हा उत्तर टाईप करू लागली.

वर आणि खाली सारखंच आहे. आणि तरीही वेगळंदेखील.

तिनं उत्तर पाठवण्यासाठी बटण दाबलं आणि पुन्हा टाचांवर विसावली. आता ती वाट पाहत होती. तेवढ्यात पुन्हा ती बेल वाजली आणि आलेला मेसेज तिनं नीट वाचला व मान डोलावली. पुन्हा ती विचारमग्न झाली आणि मग आपल्या

गुळगुळीत डोक्यावरून एकवार हात फिरवून तिनं पुन्हा लिहायला सुरुवात केली.

जेव्हा वर वर पाहतं, तेव्हा वर खाली असतं
आणि जेव्हा खाली खाली पाहतं, तेव्हा खाली वर असतं
एक नाही, दोन नाही, सारखं नाही आणि भिन्नही नाही
आता तू पाहू शकतेस का?

एवढं सगळं लिहायला तिला खूप वेळ लागला आणि जेव्हा तो निरोप पाठवण्यासाठी तिनं बटण दाबलं तेव्हा ती थकल्यासारखी दिसत होती. तिनं आधी चष्मा काढला आणि टेबलाच्या कोपऱ्यावर ठेवला आणि अगदी हळुवारपणे आपलं शरीर उलगडत ती उठून उभी राहिली. तिला हवा तितका वेळ तिनं यासाठी घेतला. पाय जरा स्थिरावल्याचं जाणवताच ती खोलीतून सरकत्या कागदी दाराकडे आणि लाकडी वऱ्हांड्याकडे गेली. कितीतरी पायांखालून घासूनपुसून चंद्रप्रकाशात चकाकणाऱ्या त्या लाकडी वऱ्हांड्याच्या काळपट रंगात तिचे पांढरे मोजे एकदम लख्ख दिसत होते. तिथं उंबरठ्यावर ती थबकली आणि बागेकडे पाहू लागली. बागेतील उंच दगडांच्या लांब लांब सावल्या तिथं पडल्या होत्या आणि बांबूच्या झाडांतून वाऱ्याचा आवाज येत होता. वातावरणातील दमट गंध देवळात दिवसभर जाळलेल्या उदबत्तीच्या गंधात मिसळला होता. तिनं एक खोल श्वास घेतला आणि नंतर दुसरा आणि हळूच तिनं आपले दोन्ही हात शरीराला समांतर पसरवले; जणू आता ती उडण्यासाठी सज्ज होती. तेव्हा तिच्या त्या झग्याच्या मोठ्या बाह्या कावळ्याच्या पसरलेल्या पंखांप्रमाणे दिसत होत्या. काही क्षण ती तशीच उभी राहिली, निश्चल. मग तिनं ते दोन्ही हात स्वतःसमोर आणले आणि ती ते मागे-पुढे फिरवू लागली. दोन्ही बाह्यांमध्ये आता वारं शिरलं आणि ती आता जमिनीवरून हळूच उचलली जाणार असा भास झाला; पण क्षणात तिचा विचार बदलताना दिसला. तिनं दोन्ही हात मागे नेऊन आपली बोटं परस्परात गुंफली आणि पाठीचा कणा वाकवण्याचा प्रयत्न ती करू लागली. हनुवटी जराशी वर करून ती आता चंद्राला निरखत होती.

वर, खाली.

तिच्या गुळगुळीत डोक्यावरही आता पूर्ण प्रकाश आला होता. दूर उभी राहून हे सारं पाहणाऱ्या रुथला आता दोन चंद्र असल्याचं जाणवलं. परस्परांशी बोलणारे दोन चंद्र.

नाओ

१

वेळ म्हणजे सारं काही असतं. मी कुठंतरी वाचलंय की जे पुरुष एप्रिल आणि जून महिन्यांदरम्यान जन्माला येतात, त्यांच्यात इतर महिन्यांत जन्माला आलेल्या पुरुषांपेक्षा आत्महत्येची वृत्ती जास्त आढळून येते. माझ्या वडिलांचा जन्म मे महिन्यातला आणि त्यातच सारं काही आलं. याचा अर्थ त्यांना आत्महत्या करण्यात यश आलं असा नाही. त्यांनी स्वतःला संपवलेलं नाही; पण ते त्यासाठी खूप प्रयत्न करताहेत; पण फक्त वेळ अजून आलेली नाही.

मला चांगलं ठाऊक आहे की मी या पुस्तकात फक्त जिकोसंदर्भात लिहिणार आहे; पण आत्ताच माझं माझ्या वडिलांशी भांडण झालं आणि त्यामुळे मी जरा इतर विचारांत आहे. अगदी कडाक्याचं वगैरे भांडण नाही; पण आम्ही परस्परांशी बोलणं टाकलं आहे आणि याचा खरा अर्थ असा की, मी त्यांच्याशी बोलणं सोडलं आहे. कदाचित, ही गोष्ट त्यांच्या ध्यानातही आली नसावी; कारण गेले कित्येक दिवस इतर कुणाला काय वाटतं याबाबत त्यांना जराही घेणं-देणं नाही. आणि ही गोष्ट त्यांना जाणवून देऊन त्यांना अस्वस्थ करण्याची माझी इच्छा नाही. ''बाबा, तुम्हाला कदाचित कळलं नसेल; पण आपल्यात भांडण आणि अबोला निर्माण झाला आहे,'' हे असं काहीतरी त्यांना मी सांगणार नाही; कारण आधीच त्यांच्या डोक्यात बरंच काही चाललंय आणि हे असं सांगून त्यांना आणखी निराश करण्याचा माझा कुठलाही उद्देश नाही.

मला शाळेत जायचं नाही आणि मी जात नाही, हा आमच्या भांडणाचा खरा मुद्दा आहे. मी हायस्कूलसाठी असणाऱ्या प्रवेश परीक्षेत 'दिवे' लावले आहेत आणि त्यामुळे आता यापुढे मला कुठल्याही चांगल्या शाळेत प्रवेश मिळण्याचे वांदे झाले आहेत, हा खरा कळीचा मुद्दा आहे. त्यातून मी मग कुठल्यातरी औद्योगिक प्रशिक्षण शाळेत प्रवेश घ्यावा असा त्यांचा आग्रह आहे आणि मला तो योग्य पर्याय वाटत नाही. तिथं फक्त काही मूर्ख मुलं जातात, हे माझं मत आहे. तसं मला शिक्षण

घेण्यासंदर्भातच फारसं काही स्वारस्य नाही. त्यापेक्षा संन्यास घेऊन जिकोबरोबर तिच्या डोंगरावरच्या देवळात राहायला जाणं मला जास्त आवडेल; पण मी आधी पदवीधर व्हावं, ही माझ्या आई-वडिलांची इच्छा आहे.

तर सध्या मी अधांतरी आहे. सामाजिक संदर्भात. जुन्या काळी गुरू नसलेले समुराई असायचे ना, अगदी तसली. सरंजामशाहीच्या काळात प्रत्येक समुराई योद्धयाचा मालक किंवा गुरू असणं आवश्यक असायचं. समुराई होणं म्हणजेच आपल्या मालकाची सेवा करणं, हा उद्देश होता आणि जर तुमचा मालक मारला गेला किंवा त्यानं सेपुकूचा[१] मार्ग अवलंबला किंवा युद्धात त्याचा किल्ला शत्रूच्या हाती गेला तर मग बस्स! त्या समुराईचं अस्तित्व खल्लास आणि मग एक बेलगाम आणि अनाथ शिपाई बनून कुठंतरी भटकत राहण्याशिवाय त्याला पर्याय नसतो. हातात तलवार घेऊन कायम भांडायला तयार असणारा आणि स्वतःला अडचणीत आणणारा असा शिपाई. हे असे आगापीछा नसलेले समुराई फार भयंकर असतात बरं का! अगदी तिकडे ते उएनो पार्कमध्ये जे बेघर झालेले लोक ताडपत्रीखाली राहतात ना, जर त्यांच्या हातात धारदार तलवारी दिल्या तर जे भयंकर प्रकार घडतील अगदी तितकं भयंकर.

अर्थातच मी काही कुणी समुराई योद्धा वगैरे नाही आणि माझ्या सामाजिक अस्थिरतेचा जो आता या क्षणी अर्थ आहे, तो एवढाच की, मी प्रवेश परीक्षेत स्वतःची वाट लावली आहे आणि आता अशा परीक्षांच्या तयारीसाठी असणाऱ्या क्लासला मला पाठवलं जातं आणि घरी अभ्यास करून घेतला जातो. म्हणजे पुढल्या परीक्षांपर्यंत माझा उत्साह आणि आत्मविश्वास टिकून राहावा म्हणून. खरं तर सामाजिक अधांतर ज्यांच्या आयुष्यात येतं, ते विद्यार्थिदशेतून बाहेर आलेले असतात म्हणजे शाळा संपवून विद्यापीठात प्रवेशासाठी वाट पाहत आपल्या पालकांबरोबर राहत असतात; पण माझ्यासारखे माध्यमिक शाळेनंतरच अधांतर अनुभवणारे नगण्यच असतात; पण माझं वय मात्र हायस्कूलसाठी जरा जास्त आहे आणि आता तर मी पूर्ण १६ वर्षांची झाली आहे. त्यामुळे आता जर माझी इच्छा नसेल तर मला शाळेत जाण्याची गरज नाही. निदान कायदा तरी असंच सांगतो.

सामाजिक स्तरावर ज्यांचं काही अस्तित्व नाही, त्यांना इंग्रजीत रोनिन म्हणतात आणि जपानीत ते 浪人असं लिहितात ज्यातील पहिल्या अक्षराचा अर्थ लाट असा होतो आणि दुसऱ्या शब्दाचा अर्थ व्यक्ती असा होतो. माझं म्हणाल तर मी सध्या तशाच स्थितीत आहे; एखाद्या लाटेवरच्या माणसासारखी... आयुष्याच्या तुफानलेल्या

---

१. आत्महत्येची एक पद्धत ज्यात पोट फाडून मरण ओढवून घेतात. यालाच हाराकिरीही म्हणतात.

समुद्रात तरंगणारी.

२

पण प्रवेश परीक्षेत आलेल्या अपयशासाठी फक्त मी जबाबदार नाही. खरं तर माझा शैक्षणिक आढावा घेतला तर कुठल्याही चांगल्या जपानी शाळेत मी कितीही तयारी केली तरीही मला प्रवेश मिळणार नाही. एखाद्या आंतरराष्ट्रीय हायस्कूलमध्ये मी अर्ज करावा असं माझ्या बाबांना वाटतं. मी कॅनडाला जावं अशी त्यांची इच्छा आहे. त्यांना कॅनडाचं का कुणास ठाऊक एक आकर्षण आहे. आरोग्याची काळजी आणि बंदूकविरहित अमेरिका असं ते कॅनडाचं वर्णन करतात. त्यांचा विश्वास आहे की तिथं प्रत्येकाला आपल्यातील गुणांना पूर्ण वाव देण्याची संधी मिळते. आजारी होणार का किंवा कुणाच्या तरी बंदुकीच्या गोळीचा बळी होणार का, अशी कुठलीही चिंता न करता इथं जगता येतं. शिवाय समाज काय म्हणेल ही काळजीही कॅनडात असताना करायची गरज नाही, असं त्यांना वाटतं. मी त्यांना म्हटलं की तुम्ही उगाच या असल्या फालतू चिंता करण्याची गरज नाही; कारण कोण काय म्हणतं आणि समाजाची काय प्रतिक्रिया असेल वगैरे गोष्टींबाबत मी कवडीइतकाही विचार करत नाही आणि वाया जातील असे कुठलेही गुण माझ्यात नाहीत. आजार आणि हत्यार याबाबत त्यांचं निरीक्षण अगदी बरोबर आहे. मी तब्येतीनं एकदम झकास आहे आणि कुठल्याही क्षणी आला तरी मला मृत्यूचंही अजिबात भय नाही; पण तरीही मला कुठल्यातरी विक्षिप्त शाळकरी मुलाच्या विकृतीला बळी पडायचं नाही.

खरं म्हणजे माझे वडील अमेरिकेच्या प्रेमात आकंठ बुडाले आहेत. मी अजिबात गंमत करत नाही हं. अमेरिका हे माझ्या वडिलांचं पहिलं प्रेम आहे आणि ते प्रेम इतकं गहिरं आहे की आईलाही त्याचा सवतीमत्सर वाटावा. इतकंच नाही, आम्ही कॅलिफोर्नियातील सनीवेल नावाच्या भागात वास्तव्यासही होतो. माझे वडील कॉम्प्यूटर प्रोग्रामिंगमधलं एक नावाजलेलं नाव होतं आणि मी तीन वर्षांची असताना सिलिकॉन व्हॅलीमधल्या एका मोठ्या कंपनीनं त्यांची निवड केली होती आणि मग आम्ही तिकडे स्थलांतर केलं. आईला ही कल्पना फारशी काही आवडली नव्हती; पण त्या काळी ती बाबांच्या कुठल्याही निर्णयाला विरोध करत नसे. माझ्या जपानच्या काहीही आठवणी नव्हत्या आणि त्यामुळे मला हा देश सोडताना काही वाटण्याचा प्रश्नही नव्हता. मी तेव्हा खूप लहान होते. माझ्यासंदर्भात विचारलं तर माझं सारं आयुष्य सनीवेलला सुरू होतं आणि तिथंच संपतं आणि त्या अर्थानं मी पक्की अमेरिकन ठरते. अगदी सुरुवातीला मी अजिबात इंग्रजी बोलत नसे, असं आई सांगते; पण नंतर त्यांनी मला श्रीमती डेल्गाडो नामक एका अत्यंत सद्‌गुणी

बाईच्या पाळणाघरात घातलं आणि माझ्यासाठी ते माशाला पुन्हा पाण्यात सोडण्यासारखं ठरलं. लहान मुलांचं असंच असतं; पण माझ्या आईसाठी मात्र हे सारं काही फार त्रासदायक होतं. तिला कधीच नीट इंग्रजी बोलता आलं नाही आणि त्यामुळे तिला मित्र-मैत्रिणी बनवता आले नाहीत; पण तरीही तिला या साऱ्याचा कधी विषाद वाटला नाही; कारण बाबा खोऱ्यानं पैसा कमावत होते आणि त्यामुळे तिला उंची कपडे विकत घेण्याची मुभा होती.

तर, तसं सारं काही आलबेल होतं आणि आम्ही जरा बऱ्यापैकी आयुष्याची गुजराण करत होतो; पण डॉट-कॉम नामक एका स्वप्नांच्या दुनियेत आम्ही जगत होतो, हे सत्य होतं. आणि हा फुगा जेव्हा फुटला तेव्हा सारं काही उद्ध्वस्त झालं. बाबांची कंपनी दिवाळखोर झाली, त्यांना नोकरीवरून कमी करण्यात आलं, आमचे व्हिसा रद्द झाले आणि आम्हाला तातडीनं जपानला परत यावं लागलं. हे परत येणं सगळ्यात जास्त वैताग आणणारं ठरलं; कारण एकतर बाबांना नोकरी नव्हती आणि जे काही पैसे त्यांनी कमावले त्यातील साठवणीचा सारा पैसा त्यांनी रोख्यांमध्ये लावला आणि तो बुडाला. शिवाय टोकियो राहण्यासाठी अजिबात स्वस्त नाही. खरं तर आमची पार वाट लागली होती. प्रेमभंग झालेल्या तरुणासारखे बाबा कायम उदास राहू लागले होते आणि आई दुःखी, एकदम शिस्तीत आणि भयंकर प्रामाणिक झाली होती; पण तरीही ते त्या वातावरणात मिसळू शकत होते; कारण त्यांची भाषा जपानी त्यांना व्यवस्थित बोलता येत होती; पण माझा मात्र अक्षरशः कचरा झाला होता. अमेरिकन म्हणून मी स्वतःला ओळखायची आणि घरात जपानी बोलायची; पण तेही माफक. म्हणजे घरातल्या काही गोष्टींसंदर्भात जसं 'माझा पॉकेटमनी कुठे आहे', 'तो जॅम जरा देता का' किंवा 'प्लीज प्लीज प्लीज, मला सनीवेल सोडायचं नाही,' एवढंच.

जे विद्यार्थी काही काळ अमेरिकेसारख्या देशांतील 'मूर्ख' शाळांमध्ये घालवून आले आहेत, अशांना पुन्हा सामावून घेण्यासाठी जपानमध्ये काही विशेष शाळा आहेत आणि तिथं जाणाऱ्या मुलांना किकोकुशिजो[२] असं म्हणतात. अशांचे वडील कामासाठी किंवा नोकरीच्या निमित्तानं असे परदेशी जातात आणि त्यांनी परत येण्याचा निर्णय घेतला किंवा त्यांची बदली झाली, तर मायदेशातील शाळांतील मुलांच्या बरोबरीत येण्यासाठी अशा लोकांच्या मुलांना विशेष प्रशिक्षण देऊन इतर मुलांमध्ये सामावून घेतलं जातं; पण माझ्या वडिलांना नोकरीसाठी पाठवण्यात आलेलं नव्हतं आणि त्यांची बदलीही झालेली नव्हती. त्यांना कामावरून कमी करण्यात आलं होतं. शिवाय मी काही इथल्या शाळांच्या ग्रेडमध्ये मागेबिगे राहिले

---

२. मायदेशी परत आलेली मुलं

नव्हते. खरं तर मी कधी अमेरिकेतल्या शाळेशिवाय इतर कुठं शिकलेच नव्हते. आणि त्यामुळे माझा मागे पडण्याचा प्रश्नच उद्भवत नव्हता. इथं आल्यावर मला कुठल्या अशा विशेष शाळेत घालण्याची माझ्या पालकांची ऐपत नव्हती आणि म्हणून मग माझी रवानगी एका सरकारी माध्यमिक शाळेत करण्यात आली आणि सप्टेंबरमध्ये आम्ही तिकडे गेल्यामुळे मी ज्या वर्गात होते त्यापेक्षा आधीच्या वर्गात मला अर्ध्या वर्षाच्या अभ्यासक्रमासह प्रवेश देण्यात आला. जपानमध्ये तोवर शाळांचं प्रथम सत्र आटोपलं होतं.

तुम्हाला शाळा सोडून अनेक वर्षं झाली असतील आणि माध्यमिक शाळेचं काही आठवण्याचा तसा प्रश्नच उद्भवत नाही; पण जर आठवलं तर एका आठव्या वर्गात कुठल्याशा परदेशी शाळेतून एकदम द्वितीय सत्रात आलेल्या मुलीची काय अवस्था असेल, याची तुम्ही नक्की कल्पना करू शकता आणि मग तुम्हाला माझ्याबद्दल थोडी कणवही वाटेल. जपानच्या शाळांमध्ये कसं वागायचं-बोलायचं याची मला जराशीही कल्पना नव्हती आणि त्यात माझं जपानी तर दिव्यच होतं. तेव्हा मी १५ वर्षांची होते म्हणजे माझ्या वर्गातील इतरांपेक्षा मी मोठी होते आणि सतत अमेरिकन पद्धतीनं आहार घेतल्यामुळे मी इतरांपेक्षा जरा धिप्पाड दिसत असे. तशात घरातली आर्थिक परिस्थिती पार रसातळाला गेली असल्यामुळे पॉकेटमनी किंवा इतर काही चांगल्याचुंगल्या वस्तू माझ्याकडे नव्हत्या आणि म्हणून मग माझा सतत छळ होऊ लागला. त्याला जपानीत इजिमे[३] म्हणतात; पण माझ्यासोबत जो प्रकार होत होता तो शब्दांत व्यक्त होणारा नाही. जर जिकोनं मला वेळेवर माझ्या सुपर ताकदीची जाणीव करून दिली नसती, तर मी जिवंतही राहणं शक्य नव्हतं; पण इजिमेमुळे मी या मूर्ख मुलांच्या शाळेत जाण्याचं टाळते, हे एकमेव कारण नाही. मला वाटतं की मूर्ख मुलं ही जास्त धोकादायक असतात; कारण गमावण्यासारखं त्यांच्या आयुष्यात फारसं काही नसतं. शाळाच मुळात आता सुरक्षित राहिलेल्या नाहीत.

पण कॅनडा सुरक्षित आहे. तोच अमेरिका आणि कॅनडात फरक असल्याचं माझ्या वडिलांचं मत आहे. अमेरिकेत वेग आहे, लैंगिकता आहे, धोका आहे आणि रोमांच आहे आणि या सगळ्यात तुम्ही पोळून निघण्याची शक्यता आहे; पण कॅनडात मात्र असं नाही आणि मी सुरक्षित राहावं अशी माझ्या वडिलांची मनापासून इच्छा आहे, असं म्हणताना ते इतर पालकांसारखेच भासतात आणि जर त्यांची नोकरी असती आणि त्यांनी वारंवार स्वतःला संपवण्याचा प्रयत्न केला नसता, तर तेही खरंच इतर वडिलांसारखेच असते. कधी कधी तर मला वाटतं की या त्यांच्या

३. दादागिरी

प्रयत्नांना यश येण्यापूर्वी आणि स्वतःला संपवण्यापूर्वी त्यांना माझ्या सुरक्षित भविष्याची खात्री करायची आहे, जेणेकरून त्यांच्या पश्चात्तापाची धार जरा बोथट होईल.

३

आत्महत्येचा पहिला प्रयत्न त्यांनी साधारण वर्षभरापूर्वी केला होता. सनीवेलहून परतून आम्हाला सहा महिने झाले होते आणि टोकियोच्या पश्चिम भागात या एका अत्यंत छोटेखानी दोन खोल्यांच्या अपार्टमेंटमध्ये आम्ही राहत होतो. त्या वेळी हे एवढंच भाडं द्यायची आमची ऐपत होती. तेही घरमालक बाबांचा विद्यापाठातील मित्र होता आणि त्यानं पागडीची रक्कम बाबांकडून घेतली नव्हती म्हणून. नाहीतर आभाळाल्या भिडणाऱ्या भाड्यांच्या रकमा देणं आम्हाला अजिबात शक्य नव्हतं.

ते घर अत्यंत किळसवाणं होतं आणि आमच्या सर्व शेजारणी बारबाला होत्या. घरातील कचऱ्याची कधीही विल्हेवाट न लावणाऱ्या आणि ७-इलेव्हन[४]मधून बेंतो[५] घेऊन, तर्र होऊन आणि आपल्या आशिक मित्रांना घेऊन त्या पहाटे पाच-सहाच्या सुमारास घरी यायच्या. आम्हाला सकाळी ब्रेकफास्ट घेताना त्यांच्या प्रणयाराधनेचे आवाजही ऐकावे लागत. सुरुवातीला बाल्कनीत फिरणाऱ्या मांजरांचे आवाज आहेत असं वाटायचं आणि कधी कधी खरंच ते मांजरांचे आवाजच असायचे; पण अनेक वेळा ते या बारबालांचेच असतात हे कळलं; पण बऱ्याच वेळा त्या दोहोंमधला फरक सांगणं कठीण होतं; कारण दोन्ही सारखेच स्वर असतात आणि तेही भयावह!

मला ते कसे लिहून दाखवावे ते कळत नाहीये; पण साधारण ते ऊऊऊ.....ओह....आऊच..... किंवा मग ओ.....ओ.....ओह..... किंवा नो...नो....नोओओ....म्हणजे एखाद्या यांत्रिक व कंटाळलेल्या विकृत माणसानं स्वतःला न थांबवण्याचा निश्चय करून एखाद्या तरुण मुलीचा छळ करावा ना अगदी तसं.

आपल्याला ते ऐकूच येत नाही असं दाखवण्याचा माझी आई खूप प्रयत्न करायची; पण तिच्या आक्रसलेल्या ओठांवरून आणि त्याच्या फिकट रंगावरून ते कळायचंच. हातातला टोस्ट ती अगदी छोटे तुकडे करून खाऊ लागायची आणि तोंडात त्याचे अगदी बारीक तुकडे होईपर्यंत चघळायची आणि मग अगदी न राहवून

---

४. हॉटेलचे नाव

५. खाण्याचे डबे

हातातला अर्धवट टोस्ट बशीत ठेवून ती ते आवाज ऐकायची. आणि मग ती सारं काही ऐकायची. म्हणजे तिला ते ऐकू यायचं! त्या मुलींचे ते सुस्कारे, क्रंदन आणि वेदनांनी तळमळण्याचे ते आवाज ऐकू न येणं म्हणजे तुम्ही बहिरे असाल तरच ते शक्य होतं. कधी त्यांच्या नग्न शरीरांचा आणि उघड्या पार्श्वभागांचा भिंतीवर किंवा आमच्या छतावर आपटल्याचा आवाज यायचा आणि त्याचबरोबर अनेकदा तर छतावरून धूळ, पापुद्रे आणि किडेही माझ्या दुधात पडायचे; पण मी यावर काही बोलणं अपेक्षित होतं का? नाही. माझे वडील तर याकडे खूपदा दुर्लक्ष करायचे; पण जेव्हा तो विशिष्ट आदळण्याचा आवाज व्हायचा तेव्हा मात्र त्यांचंही लक्ष जायचं. मग अशा वेळी हातातील पेपर तोंडासमोरून बाजूला करून ते माझ्याकडे एक नजर टाकायचे आणि आईचं लक्ष जाऊन, तिनं वैतागून दूध वाया घालवलं म्हणून ओरडण्याआधीच पुन्हा घाईघाईनं पेपर तोंडापुढे धरायचे.

त्या दिवसांमध्ये बाबा रोज नोकरीच्या शोधार्थ घराबाहेर पडायचे आणि मी आणि ते दोघंही सकाळी एकदम बाहेर पडायचो. सकाळी लवकर घराबाहेर पडण्याचा एक उद्देश होता आणि तो म्हणजे लांबच्या रस्त्यानं जाणं. ही एक अशी गोष्ट होती जी आम्ही दोघांनीही कुठलीही तयारी करून किंवा योजना बनवून केली नव्हती आणि त्यासंदर्भात अवाक्षरही काढलं नाही. न्याहरी झाली की डिश सिंकमध्ये टाकून, ब्रश करून, आपापलं सामान घेऊन आम्ही तडक बाहेर पडायचो. कदाचित आईपासून लवकरात लवकर सुटका करून घेण्याचा आमचा प्रयत्न असायचा. त्या दिवसांमध्ये तिचं सारं काही विखारीच झालं होतं आणि ते आमच्या आयुष्यातही प्रवेश करताना जाणवायचं. मी आणि बाबांनी यावर कधी चर्चा वगैरे केली नाही. करायचीही नव्हती; पण त्या तशा वातावरणात राहायचंही नव्हतं.

यात एक गोष्ट नेहमी असायची. त्या इमारतीच्या सुरक्षिततेतून बाहेर रस्त्यावर येताच आम्ही दोघंही परस्परांकडे एक नजर टाकायचो आणि मग पुन्हा समोर पाहत निघायचो. आमच्या मनात काय आहे हे दोघांनाही कळायचं आणि आईला घरी एकटं सोडून बाहेर निघून आल्याचा तो एक अपराधी भाव असायचा; कारण बाहेरच्या अपरिचित भासणाऱ्या जगात कुठलीही तयारी नसताना आणि मदतीशिवाय तिला असं सोडून दिल्याचा तो अपराधी भाव होता. आमचा दोघांचा अवतारच असायचा आणि ते दोघांनाही ठाऊक होतं. तिकडे सनीवेलला असताना बाबा फारच टापटीप असायचे. जिन्स आणि आदिदासचे जोडे घालून ते बाईकवर कामाला जायचे. हातात खूप स्टाईलिश बॅग असायचा; पण आता तो नूर पार पालटला होता. आता त्यांच्या अंगावर पॉलिएस्टरचा एक निळा सूट, लेस नसलेले स्वस्त जोडे आणि हातात एक तसलीच स्वस्तशी ब्रीफकेस. या साऱ्या अवतारात ते आणखी वयस्क आणि जुन्या मतांचे वाटायचे. आणि मला हा वाह्यात गणवेश घालावा

लागायचा. आकारानं तो माझ्यासाठी लहान होता आणि तो मला चांगला दिसावा यासाठी मी कितीही प्रयत्न केला तरीही त्याचा काहीही उपयोग होत नव्हता; पण वर्गातल्या इतर मुली छान शिडशिडीत असल्यामुळे तोच गणवेश त्यांना एकदम गोंडस आणि सेक्सी मुलीत रूपांतरित करत असे. मी मात्र एखाद्या ओबडधोबड वास येणाऱ्या बांडगुळासारखी दिसायची आणि मी तसंच एक बांडगूळ असल्याची आता मला खात्री वाटू लागली होती. घरातून बाहेर पडतानाच हे असं वाटणं, मला इतर कुठल्याही गोष्टींपेक्षा जास्त लक्षात राहिलं आहे. एखाद्या पडेल नाटकातील आम्ही ओंगळवाणे कपडे केलेले सुमार कलाकार होतो आणि नाटक पडणार हे ठाऊक असूनही रंगमंचावर जावंच लागणार, अशी काहीशी आमची स्थिती होती.

हा लांबचा रस्ता पार करताना आम्हाला शेजारच्या जुन्या वस्त्यांतून आणि बाजारातून जावं लागायचं. काही ओंगळवाण्या वाटणाऱ्या कार्यालयीन इमारतींच्या गर्दीत एक देऊळ होतं. हे देऊळ मात्र आम्हा दोघांसाठीही खूप विशेष होतं. शेवाळ आणि उदबत्तीचा संमिश्र सुगंध तिथं यायचा आणि वेगवेगळे आवाजही - म्हणजे कीटक आणि पक्ष्यांचेही आवाज तुम्ही ऐकू शकता आणि बेडकाचाही - तसंच झाडं आणि इथल्या इतर काही गोष्टी वाढत आहेत हेही तुम्हाला जाणवतं. टोकियोच्या अगदी मध्यभागी असूनही या मंदिराजवळ आलं की वाटायचं की, एखाद्या बर्फाच्या तुकड्यात जतन करून ठेवलेल्या मोठ्या बुडबुड्यात बंद झालेल्या प्राचीन, मऊशार हवेच्या कोशात आपण शिरत आहोत, ज्यात ते आवाज आणि तो गंध आजही कायम आहे. आर्क्टिक आणि अंटार्क्टिका किंवा जिथं फार गारठा आहे अशा प्रदेशात काही शास्त्रज्ञ कसे हजारो फूट खोल उत्खनन करून तिथल्या बर्फाचे नमुने गोळा करतात, ज्यात हजारो, लाखो, करोडो वर्षांपूर्वीच्या प्राचीन वातावरणाचे अवशेष गोठलेले आहेत, याबाबत मी काही ठिकाणी वाचलं होतं. जरी हे सगळं खूप रोमांचक असलं, तरी ते बर्फाचे तुकडे वितळतायत आणि त्यातले ते प्राचीन बुडबुडे आपल्या या एकविसाव्या शतकातल्या प्रदूषित हवेत एखाद्यानं उसासे टाकावेत तसे सुटतायत, हा विचार मला दुःखी करतो. मूर्खासारखं आहे, पण आहे. मला त्या मंदिरात गेल्यावर हा विचार यायचाच. मला ते मंदिर त्या नमुन्यासारखं भासायचं आणि म्हणून ते मला आवडायचंही. मी बाबांना तसं सांगितलं होतं आणि मला जिकोबद्दल काहीही माहीत नसताना आणि तिच्या त्या डोंगरावरच्या देवळात उन्हाळ्याची सुटी घालवण्यापूर्वीही मला हे असं काही जाणवायचं. मला तर ती आहे, हेही ठाऊक नव्हतं.

"तू अगदी लहान असताना तिला भेट दिल्याचं तुला आठवत नाही?"

"नाही."

"आपण अमेरिकेला जाण्यापूर्वी तिला भेटायला देवळात गेलो होतो."

"आपण अमेरिकेला जाण्यापूर्वीचं मला काहीही आठवत नाही."

लाकडाच्या दारातून जाणाऱ्या रस्त्यावरून आम्ही आत प्रवेश केला. एका दगडी दिव्याच्या खांबाखाली एक मांजर सूर्यप्रकाशात निवांत पहुडलेलं होतं. एका सावल्यांनी भरलेल्या चबुतऱ्यावर ठेवलेल्या शाका-सामाच्या (बुद्ध) मूर्तीपुढे जाण्यासाठी आम्हाला काही मोडकळीस आलेल्या पायऱ्यांवरून जावं लागलं. परस्परांच्या शेजारी उभं राहून आम्ही त्याच्याकडे पाहिलं. जणू काही निजलेला आहे असं वाटेल अशा अर्धोन्मीलित डोळ्यांमुळे तो खूप शांत दिसला.

"तुझी पणजी संन्यासिनी आहे. तुला ठाऊक होतं?"

"बाबा, मी सांगितलं ना तुम्हाला. ती आहे हेच मला माहीत नाही."

बाबांनी सांगितल्याप्रमाणे मी दोनदा टाळ्या वाजवून मग झुकून नमस्कार केला आणि प्रार्थना म्हटली. माझ्या प्रार्थनेत फक्त एकच मागणी असायची- बाबांना नोकरी मिळावी आणि आम्हाला सनीवेलला परत जाता यावं आणि या दोन्हीतील एकही पूर्ण होणार नसेल, तर मग शाळेतल्या मुलामुलींनी माझा छळ थांबवावा. माझी कुठली पणजी संन्यासिनी आहे की काय यात मला कवडीचाही रस नव्हता. आलेला दिवस शांततेत पार पडावा, निवांत जगता यावं, एवढीच माझी इच्छा होती.

मंदिरातून बाहेर पडल्यावर बाबा मला शाळेपर्यंत सोडायला यायचे आणि रस्त्यात आम्ही काहीबाही बोलत असू. काय ते मला आता काही आठवत नाही आणि ते फार महत्त्वाचंही नाही. महत्त्वाचं होतं त्यांचं नम्र असणं आणि जे काही दुःखद आणि निराशावादी आमच्या आयुष्यात घडत आहे त्या संदर्भात एक अवाक्षरही न बोलणं. परस्परांवर प्रेम करण्याची आणि ते व्यक्त करण्याची ही एकच तऱ्हा आम्हाला ठाऊक होती.

शाळेच्या फाटकाशी येताच ते क्षणभर थांबायचे आणि मीही थांबायची. मग कुणीही आपल्याला पाहत नाही ना, याची खात्री करून ते मला पटकन जवळ घ्यायचे आणि माझ्या कपाळावर आपले ओठ टेकवायचे. जगात घडणाऱ्या अति सामान्य गोष्टींपैकी ही एक आहे; पण आम्हा दोघांसाठी तीच गोष्ट एखाद्या बेकायदा कृत्याप्रमाणे होती. जणू काही आम्ही कुणी प्रेमी युगुल होतो; कारण जपानमध्ये कुठलेही वडील साधारणतः आपल्या मुलांना असे जवळ घेत नाहीत आणि तिची पापीही घेत नाहीत. का ते तुम्ही मला विचारू नका. पण बस्स! ते असं करत नाहीत; पण आम्ही तसं करायचो कारण आम्ही अमेरिकन होतो. निदान आम्ही स्वतःला मानायचो. यानंतर कुणी हे सारं काही पाहण्याआधी आम्ही पटकन बाजूला व्हायचो.

"तू खूप छान दिसतेस, नाओ," माझ्या कपाळाकडे पाहत ते म्हणायचे.

आणि मग मी माझ्या पायावर नजर खिळवून म्हणायची, "हो आणि तुम्हीही खूप छान दिसता आहात, बाबा."

आम्ही परस्परांशी खोटं बोलत होतो; पण ते मान्य होतं. उरलेलं अंतर आम्ही एकही शब्द न बोलता पार करत असू. कारण एवढं धादांत खोट बोलल्यानंतर जर का तोंड उघडलं तर सत्य भडभडून बाहेर येण्याची शक्यता असायची. म्हणून आमची तोंडं शिवलेली असायची. जरी आम्ही परस्परांशी स्पष्ट बोलायला असमर्थ होतो, तरीही ते मला शाळेत सोडायला यायचे, हे मला भारी आवडायचं. म्हणजे निदान ते दृष्टिपथात असेपर्यंत आणि माझा निरोप घेईपर्यंत तरी मुलं माझी खिल्ली उडवायला धजावत नसत.

पण ते वाट बघत होते. शाळेच्या फाटकात उभ्या असलेल्या आमच्यावर खिळलेल्या त्यांच्या नजरा मला जाणवायच्या. माझ्या अंगावर काटा उभा राहायचा आणि काळजातील धडधड वाढायची आणि पूर आलेल्या नदीसारखा मला दरदरून काखेत घाम सुटायचा. त्यांना घट्ट मिठी मारून 'मला सोडून जाऊ नका' अशी विनंती करण्याची ऊर्मी दाटून यायची; पण मी असं कधीच करू शकणार नाही, याची मला पुरेपूर जाणीव होती.

"जा, ने," फार उत्साहानं माझे वडील म्हणायचे. "खूप मन लावून अभ्यास कर, ओके?"

यावर मी फक्त मान डोलवायची; कारण मला ठाऊक होतं की काहीही बोलण्यासाठी जर का मी तोंड उघडलं तर गळ्यात दाटलेला हुंदका बाहेर येणार आणि मला रडू कोसळणार.

४

ते ज्या क्षणी पाठ फिरवायचे त्या क्षणी ती नजरा खिळवलेली शरीरं माझ्या दिशेनं कूच करायची. तुम्ही कधी जंगल आणि वन्य प्राणी किंवा निसर्गासंदर्भातील डॉक्युमेंटरी पाहिल्या आहेत का? त्यात कसं हिंस्र श्वापदांचा एक गट एखाद्या गरीब आणि कोवळ्या दिसणाऱ्या हरणाच्या पाडसाला घेरतो? ते सर्व बाजूंनी येऊन आपलं सावज हेरतात आणि हळूहळू त्याच्यावर हल्ला करतात ना अगदी तसं. आणि अशात जर बाबांनी वळून पाहिलं तर त्यांना वाटायचं की माझ्या मुलीचे खूप मित्र-मैत्रिणी आहेत आणि ते एकमेकांशी फार प्रेमानं आणि जिव्हाळ्यानं अत्यंत फालतू इंग्रजीत मला - गुद मॉर्निंनगू, डिअर ट्रान्स्फर स्टुडंट यासूतानी! हैलो! हैलो! असं म्हणतायत. आणि बाबांची माझ्याकडे पाहून आपल्याला खूप मित्र-मैत्रिणी आहेत आणि ते मला फार छान वागवतात याची खात्री व्हायची. जंगली

तरस असतात त्याप्रमाणे हे सारे असतात आणि सहसा एकच तरस पुढे येतो आणि तो- ही सगळ्यात मोठा नाही. जो छोटा आहे; पण अत्यंत चपळ आहे आणि सगळ्यात क्रूर आहे तो आधी झडप घालतो आणि रक्त काढतो; म्हणजे इतरांना आक्रमण करण्याचा संकेत मिळतो. मग आम्ही शाळेच्या दारातून आत प्रवेश करेपर्यंत माझ्या शरीरावर कापल्याचे आणि डिवचल्याचे नवीन व्रण तयार व्हायचे. माझा गणवेश पार उधळून लावलेला असायचा आणि त्यावर मुली आपल्या फाटे फुटलेल्या केसांना कापण्यासाठी शाळेच्या कंपासमध्ये बाळगतात त्या छोट्या कात्रीनं अनेक ठिकाणी छोटी भोकंही करायच्या. तरस आपली शिकार पूर्ण मारून कधीच खात नाही. ते फक्त त्याला पांगळं करतात आणि त्या जिवंत प्राण्यावर ताव मारतात.

हे असं दर दिवशी चालायचं. माझ्या डेस्कजवळून जाताना ते वास घेतल्यासारखं करायचे आणि मग म्हणायचे "Iyada! Gaijin kusai!"[६] किंवा "Bimbo kusai."[७] अनेकदा ते आपल्या इंग्रजीच्या अभूतपूर्व ज्ञानाचा माझ्यावर प्रयोग करायचे, म्हणजे काही अमेरिकन रॅप गीतांची उजळणी करून : Yo, big fat-ass ho, puleezu show me some juicy coochie, ain't you a slutto, you even take it in the butto, come lick on my nutto, oh hell yeah... Etc. तुम्हाला आता कल्पना आलीच असेल. या सगळ्यात, त्यांच्याकडे अजिबात लक्ष न देणं किंवा अगदी मेल्या माणसासारखं वागणं किंवा आपण अस्तित्वातच नाही असं भासवणं, असा काहीसा पवित्रा माझा असायचा. कधी कधी तर मला वाटायचं की हे असं भासवण्याचा जर मी खूप खूप आणि खूप प्रयत्न केला तर ते कदाचित सत्यातही येईल आणि माझा मृत्यू होईल किंवा मी अदृश्य तरी होईन. किंवा हे सारं काही माझ्या वर्गातील विद्यार्थ्यांना तरी वाटावं की माझा मृत्यू झाला आहे किंवा मी अस्तित्वात नाही, म्हणजे ते माझा छळ थांबवतील; पण तसं झालं नाही. माझ्या घरापर्यंत ते माझा पाठलाग करायचे आणि मी कशीबशी पायऱ्यांवरून धापा टाकत घरात शिरायचे आणि दार लावून आपल्या खोलीत बसून राहायचे. श्वास सावरत आणि शरीरावर झालेल्या जखमांतून येणारं रक्त पाहत मी खोलीत शिरले. हातांवर आणि जिथे दाखवणंही शक्य नाही तिथे पायांवर या छोट्या कापल्याच्या जखमा मला असायच्या.

या वेळी आई कधीच घरी नसायची. ती तिच्या जेलीफिश फेजमध्ये होती. सिटी ॲक्वेरियममधल्या अपृष्ठवंशीय प्राण्यांच्या विभागात ती आपली गुचीची जुनी

---

६. परदेशी लोकांसारखा वास
७. भिकाऱ्यांच्या अंगाचा वास

हँडबॅग घट्ट पकडून, काचेपलीकडचे कुराजे[८] बघत आख्खा दिवस घालवायची. मी हे जाणते; कारण ती मला एकदा तिथं घेऊन गेली होती. हा तिचा सगळ्यात सुखाचा आणि शांततेचा काळ असायचा. जेलीफिश पाहणं निरोगी असण्यास मदत करतं; कारण त्यानं मानसिक तणाव कमी होतो असं तिनं कुठंसं वाचलं होतं; पण एक प्रॉब्लेम होता यात. हाच लेख टोकियोतल्या हजारो स्त्रियांनीही वाचला होता आणि म्हणून त्या जेलीफिशच्या टँकपुढे कायम गर्दी असायची. मत्स्यालयात मग त्या विशिष्ट टँकपुढे दुमडता येणाऱ्या खुर्च्यांची सोय करण्यात आली होती आणि जर का तुम्हाला जेलीफिशला नीट पाहता यावं यासाठी योग्य जागा पटकवायची असेल तर त्यासाठी तिथं फार लवकर पोचणं गरजेचं होतं; पण नेमकी ही सारी प्रक्रियाच खूप तणावपूर्ण झाली होती. आता मी त्याचा विचार केला की वाटतं, त्या दिवसांमध्ये आईला नैराश्यानं पछाडलं होतं; पण मला अजूनही आठवतं की तिचा तो शिडशिडीत बांधा त्या टँकच्या निळ्या रंगाच्या पाश्वर्भूमीवर अतिशय सुंदर दिसायचा. आपल्या शेपट्यांनी पाण्यात इकडून तिकडे फिरणाऱ्या त्या गुलाबी आणि पिवळ्या जेलीफिशना पाहणारे तिचे लालबुंद झालेले डोळेही मला आठवतात.

५

सनीवेलनंतर आमचं आयुष्य हे असं होतं आणि जरी फक्त दोन महिनेच उलटले होते तरी हे असंच चालत राहणार असं वाटू लागलं होतं. आणि तशात एक दिवस संध्याकाळी बाबा घरी आले आणि आपल्याला नोकरी मिळाल्याचं त्यांनी जाहीर केलं. एका नव्यानं सुरू झालेल्या संगणक कंपनीत आपल्याला कसलं तरी सॉफ्टवेअर तयार करण्याची संधी देण्यात आली आहे आणि त्या प्रकल्पाचे प्रमुख प्रोग्रॅमिंग अधिकारी म्हणून आपली नियुक्ती करण्यात आल्याचं त्यांनी सांगितलं. सिलीकॉन व्हॅलीत मिळणाऱ्या पगाराच्या तुलनेत इथं देऊ केलेला पगार फारच नगण्य होता; पण निदान त्यांना नोकरी तरी मिळाली होती. हा जणू चमत्कारच घडला होता! मला आठवतं, आई खूप खूप खूश होती. इतकी की तिला रडूच आलं आणि बाबांना लाजायला झालं होतं आणि काय करावं ते त्यांना सुचेचना. शेवटी ते आम्हाला बाहेर जेवायला घेऊन गेले आणि भातावर भाजलेले गोडे इल त्यांनी माझ्यासाठी मागवले; कारण ती जगातील माझी सगळ्यात आवडती डिश आहे.

त्यानंतरही माझे बाबा आणि मी सकाळी एकाच वेळी बाहेर पडायचो; पण ते रात्री खूप उशिरा परतायचे. शाळेत अजूनही माझ्यावर दादागिरी चालायची आणि

---

८. जेलीफिश

आमच्याकडे अजूनही फारसे पैसे आलेले नव्हते; पण आमचं कुटुंब त्याच्या भवितव्यासंदर्भात आशावादी झालं होतं. आईनं मत्स्यालयात जाणं टाकलं आणि ती आमचं ते दोन खोल्यांचं घर सावरण्यात गुंतली. तिनं मॅट स्वच्छ केलं आणि आमची पुस्तकांची कपाटं आवरली आणि एवढंच नाही तर तिनं त्या बारबालांशी हुज्जतही घातली, त्यांना क्लबमध्ये जाताना अगदी थांबवून त्यांच्याशी सफाईसाठी आणि त्या जे आवाज करायच्या त्यासाठी भरपूर ओरडलीदेखील.

"मला एक वयात येणारी मुलगी आहे!" ती त्यांना सांगताना मी ऐकलं आणि मला त्याची लाज वाटली - ओ, हैलो, मी आता १५ वर्षांची होते आहे आणि सेक्स काय असतं ते मला माहीत आहे - पण अभिमानही वाटला की माझ्यासाठी कुणाशी तरी भांडण्यासाठीही ती तयार होती.

जपानमधला माझा तो पहिला ख्रिसमस आणि नवीन वर्ष होतं आणि आई-बाबा सारं काही अगदी व्यवस्थित असल्याचं स्वतःला समजावत होते. आयुष्यातील ती आपत्ती आमच्यासाठी एक रोमांचक अनुभव बनून आली होती आणि मी एक लहान मुलगी असल्यामुळे जे काही पुढ्यात वाढून ठेवलं होतं ते मी सहज स्वीकारलं आणि मला त्यातलं काय कळतं होतं? ख्रिसमसला आम्ही एकमेकांना भेटवस्तू दिल्या आणि आईनं त्या दिवशी ओसेची[९] बनवलं. आम्ही टीव्हीपुढे एकत्र जेवायला बसलो आणि श्रम्प कॅन्डी, छोटे वाळवलेले मासे, खारवलेले रोऊ, मुरवलेल्या कमळाच्या मुळ्या आणि गोड बीन्सवर आम्ही ताव मारला. बाबा त्या दिवशी साके प्यायले आणि टीव्हीवर जाहिराती सुरू असताना त्यांच्या कामासंदर्भात ते आम्हाला माहिती पुरवत होते. ते तयार करत असलेल्या सॉफ्टवेअरमुळे संगणक कसे मायाळू बनतील आणि आपल्या गरजा आणि भावभावना कुठल्याही मनुष्यापेक्षा जास्त चांगल्या रीतीनं समजू शकतील आणि असंच काही काळानं मनुष्याला कशी परस्परांची गरजच राहणार नाही, हे सगळं ते सविस्तर सांगत होते. शाळेत जे काही सुरू होतं, त्याच्या पार्श्वभूमीवर मला या सगळ्या गोष्टी फारच भावल्या.

बाबा ज्याचा विचार करत होते त्याची मी कल्पनाही करू शकत नव्हते. ते सगळं निभावून नेऊ शकतील, असं त्यांना वाटायचं यावर माझा विश्वासच बसत नव्हता. कदाचित नाहीही. कदाचित ते विचारच करत नव्हते आणि ते आधीच इतके खुळावले होते की त्यांचा त्यांच्याच या कथांवर विश्वास बसत चालला होता. किंवा मग आपल्या अपयशाबद्दल सतत विचार करून ते शिणले होते, म्हणून त्यांनी ही नोकरी मिळाल्याची कल्पना काढली आणि स्वतःला त्यात गुंतवलं आणि थोडा

९. नवीन वर्षानिमित्त तयार करण्यात येणारं विशेष थंड जेवण, जे एक दिवस आधी तयार करून ते दुसऱ्या दिवशी विशिष्ट पद्धतीने वाढलं जातं.

काळ का होईना, पण आम्हाला आनंद दिला. हे सारं काही जमूनही आलं- थोड्या वेळा करताच; पण लवकरच आई आणि त्यांची रात्री वादावादी सुरू झाली. आधी ती फार हळुवार होती आणि नंतर त्याची तीव्रता वाढत गेली.

ही भांडणं कायम पैशांसाठीच असायची. त्यांचा आठवडी पगार त्यांनी आईलाच द्यावा असा तिचा आग्रह होता आणि तिला घर चालवण्यासाठी त्याची गरजही होती. नवरा बायकोला सारे पैसे आणून देतो. मग ती त्यातून त्याला बिअरसाठी किंवा पाचिन्कोसाठी किंवा त्याला हवं ते करण्यासाठी काही पैसे देते आणि उरलेला पैसा ती काळजीपूर्वक जमा करते. अशी मागणी करण्यामागे आईकडेही एक जबरी कारण होतंच. तिला हा जमा-खर्च जपानी पद्धतीनं करायचा होता. अमेरिकेला गेले असताना बाबांनी सारे व्यवहार अमेरिकन पद्धतीनं केले. घरातला कर्ता पुरुष सगळ्या आर्थिक व्यवहाराचे निर्णय घेतो, अशी ती पद्धत घराच्या मुळावर आली आणि आपत्ती आली. आईला हे सारं काही पुन्हा घडताना बघण्याची तयारी नव्हती आणि म्हणून पूर्ण पगार तिला तिच्या हातात हवा होता. बाबा मात्र काही पैसे कुठल्याशा मोठ्या प्रतिष्ठित बँकेत जमा करण्यावर अडून बसले होते. कधीतरी ते एकदम दहा हजार येन आणून तिच्या हातात ठेवायचे; पण तेवढंच. आणि हे असंच अनेक दिवस सुरू राहिलं असतं; पण बाबांच्या निष्काळजीपणामुळे एक दिवस म्हणजे माझ्या पंधराव्या वाढदिवसाला तिच्या हाती लॉटरीच्या पावत्या लागल्या आणि तिनं त्याची सरळ चौकशी केली. आपण इतके दिवस खोटं बोलत होतो हे मान्य करण्याऐवजी ते बाहेर पडले आणि एका पार्कमध्ये जाऊन बसले. व्हेंडिंग मशिनमधून साके घेऊन प्यायले आणि नंतर रेल्वेस्टेशनवर जाऊन त्यांनी एक प्लॅटफॉर्म तिकीट काढलं आणि १२.३७ ला शिंजुकूकडे जाणाऱ्या चुओ रॅपिड एक्स्प्रेससमोर उडी मारली.

सुदैवानं स्टेशनात प्रवेश करणाऱ्या त्या ट्रेनचा वेग आधीच मंदावला होता. शिवाय प्लॅटफॉर्मवर उडी मारण्यासाठी सज्ज असलेल्या बाबांना कंडक्टरनं आधीच पाहिलं आणि त्यानं आपत्कालीन ब्रेक लावले. ते अगदी थोडक्यात बचावले; मात्र त्यांच्या त्या गबाळ्या ब्रीफकेसवरून ट्रेनचं चाक गेलं. स्टेशन पोलिसांनी येऊन बाबांना ट्रॅकवरून उचललं आणि वाहतुकीत अडथळा आणल्याबद्दल आणि गोंधळ निर्माण केल्याबद्दल त्यांना अटक केली; पण त्यांनी नक्की उडी मारली की दारू जास्त झाल्यामुळे ते पडले, हे निश्चित होऊ शकलं नाही, म्हणून त्यांना तुरुंगात टाकण्याऐवजी आईच्या ताब्यात देण्यात आलं.

आई त्यांना आणायला पोलीस स्टेशनला गेली होती आणि एक टॅक्सी करून त्यांना घरी घेऊन आली. आल्या आल्या तिनं त्यांना बाथटबमध्ये बसवलं आणि जेव्हा ते तसेच ओलेत्या अंगानं बाहेर आले ते बरेच चांगल्या अवस्थेत दिसत होते.

जे काही झालं त्याची कबुली देण्यासही त्यांनी होकार दिला. मला आईनं बेडरूमकडे पिटाळलं; पण आपला बाप कुठल्या प्रकारचा माणूस आहे हे जाणून घेण्याइतपत आता ती मोठी झाली आहे, असं बाबांचं म्हणणं पडलं. स्वयंपाकघरातील टेबलवर ते आमच्यासमोर बसले. पांढरी फट्ट झालेली बोटं त्यांनी परस्परांत गुंफली होती आणि मग त्यांनी सांगितलं की ते आमच्याशी सारं काही खोटं बोलले. ती नोकरी आणि ते काम सारं काही त्यांच्या कल्पनेचे खेळ होते. त्या तथाकथित कंपनीतील मुख्य प्रोग्रॅमिंग अधिकारी म्हणून कामाला जाण्याऐवजी ते यूएनओ पार्कमध्ये एका बाकावर बसून दिवस काढायचे. रेसिंग फॉर्मचा अभ्यास आणि कावळ्यांना दाणे घालणे असा उद्योग तिथं चालायचा. त्यांच्या जुन्या संगणकाचे काही भाग विकून त्यांनी तो पैसा घोड्यांच्या शर्यतींवर लावला होता. कधीतरी ते जिंकायचे आणि मग त्यातील काही पैसा पुन्हा पैज लावण्यासाठी ठेवून ते उरलेली रक्कम आईला द्यायचे; पण गेले काही दिवस ते सतत हरत होते आणि शेवटी त्यांचा सगळा पैसा संपला. त्यांनी थाप मारल्याप्रमाणे त्यांचं कुठलंही बँक खातं नव्हतं. मनुष्यांना प्रेमळ वागणूक देणारं कुठलंही सॉफ्टवेअर नव्हतं. कुठलीही नवीन कंपनी निघालेली नव्हती. फक्त होता तो वाहतुकीत अडथळा आणल्यासाठीचा पाच मिलियन येनचा दंड, ज्याचा सरळ अर्थ होता की जर तुम्हाला स्वतःला संपवायला त्यांच्या ट्रेनचा वापर करायचा असेल तर एवढी रक्कम भरा. टेबलवर डोकं टेकेपर्यंत ते सतत झुकून आमची माफी मागत होते. माझ्या वाढदिवसाला भेटवस्तू द्यायलाही आपल्याकडे छदामही नाही, असं ते वारंवार म्हणत होते. ते रडत होते याची मला पक्की खात्री आहे.

तो चुओ रॅपिड एक्स्प्रेसचा प्रसंग पहिलाच होता आणि ते मद्याच्या अमलाखाली असल्यामुळे तो एक अपघात होता, असं म्हणायला वाव होता. सरतेशेवटी आईनं मला याच गोष्टीवर विश्वास ठेवायला भाग पाडलं आणि बाबांनीही तिच्या स्वरात स्वर मिसळला; पण ते खरं नाही हे त्यांचे डोळे मला सांगत होते.

६

माझी जिको म्हणते की जे काही घडतं ते तुमच्या कर्मामुळे. म्हणजे तुम्ही जे काही काम करता आणि विचार करता त्यातून निर्माण होणाऱ्या चांगल्या-वाईट परिणामांतून तुम्ही तुमच्या आयुष्यात घडणाऱ्या घटनांची निर्मिती करता. म्हणजे थोडक्यात, तुम्हाला स्वतःवर निगराणी ठेवणं गरजेचं आहे. नाहीतर तुम्ही जर एखादा विक्षिप्त विचार केला, तर तो तुम्हालाच छळायला परतून येऊ शकतो. आणि हे फक्त एकाच जन्मात होत नाही, तर ते तुमच्या भूतकाळातून भविष्यापर्यंत जातं. या जन्मी

पार्कमधल्या बाकड्यावर बसून कावळ्यांना भरवतच आयुष्य संपवणं, हे कदाचित माझ्या वडिलांच्या कर्माचंच फळ असेल. अर्थात त्यांच्या त्या आयुष्य संपवण्याच्या प्रयत्नाला मी कुठलंही दूषण लावणार नाही; कारण हे आयुष्य लवकरात लवकर संपवून पुढे जाण्याचा त्यांचा बहुधा तो प्रयत्न असावा. आणि जिको मला नेहमी म्हणते की सरतेशेवटी तुम्ही जर चांगलं काम करण्याचा सतत प्रयत्न करत राहिलात, तर ते चांगलं कर्म तुमच्या वाईट कर्मावर भारी पडतं आणि मग तुम्हीही कधीही परत न येण्यासाठी त्या लिफ्टमध्ये प्रवेश करू शकता; पण माझ्या मते, हे तोपर्यंत शक्य नाही, जोपर्यंत तुम्ही जिकोसारखं बनत नाही आणि इतर साऱ्यांना लिफ्टमध्ये बसवण्याची तुम्ही वाट पाहता. हेच तर विशेष आहे माझ्या पणजीबद्दल. तुम्ही तिच्यावर निर्धास्तपणे विश्वास टाकू शकता, विसंबून राहू शकता. जरी ती एकशे चार वर्षांची असली आणि थोडं न उमगणारं बोलत असली तरीही ती शंभर टक्के विश्वासार्ह व्यक्ती आहे.

रुथ

१

"तो कावळ्यांचा संदर्भ फार इंटरेस्टिंग आहे हं,'' तंद्रीत असल्यासारखा ऑलिव्हर बोलला.

रुथनं डायरी मिटली आणि आपल्या नवऱ्याकडे पाहिलं. बिछान्यावर उताणा पडून तो आपल्या पायांकडे पाहत होता. त्याच्या त्या कोरीव काम केल्यासारख्या शरीराकडे आणि स्पष्ट बांध्याकडे ती अनिमिष नजरेनं पाहू लागली. आता जे काही तिनं वाचलं होतं- नाओच्या आयुष्याबद्दल, तिच्या वडिलांबद्दल, तिच्या शाळेतल्या त्या प्रकारांबद्दल - आणि या माणसाच्या डोक्यात काही आलं असेल तर ते त्या कावळ्यांबद्दल! इतर अनेक असे विषय तिला आढळून आले होते ज्यावर बोलायला तिला आवडलं असतं आणि ती हे त्याला बोलून दाखवणारच होती की, अडखळत उच्चारलेल्या त्याच्या काही शब्दांनी तिला रोखलं. स्वतःच्या काही प्रतिक्रिया स्थळ-काळाचा भेद न पाळता येतात याची त्याला पुरेपूर कल्पना होती आणि त्यामुळे तो अनेकदा अस्वस्थही व्हायचा, याची रुथला जाणीव होती. तिला चिडवण्याची त्याची अजिबात इच्छा नव्हती. उलट तो तिला मदत करण्याचा प्रयत्न करत होता. हे सारं जाणून तिनं एक खोल श्वास घेतला.

"कावळे,'' तिनं पुन्हा विचारलं. "त्यांचं काय?''

"हं..'' त्यानं मोकळा निःश्वास टाकला. "नाओनं त्यांचा उल्लेख करावा हे जरा मजेशीरच आहे; कारण गेले काही दिवस मी स्वतः जपानी कावळ्यांबद्दल वाचन करतो आहे. तिथे सापडणारे कावळे *कॉरवस जॅपोनेन्सिस* या प्रजातीचे गणले जातात जी *कॉरवस मॅक्रोरॅन्हायनोकोस* म्हणजे मोठ्या चोचीचे किंवा जंगल क्रो याची प्र-प्रजाती आहे. अमेरिकन कावळ्यापेक्षा ते फार वेगळे असतात....''

"हे कॅनडा आहे,'' तिचं मन वेगळ्याच दिशेने प्रवास करत असतानाही त्याच्या बोलण्याकडे लक्ष पुरवत तिनं त्याला थांबवत विचारलं. "आपल्याकडे मग कॅनडा कावळे असायला हवेत, नाही?'' हे बोलताना तिच्या डोळ्यांपुढे नाओचे

बाबा तिला दिसत होते. ब्रेकफास्ट संपवून आपल्या मुलीला शाळेत सोडून, त्यांच्या स्वस्त निळ्या रंगाच्या सूटमध्ये पार्कच्या बाकड्यावर बसलेले. कदाचित त्यांनी एखाद्या कचऱ्याच्या डब्यातून कुणीतरी वाचून टाकून दिलेलं वर्तमानपत्र मिळवलं असेल आणि ते बाकावर बसून वाचत असतील.

"'अगदी बरोबर," ऑलिव्हर उत्तरला. "मी आता ते सांगणारच होतो की आपल्याकडे जे कावळे दिसतात त्यांना *कॉरवस कॉरिनस* म्हणजे उत्तरपश्चिमी कावळे म्हणतात. दिसायला ते अगदी अमेरिकन कावळ्यांसारखेच असतात; पण फक्त आकारानं थोडे छोटे असतात."

"फिगर्स...आकार..." ती उद्गारली. इतरांपेक्षा त्यांचा आवडता एखादा बाक असेल का, जिथं बसून ते मिळवलेल्या वर्तमानपत्रात घोड्यांच्या शर्यती संदर्भात माहिती वाचत असतील. मग कदाचित दुपारी स्वतः आणलेल्या सॅन्डविचमधून किंवा राइस बॉलमधले काही कण ते कावळ्यांना भरवत असतील आणि मग तोंडावर तेच वर्तमानपत्र घेऊन ते एक डुलकी घेत असतील. त्यांना खरंच असं वाटलं का की ते या साऱ्या प्रकारातून निभावून जातील?

ऑलिव्हर बोलायचं थांबला होता.

"आपल्याकडे कावळेही आहेत हे मला खरंच ठाऊक नव्हतं," आपण अजूनही त्याचं ऐकतो आहे, असं भासवण्यासाठी ती बोलली. "आपल्याकडे फक्त डोमकावळे आढळून येतात, असं मला वाटलं होतं."

"हो ना," तो पुन्हा बोलू लागला. "आपल्याकडे कावळे आणि डोमकावळे दोन्ही दिसतात. एकच प्रजाती; पण दोन वेगळे पक्षी आणि तेच विचित्र आहे."

तो आता बिछान्यात उठून बसला आणि तिचं पूर्ण लक्ष आपल्या बोलण्याकडे असावं याची वाट तो पाहू लागला. "त्या दिवशी जेव्हा तू ती फ्रीजरबॅग घेऊन आलीस, मी तेव्हा बागेत होतो आणि मला डोमकावळ्यांचा आवाज ऐकू आला. तिकडे त्या चेडारवर बसून त्यांचा प्रचंड गोंगाट, पंखांची फडफड चालली होती. जणू काही ते खूप उत्तेजित झाले होते. मी वर पाहिलं तर ते एका छोट्या पक्ष्याला छळताना दिसले. तो पक्षी मात्र त्यांच्यांकडे झेपावण्याचा प्रयत्न करत होता; पण ते त्याला डिवचत राहिले आणि शेवटी कंटाळून मी जिथे काम करत होतो त्या कुंपणाकडे तो आला. दिसायला तो कावळ्यासारखाच होता; पण कॉरवस कॉरिनसपेक्षा आकारानं मोठा होता. फक्त त्याच्या डोक्यावर उंचवटा होता. मी तुला शपथेवर सांगतो, तो ना कॉरवस जॅपोनेन्सिस होता; पण तो इथं काय करतोय?"

ऑलिव्हर आता पुढे झुकला होता आणि त्याचे फिक्कट निळे डोळे बिछान्यावरच्या चादरींवर खिळले होते; जणू त्यात तो या भौगोलिक स्थित्यंतराच्या कोड्याचं उत्तर शोधत होता. "मला तर फक्त एकच शक्यता वाटते की तो तरंगत आलेल्या

सामानाबरोबर आला असावा. म्हणजे जलप्रवाहाच्या ओघात.''

''हे खरंच शक्य आहे का?''

पांघरुणावर तयार झालेले उंचवटे आणि दऱ्यांना हातानं एकसारखं करत तो उत्तरला, ''काहीही शक्य आहे. कोरलेल्या झाडांच्या खोडातूनसुद्धा लोक येथवर तरंगत आले आहेत; मग कावळे का नाही येऊ शकत? ते सामानासोबत तरंगू शकतात आणि शिवाय उडण्याची कुवत तर आहेच ना त्यांच्यात. अशक्य तर नाहीच ते. फक्त विरोधाभास तेवढा आहे.''

२

तो स्वतःच एक विरोधाभास होता, खिलाडू वृत्तीचा आणि सामान्यांपेक्षा वेगळा. बेटावरचे लोक त्याचं वर्णन करताना त्याला तऱ्हेवाईकही संबोधत असत; पण रुथला त्याच्या विचार करण्याच्या पद्धतीचं नेहमी कौतुक वाटायचं. त्याचं डोकं नेहमी वेगळ्याच दिशेनं धावत असे; पण त्याच्या या विचारप्रवाहाचा मागोवा घेत असताना कधी कधी ती अधीर व्हायची; पण शेवटी तिला तसं केल्याचं समाधानही मिळायचं. आणि त्या कावळ्यासंदर्भातील निरीक्षणाप्रमाणेच त्याची इतर गोष्टींकडे पाहण्याची पद्धत खूप रोचक होती.

कॅनडीयन रॉकीजच्या एका कलाकारांच्या मेळ्यात १९९०च्या सुमारास त्यांची गाठ पडली होती. एन्ड ऑफ द नेशन-स्टेट या संकल्पनेवर आधारित एका वसाहतीचं तो नेतृत्व करत होता. तिच्या एका चित्रपटाच्या निर्मितीनंतरच्या काही कामासाठी रुथला या वसाहतीत येण्याचं निमंत्रण देण्यात आलं होतं आणि ऑलिव्हर मध्य शतकातील जपानी चित्रपटांचा जबरदस्त आशिक होता. त्यामुळे त्यांची लगेच गट्टी झाली. अनेकदा तिच्या एडिटिंग रूममध्ये आपल्या शरीरसौष्ठवाचं प्रदर्शन करत तो दाखल व्हायचा आणि मग ते दोघं बिअर पित गप्पा करायचे. आपल्या चित्रपटातील तुकड्यांची अत्यंत काळजीपूर्वक आणि मन लावून जोडणी करताना हा तिच्याशी सरमिसळ, एकत्रीकरण, सीमारेषा आणि काळासंदर्भात भरभरून बोलत राहायचा. पर्यावरणाची आस्था असलेला तो एक कलाकार होता आणि शहरातील कलासंस्थांच्या कुंपणांजवळ तो हिरवळ पेरायचा (ज्याला तो नागरी पटलावरील वनस्पतिशास्त्राचे अडथळे असं म्हणायचा). लवकरच ती त्याच्या उन्मुक्त आणि सारी बंधनं झुगारून देणाऱ्या सर्जनशील विचारांत वाहत गेली. तिच्या एडिटिंग रूमच्या मिणमिणत्या प्रकाशात ती त्याला बोलताना ऐकत राहायची आणि मग लवकरच ती त्याच्या रूममध्येच वास्तव्यास गेली.

वसाहतीतील वास्तव्य संपलं आणि ते दोघंही दोन दिशांना निघून गेले : ती

सरळ गेली आपल्या न्यू यॉर्क शहरात आणि तो परत आला ब्रिटिश कोलंबियातल्या आपल्या बेटावरच्या शेतात जिथे तो पर्माकल्चर[१] शिकवायचा. अगदी आणखी एक वर्ष आधी ते जर भेटले असते तर त्यांची ही मैत्री तिथे आणि तेव्हाच संपुष्टात आली असती; पण तो काळ इंटरनेटच्या उदयाचा होता आणि त्यांचं दोघांचंही ई-मेल अकाऊंट होतं. त्यामुळे मैत्रीतील ओलावा कायम ठेवणं आणि मैत्री जगवणं त्यांना शक्य झालं. त्यानं इंटरनेट कनेक्शनची लाईन बेटावरच्या आणखी तीन लोकांशी शेअर केली होती; पण मग तो मध्यरात्र व्हायची वाट पाहायचा आणि इतर कुणी लाईन वापरत नसताना दररोज एक मेल तिला करायचा. 'मिसिव्हज फ्रॉम द मॉसी मार्जिन्स'[२] अशा मथळ्याखाली तो तिला पत्र लिहायचा. उन्हाळ्यात जेव्हा भिरभिरणाऱ्या कीटकांच्या पंखांवरील कणांनी खिडकीच्या काचा धूसर व्हायच्या, तेव्हा तो तिला बेटासंदर्भात माहिती द्यायचा. बेरीची डवरलेली झाडं, सगळ्यात चांगले ऑइस्टर मिळतात ती जागा आणि सौर ऊर्जेने उजळलेल्या दिव्यांचा प्रकाश जेव्हा परस्परांवर आदळणाऱ्या लाटांवर पडतो, तेव्हा जणू आकाशातील तारांगणाचं प्रतिबिंबच त्यात निर्माण होतं, हे सारं तो तिला लिहून कळवायचा. प्रशांत महासागराच्या संपूर्ण जीवजगताला त्यानं कवितेत आणि चित्रांमध्ये रूपांतरित करून मॅनहॅटनमधल्या त्या तिच्या इवल्याशा संगणकाच्या पटलावर सादर केलं होतं. तीही या साऱ्याची आतुरतेनं वाट पाहायची आणि प्रत्येक शब्द ती प्राण कंठाशी आणून वाचायची; कारण ती त्याच्या प्रेमात आकंठ बुडाली होती.

हिवाळ्यात त्या दोघांनी न्यू यॉर्कमध्ये एकत्र राहण्याचा प्रयत्न केला; पण शिशिर सरता सरता पुन्हा ती त्याच्या विचारप्रवाहात प्रवाहित झाली. त्याच्यासोबत या खंडातून ती थेट डेसोलेशन साऊंडच्या त्या हिरव्यागार बेटाच्या समुद्रकिनाऱ्यावर थडकली. बर्फानं आच्छादलेल्या डोंगरांच्या कुशीत सामावलेला तो इवलासा समुद्रकिनारा असलेलं ते बेट आणि कॅनडातील आरोग्य सुविधा हे त्याला तिकडे खेचून नेत होतं; कारण गेले काही दिवस इथं त्याला एका विचित्र तापानं ग्रासलं होतं. शिवाय परवडणाऱ्या आरोग्यविम्यासाठी त्यांना वेगळंही व्हावं लागलं होतं.

प्रामाणिक राहून जर तिनं पाहिलं तर त्यांच्या त्या प्रवाहित होण्यामध्ये तिची जी भूमिका होती ती तिला लक्षात येईल. त्याच्यासाठी जे योग्य आहे तेच तिला हवं होतं. तो आनंदी आणि सुरक्षित असावा, एवढंच तिला वाटतं होतं; पण त्याच वेळी ती स्वतःसाठी आणि तिच्या आईसाठी एक विसावाही शोधत होती. तिची आई अल्झायमरची रुग्ण होती. रुथच्या वडिलांच्या मृत्यूपूर्वी काही महिन्यांआधीच हा

---

१. पर्यावरणीय स्थापत्य

२. शेवाळलेल्या सीमेचे संदेश

आजार तिला असल्याचं निदान झालं होतं. वडील अखेरचे श्वास मोजत असताना आईची पूर्ण काळजी घेण्याचं रुथनं त्यांना वचन दिलं होतं. ते गेले आणि तेव्हाच तिचं पहिलं पुस्तक प्रकाशित झालं आणि त्यासाठी तिला दोनदा जगभर फिरायला निघावं लागलं होतं. कनेक्टिकटला विस्मृतीमुळे आलेल्या विक्षिप्तपणानं त्रस्त झालेली आई आणि कॅनडात आजारी नवरा या दोघांचीही एकाच वेळी काळजी घेणं अशक्य होतं. त्यामुळे आपल्या कुटुंबाला एकत्र करणं आणि एका ठिकाणी आणणं हा एकच पर्याय तिच्यापुढे शिल्लक होता.

बेटावर जाणंच तिला योग्य वाटलं आणि जेव्हा तिकडे जाण्याचा दिवस आला तेव्हा आपल्या मॅनहॅटनमधल्या वन रूम किचनमधून वीस एकरांच्या जंगलातील व्हेलटाउनला दोन मोठ्या घरांमध्ये जाताना ती खूप समाधानी होती. ''एका बेटाच्या मोबदल्यात मी दुसरं बेट स्वीकारलं आहे,'' ती आपल्या न्यू यॉर्कमधल्या मित्रांना सांगत होती. ''फारसा फरक तो काय असणार?''

३

पण फरक होता हे तिला लवकरच कळलं. व्हेलटाउन हे शहर नव्हतंच. ब्रिटिश कोलंबियानं व्याख्या केल्याप्रमाणे 'साधारणतः पन्नास किंवा त्याहून कमी विखुरलेली लोकसंख्या आणि नाव असलेली' एक वसाहत होती. पण बेटावरील सगळ्यात जास्त लोकसंख्या असलेल्या जागांमध्ये व्हेलटाउनचा दुसरा क्रमांक होता.

जरी इथल्या किनाऱ्यांवर व्हेलचं प्रमाण कमी असलं तरीही इथं एक व्हेल स्टेशन होतं आणि त्यावरून वसाहतीचं नामकरण करण्यात आलं होतं. व्हेलची मोठ्या प्रमाणात शिकार इथं करण्यात आली होती. साधारण १८६९मध्ये जेम्स डॉसन नामक स्कॉटिश शिकारी आणि त्याच्या अमेरिकन भागीदार असलेल्या एबेल डग्लसला या जागेचा पत्ता लागला आणि त्यांनी व्हेलच्या शिकारीचा सपाटा लावला आणि त्यासाठी त्यांनी एका नवीन हत्याराचा शोध लावला होता. खांद्यावर बाळगता येणारी बरीच वजनदार अशी ही बंदूक होती, ज्यातून निघणाऱ्या बाणांवर स्फोटकं बसवण्यात आली होती- जी टाइमरमुळे व्हेलच्या शरीरात प्रवेश केल्यानंतर फुटायची. त्या वर्षी सप्टेंबरपर्यंत डॉसन आणि डग्लसनं ४५० बॅरल्सपेक्षा म्हणजे २०,००० गॅलन्स तेल संयुक्त राष्ट्राच्या दक्षिणेकडे निर्यात केलं होतं.

व्हेलच्या कातडीखालील चरबी हे तेव्हा तेलाचे मुख्य स्रोत होते. या शतकाच्या मध्यानंतर केरोसिन आणि पेट्रोलियमचा साठा काढण्याच्या पद्धतीचं व्यावसायिकीकरण करण्यात आल्यानंतर या महाकाय माशांच्या जिवावर बेतलं होतं. जीवाश्मांतून तेल मिळवण्याचा शोध लागला आणि काही व्हेल माशांचा जीव वाचला, नाहीतर त्या

कधीच संपुष्टात आल्या असत्या; पण व्हेलटाउनच्या व्हेल्सचा जीव वाचला नाही; कारण जरा उशीर झाला होता. जून १८७०पर्यंत साऱ्या व्हेलटाउनच्या व्हेलचा अंत झाला आणि मग डॉसन आणि डग्लस यांनी आपलं बस्तान तिथून हलवलं.

व्हेलही आत्तापुरते आहेत. मे २००७ मध्ये अलास्काच्या किनाऱ्यावर राहणाऱ्या एस्किमो शिकाऱ्यांनी मारलेल्या ५० टन वजनाच्या व्हेलच्या शरीरावर साडेतीन इंचाचं बाणसदृश स्फोटकं लावलेलं हत्यार मानेजवळ टोचलेलं आढळून आलं. अभ्यास करून या व्हेलच्या वयाचा अंदाज शास्त्रज्ञांनी लावला आणि तो ११५ ते १३० वर्षं वयाचा होता. इतकी वर्षं जगणाऱ्या जीवांच्या स्मृतीही फार चांगल्या असतात. व्हेलटाउनच्या पाण्यातील काही वाचलेले व्हेल व्हेलटाउनमधून स्थलांतरित होण्यात यशस्वी झाले आणि पुन्हा कदाचित या भागाकडे न येण्याचं त्यांनी ठरवलं असावं. कल्पना करा आपल्या चीत्कारांमधून आणि ओरडण्यातून ते परस्परांना सूचना देताना एक अप्रतिम संगीत तिथं निर्माण होत असेल.

"दूर जा! दूर जा!!"

बेटावर चालवण्यात येणाऱ्या बोटींचे मालक मग कधीतरी सांगतात की त्यांनी व्हेल पाहिला आहे आणि लोकांना बोटीवर घेऊन ते त्या दिशेनं कूच करतात. बोटीचं इंजिन बंद करून मग कॅप्टन घोषणा करतात की पोर्टच्या बाजूला काही अंतरावर व्हेल दिसला आणि मग सारे प्रवासी त्या दिशेनं आपले कॅमेरे आणि फोन घेऊन सरसावतात. त्या पाण्यात कुठेतरी काळ्या पाठीचा एखादा तुकडा, त्यांच्या विशालकाय शेपटीचा किंवा पंखांचा एखादा भाग पाण्यावर तरळताना दिसतो का यासाठी डोळ्यांत तेल घालून पाहत राहतात. फक्त प्रवासीच नाही, तर या बेटावरचे काही रहिवासीही उत्तेजित होतात; पण फक्त आपलं नाव मागे ठेवून व्हेलनं आपलं बस्तान व्हेलटाउनमधून कधीच हलवलं आहे.

४

रुथला नेहमी वाटतं की नावं ही एकतर पछाडणारी असतात किंवा त्यातून संकेत मिळतात. अर्थात वेळेच्या कुठल्या बाजूला तुम्ही उभे आहात हे यात फार महत्त्वाचं ठरतं. व्हेलटाउन हे नाव केवळ एक सतत मागे लागलेल्या भूतकाळाच्या सावलीसारखं आहे; महासागराच्या संधीकालीन झळाळीसारखं; पण डेसोलेशन साऊंड हे नाव तिला उंबरठ्यावर थबकल्यासारखं वाटतं, ज्यात दूरदृष्टीही आहे आणि पछाडलेपणही.

तिचं स्वत:चं नावही तिला असंच एका संकेतासारखं भासतं. तिच्या भविष्यकाळावर भूतकाळाच्या सावलीसारखं सतत मागे असणारं. मध्यकालीन इंग्रजी भाषेनुसार तिचं रुथ हे नाव **rue** या शब्दापासून आलं आहे, ज्याचा अर्थ होतो पश्चात्ताप; पण नाव

देताना रुथच्या जपानी आईनं इंग्रजीचा किंवा आपण आपल्या मुलीला नावाच्या रूपात एक शाप देतो आहोत, असा कुठलाही विचार केला नव्हता आणि त्यांचा काही वाईट हेतूही नव्हता. कुटुंबातील एका जुन्या स्नेह्यांचं ते नाव होतं, बस्स! पण तरीही रुथला तिच्या नावामुळे भांबावल्यासारखं व्हायचं आणि तेही फक्त त्याच्या इंग्रजी अर्थामुळे नाही; जपानीमध्येही ते तितकंच छळणारं होतं. जपानी लोक 'र' किंवा 'थ'चा उच्चार करत नाहीत. त्यामुळे जपानी भाषेत रुथला एकतर रुत्सु म्हणतात ज्याचा अर्थ झाडांची मुळं असा होतो किंवा रुसु म्हणतात ज्याचा अर्थ 'घरी नसलेली' किंवा 'अनुपस्थित' असा होतो.

व्हेलटाउनमध्ये त्यांनी विकत घेतलेलं घर एक शेतजमिनीसारखा भाग स्वच्छ करून बांधण्यात आलं होतं आणि भरपूर पावसाच्या जंगलातील हा त्यातल्या त्यात जरा बरा भाग होता. थोड्या अंतरावर एका छोट्या कॉटेजमध्ये तिची आई वास्तव्यास होती. चहूबाजूंनी घनदाट डग्लस फर, लाल चेडार आणि मोठ्या पानांच्या मेपल्सनी वेढलेला तो भाग मनुष्याला त्याच्या खुजेपणाची जाणीव करून देणारा होता. रुथनं पहिल्यांदा जेव्हा ती विशाल वृक्षराजी पाहिली, तर तिला रडूचं कोसळलं. तिच्या सभोवती वाढलेले ते वृक्ष प्राचीन होते आणि विशाल होते, कदाचित शंभर किंवा दोनशे फूट उंच. आणि त्यांच्या पायथ्याशी पाच फूट पाच इंच उंचीची ती उभी. आयुष्यात इतकं खुजं असल्याचं तिला कधीच जाणवलं नव्हतं.

"आपण काहीच नाही," डोळ्यांतील अश्रू पुसत ती उद्गारली. "आपलं अस्तित्व अगदी नगण्य आहे यांच्यापुढे."

"बरोबर," ऑलिव्हर उत्तरला. "किती छान आहे नाही? आणि ते असेच हजारो वर्षं जगणार आहेत."

त्याच्या शेजारी उभं राहून तिनं मान कलती केली आणि आकाशाला भेदून गेलेल्या त्या झाडांची टोकं पाहण्याचा प्रयत्न करत राहिली.

"त्यांची उंची अशक्य आहे," ती बोलली.

"अशक्य नाही," ती पडू नये म्हणून तिला सावरत ऑलिव्हर बोलला. "हा पाहण्याचा फक्त एक दृष्टिकोन असतो. तू जर ते झाड असतीस तर मी तुझ्या घोट्यापर्यंतसुद्धा पोचलो नसतो."

ऑलिव्हरला प्रचंड आनंद झाला होता. तो झाडांत रमणारी व्यक्ती होता. छोटे बागबगीचे, पालेभाज्यांचे ताटवे किंवा लेट्यूससारख्या खुज्या वनस्पतींचं त्याला कौतुक नव्हतं. बेटावर राहायला लागल्यानंतरही काही दिवस ऑलिव्हरचं आजारपण त्याला पुरलं. तो फार लवकर थकायचा आणि गरगरणंही सुरूच होतं; पण तरीही त्यानं लवकरच चालण्याचा सराव सुरू केला आणि मग त्या जंगलातील पायवाटांवर त्यानं धावायलाही सुरुवात केली होती. हे सारं पाहून रुथनं निष्कर्ष काढला होता

की हे जंगलच त्याच्या आजारपणाचं औषध होतं. त्या जंगलातील सतत प्रवाही चैतन्यच जणू तो शोषून घेत होता. त्या घनदाट जंगलातून धावताना तो त्या झाडांतून मिळणारे प्रेमाचे, स्नेहाचे संकेत जणू वाचू शकत असे. एका सूर्यप्रकाशाच्या तुकड्यावर आपला हक्क सांगण्यासाठी त्या विविध प्रकारच्या वृक्षांची चाललेली स्पर्धा, त्यातील नाट्य, परस्परांच्या साहाय्यानं जगण्यासाठी उंच फर आणि त्यावरील शेवाळानं केलेला समझोता, हे सारं काही तो पाहू शकत होता. झाडांच्या प्रत्येक बुंध्यात पडलेल्या पिळातून काळाचे पडदे बाजूला होताना, इतिहास उलगडताना तो पाहू शकत होता. हे सारं काही अनुभवून घामानं निथळलेला, धापा टाकत तो घरी यायचा आणि वर्णन करून रुथला सांगायचा.

जंगलातल्याच चेडारपासून त्यांचं घर बनवण्यात आलं होतं. कुण्या एका विक्षिप्त हिप्पीनं १९७०मध्ये झापाचं, खूप उतार असलेल्या छताचं हे दुमजली घर बांधलं होतं. संपूर्णतः झाडांनी वेढलेल्या एका कुरणात उतरणारा खूप मोठा वऱ्हांडाही घराला होता. त्यांना विकताना दलालानं, या घरातून समुद्र दिसतो, असा दावा केला होता; मात्र जो काही सागराचा इवलासा तुकडा त्यांना दिसायचा तो दुसऱ्या मजल्यावरच्या एका खोलीतून, जिथं रुथनं आपलं ऑफिस थाटलं होतं. ते दर्शनही उंच झाडांच्या गर्दीमुळे दुर्लभ असायचं. झाडांतून एका उलट्या टनेलमधून तो यू आकाराचा समुद्र त्यांना दिसायचा. अडथळा आणणारी ती झाडं कापता येतील असं त्या दलालाचं मत होतं; मात्र ती कापण्याऐवजी या दोघांनी त्यात भर घातली.

त्या साऱ्या जंगलीपणाला थोडा शहरीपणाचा लेप लावण्याचा एक निष्फळ प्रयत्न करण्याच्या नादात रुथनं घराभोवती युरोपीय गुलाबांची झाडं लावली. ऑलिव्हरनं बांबू लावले. दोन्ही जाती झपाट्यानं फोफावल्या आणि हे सारं काही इतकं दाट वाढलं की त्यात घराचं प्रवेशद्वारच हरवलं होतं. जर आधी कुणी पाहिलं नसेल तर हे दार शोधणं महाकठीण कर्म झालं होतं. आता घराचं अस्तित्वच धोक्यात आल्यासारखं झालं होतं. कुरणातही जंगलानं अतिक्रमण केल्यामुळे घर पूर्णतः जंगलातच गडप होतं की काय असं त्यांना वाटू लागलं होतं.

ऑलिव्हर मात्र बिनधास्त होता. तो खूप पुढचा विचार करत होता. त्या प्रदेशातील झाडांच्या प्रजातींवर ग्लोबल वॉर्मिंगचा व पर्यावरणीय बदलांचा परिणाम होणार हे गृहीत धरून, त्यानं आणि त्याच्या एका वनस्पतिशास्त्रज्ञ मित्रानं शंभर एकर जागेत पर्यावरणबदल करणारं जंगल निर्माण करण्यास सुरुवात केली होती. त्या भागात पूर्वी म्हणजे अनेक वर्षांआधी आढळून येणाऱ्या वृक्षांच्या प्रजाती लावण्याची योजना आखली. यात मेटासिक्वोइया, जायन्ट सिक्वोइया, कोस्ट रेडवूड, जंगलान्स, उल्मस आणि जिंकोचा समावेश होता. या साऱ्या जाती ***Eocene Thermal Maximum*** काळात म्हणजे साधारणतः ५५ दशलक्ष

वर्षांपूर्वी या भागात आढळून येणाऱ्या होत्या.

"कल्पना कर," तो म्हणाला. "पार तिकडे अलास्काच्या उत्तरेलाही पाम आणि ॲलिगेटर्स पुन्हा एकदा मुळं रोवून फोफावताहेत!"

ज्याला तो वनस्पतीशास्त्रीय अडथळा म्हणायचा, तीही त्याची वर्तमानातील चित्राकृती होती. त्याला त्यानं Neo-Eocene असं नावं दिलं होतं. ही संकल्पना समजावून सांगताना तो याला स्थल-कालाची युती असं संबोधायचा, जी पाहायला तो काय किंवा या काळात जगणारी कुठलीही व्यक्ती जिवंत राहणार नाही; पण तो त्याबाबत बेफिकीर होता. संयम ही त्याची वृत्ती होती आणि त्याच्यासारखे सारेच मनुष्यप्राणी हे या विशालकाय निसर्गाच्या मुळाशी निर्माण होणारे आणि पुन्हा नाहीसे होणार आहेत, हे त्यानं मान्य केलं होतं.

पण रुथ संयमीही नव्हती आणि तिनं अजून काही गोष्टी स्वीकारल्याही नव्हत्या. तिला जाणून घ्यायची लालसा होती. थोड्याच वर्षांत (अगदी बरोबर सांगायचं झालं तर १५ वर्षं- त्याच्या दृष्टीनं फार थोडा काळ आणि तिच्यासाठी कधीही न संपणारा) त्या झपाट्यानं वाढणाऱ्या निसर्गाच्या सान्निध्यात ती स्वतःबद्दल अनिश्चित होत चालली होती. न्यू यॉर्क शहराच्या मनुष्यनिर्मित वातावरणाची तिला आठवण यायची. मनुष्याच्या काळ आणि इतिहासाच्या त्या सरळ रेषा आणि रचलेल्या वस्त्यांच्या नागरी पटलावरच ती स्वतःला पाहू शकत असे. कादंबरीकार म्हणून तिला याची गरज भासायची. आजूबाजूला तिला लोक असावेत अशी गरज वाटायची. मानवीय आत्मीयता, त्यातील नाट्य आणि प्रतिष्ठेची लढाई हे सारं काही तिला हरवल्यागत वाटत होतं. फक्त बोलायला म्हणून नाही; पण त्यांच्यात फक्त वावर असावा म्हणून तरी तिला लोकांचा सहवास हवा होता. त्या गर्दीचा एक भाग किंवा त्याचं साक्षीदार म्हणून असणंही तिला चाललं असतं.

पण इथं या लोकवस्तीचा अभाव असलेल्या बेटावर मानवी संस्कृती वगैरे प्रकार पाण्यावरल्या चित्रासारखा होता; क्षणभर दिसून लुप्त होणारा. काटेरी गुलाबांनी आणि बांबूच्या उंच झाडांनी वेढलेल्या त्या घराच्या खिडकीतून बाहेर नजर टाकताना तिला नेहमी वाटायचं की एका शापित परीकथेत तिनं जणू प्रवेश केला आहे आणि तिच्यावर चेटूक केलं गेलं आहे. जखमी झालेली ती गाढ झोपेत आहे; अगदी कोमात गेलेल्या व्यक्तीप्रमाणे. वर्षामागून वर्षं जाताहेत आणि तिचं वयही वाढत आहे. आईची शेवटपर्यंत काळजी घेण्याचं वडिलांना दिलेलं वचन तिनं पाळलं. आईच्या मृत्यूनंतर आपलं आयुष्यही आता निसटून जात असल्याचं रुथला प्रकर्षानं जाणवू लागलं होतं. जिथं कायम घर करून राहू शकू ती जागाच आता सोडून जाण्याची कदाचित वेळ आली होती, असं तिला जाणवलं. चेटूक तोडण्याचीच वेळ आली होती जणू. त्या शापातून बाहेर पडण्याची वेळ आली होती.

५

बुद्ध तत्त्वज्ञानाच्या परिभाषेत सांगायचं झालं तर घराचा त्याग करणं म्हणजे लौकिक जगाचा त्याग करून देवळाच्या दिशेने पाऊल टाकणं, असा होतो. म्हणजे रुथ ज्या अर्थाने घर सोडून शहराकडे जाण्यासंदर्भात विचार करत होती, त्याच्या अगदी विरुद्ध विचार. झेन गुरू डोजेन यांनी त्यांच्या शोबोजेन्झोच्या 'द मेरिट्स ऑफ होम लिव्हिंग' या ८६व्या अध्यायात 'घराचा त्याग' असा शब्दप्रयोग आहे. याच अध्यायात आपल्या अनुयायांच्या बोधिसत्त्वाकडे होणाऱ्या एकलक्ष्यी आणि खडतर वाटचालीचीही त्यांनी दखल घेतली आहे आणि कौतुकही केलं आहे. यातच त्यांनी एका दिवसात येणाऱ्या वेळेची ६,४००,०९९,९८० क्षण[३] अशी अतिसूक्ष्म विभागणी केली आहे. आयुष्यात येणारा प्रत्येक क्षण हा व्यक्तीला स्वतःच्या इच्छेला पुनर्स्थापित करण्याची संधी घेऊन येत असतो, असं डोजेन म्हणतात. ते पुढे म्हणतात की दोन बोटांनी वाजवलेली एक चुटकीदेखील आपल्याला जागं करण्यासाठी आणि कर्माची निवड करण्यासाठी मदत करते. चांगलं कर्म निवडून आपण आपल्या आयुष्यात हवा तो बदल घडवून आणू शकतो.

शहराच्या प्रदूषित आणि भ्रष्ट वातावरणापासून दूर असलेल्या फुकुई डोंगरावर अति दुर्गम ठिकाणी डोजेन यांनी स्थापित केलेल्या इहेईजी विहारात त्यांनी दिलेल्या प्रवचनांमधूनच द मेरिट्स ऑफ होम लिव्हिंग टिपून घेण्यात आले आहेत. प्रवचन दिलेल्या तारखेचा उल्लेखही shobogenzoमध्ये करण्यात आला आहे : केन्चोच्या सातव्या वर्षातील उन्हाळ्यातील एक दिवस.

सारं काही एकदम योग्य, व्यवस्थित. तुम्ही कल्पना करू शकता की उन्हाळ्यातील एकदम शुद्ध तापमान त्या डोंगरावर निवांत विखुरलं गेलं आहे आणि सिकाडांचा चिर्र आवाज त्या आळसावलेल्या वाऱ्याला भेदून वाहतो आहे, तासन्तास त्या उन्हातही झाझेनसाठी बसलेले ते भिक्षुक, त्यांच्या आसनांमध्ये निर्माण झालेला त्यांच्या घामाचा ओलावा, मुंडण केलेल्या डोक्यावर आणि उघड्या शरीराभोवती घोंघावणारे ते डास आणि त्यांच्या कोवळ्या चेहऱ्यावरून अश्रूसारख्या कोसळणाऱ्या घामाच्या धारा. जणू काही वेळ त्यांच्यासाठी थांबलेली आहे.

सारं काही एकदम बरोबर आणि योग्य होतं. फक्त प्रश्न होता त्या केन्चोच्या सातव्या वर्षासंदर्भात. ग्रेगोरियन कॅलेंडरप्रमाणे केन्चोचं सातवं वर्ष म्हणजे १२५५ साल येतं आणि उन्हाळ्यातील त्या विशिष्ट दिवशी प्रवचन देणारे झेन गुरू डोजेन झेन्जी हे त्या वर्षी जिवंत नव्हते. त्यांचा मृत्यू १२५३मध्ये झाला होता. त्यांच्याच

---

३. जपानी भाषेत क्षणाला सेत्सूना आणि संस्कृतमध्ये क्षण असं म्हणतात

भाषेत सांगायचं तर १२५३, दोन वर्षं आणि अनेक क्षण आधी झाला होता.

या सगळ्या विरोधाभासी तथ्यासंदर्भात काही स्पष्टीकरणंही देण्यात आली आहेत. त्यातील मान्य करण्यासारखे आहे ते म्हणजे या प्रवचनाची टिपणं डोजेन यांनी त्यांच्या मृत्यूपूर्वी काही वर्षं आधी काढून ठेवली होती आणि त्यात सुधारणा करण्याचा त्यांचा हेतू असावा. नंतर हीच टिपणं त्यांचा धर्मवारस गणल्या गेलेल्या गुरू काउन इजो यांनी स्वीकारली आणि त्याचं निरूपण केलं.

आणखी एक शक्यता नाकारता येत नाही आणि ती म्हणजे केन्चोच्या सातव्या वर्षाच्या त्या उन्हाळ्यातील दिवसाला झेन गुरू डोजेन कदाचित मृत्यू पावले नव्हते; पण पूर्णतः जिवंतही नव्हते. म्हणजे क्वांटम प्रयोगातील स्क्रोडिंजरच्या मांजराप्रमाणे तेही जिवंत आणि मृत दोन्ही होते.

(या संदर्भातील डोजेन यांचे विचार आणि क्वांटम मेकॅनिक्सबद्दल माहिती संदर्भसूची ब पाहा)

द मेरिट्स ऑफ होम लिव्हिंग यात सगळ्यात जास्त भर दिला आहे तो जीवन आणि मृत्यूवर. आपल्या शिष्यांना, प्रत्येक क्षण जगत आणि सर्वसाक्षी होण्यासाठी निष्ठावान राहण्यास प्रोत्साहित करताना त्यांना फक्त एवढंच सांगायचं होतं : आयुष्य क्षणभंगुर आहे! तुमच्या मौल्यवान आयुष्यातील एकही क्षण वाया जाता कामा नये!

आत्ता या क्षणी जागे व्हा!

आत्ता!

आत्ता!

६

दुसऱ्या माळ्यावरच्या तिच्या कार्यालयात रुथचा खुर्चीत बसल्याबसल्याच डोळा लागला. गेल्या दशकातील तिच्या आयुष्याला शब्दांकित केलेल्या पानांची एक चळत तिच्या टेबलवर ठेवली होती. शब्द शब्द गोळा करून ते पानांवर उतरवून तिनं हे सारं काही रचलं होतं; पण आता परतून त्या आपल्या सगळ्या आठवणी आणि आयुष्यातील घडामोडींकडे पाहताना तिचं डोकं जड व्हायचं आणि डोळ्यांत झोप दाटायची. गेले कित्येक महिने, कदाचित वर्षही झालं असावं; पण तिनं यात एकही गोष्ट नव्यानं लिहिलेली नव्हती. नवीन कुठलाही शब्द तिच्याकडे येण्यास जणू नकार देत होता आणि जुन्या लिहिलेल्या शब्दांतील तिला काहीही आठवत नव्हतं. परतून पाहायलाही ती धजावत नव्हती. जे लिहिलं आहे ते पुन्हा एकदा वाचण्याची गरज तिला जाणवत होती खरी. जरा पुन्हा वाचून सारं काही व्यवस्थित

रचण्याची गरज होती. त्याचं संपादन करण्याची गरज होती, त्यात राहून गेलेलं भरून काढण्याची गरज होती; पण विचारांनी झाकोळून गेलेल्या तिच्या डोक्यासाठी हा सारा पसारा आवरणं मोठं काम होतं. त्या पानांवरील शब्द स्वप्नांसारखे अस्पष्ट होते.

तिकडे बाहेर ऑलिव्हर जाळण्यासाठी लाकडं फोडत होता. त्या झाडांच्या बुंध्यावर कुऱ्हाडीच्या आघाताच्या आवाजाची लय ती ऐकू शकत होती. त्याच्यासाठी हा एक उत्तम व्यायाम होता. गेले कितीतरी तास तो बाहेर हे काम करत होता.

स्वतःला बजावत ती मग खुर्चीत सरसावून बसली. तिच्या आठवणी असलेल्या पानांच्या गठ्ठ्यावर ती लाल मुखपृष्ठ असलेली डायरी ठेवली होती. बाजूला सारण्यासाठी तिनं ती उचलली. हातात घेतल्यावर ते एखाद्या डब्यासारखं वाटलं. तिनं ती पालथी केली. लहान असताना सकाळी ती नेहमी कुठलंसं पुस्तक घ्यायची आणि उघडल्यावर त्यातील अक्षरं किती छान, ओळीनं रचून ठेवली आहेत याचं तिला कौतुक वाटायचं; पण पुस्तक बंद केल्यावर ती अक्षरं सगळी अस्ताव्यस्त होतील आणि खाली घसरतील, असंही तिला वाटत असे. प्रॉस्टच्या पुस्तकातून पानं काढून त्यात रिकामी पानं टाकलेल्या डायरीचं वर्णन करताना नाओनंही असंच काहीसं लिहिलं होतं. मरून पडलेल्या मुंग्यांप्रमाणे ती अक्षरं जमिनीवर ढीग होऊन पडली आहेत की काय, असं नाओनं लिहिलं होतं. ते वाचतानाच रुथला काहीतरी परिचित असल्यासारखं वाटलं आणि तिला थोडं आश्चर्यही वाटलं होतं.

अगदी सहज हात पोहोचू नये या उद्देशानं तिनं डायरी उचलून टेबलाच्या दुसऱ्या कोपऱ्याकडे सरकवली आणि आपल्या लिखाणाकडे एक नजर टाकली. कदाचित तिच्या या लिखाणाचंही तसंच काहीसं झालं असावं.

कदाचित वाचायला घेतल्यावर त्यातले सारे शब्द नाहीसे झाल्याचं दिसेल. आणि कदाचित ही चांगली गोष्ट ठरावी. कदाचित ही एक सुटकाही असेल. त्या सगळ्या दुखऱ्या आठवणी तिच्याकडे रोखून पाहू लागल्या. आई जिवंत असताना तिचं हे लिखाण तिला एक चांगली कल्पना वाटली होती. त्यांच्या खालावत चाललेल्या तब्येतीच्या काळात रुथनं आईच्या स्मृतीचे अंश गोळा करून ठेवायला सुरुवात केली होती. आईला विस्मृतीनं ग्रासलं होतं आणि रुथला त्या स्मृती जपून ठेवाव्याशा वाटल्या आणि त्याचबरोबर स्वतःच्या भावना आणि प्रतिक्रियांचीही व्यवस्थित टिपणं तिनं काढली होती. तिच्या टेबलावर ठेवलेली ती पानांची चळत ही त्या सगळ्या मेहनतीची परिणती होती. त्यातील पहिलंच पान उचलून तिनं हातात घेतलं आणि काही ओळी वाचून लगेच टाकून दिलं. लिखाणाचा सूर तिला छळू लागला- खूप गोड, पाकात घोळवलेलं आणि दुःखानं ओथंबलेलं. तिला ते नकोसं वाटलं. ती एक कादंबरीकार होती. इतरांच्या आयुष्यात रुची होती तिला. हे

असलं कुणाच्यातरी स्मृतींचा आलेख वगैरे लिहिण्याचं तिच्या डोक्यातही कसं काय आलं?

नाओची डायरी विचलित करणारी होती आणि कितीही त्या डायरीच्या लिखाणाच्या गतीनं जाण्याचं ठरवलं असलं तरीही रुथचा प्रत्येक दिवस हा त्या डायरीसंदर्भात विचार करणं आणि ऑनलाईन काही गोष्टींचा शोध घेण्यात चालला होता. त्सुनामी आणि भूकंपात मेलेल्या लोकांची यादी धुंडाळण्यात तिचा बराच वेळ खर्ची पडत होता. यासाठी तिनं पीपल फाइंडर साईट शोधून काढली होती आणि त्यावर ती यासूतानी परिवारातील लोकांचा शोध घ्यायची. यासूतानी बरेच होते; पण त्यात कुणीही नाओको किंवा जिको नव्हत्या. तिच्या पालकांची नावं रुथला ठाऊक नव्हती, त्यामुळे इतरांनी आपल्या नातेवाइकांच्या शोधार्थ इंटरनेटवर टाकलेल्या काही नावांच्या यादीतही ती शोध घेत होती. कदाचित साम्य असलेलं कुणी तरी सापडेलही, अशी आशा तिला वाटायची; पण माहिती अपुरी होती : वय, लिंग आणि रहिवासाची जुजबी माहिती, मृत्युमुखी पडलेल्या व्यक्तींचं कामाचं ठिकाण, ते कुठे आढळून आले आणि त्यांच्या अंगावर कसले कपडे होते, अशा प्रकारची ती माहिती होती. काही वेळा फोटोही टाकलेले होते; पण ते त्यांच्या सुखाच्या क्षणी काढलेले होते. शाळेच्या गणवेशात टोपी घालून प्रसन्न दिसणारा एखादा मुलगा, कुठल्याशा स्मृतिस्थळापुढे उभे राहून हात हलवणारी बाई, आपल्या मुलाला कडेवर घेऊन पार्कमध्ये उभे असलेले वडील. या साऱ्या तोकड्या माहितीच्या खाली आपत्तीची उद्ध्वस्तता मात्र प्रत्येक क्षणात भरून होती. अनेक जिवंत लोक त्या माहितीत होते; मात्र तिला हवा असलेला एकही जीव त्यात नव्हता. शेवटी तिनं तो नाद सोडला. तिला तिच्या यासूतानींची अधिक माहिती हवी होती. आता ती मिळवण्याचा एकच पर्याय तिच्यापुढे होता आणि तो म्हणजे ती डायरी पुढे वाचत जाणं.

रुथनं डोळे मिटले. अंधारलेल्या स्वयंपाकघरात बसलेली आणि आई आपल्या वडिलांना पोलीस स्टेशनमधून कधी घरी आणते याची वाट पाहणारी नाओ तिला मिटलेल्या डोळ्यांपुढे दिसली. ती वाट पाहताना काय वाटलं असेल नाओला? कसा गेला असेल तिचा तो प्रतीक्षेचा वेळ? या वाट पाहण्याची जाणीव डायरीतून मिळवणं कठीण होतं. कितीही चांगला लेखक असू देत; पण आयुष्याच्या प्रवाहातील काही क्षणांना शब्दबद्ध करणं सहज शक्य नसतं आणि नाओला तर अशी कुठलीही कला अवगत नव्हती. तिला दिसत असलेलं स्वयंपाकघर गचाळ होतं आणि कमी प्रकाशात ते थबकल्यागत वाटत होतं. बारबालांची क्रंदनं आणि त्यांच्या भिंतीवर आदळण्याचे आवाज ऐकू येत होते. दाराच्या लॅचमध्ये झालेल्या किल्लीच्या पोलादी आवाजाची किणकिण तिला अस्वस्थ करून गेली असेल? पण तिनं बसली होती

तिथंच थांबण्याचा निर्णय घेतला. पाय तिथंच थबकले. आई-बाबा परस्परांशी बोलत होते का? कदाचित नाही. बाथरूममध्ये आईनं बाथटबमध्ये सोडलेल्या पाण्याचा आणि बेडरूममध्ये वडील कपडे बदलत असण्याचा आवाज ती ऐकू शकत होती. ती हलली नाही. नजर वर करूनही ती पाहत नव्हती. मांडीवर मृतवत पडलेल्या तिच्या हातांच्या बोटांवर तिची नजर खिळली होती. वडील अंघोळ करत असण्याचा आवाज येत राहिला आणि मग जेव्हा तिच्या आईनं अस्वस्थ नजरेनं त्यांच्याकडे पाहिलं, तेव्हा त्यांचं अडखळत काहीतरी सांगणंही तिच्या कानावर पडत होतं. शरमेनं त्यांचा चेहरा लाल झाला आहे की फक्त अंघोळीच्या गरम पाण्याचा परिणाम आहे, हे पाहण्याचा तिनं प्रयत्न केला असेल का? त्यांच्या कपाळावर घर्मबिंदू गोळा झाले होते? आईनं बोलायला सुरुवात केली आणि नंतर ती खोलीतून निघून गेली या दरम्यान किती क्षण गेले असतील? त्या उजळलेल्या पिवळ्या दिव्याचा अस्पष्ट आवाज शांततेत आणखी तीव्र होतो का?

नंतर रात्री आपल्या पालकांसोबत ती ज्या बेडरूममध्ये झोपत असे, तिथं तिनं डोक्यावरून पांघरूण ओढून घेतलं असेल, दिवा लावून पुस्तक वाचण्याचा प्रयत्न केला असेल, की दुसऱ्या दिवशी ज्या परीक्षेत ती नापास होणार होती त्यासाठी अभ्यास करण्याचा प्रयत्न केला असेल? तिच्या पाठीशी आपापल्या बिछान्यांवर झोपलेल्या किंवा झोपण्याचं सोंग आणलेल्या पालकांना निजू दिल्यानंतर तिनं कदाचित गूगल सर्च करून आत्महत्या, पुरुष असं काही टाईप केलं असेल? तसं केलं असेल तर रुथनं वाचल्याप्रमाणे जपानमधील आत्महत्या करणाऱ्या मध्यमवयीन पुरुषांच्या संख्येनं कर्करोगानं जीव गमावणाऱ्या लोकांचा आकडा मोठ्या प्रमाणात पार केल्याचं नाओलाही कळलं असेल. तिचे वडील याच वर्गात मोडत होते. ही माहिती तिचं सांत्वन करणारी होती? झोपताना घालायच्या कपड्यात ती त्या अंधारलेल्या खोलीत संगणकाच्या उजळलेल्या स्क्रीनसमोर बसली आहे. एका लयीत आत आणि बाहेर पडताना होणारे श्वासाचे आवाज ऐकत. श्वास कायमचा थांबवण्याचा प्रयत्न करण्यासाठी धडपडणाऱ्या तिच्या वडिलांच्या श्वासाची गती आणि आवाज तीव्र होता आणि आईचे श्वास संथ होते आणि मध्येच एक खोल श्वास ती घेत आहे.

काय वाटत होतं तिला त्या क्षणी?

रुथनं डोळे उघडले. काहीतरी वेगळं असल्याचं तिला जाणवलं. ती ऐकू लागली. बाहेर पक्ष्यांचा आवाज येत होता- पाण्यावर उडण्याचा प्रयत्न करणाऱ्या बदकांच्या थव्याचा आवाज, सुतार पक्ष्याची लयबद्ध टोक-टोक, पाण्याची थप-थप आणि डोमकावळ्यांची काव-काव - पण या सगळ्यांत तिला एका आवाजाची असलेली

अनुपस्थिती प्रकर्षानं जाणवली : ऑलिव्हरच्या लाकडं कापण्याचा आणि कुऱ्हाडीचा आवाज आता ऐकू येत नव्हता. भीतीची एक अनाहूत लहर तिच्या शरीरात चमकून गेली. तो आवाज कधी थांबला? तडक उठून ती खिडकीकडे गेली आणि लाकडाच्या वखारीकडे पाहू लागली. त्याला काही लागलं असेल का? चक्कर येऊन कुऱ्हाडीनं पाय तर नाही ना कापला त्याचा? ग्रामीण भागातील जीवन हे तसं धोकादायकच असतं. दर वर्षी या बेटावर कुणीतरी मरतं, वाहून जातं किंवा गंभीर जखमी तरी होतं. सफरचंदांची तोडणी करताना त्यांच्या शेजाऱ्यांचा मृत्यू झाला होता. शिडीवरून ते खाली पडले ते डोक्याच्या भारावर आणि त्यातच त्यांचा जीव गेला. झाडावरून पडलेल्या फळांमध्ये त्यांचा निष्प्राण देह त्यांच्या बायकोला आढळून आला होता. धोका सर्व बाजूंना होता : शिड्या, फळांची झाडं, शेवाळलेली उतरती छपरं, पावसाळी पाणी वाहून नेणाऱ्या नाल्या, कुऱ्हाडी, खाटीक कामासाठी वापरली जाणारी पाती, करवती, छोट्या पल्ल्याच्या बंदुका, धारदार सुऱ्या, कोल्हे, चित्ते, वादळी वारे, झाडांच्या तुटलेल्या फांद्या, तुफानलेल्या समुद्राच्या लाटा, चुकीचे इलेक्ट्रिक फिटिंग, अमली पदार्थ विक्रेते, मद्यधुंद चालक, गाडी चालवणारे वृद्ध लोक, आत्महत्या आणि अगदी खूनसुद्धा.

तिनं खिडकीबाहेर पाहिलं. तिकडे खाली पायवाटेवर तिला तिचा नवरा दिसला. तो ठीक होता. लाकडाच्या ओंडक्यांशेजारी तो दोन्ही पायांवर उभा होता. एक हात खिशात आणि दुसरा कुऱ्हाडीच्या दांड्यावर ठेवून तो झाडांकडे नजर रोखून डोमकावळ्यांच्या आवाजाच्या दिशेने काहीतरी पाहत होता.

७

"तो जंगली कावळा परत आला आहे," रात्री अंघोळ करताना तो तिला सांगू लागला. "डोमकावळ्यांना अगदी अस्वस्थ करून सोडलं आहे त्यानं."

रुथनं होकारार्थी मान डोलावली. आपल्या इलेक्ट्रिक ब्रशनं ती दात घासत होती आणि तोंडात पेस्टचा फेस असल्यामुळे तिला बोलणं शक्य नव्हतं. बाथटबमध्ये हातपाय पसरून ऑलिव्हर न्यू सायन्स मासिकाचा नवीन अंक वाचण्यात गुंग झाला होता आणि त्याच्या डोक्याशी बाथटबच्या काठावर पेस्टो बसला होता.

"मी जंगली कावळ्यांसंदर्भातच वाचत होतो," तो बोलला. "जपानमध्ये सध्या त्यांच्यामुळे खूपच प्रॉब्लेम झाला आहे. ते फार चतुर असतात. कचरा उचलणाऱ्या गाड्यांच्या वेळा त्यांनी बरोबर हेरून ठेवल्या आहेत आणि जेव्हा गृहिणी घरातील कचरा टाकण्यासाठी बाहेर पडतात ते त्यातील कचरा पळवण्यासाठी झडप घालतात आणि पूर्ण कचरा पसरवून ठेवतात. ते मांजराची पिल्लं खातात

आणि कोट टांगण्यासाठी वापरले जाणारे हँगर पळवून विजेच्या खांबावर त्यांच्या साह्याने घरटं तयार करतात, ज्याची परिणती शॉर्टसर्किट होऊन शहरातील वीज जाण्यात होते. वर्षभरात शहरात झालेल्या खंडित वीजपुरवठ्यासाठी आणि कधी कधी तर बुलेट ट्रेनची सेवा खंडित होण्यासाठीही हे कावळेच जबाबदार असल्याचं टोकियो इलेक्ट्रिसिटी पॉवर कंपनीने म्हटलं आहे. त्यांचा बंदोबस्त करण्यासाठी त्यांनी एक विशेष पथक तयार केलं आहे, जे या कावळ्यांना हुसकावून लावतं आणि त्यांनी तयार केलेली हँगरची घरटी काढून टाकतात; पण या कावळ्यांनी त्यावरही कडी केली आहे. काही खोटी घरटी तयार करून ते या पथकाला चकवतात. मुलांना शाळेत जाताना या कावळ्यांपासून बचाव करण्यासाठी छत्र्यांचा वापर करावा लागतो आहे आणि बायकांनी आता केसांमध्ये चमकणाऱ्या पिना वापरणंच बंद केलं आहे.''

रुथनं तोंडातली पेस्ट थुंकून टाकली. ''तुला हे सारं काही वाचून आनंद झालेला दिसतो आहे,'' बेसिनमध्ये चूळ भरत ती त्याला बोलली.

''हो खरं आहे ते. मला कावळे आवडतात. मला सर्वच पक्षी आवडतात. तो दोनेक वर्षांपूर्वीचा स्टॅनले पार्कमधला घुबडांचा प्रसंग आठवतो का तुला? आपत्कालीन व्यवस्थेच्या खोलीत आपल्या जखमा दाखवायला येणारे ते सगळे- सकाळी धावायला येणारे- लोक सांगायचे की घुबडांनी त्यांना जखमी केलं आहे. डॉक्टरांनी शेवटी सारा प्रकार ऐकून काही निष्कर्ष काढला. पिलांचा अंडी फोडून बाहेर येण्याचा आणि पहिली भरारी घेण्याचा तो मोसम होता आणि ती छोटी घुबडं नुकतीच उडायला शिकत होती. काहींना लक्षात आलं होतं की धावायला येणाऱ्यांमध्ये मध्यमवयीन, डोक्यावरचे केस कमी होत चाललेल्या लोकांची संख्या जास्त होती. काही पोनीटेलवालेही होते आणि कल्पना कर की आकाशात उडताना ती चकाकणारी डोकी धावताहेत किंवा त्या वेण्या छोट्या सरपटणाऱ्या प्राण्याप्रमाणे सळसळताहेत. पाण्यातून दिसणाऱ्या छोट्या मासळ्यांचा भास कुणाला झाला नसता तर नवल आणि त्यातल्या त्यात त्या नवशिक्या घुबडांना तर नक्कीच मोह झाला असेल.''

रुथ ताठ उभी झाली आणि टॉवेलनं तोंड पुसू लागली. ''तूसुद्धा टक्कल पडू लागलेला मध्यम वयाची व्यक्ती आहेस,'' ती बोलली. ''तुलाही जपून राहायला हवं.''

दाराकडे निघून जाताना तिनं त्याच्या डोक्यावर टपली मारली. तेवढ्यातही मांजरानं तिचा हात चाटलाच.

''नक्की,'' पुन्हा न्यू सायन्समध्ये डोकं खुपसत ऑलिव्हर म्हणाला. ''पण तुला लक्षात आहे ना की मला पोनीटेल नाही.''

नाओ

१

जिको यासूतानी माझ्या वडिलांची आजी आणि तिला तीन मुलं होती : मुलगा हारुकी आणि दोन मुली सुगाको आणि एमा. कुटुंबाचा हा वंशवृक्ष :

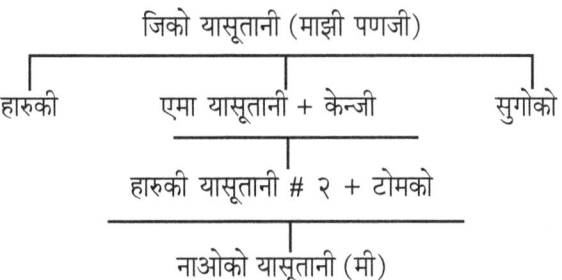

जिको यासूतानी (माझी पणजी)

हारुकी   एमा यासूतानी + केन्जी   सुगोको

हारुकी यासूतानी # २ + टोमको

नाओको यासूतानी (मी)

एमा माझी आजी होती. दुसऱ्या महायुद्धात जिकोचा एकुलता एक मुलगा हारुकी मारला गेल्यानंतर तिनं एमाच्या नवऱ्याला म्हणजे केन्जीला दत्तक घेतलं. हारुकीची जागा कुणी घेणं शक्य नव्हतं; पण यासूतानी वंश पुढे नेणारं कुणी असावं, हा या मागचा हेतू होता.

हारुकी माझ्या वडिलांचे काका होते आणि म्हणून एमानं माझ्या वडिलांचं नाव हारुकी ठेवलं. हारुकी नंबर एक म्हणजे जिकोचा मुलगा हे सैन्यात कामीकाझे पायलट होते. खरं तर थोडं विचित्र वाटेल हे; कारण सैन्यात आत्मघातकी सैनिक बनण्यापूर्वी हारुकी टोकियो विद्यापीठात तत्त्वज्ञानाचे विद्यार्थी होते आणि माझ्या वडिलांना म्हणजे हारुकी नंबर दोनलाही तत्त्वज्ञानाची प्रचंड आवड होती आणि स्वतःला संपवण्याचीही. मला वाटतं की आत्मघात आणि तत्त्वज्ञान हे आमच्या वंशाच्या रक्तातच असावं; निदान या दोन हारुकींच्यासंदर्भात तरी हे विधान करता येईल.

मी हा विचार जिकोला सांगितला तेव्हा ती म्हणाली की मुळात हारुकी नंबर एकला आत्मघात करण्याची अजिबात इच्छा नव्हती. या तरुण मुलाला फक्त पुस्तकं आणि फ्रेंच कवितांची आवड होती. त्याला तर युद्धही नको होतं; पण युद्धासाठी त्याला भाग पाडण्यात आलं. इच्छा असो किंवा नसो, तेव्हा प्रत्येकाला युद्धात ओढलं गेलं होतं. हारुकीला फ्रेंच कवितांची आवड आहे हे कळल्यावर सैन्यात त्याचा अनन्वित छळ करण्यात आला होता, असंही जिकोनं मला सांगितलं. म्हणजे हा आणखी एक प्रकार आमच्या कुटुंबात चालतो : फ्रेंचची आवड आणि इतरांनी छळ करण्यासाठी आमची केलेली निवड.

तर हे सगळं सांगण्याचं प्रयोजन असं की हारुकी नंबर एक हे युद्धात मारले गेल्यानंतर प्रथम त्यांची बहीण एमा आणि नंतर माझे वडील यांना यासूतानींचे नाव पुढे चालवण्याची संधी मिळाली आणि म्हणून माझं नाव आज नाओ यासूतानी आहे. आणि मला फक्त यातून आणखी एक सांगायचं आहे की, हा वंशवृक्ष पाहून माझं माथं भडकतं; कारण तुम्हाला यात काही दिसत असेल तर हे, की तो वंशवृक्ष माझ्या नावावर येऊन थांबतो. आणि लग्न करण्याचा किंवा मुलं वगैरे होऊ देण्याचा माझा अजिबात काही विचार नाही. त्यामुळे हे सारं काही बस्स्! खल्लास. कापुत. फिनितो. सायोनारा, यासूतानी!

नावांचं म्हणाल तर माझ्या एमा आजीचं नाव जिकोनं तिच्या आवडत्या नेत्या एमा गोल्डमन यांच्यावरून ठेवलं होतं. जिकोच्या तारुण्यात एमा गोल्डमन या विद्रोही नेत्या होत्या आणि त्या भन्नाट होत्या, असं जिकोला वाटतं. 'लिव्हिंग माय लाइफ' हे एमा गोल्डमन यांचं चरित्र मी वाचावं असा जिकोनं खूप प्रयत्न केला; पण मी माझं आयुष्य जगण्याच्या प्रयत्नात किंवा ते कसं जगू नये याचा प्रयत्न करण्यात खूप व्यस्त होते आणि म्हणून ते पुस्तक मी वाचलं नाही.

आपल्या दुसऱ्या मुलीचं नाव जिकोनं सुगाको ठेवलं तेही तिच्या आणखी एका आवडत्या विद्रोही महिला नेत्याच्या- कन्नो सुगाकोच्या नावावर. जपानमध्ये विद्रोह करणाऱ्यांपैकी फासावर लटकवल्या गेलेल्या त्या पहिल्या महिला नेत्या होत्या. या काळातील लोक कन्नो सुगाकोला अतिरेकी म्हणून संबोधतात; कारण बॉम्बनं जपानच्या राजाची हत्या करण्याचा त्यांनी कट केला होता; पण माझ्या जिकोकडून तिच्याबद्दल ऐकताना वाटतं की हे सगळं तिला अजिबात मान्य नाही. जिकोला सुगाको खूप खूप आवडायची. तिच्यावर ती फिदा वगैरे होती की काय हे कळायला मार्ग नाही; पण तसं असण्याची शक्यता कमी आहे; कारण जिको तेव्हा वयानं फारच छोटी होती आणि तिला फासावर देण्यात आलं त्यापूर्वी कधी जिकोला तिला भेटण्याचा योग येण्याचीही शक्यता नव्हती; पण जसं तरुण मुलांचा त्यांच्या वयापेक्षा मोठ्या महिला पॉप स्टार्स किंवा त्यांच्या बाजूनं लढणाऱ्या बायांवर जीव

जडतो ना, तसं काहीसं जिकोचंही सुगाकोच्या बाबत झालं असावं. 'रिफ्लेक्शन ऑन द वे टु द गॅलोज' या शीर्षकाखाली सुगाकोनं आपली दैनंदिनीही लिहिली आहे आणि मला तीही वाचण्यास सांगितलं आहे. तसं शीर्षक झकास आहे; पण मला एक कळत नाही की, या विद्रोही बायकांना इतकं लिहिण्याचा एवढा उत्साह का होता?

संन्यासिनी झाल्यावर जिको तिकडे विहारात राहायला गेल्यानंतर माझी आजी एमा माझ्या वडिलांना अगदी लहान असताना जिकोच्या विहारात नेत असे आणि त्यामुळे त्यांच्यात जिव्हाळा निर्माण झाला होता. बाबा म्हणतात की मी अगदी लहान असताना ते मला दोनदा ट्रेनमधून जिकोच्या विहारात घेऊन गेले होते; पण नंतर आम्ही लगेच सनीवेलला गेलो आणि मग मात्र बाबांनी रेल्वे ट्रॅकवर स्वतःला झोकून देण्याचा प्रयत्न केला आणि त्यांची मनोवस्था कशी आहे हे मला कळेपर्यंत आम्ही जिकोला भेटलो नव्हतो.

२

चुओ रॅपिड एक्स्प्रेस घटना आमच्या आयुष्याला वेगळ्या वळणावर नेणारी ठरली. तसं, असं काही घडलंच नाही, हे दाखवण्याचा आम्ही प्रयत्न करत होतो. त्या घटनेनंतर बाबांनी स्वतःला बाहेरच्या जगापासून अलिप्त ठेवायला सुरुवात केली आणि ते हिकीकोमोरी[१] झाले आणि आईला लक्षात आलं की आता आपल्या घरातील कुणाला तरी नोकरी शोधण्याची गरज आहे आणि ते आता बाबा करणार नाहीत. तिनं आता मत्स्यालयात जेलीफिश पाहायला जाणं सोडलं, एक छान ड्रेस तिनं स्वतःसाठी मिळवला, खूप छान कॉर्पोरेट हेअरकट केला आणि विद्यापीठातील आपल्या काही मैत्रिणींना फोन करून एक नोकरी मिळवली. जर्नल्स आणि अभ्यासाची पुस्तकं प्रकाशित करणाऱ्या एका प्रकाशन कंपनीत व्यवस्थापकीय सहायक म्हणून ती कामालासुद्धा लागली. जपानी कंपन्यांच्या वातावरणाची आणि कामाची पद्धत जर तुम्हाला ठाऊक असेल तर मग आईनं मिळवलेल्या नोकरीचं कौतुकच करावं लागेल. पद आणि पगार दोन्ही अगदीच जुजबी असलं तरीही एका एकोणचाळीस वर्षांच्या बाईला ओ एरु[२] म्हणून सहसा कुठलीही कंपनी घेत नाही.

आता बाबा पूर्ण वेळ घरातच राहू लागले आणि आई कमावून आणू लागली. समस्या आता फक्त माझी होती. शाळेचं नवीन सत्र मार्चमध्ये सुरू झालं होतं आणि

---

१. घरकोंबडा, कायम घरातच राहणारे
२. ऑफिस लेडी

कशीतरी मी नवव्या वर्गात प्रवेश करती झाले; पण इजिमेचा प्रकार आणखी वाईट झाला होता. माझ्या हातापायांवरील जखमांच्या खुणा लपवण्यात मला तोपर्यंत यश आलं होतं; पण एक दिवस आमच्या घरातील बाथटब फुटला. त्यापूर्वीही तो जरा गळायचा; पण जुजबी दुरुस्त करून किमान तो आम्ही वापरू शकत होतो; पण एक दिवस ती दुरुस्तीही निकामी झाली आणि बाबांचे मित्र असूनही घरमालकानं दुरुस्तीचं मनावर घेतलं नाही, तेव्हा आम्हाला नाइलाजानं सेन्टोचा[३] आधार घ्यावा लागला.

मला पक्कं ठाऊक होतं की मला जर आईनं जवळून उघडंनागडं पाहिलं तर तिला हे सारं काही कळणार. त्यामुळे जेव्हा सेन्टोचा विषय निघाला तेव्हा मी 'अजिबात नाही हं! शक्यच नाही, त्या सगळ्या बायांसमोर मी माझे कपडे वगैरे अजिबात काढणार नाही,' असा पवित्रा घेतला आणि त्यावर ठाम राहिले. शेवटी आई वैतागली आणि तिनं सेन्टोच्या कपडे बदलायच्या खोलीत मला एकटीला सोडलं. मी कपडे काढून आणि मूर्खासारखा एक क्रोशाचा टॉवेल लपेटून बाहेर आले. जमीन दुभंगून मला कुणी आत ओढून घ्यावं, अशी तीव्र इच्छा झाली होती. नजर फक्त पायांवर खिळवून मी चालत होते आणि माझा चेहरा लालबुंद झाला होता. तशात माझी नजर कुणाच्या तरी वक्षांकडे गेली; पण सनीवेल, कॅलिफोर्नियातील एका मध्यमवर्गीय, तंत्रज्ञानखुळ्या माणसाच्या मुलीपासून ते टोकियो- जपानमधल्या एका पराभूत बेरोजगार माणसाच्या मुलीपर्यंतच्या प्रवासात मी एक गोष्ट शिकले होते, की माणूस कुठल्याही परिस्थितीत स्वतःला सहज सामावून घेतो.

त्या दिवसानंतर कायम आई कामावर गेल्यावरच अंघोळीला जाण्याचा मी प्रयत्न करत असे. सकाळी अगदी लवकर सेन्टोवर न जाण्याचा आणखी एक फायदा होता. उशिरा इथे गर्दी कमी असे आणि कोपऱ्यातील जागा मिळवून इतर काय काय चाललं आहे ते पाहण्याची चांगली संधी मिळत असे. आमच्या शेजारातील म्हाताऱ्या बायका आणि बारबालाच फक्त या वेळी सेन्टोत अंघोळीला यायच्या आणि शपथेवर सांगते, यांना तयार होताना पाहणं म्हणजे मौज होती.

ते खरंच खूप भन्नाट होतं. सनीवेल, कॅलिफोर्नियात तुम्हाला अशा नागड्या स्त्रिया पाहण्याची फारशी संधी मिळत नाही. म्हणजे त्या फिरत्या दुकानांमध्ये मिळणाऱ्या मासिकांवरच्या पोर्न चित्रपटांच्या नायिकांचे फोटो पाहायला मिळतात; पण ते खरे नसतात. शिवाय त्यावर कधी कुठल्याही वयानं खूप जास्त असलेल्या बायांचे विवस्त्र फोटो छापत नाहीत. कदाचित ते बेकायदा वगैरे असावं; पण थोडं वैज्ञानिक दृष्टिकोनातून माझ्यासाठी ते मजेदार होतं. म्हणजे मला म्हणायचं आहे की ज्या बारबाला होत्या, त्या सगळ्या शिडशिडीत आणि 'चिकन्या' होत्या आणि त्या

---

३. सार्वजनिक स्नानगृह

प्रत्येकीच्या वक्षांचा आणि नितंबांचा आकार जरी वेगळा असला तरीही त्या दिसायला मात्र बहुतांश सारख्याच होत्या; पण त्या म्हाताऱ्या आज्या....OMG! त्या सगळ्यांचे आकार वेगळे होते. काहींचे नितंब खूप मोठे आणि मांसल तर काहींचे म्हणजे एक कातडीचा पापुद्रा आणि निप्पल म्हणजे ड्रॉवरचे नॉब, आणि काहींची पोटं म्हणजे कपातल्या दुधावरची साय मी बाजूला करते ना अगदी तशी दिसायची. मग मी एक मजेदार खेळ माझ्या मनात सुरू केला. एक म्हातारी आजी आणि एक तरुण बारबाला यांच्या जोड्या लावण्याचा खेळ. मग त्या तरुणींमधली कोण म्हातारपणी कुठल्या आजीसारखी दिसेल याची कल्पना करणारा तो खेळ होता. कुठले ताठर वक्ष कुठल्या प्रकारच्या लोंबत्या वक्षात परिवर्तित होणार आणि कुठले सपाट पोट पुढे जाऊन भरलेल्या पिशवीत रूपांतरित होणार... खेळ तसा विचित्र होता, म्हणजे वेळेला जाताना बघण्याचा, पण बुद्ध तत्त्वज्ञानाच्या दृष्टिकोनातून, कळलं ना?

बारबाला आणि त्यांची तयारी पाहणं माझ्या मुख्य आकर्षणाचा भाग होता. स्नानघरांच्या आतल्या खोल्यांमध्येही मी त्यांच्याकडे लक्षपूर्वक पाहत असे. छोट्या काठ्यांना लावलेल्या ब्रशनं शरीरावरची मृत त्वचा काढणं, छोट्या रंगीत रेझरनं चेहरा स्वच्छ करणं हे सारं काही मी निरखायची. काय काढून टाकायच्या त्या चेहऱ्यांवरून? म्हणजे त्यांच्या चेहऱ्यावर किंवा ओठांवर काही खूप केस होते अशातलाही भाग नव्हता. त्या स्नानगृहात यायच्या तेव्हा त्या आताच झोपून उठल्या आहेत हे अगदी स्पष्ट दिसायचं त्यांच्या चेहऱ्यांवर. शिवाय जांभया देत आणि दुपार असूनही सगळ्यांना गुड मॉर्निंग म्हणतच त्या आत यायच्या; पण त्या जास्त बोलत नसत आणि त्यांचे डोळे रात्रीची नशा न उतरल्यामुळे खूप सुजलेले आणि लाल दिसायचे. मग तासभर जरा अंघोळबिंघोळ करून त्या टवटवीत व्हायच्या आणि गुलाबी तकाकी त्यांच्या चेहऱ्यावर दिसायची. अंग पुसून आपल्या झालरी लावलेल्या अंतर्वस्त्रांमध्ये ड्रेसिंग रूममध्ये आल्या की त्या परत हसू-बोलू लागायच्या आणि आदल्या रात्री त्यांच्याकडे आलेल्यांबद्दल त्या गमतीजमती सांगू लागायच्या. मला ओळखू लागल्यावर त्या मला नुकत्याच वाढू लागलेल्या वक्षांकडे पाहून चिडवायच्या. खरं तर मला त्याची लाज वाटायला हवी होती; पण मला तसं काही वाटायचं नाही. त्याच्याकडे त्यांचं लक्ष गेलं ही मला सुखावणारी गोष्ट होती. मला त्या आवडायच्याही. त्या सुंदर आहेत आणि त्यांना जे करायचं आहे ते त्या मुक्तपणे आणि त्यांना हवं तसं करायच्या. म्हणूनच हे वातावरण माझ्यासाठी योग्य नाही असं माझ्या आईला प्रकर्षानं वाटायचं. रात्रीचं जेवण होईपर्यंत अंघोळीला पाठवण्यासाठी ती मला वाट पाहायला लावायची आणि ती सगळ्यात वाईट वेळ होती. त्या वेळी सगळ्या कंटाळवाण्या वाटणाऱ्या आया आपल्या व्रात्य मुलांना घेऊन सेन्टोत यायच्या. इतरांच्या प्रत्येक गोष्टीत नाक खुपसणाऱ्या, रापलेल्या केसांच्या बाया तिथं बसायच्या

आणि काही घेणं-देणं नसतानाही प्रत्येक गोष्टीवर आपली प्रतिक्रिया द्यायच्या. आणि त्यातल्याच एकीनं माझ्या अंगावरील जखमा पाहिल्याच. मी स्वतःला पूर्ण झाकून घेऊन मागे मागे रेंगाळत होते, तरीही तिनं ते पाहिलं आणि कर्कश स्वरात ती ओरडली,

"अरे देवा! हे काय झालं बाळा तुला? तुला हे ओरखडे कसले आले आहेत? रॅश आली का तुला?"

आधी तर आईनं अजिबात लक्ष दिलं नाही; पण मग त्या कर्कश बाईनं आईला अगदी हाक मारून म्हणाली, "ओकूसान, ओकूसान![४] हे तुमच्या मुलीला काय झालं आहे? तिला सर्व ठिकाणी बुत्सुबुत्सु[५] आलेली दिसताहेत. तिला काही आजार तर झाला नाही ना?"

मी पाण्याच्या बादलीवर झुकले असताना आई माझ्या बाजूला येऊन उभी राहिली. मनगट धरून तिनं माझा हात वर केला आणि जिथं त्या जखमांच्या खुणा जास्त प्रमाणात होत्या ती बाजू ती निरखून पाहू लागली. तिची बोटं माझ्या मनगटात अक्षरशः रुतली होती आणि शाळेत मुलांनी चिमटे काढले तेव्हा दुखलं नाही इतकं आता ते मनगट दुखत होतं.

"हिनं पाण्यात जाऊ नये," ती कर्कशा बोलली. "जर तो कसला आजार असेल तर त्याचा संसर्ग होऊ शकतो...."

आईनं माझा हात सोडला. "तोंदेमोनाई[६]," आईनं उत्तर दिलं. "तिच्या जिम क्लासमध्ये तिला थोडं खरचटलं त्याच्या खुणा आहेत त्या. कसंही खेळतात हे सगळे तिकडे. काय बरोबर आहे ना, नाओको?"

मी मान डोलावली आणि हात-पाय धुण्याकडेच जास्त लक्ष देण्याचा प्रयत्न केला. भोकाड पसरून आणि अकांडतांडव करून तिथून धावत मी निघून गेले नाही. आईसुद्धा बेसिनकडे गेली आणि पूर्ण अंघोळ होईपर्यंत ती एक चकार शब्दही बोलली नाही; पण जेव्हा सारं आटोपून आम्ही घरी परत आलो, ती लगेच मला घेऊन बेडरूममध्ये गेली आणि तिनं पुन्हा मला सर्व कपडे काढायला सांगितले. बाबा तेव्हा अंघोळीलाच गेले होते. आताशा ते फक्त सेन्टोमध्ये जाण्यासाठीच घराबाहेर पडायचे. तिथं वेळ घालवायला त्यांना आवडू लागलं होतं आणि अंघोळ झाल्यावर एक थंड बिअर घेणंही त्यांना पसंत होतं. त्यामुळे त्या क्षणी माझी झडती घेण्यासाठी आईला आख्खं घर रिकामं होतं. टेबलवर वाचायला वापरतात तो

---

४. अहो बाई

५. पुरळ

६. काही नाही ते

हॅलोजन लॅम्प तिनं उचलला आणि माझं शरीर ती तपासायला लागली. त्या झाडाझडतीच्या वेळी मी क्षणाक्षणाला फक्त मृत्यूचा विचार करत होते. सगळ्या जखमा, ते ओरखडे आणि कात्रीच्या टोकानं केलेल्या त्या छोट्या जखमा आणि माझ्या मागे बसून मुलांनी केस ओढल्यामुळे निर्माण झालेला तो एक टकलाचा तुकडाही तिला दिसला. मी खोटं बोलण्याचा प्रयत्न केला. कसलीशी ॲलर्जी झाली आहे, असं मी तिला सांगितलं आणि खरंच ते जिम क्लासमध्येच झालं आहे, हेही तिला सांगितलं. कदाचित ते हिमोफीलिया किंवा ल्युकेमिया किंवा व्होन विलेब्रान्ड रोग असावा असं सुचवण्याचाही मी प्रयत्न केला; पण तिचा यातील कुठल्याही गोष्टीवर विश्वास बसला नाही. हे प्रकरण वाढू नये याचा मी आटोकाट प्रयत्न करत होते; कारण तिनं शाळेत जाऊन या सगळ्यांची तक्रार करावी अशी माझी अजिबात इच्छा नव्हती; कारण त्यामुळे प्रकरण आणखीच चिघळलं असतं.

''अरे, हे ठीक आहे, आई. अगदी शपथेवर सांगते; यात काहीही मोठं नाही. तुला माहिती आहे ना मुलं कशी असतात ते. आणि मी एक बदली विद्यार्थी आहे. ते असं सगळ्यांनाच वागवतात.''

तिनं मान डोलावली. ''कदाचित तूच नवीन मित्र-मैत्रिणी बनवण्यासाठी योग्य तो प्रयत्न केला नसणार नक्की,'' तिनं विधान केलं.

''मला खरंच खूप मित्र-मैत्रिणी आहेत, आई. सारं काही अगदी व्यवस्थित आहे.''

माझ्यावर विश्वास ठेवावा असं तिला वाटत होतं. आम्ही जेव्हा टोकियोला परत आलो तेव्हा नवीन शाळेत आणि मुलांमध्ये माझी कशी काय व्यवस्था होते याची तिला खरंच काळजी वाटायची; पण मग ती जेलीफिशमध्ये गुंतली, नंतर चुओ रॅपिड एक्स्प्रेस घटनेनं विचलित झाली होती आणि काही काळाकरता आमच्या घरातील सारं काही व्यवस्थित सुरू असलेली मी एकमेव व्यक्ती होते. शिवाय त्यानंतर ती पुन्हा एकदा सामान्य प्रवाहात आल्यामुळे आणि नोकरी करायला लागल्यामुळे मी शाळेनंतर काय करते याकडे लक्ष द्यायला तिला वेळ नव्हता. तिकडे सेंटोमध्ये मी त्या बारबालांबरोबर वेळ घालवलेलाही तिला चालत नव्हतं; पण मी तिच्या अनुपस्थितीत बाबांबरोबर घरात राहावं हे पण तिला मान्य नव्हतं; कारण ते निराश झाले होते आणि आत्महत्येचा प्रयत्नही त्यांनी केला होता. ती साशंक होती की तिकडे अमेरिकेतल्या बापांप्रमाणे आपल्या मुलाबाळांना झोपेतच गोळ्या घालून ठार करण्याचा मूर्खपणा करतील आणि मग बेसमेंटमध्ये जाऊन स्वतःच्याही डोक्याची शकलं करून घेतील. फरक फक्त एवढाच होता की, जपानमध्ये हत्यारांसंदर्भात कडक नियम असल्यामुळे तिथं अशा घटनांमध्ये ट्यूब किंवा डक्ट टेप किंवा कारमधल्या कोळश्याच्या विटा अशा गोष्टींचा वापर जास्त

होत असे. यासंदर्भात वर्तमानपत्रात आताशा मी बरंच वाचन करते आहे म्हणून मला हे सारं काही एवढं माहिती आहे. आत्महत्या, भीषण व बीभत्स मृत्यू आणि दुःख याबद्दल मी वाचते. वडिलांच्या मृत्यूसाठी मानसिक तयारी करण्यासाठी म्हणून मला ही इत्थंभूत माहिती जाणून घ्यायची होती आणि वाचता वाचता मला अशा बातम्यांचं व्यसनच जडलं. मुख्यतः मी जेव्हा हे सारं काही जिकोला वाचून दाखवू लागले, तेव्हापासूनच मी यात गुंतले. तिच्या जुझूवर तिला प्रार्थना करता यावी म्हणून मी त्या गोष्टी तिला सांगू लागले होते.

तर मुद्दा असा आहे की शाळेतल्या मुलांनी माझा जो छळ चालवला होता त्यापेक्षा मी बाबांसोबत घरी राहणं मला जास्त सोईस्कर वाटत होतं; कारण आमच्याकडे कार नाही आणि बेसमेंट वगैरे असलेलं घर नाही; पण आईला भरवसा नव्हता.

"शाळेनंतर आणखी काही करता आलं तर?" तिनं सूचना केली. "शाळेचं हे नवीन सत्र आहे. तुला कुठल्या गटात किंवा क्लबमध्ये सहभागी व्हायचं नाही का? तू तुझ्या वर्गशिक्षकांशी यासंदर्भात चर्चा केलीस का? मला वाटतं मीच तिकडे एकदा यावं आणि बोलावं त्यांच्याशी...."

तुम्ही कधी कार्टून मालिका पाहिल्या आहेत का? त्यात कसं एखादं पात्र आश्चर्यचकित झाल्यावर त्याचे डोळे एखादी स्प्रिंग किंवा रबर लावल्यासारखं डोळ्यांच्या खाचांतून एकदम उडून बाहेर येतात? शपथेवर सांगते माझी अवस्था तशी झाली होती. ट्रॅक्टरचा फाळ दाणदिशी जमिनीवर आदळावा तसं माझं तोंड उघडं झालं होतं. आमच्या बेडरूमच्या मध्यभागी मी पांढऱ्या तोकड्या अंतर्वस्त्रांमध्ये आणि त्या टेबल लॅम्पच्या प्रकाशात उभी होती आणि पोटात मोठा मासा गेल्याप्रमाणे मला वजन जाणवत होतं. तिच्याकडे मी रोखून पाहत होते आणि मनात विचार आला, 'अरे देवा, ही माझा अक्षरशः जीव घेऊनच शांत होणार बहुधा'. मला तपासल्यानंतर माझ्या वर्गातल्या मुलांनी माझी काय अवस्था केली आहे हे तिला कळलं होतं आणि आता तरीही तिला वाटतं की शाळेनंतरचाही वेळ मी त्यांच्यासोबत घालवावा?

फक्त वेड लागलेले लोकच आत्महत्या करण्याचा प्रयत्न करतात असं जेव्हा मी समजायचे, तेव्हा माझे बाबाही वेडे झाले आहेत असं मला वाटलं होत; पण त्याच वेळी माझी आई तरी भानावर आहे आणि जेलीफिश पाहायला जाणं थांबवल्यानंतर आणि नोकरी मिळवल्यानंतर तरी अजिबात वेडी नाही असा माझा समज होता; पण तिनं हा प्रश्न विचारल्यावर मात्र त्या क्षणी मला जाणवलं की बाबांइतकीच तीही बेभरवशाची आणि वेडी आहे आणि आता यानंतर मला सुरक्षित ठेवण्यासाठी माझी काळजी घेणारं कुणीही माझ्या आयुष्यात उरलेलं नाही, याचीही

मला प्रकर्षानं जाणीव झाली. इतकं नागडं आणि एकाकी मला यापूर्वी कधीच जाणवलं नव्हतं. पायांतलं त्राण जाऊन मी त्या पोटातल्या वजनामुळे कोसळते आहे असा भास मला झाला. एकदा तो भीतीचा गोळा पोटातून घशाकडे उसळी मारून बाहेर येण्याचा प्रयत्न करताना जाणवलं आणि नंतर पुन्हा पोटात येऊन श्वासांविना तडफडू लागला. मी स्वतःला सावरून होते. स्वतःच्याच हातांमध्ये माझे प्राण जाणार की काय असं वाटू लागलं. ततामीवर[७] पसरलेले माझे कपडे मी गोळा केले आणि आईकडे पाठ करून उभी राहिले. माझं शरीर न्याहाळणाऱ्या तिच्या नजरेला मला नजर भिडवायची नव्हती.

"मी अगदी व्यवस्थित काळजी घेईन, आई. पण मला खरंच शाळेनंतर कुठल्याही कामात भाग घ्यायचा नाही."

पण तिच्या कानावर माझे शब्द पडतच नव्हते. "नाही," ती उत्तरली. "तुला सांगते, मी आता तुझ्या वर्गशिक्षकांशी बोलणार आहे एकदा..."

तो भीतीचा गोळा माझ्या फुफ्फुसांच्या पिंजऱ्यात अडकून पडल्याचं मला जाणवलं. "पण मला वाटतं की ते अजिबात योग्य नाही, आई."

"पण नाओ-चान हे सारं काही कुठंतरी थांबायला हवं."

"ते थांबेल आई, खरंच. फक्त तू त्याच्याकडे लक्ष देऊ नकोस."

पण तिनं पुन्हा मान हलवली. "नाही," ती निश्चयी स्वरात म्हणाली. "मी तटस्थ राहून माझ्या मुलीबाबत हे सारं घडताना नाही पाहू शकत." एक प्रकारचा करारीपणा आणि निश्चय तिच्या आवाजात मला जाणवला जो अमेरिकेतल्यासारखा होता. तिच्या त्या हिलरी क्लिंटनसारख्या केशरचनेशी आणि 'मी करू शकते' या वृत्तीला तो साजेसा होता आणि मला मनापासून त्याची भीती वाटली.

"आई, प्लीज..."

"Shimpai shinakute no yo,"[८] माझे दोन्ही खांदे धरून ती म्हणाली.

काळजी करू नकोस? किती मूर्खपणाचं आहे हे बोलणं!

३

सुरुवातीचे काही दिवस काहीच झालं नाही आणि मला तर वाटू लागलं की ती कदाचित सारं काही विसरली असावी किंवा तिचा विचार बदलला असावा. हिकिकोमोरी झाल्यापासून बाबांनी मला शाळेत सोडायला येणं बंद केलं होतं आणि

---

७. चटई

८. तू काळजी करू नकोस

मीही मग अगदी शेवटच्या क्षणी म्हणजे आत येण्याची शेवटची घंटा होण्यापर्यंत शाळेत पाऊल टाकत नसे. घरून शाळेसाठी निघाल्यावर मी रस्त्यात बराच वेळ घालवू लागले होते. कधी त्या देवळात जाणे आणि तिथल्या उदबत्त्यांचा वास घेणे किंवा मग पक्षी आणि कीटकांचा आवाज ऐकत बसणे, असले उद्योग मी करायची. त्या वेळी मी बुद्धाची प्रार्थना करत नसे; कारण मला तो देवासारखाच वाटायचा आणि माझा देवावर अजिबात विश्वास नव्हता. खरंतर माझ्या आयुष्यातील पुरुष मंडळींच्या असहायतेकडे एक नजर टाकली, तर देवावर माझा विश्वास नसण्याचं आश्चर्य वाटू नये; पण तो प्राचीन शाका-सामा तसा नव्हता. एखाद्या ज्ञानी गुरूव्यतिरिक्त आणखी काही असण्याचा आभास त्यानं कधीच निर्माण केला नव्हता आणि म्हणून त्याची प्रार्थना करण्यात मला गैर वाटत नव्हतं. माझ्या जिकोची प्रार्थना करण्यासारखंच ते होतं.

देवळाच्या मागे असलेल्या बागेत एका शेवाळलेल्या टेकाडावर एक मेपलचं झाडं आहे आणि त्याच्या शेजारीच एक दगडी बाकही ठेवलेला आहे. मी तिथं बसून फिक्कट हिरव्या रंगाच्या त्या मेपलच्या कळ्यांना पाकळ्यांमध्ये परिवर्तित होताना बघत बसायचे. वसंतात करपून ती पानं खाली पडली की एक भिख्खू एका बांबूला लावलेल्या झाडूनं तो पानांचा गालिचा गोळा करायचा आणि शिशिरात काही कळ्या गोळा करून घेऊन जायचा. ते शेवाळलेलं टेकाड जणू त्याचं एक बेट होतं, ज्याची काळजी घेण्याची जबाबदारी फक्त त्याची होती. मला मनापासून वाटायचं की आपण खूप छोटं छोटं होत आकारानं इतकं सूक्ष्म व्हावं की, त्या झाडाखाली आपल्याला निवांत राहता येईल. किती शांतता होती तिथं! त्या बाकावर दिवास्वप्न पाहत मी बसायचे. जिथं मी सुरक्षित होते त्या देवळाच्या उंच भिंतींना सोडून शाळेच्या मला असुरक्षित वाटणाऱ्या परिसरात शेवटच्या घंटेचा नाद हवेत विरत असताना फाटकातून मी अलगद आत शिरावं, असं मला वाटायचं.

आता हा माझा नियम झाला होता; पण माझ्या जखमांसंदर्भात आईला कळलं त्यानंतर एक आठवडा झाला असेल, मी बागेत गेले असताना तिथं कठडे टाकण्यात आले होते. झाडाकडे जाण्याचा रस्ता बंद झाला होता. देवळात काही बांधकाम सुरू करण्यात आलं होतं आणि त्यामुळे मला त्या दिवशी शाळेत लवकर पोहोचावं लागलं.

पोहोचताच काहीतरी वेगळं घडतंय याची जाणीव मला झाली. मी आत गेले तेव्हा माझ्याकडे कुणीही पाहिलं नाही किंवा त्यांना ते दिसलंच नाही. मी फाटकातच थोडा वेळ रेंगाळले आणि मग हळूच आत गेले; पण कुणीही माझी वाट पाहत नव्हतं किंवा माझ्याकडे लक्ष नव्हतं किंवा मला घेरण्याचा कुणी प्रयत्न करत नव्हतं. मी ऐकण्याचा प्रयत्न केला; पण ती टपोऱ्या डोळ्यांची आणि डोळ्यांत चमक असेलली ती मुलं माझं नाव उच्चारत असल्याचं मला ऐकू आलं नाही. सारेच

माझ्याकडे दुर्लक्ष करत होते आणि आपापसात बोलत होते. जणू काही मी कुणाला दिसतच नव्हते.

आधी मी जरा निराश झाले आणि नंतर एका सुटकेच्या जाणिवेनं मी थोडी उत्साहीही झाले आणि मग क्षणात विचार आला, 'नाही, एक मिनिट, कदाचित ते कसली तरी भयंकर तयारी करत आहेत. मूर्खपणा करू नकोस, नाओ! सजग हो. सावध राहा!' मग मी डोळे उघडे ठेवून वाट पाहू लागले. एकापाठोपाठ एक वर्ग होत राहिले- जपानी इतिहास, गणित, नैतिक शिक्षण- पण कुणीही मला त्रास दिला नाही. कुणी मला चिमटे काढले नाहीत किंवा थुंकलं नाही किंवा खोड्या काढल्या नाहीत आणि पेननं टोचलंही नाही. कुणी माझा वास येतो म्हणून नाक बंद केलं नाही किंवा बलात्काराची धमकी दिली नाही किंवा माझ्या डेस्कजवळून जाताना त्यांना उलटी होणार अशी बतावणीही केली नाही. माझ्या शेजारी बसणाऱ्या मुलानं माझे केस एकदाही ओढले नाहीत आणि शेवटी दुपारपर्यंत माझा विश्वास बसू लागला की ते दुःस्वप्न आता संपलं. मधल्या सुटीमध्ये माझ्या डब्यासकट मला पूर्ण वर्गात एकटं सोडण्यात आलं होतं. मला जमिनीवर लोळवण्यात आलं नाही, की माझ्या डब्यातल्या राइसबॉलला पायदळी तुडवण्यात आलं नाही. मी स्वतःहून अगदी ताठपणे शाळेच्या पटांगणाच्या कुंपणाजवळ उभी राहिले होते आणि साऱ्या मुलांना हसताना आणि बोलताना पाहत होते. आणि मग त्या दिवशी सर्व वर्ग सुटल्याची घंटा झाली आणि मी गर्दीचा पूर आलेल्या वऱ्हांड्यांमधून जात होते तेव्हा मी जणू अदृश्य होते; एखाद्या भुताप्रमाणे किंवा आत्म्याप्रमाणे.

४

आईच्या शाळेत येण्यामुळे त्यांनी माझा छळ थांबवला की काय, याची मला अजिबात कल्पना नव्हती. मी त्याबाबत जरा साशंकच होते. कदाचित छळ करून करून त्यांना आता कंटाळा आला होता आणि हा प्रकार ते तसाही थांबवणारच होते आणि तशात आईनं केलेल्या तक्रारीमुळे त्यांना यातून बाहेर पडणं सहज शक्य झालं. ती कुणाशी बोलली याचीही मला कल्पना नव्हती; कारण माझी नवव्या वर्गाची वर्गशिक्षिका प्रसूतीसाठी सुटीवर होती आणि उगावा सेन्सेइ त्यांच्या जागेवर आले होते. त्यामुळे त्यांच्याशी आई बोलली असेल याबाबत मला खात्री नव्हती. कदाचित आईनं त्यापुढे जाण्याचा निर्णय घेतला असावा आणि ती उपमुख्याध्यापक किंवा त्याहीपुढे सरळ मुख्याध्यापकांकडेच गेली असावी. त्यामागेही कारण होतंच. उगावे सेन्सेई वर्गातील मुलांबरोबर होते. माझ्याकडे दुर्लक्ष करणं किंवा मी अस्तित्वातच नाही असं भासवणं आणि जणू माझा आवाज त्यांना ऐकू येत नाही किंवा मी त्यांना

दिसतच नसल्याचं ते दाखवायचे. सुरुवातीला मला हे सारं काही लक्षात आलं नव्हतं. माझ्याकडे ते दुर्लक्ष करायचे किंवा मला कधीही हाक मारत नसत आणि मीही कधी प्रश्नांची उत्तरं वगैरे देण्यासाठी हात वर केला नाही. त्यामुळे हे सारं काही सामंजस्यातून घडत असल्यासारखं होतं; पण मग नंतर त्यांनी हजेरी घेताना हा प्रकार सुरू केला. हजेरी घेताना ते माझं नाव उच्चारायचे, "यासूतानी!" आणि मी उत्तर द्यायची, "है!" पण मग मला उपस्थित असल्याचं दाखवण्याऐवजी ते पुन्हा एकदा हाक मारायचे, "बदली विद्यार्थी यासूतानी!" जणू काही त्यांना माझा आवाजच ऐकायला गेलेला नाही. मग मी पुन्हा एकदा सांगायची, "है!!!" जितका मोठा आवाज काढू शकत असे तेवढ्या आवाजात मी सांगायची; पण चेहरा वाकडा करून आणि मान डोलवून ते त्याकडे दुर्लक्ष करायचे आणि अनुपस्थित म्हणून नोंद करायचे. हे सारं काही बरेच दिवस सतत चालत राहिलं; पण मग एक दिवस मुलांना फिदीफिदी हसताना मी पाहिलं आणि मग मला तो प्रकार लक्षात येऊ लागला. मग मात्र माझ्या घशातून काही केल्या आवाज निघेनासा झाला. मी कितीही जोरात ओरडण्याचा प्रयत्न केला तरीही माझा आवाज काही बाहेर येत नसे. घशातील सगळ्या मांसपेशी जणू हत्या करण्यासाठी सरसावल्या आहेत. आणि मी बोलण्याचा प्रयत्न करताच माझा गळा आवळण्याचा प्रयत्न करताहेत, असं मला जाणवू लागलं. कधी कधी तर काही विद्यार्थी जणू उपकार केल्यासारखे माझ्या वतीनं उत्तर देत, "Yasutani-kun wa rusu desu yo"[९] त्यानंतर मी माझं नाव उच्चारलं तरीही बेंचवर नजर खिळवून आणि ओठ घट्ट मिटून मी फक्त निमूट बसून राहत असे; कारण ते सारे एक झाले आहेत आणि माझ्यावर हसताहेत याची मला पूर्ण कल्पना होती.

विचित्र असलं तरीही मी शांत होते. त्यांचं हसणंही मी मनावर घेत नसे; कारण त्यामुळे निदान माझ्या शरीरावर जखमा होत नव्हत्या आणि कुठलीही खूण मागे राहत नव्हती. उगावे सेन्सेईसाठी हा प्रकार आनंद देणारा आहे आणि त्यांना विजयी होऊ देण्याचाही मला खेद वाटत नव्हता. हा प्रकार करून ते वर्गातील काही ठरावीक विद्यार्थ्यांच्या गटात लोकप्रिय झाले होते. खरं तर बदली शिक्षकाची स्थिती ही बदली विद्यार्थ्यांपेक्षाही वाईट असते. माझ्यापेक्षाही जास्त पराभूत ते स्वतः होते आणि म्हणून मला त्यांची दया यायची. त्यांच्या डोक्याचा रंग आणि आकार इनोकीसारखा[१०] होता आणि दात वाकडेतिकडे आणि केस पातळ होते. बंद

---

९. यासूतानी अनुपस्थित आहे.

१०. बारीक दांडी आणि त्यावर टोपीसारखा आकार असलेला मशरूमचा प्रकार जे फक्त रात्रीतच वाढतं आणि कधीही प्रकाशात जिवंत राहत नाही

गळ्याचा पॉलिस्टर स्वेटर ते घालायचे आणि डोक्यातील कोंडा किड्यांप्रमाणे त्यांच्या खांद्यावर ओघळलेला असायचा. त्यांच्या अंगाचाही अतिशय घाण वास येत असे.

मी हे जे काही तुम्हाला सांगते आहे ते केवळ दुष्टपणा म्हणून नाही, तर मला फक्त इतकंच सांगायचं आहे की या अशा अवस्थेतल्या उगावे सेन्सेईचं वर्गात लोकप्रिय होणं खरंच शक्य नव्हतं; पण खरं तर माझ्यामुळे ते हे सारं काही मिळवू शकत होते. माझं नाव घेतल्यानंतर उत्तराची वाट पाहण्याचा आव आणताना त्यांच्या चेहऱ्यावरचा उत्साह मी पाहू शकत होते. माझ्याकडे पाहणं आणि नंतर जणू काही मी तिथं नाहीच असं सोयीस्करपणे दाखवत माझ्या पलीकडे पाहणं मला दिसत होतं. मी अनुपस्थित असल्याचं लिहिणंही त्यांच्या हातातील लेखणीचा विजय असायचा. त्या लिहिण्यात जणू खूप काही मिळवल्याचा भाव असायचा.

ते दुष्ट आहेत असं मला अजिबात वाटत नसे याची तुम्हाला जाणीव झाली असावी. मला वाटतं त्यांना असुरक्षितता जाणवायची आणि अशी असुरक्षिततेची भावना असलेले लोक जसे स्वतःला समजावण्यासाठी काहीबाही करत असतात, तेही तेच करत होते. उदाहरणार्थ, माझ्या वडिलांप्रमाणे. बाबा स्वतःला समजावण्याचा प्रयत्न करत होते की त्यांच्या आत्महत्येमुळे मला किंवा आईला कुठलाही फरक पडणार नाही आणि त्यांच्या पश्चात आमचं सारं काही भलंच होणार आणि भविष्यात लवकरच आम्हाला त्याची जाणीव होऊन आम्ही त्यांचे आभारच मानू आणि विशेष म्हणजे त्यांचं हे असं विचार करणं अगदी योग्य होतं. तसं पाहिलं तर ते मला माझं उद्दिष्ट साध्य करण्यास मदत करत होते आणि मला खरंच त्याचं बरं वाटत होतं.

एखाद्या आकाशातून सरकून निघून जाणाऱ्या ढगाच्या तुकड्याप्रमाणे माझ्या शाळेतला काळ असायचा. क्षणभरासाठीचा. शाळेतून पुन्हा मी घरात असायची. थोड्याफार प्रमाणात तितकीच एकटी जितकी शाळेत असायची; पण रस्त्यातून येताना पाठलाग किंवा धक्का देणं किंवा व्हेंडिंग मशिनवर आदळणं किंवा सायकलच्या रांगांवर ढकलून देणं या साऱ्या प्रकारापेक्षा तो एकटेपणा चांगला होता. धोका पूर्ण टळला नव्हता हे मला माहीत होतं; कारण वर्गातील मुलं काही वेळा माझा पाठलाग करायची; पण ती कधी रस्त्याच्या दुसऱ्या बाजूला असायची किंवा थोडं अंतर ठेवून असायची. माझ्या त्या गलिच्छ वस्तीसंदर्भात ती मोठ्या आवाजात काहीतरी बोलायची, टीका करायची; पण त्यांनी कधीही माझ्याशी बोलण्याचा किंवा मला स्पर्श करण्याचा प्रयत्न मात्र केला नाही.

घरी आल्यावर बाबा मला काहीतरी खायला करून द्यायचे आणि मी तिथं बसून कधी अभ्यास करायचे किंवा इंटरनेटवर काहीतरी पाहत वेळ घालवायचे किंवा मग

सनीवेलमधल्या माझ्या मैत्रिणीशी- कायलाशी चॅटिंग करायचे. तिला माझ्याशी बोलायला आवडायचं; पण खरं सांगायचं झालं तर हे सारं काही तणावपूर्णच होतं. माझ्या शाळेबद्दल जाणून घ्यायला कायला अतिशय उत्सुक होती आणि मला तिला इजिमेसंदर्भात एकही शब्द सांगायचा नव्हता; कारण मी किती बावळट आणि नेभळट आहे हे तिला कळलं असतं. मग जपानबद्दल काहीतरी गमतीदार सांगण्यात मी तिला गुंतवून ठेवत असे. संयुक्त राष्ट्रातील तरुण लोकांना जपानी संस्कृतीचं भारी आकर्षण आहे. म्हणून मग मी चॅटिंग करताना इथली जीवनशैली किंवा संगीत, ॲनिमेशन आणि फॅशन असं काहीबाही सांगत असे.

''तू खूप खूप लांब असल्यासारखं वाटतं,'' कायला म्हणाली होती. ''हे सारं काही खूप असत्य असल्याचा भास होतो.''

खरं होतं ते. मी खोटी होते आणि माझं आयुष्यही असत्य होतं आणि सत्य असलेलं सनीवेल, अवकाश आणि काळाच्या शेकडो शेकडो मैल पलीकडे होतं. अवकाशातून दिसणाऱ्या सुंदर पृथ्वीप्रमाणे. मी आणि माझे बाबा अवकाशयानात बसलेले दोन लोक होतो, जे थंड काळोख्या अवकाशात घिरट्या घालत होतो.

५

बाहेरच्या जगाशी संपर्क तोडून माझे वडील हिकिकोमोरी झाले होते हे मी तुम्हाला सांगितलं; पण गैरसमज करून घेऊ नका. त्यांचा माझ्यावर खूप खूप जीव होता आणि माझ्या सुरक्षिततेची त्यांना खूप काळजी होती. स्वतःला बाहेर काढून आम्हाला फुफाट्यात झोकून देण्याची वगैरे काही त्यांची वृत्ती नव्हती. हिकिकोमोरी लोक घरात राहतात, दिवस-रात्र घरात राहतात आणि लैंगिक मासिकं वाचतात किंवा हेंताईसारख्या काही वेबसाईट पाहतात; पण माझे वडील यांतील काहीही करण्याइतके वाईट स्थितीत नव्हते. त्यांची वाईट स्थिती होती, पण जरा वेगळ्या अर्थानं. ऑनलाईन जाणं त्यांनी अगदी सोडलंच होतं आणि ते आपला बराच वेळ पाश्चिमात्य तत्त्वज्ञानाची पुस्तकं वाचण्यात आणि त्याच पुस्तकातील पानांपासून ओरिगामीनं कीटक तयार करण्यात घालवायचे. तुम्हाला अगदी लहानपणापासून माहीतच असेल की ओरिगामी ही एक कागदांना घड्या घालून विविध गोष्टी तयार करण्याची जपानी कला आहे.

आई ज्या प्रकाशन संस्थेत काम करते त्यांनी 'द ग्रेट माइंड्स ऑफ वेस्टर्न फिलॉसॉफी' ही पुस्तकांची मालिका प्रकाशित केली आणि तिथूनच ही तत्त्वज्ञानाची पुस्तकं घरात आली. तुम्ही कल्पना करू शकता की ही अशी पुस्तकं काही खूप खपणारी आणि वाचकांनी उड्या टाकाव्यात अशी नाहीत. त्यामुळे आईनं उरलेल्या

पुस्तकांतील एक सेट घरी आणला आणि बाबांना दिला. आयुष्यातील अर्थ शोधायला त्यांना या पुस्तकांची मदत होणार, असं काहीसं तिला वाटलं होतं. शिवाय तो पूर्ण सेट तिला मोफत मिळाला होता. त्यांनीही सॉक्रेटिसपासून वाचायला सुरुवात केली आणि दर आठवड्याला एक तत्त्ववेत्ता असं त्यांचं वाचन सुरू होतं. आयुष्याचा अर्थ वगैरे शोधण्यात त्यांना त्यातून काही मदत मिळाली असं मला तरी जाणवलं नाही; पण एक ठरावीक उद्देश मात्र त्यांना मिळाला आणि मला तो काहीतरी कामाचा वाटला. निरुद्देश आणि निरर्थक आयुष्य जगताना तुम्हाला गुंतवून ठेवणारं काहीही असलं तरी महत्त्वाचं असतं, असा माझा विश्वास आहे.

आणि तुम्हाला जे काही ओरिगामीसंदर्भात माहिती आहे ते सारं काही विसरा; कारण माझे बाबा त्यातून नेहमीच पक्षी, जहाज किंवा पार्टीमध्ये घालतात तशा टोप्या किंवा कॅण्डी डिशेश असं काही बनवत नसत. त्यांनी तयार केलेल्या गोष्टी एकदम विचित्र; पण खूप सुंदर असत. त्यांना त्या पुस्तकातील पानांना घड्या घालणं आवडायचं. वाचून झालं की त्यातील पानं बॉक्स कटर आणि स्टीलचे काठ असलेल्या फूटपट्टीनं काळजीपूर्वक ते कापायचे. तुम्हाला ठाऊकच आहे की पाश्चिमात्य तत्त्ववेत्ते भरपूर आहेत आणि म्हणून ती सगळी डोकी मालिकेत कोंबण्यासाठी छपाईचा कागद अगदी पातळ वापरण्यात आला होता. बाबा म्हणतात की पातळ कागद घड्या घालण्यासाठी सोपा असतो आणि जर का तुम्ही *ट्रायपोझायलस डायकोटोमस* म्हणजे जपानी ऱ्हायनोसेरॉस बीटल किंवा *मॅन्टीस रेलीजिओसा* म्हणजेच प्रार्थना करणारा नाकतोडा यासारखं काहीतरी खूप किचकट तयार करत असाल तर असाच कागद हवा. जी तत्त्ववेत्ती डोकी त्यांना नाही आवडली, फक्त त्याच पुस्तकातील पानं ते ओरिगामीसाठी वापरायचे. त्यामुळे नित्शे आणि हॉब्स यांच्या पुस्तकातून सगळ्यात जास्त किडे तयार झाले होते.

कोतात्सू[११]जवळ तासन्तास बसून बाबा वाचायचे आणि घड्या घालायचे, घड्या घालायचे आणि वाचायचे. खूप धूम्रपान करणार नाही या अटीवर मग मी त्यांच्याजवळ बसून माझा अभ्यास करायची. निकोटिनची तल्लफ आली तर ती घालवण्यासाठी त्यांनी स्वस्त मिंटचा स्वाद असलेल्या बनावट प्लॅस्टिकच्या सिगारेटी विकत आणल्या होत्या आणि मग कधी कधी मीही ती त्यांच्याकडे मागत असे. मग समोरासमोर बसून आम्ही त्या खोट्या सिगारेटी ओढायचो. ती जराशी गोडसरही होती. थोड्या वेळानं ते एकदम उत्साहित व्हायचे आणि उत्साहात आले की मग ते माना डोलवायला लागायचे. ते डोलू लागायचे आणि डोलत राहायचे, डोलत

---

११. खालून उष्णता देऊ शकणारं एक छोटं टेबल ज्याच्याजवळ शरीर उबदार राहावं म्हणून एक ब्लॅंकेटही असतं

राहायचे आणि मग त्या तालात ते आणखी गुंतत गेले की मग ते दोन्ही हातांनी आपल्या चष्म्याच्या दांड्या धरायचे. चष्मा म्हणजे दुर्बीण आहे आणि पुस्तकातील त्या शब्दांच्या पलीकडेही असलेल्या अर्थाला जणू ते शोधत असल्यासारखे त्यातून पाहायचे. ते हे असे डोलत असताना आणि विशेषतः ते बडबडू लागले की मग त्यांच्यासमोर टेबलवर बसून मला अभ्यास करणं अशक्य व्हायचं. "तेच! तेऽऽच..." असं काहीसं ते बोलायचे आणि मग अचानक स्फोट झाल्यागत म्हणायचे, "Sore! Yes! Sores da yo!"[१२] आणि मग मध्येच मला थांबवून म्हणायचे, "नाओ चान, हे ऐक जरा!" आणि मग ते हेजरच्या पुस्तकातून एक-दोन पानं मोठ्यांदा वाचायचे.

जणू काही मला त्यातलं काही कळणार होतं, बरोबर? पण मला त्याची चिंता नव्हती. शाळेतल्या त्या मूर्खासारख्या अभ्यासापेक्षा हे जे काही होतं ते खूप महत्त्वाचं होतं. गणितात काळ-काम-वेगाचा अभ्यास चालला होता आणि त्यातील काही प्रश्न आले, म्हणजे एक आगगाडी दर मिनिटात तीन कि.मी. धावते आणि वाय कि.मी. एक्स मिनिटात तर मग... इत्यादी इत्यादी, की माझं डोकंच चालणं बंद व्हायचं आणि मी विचार करायला लागायचे की अशा ट्रेनसमोर एखादं शरीर आलं तर त्याचा काय परिणाम होईल, तो धक्का किती तीव्रतेचा असेल आणि डोकं उडून किती अंतरावर जाऊन पडेल आणि रक्ताचा सडा कसा पडेल. बाबा वाचत असलेलं तत्त्वज्ञान हे खूप कोरडं होतं आणि मी शिकत असलेलं गणित अनाकलनीय होतं; पण त्यातील काहीही न कळता काहीतरी त्यातलंही माझ्यात शिरणार होतंच. कुठलीतरी मूर्खासारखी नोकरी करण्यापेक्षा किंवा तशी नोकरी मिळवण्यासाठी आपल्या व्यक्तिगत माहितीची जुळवाजुळव करण्यापेक्षा आणि त्या उएनो पार्कमधल्या बाकावर बसून आपण कुठलीशी नोकरी करतो आहोत, असं भासवण्याचा प्रयत्न करत कावळ्यांना दाणे घालत बसण्यापेक्षा बाबा आता जे काही करत होते ते मला तरी बरं वाटत होतं. ते मेले तरी मला फरक पडणार नाही, असं मला वाटत असलं, तरीही त्यांचा कुठलीही नोकरी न करण्याचा विचार टाकून देणं आणि म्हणून माझ्यासोबत खूप वेळ घालवणं, आता मला आवडू लागलं होतं.

६

रिकाम्या वेळेसंदर्भात बोलतोच आहोत आपण, पण तुम्हाला फुरिता[१३] म्हणजे काय

१२. तेच! तेच ते!

१३. मुक्तपणे काम करणारा किंवा नोकरी न करणारा, इंग्रजीत फ्रीलान्स वर्कर

माहीत आहे का? काही छोटे-मोठे अर्धकालीन काम किंवा नोकरी करणाऱ्या आणि खूप खूप रिकामा वेळ असलेल्या किंवा ज्याला निश्चित असं करिअर नाही, कुठल्या कंपनीत पूर्ण वेळ हुद्दा नाही, अशा व्यक्तीला जपानमध्ये फुरिता असं म्हणतात. हा विचार मला आता आला; कारण मी फिफीज् लोनली ॲप्रनला परत आले आहे आणि माझ्या आजूबाजूला जी ओताकू माणसं बसली आहेत ती सगळी फुरिता आहेत असं मला वाटतं; कारण आपापली कामं आटपून ते रिकाम्या वेळात - जो त्यांच्याकडे भरपूर असल्याचं दिसतंच आहे- पालकांच्या घरी परत जाऊन बेडरूममध्ये झोपण्याआधी ते इथं वेळ घालवायला आले आहेत. आणि या ज्या फ्रेंच मेड आहेत त्याही फुरिता आहेत. जोपर्यंत दुसरी कुठली चांगली नोकरी मिळत नाही किंवा त्यांच्या सगळ्या गरजा भागवू शकणारे एखादे वयानं आणि पैशानं मोठे, रग्गड शुगर डॅडी मिळत नाहीत तोपर्यंत त्या इथं काम करणार. आणि हे सगळे वेटर्स आणि किचनमध्ये काम करणारेही फुरिता आहेत. कुठल्याही चांगल्या जपानी कंपनीत खरीखुरी चांगली नोकरी त्यांना मिळाली नाही म्हणून ते इथं काम करताहेत.

आता तुम्ही कदाचित विचार करत असणार की खरं तर कुणाला जपानच्या कंपनीत नोकरी करावी असं वाटतंय? तुम्हीदेखील इथल्या कॉर्पोरेट कल्चरबद्दल भयावह गोष्टी वाचल्या असतील, इथले कामाचे तास किंवा नोकरी करणारी व्यक्ती ज्याला स्वतःच्या कुटुंबालाही वेळ देता येत नाही किंवा आपल्या मुलांना तो कुशीत घेऊ शकत नाही; कारण कामावरूनच तो अगदी अर्धमेला होऊन परत येतो. (अति कामानं मृत्यू- ज्याला जपानमध्ये करोशी म्हटलं जायचं. १९८० दरम्यान जपानच्या अस्थिर अर्थव्यवस्थेच्या परमोच्च काळात हा वाक्प्रचार प्रचलित होता.) या सगळ्या प्रकाराशी तुलना केली तर फुरिता असणं जास्त चांगलं आहे असंही तुम्हाला वाटू शकतं; पण ते खरं नाही. जपानमध्ये काहीही 'फ्री' असणं चांगलं नाही; कारण फ्री म्हणजे एकटेपणा.

इंग्रजीत लिहिताना लोक याला फ्रीटर (freeter) असं लिहितात आणि ते खूपदा **fritter** प्रमाणे भासतं, म्हणजे आयुष्य वाया घालवण्यात जो अर्थ समाविष्ट आहे त्याप्रमाणे. आणि तुम्ही जर मला विचारलंत तर मी आणि बाबा आता जे काही करत आहोत तेच. मी अजून लहान आहे; त्यामुळे माझ्यासंदर्भात परिस्थिती तितकीशी वाईट नाही. पण मला बाबांची काळजी वाटते.

बरं. तर मी कुठे होते?

रुथ

१

एक फ्रीटर, रुथ विचार करू लागली. ते तर आम्ही आहोत. आयुष्य वाया घालवणारे आम्ही. डायरी बंद करून तिनं ती पोटावर ठेवून दिली. ऑलिव्हर तिच्या शेजारी निजला होता. त्याला डायरी मोठ्यानं वाचून दाखवत असतानाच त्याला झोप लागली; पण तिनं थांबण्याऐवजी वाचन सुरूच ठेवलं. फक्त आवाज हळुवार ठेवला. तो हिकिकोमोरीचा संदर्भ त्याला अस्वस्थ करून गेला याची तिला जाणीव झाली होती आणि तीही त्या संदर्भानं जरा हलली होती.

बेटावर येण्याचा त्यांचा निर्णय तसा साऱ्यातून बाहेर पडण्यासाठीच होता. इथं पहिल्या नवीन वर्षाचं आगमन त्यांनी रात्रभर कोचावर बसून केलं. ब्लँकेटमध्ये लपेटून तिची आई त्या दोघांच्या मध्ये बसली होती. कुठलीशी स्वस्त वाईन पित टीव्हीवर जगाला २००० सालाचं स्वागत करताना पाहत होते. नवीन मिलेनियमच्या सुरुवातीचा जल्लोष टिपण्यासाठी बीबीसी सज्ज झालं होतं आणि विविध भागांतील टाईमझोनचा मागोवा घेत ते हळूहळू पश्चिमेकडे वळले होते. प्रत्येक वेळी फटाक्यांच्या रोषणाईनं उजळलेल्या टीव्हीच्या स्क्रीनवर नजर खिळवत रुथची आई कोचात थोडी सरसावायची.

"व्वा! किती सुरेख आहे हे! कसला जल्लोष आहे हा?"

"आई, अगं नवीन वर्षाचं सेलिब्रेशन आहे ते."

"खरंच? कुठलं वर्ष आहे हे?"

"आता २००० सुरू होणार आहे. नवीन मिलेनियम सुरू होत आहे."

"ओह!" आपल्या दोन्ही गुडघ्यांवर एक थाप देत त्या उद्गारायच्या आणि कोचात पुन्हा मागे सरकून बसायच्या. "अरे देवा, कल्पनाच नव्हती." आणि मग त्या डोळे मिटून डुलकी घ्यायच्या. पुन्हा एकदा टीव्हीवर फटाक्यांचा आवाज झाला की त्या जाग्या होऊन ताठ बसायच्या आणि पुढे होत उद्गारायच्या. "व्वा! किती सुरेख आहे हे! कसला जल्लोष आहे हा?"

घड्याळ्याप्रमाणे नव्या वर्षाचं त्यांच्या भागात आगमन होईपर्यंत उर्वरित आख्खं जग गाढ झोपी गेलं होतं आणि रुथला डोकेदुखीनं ग्रासलं होतं. आपण जगाच्या अंताकडे जाण्याचा काळ साजरा करतो आहोत, आई! वीजपुरवठा व्यवस्था आणि जागतिक बॅंकिंग व्यवस्था कोलमडण्याचा काळ. जगबुडी आणि जगाचा अंत....

देवा शपथ. कल्पना करा.

त्या वेळी **Y2Kशी** संबंधित करण्यात आलेल्या संभावितांमुळे आणि अंदाजांमुळे ती अस्वस्थ नव्हती. तिच्या निवृत्तीच्या भावनेला वृद्धिंगत करणारी ही अस्वस्थता कुठल्याही स्पष्टीकरणापलीकडची होती. आणि म्हणून त्या वर्षाच्या शेवटी संपणाऱ्या राष्ट्रपतिपदाच्या निवडणुकीचा वृत्तान्त पाहताना तिला सतत काहीतरी भयंकर घडणार असं वाटू लागलं होतं. धुक्यात अंधूकशी दिसणारी एक छोटीशी नौका तरंगताना तिला दिसत होती आणि त्या अंधूकतेतून दृश्य स्वरूपात जे तिला दिसत होतं, त्यातील जगात सारं काही पार बदलल्याचं ती पाहू शकत होती.

खूप वेळ झाला होता. तिनं डायरी बाजूला ठेवली आणि लाईट मालवले. तिच्या शेजारी झोपलेल्या ऑलिव्हरच्या श्वासाचा आवाज ती ऐकू शकत होती. छतावर पावसाची एक हलकीशी सर बरसून गेली. डोळे मिटले तेव्हा तिला राखाडी लाटांवर तो लालबुंद हैलो किटी डबा तरंगताना दिसला.

२

सकाळी हातात कॉफीचा मोठा कप घेऊन ती आपल्या आठवणींकडे एका वेगळ्या उत्साहात आणि निश्चयानं वळली. आणि त्याची खरी गरज होती. एक अपूर्ण पुस्तक दुर्लक्षित ठेवल्यानं त्याची हाताबाहेर जाण्याची शक्यता होती आणि ही परिस्थिती आटोक्यात आणण्यासाठी तिला एकाग्रता, तीव्र इच्छाशक्ती आणि दृढ निश्चयाची नितांत गरज होती. तिनं मांजराला तिच्या खुर्चीतून घालवून लावलं, टेबल स्वच्छ केलं आणि आतापर्यंत लिहिलेल्या पानांची ती चळत तिनं पुढ्यात घेतली.

असं घालवून दिल्यानं घुश्शात आलेल्या मांजरानं पुन्हा तिच्या टेबलवर आक्रमण केलं; पण रुथनं त्याला पुन्हा उचलून जमिनीवर सोडत बाहेर जाण्याचा इशारा केला.

"जा, तिकडे ऑलिव्हरकडे जा, पेस्ट. तुला त्याचाच जास्त लळा आहे."

पाठ फिरवून आणि शेपूट हवेत उंचावून मांजरानं बाहेरचा रस्ता धरला. जणू काही बाहेर जाण्याचंच त्यानं ठरवलं होतं.

एकाग्रता होत नसेल तर कामाची विभागणी करणं आणि स्वतःसाठी लहान उद्देशांची ध्येयं निर्माण करण्याची तिला मदत होत असे. त्या जुन्या घड्याळाला ऑलिव्हरनं चालतं केल्यापासून ती ते दर दिवशी हातावर चढवायची; पण आता तिनं ते हातातून काढून घेतलं. फक्त नऊ वाजले होते. अर्धा तास काम आणि मग दहा मिनिटांची विश्रांती. घड्याळातला सेकंद काटा अगदी सहजतेनं परिघात फिरत होता; पण तरीही तिनं ते हातात घेतलं आणि कानाशी नेऊन खात्री करून घेतली. ती टिक-टिक तिला आधार देऊन गेली. काळ्या रंगाची चकाकणारी डायल आणि ठळक अक्षरं असलेलं ते घड्याळ फारच देखणं होतं. पाठमोऱ्या स्टीलवर मात्र काळाच्या खुणा होत्या; पण त्यावर रेखलेली कांजी अक्षरं ती सहज जुळवू शकत होती. कसलासा अनुक्रमांक- की आणखी काहीतरी? त्या आकड्यांच्या वर आणखी दोन जपानी मुळाक्षरं होती. त्यातील पहिलं तिला लगेच ओळखता आलं 空, या पहिल्या शब्दाचा अर्थ आकाश असा होता. दुसरं अक्षरही 兵, तिला परिचयाचं वाटलं; पण त्याचा संदर्भ लागत नव्हता. सात रेषांच्या त्या शब्दांची लांबलचक कांजी आपल्या डिक्शनरीत धुंडाळायला तिनं सुरुवात केली आणि तिला तो शब्द सापडला. ''अरे व्वा!'' वाचताना ती उद्गारली, ''याचा अर्थ सैनिक असा होतो.''

आकाशातील सैनिक?

तिनं कॉम्प्यूटरला जागं केलं आणि त्यावर 'आकाशातील सैनिकाचं जपानी घड्याळ' ही अक्षरं गूगल सर्चच्या रकान्यात टाईप केली. शेकडो वेबसाईटची यादी त्यावर झळकली, ज्यात स्काय सोल्जर अशी एक ॲनिमेशन सिरीजही सुचवण्यात आली होती; पण तिला त्याचा उपयोग नव्हता.

मग ॲन्टिक वॉच किंवा विंटेज वॉच असे शब्दप्रयोगही तिनं आजमावले. त्यानंतर तिनं विंटेज मिलिटरी वॉच हा शब्द टाईप केला आणि आश्चर्य! जगभरातील अशा दुर्मिळ घड्याळांचा साठा असलेल्यांची माहिती तिच्यासमोर ओसंडून वाहू लागली.

मग तिनं आपल्या शोधात आणखी काही शब्दांची भर टाकली, त्यात दुसरं महायुद्ध आणि आकाशातील सैनिक तिनं विंटेज वॉचबरोबर जोडले; पण क्षणात आकाशातील सैनिक काढून टाकून तिथं कामिकाझे सोल्जर टाईप केलं आणि पुन्हा वाट पाहू लागली. सर्चचा डमरू नाचू लागला आणि काही क्षणांत ती एका अशा वेबसाईटवर होती जी सैन्यात वापरल्या जाणाऱ्या घड्याळ्यांचा संग्रह करणाऱ्या जगभरातील काही उत्साही लोकांनी तयार केली होती. हातात तिच्या जवळ असलेलं घड्याळ कुठल्या प्रकारचं आहे, तशाच प्रकारच्या घड्याळ्यांची चित्रं ती पाहू लागली. त्यातच तिला कळलं की ते घड्याळ सेइको कंपनीनं दुसऱ्या महायुद्धाच्या वेळी बाजारात आणलं होतं आणि आत्मघातकी सैनिकांनी त्याला प्रचंड

पसंती दिली होती. खूप मोठ्या प्रमाणात उत्पादित करूनही त्यांतील फारच थोड्या घड्याळांचं अस्तित्व उरलं होतं; त्याचं कारणही अगदी सोप्पं होतं. दुर्मिळ झाल्यामुळे या घड्याळ्यांचं संग्राहकांना फार आकर्षण आहे. पाठमोऱ्या भागावरील कोरलेले ते आकडे म्हणजे एक अनुक्रमांकच होता; पण घड्याळाचा नाही तर ज्या सैनिकानं ते वापरलं त्याचा.

हारुकी नंबर १?

३

पुन्हा ती इंटरनेटवर शोध घेऊ लागली. या वेळी हारुकी यासूतानी हे नाव आणि त्यासोबत नाओच्या डायरीतील आठवतील ते सारे संदर्भ तिनं या नावाबरोबर टाईप करत हा शोध सुरू केला. आकाश, सैनिक, कामिकाझे, तत्त्वज्ञान, फ्रेंच कविता, टोकियो विद्यापीठ; पण या अधिक माहितीचाही काही उपयोग झाला नाही. त्यानंतर तिनं हारुकी नंबर दोनच्या नावासकट काही शब्द टाईप केले, जसे कॉम्प्यूटर प्रोग्रॅमर, ओरिगामी, सनीवेल... पण यातही तिला फारसं यश आलं नाही. काही यासूतानी आणि काही हारुकींची नावं आणि यांपैकी एक नाव असलेल्या तंत्र क्षेत्रातील काही व्यक्ती याव्यतिरिक्त तिला काहीही हाती लागलं नाही. कामीकाझे पायलट किंवा त्याच्या पुतण्याशी म्हणजे नाओच्या वडिलांशी संबंधित त्या माहितीत काहीही नव्हतं.

वैताग सगळा! तिनं पुन्हा त्सुनामीत हरवलेल्यांना शोधणाऱ्या वेबसाईटचा आधार घेतला आणि त्यात हारुकी किंवा टोमोको ही नावं शोधली; पण हरवलेल्या किंवा मृत यासूतानींच्या यादीतही ही दोन नावं नव्हती. ही माहिती मात्र सुखावणारी होती. पुढील शोध तिनं उत्तरेतर जपानमधील झेन विहारांच्या संदर्भात सुरू केला; पण तिच्याकडे फारशी माहिती नव्हती. तो विहार नेमका कुठल्या भागात आहे, शिवाय झेनमधल्या कुठल्या संप्रदायाचा तो विहार आहे यासंदर्भात तिला काहीही ठाऊक नव्हतं. यात तिनं जिको यासूतानी हे नाव टाकून शोध घेण्यास सुरुवात केली. बरोबर आणखी काही शब्द तिनं जोडले म्हणजे विद्रोही, स्त्रीमतवादी, कादंबरीकार आणि संन्यासिनी; पण छे! इतकंच नाही, तर त्सुनामीत पार तिकडे उत्तरेकडल्या वाहून गेलेल्या विहारांसंदर्भातही ती माहिती शोधू लागली. असे अनेक विहार होते. त्यांतील काही वाचले होते आणि बचाव कार्यात मदत करण्यास सरसावले होते.

तिच्या हातातील त्या आकाशातील सैनिकाच्या घड्याळातील काट्यांनी एक वर्तुळ पूर्ण केलं होतं; पण तिनं त्याकडे दुर्लक्ष करत आपला शोध सुरूच ठेवला.

ती वाचत राहिली. बरोब्बर मार्च ११ नंतर २०११मध्ये प्रसिद्ध झालेल्या प्रत्येक लेखाचा ती धांडोळा घेत होती. काही चळलेल्या माथेफिरू धार्मिक नेत्यांनी या भूकंपासाठी जपान्यांना त्यांच्या प्रत्येक कर्मासाठी शिक्षा देणाऱ्या, रागावलेल्या देवांना जबाबदार धरलं होतं. जपान्यांचा भौतिकवाद आणि त्यांच्या तंत्रज्ञानावरील अगाध भक्तीपासून त्यांचं अणुशक्तीवर अवलंबून असणं आणि व्हेल्सची केलेली बेसुमार शिकार अशा सगळ्यांना या प्रलयासाठी कारणीभूत ठरवण्यात आलं होतं. तिकडे फुकोशिमातील अणुउत्सर्जनामुळे निर्माण झालेल्या आपत्तीत अडकलेल्या आपल्या मुलांसाठी सरकार काहीच कसं करत नाही, म्हणून अशा मुलांचे पालक आक्रोश करत होते. सरकारतर्फे आकडेवारीचा खेळ चालला होता आणि अणुउत्सर्जनाची सुरक्षित पातळी ते वारंवार वाढवत चालले होते. त्यातच फुकोशिमातील वितळलेल्या अणू कारखान्यातील कामगार लढा देत होते आणि मृत्युमुखी पडत होते. काम करणाऱ्यांमधील तरुणांना वाचवण्यासाठी त्यांची जागा घ्यायला काही निवृत्त वयाची सत्तरी ओलांडलेले वयस्क अभियंते पुढे आले होते. त्यांना सीनियर सर्टन डेथ स्क्वाड किंवा शिनिया केशिताई असं संबोधण्यात येत असे. या साऱ्या आपत्तीनंतर विस्थापित झालेल्या लोकांमध्ये आत्महत्येचं प्रमाणही खूप वाढलं होतं. तिनं मग निश्चित मृत्यू आणि आत्महत्या या दोन शब्दांची शोधात भर घातली आणि त्यानंतर तिला ट्रेनचं नाव आठवलं. घाईघाईत तिनं चुओ रॅपिड एक्स्प्रेस आणि शेवटी हारुकीचं नाव टाईप केलं, त्याचं स्पेलिंग मात्र गडबडीत तिनं हॅरीकी ***Harryki*** असं लिहिलं. शोधण्याच्या तीव्र इच्छेत तिच्या डाव्या हाताचं बोट आरवर जरा जास्त वेळ थांबलं आणि त्यात आर दोनदा टाईप झाला; शिवाय यू टाईप करणाऱ्या बोटानं थोडं पुढचं अंतर गाठलं आणि ते 'वाय'वर स्थिरावलं; पण झालेली चूक दुरुस्त करण्यापूर्वीच करंगळीनं आपलं काम केलं आणि एन्टरचं बटण दाबलं गेलं.

चुकीची माहिती टाकल्याबद्दल ती करवादली आणि सर्च सुरू असताना ती पाहू लागली; पण जे काही तिच्यासमोर आलं ते तिचा श्वास थांबवणारं होतं.

४

तिच्यासमोर आलेली वेबसाईट स्टॅनफर्ड विद्यापीठातील डॉ. रॉन्गस्टॅड लेस्तिको नामक मानसशास्त्र प्राध्यापकाची होती. आत्महत्या आणि आत्मघातावरील काहींच्या अनुभवांवर आधारित एक संशोधन ते करत होते. याचाच भाग म्हणून त्यांनी हॅरी नामक त्यांच्या परिचयाच्या एका व्यक्तीच्या पत्रातील एक उतारा वेबसाईटवर टाकला होता. तो हा असा :

आत्महत्या हा तसा खूप गहन विषय आहे; पण तुम्हाला त्यात अधिक जाणून घ्यायचं असल्यामुळे माझा यासंदर्भात काय विचार आहे ते मी तुम्हाला सांगण्याचा प्रयत्न करतो.

इतिहास सांगतो की आम्हा जपान्यांना आत्महत्येविषयी आपुलकी आहे. आमच्या आयुष्याला कायमचा एक अर्थ, आकार आणि सन्मान देणारी ती एक अत्यंत सुंदर गोष्ट आहे, असं आम्ही मानतो. आमच्या जगण्याच्या भावनेला अधिक खरं करण्याची ती एक पद्धत आहे. कैक वर्षांपासून चालत आलेली ती आमची एक प्रथा आहे.

कारण, तुम्हाला ठाऊक आहे का, ही जी जिवंत असण्याची भावना असते ना, तिचा अनुभव घेणं सोपं नसतं. जरी आयुष्य म्हणजे आकार आणि वजन असलेलं काहीतरी असलं, तरीही तो एक आभास आहे. या जगण्याच्या भावनेला कुठलीही खरीखुरी सीमा नसते. म्हणून आम्ही जपानी लोक म्हणत असतो की जगणं खूप खोटं खोटं वाटतं; अगदी स्वप्नवत.

मृत्यू शाश्वत आहे. हवेच्या झुळुकीप्रमाणे किंवा सागरातील एखाद्या लाटेप्रमाणे किंवा डोक्यात आलेल्या विचाराप्रमाणे आयुष्य सतत बदलत असतं. म्हणून आत्महत्या करणं म्हणजे आयुष्याची इतिश्री शोधणं. आत्महत्या आयुष्याला अशा क्षणापर्यंत नेते, जिथं एका क्षणापुरतं का होईना; पण आयुष्य संपत असताना ते कसं होतं याची जाणीव होणं आणि त्याची सत्यासत्यता अनुभवणं शक्य होतं. सतत प्रवाहित आणि बदलत असलेल्या आयुष्यातून काहीतरी निष्पत्ती करण्याचा तो प्रयत्न असतो.

आताच्या, या तंत्रसंस्कृतीच्या काळात, सर्व काही एक आभास असल्याची तक्रार करताना आपण अनेकांना ऐकतो. आधुनिक जगात सारं काही एकतर प्लॅस्टिकचं आहे किंवा डिजिटल किंवा व्हर्च्युअल; पण आयुष्य हे असंच होतं, हे माझं विधान आहे. आयुष्य म्हणजेच हे सारं काही आहे! अगदी प्लेटोनंदेखील यावर चर्चा करताना म्हटलं आहे की या आयुष्यात जे काही आहे ते फक्त सावल्यांसारखे आभास आहेत. बदलणाऱ्या आणि असत्य आयुष्याची भावना ही अशी काहीशी आहे, असं मला म्हणायचं आहे.

मग आत्महत्येनं आयुष्याच्या सत्यतेचा अनुभव कसा मिळतो, असं तुम्हाला मला विचारावंसं वाटत असेल?

आभासाची शकलं करून, छोट्या तुकड्यांमध्ये विभागणी करून आणि रक्ताचा शोध घेऊन. बुद्धीच्या भुयारात प्रवेश करून आणि आगीत प्रवेश करून. या सावल्यांना रक्तरंजित करून, आयुष्याला दूर सारूनच त्याचा पूर्ण अनुभव घेतला जाऊ शकतो.

आत्महत्या म्हणजे एक सच्ची गोष्ट

आत्महत्या म्हणजे आयुष्याचा अर्थ

आत्महत्या म्हणजे अंतिम वाक्य

आत्महत्या म्हणजे वेळेला दिलेला कायमचा पूर्णविराम

पण पुन्हा हे सारं काही एक आभासच आहे! आत्महत्याही आयुष्याचाच एक भाग आहे आणि म्हणून ते आभासाचंही अंग आहे.

सध्या जपानमध्ये आर्थिक मंदीच्या काळात, जेव्हा लोकांना कामावरून भराभर कमी करण्यात येत आहे, तेव्हा आत्महत्या फार लोकप्रिय झाल्या आहेत. विशेषतः माझ्यासारख्या मध्यमवर्गीय पगारी नोकरदारांसाठी तो एकमेव पर्याय आहे. त्यांच्या कंपनीतून त्यांना काढून टाकण्यात येत आहे आणि ते आपल्या कुटुंबाची राखण करू शकत नाहीत. कधी कधी तर त्यांच्यावर खूप कर्जही झालेलं असतं. आपल्या बायकोलाही या संदर्भात ते अवाक्षरही बोलू शकत नाहीत आणि म्हणून मग ते कुठल्याशा बगीच्यात एका बाकड्यावर बांडगुळासारखे बसून राहतात. बांडगूळ माहिती आहे ना तुम्हाला? जे अनावश्यक आहे, काढून टाकून फेकून देण्यासारखं आहे, ज्याचा कवडीचाही उपयोग नाही, असं. सगळे पुरुष आता हवालदिल झालेले आहेत, घाबरले आहेत आणि स्वतःला ते बांडगूळ समजू लागले आहेत. फार दुःखद परिस्थिती आहे ही.

पद्धती म्हणाल तर अनेक आहेत. टांगून घेणं ही एक आहे आणि सध्या असं लटकवून घेण्यासाठीची सगळ्यात लोकप्रिय जागा म्हणजे आओकीगहारा जंगलातील माऊंट फुजी. 'आत्महत्येचे जंगल' असं टोपणनावही या जागेला बहाल करण्यात आलं आहे; कारण या वृक्षसागरातील प्रत्येक फांदीवर नोकरपेशा मध्यमवर्गीय माणसांनी स्वतःला लटकावून संपवलं आहे.

इतर आणखी काही पद्धती अशा आहेत-

१. फलाटावरून धावत्या ट्रेनसमोर झोकून देणं (यासाठी चुओ रॅपिड एक्स्प्रेस खूप लोकप्रिय ठरली आहे)
२. छतावरून उडी मारणं
३. कोळशाच्या विटांचा उपयोग
४. डिटर्जंट आत्महत्या पद्धती

या सगळ्या पद्धती अमलात कशा आणायच्या या संदर्भात आणि आत्महत्या करण्यास योग्य प्रशिक्षण देणारे अनेक चित्रपट आणि पुस्तकंही बाजारात उपलब्ध आहेत. मी स्वतः ट्रेनसमोर झोकून देण्याचा उपाय आजमावला आहे; मात्र त्यात मला अपयश आलं. जे तरुण आहेत ते दुसऱ्या नंबरचा मार्ग अवलंबतात आणि असं छतावरून उडी मारताना ते कुणाबरोबर तरी हातात हात घेऊन उडी मारणं पसंत करतात. दुर्दैवानं आत्महत्येचं प्रमाण या तरुणांमध्ये, विशेषतः हायस्कूलमध्ये जाणाऱ्या मुलांमध्ये खूप वाढलं आहे. अभ्यासाचा ताण आणि शाळेत त्यांच्यावर चालणारी दादागिरी यामुळे हे प्रमाण अधिक आहे. माझी मुलगीही तरुण आहे आणि या जपानी शाळेत ती प्रचंड नाखूश आहे, त्यामुळे मला फार काळजी वाटते.

तुमच्या कदाचित ऐकिवात असेल की सध्या आत्महत्या करणाऱ्यांच्या क्लबचंही खूळ वाढलं आहे. इंटरनेटवर असे लोक एकत्र येतात आणि चॅटवर आत्महत्या कशी करावी याबद्दल बोलतात. आत्महत्येचे मार्ग आणि त्यात काय काय आवडीचे बदल करता येतील हेही ते बोलतात. उदाहरणार्थ, त्यांच्या मृत्यूप्रसंगी कुठल्या प्रकारचं संगीत पार्श्वसंगीत म्हणून वापरता येईल? यातच, ज्यांच्याशी सूर जुळतील असे काही मित्र मिळाले तर मग योजनाही तयार होतात. ते मग कुठंतरी एका ठिकाणी भेटतात, जसे एखाद्या रेल्वे स्टेशनवर किंवा डिपार्टमेंटल स्टोअरसमोर किंवा पार्कमधल्या बाकड्यावर. परस्परांना ओळखता यावं यासाठी ते कदाचित काहीतरी सोबत आणत असतील... किंवा मग काहीतरी विशिष्ट कपडे घालत असतील... मग भेट होईपर्यंत ते फोनवर मेसेजेस करत असतील आणि मग ओळख दाखवत असतील.

अशा क्लबमधील बहुतांश सदस्य नंबर तीनच्या आत्महत्येच्या प्रकाराला जास्त पसंती देतात - कोळशाच्या विटांच्या पर्यायाला. या प्रकारानं आत्महत्या करायची असल्यास त्यांना एक वाहन भाड्यानं घ्यावं लागतं आणि शहराबाहेर जावं लागतं. मग त्या कारमध्ये त्यांच्या आवडीची गाणीबिणी वाजवत कार्बनडायऑक्साईड श्वासात भरून मृत्यूकडे वाटचाल करतात. बहुतांश

प्रेमाची विरहगीतं ऐकणं ते पसंत करतात.

असं कार वगैरे भाड्यानं घेणं जपानमध्ये खूप महागडं ठरतं. मंदीत कामावरून कमी केलेल्या लोकांसाठी तर ते अशक्यच असतं. म्हणून मग जास्त लोकांनी एकत्र येणं आवश्यक असतं. म्हणूनच पोलिसांना अनेक वेळा एकाच कारमध्ये पाच-सहा मृतदेह एकदम आढळतात.

या पद्धतीबद्दल मी जेव्हाही वाचतो तेव्हा मला तुम्ही द होम डेपो स्टोरमध्ये खरेदीला घेऊन गेला होतात तो दिवस आठवतो. तुम्हाला तो दिवस आठवतो का? वेबर बीबीक्यू ग्रिल आणि शमीपत्रांचा वास असलेल्या विटा तुम्ही मला दाखवल्या होत्या. दुर्दैवानं तशा विटा मला टोकियोत शोधूनही सापडल्या नाहीत आणि वेबर ग्रिल पण इथं उपलब्ध नाही.

मला तर अनेक वेळा असं वाटतं की आम्हा जपानी लोकांना आत्महत्या का कराविशी वाटते हे अमेरिकन लोकांना कळणारच नाही. अमेरिकेतल्या लोकांना 'स्व'चे खूप महत्त्व आहे. स्वतःवर त्यांचा प्रचंड विश्वास आहे आणि आत्महत्या करणं पाप आहे, असं सांगणारा देव त्यांच्याकडे आहे. किती सोपं आहे हे! अशा सोप्या गोष्टीवर विश्वास ठेवणंही किती छान आहे ना. सध्या मी काही तत्त्वज्ञानावरील पुस्तकं वाचतोय. पाश्चिमात्य तत्त्ववेत्त्यांनी आयुष्याचा अर्थ सांगणारी ही पुस्तकं लिहिली आहेत. फार रोचक आहेत ती पुस्तकं आणि त्यात मला काही उत्तरं सापडतील, अशी आशा वाटते.

मला स्वतःची चिंता नाही; पण माझं हे वागणं आणि वृत्ती माझ्या मुलीसाठी हानिकारक आहे, ही भीती माझ्या मनात आहे. एक चांगली लठ्ठ पगाराची नोकरी मिळवण्यात मला आलेल्या अपयशाची तिला लाज वाटू नये म्हणून मी आत्महत्या करावी, असं मला सुरुवातीला वाटलं होतं; पण जेव्हा मी नंबर १ प्रकारच्या आत्महत्येचा प्रयत्न केला तेव्हा मला तिच्या चेहऱ्यावर जे दुःख दिसलं, त्यानंतर मी माझा विचार बदलला.

आता मला वाटतं की मी जिवंत राहण्यासाठी प्रयत्न करावेत; पण तसं करण्यासाठीचा आत्मविश्वास माझ्यात नाही. कृपया मला आयुष्यावर प्रेम करायला शिकवणारी एखादी अमेरिकन पद्धत सांगा, म्हणजे मला पुन्हा आत्महत्या कराविशी वाटणार नाही. माझ्या मुलीकरता म्हणून मला माझ्या आयुष्याचा अर्थ शोधायचा आहे.

तुमचा विश्वासू,
हॅरी

५

प्रिय प्राध्यापक लेत्सिको,

एका अत्यंत तातडीच्या बाबीसंदर्भात तुम्हाला हे पत्र लिहीत आहे. मी एक कादंबरीकार आहे आणि नुकतेच जपानमधील आत्महत्यांसंदर्भातील एका प्रकल्पावर काम करताना तुमच्या वेबसाईटवर आणि आत्महत्या व आत्मघातावरील लोकांच्या आत्मकथनांवर आधारित तुमच्या संशोधनाबद्दल वाचलं. हॅरी नामक एका व्यक्तीनं लिहिलेलं पत्र मी खूप आस्थेनं वाचलं आणि मला या व्यक्तीचा परिचय करून घेण्यासाठी मी तुम्हाला हे पत्र लिहीत आहे. सिलिकॉन व्हॅलीतील डॉट कॉमच्या काळात सनीवेल, कॅलिफोर्नियात वास्तव्यास असलेले जपानी संगणक अभियंता हारुकी यासूतानी म्हणजेच हॅरी असण्याची काही शक्यता आहे का?

माझी ही विनंती जरा अजबच आहे आणि गोपनीयतेचीही बाब यात समाविष्ट आहेच; पण मी श्री. यासूतानी किंवा त्यांची मुलगी नाओको यांचा अत्यंत आतुरतेनं शोध घेत आहे. त्यांच्या मुलीच्या काही वस्तू, ज्यात एका डायरीचा आणि काही पत्रांचा समावेश आहे, जरा अजबरीत्या माझ्या हाती लागल्या आहेत आणि मला तिची काळजी वाटते आहे. या वस्तू लवकरात लवकर तिच्या ताब्यात देण्यासाठीही मी उत्सुक आहे.

जर आणखी काही माहिती तुम्हाला हवी असल्यास मी ती आनंदानं द्यायला तयार आहे. मी स्टॅनफर्डच्या तौलनिक साहित्य विभागात काही काळ कामाला होते आणि तेथील प्राध्यापक पीएल आणि इतरही काही सदस्य माझ्यासंदर्भात निश्चित माहिती देतील. तुम्ही मला लवकरात लवकर उत्तर द्याल अशी अपेक्षा बाळगते.

तुमची अत्यंत विश्वासू,

इत्यादी.

तिनं मेल पाठवली, खुर्चीत मागे सरकून बसली आणि अनेक तासांपूर्वी तिनं ज्यावरून लक्ष काढून टाकलं होतं त्या तिच्या अर्धवट हस्तलिखिताच्या गठ्ठ्यावर ठेवलेल्या त्या आकाशातील सैनिकाच्या घड्याळावर तिची नजर खिळली. तिच्या काळजात धस्स झालं. एक वाजून गेला होता आणि संपूर्ण सकाळ नाहीशी झाली होती. आणि एवढं सगळं पुरेसं नव्हतं म्हणून की काय, खाली रस्त्यावर तिला गाडीच्या चाकांचे आवाज ऐकू आले.

६

वेळ-काळाचा आणि एकाग्रतेचा एक मजेशीर संवाद चाललेला असतो.

एका टोकावर, जेव्हा रुथ इंटरनेटवर शोध घेण्यासाठी हट्टाला पेटून आणि पूर्ण लक्ष केंद्रित करून बसली होती, तेव्हा हे तास जणू काही लाटांसारखे उधाणले आणि तिच्या दिवसाचा महत्त्वाचा आणि खूप मोठा काळ त्यानी गिळंकृत झाला.

दुसरीकडे, जेव्हा तिचं लक्ष या साऱ्यातून जरा बाजूला झालं, ढळलं तसा तिला वेळ अति सूक्ष्म स्वरूपात दिसू लागला; जणू काही तिच्या सभोवतालच्या वातावरणात तो अणू-रेणू बनून भरला होता; स्थिरावलेल्या पाण्यात थबकला होता.

मधला मार्गही होता, जेव्हा ती एकाग्र होत असे; मात्र ती एकाग्रता अफाट असायची. अशा वेळी वेळ सूर्यप्रकाशात चकाकणाऱ्या वनस्पतींनी वेढलेल्या पारदर्शी तलावासारखी भासायची. तळातून स्रवणाऱ्या कुठल्याशा झऱ्यातून येणाऱ्या पाण्याच्या बुडबुड्यांसारखे शब्द त्यातून स्रवत आहेत आणि पृष्ठभागावर वाऱ्याच्या झुळकीनं शहारणारं आणि मौज करणारं पाणी आहे.

चांगलं काही लिहायला घेतलं की हे असे कितीतरी सुखद क्षण अनुभवल्याचं रुथच्या स्मरणात आहे; पण आता कितीही प्रयत्न केला तरी हा स्वर्ग तिला हुलकावणी देत होता. तो झरा पार सुकला होता आणि तलाव तुंबला होता. तिनं इंटरनेटला दोष दिला. हार्मोन्सला दोष दिला. तिच्या डीएनएलाही तिनं दोषी ठरवलं. इंटरनेटवर वेबसाईटच्या जंजाळात ती एडीडी, एडीएचडी, बायपोलर डिसऑर्डर, डिसअसोसिएटिव्ह आयडेंटिटी डिसऑर्डर, पॅरासाईट्स आणि इतकंच नाही तर निद्रानाश या साऱ्यांची माहिती शोधली; पण स्मृतिभ्रंशाच्या भीतीनं तिच्या मनात घर केलं होतं. आईच्या ढासळत गेलेल्या आठवणींच्या मनोऱ्याला तिनं जवळून पाहिलं होतं आणि मेंदूच्या कार्यावर त्याचे कसे कसे परिणाम होत जातात, याचीही तिला पूर्ण जाणीव होती. आईप्रमाणेच रुथही छोट्या-छोट्या गोष्टी विसरायची. सारखा पुनरुच्चार करायची. हरवलेल्या शब्दांचा. काळातून आत-बाहेर निसटणाऱ्या शब्दांचा.

ज्या गाडीचा आवाज तिनं ऐकला होता ती म्युराइलची होती आणि आता ती आणि ऑलिव्हर स्वयंपाकघरात बसून चहा पिताना सापडलेल्या जिनसांसंदर्भात बोलत होते. रुथ अत्यंत नम्रतेनं खाली येऊन त्या दोघांच्या मध्ये जाऊन बसली आणि त्यांचा संवाद ऐकू लागली. तसा तिला त्याचा थोडा कंटाळा आला होता म्हणून हैलो किटी लंचबॉक्समधल्या पत्रांचा गठ्ठा ती बोटांनी चाळवू लागली. टेबलावर ठेवलेल्या लंचबॉक्सशेजारीच एक जपानी लायन छाप टूथपेस्टची मोडकी ट्यूब पडली होती. म्युराइलच्या भेटीला येण्याचं ते निमित्त होतं. जॅप रान्चच्या तिकडे तिला हे सापडलं जे ती तडक इकडे घेऊन आली होती.

रुथला आगंतुकांचा फार तिटकारा होता. फोन, ईमेल किंवा कुठलीही पूर्वसूचना न देता सहज गाडी काढून इकडे भेटीला येण्याऱ्यांना पाहून नव्यानंच बेटावर राहायला आलेल्या रुथला फार आश्चर्य वाटायचं. बेटावरची ही रीत तिच्यापेक्षा जास्त ऑलिव्हरला फार अडचणीत आणणारी होती. एकदा तर तो खाली गाडीचा आवाज ऐकून जुन्या रेफ्रिजरेटरच्या खोक्यात दडून बसला; पण त्याचा काहीच उपयोग झाला नाही. आलेले पाहुणे थेट स्वयंपाकघरात येऊन बसले आणि जेव्हा रुथ घरात आली तेव्हा तिला ते डायनिंग टेबलजवळ बसलेले आढळले. तिनं मग त्यांना चहा केला आणि 'ऑलिव्हर कुठे गेला,' असं मोठ्यांदा बोलली.

"ओह, तो इथे नाही," आलेल्यांनीच तिला माहिती पुरवली.

चहा पिता पिता गप्पा चालूच होत्या आणि त्यांच्या येण्याचं कारण काय याचा अंदाज घेण्याचा ती प्रयत्न करत होती. काही वेळानं तळघरात कसलासा आवाज झाला आणि ऑलिव्हर दाराशी येऊन उभा राहिला.

"कुठं होतास तू?" या अशा परिस्थितीला सामोरं जाण्यासाठी एकटीला सोडून गेल्याबद्दल तिनं अत्यंत नाराजीनं आणि शंका उपस्थित करत त्याला विचारलं.

"ओह, मी तिकडे जंगलात होतो," केसात अडकलेली कोळिष्टकं काढत तो उत्तरला.

काही वेळानं आलेले पाहुणे गेले आणि मग तिनं त्याच्या मागे लागून चौकशी केली तेव्हा त्यानं सारं काही सांगितलं.

"म्हणजे तू तिथं इतका वेळ निव्वळ बसून होतास?" तिनं विचारलं.

खजील होत त्यानं मान डोलावली.

"त्या डब्यात? इतका वेळ?"

"इतका काही वेळ नव्हता हं."

"अरे तास गेले! तू काय करत होतास?"

"काही नाही."

"आम्ही काय बोलत होतो ते ऐकत होतास?"

"थोडंफार. मला खरं तर काही ऐकायला येत नव्हतं."

"पण मग तू काय करत होतास?"

त्यानं मान डोलावली. थोडं आश्चर्य आणि थोडा उद्दामपणाचा आव आणण्याचा त्यानं प्रयत्न केला. "काहीच नाही," तो उद्गारला. "मी फक्त तिथं बसलो होतो. छान वाटलं. गार होतं तिथं. एक डुलकी काढली."

त्याच्यावर चिडण्याची तिची मनोमन इच्छा होती; पण तसं करणं तिला शक्य नव्हतं. तो त्याचा स्वभाव होता आणि म्हणून ती फक्त हसली. त्यानंही सुटकेचा

श्वास घेतला आणि तोही हसला.

जसं केव्हाही भेटीला येणं या बेटावर राहणाऱ्यांच्या स्वभावात होतं, तसाच ऑलिव्हरचाही हा स्वभाव होता. आणि कितीही संताप आणणारा आणि विचित्र वाटणारा हा रिवाज असला तरीही अशा अचानक आलेल्यांना आत बोलावून त्यांचं चहापाणी तुम्हाला करावंच लागणार.

त्या लायन छाप टूथपेस्ट ट्यूबच्या अवतीर्ण होण्यामागे एक रोचक कथा होती आणि म्युराईलला ती सांगायची होती; पण संवादाचा प्रवाह जलप्रवाहातील प्लॅस्टिक कचऱ्याकडे वळता झाला. रुथला ते सारं काही फार जड वाटू लागलं आणि म्हणून तिनं आपलं लक्ष अलगदच पत्रांकडे वळवलं. एक एक पान तिनं टेबलावर पसरवून ठेवलं आणि प्रत्येक पानातील मजकूर आणि अगम्य कांजी असा तिच्या डोळ्यांचा प्रवास सुरू झाला. कमीत कमी एखादा पत्ता समजून घेण्यात तरी आपल्याला यश येईल, असं तिला वाटलं. एखाद्या भागाचं नाव जरी कळलं तरी मदत होईल? ऑलिव्हर आणि म्युराईल बोलत राहिले; पण तो काही संवाद नव्हता, असं रुथला जाणवलं. त्यांच्या बोलण्याचा ओघ हा एखाद्या शैक्षणिक व्यासपीठावर घडून येणाऱ्या संवादाचा होता, ज्यात दोन अभ्यासू वक्ते आळीपाळीनं येऊन आपले मुद्दे मांडत होते, जे जवळपास सारखेच होते आणि त्यातील बहुतांश मद्द्यांवर त्यांचं एकमतही झालं असतं.

"प्लॅस्टिक हे असंच असतं," ऑलिव्हर बोलत होता. "ते कधीच संपूर्णतः नष्ट होत नाही. जलप्रवाहात घुसळलं जाऊन त्याचे फक्त तुकडे होतात. समुद्राचा अभ्यास करणारे शास्त्रज्ञ त्याची तुलना उत्सवांमध्ये केल्या जाणाऱ्या चमकत्या कागदाच्या किंवा चमकीच्या उधळणीशी करतात. सूक्ष्म स्वरूपात ते कायम आपल्या अवतीभोवती फिरत राहतात."

"समुद्र हे अशाच प्लॅस्टिकच्या सूक्ष्म कणांनी व्यापलेले आहेत," म्युराईलनं दुजोरा देत म्हटलं. "ते तुमच्या भवती असतात आणि माशांच्या पोटात जातात किंवा मग समुद्रतटांवर फेकले जातात. आपल्या अन्नसाखळीतही त्यांचा प्रवेश झाला आहे..........."

शेवटचं पत्र इतर पत्रांच्या तुलनेत जरा जाड होतं. एका तेलकट मेणानं माखलेल्या कागदानं तयार केलेल्या पाकिटात ते पत्र नीट ठेवण्यात आलं होतं. अत्यंत काळजीपूर्वक रुथनं ते पाकीट सुटं करायला सुरुवात केली. अतिशय काळजीपूर्वक रुथनं ते पाकीट उलगडून तो चिकट कागद वेगळा केला. आतमध्ये दुमडून, घडी घालून ठेवलेली एक पातळ निबंधाची वही होती. विद्यापीठात एखादा निबंध लिहिण्यासाठी कुण्या विद्यार्थ्यानं वापरावी तशी ती वही होती. तिनं ते पाहण्यासाठी उलगडलं आणि वळणदार जपानी भाषेत लिहिलेलं काहीतरी असणार

या अपेक्षेनं तिनं आत पाहिलं तर तिच्या आश्चर्याला पारावार राहिला नाही. अक्षरं रोमन होती आणि भाषा फ्रेंच होती.

आता ऑलिव्हरची पाळी होती. ''भविष्यकाळात या साऱ्या कचऱ्याच्या ढिगांतून जेव्हा मानववंश शास्त्रज्ञ आपल्या भौतिक संस्कृतीचं अध्ययन करतील, तेव्हा त्यांची अवस्था हेवा करण्यासारखी नक्कीच राहणार नाही, एवढं मात्र नक्की.'' त्यानं बोलायला सुरुवातच केली होती; पण रुथनं त्याला थांबवलं.

''माफ करा,'' ती उद्‌गारली. ''मला असं विषयांतर करायला आवडत नाही, पण कुणाला फ्रेंच वाचता येतं का?''

७

ते पुस्तक तिनं दोघांनाही दाखवलं आणि दोघांनीही आळीपाळीनं ते वाचण्याचा प्रयत्न केला; पण यश आलं नाही.

''हे घ्या, दोन भाषा शिकूनही आपली ही अवस्था आहे!'' म्युराईल उद्‌गारली. हातातल्या घड्याळावर तिनं नजर टाकली, डोळ्यांवरचा वाचायचा चष्मा बाजूला केला आणि तिच्या वस्तू गोळा करायला सुरुवात केली. ''बेनॉइटला फोन कर.''

बेनॉइट कोण हे रुथला ठाऊक नव्हतं.

''बेनॉइट लेबेक,'' म्युराईल बोलली. ''कचरा उचलणारा आहे तो, फ्रान्समध्ये जन्माला आलेला, 'अ' इथे जातो तो आणि कचरा उचलायचा पंजा असलेला ट्रक चालवतो....''

'''अ'?''

'''अ',' म्युराईल बोलली. ''या बेटावर काहीही अनामिक नाही आणि म्हणून ते त्याला 'अ' म्हणतात. त्याची बायको शाळेत काम करते आणि त्याला वाचनाचा नाद आहे हे मला माहीत आहे. त्याचे आई-वडील साहित्याचे प्राध्यापक होते.''

शेवाळ लागलेल्या फ्रिजर बॅगशेजारी पडलेल्या लायन छाप टूथपेस्टची पिचकलेली ट्यूब उचलायला तिनं हात पुढे केला.

''तू हे दाखवायला अजून कॅलीला फोन केला नाहीस का?'' बॅगकडे इशारा करत म्युराईल बोलली. बॅगवरचं शेवाळ आता वाळत चाललं होतं.

''नाही,'' थोडं पश्चात्तापानं रुथनं उत्तर दिलं. खरं तर तिचा तसा उद्देश नव्हता; पण गेल्या काही दिवसांत फोनला हात लावणंही तिला महाकठीण झालं होतं. आताशा तिला प्रत्यक्ष लोकांशी संवाद साधण्याची इच्छाच होत नसे.

''तसं ती नुकतीच बोटीच्या सफरीहून परतली आहे आणि येते काही दिवस बेटावर राहणार आहे, असं मला कळलं आहे. हे आणखी वाळून मृत होण्यापूर्वी

तिला फोन कराल तुम्ही कदाचित.''

पश्चात्तापाची आणखी एक बोचरी जाणीव रुथला झाली. ''त्यांना जिवंत ठेवायचा प्रयत्न करायला हवा होता का? मला नाही वाटलं...''

म्युराईलनं खांदे उडवले आणि ती थबकली. ''कदाचित काही फरक पडत नाही, पण तरीही फोन कर. तुला काहीतरी माहिती ती नक्की देऊ शकेल.'' तिनं विचार बदलला असावा आणि टूथपेस्टची ट्यूब तिनं टेबलवरच सोडली. जाता जाता जरा थाटातच त्याच्याकडे हात दाखवला. ''ही मी तुमच्याकडेच सोडून जाते आहे,'' ती बोलली. ''संग्रहालयीन दृष्टिकोनातून बोलायचं झालं तर मला वाटतं की हेसुद्धा संग्राह्य आहे आणि हे सारं काही एकत्र असायला हवं.''

त्यांनी तिला कारपर्यंत सोडलं. स्कर्टवर म्युराईलनं एक थोडा जुनाट पुरुषी स्वेटर घातला होता आणि पायात गमबूट होते. अंगणातील पायऱ्या उतरताना ती ज्या पद्धतीनं पावलं टाकत होती ते पाहून रुथला नाओनं वर्णन केलेल्या सार्वजनिक स्नानघरातील म्हाताऱ्यांची आठवण झाली. त्या कशा विविध आकार आणि आकारमानांमध्ये दिसतात याचं वर्णन रुथला आठवलं. रुथलाही आता तिच्या वयाची जाणीव होऊ लागली होती. विशेषतः गुडघे आणि कुल्ल्यांमध्ये. न्यू यॉर्कमध्ये असताना ती कुठंही चालत जायची आणि कधीही व्यायामाची कमतरता तिला जाणवली नव्हती. इथं बेटावर मात्र ती जास्तीत जास्त वाहन चालवायची. तिच्या जुन्या निवासाची आणि तिथल्या काही स्थानांची तिला तीव्र आठवण झाली. इस्ट व्हिलेजमधलं ते कॉफी शॉप, सगळी रेस्टॉरन्ट्स, पुस्तकांची दुकानं आणि बगीचे. न्यू यॉर्कमधलं तिचं आयुष्य तिला आताही खूप खरंखुरं आणि जवळंच भासू लागलं. नाओच्या सनीवेलप्रमाणे.

....अवकाश आणि काळाच्या शेकडो शेकडो मैल पलीकडे. अवकाशातून दिसणाऱ्या सुंदर पृथ्वीप्रमाणे. मी आणि माझे बाबा अवकाशयानात बसलेले दोन लोक होतो जे थंड काळोख्या अवकाशात घिरट्या घालत होतो.

तसे फक्त चारच वाजले होते; पण बाहेर आताच अंधारून आलं होतं. पाऊस थांबला होता; पण हवेत ओलावा आणि गारवा होता. ते भिजलेल्या गवताजवळून चालत गेले. ऑलिव्हरनं म्युराईलसाठी कारचं दार उघडलं त्याच वेळी डोक्यावर झालेल्या कुठल्याशा हालचालीनं त्याचं लक्ष विचलित झालं. त्यानं लगेच वर पाहिलं आणि इशारा केला, ''ते पाहा!''

संधिप्रकाशातील सावल्यांमध्ये मोठ्या पानांच्या मॅपलच्या फांदीवर एकुलता एक कावळा बसला होता. चकाकणारा काळा रंग, कपाळावरचा तो ठरावीक उंचवटा आणि लांब, जाडसर चोच.

''किती विचित्र आहे,'' म्युराईल उद्गारली. ''हा तर जंगली कावळ्यासारखा दिसतोय.''

''त्याचीच प्रजाती आहे असं मला वाटतं,'' ऑलिव्हर उत्तरला. ''कॉरवस जॅपोनेन्सिस...''

''त्यालाच लार्ज-बिल्ड क्रोदेखील म्हणतात,'' म्युराईल म्हणाली. ''हे किती मजेशीर आहे. तुलादेखील वाटतं का की.....''

''हो,'' ऑलिव्हर बोलला. ''तो अचानक एक दिवस दिसला. तो वाहत आलेल्या सामानाबरोबर आला असावा असा माझा अंदाज आहे.''

''अचानक आलेला,'' म्युराईल म्हणाली. आगंतुकाबद्दलच्या त्यांच्या भावना तिला ठाऊक होत्या. ते सारं मजेशीर आहे असं तिला वाटलं.

कावळ्यानं त्याचे पंख जरा पसरवले आणि उड्या मारत तो फांदीवर काही अंतरावर पुढे गेला.

''हा कावळा 'तो' आहे हे तुम्हाला काय माहीत?'' रुथनं विचारलं.

हा प्रश्न तितकासा महत्त्वाचा वाटला नाही म्हणून ऑलिव्हरनं खांदे उडवले; पण म्युराईलनं मान डोलावली.

''चांगला मुद्दा आहे,'' ती बोलली. ''तो 'ती' पण असू शकते, आजी कावळी किंवा स्लायमॉनमधली टी'एट्ससुद्धा. प्राण्याचा किंवा माणसाचा आकार घेणारी जादूगर पूर्वज होती ती. आपल्या गरोदर नातीचा तिनं जीव वाचवला होता, जेव्हा तिला वाळीत टाकण्याचा आदेश त्या मुलीच्या वडिलांनी आपल्या जमातीला दिला होता. डोमकावळ्यांना सारी आग विझवून टाकण्याचा आदेश दिला गेला तेव्हा टी'एट्सनं एक जळता निखारा वाचवून ठेवला आणि आपल्या नातीचा जीव वाचवला. त्या मुलीनं सात पिलांना जन्म दिला आणि काही काळानंतर आपली कातडी काढून त्यांनी मनुष्यरूप धारण केलं जे स्लायमॉन म्हणून ओळखले गेले, पण ती वेगळी कहाणी आहे.''

कारच्या दिशेनं तिनं आपले हात पुढे केले आणि अगदी सावकाशीनं ती ड्रायव्हरच्या खुर्चीत बसली. तिचा हात धरून गाडीत चढायला रुथनं मदत केली.

फांदीवर बसून तो कावळा हे सारं काही जणू पाहत होता. म्युराईल आत व्यवस्थित बसल्यावर त्यानं मान वेळावून व चोच पुढे करून एकदाच जोरात 'काव' केलं.

''तुला पण अलविदा,'' म्युराईल उत्तरली आणि गाडीचं इंजिन चालू करता करता त्याला तिनं हात दाखवला.

उंच वृक्षराजीतून गेलेल्या त्या वळणदार रस्त्यावर हळूहळू निघून जाणाऱ्या आणि दिसेनाशा होत गेलेल्या त्या गाडीकडे तो मान वळवून पाहत राहिला. रात्रीच्या जेवणासाठी हिरव्या भाज्या आणायला ऑलिव्हर बागेकडे वळला; मात्र रुथ लाकडांच्या वखारीजवळच थबकली आणि कावळ्याला पाहू लागली.

"ए कावळ्या," ती बोलली.

कावळ्यानंही मान उंचावली. "*काव,*" तो उत्तरला. "*काव, काव.*"

"तू इथं काय करतो आहेस?" तिनं विचारलं. "काय हवंय तुला?"

पण या वेळी कावळ्यानं उत्तर दिलं नाही. तो फक्त त्याच्या काळ्याभोर डोळ्यांनी तिच्याकडे पाहू लागला. वाट पाहत. रुथला पक्क जाणवलं होतं की तो वाट पाहत होता.

नाओ

१

खूप खूप आधी भूतकाळात घडून गेलेल्या गोष्टी लिहून काढणं खूप कठीण असतं. जिको मला जेव्हा तिच्या आयुष्यातील थरारक गोष्टींसंदर्भात सांगते ना, म्हणजे आदर्शाबद्दल, लोकप्रिय विद्रोही आणि राजद्रोही अतिरेकी कन्नो सुगाको, देशद्रोहासाठी तिला झालेली फाशीची शिक्षा, किंवा मग माझे काका हारुकी नंबर १ हे अमेरिकेच्या युद्धनौकेवर आत्मघातकी बॉम्बहल्ला करताना कसे मृत्युमुखी पडले, हे सगळं ती सांगत असताना खूप खरंखुरं वाटतं; पण मग नंतर मी जेव्हा ते सारं काही लिहायला घेते, तेव्हा ते हातून निसटून जातं आणि आभास बनतं, सत्यात नसलेलं. भूतकाळ खरंच विचित्रच आहे. म्हणजे मला म्हणायचं आहे की तो खरंच सत्यात होता का? आहे असं तर जाणवतं; पण मग आहे, तर कुठे आहे? आणि जर तो कधीतरी 'होता' आणि आता 'नाही' तर मग तो गेला कुठे?

भूतकाळासंदर्भात सांगायला सुरुवात करताच जिकोचे डोळे म्हणजे बुबुळं आत वळतात म्हणजे जणू काही ती स्वतःतच म्हणजे स्वतःच्या हाडांच्या आत जे काही दडलेलं आहे ते पाहत असल्यासारखं. ती बुबुळं आत फिरवते तेव्हा डोळ्यांतल्या मोतीबिंदूमुळे तिचे डोळे दुधाळ आणि निळसर दिसतात. म्हणजे बर्फात गोठलेल्या जगाला पाहण्यासाठी ती पुढे निघाली आहे असं जाणवतं. मोतीबिंदूला जिको 'कुगे' म्हणजेच 'रिक्ततेची फुलं'[१] म्हणते.

---

१. कुगे : रिक्ततेची किंवा आकाशाची फुलं; मोतीबिंदूसाठी वापरला जाणारा शब्दप्रयोग. तसंच, झेन मास्टर दोजेन यांच्या 'शोबोजेन्झो' पुस्तकातल्या ४३व्या प्रकरणाचे नाव. यातील 'कु' या कान्जीचे किंवा अक्षराचे जपानी भाषेत 'आकाश', 'अवकाश', 'रिक्तता' असे अनेक अर्थ आहेत. 'स्काय फ्लॉवर्स' किंवा 'आकाशाची फुलं' याचा संदर्भ मोतीबिंदूमुळे येणाऱ्या धुरकट नजरेशी आहे; पण प्राचीन बौद्ध शिकवणीप्रमाणे याचा अर्थ माणसाच्या कर्मांमुळे येणारी संभ्रमावस्था असा आहे. दोजेन यांनी याच गोष्टीचा अर्थ 'रिक्ततेला आलेला बहर' असा नव्यानं मांडला आहे. त्यांच्या मते या जगातील सर्व गोष्टी या त्याच रिक्ततेला आलेली फुलं आहेत.

जिकोचा भूतकाळ फारच जुना आहे; पण घटना फार नजीकच्या भूतकाळातली असली, जसं की सनीवेलमधलं माझं आनंदी आयुष्य, तरीही तिच्याबद्दल लिहिणं जरा कठीणच असतं. माझं ते आनंदी आयुष्य आताच्या माझ्या आयुष्याच्या तुलनेत जास्त खरं आणि सत्य भासतं; पण त्याच वेळी ते आयुष्य म्हणजे एका पूर्णत: वेगळ्याच नाओ यासूतानीच्या स्मृतीचा भाग असल्यासारखं वाटतं. म्हणजे भूतकाळातील ही नाओ कधीच अस्तित्वात नव्हती किंवा ती फक्त अकिबा इलेक्ट्रिसिटी टाउनमधल्या मेड कॅफेत बसलेल्या वर्तमानातील नाओच्या कल्पनेतच जिवंत होती. किंवा याच्या अगदी विरुद्ध.

तुम्ही जर कधी दैनंदिनी लिहिली असेल तर तुम्हाला कल्पना असेलच की त्यात भूतकाळासंदर्भात लिहिताना ते खरं वर्तमानात सुरू होतं : तुम्ही कितीही लवकर लिहिण्याचा प्रयत्न केलात ना, तरीही तुम्ही 'तेव्हा'त अडकून पडता आणि या धावपळीत 'आता'पर्यंत कधीच पोचू शकत नाही. याचाच अर्थ की 'आता'च्या नशिबी संपणं आलंच. बहुतांश वेळा 'आता'म्हणजे मी असते; कुठल्याशा एका उदास मेड कॅफेत बसलेली किंवा शाळेच्या वाटेतील देवळातील दगडी बाकावर वेळ काढणारी, वहीच्या पानावर पेन दहा हजार वेळा मागे-पुढे करणारी, स्वतःलाच गाठण्याचा प्रयत्न करणारी.

सनीवेलमध्ये राहत असताना आणि मी लहान असताना मला इंग्रजीतील **Nowचं** खूळ जडलं होतं. म्हणजे आता. आई आणि बाबा घरात जपानीतच बोलायचे; पण इतरत्र सारे जण इंग्रजीत बोलायचे आणि मी या दोन भाषांच्या मध्ये भरडले गेले होते. आणि हे जेव्हा घडू लागलं तेव्हा रोजच्या वापरातील शब्द आणि त्याचे अर्थ यांचा संबंधच तुटल्यासारखा होऊ लागला आणि मला माझं जग आणखीन असत्य आणि अपरिचित भासू लागलं होतं. **Now** हा शब्द मला जास्तच अपरिचित आणि असत्य वाटायचा; कारण तो म्हणजे मी होते, निदान त्याचा नाद माझा होता. नाओ म्हणजे नाऊ होते आणि त्याला संपूर्णतः एक वेगळा अर्थ होता.

जपानमध्ये काही शब्द हे कोतोदामा (कोतोदामा शब्दशः कोतो म्हणजे वाचा आणि दामा म्हणजे आत्मा) असतात म्हणजे शब्दांच्या आत वसलेले ते आत्मा असतात आणि शब्दांना विशेष ताकद देतात. **Nowचं** कोतोदामा मला सुळसुळीत मासळीप्रमाणे आहे असं मला वाटतं; गुळगुळीत व बऱ्यापैकी लठ्ठ ट्यूना मासळीप्रमाणे जिचं मोठं पोट आणि डोकं लहान आणि तिची शेपटी काहीशी अशी दिसणारी आहे:

यातील ***Now*** म्हणजे एखाद्या मोठ्या मासळीनं गिळंकृत केलेल्या छोट्या मासळीप्रमाणे आहे आणि मी तिला पकडून थांबवण्याचा प्रयत्न करते आहे, असं मला वाटतं. मी वयानं खूप लहान आहे आणि मला वाटतं की जर मी या मोठ्या ***Nowला*** थांबवण्यात यशस्वी ठरले तर ती छोटी नाओको आहे ना तिला मी वाचवू शकेन; पण हा शब्द नेहमीच माझ्या हातून निसटून जातो.

मला वाटतं मी तेव्हा सहा-सात वर्षांची होते; व्होल्वोच्या स्टेशन वॅगनच्या मागच्या सीटवर बसून मी गोल्फ कोर्स आणि शॉपिंग मॉल्स आणि बांधकामाच्या साइट्स आणि फॅक्टरी आणि बेशोअर फ्रीवेवर फोफावलेली मिठागारे निरखायचे. थोड्या अंतरावर सॅनफ्रान्सिस्को उपसागराचं निळंशार चकाकणारं पाणी असायचं आणि मग मी खिडकी उघडीच ठेवायची, जेणेकरून गरम, कोरडं आणि हलकं विरळ वारं माझ्या तोंडावर यावं आणि मग मी नाऊ!....नाऊ!...नाऊ!....असं पुटपुटायची; पुन्हा पुन्हा, भराभर. त्या वाऱ्याच्या झुळकीत मी पुटपुटायची आणि डोळ्यांपुढून बाहेरचं जग झपकन निघून जायचं. तो शब्द जसा आहे तसाच, त्याच अवस्थेत पकडण्याचा प्रयत्न करायची : **now** चा **Now** होतानाचा तो प्रवास असायचा.

पण नाऊ हा उच्चार करण्यासाठी लागणाऱ्या वेळातच नाऊ संपायचं. तो तेव्हा झालेला असायचा.

Then हे **Now**च्या विरुद्धार्थी आहे. म्हणजे नाऊचा उच्चार त्याच्या अर्थालाच मारक ठरत होता. जे आहे त्याच्या अगदी विरुद्ध असं त्याचं स्वरूप होत होतं. म्हणजे तो शब्द जणू काही आत्महत्याच करत असल्यासारखं ते होतं. मग मी तो शब्द आकारानं कमी कमी करत जात असे.....नाऊ, ओऊ, ओह, ओ....अगदी तो कण्हण्यासारखा आवाज होईपर्यंत, म्हणजे तो एक शब्द म्हणूनही उरत नसे. हे सारं काही निरर्थक होतं. जिभेवर बर्फाचा कण झेलण्यासारखं किंवा साबणाच्या बुडबुड्याला चिमटीत धरण्याइतकं निरर्थक. पकडणं म्हणजेच संपवण्यासारखं होतं आणि मग मला प्रत्येक वेळी मीसुद्धा अदृश्य होत चालली आहे, असं वाटायचं.

हे असे सगळे प्रकार तुम्हाला खुळं करतात. ग्रेट माइंड्स ऑफ वेस्टर्न फिलॉसॉफी वाचताना हे असले काही विचार माझे वडील कायम करत राहतात आणि त्यांना तसं पाहिल्यावर मला लक्षात आलं की तुम्ही तुमच्या मनाची काळजी घेणं फार आवश्यक आहे. अर्थात ते कितीही ग्रेट नसलं तरीही; कारण जर तसं केलं नाही तर एक दिवस डोकं रेल्वेच्या रुळावर तुटून पडलेलं असण्याची शक्यता जास्त असते.

२

माझ्या वडिलांचा वाढदिवस मेमध्ये होता आणि माझा अंत्यसंस्कार त्यानंतरच्या महिन्यात. आताशा वडील फार आशावादी दिसू लागले होते; कारण आयुष्यातील आणखी एक वर्ष त्यांनी पार केलं होतं आणि ते जिवंत होते आणि ग्रेट बग वॉर्समध्ये एक उडणारा सायक्लोमेटस इम्परेटर तयार करण्यासाठी त्यांना तिसरा क्रमांक देण्यात आला होता. या कीटकाचे पसरलेले पंख तयार करणं खरंच खूप कठीण काम होतं. एक आत्महत्येची वृत्ती असलेल्या व्यक्तीच्या तुलनेत माझे वडील आता बऱ्याच चांगल्या स्थितीत होते आणि एक अत्याचाराचा बळी म्हणून मीही बऱ्यापैकी स्वतःला सांभाळून घेतलं होतं. शाळेतील मुलं मी अदृश्य असल्यासारखंच अजूनही भासवत होती. फरक फक्त एवढा होता की, माझ्या वर्गातलीच नाही, तर पूर्ण नवव्या वर्गातील मुलांसाठी मी अदृश्य झाले होते. हे सारं काही जरा अतिच असल्यासारखं होतं, याची मला जाणीव आहे; पण जपानमध्ये हे सारं काही खूप नित्याचं आणि सामान्य आहे आणि त्याला त्यांनी एक नावही दिलं आहे, ज्याला झेन-इन शिकातो (शब्दशः 'सगळ्यांनीच दुर्लक्ष करणे') असं म्हणतात. म्हणजे मी झेन-इन शिकातो झाले होते. मी शाळेच्या पटांगणात किंवा व्हरांड्यातून जात असेन किंवा वर्गात बेंचकडे आगेकूच करत असेन, तर ते काहीसं असं बोलताना मी ऐकत असे : "ती बदली विद्यार्थिनी यासूतानी आहे ना, ती गेले अनेक आठवडे शाळेतच आलेली नाही." त्यांनी कधीच मला नाओ किंवा नाओको अशी हाक मारली नाही. फक्त बदली विद्यार्थिनी यासूतानी किंवा मग निव्वळ बदली विद्यार्थिनी! जणू काही मला कुठलंही नाव नव्हतं. "बदली विद्यार्थिनी आजारी आहे का? कदाचित बदली विद्यार्थिनीला कुठलातरी विशेष अमेरिकन रोग झाला असावा. कदाचित आरोग्य मंत्रालयानं तिला इतरांना संसर्ग होऊ नये म्हणून वेगळं ठेवलं असेल. ती बायकिन (जंतू) आहे. इइइ... ती संसर्गजन्य नसावी अशी आशा करू या! संसर्ग तर तेव्हाच होईल जेव्हा तिच्यासोबत 'तसं' काही केलं तर. भयंकर! ती भयंकर आहे. मी तिच्यासोबत 'तसं' काही करूच शकत नाही! बरोबर आहे, कारण तू नपुंसक आहेस. थोबाड बंद कर तुझं!"

नेहमीचंच. हे असं सारं काही ते अगदी माझ्या तोंडावर बोलायचे. आता फरक एवढाच होता की ते हे सारं काही परस्परांशी बोलत होते आणि तेही माझ्या उपस्थितीत म्हणजे मला ते ऐकू जावं या उद्देशानं. आणखीही बरंच काही ते करत असत. तुम्ही जर जपानी शाळेत प्रवेश घेतला असेल तर तिथं एक लॉकर रूम असते, जिथं तुम्ही बाहेरून घालून आलेले जोडे काढून मग आत वावरण्यासाठी सपाता घालाव्या लागतात. मी इथं या रूममध्ये येण्याची ते वाट पाहायचे आणि

मी आत येऊन माझा एक जोडा काढून जेव्हा एका पायावर उभी राहायचे, तेव्हा बरोबर कुणीतरी माझ्या शेजारून मुद्दाम मला धक्का देत असे आणि तशात मी धडपडून खाली पडले की ते माझ्या असण्याकडे दुर्लक्ष करत अक्षरशः मला तुडवून निघून जात असत. "अरे देवा! कसली घाण आहे ही!" ते म्हणायचे. "कुणी कुत्र्याच्या घाणीवर पाय दिला की काय?"

शारीरिक शिक्षण वर्गाच्या आधी तुम्हाला व्यायामासाठीचा गणवेष घालावा लागतो; पण माझी ही शाळा फारच दळभद्री आहे. इथं सनीवेलला होते तसे लॉकर्सही नाहीत. वर्गातच हे कपडे बदलावे लागतात. मुलींना एक वर्ग दिला जातो आणि मुलांना दुसरा. सगळ्यांसमोरच नेहमीचा गणवेष काढून मग हा दुसरा मतिमंदांना घालावा तसा पोषाख घालावा लागतो. मी माझे कपडे काढल्याबरोबर साऱ्या मुली आपापली नाकं आणि तोंडं बंद करायच्या मग इकडे तिकडे पाहत म्हणायच्या, "Nanka kusai yo![२] कुठं काही मेलंबिलं का?" आणि यातूनच त्यांना माझ्या अंत्यसंस्काराची कल्पना सुचली असावी.

३

उन्हाळ्याच्या सुट्या लागण्यापूर्वीचा आठवडा होता तो. काहीतरी खूप विचित्र घडतंय ही कुणकुण मला जाणवू लागली होती. जाणिवेच्या अगदी खोल पातळीवरचं हे जाणवणं असतं. सैन्यातील मानसिक छळाचे जे बळी ठरले आहेत किंवा ज्यांचा प्रचंड छळ झाला आहे किंवा ज्यांच्यावर सतत पाळत ठेवली जाते त्यांनाच मी काय म्हणते आहे ते कळू शकतं. तुमचं आयुष्यच त्यावर अवलंबून असतं म्हणून तुम्हाला मिळणारे संकेत तुम्ही टिपू शकता; पण या वेळी फरक फक्त इतकाच होता की खरंतर काहीच घडताना दिसत नव्हतं. मला कुणीही जेनकानकडे[३] ढकलत नव्हतं किंवा माझ्यातून दुर्गंधी येते किंवा मी आजारी आहे यासारख्या गोष्टीही कुणी करत नव्हतं. याच्या अगदी विरुद्ध ते माझ्या आजूबाजूला अतिशय शांतपणे आणि दुःखी व गंभीर चेहऱ्यानं चालत होते. मी जवळून जाताना पाहून त्यांच्यातील एका मूर्ख मुलाला अगदी सहन झालं नाही आणि तो खिदळला तेव्हा त्याला चोप देण्यात आला. काहीतरी नक्की घडणार होतं आणि मला वेड लागायची पाळी आली होती. जेवणाच्या मधल्या सुटीत ते सारे जण परस्परांना काहीतरी देताना मी पाहिलं. कसलं तरी फोल्डर होतं म्हणजे कुठलंसं कार्डसारखं; पण मला ते देण्यात आलं नाही.

---

२. कसलासा वास येतोय!

३. प्रवेशद्वार

त्यात काय आहे हे जाणून घेण्यासाठी मला दुपारपर्यंत वाट पाहावी लागणार होती.

नेहमीप्रमाणे मी घरी पोचले आणि पुन्हा बाहेर जाण्याची पाळी येऊ नये म्हणून घरातच अभ्यास करण्याचा बहाणा करत थोडी रेंगाळले. त्याच वेळी बाबा घरात अस्वस्थपणे फेऱ्या मारत होते आणि मग त्यांना सुस्कारा सोडताना मी ऐकलं. याचाच अर्थ होता की ते सिगारेट शोधत होते आणि पाकीट रिकामं होतं.

"Urusai yo!" मी जरा वैतागानं विचारलं. "Tabako katte koyo ka?"४

हे असं काही त्यांना सुचवणंही माझ्यासाठी खूप मोठं होतं; कारण सिगारेटचं व्हेंडिंग मशिन रस्त्याच्या त्या बाजूला असूनही बाहेर जाणं त्यांना अजिबात आवडत नसे आणि साधारणतः त्यांना सिगारेट विकत आणून देण्याच्या मी विरोधात होते; कारण तुम्ही कितीही आत्महत्या करण्याच्या मनःस्थितीत असाल, तरीही सिगारेटी ओढून आत्महत्या करणं सगळ्यात मूर्खपणाचं आणि महागडं आहे. म्हणजे मला फक्त एवढंच म्हणायचं आहे की, जर तुम्हाला स्वतःला संपवायचंच आहे तर आधीच श्रीमंत असलेल्या तंबाखू कंपन्यांना आणखी श्रीमंत करण्यात काही अर्थ आहे का? पण आता या क्षणी त्यांच्या या अत्यंत लाजिरवाण्या सवयीमुळे मला एक कारण मिळालं होतं आणि त्यांना खूप बरं वाटलं होतं. त्यामुळे त्यांनी सोडा पिण्यासाठी मला थोडे आणखी पैसे दिले. परिसरातच थोडं फिरायला बाहेर पडायचं असेल तर वापरायच्या प्लॅस्टिक स्लिपर्सऐवजी मी माझे धावायचे जोडे घातले आणि दारातून बाहेर पडण्यापूर्वी स्वयंपाकघरातील वापराचा एक छोटा चाकू खिशात घातला. मी धावतच खाली गेले आणि सिगारेट, वयस्कांसाठीची अश्लील मासिकं आणि एनर्जी ड्रिंक्स विकणाऱ्या व्हेंडिंग मशिनच्या रांगांच्या मागे लपतछपत चालू लागले.

मी खरं तर दायसुके-कुनची वाट पाहत होते. तो माझ्याच वर्गात होता आणि आमच्याच बिल्डिंगमध्ये आपल्या आईसोबत राहायचा. माझ्यापेक्षा वयानं जरा लहान होता तो आणि मच्छरछाप होता. त्याची आई त्याची एकुलती एक पालक होती आणि बारबालेचं काम करणारी एक गरीब बाई होती. त्यामुळे माझा जसा छळ व्हायचा तसाच त्याचाही कमी होत नसे. दायसुके-कुन म्हणजे अगदीच गरीब बिचारा कसातरी होता. काही क्षणांतच मला तो दिसला. पुस्तकांची बॅग हातात छातीशी कवटाळून आणि दगडी भिंतीकडे पाठ ठेवून तो रस्त्यातून धडपडत चालला होता. फुलपॅन्ट घातल्यानंतरही यानं हाफपॅन्ट घालावी, असं ज्याच्याकडे पाहिल्यावर वाटावं असा तो मुलगा होता. आकारानं छोटं असलेलं त्याचं डोकं त्याच्या बारीक हडकुळ्या मानेवर गरगर फिरणारं वाटायचं आणि कुणीही पाठलाग

---

४. किती आवाज करता आहात तुम्ही! तुम्हाला सिगरेट आणून देऊ का?

वगैरे करत नसतानाही त्याची नजर सतत भिरभिरत असायची. हे ध्यान पाहिलं की मला नेहमी खूप चीड यायची आणि म्हणूनच जेव्हा मी त्याला व्हेंडिंग मशिनसमोरून जाताना पाहिलं मी लगेच त्याच्याकडे झेपावले आणि त्याला मानगुटीला धरून बोळात खेचलं. त्याच्याविषयी असलेल्या संतापामुळेच मला जणू काही सुपर ह्यूमनची ताकद मिळाली होती; कारण त्याला खेचणं म्हणजे धोब्याकडच्या कपड्याच्या ढिगाऱ्यातून एक मोजा शोधून काढण्याइतकं सोपं होतं! पण खरं सांगू का, मला हे करताना एकदम मस्त वाटलं. शक्तिशाली वाटलं. माझ्या कल्पनाविलासात प्रतिशोध घेताना ज्या प्रकारच्या मनःस्थितीची मी अपेक्षा केली असती, अगदी तशीच काहीशी अवस्था माझी त्या क्षणी होती. त्याच्या डोक्यावरची शाळेची टोपी मी उडवून लावली आणि त्याचे केस धरून मी त्याला माझ्यासमोर गुडघे टेकायला लावले. तो थरथरला आणि गारठून खाली बसला. चपलेखाली चिरडण्याआधी स्वयंपाकघरात अचानक दिवे लावल्यावर झुरळांची पिलं जशी थिजतात अगदी तशीच त्याची अवस्था झाली होती. त्याचं मुंडकं मी वर केलं आणि त्याच्या मानेवर मी बरोबर आणलेली सुरी धरली. चाकू चांगलाच धारदार होता आणि त्याच्या मानेची एक शिर थडथडत असल्याचंही मी पाहू शकत होते. ती कापून टाकायला जराही प्रयत्न करण्याची गरज नव्हती; पण त्याला काही अर्थ उरला नसता.

"Nakami o misero!"[५] पायानं त्याची शाळेची बॅग धुडकावून लावत मी उद्गारले. "खाली कर ती!" माझा आवाज खालच्या पट्टीत पण अत्यंत उद्धटपणानं म्हणजे अगदी सुकेबान[६] सारखा वाटला. मलाच माझं आश्चर्य वाटत होतं.

त्यानं बॅग उघडली आणि आतल्या साऱ्या वस्तू त्यानं माझ्या पायाशी ओतायला सुरुवात केली. "आता माझ्याकडे काहीही पैसे उरलेले नाहीत," अडखळत तो बोलला. "त्यांनी सगळेच्या सगळे घेऊन टाकले."

खरंच त्यांनी घेतले असतील; कारण खराखुरा सुकेबान असलेल्या रेयको नावाच्या मुलाच्या नेतृत्वातील ती शक्तिशाली मुलांची टोळी होती आणि मी किंवा दायसुकेसारख्या गरीब बिचाऱ्या मुलांना हेरून त्यांना रडकुंडीला आणणे आणि त्रास देणे हाच तर त्यांचा धंदा होता.

"मला तुझे ते फुटके पैसे नकोत," मी उद्गारले. "मला ते कार्ड हवं आहे."
"कार्ड?"

"शाळेत साऱ्यांना वाटलं जात होतं ते. मला माहिती आहे ते तुझ्याकडेही आहे. मला दे ते." त्याच्या अल्ट्रामॅन पेन्सिल बॉक्सलाही मी उडवून लावलं आणि

---

५. त्यात काय आहे ते दाखव
६. दादागिरी करणाऱ्या मुलीसारखा

क्षणात त्यातील पेन, पेन्सिल सर्वदूर भिरकावल्या गेल्या. तो कसातरी आपल्या हातांवर आणि गुडघ्यांवर टेकू घेत बसला आणि पुस्तकं धुंडाळू लागला. शेवटी त्यानं एक कागदाचं घडी घातलेलं कार्ड माझ्या स्वाधीन केलं; पण ते देताना माझ्या नजरेला नजर भिडवण्याचं त्यानं काळजीपूर्वक टाळलं. मी ते त्याच्याकडून घेतलं.

"गुडघ्यांवरच राहा," मी आदेश दिला. "डोळे बंद कर आणि मान झुकव. हातांवर बसून राहा."

लगेच त्यानं आपले दोन्ही हात मांड्यांखाली नेले. हे असं बसणं त्यालाही चांगलं ठाऊक होतं आणि मलाही. लहान मुलं खेळतात त्या कागोमे कागोमे[७] खेळात हे असं करावं लागतं. जपानमध्ये खेळली जाणारी आंधळी कोशिंबीर असंही त्याचं वर्णन करता येईल. यात एकाला ज्याला ओनी[८] केलं जातं त्याच्या डोळ्यावर पट्टी बांधण्यात येते आणि मध्यभागी त्याला गुडघ्यांवर ओणवं केलं जातं आणि मग इतर मुलं त्याच्याभोवती फेर धरून खालीलप्रमाणे गाणं गातात :

Kagome Kagome
Kago no naka no tori wa
Itsu itsu deyaru? Yoake no ban ni
Tsuru to kame ga subetta
UWiro no showmen dare?

मराठीत त्याचा अर्थ असा आहे,

कागोमे, कागोमे,
पिंजऱ्यातील पाखरा
कधी, अरे कधी होणार तुझी सुटका? संधिकालाच्या उगवतीला
सारस आणि कासवही आले शरणागतीला
सांग आता कोण आहे तुझ्या पाठीशी?

गाणं संपता संपता फेर धरलेली मुलंही थांबतात आणि ओनी मग त्याच्या पाठीशी कोण उभं आहे ते ओळखण्याचा प्रयत्न करतो आणि जर त्याला ओळखता आलं, तर पकडल्या गेलेल्या मुलावर डाव येतो आणि त्याला रिंगणाच्या मध्यभागी ओनी होऊन बसवलं जातं.

---

७. जपानमध्ये खेळली जाणारी आंधळी कोशिंबीर.

८. राक्षस

या अशा पद्धतीनं हा खेळ खेळला जातो; पण आमच्या शाळेत त्याची पद्धत निराळीच आहे. म्हणजे या खेळाची सुधारित आवृत्ती असं तुम्ही त्याला म्हणू शकता आणि त्याला कागोमे रिन्ची[९] असं म्हटलं जातं. उच्च माध्यमिक शाळेतील विद्यार्थ्यांमध्ये आजकाल हाच खेळ फार लोकप्रिय ठरला आहे. कागोमे रिन्चीमध्ये ओनीला गुडघ्यावर बसून आपले दोन्ही हात मांड्यांच्या खाली ठेवावे लागतात आणि अशा अवस्थेत बसलेल्या ओनीला रिंगणातील मुलं कागोमे गाणं गाताना लाथाबुक्क्यांनी मारतात. गाणं संपल्यावर तुम्हाला तुमच्या मागे उभ्या असलेल्या मुलाचं नाव जरी माहीत असेल आणि तुम्हाला आवाज जरी असेल तरी तो वापरण्याची आणि उत्तर देण्याची सोय नसते; कारण ते चूकच ठरविलं जातं आणि तुम्हाला पुन्हा राज्य द्यावं लागतं आणि पुन्हा हा सगळा खेळ सुरू होतो. कागोमे रिन्चीमध्ये तुम्ही जर ओनी आहात तर मग पूर्ण वेळ तुम्हालाच ओनी राहावं लागतं हे मात्र निश्चित. तुम्हाला जेव्हा ओणवं उभं राहणं अगदी अशक्य होतं आणि तुम्ही पडता, तेव्हाच हा खेळ संपतो.

तर दायसुके-कुन त्या बोळात असाच डोळे मिटून ओणवा उभा होता आणि मी त्याला कधी लाथाबुक्क्या मारते किंवा सुरीनं त्याचा गळा कापते याची वाट पाहत होता; पण मी माझ्या पद्धतीनं सारं काही करत होते. अजूनही बोळात कुणाच्या येण्याचं चिन्ह नव्हतं; कारण बारबालाही त्यांचा केरकचरा टाकण्यासाठी येण्याला अजून अवकाश होता. त्यानं दिलेलं कार्ड मी उघडलं. कॅलिग्राफीच्या अक्षरांमध्ये अंत्यसंस्कारानंतरच्या कार्यक्रमाचं ते घोषणापत्र होतं. हस्ताक्षर खूपच नेटकं आणि कुण्या मोठ्या जाणत्या व्यक्तीचं होतं आणि कदाचित उगावा सेन्सेई यांनीच ते लिहिलं असावं असंही मला वाटलं. आमच्या अर्धकालीन सुट्या सुरू होण्यापूर्वीच्या शाळेच्या शेवटच्या दिवसाच्या शेवटच्या तासात म्हणजे दुसऱ्या दिवशी तो कार्यक्रम ठेवण्यात आला होता. मृत व्यक्तीचं नाव होतं बदली विद्यार्थिनी यासूतानी नाओको.

डोळे बंद करून मान खाली झुकवून दायसुके अजूनही माझ्या पायाशी ओणवा बसला होता. मी मुठीत त्याचे बचकभर केस पकडले आणि एक हिसका देत त्याची मान वर केली व हातातील कागद त्याच्या डोळ्यांपुढे नाचवला.

"या सगळ्याचा तुला आनंद होतो?"

"ना-नाही," तो अडखळत उत्तरला.

"Usotsuke-?"[१०] त्याच्या मानेला हिसका देत मी ओरडले. हा केविलवाणा,

---

९. इंग्रजीतील लिन्च म्हणजे ठेचणे या शब्दावर आधारित

१०. खोटारड्या

दयनीय किरडू खोटं बोलत होता हे नक्की. जेव्हा तुमचं स्वतःचं काहीच अस्तित्व नसतं, तेव्हा इतरांचा छळ पाहून तुम्हाला नेहमीच आनंद होतो. आपल्याऐवजी इतरांची अशी दैन्यावस्था पाहण्यात आनंद वाटतो आणि मला त्यासाठीच त्याला शिक्षा करायची होती. माझ्या हातातील त्याच्या केसांचा पुंजका मला शिसारी आणणारा होता. वयाच्या मानानं त्याचे केस फार राठ होते. वयानं मोठ्या व्यक्तीचे असतात तसे आणि जरा चिकटही होते. आपल्या आईच्या प्रियकराचं केसांना लावण्याचं जेल यानंही आपल्या केसांना लावलं होतं की काय कुणास ठाऊक! मला त्याची किळस वाटली. मी माझी मूठ आणखी आवळली आणि जोपर्यंत काही केस मुळापासून उपटले जात नाहीत तोपर्यंत मी ते जोरानं ओढून धरले होते. हातातला चाकू मी पुन्हा पुढे केला आणि त्याच्या मानेवर ठेवला. मानेची त्वचा फारच निस्तेज होती आणि थोडी निळसरही वाटली, अगदी मुलींच्या मानेसारखी. स्नायू ताणले गेले होते आणि थरथरत होते, शिवाय सगळ्या शिराही त्या पात्याच्या पातळ करवती भागाशी थडथडत होत्या. वेळ हळुवार सरकत होती आणि प्रत्येक क्षण भविष्यातल्या अगणित शक्यतांनी भरलेला होता. फारच सोपं होतं ते. शीर कापायची आणि लाल रक्ताची ती धार जमिनीकडे ओघळू द्यायची. एका अनावश्यक शरीरातून एक अनावश्यक आयुष्य निघून जाताना पाहायचं. किंवा त्याला सोडून द्यायचं. या दयनीय कीटकाची सुटका करायची. दोन्हीपैकी काहीही केलं तरी काही फरक पडणार नव्हता. मी चाकूचं पातं थोडं आणखी त्याच्या त्वचेत रूतवलं. आणखी किती ताकद लावावी लागेल? कधी तुम्ही जीवशास्त्राच्या वर्गात मायक्रोस्कोपखाली पेशींचा अभ्यास केला असेल, तर तुम्हाला ठाऊकच आहे की चाकूच्या पातळ, अणकुचीदार पात्याचा एक हलकासाही स्पर्श त्या पेशीला विलग करतो आणि त्यातून रक्तस्राव व्हायला लागतो. दुसऱ्या दिवशी होणाऱ्या माझ्या अंत्यसंस्कारासंदर्भात विचार केला आणि या सगळ्या प्रकारावर पूर्णविराम लावण्याची ही एक नामी संधी होऊ शकते याचाही विचार केला. त्यांना अंत्यसंस्काराला एक खराखुरा मृतदेह देता येईल... माझा नाही.

दायसुके कण्हला. त्याचे डोळे बंद होते पण त्याचं तोंड मात्र उघडं होतं आणि चेहरा अनपेक्षितपणे अत्यंत निश्चिंत दिसत होता. विलग झालेल्या त्याच्या ओठांच्या कोपऱ्यातून लाळ गळू लागली. तो जणू काही मंद स्मित करतो आहे असं जाणवलं.

चाकूवरची माझी आवळलेली मूठ आपलं काम करायला सज्ज झाली होती आणि हातात अचानक कुठूनशी ताकद आल्यासारखं वाटलं. मला ते आवडलं. आम्ही त्या वेळेत जणू गोठल्यागत उभं होतो- मी आणि दायसुके-कुन - आणि भविष्यकाळ फक्त माझ्यासाठी होता. मी पुढल्या क्षणी काय करणार, काय नाही यापेक्षाही त्या एका क्षणी दायसुकेवर आणि त्याच्या भविष्यावर माझी मालकी होती.

ती जाणीव फार अपरिचित होती, जराशी विक्षिप्त आणि बरीच जवळीक साधणारी. कारण जर मी त्याला त्या क्षणी मारलं असतं तर आम्ही दोघंही आयुष्यभरासाठी एकत्र जोडले गेलो असतो, अगदी कायमचे आणि म्हणून मी त्याला सोडलं. तो माझ्या पायांजवळ धडपडला.

जणू काही ते माझे नाही तर इतर कुणाचे तरी हात आहेत असं मी माझ्या हातांकडे पाहिलं. त्याचे ते शिसारी आणणारे काही केस त्यांच्या पांढऱ्या मुळांसकट माझ्या तळहाताला चिकटले होते. मी ते स्कर्टला पुसले.

''चालता हो इथून,'' मी डाफरले. ''घरी जा.''

खूप हळुवारपणे दायसुके गुडघे झटकत उठून उभा राहिला. ''तू खरं तर ते करायला हवं होतं,'' तो बोलला.

त्याचे शब्द ऐकून मी आश्चर्यचकित झाले. ''काय करायला हवं होतं?'' मूर्खासारखं मी त्याला विचारलं.

फुटपाथवर विखुरलेली पुस्तकं तो वाकून गोळा करू लागला आणि आपल्या बॅगेत ठेवू लागला. ''कापायचं होतं मला,'' माझ्याकडे किलकिलत्या नजरेनं पाहत तो उद्‌गारला. ''कापायला हवी होतीस माझी मान. मला मरायचं आहे.''

''खरंच?'' मी विचारलं.

त्यानं होकारार्थी मान डोलावली. ''खरंच,'' तो बोलला आणि पसरलेले कागद गोळा करत राहिला.

काही क्षण मी त्याच्याकडे बघत राहिले. त्याला काय म्हणायचं होतं ते मला कळलं होतं आणि म्हणून मला त्याची कीव आली. मी पुन्हा ते करू शकले असते, पण तो क्षण निघून गेला होता. बरं झालं.

''सॉरी,'' मी म्हटलं.

त्यानं पुन्हा मान डोलावली. ''हो, ठीक आहे,'' तो पुटपुटला.

गुडघ्यांवर रांगत रांगत सगळ्या व्हेंडिंग मशिनखाली आपल्या पेन, पेन्सिल तो शोधत असताना मी त्याच्याकडे पाहत राहिले. मी अगदी त्याला मदत करायला पुढे सरसावलेच होते; पण क्षणात मी वळले आणि तिथून चालू लागले. मी मागे वळूनही पाहिलं नाही. तो कुणाला याबद्दल काही सांगणार याची मला अजिबात चिंता नव्हती. माझ्यापेक्षाही जास्त त्याला त्याची खात्री होती. मी सरळ चालत थेट स्टेशनकडे गेले. तिथे जरा चांगल्या प्रतीची व्हेंडिंग मशिन होती. तिथून मी बाबांसाठी एक शॉर्ट होप्स नावाचं सिगारेटचं पाकीट घेतलं; कारण बाजारात मिळणाऱ्या सिगारेट ब्रॅन्डपैकी हे एकच मला घेणं शक्य होतं. दुसऱ्या एका मशिनवरून मी स्वतःसाठी पल्पी नावाच्या पेयाचा कॅन घेतला. गरासकट मिळणारा तो संत्ररस होता आणि मला त्यातील तो गर दातांमध्ये घेऊन बुडबुड्यांसारखा

फोडायला फार आवडतो.

४

माझा अंत्यसंस्कार फारच देखणा आणि खूप खराखुरा होता. वर्गातल्या सगळ्या मुलांनी मनगटावर काळ्या फिती बांधल्या होत्या आणि माझ्या बाकावरच त्यांनी सगळी सजावट केली होती. माझ्या शाळेच्या (युनिफॉर्ममधील) फोटोला मोठ्या आकारात व्यवस्थित फ्रेम करून आणि काळ्या-पांढऱ्या रिबिनींनी सजवून ठेवण्यात आलं होतं आणि समोर मेणबत्त्या आणि उदबत्त्या लावल्या होत्या. माझे सगळे शत्रू एकेक करून त्या बाकापाशी जाऊन मला श्रद्धांजली अर्पित करताना एक कागदी पांढरं फूल तिथं ठेवत होते. वर्गातील इतर मुलं दोन्ही हात गुंफून आपापल्या बाकाशी उभी होती आणि त्यांची नजर जमिनीवर खिळली होती. कदाचित ते हसू येऊ नये याचाच प्रयत्न करत होत; पण मला तसं नाही वाटलं. वातावरण फार गंभीर होतं आणि तो अंत्यसंस्कार सोहळा अगदी खराखुरा वाटत होता. दायसुके-कुनची पाळी आली तेव्हा तो अगदी निस्तेज दिसत होता; पण तरीही तो बाकापर्यंत गेला आणि त्यानंही एक पांढरं फूल तिथं अर्पण केलं आणि अत्यंत श्रद्धेनं वाकलाही. हे सारं काही पाहताना मला थोडा अभिमान वाटला आणि हे असं वाटणं विक्षिप्तपणाचं आहे; पण ज्याला आपण छळलं आहे आणि ज्याच्या भवितव्याची मालकी आपल्या ताब्यात होती अशांचा थोडाफार का होईना लळा लागतोच, असं मला वाटतं.

हे सारं काही सुरू असताना उगावे सेन्सेई सूक्त म्हणत होते. मी सनीवेलला लहानाची मोठी झाले असल्यामुळे मला ते काय म्हणताहेत हे कळण्याचं काही कारण नव्हतं आणि बुद्ध परंपरांशी माझा अजून परिचय झाला नव्हता; पण नंतर जेव्हा मी ती सारी सूक्तं जिकोच्या बुद्धविहारात ऐकली, तेव्हा मी त्याबद्दल तिला विचारलं होतं. तिनं मला सांगितलं की त्याला Maka Hanya Haramita Shingyo[११] असं म्हणतात, ज्याचा अर्थ होतो की बुद्धी आणि हृदयाचा मिलाफ असलेली अद्भुत आणि सर्वोत्कृष्ट सूत्रं. त्यातील फक्त एकच भाग माझ्या स्मरणात आहे : Shiki fu i ku, ku fu i shiki.[१२] तसं ते फार अमूर्त स्वरूपाचं आहे. वृद्ध जिकोनं मला ते समजावून सांगण्याचा प्रयत्न केला; पण मला ते कितपत कळलं कुणास ठाऊक; पण मला वाटतं की त्याचा अर्थ असा होतो की या जगात

११. स्वरूप हीच रिक्तता आणि रिक्तता हेच स्वरूप.

१२. महायान बुद्धिझम यातील सगळ्यात महत्त्वाचा भाग

काहीच ठरावीक किंवा खरं नाही; कारण काहीच चिरकाल नाही आणि सगळ्याच गोष्टी - अगदी झाडं आणि प्राणी आणि खडक आणि पहाड आणि नद्या आणि अगदी तुम्ही आणि मीसुद्धा - या क्षणापुरत्या प्रवाहित आहोत. मला वाटतं हे खरं आणि खूप दिलासा देणारं आहे आणि खरंच मला वाटलं की उगावे सेन्सेइ माझ्या त्या अंत्यसंस्काराच्या वेळी जेव्हा हे सारं म्हणत होते तेव्हाच मला ते कळलं असतं तर मला खूप आधार मिळाला असता; पण मला ते कळलं नाही; कारण ही सगळी सूक्तं फार प्राचीन भाषेत लिहिली गेली आहेत आणि आजकालच्या कुठल्याही व्यक्तीला ती समजत नाहीत. अर्थात तुम्ही जर जिकोच्या पदाला पोचला असाल तरच आणि जर या भाषेचा अभ्यास हेच तुमचं काम असेल तर; पण ती तुम्हाला समजते आहे की नाही, त्या शब्दांचा अर्थ गवसतो आहे की नाही यालाही काही अर्थ नसतो; पण ते फार सुंदर आणि गहन आहे हे तुम्हाला कळतं. आणि नेहमी फार अस्पष्ट आणि अप्रिय वाटत असला तरी त्या दिवशी ही सारी सूक्तं म्हणताना उगावे सेन्सेइचा आवाज अचानक खूप मृदू, दुःखी आणि हळुवार झाला होता; कारण तेही सूक्त अगदी मनापासून म्हणत होते. मला श्रद्धांजली अर्पण करायला जेव्हा ते माझ्या बाकापर्यंत आले आणि त्यांनी तिथे फूल वाहिलं, तेव्हा त्यांच्या चेहऱ्याकडे पाहून मला रडावंसं वाटलं; कारण त्यांच्या त्या कृतीत त्यांचं स्वतःचं दुःख, वेदना पिळवटून निघाल्यासारख्या होत्या. एक-दोन वेळा तर मला खरंच रडू कोसळलं. एकदा जेव्हा माझा तो काळ्या आणि पांढऱ्या रिबिनींनी सजवलेला फोटो मी टांगलेला पाहिला आणि जेव्हा माझ्या फोटोला अगदी नम्रपणे हात जोडून फुलं वाहणारे माझे वर्गमित्र मला किती सन्मान देत आहेत हे पाहिलं, तेव्हा मला अश्रू थांबवता आले नाही. ही सगळी फुलं तयार करायला आणि इतर सजावट करण्यासाठी त्यांनी शाळा संपल्यानंतर एकत्र येऊन काम केलं असणार. त्यांचा गंभीरपणा आणि सन्मान हे सारं काही पाहून मला त्यांच्याबद्दल एकदम आपुलकी वाटू लागली.

५

मी त्या दिवशी शाळेत गेलेच नव्हते. त्यामुळे माझ्या अंत्यसंस्काराला मी उपस्थित नव्हते. मी ते नंतर पाहिलं. दायसुकेसोबत जे काही झालं त्यानंतर मी घरी गेले, बाबांना सिगारेटी दिल्या आणि झोपले. आई संध्याकाळी घरी आली तेव्हा मी बाथरूममध्ये जाऊन उलटी केली आणि आजारी असल्याचं तिला सांगितलं. दुसऱ्या दिवशी सकाळी मी पुन्हा उलटलं आणि ते जरा मोठ्या प्रमाणात होतं. शिवाय उन्हाळ्याच्या सुटीच्या आधीचा शाळेचा तो शेवटचा दिवस असल्यामुळे तिनं मला घरीच थांबण्याची परवानगी दिली. शाळेत जे होणार होतं त्यापासून माझी सुटका

झाली याचा मला खरंच आनंद झाला होता; पण संध्याकाळी मला एक निनावी मेल आला, ज्याचं शीर्षक होतं 'बदली विद्यार्थिनी नाओ यासूतानी हिचा दुर्दैवी आणि अकाली मृत्यू.' एका व्हिडिओ दाखवणाऱ्या वेबसाईटची लिंक त्या मेलमध्ये जोडण्यात आली होती. मोबाईल फोननं माझ्या त्या अंत्यसंस्काराचं व्हिडिओ शूटिंग करण्यात आलं आणि ते इंटरनेटवर टाकण्यात आलं आणि मग येणारे काही तास त्याला मिळणारे प्रतिसाद मी पाहत राहिले. मला ठाऊक नाही की ते कोण पाहत होतं; पण हजारोंच्या संख्येनं तो व्हिडिओ पाहिला जात होता. लागण लागावी तसा त्या व्हिडिओचा प्रसार होत होता. जरा विचित्र वाटेल ऐकायला; पण मला त्याचा अभिमान वाटत होता. म्हणजे लोकप्रिय असणं मला चांगलं वाटू लागलं होतं.

६

मला हृदय सूक्तातील फक्त शेवटची ओळ आठवली.

गाते गाते, परा गाते
परासम गाते, बोजी सोवा का.....

एका भारतीय प्राचीन भाषेतील (संस्कृत) या ओळी आहेत; जपानी नाही; पण तरीही जिकोनं मला त्याचा अर्थ सांगितला जो थोडाफार खालीलप्रमाणे होता :

गेले गेले, गेले ते पलीकडे,
पूर्ण गेले पलीकडे,
जागृत झाले, भले...

अशा वेळी मी सतत जिकोचा विचार करते. या भूतलावरील सारे जाणिवा असलेले जीव, अगदी माझ्या वर्गातील ती मूर्ख, भयंकर मुलंही, जर जागृत झाली आणि त्यांना परम ज्ञान प्राप्त होऊन ती पुढे गेली, तर जिकोला किती आश्वस्त वाटेल! म्हणजे ती शेवटी सुखानं प्राण सोडू शकेल. सध्या तिला किती थकवा आला असेल ना!

भाग दोन

प्रत्येक वाचक हा वाचन करत असताना खरं तर स्वतःलाच वाचत असतो. त्या पुस्तकाविना कदाचित वाचकाला स्वतःतील काही गोष्टींचं आकलनच होणार नाही, अशा गोष्टी पाहण्यासाठी लेखकाचं लेखन हे एक प्रकारचं माध्यम ठरतं. पुस्तकातील लिखाणाला जेव्हा वाचक स्वतःत पाहतो, तेव्हा तो त्या लिखाणातील सत्याचा पुरावा असतो.

— मार्सेल प्रॉस्ट, ल तेम्स रेट्रोव्ह

रुथ

१

कॅमेऱ्याला दिसू शकेल इतक्या दूरवर पसरलेल्या परिसरात त्सुनामीच्या अवशेषांच्या आणि ढिगाऱ्यांच्या समोर उभ्या असलेल्या एक तिशी उलटून गेलेल्या किंवा चाळिशीच्या उंबरठ्यावर असलेल्या एका व्यक्तीचं चित्र कॉम्प्यूटरच्या स्क्रीनवर होतं. एक पांढरा पेपर मास्क त्यानं घातला होता आणि मुलाखत घेणाऱ्या वार्ताहराशी बोलता यावं म्हणून हनुवटीजवळ त्यानं तो जरा ओढून धरला होता. शरीरावर एक विटलेली स्वेटपॅन्ट, कामासाठी वापरतात ते हातमोजे, एक झिप असलेलं जॅकेट आणि पायात बूट. त्याच्या पाठीमागे असलेल्या ढिगाऱ्यांकडे तो हात उंचावून काहीतरी दाखवत होता.

"एखाद्या स्वप्नासारखं होतं ते," तो बोलत होता. "एक भयंकर स्वप्न. मी त्यातून जागं होण्याचा प्रयत्न करतोय. मला वाटतं मी जागा झालो तर माझी मुलगी परत आलेली असेल."

आवाजात कुठलाही चढ-उतार नाही आणि बोलणं अगदी थोडक्यात. "मी सारं काही गमावलं आहे. माझी मुलगी, माझा मुलगा, माझी बायको, माझी आई. आमचं घर आणि शेजारी. आमचं आख्खं गावच."

त्या चित्रफितीच्या खाली त्या माणसाचं नाव देण्यात आलं होतं : टी. नोजिमा, सफाई कर्मचारी, ओ टाउनशिप, मियागीतील एक भाग.

मास्कमुळे अडखळलेल्या आवाजात तो वार्ताहर कॅमेऱ्यासमोर बोलू लागला. नोजिमा यांचं घर असलेल्या भागात ते उभे असल्याचं तो सांगत होता. संपूर्णतः उद्ध्वस्त झालेल्या भागाचं ते चित्रण होतं; पण कॅमेऱ्यात येऊ शकणार नाही अशी एक गोष्ट त्या परिसरात होती आणि ती म्हणजे तिथली दुर्गंधी. त्यानं तोंडावरचा मास्क काढला. ही दुर्गंधी अगदी असह्य असल्याचं तो सविस्तर सांगत होता. यात ढिगाऱ्यांखाली अडकून पडलेल्या आणि सडलेल्या मासळ्या आणि मानवी शरीरांचा समावेश होता. नोजिमा आपल्या सहा वर्षांच्या मुलीचा शोध घेत होते. ती जिवंत

सापडण्याची आशा त्यांना नव्हती; पण ११ मार्चला त्सुनामी थडकण्यापूर्वी ती जी शाळेची बॅग घेऊन निघाली होती, ती बॅग ते शोधत होते.

"लाल रंगाची आहे ती," नोजिमा सांगू लागले. "त्यावर हैलो किटीचं चित्र आहे. मी नुकतीच तिच्यासाठी विकत आणली होती ती. शाळा नुकतीच सुरू झाली होती आणि त्या बॅगचा तिला प्रचंड अभिमान होता. अगदी घरातसुद्धा ती घेऊन मिरवत होती. या वर्षी ती पहिल्या वर्गात जाणार होती."

ढिगाऱ्यांनी आणि वाहून आणलेल्या अवशेषांनी भरलेली एक काळीकुट्ट लाट जेव्हा त्यांच्या घरावर थडकली तेव्हा नोजिमा आणि त्यांची सहा वर्षांची मुलगी स्वयंपाकघरात होते. एका क्षणात नोजिमा घराच्या छतावर आपटले आणि त्यांची मुलगी नाहीशी झाली. आपणही वाहून जाणार असं नोजिमांना वाटलं; पण आश्चर्यकारकरीत्या घर मुळापासून उखडलं गेलं आणि नोजिमा तुटक्या छतातून दुसऱ्या मजल्यावरच्या त्यांच्या बेडरूममध्ये फेकले गेले जिथं त्यांची बायको आपल्या नवजात बाळाला उराशी कवटाळून एका कोपऱ्यात बसली होती.

"मी तिचा हात पकडण्याचा प्रयत्न केला," ते सांगू लागले. "मी अगदी तिच्यापर्यंत पोचलोच होतो; पण तेवढ्यात घराचे दोन तुकडे झाले."

त्यांची बायको आणि मुलगा वाहून जाऊ लागले, तेव्हा आपण त्यांच्यापर्यंत पोहत पोचू शकू असं नोजिमांना वाटलं. वाहून जाताना एका काँक्रीट बिल्डिंगच्या छताचा त्यांनी आधार घेतला. वाहून जाणाऱ्या त्यांच्या बेडरूमच्या कोपऱ्यात बसलेली त्यांची बायको आणि मुलाला ते पाहू शकत होते; पण ते त्यांच्या आवाक्याच्या बाहेर वाहत चालले होते. त्यांनी तिला हाकही मारली. त्या पाण्याचा खळखळाट आणि कोसळणाऱ्या इमारतींचे आवाज कानठळ्या बसवणारे होते.

"खूप प्रचंड आवाज होते ते; पण मला वाटतं माझी हाक तिला ऐकू गेली. तिनं माझ्याकडे पाहिलंही. तिचे डोळे विस्फारलेले होते; पण ती एकदाही ओरडली नाही. बाळ घाबरू नये असं तिला वाटलं असावं; पण ती शेवटपर्यंत फक्त माझ्याकडे पाहत राहिली."

आणखी पुढे जे काही घडलं ते आठवण्याचा प्रयत्न करण्यासाठी की काय त्यांनी डोकं हलवलं. समोर पसरलेल्या अवशेषांकडे ते पाहत राहिले - उखडलेली घरं, मोडलेल्या गाड्या, मातीचे ढिगारे आणि परस्परांत गुंतलेल्या सळ्या, नावा, फर्निचरचे तुटके भाग, भुगा झालेली अवजारं, छताच्या टाईल्स, कपडे, इत्यादी- काही मीटर खोल असं ते भयंकर जंजाळ होतं. स्वतःच्या पायाशी पाहत आणि बुटांनी एका गाळानं माखलेल्या कापडाला उचकटत ते पाहत होते.

"मला माझं कुटुंब कदाचित कधीच परत मिळणार नाही," ते म्हणाले. "त्यांचा व्यवस्थित अंत्यसंस्कार करण्याची संधी मिळण्याची आशा मला आता

नाही; पण मला फक्त काहीतरी मिळावं, माझ्या मुलीची एक तरी गोष्ट मला सापडली तर माझं चित्त थाऱ्यावर येईल आणि मी शांततेनं ही जागा सोडून परतू शकेन.'' खूप कष्टांनी त्यांनी आवंढा गिळला आणि एक खोल श्वास घेतला.

''माझ्या कुटुंबाबरोबरचं माझं आयुष्य आता स्वप्न झालं आहे,'' ते बोलले. समोर पसरलेल्या विस्तीर्ण ढिगाऱ्याकडे इशारा करत ते म्हणाले, ''हे जे आहे ते सत्य आहे. सारं काही निघून गेलं आहे. आम्हाला आता जागं व्हायची गरज आहे आणि समजून घेण्याची आवश्यकता आहे.''

२

भूकंप आणि त्सुनामीनंतरचे काही दिवस रुथ सतत कॉम्प्यूटर आणि इंटरनेटच्या मदतीनं कुटुंबीयांची आणि मित्रांची हालहवाल जाणून घेण्याचा प्रयत्न करत होती. तिच्या माहितीतील सारे जण सुखरूप आहेत, सुरक्षित आहेत हे काही आठवड्यांतच तिला कळलं; पण ती अजूनही ती दृश्यं पाहण्यात गुंतली होती. जपानमधली दाखवली जाणारी ती दृश्यं पाहून ती थक्क झाली होती. दर तासाला एखादं नवीन हादरवून टाकणारं दृश्य दाखवलं जात होतं आणि ती सतत, पुनःपुन्हा ते पाहत राहिली, त्या उंच इमारतींची टोकं पाण्याच्या उंच लाटांवर प्रवाहित होताना ती पाहत होती, बोटी गावांच्या रस्त्यावर येऊन ठेपल्याचं तिला दिसत होतं, लाटांनी वाहून आणलेल्या मोठाल्या गाड्या इमारतींच्या छतांवर टांगल्या गेल्याचं त्यात दिसत होतं. आख्खं गाव एका क्षणात उद्ध्वस्त होऊन पाण्यासोबत वाहून चाललेलं ती पाहत होती आणि हे सारे क्षण इंटरनेटवर पाहतानाच त्याबरोबरचे इतर अनेक क्षण अदृश्य होताहेत याची तिला पुरेपूर जाणीव होती.

इंटरनेटवरचं ते बहुतांश चित्रीकरण हे भांबावलेल्या लोकांनी आपल्या मोबाईल कॅमेऱ्यानं कुठल्याशा टेकाडावरून किंवा उंच इमारतींच्या छतांवरून चित्रित केलं होतं, त्यामुळे त्याची गुणवत्ता फारशी चांगली नव्हती. कदाचित आपण काय चित्रित करतो आहोत याची त्यांनाही फारशी जाणीव झाली नसावी; पण हे काहीतरी भयंकर आहे एवढं मात्र त्यांना कळलं होतं. म्हणूनच त्यांनी आपापले मोबाईल सुरू केले आणि येणाऱ्या लाटांना कॅमेऱ्यात बंद करत सुटले. कॅमेरा घेऊन आणखी उंचावर धाव घेतल्यामुळे क्वचित काही चित्र अचानक अस्पष्ट आणि अस्थिर झाली होती. छोट्या कार आणि लोक त्या विक्राळ काळ्या लाटेला चुकवण्यासाठी पळ काढताना त्यात दिसत होतं. काही चित्रांमध्ये लोक भांबावलेले दिसत होते. काही ठिकाणी आपण कुठल्या संकटात सापडलो आहोत याची जराशीही जाण नसलेले काही जण आपल्याच तंद्रीत होते; पण कॅमेऱ्याच्या या बाजूनं त्या लाटांचं रौद्ररूप

आणि त्या किती गतीनं आक्रमण करत होत्या, याचा सहज अंदाज येत होता. त्यांच्यासमोर खुज्या ठरलेल्या लोकांची वाचण्याची कुठलीच शक्यता नव्हती आणि कॅमेऱ्याच्या या बाजूला असणाऱ्यांना ही जाणीव झाली होती. *लवकर! लवकर!* कॅमेऱ्याच्या मागे त्यांचे अदृश्य आवाज ऐकू येत होते. *थांबू नका! धावा! अरे नाही! आजी कुठे आहे! अरे नाही! ते पाहा! तिकडे! अरे देवा, हे किती भयंकर आहे! लवकर! धावा!धावा!*

३

भूकंप, त्सुनामी आणि फुकुशिमा न्यूक्लिअर रिॲक्टरच्या प्रकोपानंतरचे दोन आठवडे जपानच्या या घटनांचे फोटो आणि बातम्यांचा जगभरातील बॅन्डविड्थवर पूर आला होता आणि थोड्या काळाकरता सारे जण अणुउत्सर्जन आणि मायक्रोसिव्हर्ट्स आणि प्लेट टेक्टॉनिक्स आणि सबडक्शन यांसारख्या विषयांवर बोलणारे तज्ज्ञ बनलो होतो; पण लवकरच लीबियातील यादवी आणि जॉपलिनमध्ये आलेल्या चक्री वादळाने भूकंपावर मात केली आणि इंटरनेटवरच्या शोधशब्दांचे ढग ओसरून त्याची जागा क्रांती, दुष्काळ आणि अस्थिर वायू आकारमान यांसारख्या शब्दांनी घेतली. जपानमधील बातम्यांचा पूर आता ओसरला होता. मध्येच कधीतरी न्यू यॉर्क टाइम्समध्ये अणुउत्सर्जनासंदर्भात टेप्कोच्या व्यवस्थापनानं कसा हलगर्जीपणा केला किंवा देशातील नागरिकांच्या मदतीला धावून जाण्यात सरकारला आलेलं अपयश अशा बातम्या छापून येऊ लागल्या; पण त्यातील क्वचितच एखादी बातमी पहिल्या पानावर झळकत असे. व्यापारविषयक स्तंभांमध्ये जपानमधील या इतिहासातील सगळ्यात जास्त हानी झालेल्या या आपत्तीपश्चात देशाच्या आर्थिक भवितव्यासंदर्भात फार निराशाजनक लेख छापून येऊ लागले.

माहितीचं हाफ लाईफ? आयुष्य काय असेल? माहिती ज्या माध्यमातून पोचवली जाते, प्रसारित केली जाते त्याचा ती बातमी नष्ट होण्याच्या काळाशी संबंध असेल का? चित्रणाला विजेची म्हणजेच इलेक्ट्रिसिटीची गरज असते. आग आणि पाण्यापासून कागदाला धोका संभवतो. दगडावर कोरलं तर खूप काळ टिकतं; पण त्याच्या वाटपाची सोय सहज शक्य नाही; पण तरीही असं कोरून ठेवणं चांगलं असतं. जपानच्या किनारपट्टीवर आणि शहरातही असे शिलालेख खूप सापडतात ज्यावर काही प्राचीन सूचना लिहून ठेवलेल्या आहेत :

या ठिकाणाच्या खाली घरं बांधू नका!

काही असे शिलालेख तर सहा शतकांहूनही जुने आहेत. काहींची जागा त्सुनामीनं बदलली आहे; कारण ते वाहून गेले; पण काही अजूनही शाबूत आहेत.

"आपल्या पूर्वजांचे बोल आहेत ते," पुरानं वाहून नेलेल्या गावाचे मेयर सांगत होते. "काळाच्या सीमा भेदून ते आपल्यापर्यंत हा निरोप पोचवण्याचा प्रयत्न करत होते; पण आपण कधी ऐकलंच नाही."

मग माहितीचं जे आयुष्य आपण म्हणतो त्याचा संबंध आपल्या कुजत चाललेल्या सजगतेशी आहे का? हा जो इंटरनेट नावाचा भोवरा तयार झाला आहे तो सगळी माहिती, सगळ्या बातम्या आपल्या कक्षेत खेचून घेतो आहे का? गिळंकृत करतो आहे का? या प्रवाहाची स्मृतीकक्षा काय असेल? अशा भोवऱ्यांचं आयुष्य कसं मोजायचं असतं?

नीट पाहिलं तर प्रत्येक लाट कोसळताना कणाकणात विखुरते आणि विरून जाताना त्या प्रत्येक कणात एक कहाणी घेऊन जाते :

- मातीच्या ढिगाऱ्याखाली गाळात रुतलेला एक मोबाईल फोन जो अजूनही वाजतो आहे
- एका मृतदेहापाशी झेंडा रोवणारं सैनिकांचं एक कोंडाळं
- अणुउत्सर्जनापासून बचाव करण्यासाठीचा पूर्ण पोषाख चढवलेला एक वैद्यकीय कर्मचारी कुठल्याशा स्त्रीच्या हातात तळमळत असलेल्या बाळाला निशाणी लावतो आहे
- तपासणी करून घेण्यासाठी आपली पाळी येण्याची वाट पाहत असलेली बच्चे मंडळींची रांग

कल्पनाही करू शकणार नाही अशा अनेक प्रतिमांचं प्रतिनिधित्व करणारी ही चित्रं वर्तुळाकार फिरत आणि जुनी होत त्या प्रवाहाच्या प्रत्येक कक्षेत नष्ट होण्याकडे मार्गक्रमण करतील, हळूहळू त्यांचे तुकडे होतील आणि रंगीत कपटे होतील. भोवऱ्याच्या अप्रवाहित, स्थिर मध्यात ते चकाकणाऱ्या प्लॅस्टिकच्या चमकीप्रमाणे ओढले जातील. इतिहास आणि काळ यांच्या अवशेषांचा एक तुकडा बनून. आपल्या विस्मरणातील सारं काही म्हणजेच या प्रवाहाची स्मृती आहे.

४

रुथचं डोकंही त्या अवशेषांचा एक तुकडा बनलं होतं; ओळखता येण्याच्या पलीकडे गेलेल्या स्थिर आणि विखुरलेल्या तुकड्यांच्या गालिच्यासारखं. उजळलेल्या त्या स्क्रीनसमोरून मागे जात ती खुर्चीत मागे टेकून बसली आणि डोळे मिटून घेतले.

पापणीपलीकडच्या अंधारात चित्रांचे ते तुकडे अजूनही नाचत होते. अमेरिका आणि जपान अशा दोन्ही देशांतील जवळपास सगळे व्हिडिओ शेअर करणाऱ्या यू-ट्यूबसारख्या साईटवर आज पूर्ण दुपार तिनं छळाचे आणि दादागिरीचे व्हिडिओ पाहण्यात घालवली होती; पण तिला हवी असलेली चित्रफीत त्यावर कुठंच नव्हती. नाओनं लिहिल्याप्रमाणे तेव्हा लागण लागल्यासारखा पसरला होता तो 'बदली विद्यार्थिनी नाओ यासूतानी हिचा दुर्दैवी आणि अकाली मृत्यू' हा व्हिडिओ मात्र कुठेच सापडत नव्हता.

दोन्ही हातांचे तळवे तिनं तोंडावर फिरवले आणि बोटांनी कपाळावर आणि डोळ्यांच्या खाचांमध्ये मालिश केलं. त्या चकाकणाऱ्या स्क्रीनमधून रोखून पाहत फक्त इच्छाशक्तीच्या बळावर ती त्या मुलीला जणू काही खेचून बाहेर आणू शकते असं तिला वाटलं. हे सगळं तिच्यासाठी इतकं महत्त्वाचं होतं का? पण होतं. नाओ जिवंत आहे की मेली हे जाणून घेणं तिच्यासाठी फार महत्त्वाचं होतं. ती देहाच्या शोधात होती.

ती उभी राहिली, आंबलेलं शरीर जरा मोकळं केलं आणि जिना उतरून तिनं फेऱ्याही मारल्या. घर पूर्ण रिकामं होतं. नुकतंच रेडवूडच्या रोपांची एक मोठी फेरी ऑलिव्हरसाठी बोटीनं आली होती आणि आता तो ती आपल्या निओइओसिनच्या जागेत त्यांची लागवड करणार, हे निश्चित होतं. त्या दिवशी तो पहाटे लवकरच घराबाहेर पडला होता आणि जाताना शीळ घालतच गेला. हिमपरीच्या कथेतील सात बुटक्यांचं आवडतं गाणं हिहॉ! हिहॉ!ची धून त्यानं उचलली होती. लहानग्या रोपांना मातीच्या स्वाधीन करण्याइतकं आनंदी आणि सुखकारक त्याच्यासाठी इतर काहीही नव्हतं. मांजर त्याच्या परत येण्याची वाट पाहत दारात बसलं होतं.

साडेचार वाजून गेले होते आणि आता रात्रीच्या जेवणासाठी काय करायचं याचा विचार करण्याची वेळ आली होती. जेवणाच्या खोलीतून जाताना त्या मृत होत चाललेल्या प्लॅस्टिकच्या पिशवीवरच्या बुरशीचा मासळीसारखा दर्प तिच्या नाकात गेला. तो वास आता जास्त तीव्र झाल्याचं तिला जाणवलं. ती लगेच फोनकडे गेली आणि कॅलीचा नंबर डायल केला.

५

"याला गुजनेक म्हणतात," त्या प्लॅस्टिक फ्रीजर बॅगवरची ती शेलफिशसदृश बार्नेकल न्याहाळत कॅलीनं रुथला माहिती पुरवली. "*पॉलिसाइप्स पॉलिमेरस.* समूहांमध्ये चिकटून राहणारी प्रजाती आहे, आपल्याकडे ती फारशी पाहायला मिळत नाही; पण समुद्रातून वाहून आलेल्या वस्तूंसोबत इकडे वाहत येणंही अशक्य

नाही."

चहासाठी रुथ आधण ठेवत होती तेव्हा कॅलीनं स्वयंपाकघरात एक नजर फिरवली. "गड्रन आणि हॉर्स्टच्या जागेकडे सापडलेली ही तीच बॅग आहे का?"

ही बॅग तिला कुठं सापडली हे रुथनं कॅलीला फोन केलेला असताना अजिबात सांगितलं नव्हतं आणि तरीही जराही आश्चर्यचकित न होता कॅली तिच्याकडे यायला तयार झाली होती. जणू काही ती या फोनची वाटच पाहत होती आणि खरं तर तिचं येणं खूप फायद्याचं ठरलं होतं. ती सागरी जीवशास्त्रज्ञ आणि पर्यावरणवादी होती. या बेटावर तटांच्या निरीक्षणाची जबाबदारी तिनं घेतली होती. सस्तन सागरी जीवांच्या संरक्षण प्रकल्पाची ती सदस्य होती. एक निसर्गवादी म्हणून ती काम करत होती आणि उपजीविकेसाठी ती अलास्काहून ये-जा करणाऱ्या इनलॅन्ड पॅसेज येथील विशालकाय निवासी जहाजांवरच्या संवर्धित जलाशयांवर अवलंबून होती.

"ते आता आवाक्यात आहेत आमच्या," कॅली सांगू लागली. "या जहाजांवर जे हे लोक आहेत ना त्यांच्यापर्यंत पोचणं फार गरजेचं आहे. जर काही बदल घडवून आणण्याची गरज असेल तर त्यासाठी आवश्यक असलेल्या गोष्टी या लोकांकडेच आहेत."

यासंदर्भात बोलताना ती नेहमी एक गोष्ट सांगते. ॲन्कोराजला निघालेल्या जहाजाच्या डेकवर ती उभी होती आणि उत्साहात आलेल्या प्रवाशांना व्हेलचा एक समूह दाखवत होती. ते सारेच एकदम उत्तेजित झाले होते आणि डेकच्या रेलिंगजवळ गर्दी करून फोटो काढत होते; व्हिडिओ चित्रित करत होते; पण एक वयस्क व्यक्ती मात्र या साऱ्यांपासून दूर उभी होती. त्यांनाही व्हेल दिसाव्यात म्हणून कॅलीनं त्यांना रेलिंगजवळ एक जागा करून दिली तर ते जरा उपहासाने हसले.

"फक्त व्हेल तर आहेत ते."

त्या दिवशी कॅलीनं जहाजावर सागरी सस्तन प्राणी आणि त्यातही व्हेल आणि डॉल्फिन प्रकारच्या माशांवर एक भाषण दिलं. त्यांच्या क्लिष्ट जमाती आणि सामाजिक वागणूक, त्यांच्या बबल नेट्स आणि ध्वनिसंयत्रण क्षमता आणि त्यांच्या भावभावनांचं विश्व या संदर्भात काही चित्रफितीही तिनं त्यांना दाखवल्या. त्यांच्या आवाजाचं काही रेकॉर्डिंगही तिनं ऐकवलं; अगदी त्यांच्या गाण्यांची आणि त्या विशिष्ट आवाज काढण्याची नक्कलही करून दाखवली. हे सारं सुरू असताना ते वयस्क गृहस्थही त्या ऐकणाऱ्यांच्या गर्दीत होते याचं तिला आश्चर्य वाटलं. ते अत्यंत बारकाईनं सारं काही पाहत होते आणि ऐकत होते.

नंतर आणखी एक व्हेलचा कळप त्यांच्या दृष्टिपथात आला होता. या वेळी ते आणखी जवळ होते. त्यांचं ते पाण्यावर येणं, त्यांचं परस्परांपासून वेगळं जाणं, शोध घेण्यासाठी वळसे घेत जाणं, शेपटी पाण्यावर आणणं आणि नंतर ती

पाण्यावरच जोरात आपटणं... हे सारं काही दिसत होतं आणि हे सारं पाहायला ते वयस्क गृहस्थही डेकवर आले होते.

जहाजानं व्हँकुव्हरच्या दिशेनं मार्गक्रमण केलं आणि त्यांचा प्रवास संपत आला तेव्हा ते गृहस्थ तिला शोधत आले आणि एक पाकीट तिला सुपूर्त केलं.

''तुझ्या व्हेल्सकरता,'' ते बोलले.

तिनं आभार मानले तेव्हा ते म्हणाले, ''आभाराची गरज नाही.''

ते सारे आपापल्या मार्गानं निघून गेले आणि कॅली त्या पाकिटाबद्दल विसरूनही गेली. घरी परत आल्यावर तिला ते पुन्हा सापडलं आणि तिनं ते उघडून पाहिलं. तिच्या सस्तन सागरी प्राणी संरक्षण प्रकल्प समितीच्या नावानं अर्धा मिलियन डॉलरची देणगी देण्यात आली होती. ही गंमत आहे असं तिला वाटलं. शून्य मोजण्यात काही तरी गफलत झाली असावी, हाही विचार तिच्या मनात आला. तिनं तो चेक ऑफिसला पाठवून दिला आणि त्यांनी तो वटवायला दिला. तो वटला.

प्रवाशांच्या यादीतून तिनं त्या गृहस्थांचा पत्ता शोधला आणि बेथेस्डाला त्यांना गाठून या संदर्भात चौकशीही केली. आधी तर ते काही सांगायला राजीच झाले नाहीत; पण मग त्यांनी सारं काही समजावून सांगितलं. त्यांनी तिला माहिती पुरवली की दुसऱ्या महायुद्धात ते एका बॉम्बिंग विमानाचे पायलट होते आणि अॅल्युशियात त्यांचा तळ होता. जपानला लक्ष्य करून ते दर दिवशी विमान घेऊन उडायचे; पण खराब हवामान किंवा आणखी काही कारणास्तव त्यांना जर जपानी जहाजांना शोधण्यात अपयश आलं तर त्यांना कामगिरी रद्द करून तळाकडे परतावं लागत असे; पण बॉम्ब घेऊन एकदा उड्डाण केल्यानंतर परत उतरताना धोका संभवायचा. अशा वेळी मग ते परतताना विमानातील बॉम्ब समुद्रात टाकायचे. कॉकपिटमधून समुद्राच्या पाण्यातील व्हेल माशांचे कळप सहज तरंगताना दिसत असत आणि विमानातून हे अजस्र प्राणी खुजे वाटत असत. मग या माशांनाच लक्ष्य करून बॉम्ब टाकले जायचे.

''गंमत वाटायची आम्हाला ती,'' त्या वृद्धानं कॅलीला फोनवर सांगितलं. ''आम्हाला काय माहीत होतं?''

''त्यांना फिल्टर फीडर्स म्हणतात. म्हणजे असे जीव जे पाण्यातील काही विशिष्ट जीव पाण्यापासून वेगळे करून स्वतःचं पोट भरतात,'' त्या बार्नेकल संदर्भात कॅली सांगत होती. ''पण स्वतःच्या ***cirri*** म्हणजे अंग त्यांना फार हलवता येत नाही. त्यामुळे त्यांना पाण्याच्या खळखळाटावरच अवलंबून राहावं लागतं आणि त्यातूनच ते स्वतःचं खाद्य मिळवू शकतात. म्हणूनच जे समुद्रतट जास्त मोकळे आहेत, तिथे हे मोठ्या प्रमाणात आढळून येतात; आपल्याकडल्या तटांवर

ते जास्त दिसत नाहीत.''

''*Cirri* म्हणजे काय?'' चहाचे दोन कप समोर ठेवून नुकत्याच आलेल्या ऑलिव्हरसाठी तिसऱ्या कपात चहा ओतताना तिनं कॅलीला विचारलं. रोपं लावून ऑलिव्हर घरी परतला होता आणि जॅकेट काढून ते खुंटीला टांगून तो त्यांच्या गप्पांत सामील झाला. मांजर सतत त्याच्या पायात घुटमळत होतं.

''चिअर्स,'' चहाचा एक घोट घेत कॅली उद्गारली. ''*Cirri* म्हणजे या बार्नेकल्सचे हात किंवा पाय. पाण्यातील खाद्य किंवा जीवजंतू ओढून घेण्यासाठी वापरण्यात येणारे पिसांसारखे तंतू.''

''पण मला तर यावर कुठलेही पिसांसारखे धागे दिसत नाहीत,'' रुथ बोलली. तिला ते बार्नेकल्स अजिबात आवडलेले नव्हते आणि ते पाहताना तिला शिसारी येत असे.

''फक्त पाण्यात असतानाच ते त्यांना बाहेर काढतात,'' ऑलिव्हरनं सांगितलं. गरम चहाच्या कपाला त्याच्या लालचुटूक झालेल्या बोटांनी त्यानं आलिंगन दिलं होतं. ''आणि तसंही आता या बिचाऱ्यांचा जीव गेलेला आहे.''

जिवंत असताना ते जसे दिसायचे तसेच ते दिसताहेत असं रुथला त्या बार्नेकल्सना पाहताना जाणवलं. एका घट्ट काळसर चिकट पदार्थासह ते त्या फ्रीजर बॅगला चिकटून राहिले होते. थोडेसे टणक, रबरी आणि गुठळ्या आल्यासारखे ते दिसत होते. दुसऱ्या टोकाला त्या पदार्थाला पांढऱ्या कडा होत्या आणि नखांप्रमाणे दिसणारी ती झालर होती. कॅलीनं आपल्या पेनचा वापर करत तो रबरी घट्ट भाग दाखवला. हे सारं पाहायला पेस्टोही टेबलावर उडी मारून चढला.

''हे पाय आहेत ज्याला ***peduncle*** ही म्हणता येईल,'' ती सांगू लागली. ''आणि हा जो पांढरा भाग दिसतो आहे ना त्याला ***capitulum*** किंवा डोकं म्हणता येईल.''

मांजरानं त्या शेवाळाचा वास घेतला आणि रुथनं त्याला लगेच बाजूला केलं. ''याला तोंडही आहे का?''

''तसं नाही,'' कॅली बोलली. ''पण त्याला वरची आणि खालची बाजू आहे.''

मासेमारी करतेवेळी वापरतात तशा आपल्या जाकिटाच्या पाकिटातून तिनं एक डबा काढला आणि उघडला. शस्त्रक्रियांसाठी वापरण्यात येणाऱ्या हत्यारांनी ते भरलं होतं - स्कॅलपेल, एक जोड पकड, फोरसेप्स, कात्री आणि एक स्केल. स्कॅलपेलनं तिनं अत्यंत काळजीपूर्वक बार्नेकलमधील एक भाग त्याच्या फ्रीजर बॅगला चिकटलेल्या भागापासून कापून काढला आणि तो नीट तिच्यासमोर टेबलावर ठेवला. फूटपट्टी घेऊन तो तिनं मोजलाही.

''त्याचं वय काय ते सांगू शकशील का तू?'' ऑलिव्हरनं तिला विचारलं.

''कठीण आहे ते. लैंगिक वयस्कता यायला त्यांना साधारण एक वर्ष लागतं; पण पूर्ण वयस्क ते पाच वर्षांत होतात. ते वीस किंवा त्याहीपेक्षा जास्त वर्षं जगतात. हा किंवा ही- तसा त्याला काही अर्थ नाही; कारण ते हर्माफ्रोडिटीक आहेत - वयस्क आहेत. साधारण वीस सेंटिमीटर किंवा आठ इंचांपर्यंत त्यांची वाढ होऊ शकते; पण हे जे आहे त्याची लांबी फक्त तीन इंच आहे, ज्याचा अर्थ असा की हे सारेच अजून तसे तारुण्यात आहेत किंवा त्यांची परिस्थिती तेवढी फारशी चांगली नव्हती किंवा मग दोन्हीही. ऑलिव्हर, तुझ्या आयफोनमधल्या त्या मायक्रोस्कोपची चाचणी करायला मिळेल का मला?''

आपल्या आयफोनला त्यानं नुकताच एक डिजिटल ४५X मायक्रोस्कोप लावून त्यात सुधारणा केली होती. कॅलीला हेही आधीच माहिती होतं. खरं तर ती अगदी आताच बेटावर परतली होती. तिला कसं कळलं हे? फोन घेण्यासाठी तिनं हात पुढे केला आणि झटक्यात त्यातील ॲप्लिकेशन सुरू करून तिनं तो कॅलीला दिला. बुरशीच्या डोक्याकडील किंवा वरच्या भागावर फोन धरताच ॲप्लिकेशनमुळे आयफोनचा लाईट सुरू झाला. त्या छोट्याशा पटलावर एक क्लोजअप दिसू लागला. ''वा! हे झकास आहे!'' ती उद्‌गारली. ''या सुंदर, कॅल्शियमनं बनलेल्या प्लेट्‌स पाहू शकतेस का?''

तिच्या खांद्यावरून झुकून रुथ त्या चित्राकडे पाहू लागली. अश्मयुगातील प्राण्यांच्या पायांच्या नखांसारख्या त्या प्लेट्‌स दिसत होत्या.

''हे जेव्हा अगदी पहिल्यांदा बाहेर निघतात तेव्हा ते खूप चमकदार आणि मोत्यासारखे असतात; पण नंतर लाटांच्या संपर्कात येऊन आणि पाण्याच्या सतत माऱ्यानंतर ते निस्तेज आणि खडबडीत होतात.''

''अगदी आपल्यासारखंच,'' मागे येऊन बसत रुथ म्हणाली.

''अगदी बरोबर,'' कॅली म्हणाली. ''यावरूनच वयाचा अंदाज बांधण्यास मदत होते. हे सारं काही व्यवस्थित पाहिल्यावर मी फक्त एवढाच अंदाज बांधू शकते की बार्नेकल्सचा हा जो जथा आहे, तो गेले दोन वर्षं तरी पाण्यावर तरंगतोय आणि कदाचित त्याहीपेक्षा जास्त काळ म्हणजे तीन किंवा चार वर्षंही त्याला लागली असावीत.''

''तीन वर्षं म्हणजे हे त्सुनामीच्या आधीचं असावं,'' ऑलिव्हर बोलला.

''हो, म्हणजे मी आधी म्हणाले तसं, मी यापेक्षा जास्त अचूक काही सांगू शकत नाही; पण मला वाटतं की त्सुनामीनं वाहून आलेल्या वस्तू आपल्या बेटावर इतक्यात येण्याची शक्यता कमी आहे. आपण तिथून बरेच आतल्या भागात आहोत.''

आयफोनचा लाईट तिनं मालवला आणि त्याला लावलेल्या भिंगाची ती तारीफ

करू लागली. "कसं लावलं तू हे फोनला?"

ती सगळी प्रक्रिया तिला ऑलिव्हर समजावून सांगत असताना रुथनं बार्नेकल्सचा तो कापलेला तुकडा बोटांमध्ये उचलला आणि निरखू लागली. तिच्या त्सुनामी संदर्भातील अंदाजाला या नवीन माहितीनं फारच थोडा आधार मिळाला होता; पण कदाचित म्युराईलचा अंदाज बरोबर होता. जरी अलास्काच्या निवासी जहाजावर सफर करण्याची नाओची परिस्थिती नसली तरीही कदाचित ती फ्रीजर बॅग कुणीतरी जहाजावरून फेकून दिली असावी. कदाचित बाटलीत पाठवलेल्या समुद्रातल्या निरोपाप्रमाणेच तिनं हीही बॅग त्सुनामीच्या स्वाधीन केली असेल किंवा कदाचित वाहून जाण्यापूर्वी टेकडीवर उभी असताना तिच्या खिशात ही डायरी असेल. या सगळ्या शक्यता होत्या; पण कितीही विचार केला तरीही त्यातील एकही शक्यता खरी वाटत नव्हती. सुरुवातीला या बार्नेकल्सना ग्राह्य धरण्याची रुथची अजिबात इच्छा नव्हती आणि आता कुठलाही ठोस पुरावा देऊ शकत नाही म्हणून त्याला दोषी ठरवत होती.

"पण मला एक विचारायचं होतं, याला गुजनेक का म्हणतात?" तिनं प्रश्न टाकला. "हे जराही बदकासारखं वगैरे दिसत नाही."

कॅलीनं ऑलिव्हरला त्याचा आयफोन परत केला आणि ती तिचं सामान गोळा करू लागली. "दिसतात. एका बदकाच्या प्रजातीला बार्नेकल गूज म्हणतात ज्यांची मोठी काळी मान असते आणि डोकं पांढरं असतं. हे तुझे जे चिमुकले स्नेही आहेत ना, त्यांना म्हणूनच हे नाव देण्यात आलं आहे. वाहणाऱ्या ओंडक्यांवर चिकटून वाहून आलेले पाहिल्यावर ते झाडाचाच एक भाग आहेत असं वाटून लोकांनी त्याला हे नाव दिलं असावं. शक्यतांची एक साखळीच आहे या संदर्भात, पण त्या शक्यता खऱ्या नाहीत."

"शक्यता म्हणजे वैताग असतो," रुथ उद्गारली. तिनं तो तुकडा पुन्हा टेबलवर ठेवला आणि पेस्टोनं लगेच तो पळवला. स्वयंपाकघराच्या मध्यभागी नेऊन त्यानं तो खाली टाकला आणि त्याला हुंगू लागला आणि लगेच तो तिथून बाजूला झाला. आधीच मृत झालेल्या त्या जीवाला मटकावण्याची त्याची वृत्तीच नव्हती.

"स्पेनमध्ये हे एक उत्तम खाद्य मानलं जातं," कॅलीनं माहिती पुरवली. "विशेषतः हे पेडंकल खूप मऊ असतात. काही मिनिटं उकळा, सालं काढा, टणक शंखाला धरा, तोंडाशी न्या आणि.... मटकवा... गटक." तोंडाचा चंबू करत तिनं गटकण्याच्या क्रियेची नक्कलही केली. "त्यातील मांसल भाग अगदी सहज निघतो. थोडं लसूण, लोणी आणि जरासं लिंबू.... अहाहा... झकास!"

सहा वाजायचेच होते; पण बाहेर अगदी अंधारून आलं होतं. रुथनं हेडलॅम्प घेतला आणि ते दोघंही कॅलीला सोडायला बाहेर तिच्या गाडीपर्यंत आले. तिनं आकाशात पाहिलं तर ढगांना बाजूला सारून चंद्राचं आगमन झालं होतं. चेडारची उंच टोकं धुक्यात आणि चंद्रप्रकाशात हलकी आणि सळसळत होती; पण बुंधे मात्र दिवसभर बरसणाऱ्या पावसानं जड आणि काळपट दिसत होते. तिच्या हेडलॅम्पच्या प्रकाशात फांद्यांमध्ये एक आकृती झळकली.

"अगं, हाच तुझा तो जंगली कावळा आहे का?"

प्रकाशाचा झोत स्थिर करत रुथनं पाहिलं तर तिलाही काळे पंख आणि काळ्याशार डोळ्यांत चमक दिसली. "म्युराईल," जणू काही कॅलीच्या प्रश्नाच्या उत्तरादाखल ती उद्‌गारली.

कॅली हसली. "अगदी बरोबर," ती बोलली. "पण आता सारेच यासंदर्भात चर्चा करू लागले आहेत हं. आपल्या बेटावरच्या रहिवाशांच्या भुवया आधीच उंचावल्या आहेत."

"का?"

"का म्हणून काय विचारतेस?" कॅली बोलू लागली. सगळ्या बाहेरून आलेल्या आणि इथे फोफावलेल्या. परकीय प्रजाती. काळ्या गोगलगाई काय, स्कॉच ब्रुम[१] काय, हिमालयन ब्लॅकबेरीज काय आणि आता हा जंगली कावळा?" ती बोलताना ऑलिव्हरकडे वळली. "परकीयवरून आठवलं, अरे, त्या करारनाम्याच्या वादाचं काय झालं?"

त्यानं तोंड वाकडं केलं. त्याच्या निओइओसिन प्रकल्पाच्या जागेवर जिथं तो पर्यावरणबदल करणाऱ्या जंगलाची निर्मिती करण्यासाठी काही वृक्षारोपण करत होता, ती आधी तर अगदी सहज त्यांना एका कंपनीनं वापरायला दिली होती; मात्र नंतर ती कराराअंतर्गत आणण्यात आली होती. त्यामुळे त्या जमिनीवर भविष्यात करण्यात येणारी लागवड ही फक्त या बेटावर आढळून येणाऱ्या वृक्षांचीच करण्यात यावी, अशी अट आता ऑलिव्हर आणि त्याच्या मित्राला या कराराअंतर्गत घालण्यात आली. त्यानं लागवडीसाठी घेतलेली झाडं ही स्थानिक नव्हती आणि त्यामुळे त्याची आता अडचण झाली होती; कारण त्या दोघांनाही या अटीची कुठलीही कल्पना नव्हती.

"काही ठीक नाही," त्यानं उत्तर दिलं. "जमीनमालक माझं काम थांबवताहेत आणि मी त्यांच्याशी वाद घालतो आहे की या बदलत्या परिस्थितीत आणि पर्यावरणबदलात स्थानिक या शब्दाचीच व्याख्या बदलण्याची पाळी आली आहे

---

१. पिवळ्या फुलांचे झाड

आणि काही वर्षांपूर्वीच नाही तर अगदी आदिम काळातही इथं असणाऱ्या किंवा आढळून येणाऱ्या वनस्पतींचा आणि वृक्षांचा त्या व्याख्येत समावेश करण्याची गरज आहे.'' तो हिरमुसलेला दिसत होता. ''अर्थांचा बाजार, आणखी काय,'' तो म्हणाला. ''मूर्खपणा आहे सगळा.''

जणू काही दुजोरा दिल्यासारखं त्या डोमकावळ्यानं एक कर्कश्श काव केलं आणि कॅलीला हसू आलं. ''बघ,'' ती उद्‌गारली. ''तोसुद्धा आता इथल्या वातावरणात रुळू लागला आहे. काही दिवसांनी झेनोफोब्स आपल्या बेटावर सापळे आणि केरोसिन मशाली घेऊन दाखल झाले, तर आश्चर्य वाटून घेऊ नकोस.''

रुथनं अंधारात झाडाच्या फांद्यांमध्ये दिसणाऱ्या कावळ्याच्या आकृतीकडे पाहिलं. ''तुम्हाला ऐकू आलं का?'' तिनं विचारलं. ''काळजी घ्यायला हवी तुम्ही.''

कावळ्यानं पंख फडफडवले आणि तो दुसऱ्या फांदीवर गेला आणि त्याच्या त्या कृतीमुळे पानांवरचं पाणी कॅलीच्या डोक्यावर शिंपडलं गेलं.

''अरे ए,'' तोंडावरचं पाणी पुसत ती ओरडली. ''थांबव हे सारं. मी तुझ्या बाजूनं आहे.'' ती रुथकडे वळली. ''हे फार चतुर असतात हं. तुला माहीत आहे का....''

रुथनं तिचा हात धरला. ''मला ठाऊक आहे,'' ती बोलली; पण तरीही कॅलीनं आपलं बोलणं पुढे रेटलंच.

''....स्लायमॉनच्या कथांमधले स्वतःचा आकार आणि रूप बदलून मनुष्याचं रूप धारण करणारे ते जादूगार आहेत?''

''काही सांगू शकत नाही,'' रुथ उद्‌गारली.

कॅली करवादली. ''तू ना म्युराईलला ही गोष्ट विचारायला हवी, ती सांगेल तुला....''

६

त्या दिवशी रात्री रुथनं डायरीतला एक भाग मोठ्यानं वाचला. उताण्या पडलेल्या ऑलिव्हरच्या पोटावर पेस्टोनं ठाण मांडलं होतं आणि त्याच्या डोक्याला कुरवाळताना तो छताकडे टक लावून पाहत होता. नाओचा अंत्यसंस्कार आणि त्याची चित्रफीत याचं वर्णन असलेला भाग ती वाचत होती.

गेले गेले, गेले ते पलीकडे,
पूर्ण गेले पलीकडे...

विद्यार्थ्यांनी केलेल्या त्या दादागिरीचं वर्णन ऐकून तो चिडला. ''आय हेट दॅट,'' तो उद्‌गारला. ''शाळेनं कसं काय हे असं सगळं घडू दिलं? त्या शिक्षकानं या सगळ्यात सहभाग घेतला?''

रुथकडे त्याचं उत्तर नव्हतं. पेस्टोनं गुरगुरणं थांबवलं आणि तो अवस्थपणे ऑलिव्हरकडे पाहू लागला.

''पण हे आहे असंच आहे. अर्थ आहे याला,'' दुःखी होत ऑलिव्हर बोलला. ''या अशा दादागिरीच्या संस्कृतीतच आपण सध्या जगतो आहे. राजकारणी, संस्था, बँका, सैन्य... सारेच दादागिरी करतात आणि सारेच कुटिल आहेत. ते चोऱ्या करतात, ते लोकांचा छळ करतात, अत्यंत क्रूर आणि मूर्खासारखे नियम ते बनवतात आणि त्यांचंच राज्य चालतं.''

उशी आणि त्याचं डोकं याच्यामध्ये तिनं आपला हात सरकवला आणि त्याच्या मानेवर ती हात फिरवू लागली. मांजरानंही आपला एक पंजा पुढे केला आणि त्याच्या हनुवटीवर ठेवला.

''ग्वान्टानामोचंच पाहा ना,'' तो बोलला. ''अबू गैराब पाहा. अमेरिका वाईट आहेच, पण कॅनडा त्याहून काही वेगळं नाही. लोकही फक्त जे आहे ते पाहताहेत, एकातही आवाज उठवण्याची धमक नाही. टार सॅन्ड्‌सचंही तेच. अगदी टेप्कोसारखंच. माझा अगदी संताप संताप होतो.''

मांजराला गादीवर उतरवून कूस बदलून तो तिच्याकडे वळला. मांजर मग बिछान्यातून खाली आलं आणि चालतं झालं.

ऑलिव्हरला गाढ झोप लागल्यानंतर रुथ उठली आणि खिडकीकडे गेली. बाहेर झाडीत कुठंतरी कावळ्यानं काव केलं. त्यांचा तो संधिप्रकाशात दिसणारा कावळा. ती त्याला पाहू शकत नव्हती; पण घरासमोरच्या दाट झाडीत तो कुठंतरी आहे, हा विचारही तिला छान वाटला. आतापर्यंत इथल्या डोमकावळ्यांशी त्यानं कदाचित मैत्रीही केली असावी, असं तिला वाटलं. परत येऊन तिनं बिछान्यात प्रवेश केला आणि हळूच झोपेच्या स्वाधीन झाली.

त्या रात्री संन्यासिनीसंदर्भातील तिच्या स्वप्नाचा उत्तरार्ध तिला दिसला. विहार तोच होता. तीच अंधारी खोली, फाटलेला कागदी पडदा, तीच वृद्ध संन्यासिनी, तिचा तो काळा झगा आणि जमिनीवर तिच्या मेजासमोर ती बसलेली. बाहेर, बगिच्यातून दिसणाऱ्या आकाशात तोच चंद्र आणि त्याचा मंद प्रकाश हळुवार पसरलेला, फक्त या वेळी तो जरा तिकडे बागेच्या फाटकापर्यंत पसरला होता आणि त्यात दिसणारा भाग स्मशानभूमी आहे हे रुथला सहज दिसू शकत होतं. आकाशातून झरणाऱ्या त्या

मंद प्रकाशाच्या पार्श्वभूमीवर स्तुपांचे आणि स्मृतिस्थळांचे कंगोरे ठळक दिसत होते.

खोलीच्या आत कॉम्प्यूटरच्या थंडगार प्रकाशात त्या वृद्ध संन्यासिनीचा चेहरा उजळला होता; पण त्यात ती खूप थकलेली आणि आजारी दिसत होती. तिनं कॉम्प्यूटरच्या पडद्यावरून नजर हटवली. रुथ घालते अगदी तशाच काळ्या फ्रेमचा चष्मा तिनं घातला होता. तो तिनं काढला आणि थकलेले डोळे चोळले. त्याच वेळी तिनं रुथला पाहिलं. तिच्या झग्याच्या त्या काळ्या बाह्या पंखासारख्या पसरल्या आणि तिनं रुथला जवळ बोलावलं आणि काही क्षणांतच रुथ तिच्या शेजारी होती. आपला चष्मा तिनं रुथपुढे धरला तेव्हा तिच्या ध्यानात आलं की तिनं स्वतःचा चष्मा घरी टेबलवरच सोडला आहे. तिनं तो चष्मा घेतला. आता तिला तो घालावा लागणार होता. तिनं एक क्षण डोळे बंद केले. त्याच्या काचा जाड आणि धूसर होत्या. त्यातून पाहण्यासाठी तिला काही क्षण जावे लागले.

नाही, हे चालणार नव्हतं. त्यांच्या चष्म्याच्या काचा जाड आणि भिंग खूप पॉवरचे होते. त्यातून दिसणारं जग धूसर आणि तुकड्यांमध्ये विभाजित झालं होतं. तिची अस्वस्थता वाढली. तिनं भर्रकन तो चष्मा काढण्याचा प्रयत्न केला; पण जणू काही तो तिच्या डोळ्यांभोवती चिकटून बसला होता, ती तो काढून टाकण्यासाठी धडपडू लागली, त्या धूसर जगात ती ओढली जाऊ लागली, एखाद्या भोवऱ्यात सापडल्यासारखी ती त्यात गरगरा फिरत होती आणि अशा ठिकाणी ती फेकली गेली, ज्याचं वर्णन करण्यासाठी तिच्याकडे शब्द नव्हते. कसं वर्णन करायचं त्याचं? ती कुठली जागा नव्हती; ती फक्त एक भावना होती, जाणीव होती, अस्तित्वात नसल्याची, खूप अचानक उद्‌भवलेली, काळीशार आणि मानवीयतेच्या पलीकडची; जी एका वाढणाऱ्या भीतीनं भरलेली होती आणि त्यानं ती घाबरली आणि किंचाळली आणि त्यातच तिनं आपले दोन्ही हात चेहऱ्याकडे नेले आणि तेव्हा तिला कळलं की तिला चेहराच नाही. तिथं काहीही नव्हतं. हात नाही, चेहरा नाही, डोळे नाही, चष्मा नाही आणि मुळात रुथच नाही. फक्त एका कठोर, विस्तीर्ण पोकळीव्यतिरिक्त तिथं काहीही नव्हतं.

ती किंचाळली, पण आवाज आला नाही. ती त्या पोकळीत ओढली जात होती, समोर किंवा कशातून तरी फक्त पुढे ढकललं गेल्याचं तिला जाणवत होतं; पण चेहरा नसताना पुढे जाणं कसं असणार किंवा मागे जाणं, दोन्ही कसं शक्य होतं? वर नाही, खाली नाही. भूतकाळ नाही, भविष्यकाळही नाही. जे काही होतं ते फक्त तेच होतं- एक जाणीव, विरून जाण्याची, मिसळून जाण्याची; त्यात काहीतरी निनावी होतं आणि तिथं फक्त पुढे जाणं होतं, सगळ्या दिशांनी आणि निरंतर.

आणि क्षणात तिला काही तरी जाणवलं, एक पिसासारखा स्पर्श, आणि तिनं काहीतरी ऐकलंही, चुचकारल्याचा आवाज किंवा चुटकी वाजवल्याचा, तिची ती

अंधारलेली भीती अचानक गायब झाली आणि त्याची जागा एका शांततेनं आणि स्थिरतेनं घेतली. म्हणजे जाणवायला तिला शरीर नव्हतं, किंवा पाहायला डोळे नव्हते, किंवा ऐकायला कान नव्हते; पण तरीही ती हे सारं काही जाणून घेऊ शकत होती. म्हणजे काळाच्या बाहूत झुलल्यासारखं आणि ती या अवर्णनीय आनंदी अवस्थेत जणू काही अनंत काळापासून जगत होती. हिवाळ्यातील पहाटेची पहिली किरणं जेव्हा बांबूच्या झाडांतून खिडकीद्वारा तिच्या चेहऱ्यावर पडली आणि तिला जाग आली, तेव्हा तिला कमालीचं शांत आणि खूप आराम मिळाल्यासारखं वाटलं.

नाओ

१

तुम्ही कधी कानाशीबारी[१] संदर्भात ऐकलं आहे का? जपानमध्ये सारेच याबाबत जाणतात; पण तिकडे सनीवेलला कुणी हे कधी ऐकलंही नव्हतं. आणि अमेरिकेत कुणाला हे माहीत नाही, हे मला माहिती आहे; कारण मी कायलाला विचारलं होतं आणि ती 'नाही' म्हणाली होती. मलाही याबद्दल काही माहीत नव्हतं; पण टोकियोमध्ये आल्यावर मात्र कळलं.

कानाशीबारी म्हणजे कधी तरी रात्री तुम्हाला अचानक जाग येते आणि तुम्ही अजिबात हालचाल करू शकत नाही; म्हणजे एखादा भारीभरकम दुष्ट आत्मा तुमच्या छातीवर येऊन बसला असल्यासारखं तुम्हाला वाटतं. खूप भीतिदायक असतं ते. चुओ रॅपिड एक्स्प्रेस ट्रेनच्या घटनेनंतर मला अशीच जाग यायची आणि बाबा माझ्या छातीवर बसले आहेत, असं मला जाणवायचं आणि जर ते तिथं बसले आहेत, याचा अर्थ ते जिवंत नाहीत आणि भूत बनले आहेत; पण मग मला त्यांच्या घोरण्याचा आवाज ऐकू यायचा आणि मला कळायचं की हे कानाशीबारीमुळे झालं आहे. तुम्ही डोळे उघडता आणि अंधारात पाहण्याचा प्रयत्न करता. कधी कधी तुम्हाला काही आवाजही ऐकायला येतात आणि ते रागावलेल्या राक्षसांसारखे वाटतात; पण तुम्ही मात्र ओरडूही शकत नाही आणि मुख्य म्हणजे घशातून आवाजच निघत नाही. कधी कधी तर तुम्ही एकाच जागी झोपलेले असता; पण तुमचं शरीर मात्र तरंगत असल्याचं तुम्हाला जाणवतं.

माझ्या अंत्यसंस्काराच्या आधी मी अनेकदा कानाशीबारीचा अनुभव घेतला; पण तो कार्यक्रम झाल्यानंतर मग कधी हा अनुभव आला नाही. कदाचित मीच भूत झाल्यामुळे असेल. मी जेवायचे आणि झोपायचे, कधीतरी कायलाला ई-मेल करत असे; पण आत मला पूर्ण जाणीव होती की मी मृत होते. माझ्या आई-वडिलांना

---

१. शब्दशः धातू जखडणे, एक प्रकारचा झोपेचा आजार किंवा स्वप्नदोष

जरी कधी कळलं नसेल तरीही मी आतून मेलेले होते.

पण कायलाला ते कळलं होतं बहुधा. दोन देशांतील वेळेच्या फरकामुळे आम्ही दोघींनीही लाइव्ह चॅट करणं सोडून दिलं होतं. टोकियो सोळा तास पुढे आहे आणि त्यामुळे सनीवेलला ज्या वेळी दिवस असेल तेव्हा इथं रात्र असेल आणि कायलाच्या एका खोलीएवढ्या छोट्याशा अपार्टमेंटमध्ये मी राहत असल्यामुळे मध्येच रात्री उठून कॉम्प्यूटर सुरू करणं आणि चॅट करणं मला शक्य नाही. त्यामुळे आम्ही दोघी जास्तीत जास्त ई-मेलनंच बोलत असू. हे बोलणं तसं ओढूनताणून आणलेलं असे. मला ई-मेल अजिबात आवडत नाही. खूप वेळखाऊ असतं ते. ई-मेलवर कधीच वर्तमान उरत नाही; 'आता' असणं तिथं नसतं. ते नेहमीच 'नंतर' असतं आणि म्हणूनच आपणही जरा आळसावून ई-मेलचा इनबॉक्स दुर्लक्षित करू शकतो आणि तो भरला तरीही फार फरक पडत नाही. तसं आता माझ्या इनबॉक्समध्ये काहीच नसतं; पण पूर्वी मात्र मीही असंच करायची. जेव्हा आम्ही सनीवेल सोडलं तेव्हा माझ्यावर साऱ्यांनी अशीच मेलची भरमार केली होती आणि ते सारेच मला जपानसंदर्भात विचारणा करायचे; पण इथं आल्यानंतर इंटरनेट कनेक्शन मिळवण्यासाठी बाबांना दोन-एक आठवडे लागले होते आणि त्यानंतर मग माझी सगळी मित्रमंडळी उन्हाळ्याच्या सुट्ट्यांच्या तयारीला लागली होती आणि जेव्हा पुन्हा शाळा सुरू झाली तेव्हा त्यांना माझा जणू विसरच पडला होता.

मी काही काळ ब्लॉग लिहिण्याचाही प्रयत्न केला. सनीवेलचे माझे शिक्षक श्री. ॲमस यांनी आग्रह केला की जपानला गेल्यावर माझं काय मत होतं, माझी निरीक्षणं आणि जे काही रोचक माझ्या आयुष्यात तिथं घडणार आहे त्यासंदर्भात मी या ब्लॉगमध्ये लिहावं. जपानला जाण्यापूर्वीच बाबांनी मला तो तयार करण्यासाठी मदत केली होती आणि मी त्याला शीर्षकही दिलं होतं : द फ्यूचर ऑफ नाओ! कारण मला वाटलं होतं की माझं जपानमधलं भविष्य हे अमेरिकन स्टाईल साहसकथा ठरणार आहे. किती बावळट होते ना मी?

तसा तो पूर्ण बावळटपणाही नव्हता. त्या वेळी मला ते खूप आशावादी वाटलं होतं आणि आता ते दुःखद आणि धाडसाचं भासतं आहे. जे काही होणार आहे ते मला समजलं नाही हा काही माझा दोष नाही. कॅलिफोर्नियात जे काही घडलं त्या संदर्भात माझ्या पालकांनी मला तसं थोडंफार अंधारातच ठेवलं होतं. ते सगळं झाकून ठेवण्याचा प्रयत्न करत होते आणि सारं काही आलबेल असण्याचा दिखावा करत होते, आणि अगदी इथं येईपर्यंत मला कल्पना नव्हती की आम्ही पूर्णतः बरबाद झालो आहोत आणि बाबांना आता कुठलीही नोकरी नाही. इथं आल्यावर जेव्हा मी हे घर पाहिलं, त्या क्षणापासून मला जाणीव होऊ लागली की मी कुठल्याही साहसाकडे वाटचाल वगैरे करत नाहीये आणि खरंतर माझा पूर्ण पराभव

झाला आहे, हे सिद्ध न करणारं काहीही माझ्या आयुष्यात नाही, जे मी ब्लॉगवर टाकू शकणार होते. माझे आई-वडील अत्यंत दुर्दैवी दशेत होते, माझी शाळा तर अत्यंत भयंकर होती. थोडक्यात, माझ्या भविष्याचा चुथडा झाला होता. कशाबद्दल लिहिणार होते मी त्यात? आणि काय?

"सार्वजनिक स्वच्छतागृहातल्या गरम पाण्याच्या बाथटबमध्ये डुंबण्यात मला आणि आईला आनंद मिळतो."

"आज माझ्या शाळेत मी काकुरेम्बो खेळताना खूप मजा केली. काकुरेम्बो म्हणजे लपंडाव आणि त्यात राज्य फक्त माझ्यावरच येतं."

"चुओ रॅपिड एक्स्प्रेस लाइनचे रूळ तपासनीस म्हणून माझ्या वडिलांनी नोकरीसाठी अर्ज दिला आहे."

'द फ्यूचर ऑफ नाओ!'मध्ये टाकण्यासाठी मी हे असल्या प्रकारचं काहीतरी आनंदी आणि उत्साही लिहून मी काही काळ वेळ मारून नेली. आणि मग हे असं काही महिने चालल्यानंतर एक दिवस मी जेव्हा माझ्या ब्लॉगवर येणाऱ्या किंवा ते वाचणाऱ्यांचा आलेख तपासला, तर ब्लॉग सुरू केल्यापासून फक्त बारा लोकांनी तो वाचला होता आणि तोही फक्त मिनिटभरासाठी आणि गेल्या काही आठवड्यांपासून तर कुणीही तिकडे फिरकलं नव्हतं. मग मात्र मी हे लिखाण बंद केलं. सायबरस्पेसइतकी दुःखी करणारी जागा आणखी कुठलीच नाही. तुम्ही तिथं असता- कायम; पण एकटे आणि फक्त स्वतःशी बोलत.

एक असहाय व पराभूत व्यक्ती बनण्याकडे माझी वाटचाल होत आहे आणि अशा व्यक्तीशी मैत्री टिकवण्यात काही अर्थ नाही, ही जाणीव बहुधा कायलालाही लवकरच झाली. या इंटरनेटच्या जगतात सत्याची जाणीवही, कशी कुणास ठाऊक, पण काही लोकांना न सांगताही होते, हे मी शपथेवर सांगू शकते. अर्थात ते कसं शक्य होतं हे मलाही माहीत नाही. व्हर्च्युअल दरवळ असतो तो. तो खराखुरा नाही, म्हणजे अणू-रेणू आणि फेरोमोन रिसेप्टर आणि असंच बरंच काही असलेला, तो नाही. घाबरला असाल तर तुमच्या बगलेतल्या घामाला येतो तसा किंवा तुम्ही गरीब आहात आणि तुमच्यात आत्मविश्वास नसेल आणि दाखवण्यासाठी चांगलं काही नसेल तर तुमच्यातून ज्या प्रकारची ऊर्जा निर्माण होते, तसा दरवळ. कदाचित तुमच्यातील अतिसूक्ष्म जाणिवा तसं भासवत असतील; पण माझ्या बाबतीत हे असं सारं काही होतं आणि ते ओळखण्यात कायला जगाच्या त्या दुसऱ्या कोपऱ्यात असूनही सक्षम होती.

कायला माझ्या अगदी विरुद्ध आहे. तिच्यात कमालीचा आत्मविश्वास आहे आणि तिच्याकडे भरपूर पैसा आहे आणि तिला कशाचीही भीती वाटत नाही. माझा आणि तिचा आता काहीही संपर्क उरलेला नाही; पण तरीही मी एक शपथेवर सांगू

शकते की, ती ज्या कुठल्या हायस्कूलमध्ये असेल, तिथं ती सगळ्यांची चहेतीच असणार. अगदी शंभर टक्के! कारण ती अशाच प्रकारची मुलगी आहे जी कुठंही गेली तरी नंबर वनच राहणार. नंबर दोन वगैरे असणं कायलासंदर्भात कदापि शक्य नाही. आणि अगदी दुसऱ्या वर्गात आम्ही असतानाही हीच परिस्थिती होती आणि म्हणूनच तिनं माझी निवड केली आणि मला तिच्यासोबत बसून जेवण्याची परवानगी दिली. आता विचार करताना वाटतं, तिची मैत्रीण होणं, हेही एखाद्या चमत्कारासारखं होतं.

एकदा मी तिला माझ्या इथल्या गणवेशातला फोटो पाठवला त्यानंतर आमच्यात बिनसलं. फोटो पाठवल्यानंतर तिचा मला एक मेल आला आणि त्यात लिहिलं होतं, "OMG i luv yr uni4m! its soo manga! u gotta snd me 1 so i cn go as a jap skoolgrl 4 haloween" (ओ माय गॉड! तुझा हा गणवेश मला फार आवडला. केवढा मादक आहे तो. तू असा एक मलाही पाठवून दे, म्हणजे मी हॅलोविनला तो घालून जपानी शाळकरी मुलगी बनून जाणार.)

माझा हा गणवेश तिच्यासाठी एक मजेदार गंमत होती; पण ते माझं सत्य होतं. आता आमच्यामध्ये कुठलंही साम्य उरलं नव्हतं. फॅशन किंवा शाळेतली मुलं किंवा कोण पराभूत होतं ते किंवा कुठले शिक्षक आम्हाला आवडायचे आणि कुणाचा राग यायचा, हे सारं काही आता आम्ही अजिबात बोलत नव्हतो. आमचं चॅटवर बोलणं आणि ई मेल यांच्यात कवडीचाही अर्थ नव्हता, ते काहीबाही असायचं आणि मग काही काळानंतर तर माझ्या मेलला कायलाचं उत्तर यायला खूप खूप वेळ लागू लागला आणि नंतर तर ती जणू गायबच झाली. जेव्हा मी तिला ऑनलाईन गाठण्याचा प्रयत्न केला, तर ती कायम ऑफलाईन असल्याचंच मला दिसायचं आणि मला ठाऊक होतं की ती त्या वेळी ऑनलाईन असतेच असते आणि मग मला लगेच कळलं की, तिनं मला तिच्या मित्रांच्या यादीतून काढून टाकलं आहे आणि मला ऑनलाईन ब्लॉक केलं आहे.

पण मी तिला मेल पाठवणं थांबवलं नाही. काहीतरी लिहायचे मी तिला; पण आता तिच्याकडून उत्तर येणं पूर्णतः थांबलं होतं. माझ्या अंत्यसंस्कारानंतरही मी तिच्याकडे माझं मन मोकळं करण्याचा प्रयत्न केला होता. माझ्या शाळेचा आणि जपानचा मी किती तिरस्कार करते आणि सनीवेलची मला किती आठवण येते, असं सगळं मी तिला लिहिलं; पण प्रयत्न करूनही मी शाळेत होणारा माझा छळ किंवा माझ्या वडिलांची जी स्थिती होती ते मी तिला कधीच सांगू शकले नाही आणि त्यामुळे तिला परतून उत्तर द्यायची इच्छा झाली नाही, यात काही गैर नव्हतं. तिला माझी परिस्थिती कळू शकत नव्हती यासाठी मी तिला दोष देणं योग्य नव्हतं. अगदी शेवटी तिनं जेव्हा मला उत्तरादाखल मेल लिहिला तेव्हा तो एकदम आटोपशीर

होता. आणि खूप उत्साहानं भरलेला, आनंदी, ज्यातून एक गोष्ट तिनं स्पष्ट केली होती, ती म्हणजे मी जर असं सारखं तिच्या मागे लागले तर तिला माझ्याशी संपर्क ठेवण्यात कुठलाही रस नाही.

त्यानंतर मी तिला 'बदली विद्यार्थिनी नाओ यासूतानी हिचा दुर्दैवी आणि अकाली मृत्यू' या माझ्या अंत्यसंस्काराच्या व्हिडिओची लिंक पाठवली. तिला धक्का बसावा हा माझा हेतू होता; पण त्याचबरोबर मी सांगितलं ना की मला या साऱ्या प्रकाराला मिळालेल्या प्रतिसादाचा अभिमानही वाटला होता. तिच्या उत्तराची मी खूप वाट पाहिली; पण तिनं उत्तर पाठवलं नाही. कदाचित मेल्यानंतर तुमचं जे होतं त्याचा हा एक नमुना होता. तुमच्या इनबॉक्समध्ये एकही पत्र नसतं. सुरुवातीला जेव्हा तुम्हाला एकही उत्तर येत नाही तेव्हा तुम्ही आधी तुमचा सेंट मेल म्हणजे पाठवलेल्या पत्रांचा रकाना तपासता आणि तुम्ही पत्र नीट पाठवलं की नाही आणि जर तिथं काही गडबड नसेल तर त्यानंतर तुम्ही तुमचं मेल अकाऊंट चालू आहे की नाही हेही तपासता आणि हे सारं काही ठीक असेल तर एकही पत्र तुमच्या इनबॉक्समध्ये नसण्याचा एकच निष्कर्ष निघतो की तुम्ही संपले आहात; मृत झाला आहात.

म्हणजे मला भुतासारखं का वाटतं याचं कारण आता तुम्हालाही कळलं असेल. जपानमधली भुतं तशी फार प्रबळ असतात. अमेरिकेत चादर वगैरे लपेटून इकडे-तिकडे फिरणाऱ्या भुतांसारखी जपानी भुतं नसतात. जपानमध्ये ते पांढरे किमोनो घालतात आणि लांब काळे केस त्यांच्या चेहऱ्यावर पसरलेले असतात आणि त्यांना पाय नसतात. भुतांमध्ये जास्तीत जास्त महिलाच असतात, ज्यांचा प्रचंड वाईट प्रकारे छळ झाल्यामुळे त्या संतापलेल्या असतात. काहींना दिलेला त्रास इतका इतका वाईट असतो की, मग त्या इकीसुदामा[२] होतात आणि मग त्यांचे आत्मे आपलं निजलेलं शरीर इथंच सोडून शहरात रात्रभर भटकत ततारी[३] करतात आणि तिच्या वर्गातल्या अत्यंत हिणकस वृत्तीच्या ज्या मुलांनी तिच्या छातीवर बसून तिचा छळ केला होता, त्यांचा बदला घेतात. माझं उन्हाळ्याच्या सुटीमधलं ध्येयही हेच होतं. एक इकीसुदामा बनण्याचं. वाटतं तितकं माझं हे स्वप्न विचित्र नाही; कारण भुतासारखं भटकणं आमच्या वंशाच्या रक्तातच आहे, फक्त मला ते आता आता कळायला लागलं होतं. बाबांचं वागणं आता आणखी आणखी विचित्र व्हायला लागलं होतं. आताशा ते पूर्ण दिवसभर घरातच असायचे आणि मी, आई झोपल्यावर मग ते रात्री अंधारात बाहेर पडायचे. ते रात्रीचे बाहेर का जायचे? कुणाचा

---

२. जिवंत भूत
३. आत्म्यानं केलेला हल्ला

पाठलाग करत होते का ते? व्हॅम्पायर किंवा वेअरवुल्फमध्ये तर परिवर्तित होत नसतील ना ते? त्यांचं काही प्रेमप्रकरण वगैरे तर नव्हतं ना?

कानाशीबारीच्या अवस्थेत मी रात्रभर बिछान्यात टक्क जागी असायची आणि बाबा आपल्या प्लॅस्टिक स्लिपर चढवून जिथं फक्त कामकरी लोक राहतात, त्या शितामाचीच्या[४] अराकावा आणि सेन्जु किंवा असाकुसा आणि सुमिदाच्या रिकाम्या रस्त्यावर फिरत आहेत अशी कल्पना मी करत असे. काही वेळानं ते चालत चालत सुमिदा नदीच्या तीरावरच्या एका छोट्या बागेत पोचायचे आणि लहान मुलांच्या संरक्षणासाठी नदीकाठावर बांधलेल्या ठेंगण्या सिमेंटच्या कुंपणाजवळ उभे राहायचे आणि कधी ते त्या कुंपणावरून डोकावून नदीतील साचलेल्या कचऱ्याकडे पाहत बसायचे किंवा मला कल्पनेत ते तिथल्या कचऱ्यावर हिंडणाऱ्या मांजरांशी गप्पा मारतानाही दिसायचे. कधी कधी आपल्या शॉर्ट होप्स सिगारेटच्या पाकिटातील शेवटची सिगारेट ओढत बागेतल्या झुल्यावर बसलेलेही दिसायचे. आपलं हे शरीर कसं संपवायचं, याचा ते विचार करत बसायचे. सिगारेट संपल्या की ते परत चालू लागायचे आणि गुपचूप घरात शिरायचे. मला नेहमी दाराचा बोल्ट लावल्याचा तो क्लिक आवाज ऐकू यायचा; कारण मी नेहमी तोपर्यंत जागीच असायचे आणि तो आवाज व्हायची वाट पाहायचे. त्या आवाजानं मग माझी तंद्री मोडत असे. तोपर्यंत मात्र मी हलूच शकत नसे.

२

एके दिवशी, म्हणजे साधारण माझ्या अंत्यसंस्कारानंतर आठवड्यानंतर, मला एक विचित्र स्वप्न पडलं. माझ्या वर्गातल्या एका राइकोसंदर्भात. मला वाटतं मी यापूर्वी तुम्हाला तिच्याबद्दल सांगितलं आहे. एकदम सुपरस्मार्ट आणि लोकप्रिय, अगदी जपानी कायलाच म्हणा ना! तिनं कधीच माझा प्रत्यक्ष छळ केला नाही आणि माझ्यावर दादागिरी केली नाही. म्हणजे मला म्हणायचं आहे की कधीही तिनं स्वतःहून मला चिमटे काढले नाहीत, कधी काही बोचवलं नाही, धक्का वगैरे मारला नाही आणि कात्रीनं जखमाही केल्या नाहीत. तिला तसं करण्याची कधी गरजही पडली नाही; कारण हे सारं काही तिच्या सांगण्यावरून करण्यासाठी इतर मुलांची जंत्री होती ना. ती फक्त माझ्याकडे कटाक्ष टाकायची आणि तिच्या चेहऱ्यावर असे काही भाव असायचे जणू तिनं काहीतरी अत्यंत किळसवाणं किंवा काहीतरी अर्धं मेलेलं पाहिलं आहे आणि मग तिच्या आज्ञेतली ती मुलं काहीबाही करण्यासाठी

४. खालच्या आळीतल्या

अगदी हिरिरीनं पुढे यायची. मग ते काय करतात हे पाहण्याची तर अनेक वेळेला तिला गरजही वाटत नसे; पण ते घडताना ती अगदी सावकाशीनं तिथून निघून जाताना मी तिच्या डोळ्यांत अनेकदा पाहिलं आहे. अशा वेळी तिचे डोळे जगातील अत्यंत क्रूर आणि अत्यंत रुक्ष डोळे असायचे.

आणि तेच डोळे माझ्या स्वप्नात मला दिसले. खूप क्रूर. या वेळी ते खूप भव्य होते, अगदी आकाशाएवढे मोठे. कुठल्या शब्दांत मी त्याचं वर्णन करू मला कळत नाहीये. ती रात्रीची वेळ होती आणि मी शाळेच्या आवारात होते, कानाशीबारीच्या अवस्थेत आणि एका बॉक्समध्ये उताणी निजलेली. तो बॉक्स म्हणजे कॉफिन होतं बहुधा. माझे सगळे वर्गमित्र माझ्याकडे पाहत होते, आणि प्रत्येकाचे डोळे चमकत होते, म्हणजे काळोखानं भरलेल्या जंगलात प्राण्यांचे डोळे जसे चमकतात अगदी तसे. मग त्यांतील एकेकानं डोळ्यांची उघडझाप सुरू केली आणि तसतसे ते अदृश्य होऊ लागले. फक्त एकट्या रायकोचे डोळे तेवढे उरले; माझ्यावर रोखलेले आणि प्रखर प्रकाशाची किरणं माझ्यावर सोडणारे डोळे, पण ते प्रकाशाच्या विरुद्ध होते; कारण ती नजर थंड होती, काळोखी होती आणि रिक्त होती. ते मोठे... आणखी मोठे... आणि विशाल होत गेले. मला ढकलत, मला गुरफटवून टाकत आणि साऱ्या परिसराला कवेत घेत, सारं काही गिळंकृत करत ते मोठे होत होते आणि माझ्या बचावाचा किंवा हे सारं काही वाचवण्याचा माझ्याकडे एकच पर्याय होता आणि तो म्हणजे माझा छोटा स्वयंपाकघरात वापरला जाणारा चाकू बरोबर तिच्या बुबुळांवर मारणं आणि मी तेच केलं. मी डोळे मिटले आणि चाकू तिच्या डोळ्यात भोसकला, त्या अंधाऱ्या पोकळीत भोसकत आणि भोसकत राहिले जोपर्यंत काही तरी भेदून गेल्याचं जाणवलं नाही तोपर्यंत मी ते करत राहिले. नायट्रोजनसारखा थंड आणि घट्ट द्रव त्या पोकळीतून ओघळू लागला. मला आता हललं पाहिजे हे कळत होतं; मात्र मला हालचाल करता येत नव्हती आणि क्षणात मी ज्या पोकळीत चाकू भोसकला होता ती पोकळीच फुटली आणि त्यातील तो द्रवाचा ओघळ एकदम माझ्या अंगावर आला; पण आता खूप उशीर झाला होता आणि मी आता त्या थंडपणात मरणार हे कळत असतानाही मला एका गोष्टीची तीव्र जाणीव झाली की, रायकोच्या त्या भीषण नजरेपासून आता जग सुरक्षित आहे आणि ते मी केलं आहे.

दाराच्या बोल्टच्या क्लिक आवाजानं माझी तंद्री भंग झाली. रात्रीची रपेट मारून बाबा घरात शिरले होते आणि मी स्वप्न पाहत होते हे माझ्या ध्यानात आलं. जुलैचा महिना होता आणि रात्रीचा तो उकाडा; पण मी मात्र थरथरत होते, इतकी की माझे दातही वाजू लागले. मी स्वतःला गुरफटून घेतलं, बाबा बेडरूममध्ये आणि त्यांच्या बिछान्यात शिरण्यापर्यंत मी झोपेचं सोंग आणण्याचा प्रयत्न केला. त्यांच्या झोपण्याचा

आवाज येईपर्यंत मी वाट पाहिली. आई अगदी शांत निजते; पण बाबांना झोप लागल्यानंतर त्यांच्या श्वास आत-बाहेर घेण्याचाही हलकासा आवाज होतो. ते झोपल्याची खात्री झाल्यावर मी उठले आणि त्यांच्या शेजारी जाऊन थोडा वेळ उभी राहिले. त्यांच्या दोन ओठांमधील फट दिसण्यासाठी मला कॉम्प्यूटरच्या उजळलेल्या स्क्रीनचा प्रकाश पुरेसा होता आणि मला क्षणभर एक विचार आला की जर त्या फटीत मी माझा अंगठा दाबला तर काय होईल? पण मी असं काही केलं नाही. मी दबक्या पावलांनी दिवाणखान्यात आले.

हॉलच्या भिंतीवर हूकला त्यांचं जॅकेट टांगलेलं होतं ते मी माझ्या खांद्यावर टाकलं. सनीवेलला असताना त्यांच्या कंपनीतर्फे हे जॅकेट त्यांना मिळालं होतं. एखाद्या फिल्मच्या शूटिंग युनिटला देतात ना तसं ते होतं; मस्त झकास आणि उत्तम दर्जाचं, त्यांच्या कंपनीचा लोगो असलेलं आणि जेव्हा बाबाही त्यांच्या या पॉलिएस्टर सूटवाल्या काळाच्या आधी मस्त झकास आणि उत्तम दर्जाचं जिणं जगत होते तेव्हा ते त्यांच्या हूड असलेल्या टी-शर्टवर हे जॅकेट घालायचे. जॅकेटच्या आतलं मऊशार आणि तलम कापड अजूनही त्यांच्या शरीराच्या उबेनं गरम होतं; पण माझ्या उघड्या शरीराला त्या तलम स्पर्शानंही शहारा आला. मला उबदार वाटावं म्हणून मी ते आणखी घट्ट लपेटून घेतलं.

छोट्याशा बाल्कनीकडे उघडणाऱ्या दारांपर्यंत मी चालत गेले आणि काचेवर चेहरा दाबून धरत मी बाहेरचा अंदाज घेतला. तसं फारसं काही चांगलं त्या बाल्कनीतून दिसत नाही. शिवाय लोकांच्या डोळ्यांपुढे टोकियोचं जे चित्र आहे त्यातील काहीही आमच्या शेजारात तुम्हाला दिसणार नाही. शिन्जुकु किंवा शिबुयातल्या देखण्या, कमानदार, गगनचुंबी काचांच्या इमारती तर इथं नाहीच नाही. आमच्या इथं म्हणजे जास्तीत जास्त जुनाट आणि गजबजाट असलेली वस्ती, जिथं वाकड्या रस्त्याला लागून खूप छोट्या आणि कुरूप दिसणाऱ्या इमारती आहेत. पाण्याच्या धारांनी माखलेल्या सिमेंटच्या दाटीवाटीनं उभ्या असलेल्या इमारती. आमच्या बाल्कनीतून मला फक्त दिसत होतं ते भिंती, गच्ची आणि त्यावर बसवलेल्या टाईल्स. त्या इमारतींच्या रांगाही नाहीत. जणू काही जमिनीचे तुकडे घेऊन ते फोनच्या वायर आणि विजेच्या तारांनी एकत्र बांधल्यासारखे ते वेडेविद्रे उभे आहेत. त्या विजेच्या तारांवर असंख्य आकडेही टांगलेले दिसतात.

दिवसा इथून आकाशाचा तुकडा तरी दिसतो; पण रात्री तर फक्त रस्त्यांवरच्या खांबांवरच्या दिव्यांतून स्त्रवणारा प्रकाश फक्त पाहता येतो, आणि इमारतींच्या मधून धावणाऱ्या गाड्यांच्या हेडलाईटचा धावता प्रकाश आणि भिंतींशी घसट करणाऱ्या सायकलचे ते चिमुकले प्रकाशाचे थेंब. बाहेर फार शांतताही होती. कचऱ्यात उंडारणाऱ्या उंदरांचे आवाजही ऐकू येत होते आणि बारमधून आपल्या प्रियकरांसोबत

खिदळत येणाऱ्या बारबालांचे स्वरही ऐकू येत होते. त्या दिवशी मात्र सारं काही खूपच काळोखं असल्याचं मला आठवतं आहे. जणू काही माझ्या त्या भयंकर स्वप्नातील क्रूर कृतीचा जणू शहरानं धसका घेतला होता आणि तेही कानाशीबारीच्या अवस्थेत होतं. काहीही हालचाल होताना दिसत नव्हती; अगदी मांजरांच्या सावल्याही स्थिरावल्या होत्या.

माझं स्वप्न खूप खूप खरं होतं. इतकं की कदाचित दुसऱ्या दिवशी रायकोनं गळफास घेतल्याची किंवा तिचा खून झाल्याची बातमी मला मिळेल की काय असंही वाटलं. त्यात माझा काही दोष असता का? आणि त्या क्षणी मला वाटलं की मी कदाचित इकीसुदामा झाले होते आणि जर नाही तर मग मला व्हायला हवं. त्यासाठी खूप तयारी करावी लागणार होती. उन्हाळ्याच्या सुट्ट्या नुकत्याच सुरू झाल्या होत्या आणि नाहीतरी या मोकळ्या वेळात मला करण्यासारखं दुसरं काय होतं? याचा मी जितका विचार करू लागले तितकं मला उत्साही वाटू लागलं होतं, आणि मग मी येणाऱ्या प्रत्येक दिवशी रायकोसंदर्भातील बातमीची वाट पाहू लागले. पुन्हा एकदा मी दायसुकेला कोपऱ्यात गाठून तिच्याबद्दल माहिती काढून घेण्याचा प्रयत्नही केला. रायको आणि दायसुके उन्हाळ्याच्या सुटीत एकाच शिकवणी वर्गात जायचे. हायस्कूलच्या प्रवेशपरीक्षेच्या तयारीसाठी माझ्या वर्गातील बहुतांश मुलांनी अशा शिकवण्यांना प्रवेश घेतला होता. नवव्या वर्गाच्या मध्यातच तुम्हाला या परीक्षांना बसावं लागतं. जर तुम्ही जपानी आहात तर या परीक्षाच मुलांचं भवितव्य ठरवणाऱ्या निर्णायक परीक्षा असतात. भविष्यच नाही तर उर्वरित सारं आयुष्य आणि त्यानंतरचंही आयुष्य. मला काय म्हणायचं आहे की :

तुम्ही कुठल्या शाळेत जाता त्यावरून तुम्हाला कुठल्या विद्यापीठात प्रवेश मिळणार हे ठरतं, त्यावरून तुम्हाला कुठं नोकरी मिळणार हे ठरतं, म्हणजे तुम्हाला किती पगार मिळणार हे ठरतं, आणि त्या आधारावर तुमच्याशी लग्न कोण करणार हे ठरतं, त्यावरून तुमची मुलं कशी जन्माला येतील आणि त्यांना कसं वाढवता येईल हे ठरतं, आणि तुम्ही कुठं आयुष्य कंठणार आणि कुठं मरणार, याचा अंदाज बांधता येतो, आणि मृत्यूनंतर एखाद्या उच्च प्रकारच्या बौद्ध धर्मगुरूकडून प्रत्येक कर्मकांडाचं पालन करत आणि तुम्हाला पवित्र प्रदेशात प्रवेश मिळवून देणारा खूप भव्य असा तुमचा अंत्यसंस्कार करण्याची ऐपत तुमच्या मुलांमध्ये आहे की नाही हे सांगता येतं, आणि असं जर नसेल तर, तुम्ही तुमच्या अतृप्त अपेक्षांमुळे जिवंत लोकांचा छळ करणाऱ्या, एक प्रतिशोधानं चवताळलेल्या भुतात परिवर्तित होणार; कारण तुम्ही ती प्रवेशपरीक्षा उत्तम रीतीनं उत्तीर्ण झाला नाहीत आणि तुम्हाला एका चांगल्या कॉलेजात प्रवेश मिळवता आला नाही.

तर आता तुम्हाला कळलंच असेल की एका चांगल्या आयुष्याची जर तुम्हाला अपेक्षा असेल तर या शिकवणी वर्गाचं किती महत्त्व आहे. माझे सारेच वर्गमित्र आणि त्यांचे पालकही याला फार महत्त्व देतात; पण माझ्या आई-वडिलांना हे शिकवणी वर्ग परवडणारे नाहीत आणि मीही त्याला फारसं महत्त्व देत नाही. म्हणजे मी आत्ताच तर एक प्रतिशोधानं पेटलेलं भूत आहे, जिवंत लोकांच्या मागावर असलेलं. त्यामुळे मी जिवंत आहे की मेलेली यानं काहीही फरक पडत नाही आणि मी सनीवेलला वाढले, त्यामुळे या साऱ्यांकडे पाहण्याचा माझा दृष्टिकोन फार वेगळा आहे. मनानं मी पक्की अमेरिकन आहे आणि माझा विश्वास आहे की माझ्या मनाची मालकीण आहे आणि माझं भविष्य माझ्याच हाती आहे.

तर मी कुठे होते? हं. तर दायसुकेला मी पुन्हा एकदा त्या शीतपेयांच्या व्हेंडिंग मशिनमागे गाठलं आणि जरा चेपलं. रायकोसंदर्भात त्याच्याकडे मी चौकशी सुरू केली. तिला काही झालं का किंवा ती शिकवणीला अनुपस्थित होती का; पण ती ठीक असल्याचं त्यानं मला सांगितलं आणि ती रोजच शिकवणीला येते, असंही तो बोलला.

मी त्याच्याकडे जरा आणखी बारीक चौकशी केली. त्याच्या हाताला मुरडत मी त्याला विचारलं की तिला सर्दीबिर्दी झाली आहे का, किंवा कुठलीशी ॲलर्जी वगैरे? नाक वाहतं आहे का? डोळे पाणावले आहेत का?

तो 'हो' म्हणाला. मी डोळ्यांचा उल्लेख करताच तो म्हणाला की काही दिवसांपूर्वी ती डोळ्याला कसलीशी पट्टी लावून आली होती.

मी एकदम गारद झाले आणि त्याला मी सोडलं. कधी? मी त्याला पुन्हा प्रश्न केला आणि तो बोटांवर गणती करू लागला.

''सोमवारी,'' त्यानं सांगितलं. ती वर्गात डोळ्याला पट्टी बांधून सोमवारी आली होती. माझा श्वास थांबला. मला स्वप्न रविवारी रात्री पडलं होतं.

मी त्याला पुन्हा त्या मशिनजवळ ढकललं आणि सारं काही सविस्तर सांगण्यास सांगितलं. सर्वप्रथम तर तिच्या डोळ्याला रांजणवाडी झाल्याचं सगळ्यांना वाटलं, जे की भयंकर होतं आणि एका मुलानं तर ते संसर्गजन्य असल्याचंही विधान केलं; पण रायको जोरात हसली आणि ती पट्टी तिनं मुद्दाम लावली असल्याचं सांगितलं. ती 'द सिक्रेट ऑफ द लव्हली आयपॅच' मधली जुबेई-चॅन नावाची समुराई तरुणी म्हणून वावरत होती आणि म्हणून तिनं ती पट्टी डोळ्यांवर लावली होती. आणि 'ते खरंच तसं होतं,' दायसुके मला सांगत होता. तिची पट्टी गुलाबी रंगाच्या हृदयाच्या आकाराची होती, अगदी जुबेई-चॅनसारखी आणि ज्या मुलानं तिला इनफेक्शन झाल्याचं म्हटलं होतं त्याला तिनं चांगलंच बदडून काढलं आणि ते पाहून तर सगळ्यांना खात्री पटली की त्या पट्टीमुळेच रायकोला असं भांडण्याची त्या समुराई

तरुणीची जादुई शक्ती मिळाली आहे. ते खरंच अलौकिकच होतं, दायसुके म्हणाला.

त्यानं त्या बोळात अगदी दबक्या आवाजात मला हे सारं काही सांगितलं.

"आणि तुझा विश्वास बसला त्यावर?" मी ओरडले. "मूर्ख आहेस तू!"

त्यानं त्याचे सडपातळ खांदे उडवले. त्याच्या अंगावर शाळेचा गणवेश नव्हता आणि त्याच्या टीशर्टमधून त्याच्या शरीराची हाडं आणखीच उठून दिसत होती आणि म्हणून तो आणखीच काटकुळा आणि दयनीय दिसत होता.

"ती खरंच जुबेई-चॅन सारखी दिसत होती," तो पुन्हा पुटपुटला. "तिची शरीरयष्टीही वेगळीच झाली आहे."

तो हे बरोबर बोलला होता; कारण वयाच्या मानानं रायकोची शरीरयष्टी खरंच खूप आखीवरेखीव आहे आणि हे ऐकून माझं मात्र माथं भडकलं; कारण हे दायसुके सांगतो आहे यानं मला आणखी चीड आली. म्हणजे याच्यासारख्या मच्छरछाप मुलानंही कुणाचे तरी वक्ष आणि मांड्यांकडे लक्ष द्यावं, याचा मला संताप आला होता आणि मी त्याला खाली पाडला आणि नको तितक्या जोरात त्याला चोप दिला. हे सारं करण्यामागे माझा उद्देश फक्त एवढाच होता की शक्तिशाली होण्यासाठी आणि रडकुंडीला आणण्यासाठी कुठल्याही पट्ट्या-पिट्ट्यांची गरज नसते, हे त्याला कळावं; पण मग हे सारं काही झाल्यावर त्याला सोडल्यावर जेव्हा मी घराकडे परत निघाले, तेव्हा मी दायसुकेनं जे काही सांगितलं त्याचा विचार केला आणि मी जे केलं त्यानं मला एकदम उत्साही वाटलं. म्हणजे त्या पट्टीच्या मागे खरंच काय दडलं होतं? म्हणजे कदाचित रांजणवाडी किंवा एखादी खरीखुरी जखमही असू शकते आणि याचाच अर्थ मी माझ्या उद्देशात सफल झाले होते तर. मी जेव्हा झोपले होते आणि स्वप्न पाहत होते, माझा आत्मा माझ्या शरीरातून बाहेर पडला आणि त्यानं माझ्या शत्रूंशी बदला घेतला. म्हणजे मी एक भूत होते आणि या जाणिवेनंच मला एका विशिष्ट शक्तीचा स्पर्श झाल्यासारखं वाटलं.

३

मी भूत झाले त्यानंतर बरोबर एक आठवड्यानंतर वृद्ध जिको आमच्या घरी आली. मी काहीतरी वाचत दिवाणखान्यात बसले होते, आणि बाबा बाल्कनीत वॉशिंग मशिनच्या शेजारी सिगारेट ओढत बसले होते आणि दारावरची घंटा वाजली. आम्ही सहसा घंटा वाजली तरी लक्ष देत नाही; कारण आमचे तसे कुणीही स्नेही किंवा मित्रमंडळी नाहीत आणि बहुतेक वेळा बिल मागायला येणारे कॉन्ट्रॅक्टर किंवा मग शेजारी कुणीतरी असतात; पण घंटा दोनदा वाजली आणि पुन्हा तिसऱ्या वेळीही

वाजली. मी काय करावं या अर्थानं मी बाल्कनीत बाबांकडे पाहिलं. चेहऱ्यावर स्तिमित भाव घेऊन ते तिथंच उभे राहिले. दोऱ्यांवर वाळणाऱ्या ओल्या कपड्यांमध्ये त्यांचा अर्धा चेहरा झाकला गेला होता. मोजे आणि अंडरपॅन्ट नेमक्या त्यांच्या दोन्ही कानांच्यावर एखाद्या विगसारखे लोंबकळत होते.

रेल्वे रुळावर आत्महत्येचा प्रयत्न केल्यानंतर झालेल्या अटकेनंतर ते अत्यंत घाबरट झाले होते आणि सामान्यतः हे असं वागणं हिकीकोमोरी लोकांमध्ये आढळून येतं. मी सांगितलं ना की रात्रीच्या भटकंतीव्यतिरिक्त ते फक्त सार्वजनिक स्वच्छतागृहात अंघोळीसाठी म्हणूनच ते घराबाहेर पडत असत आणि तेही अंधार झाल्यानंतर आणि अगदी त्यांच्या अंगाचा वास यायला लागल्यानंतर जेव्हा आई त्यांना अंघोळ केली नाही तर बाल्कनीत झोपावं लागेल अशी धमकी द्यायची, तेव्हाच ते बाहेर पडायचे. खरं तर त्यांना तेही चाललं असतं.

त्यांना बाल्कनीत बसायला आवडायचं; कारण तिथं सिगारेट ओढण्याची त्यांना मोकळीक होती आणि दिवसा मोकळी हवा मिळण्याची ती एकमेव जागा होती. पालथ्या घातलेल्या बकेटवर ते बसायचे आणि मी कचरापेटीतून मिळवलेली मासिकं ते वाचायचे. सिगारेट ओढणं झालं की घरात येऊन ते ग्रेट माइन्ड्स ऑफ वेस्टर्न फिलॉसॉफी वाचायचे आणि त्यातील नावडत्या तत्त्ववेत्त्यांची पानं फाडून कागदी कीटक बनवायचे. त्यांनी आता कॉम्प्यूटरवर काम करणं आणि इंटरनेटचा वापर पूर्णतः थांबवला होता. हे जरा विचित्रच होतं; कारण सनीवेलला असताना ते फक्त हेच करत असत. हल्ली तर ते ऑनलाईनही जात नसत. फक्त कधी कधी आपल्या सनीवेलच्या एका मित्राला मेल पाठवण्याचं काम तेवढं ते करायचे. काही वेळा तर मला तेही इकीसुदामा झाले आहेत असं वाटायचं किंवा सुमिदा नदीतील एखाद्या राक्षसानं - म्हणजे सुईको किंवा प्रचंड मोठ्या कप्पानं (शब्दशः नदीचा मुलगा. एक खोडकर पौराणिक पात्र, पाण्याचा आत्मा, ...) त्यांना पछाडल्याचाही मला संशय येत असे, ज्यानं त्यांच्या शरीरातील सारं रक्त शोषून त्यांचा रिकामा देह किनाऱ्यावर सोडून दिला आहे. असंच काहीतरी त्यांना पाहून वाटायचं.

असो. जेव्हा चौथ्यांदा घंटा वाजली तेव्हा मी उठून दाराशी गेले. कदाचित घरमालकाची बायको किंवा गॅस पोचवणारा माणूस किंवा जनगणना करणारे किंवा हसऱ्या उत्साही चेहऱ्याचे मोरमॉन्स आले असण्याची मला शक्यता वाटली. मला एक कळत नाही की मिशनवर आलेले मोरमॉन्स वेगवेगळ्या उंचीचे आणि जातीचे असले तरी ते जुळ्या भावंडांसारखेच का दिसतात? हे असंच काहीतरी डोक्यात असताना मी दार उघडलं आणि म्हणूनच मला त्या एकसारखे राखाडी पायजमे आणि डोक्यावर वेताची टोपी घातलेल्या दोन तरुणांना पाहिल्यावर आश्चर्य वाटलं नाही. ते मोरमॉन्स नव्हते; पण ते अगदी परस्परांची प्रतिकृती असल्यासारखे दिसत

होते आणि त्यांचेही चेहरे प्रफुल्लित होते. त्यामुळे तेही कुठल्यातरी धर्माचा किंवा पंथाचा प्रचार करण्यासाठी जोड्यानं आलेले लोक असणार, असा समज मी स्वतःशीच करून घेतला. बरं हे धार्मिक लोक असे प्रसन्न चेहऱ्याचेच कसे काय असतात? सारेच नाही; पण बहुतांश लोक असे एकदम चैतन्यमय दिसतात, जणू काही देवत्वाचा प्रकाश त्यांच्या रंध्रारंध्रातून झिरपतो आहे.

त्यांच्या चर्येवरील बुद्धिमत्तेकडे पाहता, हे दारातील दोन्ही लोक उंचीनं कमी असूनही खूप प्रभावी आहेत असं मला वाटलं. त्यातील एक वयोवृद्ध होता तर दुसरा खूप तरुण, आणि त्यांच्या टोप्यांच्या खाली असलेल्या डोक्यांवर केस नव्हते. म्हणजे दोघांनीही टक्कल केलं होतं. माझ्या शाळेच्या वाटेवरच्या विहारातील भिक्खू घालतात तसे त्यांचे पायजमे होते, आणि म्हणून ते बौद्ध अनुयायी आहेत, हा कयास मी बांधला आणि ते आमच्याकडे भिक्षा मागायला आले आहेत आणि हा माझा अंदाज जर बरोबर असेल, तर त्यांनी चुकीच्या घराची निवड केली होती, एवढं मात्र खरं.

त्यांनी अत्यंत आदरानं झुकून वंदन केलं आणि मी निव्वळ मान हलवली. जपानी रिवाजांचं म्हणाल तर मी तशी फारशी सोज्ज्वळ वगैरे नाही.

''Ojama itashimasu. Tadaima otosan wa irasshaimasuka?'' त्यातील तरुण दिसणाऱ्यानं मला विचारलं. याचा थोडक्यात अर्थ असा होता की आगंतुकतेसाठी आम्ही क्षमा मागतो; पण तुमचे आदरणीय वडील या वेळी घरी आहेत का?

''यो, डॅड!'' मी आतल्या खोलीकडे पाहत इंग्रजीत ओरडले. ''पायजमा घातलेल्या आणि टक्कल असलेल्या दोन बुटक्या व्यक्ती तुम्हाला भेटायला आल्या आहेत.'' मी कधी कधी अगदी ठरवून माझ्या आई-वडिलांशी जपानीत न बोलण्याचा निश्चय करत असे. घरात असताना मी हे असं नेहमी करत असे आणि कधी कधी खरेदीला गेलो की आणि कधी कधी सेन्टोमध्ये मी हा असा उद्दामपणा ठरवून करत असे. इंग्रजी आणि त्यातल्या त्यात संवाद करताना ही भाषा समजून घेण्यात जपानी लोक जरा कच्चे आहेत आणि त्यामुळे त्यांच्यासमोर इंग्रजीत काही तरी कोट्या करणं किंवा कुणाला तरी बोचरं बोलणं सोपं असायचं; कारण बऱ्याच वेळा त्यांना आम्ही काय बोलतोय ते कळतच नसे. मी हे असं काही केलं की आई प्रचंड संतापायची. मी मुद्दाम असं करत नसे; पण थोडं ते मुद्दामच केलेलं असायचं आणि बाबांना त्याची गंमत वाटायची. मला त्यांना हसवायला आवडायचं.

या वेळी माझं बोलणं ऐकून ते दोन्ही भिक्खू हसू लागले आणि 'अरे देवा, आपली चोरी पकडली गेली,' असा विचार करतच मी त्यांच्याकडे पाहण्यासाठी म्हणून वळले. हे दोन्ही भिक्खू पुरुष नसून स्त्रिया आहेत हे मला क्षणभर जाणवलं

असतानाच त्यातील वृद्ध संन्यासिनीनं मला ओलांडून आणि आपल्या झोरी[५] व टोपी काढून दिवाणखान्यात प्रवेशही केला, आणि दुसऱ्या क्षणी ती थेट बाल्कनीत माझ्या वडिलांच्या शेजारी उभी होती. बाबा कठड्यावरून खाली वाकून पाहत होते; जणू काही ते आता तिथून उडी मारून पळण्याचा प्रयत्न करणार आहेत. ती वृद्ध संन्यासिनीही पालथ्या बकेटवर चढून एखाद्या लहान मुलासारखी वाकून पाहू लागली. ती दिसायलाही लहान मुलासारखीच होती आणि म्हणूनच की काय माझ्या वडिलांनी ती खाली पडू नये म्हणून चटकन पकडलं. प्रत्येक वडिलांची असते तशी ती स्वाभाविक प्रतिक्रिया होती. अगदी तशीच, जशी मला वाचवण्यासाठी त्यांनी हजार वेळा दिली असेल; पण फरक फक्त इतकाच होता की मी ती या दृष्टिकोनातून आणि या दुसऱ्या दिशेनं कधी पाहिली नव्हती आणि मला त्यांच्या तत्परतेचं आणि अचूकतेचं आश्चर्य वाटलं; पण स्वतःलाही असं सावरून धरण्यासाठी त्यांच्याकडे असा कुठलाही हात किंवा आधार नव्हता हे दुर्दैव!

ती वृद्ध संन्यासिनी त्यांना काहीतरी बोलली. ते काय होतं मला ऐकू आलं नाही; पण बाबा एकदम वळले आणि तिच्याकडे रोखून पाहू लागले आणि मग ते कठड्याजवळून बाजूला झाले आणि त्या पालथ्या बकेटवर बसून त्यांनी आपला चेहरा ओंजळीत झाकून घेतला. माझी अस्वस्थता मलाच जाणवू लागली होती. तुमचे वडील फार रडतात की नाही मला ठाऊक नाही; पण मला असं वाटतं की वडिलांना असं रडताना पाहणं फार फार दुःखद असतं आणि मी चुओ रॅपिड एक्स्प्रेस प्रकरणानंतर यातून एकदा गेले होते आणि आता पुन्हा त्यांना तसं पाहणं तेही काही अपरिचित लोकांसमोर- माझ्यासाठी तरी शक्य नव्हतं. त्या वृद्ध महिलेनं मात्र याकडे फारसं लक्ष दिलं नाही किंवा मग ती त्यांना सावरायला वेळ देत होती. ती रस्त्याकडेच पाहत राहिली आणि मग बराच वेळ तिकडे पाहिल्यानंतर ती वळली, तिनं आपला पायजमा नीट केला आणि मग एखाद्या लहान मुलाला तो पडल्यानंतर किंवा त्याला इजा झाल्यानंतर थोपटावं तसं ती अगदी निर्विकारपणे बाबांच्या डोक्यावरून हात फिरवत राहिली. थोपटत असतानाच तिनं आपल्या धूसर डोळ्यांनी त्या घराचा कोपरान्‌कोपरा अत्यंत सावकाशीनं, पण काळजीपूर्वक तपासायला सुरुवात केली. तुडुंब भरलेला ॲश ट्रे आणि गठ्ठाभर कपडे आणि कॉम्प्यूटरचे भाग आणि मासिकं आणि सिंकमध्ये तुंबलेल्या ताटल्या असं सारं काही निरखत ते डोळे शेवटी माझ्यावर येऊन स्थिरावले.

"Nao-chan desu ne?"(तू नाओ आहेस ना, बरोबर?) त्यांनी विचारलं. "Ohisashiburi" (किती दिवसांनी भेटतो आहोत आपण!)

---

५. चपला

मीही आपण नाओको आहोत हे इतक्यात त्यांना कळू द्यायचं नाही म्हणून भलतीकडेच पाहू लागले.

"Ookiku natta ne." (तू खूप मोठी झालीस, नाही का?) त्या म्हणाल्या.

मला ना लोकांचा भारी राग येतो, जेव्हा ते मी किती मोठी झाले आहे याची जाणीव करून देतात आणि ही म्हातारी तर स्वतः किती ठेंगू आहे आणि तिला माझ्याबद्दल काय माहिती आहे; आणि सगळ्यात महत्त्वाचं म्हणजे ही स्वतःला समजते काय? कुणाच्याही घरात असं घुसून त्यांच्या संदर्भात असं वैयक्तिक काहीतरी बोलणं म्हणजे काय!

आणि मी हे सारं काही डोक्यात घोळवत असतानाच तिकडे बाबा बकेटवरून उठले, त्यांनी डोकं वर करून पाहिलं आणि एक निःश्वास सोडत ते उद्गारले, "Obaachama....."[६] आणि हे ऐकल्यावर मी म्हणजे एकदम चाटच पडले. काय! ती त्यांची आवडती आजी होती तर!! ते तिच्याकडे पाहू लागले, आणि मग मी त्यांच्याकडे नीट पाहिल्यावर मला लक्षात आलं की ते आता रडत नव्हते, पण त्यांचे गाल आणि डोळे लाल झाले होते. म्हणजे अगदी जेव्हा ते थोडी दारू वगैरे पितात तेव्हा जसा रंग त्यांच्या चेहऱ्यावर असतो अगदी तसा रंग होता आणि मला हे माहीत होतं की ते आता या क्षणी प्यायलेले नव्हते; कारण चुओ रॅपिड एक्स्प्रेस प्रकरणानंतर आमच्या घरी मद्याला मज्जाव करण्यात आला होता. त्यामुळे बाबांच्या चेहऱ्यावरची ती लाली त्यांना स्वतःची लाज वाटत असल्यामुळे आली होती हे मला कळलं होतं. आणि खरं तर मलाही शरमेनं मान खाली घालाविशी वाटत होती. त्यांचा तो पांढराफट्ट झालेला चेहरा, लाल डोळे, पापण्यांवर आसवांचे चिमुकले कण आणि चिकट केसांमधून डोकावणारा तो केसातील कोंडा हे सगळं पाहून मला लाज वाटत होती. शर्टाआत घालायचं बिनाबाह्यांचं बनियन त्यांनी घातलं होत, ज्यावर सगळीकडे डाग होते आणि विशेषतः काखेजवळ पिवळ्या कडा तयार झाल्या होत्या, आणि जेव्हा ते उठून उभे राहिले तेव्हा मी पहिल्यांदा पाहिलं की त्यांच्या मणक्याचा आकार इंग्रजीतल्या एससारखा झाला होता, थोडंसं पोट बाहेर निघालं होतं आणि छातीचा मात्र पिंजरा झाला होता आणि खांदे तर खूप खूप झुकले होते.

तेवढ्यात माझ्या पाठीमागे कुणीतरी बोलल्याचं मी ऐकलं.

"Shitsurei itashimasu" (मध्येच टोकण्यासाठी मी क्षमा मागते) ती तरुण बाई बोलली. मी तर तिला विसरलेच होते; पण मग मी तिच्याकडे वळले आणि तिला न्याहाळू लागले. मग लक्षात आलं की मला ती वाटली होती तेवढी ती तरुण

---

६. आजीसाठीचं अत्यंत आदरार्थी पण आपुलकी व्यक्त करणारं संबोधन

नव्हती. हे असं टक्कल केलेल्या स्त्रियांचं वय ओळखण्याची जरा पंचाईत होते. यापूर्वी मी केस नसलेली बाई इतक्या जवळून फक्त सनीवेलला पाहिली होती आणि ती म्हणजे कायलाची आई. त्यांना ब्रेस्ट कॅन्सर झाला होता आणि त्यांचे सगळे केस गळून पडले होते, अगदी भुवयासुद्धा; पण या दोघींसारखं त्यांच्या चेहऱ्यावर चैतन्य आणि प्रसन्नता उरली नव्हती. त्यांचा चेहरा खूप रुक्ष आणि निस्तेज दिसायचा.

त्या दोघींनीही चाक असलेल्या दोन सुटकेस आणल्या होत्या आणि ती तरुणी दोन्ही बॅग ओढून आत आणण्याचा प्रयत्न करत होती; पण आमच्या दिवाणखान्यातील दाराजवळची संपूर्ण जागा चपला-जोड्यांनी व्यापली होती. शेवटी पर्याय उरला नाही आणि तिनं बॅगा त्या पसाऱ्यावरूनच आत आणल्या. मग तिनं आपल्या चपला काढून ठेवल्या आणि आत येऊन ती माझ्याशेजारी उभी राहिली आणि मला वाकून नमस्कारही केला.

''प्लीज, कम इन!'' खूप काळजीपूर्वक इंग्रजीचा वापर करत ती बोलली, जणू काही मीच कुणी अमेरिकेहून आलेली पाहुणी होते. मी फक्त मान डोलावली; कारण खरं सांगायचं तर मला खरंच त्या टोकियोतल्या बकवास अपार्टमेंटमध्ये माझे पालक म्हणवून घेणाऱ्या लोकांसोबत खूप अपरिचित आणि परदेशातून आल्यासारखंच वाटत होतं; कारण त्यांना मी खरंच अजूनही ओळखलेलं नव्हतं.

सनीवेलला तर मला अनेकदा वाटायचं की मला या लोकांनी दत्तक घेतलं आहे. तिथं माझ्या ओळखीच्या चिनी मुली होत्या ज्यांना कॅलिफोर्नियातल्या सामान्य कुटुंबातील लोकांनी दत्तक घेतलं होतं. मला मात्र उलटं वाटायचं. म्हणजे एका सामान्य कॅलिफोर्नियातील मुलीला एका जपानी कुटुंबानं दत्तक घेतलं असावं. ज्यांच्यासोबत राहणं सुसह्य असेल अशा एका अपरिचित कुटुंबात असल्यासारखं मला वाटायचं. सुसह्य यासाठी की सनीवेलला जपानी असणं खूप विशेष होतं. तिथल्या इतर बायका माझ्या आईला सुशी करणं किंवा फुलांची आरास करणं यांसारख्या गोष्टी शिकवण्याचा आग्रह करायच्या आणि बाबांना इतर पुरुष मंडळी एखाद्या प्रिय पाळीव प्राण्यासारखं वागवायचे, म्हणजे त्यांना घेऊन ते गोल्फ कोर्सवर वगैरे जायचे आणि नवनवीन गोष्टी शिकवायचे. ऑफिसमधून घरी येताना बहुतेक वेळा बाबा नवीन कुठली तरी महागडी वस्तू घेऊन यायचे; कधी वेबर ग्रिल किंवा कम्पोस्ट खतासाठी लागणारे विशिष्ट कंटेनर. आईला तर यातील अनेक गोष्टी हाताळण्याची सवय आणि माहिती दोन्ही नव्हतं; पण हे सारं काही खूप छान होतं. आमचं एक विशिष्ट राहणीमान होतं तिथं. इथं आम्ही आलेला दिवस जेमतेम ढकलत होतो.

४

एक विचार आला डोक्यात- जर मी ख्रिश्चन असते, तर तुम्ही माझा देव असतात.

कळतंय ना तुम्हाला? पाहता आहात ना तुम्ही? कारण ख्रिश्चन लोक जसे आपल्या गॉडशी संवाद साधतात मीही तुमच्याशी तसंच बोलते आहे. प्रार्थना करते आहे असं मला नाही म्हणायचं; कारण प्रार्थना म्हणजे काहीतरी मागणीसाठी करतात ती. निदान कायलानं तरी मला असंच सांगितलं होतं. ती कुठल्यातरी वस्तूसाठी किंवा विशिष्ट गोष्टींसाठी प्रार्थना करायची आणि काय प्रार्थना केली ते अगदी इत्थंभूत आपल्या पालकांना सांगायची, आणि मग तिची देवाकडे केलेली मागणी पूर्ण व्हायची. तिनं देवावर विश्वास ठेवावा म्हणून हे सारं काही तिचे पालक करत होते; मात्र त्याचा काही उपयोग होत नाही, हे फक्त मला ठाऊक होतं.

ते जाऊ द्या, पण मी खरंच तुम्ही देव वगैरे असल्याचं काही मानत नाही आणि मला काही आशीर्वाद किंवा वर द्याल अशीही माझी अपेक्षा नाही. मला फक्त एकाच गोष्टीचं समाधान आहे की, मला तुमच्याशी बोलता येतंय आणि तुम्ही ऐकण्यासाठी तयार आहात; पण मला आता जरा वेगानं पुढे जायला हवं, नाहीतर जे सांगण्यासाठी मी हा खटाटोप चालवला आहे, तेच कधी साध्य करता येणार नाही मला.

जिको आणि बाबा बराच वेळ बाल्कनीत बसूनच बोलत होते आणि ती तरुणी जिचं नावं मुजी होतं तिनं मला चहा तयार करायला मदत केली आणि मग आम्ही जपानी पद्धतीनं अगदी आदरातिथ्याच्या स्वरात माझी आई घरी परतेपर्यंत बोलत राहिलो. तिनं आल्यानंतर त्या दोघींना घरात आलेलं पाहून खूप आश्चर्य व्यक्त केलं आणि ती लगेच इतर कामांना लागली. ती बाहेर गेली आणि काही खरेदी करून आली. तिनं पाच जणांसाठी म्हणून तयार सुशी आणल्या आणि एक बिअरची मोठी बाटलीही आणली. माझ्यासाठी किंवा बाबांसाठी म्हणून तिनं हे एवढं सगळं कधीच केलं नसतं. जेवण आटोपल्यावर मी बेडरूमकडे सटकले आणि ऑनलाईन जाऊन 'बदली विद्यार्थिनी नाओ यासूतानी हिचा अकाली मृत्यू' ही वेबसाईट पाहणाऱ्यांच्या संख्येनं काय आकडा गाठला ते पाहायला बसले; पण आश्चर्य म्हणजे मी मागल्या वेळी जेव्हा पाहिलं होतं, त्यानंतर कुणीही तो व्हिडिओ पाहायला पुढे आलं नव्हतं. हे जरा मला निरुत्साही करणारं होतं. म्हणजे दोन आठवड्यांपेक्षाही कमी वेळ मला मरून झाला होता आणि इतक्यातच साऱ्यांना माझं विस्मरणही झालं होतं. सायबर जगताइतकं दुःख देणारं खरंच इतर काहीही नाही.... माझं हे आधीच सांगून झालं आहे.

दिवाणखान्यात, जिकोच्या जीर्ण होत चाललेल्या विहाराला डागडुजीची कशी गरज आहे, आणि सगळी तरुण मंडळी शहराकडे आल्यामुळे तिकडे फक्त निर्धन

वृद्ध लोकच उरले आहेत आणि त्यामुळे डांका[७] हा खर्च कसा उचलू शकत नाही अशा त्यांच्या साऱ्या गप्पा मला ऐकू येत होत्या. आणि मग त्यांच्या गप्पांचा विषय बदलताना आणि त्यांचे आवाज क्षीण होतानाही मला जाणवलं आणि मग त्यांच्या संवादात इजिमे आणि homushiku[८] आणि nyuugakushiken[९] असे शब्द माझ्या कानांवर आले. हे सारं काही मला ऐकू येऊ नये म्हणून मग मी माझे हेडफोन कानांवर चढवले. तारुण्याच्या उंबरठ्यावरच्या मुलामुलींसाठी सायबर जगतापेक्षाही जर कुठली एकाकीपणा जाणवून देणारी गोष्ट असेल तर ती म्हणजे आपल्या पराभूत आई-वडिलांना एक मोठं घर भाड्यानं घेणं शक्य नसल्यामुळे त्यांच्याच बेडरूममध्ये आश्रयास राहणं ही आहे; आणि वरून त्यांना तुमच्या तथाकथित समस्यांसंदर्भात बोलताना ऐकावं लागणं, हेही त्यात समाविष्ट आहे. मी प्लेअरचा आवाज वाढवला आणि बाबांनी मला दिलेली निक ड्रेकची गाणी ऐकत बसले आणि मला ती अस्वस्थ करणारी होती. 'टाइम हॅज टोल्ड मी' किंवा 'डे इज डन.' निक ड्रेकची गाणी खरंच खूप करुण आहेत. त्यानंही आत्महत्या केली होती. काही वेळानं ती ऐकणं मला अगदी अशक्य झालं आणि मी ती बंद करून थेट दिवाणखान्यात जाऊन बसले.

ते सगळे अजूनही आम्ही जिथं जेवलो त्याच टेबलासभोवती बसले होते आणि सुशीच्या जागी आता प्लेटमध्ये चकचकीत हिरव्या रंगाचे आणि कुठल्याशा पेस्टनं माखलेले मोची[१०] ठेवले होते. एका पुड्यात हिरवे वसाबी मटार होते आणि आई सोडून इतर जण बाटलीतून बिअर पित होते. आई चहा घेत होती आणि बाबा त्यांची बिअर घेऊन बाल्कनीत गेले होते; कारण त्यांना तिथं बिअरबरोबर सिगारेटही ओढायची होती.

"हे कुठून आलं?" मोचीकडे बोट दाखवत मी आईला विचारलं. तसं मला गोड राइस बॉल अजिबात आवडत नाहीत, पण विचारायला मला आवडतं, माहीत आहे ना?

आईचा चेहरा आक्रसला आणि तिनं मला इशारा केला, म्हणजे मी हे असं बोलणं योग्य नाही आणि तेही इंग्रजीत, असं तिला मला सुचवायचं होतं. "Chotto,osuwari..." ती उद्गारली आणि त्याच वेळी तिनं उशीवर हातही ठेवला, ज्याचा सरळ अर्थ असा होता की ती मला तिच्या शेजारी बसण्यासाठी

---

७. विहाराची देखभाल करणारे लोक

८. इंग्रजीतील होमसिक

९. प्रवेश परीक्षा

१०. गोड राईसबॉल

इशारा करत होती. अगदी तिच्या पाळीव आज्ञाधारक कुत्र्याप्रमाणे. तिच्या डोळ्यांच्या कडा लालबुंद झाल्या होत्या, जणू ती बराच वेळ रडत होती.

मी तिथून निघण्याच्या बेतात होते. ''मला झोपायचं आहे,'' मी पुन्हा तिला इंग्रजीतच सांगितलं. ''मी अभ्यास करत होते आणि आता मी थकले आहे.''

ते सारेच माझ्याकडे रोखून पाहत होते; बाबा गॅलरीतून, टेबलच्या त्या बाजूनं जिको तिच्या मिटल्या डोळ्यांनी, मुजीसुद्धा, माझ्या पायांकडे पाहत होती. बिअरमुळे तिचा चेहरा लाल झाला होता आणि जरा तुकतुकीतही. अर्थात ते जर खरंच शक्य असेल तर. तिनं राइसबॉल ठेवलेली प्लेट उचलली आणि माझ्या पुढ्यात धरली.

''घे ना! हे झुंदा-मोची आहेत. सेंदाई या प्रांतात मिळणारं हे विशेष सोयाबिनपासून बनवलं आहे ते.''

ती जे काही बोलतेय ते जणू मला कळल्याचा आव आणत मी मान डोलावली; पण मला काहीही कळलं नव्हतं. ती जरा वेळ तशीच थांबली. मग नंतर मात्र तिनं मला आग्रह केला नाही आणि मग ती प्लेट खाली ठेवून तिनं बिअरची बाटली उचलली आणि त्यातील उरलेली बिअर तिनं जिकोच्या पेल्यात ओतली. म्हणजे ती खरंच तिथं वाढण्यासाठीच बसली होती तर.

''जिको सेन्सेईला सगळं आवडलं आहे,'' ती बोलली. ''ओ-साके पिण्यात सेन्सेई माहीर आहे, पण मी जरा कच्ची आहे त्याबाबतीत.'' ती खुदकन हसली आणि तेवढ्यात तिला एक छोटीशी ढेकरही आली. तिनं लगेच तोंडावर हात ठेवला. तिचे डोळे एकदम मोठे झाले आणि त्यामुळे ते भाजलेल्या गोल चेस्टनटसारखे दिसत होते. तिच्या शेजारी ठेवलेल्या उशीवर मी बसले. ती जरा मजेदार होती आणि मला आता ती आवडू लागली होती. टेबलच्या त्या बाजूला बसलेली जिको केव्हाच झोपी गेली होती.

''नाओ-चॅन,'' आई बोलू लागली. ती जपानीत बोलत होती आणि तिचा आवाज खूप उत्साही आणि त्यात खूप काही दडलं असल्याचं जाणवत होतं. ''तुझ्या पणजी जिकोला एक भन्नाट कल्पना सुचली आहे. तुझ्या उन्हाळ्याच्या सुट्यांमध्ये तिनं तुला मियागीतल्या तिच्या विहारात राहायला बोलावलं आहे.....''

अशक्य! केवळ अशक्य!! हा तर कट होता माझ्याविरुद्ध. पुन्हा ते सारे माझ्याकडे पाहू लागले; आई, मुजी आणि जिको. ती बंद डोळ्यांनीही मला पाहू शकत होती असं मला वाटलं आणि बाबा अजूनही बाल्कनीत होते आणि तिथून मला पाहत होते आणि आपल्याला काही कळलेलं नाही आणि आपला यात काही संबंध नसल्याचं दाखवण्याचा प्रयत्न करत होते. हे मोठे लोक जेव्हा असं बघतात ना, तेव्हा माझा संताप संताप होतो. आपण बिघडलेला रोबोट आहोत, असं वाटायला लागतं. मानवी नसतं ते.

"किती मस्त ना? तुला काय वाटतं?" आईनं उत्साहाचा ओघ कायम राखत विचारलं. "तिथं खूप सुंदर समुद्रकिनारा आहे आणि शहरापेक्षा तिथं खूप छान वाटतं. डुंबायला समुद्र, झकास ना? मी तर सांगितलं तिला, की नाओला यायला खूप आवडेल...."

जेव्हा तुमच्यापेक्षा वयानं मोठे लोक तुमच्याशी बोलतात आणि तुम्ही त्यांच्याकडे विस्फारलेल्या नजरेनं पाहता, तेव्हा ही सारी मोठी माणसं जुन्या पद्धतीच्या टेलिव्हिजनच्या डब्यात बंद असलेल्या व्यक्ती बनतात. डोळ्यांवर तो काळा चष्मा आणि त्यांचे ओठ किंवा तोंड हलताना तुम्हाला दिसतं; पण शब्द मात्र त्या शुभ्रतेत हरवलेले असतात आणि त्यामुळे ते काय बोलताहेत हे काहीच कळत नाही. माझं त्याच्याशी काही घेणं-देणंही नाही; कारण मुळात ते काय बोलतात याच्याकडे माझं अजिबात लक्ष नसतं. एखाद्या सकाळी प्रसारित होणाऱ्या कार्यक्रमासारखं आई सतत बोलत होती, मुजी सारखी ढेकरा देत होती आणि प्यायलेल्या चिमणीसारखी चिवचिवाट करत बोलत होती, जिकोनं झोपल्याचं सोंग आणलं होतं आणि बाबा तिकडे बाल्कनीत या सगळ्या गडबडीत मी आत आणायचं विसरल्यामुळे माझ्या स्वच्छ धुवून वाळत असलेल्या अंडरपॅन्ट आणि कपड्यांवर त्यांच्या सिगरेटच्या धुराचा मारा करत होते; पण या सगळ्यांचा मला काहीही फरक पडत नव्हता; कारण मी आता स्वत:ला स्वत:तच गुरफटवून घेतलं होतं. मी आता फक्त माझ्यापुरती होते. ही माझी सवयच होती. काही गोष्टी खूप आक्रमक असतात आणि त्या जेव्हा अंगावर येतात, मी अशीच माझ्या कोषात जाते. म्हणजे त्यांना थोपवून धरते आणि थोपवून धरण्यात तर मी माहिर आहे; कारण शाळेत माझा चांगलाच सराव झाला आहे. काही तरी थोपवून धरायचं असेल तर एक करता येतं. कल्पना करा की तुम्ही पाण्याखाली आहात किंवा त्याहीपेक्षा उत्तम म्हणजे, समजा की तुम्ही एका बर्फाच्या तुकड्यात गोठून गेला आहात; बंदिस्त झाला आहात आणि जर तुम्ही थोडं आणखी एकाग्र झालात तर तुम्ही असं बर्फात गोठल्यानंतर तुमच्या चेहऱ्याचं काय होतं हेही तुम्ही पाहू शकता; तो निळा, निस्तेज आणि सुरकुतलेला होतो.

बाबा बाल्कनीतून आतल्या खोलीत आले आणि सरळ माझ्या शेजारी बसले.

मी माझ्या कोषात होते आणि ते टीव्हीत बंद. मला अजूनही त्यांचा आवाज ऐकू येत नव्हता. फक्त त्यांचे हलणारे ओठ मी वाचू शकत होते. तू... नक्की... जायला हवं.

हे माझ्या मनाविरुद्ध होतं. मला हे नको होतं. मी नाडीचे ठोके कमी होऊ दिले. श्वास घेण्यास विरोध करू लागले. मी माझी संपूर्ण हालचाल थांबवली.

त्या क्षणी जिकोनं डोळे उघडले. मला कसं कळलं कुणास ठाऊक! कारण मी तिच्याकडे पाहतही नव्हते; पण मला कळलं. ती बसली होती त्या बाजूनं एक

ऊर्जेचा प्रवाह माझ्याकडे आल्याचं मला जाणवत होतं. आणि मग ती जेव्हा माझ्याकडे झुकली आणि तिनं माझ्या अंगावर हात ठेवला, मला जराही आश्चर्य वाटलं नाही. तिचा हात मऊशार होता. अगदी उष्ण श्वासाचा स्पर्श व्हावा तसा तिचा स्पर्श होता. मी शहारले. अंगावर काटा फुलला. तिला पाहू शकत नव्हते मी, तरीही ती मला पाहते आहे याची जाणीव मला होत राहिली आणि मी गोठले होते तो बर्फ वितळू लागल्याचं माझ्या लक्षात आलं आणि त्या गारठ्यातून ती मला आणि माझ्या मनाला स्वतःकडे आकर्षित करत होती. त्यातून ओढून काढत होती ती मला. माझा श्वास परत आला, छातीचे ठोके जाणवू लागले आणि रक्तप्रवाह पूर्ववत झाला. डोळ्याची पापणी लवली. बाबा अजूनही बोलत होते.

"फक्त थोड्या दिवसांकरता ही व्यवस्था आहे," ते सांगत होते. "तुझ्या आईनं हे सारं जुळवून आणलं. काही विशिष्ट डॉक्टर आहेत जे मला माझ्या या मनःस्थितीतून बाहेर काढू शकतात आणि माझ्या समस्यांसाठी त्यांच्याकडे उत्तर आहे. तू परत येशील ना तोवर मी बरा होईन बघ. खरंच. शप्पथ. तुझा माझ्यावर विश्वास आहे, आहे ना?"

त्यांना आता मी पाहू शकत होते आणि त्यांचा तो थकलेला व दुःखी चेहरा पाहून मी पूर्णतः विरघळले.

"पण....," माझा आवाज परत आला आहे की नाही हे शोधण्याचा प्रयत्न करत मी बोलले. माझा त्यांच्यावर खरं तर अजिबात विश्वास नव्हता; पण मी काय बोलणार होते? त्यामुळे मी फक्त मान डोलावली आणि तिथंच सारं काही आटोपलं. साऱ्याला पूर्णविराम मिळाला.

रुथ

१

जपानच्या उत्तर-पूर्वेकडील तोहोकू प्रांतात मियागीचा समावेश होतो. आठव्या शतकात जपानच्या राजघराण्याच्या सैन्यानं इथं आदिम काळापासून राहणाऱ्या जोमोनांचे वंशज असलेल्या एमिशी आदिवासींकडून मिळवलेला हा सगळ्यात शेवटचा प्रांत आहे. मियागीच्या समुद्रकिनाऱ्याला २०११च्या त्सुनामीचा सगळ्यात मोठा तडाखा बसला होता. याच समुद्रकिनाऱ्याला लागून कुठंतरी वृद्ध जिकोचा विहार आहे.

एमिशींच्या पूर्वजांच्या मालकीचा फुकुशिमा प्रांत मियागीच्या अगदी दक्षिणेला आहे. वर्तमानात फुकुशिमा हे फुकुशिमा दायची न्यूक्लिअर पॉवर स्टेशनच्या अखत्यारीत आहे. फुकुशिमा म्हणजे 'आनंदी बेट.' त्सुनामीनं जेव्हा इथल्या अणुभट्टीची राखरांगोळी झाली आणि सारं काही उद्ध्वस्त झालं, त्याआधी लोकांचा विश्वास होता की फुकुशिमाला सारं काही खूप आनंदी आहे आणि सगळ्या रस्त्यांवर लावण्यात आलेल्या फलकांवरील मजकूरही फारच सकारात्मक संदेश देणारे होते.

अणुऊर्जा म्हणजे उज्ज्वल भविष्य!
अणुऊर्जेचा योग्य वापर ही एका चांगल्या आयुष्याची ग्वाही आहे!

२

रुथ आणि ऑलिव्हर राहायला होते त्या बेटाचं नाव एका सुप्रसिद्ध स्पॅनिश योद्ध्याच्या नावावर आहे. त्यानं म्हणे अ‍ॅझटेकच्या साम्राज्याला धूळ चारली होती; पण पार तिकडे उत्तरेकडील छोट्या छोट्या बेटांनाही आपल्या नावावर करण्याची संधी त्याला मिळाली नाही; पण ते काम त्याच्या माणसांनी मात्र केले आणि म्हणूनच ब्रिटिश कोलंबियाच्या तटीय प्रदेशातील अनेक बेटं आणि तट कुठल्या ना कुठल्या

तरी स्पॅनिश नरसंहारकांच्या नावानं आहेत; पण रक्तरंजित नावांची दूषणं लाभली असली तरीही रुथ आणि ऑलिव्हर राहत असलेलं हे छोटंसं बेट मात्र त्या मानानं खूप शांत आणि सुखी होतं. वर्षातील दोन महिने म्हणजे हा एखादा स्वर्गच असतो. आपापल्या होड्या घेऊन बेटावरच्या घरांमध्ये सुट्या घालवायला आलेले मस्तमौला लोक, नैसर्गिक पद्धतीनं शेती करणारे हिप्पी शेतकरी, शेतात हिंडणारी नागडी मुलं यांनी हे बेट फुलून यायचं. योग शिकवणारे शिक्षक तिथं असायचे, शरीर कमवायला शिकवणारे आणि सर्व प्रकारे शरीर सुदृढ ठेवणारे, ढोल वाजवणारे, तांत्रिक आणि वैदू यांचा इथं सुकाळ असायचा. त्या दोन महिन्यांत इथं सूर्य नियमानं दिसायचा.

पण उन्हाळा संपला आणि आलेले सारे पाहुणे गेले की मग निळं आभाळ भरून यायचं आणि मग बेट आपल्या खऱ्या रूपात प्रकट व्हायचं. दिवस लहान आणि रात्र मोठी व्हायची आणि उरलेल्या दहा महिन्यांत इथं फक्त पाऊस बरसायचा. इथं कायम राहणाऱ्यांना हे असंच आवडायचं.

बेटाला एक टोपण नावही होतं, ज्याचा उल्लेख फारसा कुणी करत नसे : मृत्यूचं बेट! काहींना हे नाव आदिवासी जमातींमध्ये झालेल्या युद्धाची आठवण करून अंगावर शहारा आणणारं वाटायचं, तर काही १८६२मध्ये आलेल्या देवीच्या साथीशी त्याचा संबंध जोडत असत. या साथीत इथल्या रहिवासी कोस्ट सॅलिश लोकसंख्येचा अक्षरशः खात्मा झाला होता. काहींना मात्र हा तर्क मान्य नव्हता. त्यांच्या म्हणण्यानुसार या जागेचा वापर आदिवासींनी कायम दफनभूमी म्हणूनच केला आणि इथं अशा अनेक गुप्त गुहा आहेत, ज्या फक्त वयोवृद्धांनाच माहिती आहेत; कारण त्यांच्या पूर्वजांना त्यांनी तिथं पुरलं होतं. काहींना मात्र बेटाच्या नावाचा आणि इथल्या आदिम लोकांचा संबंध असल्याचं अजिबात मान्य नाही. ते मानतात की इथं आपल्या निवृत्तीनंतरचं आयुष्य व्यतीत करण्यासाठी आलेल्या गोऱ्या लोकांमुळे बेटाला असं स्वरूप प्राप्त झालं. बोका रॅटनप्रमाणे विक्षिप्त हवामान आणि सोयीसुविधांचा अभाव असलेल्या एका जमातीच्या वस्तीसारखं या बेटाला स्वरूप मिळालं आहे.

रुथला मात्र याचं टोपणनाव आवडलं. या नावात दम होता. तीदेखील आपल्या आजारी आईला इथं घेऊन आली होती. शिवाय वडिलांच्या अस्थीही ती इथं घेऊन आली होती. आईच्या मृत्यूनंतर तिनं दोघांच्याही अस्थींचा दफनविधी केला. छोट्याशा व्हेलटाउन दफनभूमीतच एका भूखंडावर हे अंत्यसंस्कार करण्यात आले होते. आणि त्यात ऑलिव्हर आणि तिच्यासाठीही जागा राहणार होती. तिनं हे सारं काही जेव्हा आपल्या न्यूयॉर्कच्या मित्रमंडळींना सांगितलं तेव्हा त्यांनी, या बेटावर राहायला गेल्यापासून ती अत्यंत रुक्ष आणि निराशावादी झाल्याचं विधान केलं; पण तिला ते मान्य नव्हतं. मॅनहॅटनशी तुलना केली तर तिथल्यासारखी चहलपहल इथं नाही;

पण एखाद्या मेलेल्या व्यक्तीला काय आणि कसं घडतंय याची कितीशी गरज असते?

३

व्हेलटाउन बेच्या एका दगडी उंचवट्याच्या आधारानं उभ्या असलेल्या झोपडीसारख्या दिसणाऱ्या जागेत व्हेलटाउनचं पोस्ट ऑफिस आहे. आठवड्यातून तीनदा बोटीनं पत्रं इथं येतात आणि त्यामुळे आठवड्यातून तीनदा व्हेलटाउनच्या प्रत्येक घरातील एक प्रतिनिधी आपापल्या कार, ट्रक किंवा एसयूव्हीनं या पोस्ट ऑफिसात पत्र घ्यायला येतात. इंधनाचा हा मूर्खासारखा अपव्यय ऑलिव्हरच्या संतापाचं एक कारण आहे.

''एक पोस्टमन नाही का ठेवू शकत आपण?'' तो चिडून म्हणतो. ''एक व्यक्ती, एक वाहन, वातावरणात कार्बन कमी आणि सगळी पत्रं प्रत्येकाच्या हातात. एवढं कठीण आहे का हे?''

गाडी चालवायला त्याची कायम ना असते. आपली सायकल घेऊनच तो बेटावर हिंडतो आणि रुथनंही तसंच करावं हा त्याचा आग्रह आहे. सायकल नाही तर तिनं पायीच पोस्ट ऑफिस आणि इतरत्र जायला हवं, अगदी पावसातसुद्धा, अगदी वादळ उठणार असेल तेव्हाही आणि हे अंतर तीन मैल आहे तरीही यावर तो ठाम आहे.

''तुला व्यायामाची गरज आहे,'' हा त्याचा युक्तिवाद.

वाऱ्यानं जोर धरायला सुरुवात केली होती आणि पाऊसही जोरदार बरसत होता. पोस्ट ऑफिसला पोचेपर्यंत रुथ पार भिजली होती. ओलसर झालेली काही टाकायची पत्रं तिनं खिशातून बाहेर काढली आणि त्यावर लावायला तिकिटांची तिनं मागणी केली.

''दक्षिणपूर्वोत्तर वारे,'' खिडकीमागून डोरा बोलली. ''वाऱ्याचा जोरही वाढू लागला आहे. जेवणाच्या वेळेपर्यंत सारं काही आटोपलेलं असेल. म्हणजे लिखाण करायला आज रात्र झकास आहे, काय?''

डोरा इथली पोस्टमास्तर आहे. उंचीनं छोटी आणि दिसायला फार मृदू वाटणारी; पण तिखट बोलणारी बाई. वेळेत आपली पत्रं घ्यायला न येणाऱ्यांच्या किंवा तिची पत्रांची छाटणी आटोपण्यापूर्वीच पत्र घ्यायला आलेल्यांच्या, किंवा कुणाच्याही हाती पत्र सोपवणाऱ्यांच्या डोळ्यांत पाणी आणणारी असा तिचा लौकिक होता. ती एक निवृत्त परिचारिका होती आणि कविता करण्याचा तिला छंद होता. कविता करणे आणि विविध मासिकांना आणि साहित्यपत्रिकांना पाठवणे, हा तिचा नियम होता.

लोकांविषयी आणि त्यातही बेटावर नव्यानं राहायला आलेल्यांविषयी तिला तिटकारा असल्याचा तिचा दावा होता; पण रुथशी तिचं सूत जुळलं; कारण रुथ 'द न्यूयॉर्कर' मागवायची आणि मागे, मासिक उशिरा येतं, अशी तक्रार रुथनं केल्यावर म्युराईलनं सांगितल्याप्रमाणे डोरा ते आल्यानंतर आधी स्वतः वाचायची आणि मग रुथच्या हाती लागू द्यायची; पण रुथविषयी तिला वाटणाऱ्या आपुलकीचं आणखी एक कारण होतं आणि ते म्हणजे रुथ एक लेखिका होती- तिच्यासारखी. आणि मग रुथच्या प्रत्येक पोस्टऑफिस वारीत डोरा तिला तिच्या पाठवलेल्या कवितांचं काय झालं यासंदर्भात न चुकता सांगायची. इतक्या वर्षांत आता रुथही तिला ओळखू लागली होती. तिच्या काही कविता छोट्या मासिकांनी स्वीकारल्याही होत्या; पण 'द न्यूयॉर्कर'मध्ये कविता छापून येणं तिचं अंतिम ध्येय होतं आणि त्यामुळे आपली एक तरी कविता त्यात छापून येईपर्यंत आपण ते मासिक घ्यायचं नाही, असा निश्चयच तिनं केला होता. तसंही रुथ मागवत असेपर्यंत तरी ही व्यवस्था छान होती आणि यात काही गैर आहे, याची डोराला खंत नव्हती. मासिकांकडून मिळणाऱ्या नकारांच्या पत्रांचाही तिला अभिमान होता. एखाद्या कवीच्या आयुष्यातील तो महत्त्वाचा भाग असल्याचा तिचा दावा होता. कवीला या साऱ्या अवस्थेतून जावंच लागतं, यावर तिचा दृढ विश्वास होता. आपल्या आऊट हाऊसच्या भिंतीवर ही पत्रं चिकटवण्याचा चंगही तिनं बांधला होता. चार्ल्स बुकोव्स्कीनंही असंच केलं होतं, म्हणून हा प्रपंच! बुकोव्स्की आवडतो यासाठी रुथनं तिचं कौतुकही केलं होतं.

डोराला साऱ्यांचं सारं काही ठाऊक होतं. लोकांची पत्रं ती वाचायची म्हणून नाही; पण तिला इतरांच्या कारभारात नाक खुपसण्याचा छंद होता; तिच्याही नकळत आणि कुठलाही खेद न बाळगता ती हा छंद जोपासत होती; पण या साऱ्या दुर्गुणांसह ती मायाळूही होती. रुथच्या आईच्या आजारपणात ती आठवणीनं तिच्या बागेतल्या विविधरंगी गुलाबांची फुलं आणायची. शेजाऱ्यांच्या तब्येतीची चौकशी करण्यातही ती कसूर करत नसे आणि तिच्या नर्सिंगच्या दिवसांमध्ये जमवून ठेवलेल्या मॉर्फिनचा साठाही तिच्याकडे होता. कुणी जखमी असेल, किंवा कुणी अखेरच्या घटका मोजत असेल, किंवा कुणाला आपल्या आवडत्या पाळीव प्राण्याला निरोप द्यायचा असेल, तर ती या गोळ्या देऊन त्यांना मदत करत असे. बेटावरच्या गरोदर बायांसाठी ती इवले इवले मोजे विणून देत असे आणि हॅलोविनला मुलांसाठी म्हणून खास तुटलेल्या बोटांसारखी दिसणारी बिस्किटंही बनवत असे, ज्यात नखांच्या जागी ती सोललेले बदाम आणि बनावटी रक्त म्हणून लाल आयसिंग वापरत असे. गावाची सार्वजनिक विहीर असते तसं हे पोस्ट ऑफिस होतं. लोक इथे घटकाभर रमायचे आणि कुणालाही काहीही माहिती हवी असेल तर ती हमखास मिळण्याचं हेच एक ठिकाण होतं.

फोनच्या तिटकाऱ्याचा या आठवड्यात रुथनं दोनदा सामना केला होता. एकदा कॅलीला फोन करताना आणि दुसऱ्यांदा जेव्हा तिला बेनॉइट लेबेकला बोलवून घ्यायचं होता तेव्हा. तिनं निरोप सोडला होता; पण तिला काहीच उत्तर आलं नाही तेव्हा तिनं याबाबत डोराकडे चौकशी करण्याचं ठरवलं. तिला माहिती असणार याची तिला खात्री होती.

''अगं ते इथं नाहीत सध्या,'' डोरानं दिलेल्या अर्धवट भिजलेल्या पत्रावर स्टॅम्प मारता मारता तिनं सांगितलं. स्टॅम्प लावायचं एक खास कॅन्सेलर तिच्याकडे होतं, ज्याचा तिला खूप अभिमान होता; कारण ते कॅनडात अगदी १८९२पासून वापरलं जाणारं सगळ्यात जुनं कॅन्सेलर होतं आणि व्हेलटाउनचं पोस्ट ऑफिस स्थापन झाल्यापासून ते उपयोगात होतं.

''पुतण्याच्या लग्नासाठी ते सगळे मॉन्ट्रीयालला गेले आहेत. उद्याच्या मीटिंगपर्यंत ते परत येणार आहेत. बेनॉइटकडे तुझं काय काम आहे?''

सुटे पैसे शोधत आहोत असं दाखवत रुथ खिडकीपासून जरा दूर गेली आणि पैसे शोधू लागली. यासूतानींना शोधण्यासाठीची काहीतरी माहिती त्या अनाकलनीय फ्रेंच पत्रांच्या गठ्ठ्यात आपल्याला नक्की सापडणार याची रुथला कुठंतरी खात्री वाटत होती आणि म्हणून तिला त्याचं भाषांतर लवकरात लवकर व्हावं असं वाटत होतं; पण हे सारं काही तिला डोराला अजिबात कळू द्यायचं नव्हतं. बातम्या पसरवण्यासाठी म्युराईल प्रसिद्ध होती; पण या बाबतीत डोराचाही हात कुणी धरू शकत नव्हतं. तिला हे सारं काही तिच्या व्यवसायाचा भाग असल्याचा ठाम विश्वास होता आणि इकडे रुथ उगाचच नाओच्या संदर्भात एकदम सुरक्षिततेच्या भावनेनं पछाडलेली होती. तिची काळजी घेणं आपली जबाबदारी आहे, असा काहीसा तिचा ग्रह झाला होता. त्यामुळे ती आणि तिची डायरी याबाबत ती फार काळजी घेत होती. पोस्ट ऑफिसच्या त्या लहानग्या खोलीत इतरही लोक होते; काही त्यांच्या मेल बॉक्ससमोर उभे राहून पत्र वाचण्यात व्यग्र असल्याचं दाखवत होते. ब्लेक नावाचा ऑयस्टरची शेती करणारा, चांदीनी नावाची मूस जॉची एक निवृत्त शिक्षिका आणि एक कॅरेन नावाची हिप्पी तरुणी- जिनं आपलं नाव बदलून प्युरिटी असं ठेवलं होतं, हे सारेच तिथं होते आणि कुणीही बोलत नव्हतं आणि रुथ आता काय उत्तर देते याची वाट पाहत होते.

''ओ,'' शेवटी हातात स्टॅम्पसाठी पैसे काढत रुथ उत्तरली. ''तसं काही नाही. काही भाषांतर करण्यासाठी थोडी मदत हवी होती.''

''बीचवर तुला सापडलेल्या त्या फ्रेंच वहीसंदर्भातच बोलते आहेस ना तू?'' डोरानं विचारलं.

''छे,'' रुथच्या मनात आलं, ''म्युरियल. या बेटावर कुठलीही गोष्ट लपून

राहूच शकत नाही.''

''एक डायरी आणि काही पत्रंही मिळाली आहेत ना?'' डोरानं विचारलं.

आता नाकारण्यात काही अर्थ नव्हता. खोलीतले इतर लोक आता हळूच ती उभी असलेल्या खिडकीकडे सरकले.

''खरंच, ते जपानहून वाहून आलेलं सामान आहे का?'' ब्लेकनं विचारलं.

''कदाचित,'' रुथ उद्गारली. ''पण निश्चित काही सांगता येत नाही.''

''तुला नाही वाटत की तू ते सोपवून द्यायला हवं?'' चांदीनीनं विचारलं. खूप हडकुळी दिसणारी, पातळ, भुरे केस असलेली ती उदास वाटणारी तरुणी होती. ती गणित विषय शिकवायची.

''का?'' तिच्या बाजूनं आपल्या मेल बॉक्सकडे जात रुथनं विचारलं. ''कुणाला सोपवायचं म्हणते आहेस तू?''

''सागरी जीव आणि वन्य प्राणी?'' चांदीनी बोलली. ''आरसीएमपीला? तुला काय वाटतं माहीत नाही; पण जर जपानहून हे असं काही वाहून येत असेल तर मला अणुउत्सर्जनाच्या लागणीची शक्यता वाटते आहे.''

प्युरिटीनं डोळे विस्फारले. ''ओ वॉव,'' ती उद्गारली. ''अणुउत्सर्जनाची लागण.... हे म्हणजे एकदम भयंकर हा....''

''ऑयस्टरसाठी तर ते फार वाईट ठरेल ना,'' इति ब्लेक.

''सालमनसाठी पण,'' चांदीनीनं भर घातली. ''म्हणजे आपल्या सगळ्याच खाद्यपदार्थांवर त्याचा परिणाम होऊ शकतो.''

''बरोब्बर,'' निःश्वासाबरोबर उच्चारही लांबवत ती बोलली. ''कारण ते हवेतसुद्धा असणार आणि मग पाऊस आला की त्याबरोबर आपल्या पाण्याच्या स्रोतांमध्ये आणि त्यातून सगळीकडे म्हणजे आपल्या संपूर्ण जीवनसाखळीत ते प्रवेश करणार आणि मग आपल्या शरीरातही... म्हणजे एकदम खल्लासच हं.''

डोरानं तिच्याकडे नजर टाकली.

''काय,'' प्युरिटीनं तिलाच उलट प्रश्न केला. ''मला कॅन्सर ओढवून घ्यायचा नाही आणि अपंग मुलांना जन्माला घालायचं नाही...''

दाढीवर एकदा हात फिरवून मग पँटच्या पुढच्या खिशात हात घालत ब्लेकनंही एक प्रश्न रुथला विचारला. ''मी असं ऐकलं आहे की त्या सामानात एक घड्याळही मिळालं आहे. अगदी खरंखुरं कामिकाझे घड्याळ,'' तो उद्गारला.

मेल बॉक्समधल्या पत्रांचा धांडोळा घेत रुथनं या सगळ्या संवादाकडे दुर्लक्ष करण्याचा प्रयत्न केला.

''मला या सगळ्या ऐतिहासिक वस्तूंमध्ये रस आहे,'' तो पुढे बोलला. ''मी पाहू शकतो का कधी हे सामान?''

सारं काही हाताबाहेरचं होतं. रुथनं त्यांच्यासमोर आपला हात धरला आणि ब्लेक आणि चांदीनी ते घड्याळ पाहण्यासाठी पुढे सरसावले; मात्र प्युरिटी दोन पावलं मागेच गेली.

''हे घड्याळही दूषित झालं असण्याची शक्यता आहे, बरोबर?'' तिनं विचारलं.

''कदाचित,'' रुथ उद्गारली. ''आणि आता तू एवढं सांगितलंच आहेस तर मला खात्री आहे की ते दूषित असणार.''

डोराही आता आपल्या खिडकीमागून बाहेर आली होती. ''मलाही पाहू दे.''

रुथनं हातातून घड्याळ काढलं आणि तिच्या स्वाधीन केलं. बाहेर वाऱ्याचा जोर वाढला होता आणि आवाजही. डोरानं ते घड्याळ हातात घेताना हलकेच शीळ घातली.

''मस्त,'' तिनं ते आपल्या हातावर चढवलं.

''तुला संसर्गाची भीती नाही का वाटत?''

''लाडके,'' डोरा उद्गारली. ''मी स्तनांच्या कॅन्सरशी मुकाबला करून तरले आहे. थोडं आणखी अणुउत्सर्जन सहन करण्याची माझ्यात ताकद आहे.'' घड्याळाची तारीफ करत तिनं ते हातावरून काढलं आणि रुथच्या हवाली केलं. ''हे घे,'' रुथला डोळ्यानं इशारा करत ती बोलली. ''खूप छान आहे, काय? आणि पुस्तकाचं कसं काय सुरू आहे?''

४

ऑयस्टर आणि समुद्राच्या वासानं दरवळणाऱ्या ट्रकमध्येच ब्लेकनं रुथला घरापर्यंत सोडून दिलं. त्यानं तिला तिच्या घराकडे जाणाऱ्या रस्त्याच्या तोंडाशी सोडलं आणि रुथ तिथून अक्षरशः धावतच घराकडे गेली; कारण पाऊस कोसळत होता. उंच फरच्या झाडांना वारा झोडपून काढत होता आणि मेपलच्या झाडांतून त्याच्या घोंघावण्याचा आवाज येत होता. मेपलचं लाकूड तसं कमकुवत असतं. वादळात अशीच एक मॅपलची फांदी डोक्यावर कोसळल्यामुळे त्यांच्या एका शेजाऱ्याचा काही वर्षांपूर्वी मृत्यू झाला होता. 'विडो-मेकर' असंच त्यामुळे त्याला नावही देण्यात आलं होतं. धावताना रुथनंही डोक्यावर नजर ठेवूनच तो पल्ला पार केला. कावळा आता या क्षणी कुठे असेल... डोक्यात लखकन एक विचार चमकून गेला.

सारखी वीज जाते आणि येते आहे याबाबत ऑलिव्हरनं तिला आल्याआल्याच सांगितलं होतं. त्यामुळे ती तडक वरच्या मजल्यावर तिच्या ऑफिसमध्ये मेल चेक करायला धावली. या ई-मेल आणि इंटरनेटचा नाद जडू नये यासाठी तिचा आटोकाट प्रयत्न चालला होता; पण प्रोफेसर लेत्सिकोना मेल टाकून अठ्ठेचाळीस

तास लोटून गेले होते आणि ती त्यांच्या उत्तराची आतुरतेनं वाट पाहत होती. झटपट तिनं तिच्या इनबॉक्सवर नजर टाकली. त्यांचं उत्तर आलेलं नव्हतं. आता पुढे काय?

खाली तळघरात जुन्या गॅस जनरेटरशी झटापट करणाऱ्या ऑलिव्हरचा आवाज तिच्यापर्यंत पोचत होता. अशा अडीअडचणीच्या वेळी वापरण्यासाठी त्यांच्याकडे असलेली ही आणखी एक व्यवस्था होती. तळघरापासून ते वर स्वयंपाकघरातील फ्रिजपासून ते वर रुथच्या ऑफिसपर्यंत शंभरएक मीटरच्या वायरचं जंजाळ असलेला तो जनरेटर होता. पार तळघरापासून ते वरच्या मजल्यापर्यंत पसरत गेलेली ती वायर फार भीतिदायक होती. सहज पाय अडकून सरळ पायऱ्यांवरून धडधडत खाली येण्याची पूर्ण सोय त्यामुळे झाली होती. आणि एवढं करूनही जर जनरेटर चालला नाही तर मग मेणबत्त्या, फ्लॅश लाईट किंवा मग दिव्यांचाच आधार त्यांना घ्यावा लागत असे. जनरेटरचा भरपूर आवाजही होत असे. त्याव्यतिरिक्त आणि इतर उपकरणांव्यतिरिक्त म्हणजे घुमणारा पंखा किंवा पंप किंवा ट्रान्सफॉर्मर यांचे आवाज नसतील तर मग घरातील शांतता मात्र प्रामुख्याने जाणवायची. रुथला ती शांतता खूप आवडायची; पण फक्त एक समस्या होती आणि ती म्हणजे दिव्यांवर संगणक आणि इंटरनेट चालवणं शक्य नव्हतं.

बाहेरच्या जगाशी त्यांना जोडून ठेवणारा इंटरनेट हा प्रमुख मार्ग होता; पण हा मार्गही त्यांच्यासाठी अचानक आणि अनेकदा बंदच असायचा. एका ३जी नेटवर्क सेवेच्या माध्यमातून त्यांना हे मार्ग उपलब्ध करून देण्यात आले होते; पण मिळणाऱ्या सेवेच्या कितीतरी पट जास्त पैसे घेण्यासाठी ही कंपनी कुख्यात होती. कनेक्शन पुरवणारं टॉवर दुसऱ्या बेटावर होतं आणि इंटरनेटची गती फारच मंद होती. उन्हाळ्यात खूप जास्त लोकांच्या इंटरनेट वापरामुळे ती कमी असायची आणि हिवाळ्यात वादळी वाऱ्यांमुळे. सिग्नलचा प्रवासच तसा जिकिरीचा होता. आधी शेकडो मैलांचा उधाणलेल्या समुद्राचा प्रवास, त्यात थांबलेलं आणि अजिबात न वाहणारं वारं आणि नंतर ते एकदाचं या बेटावर येऊन पोचलेही तरी त्यांना उंच वृक्षराजींतून रस्ता काढत यावं लागायचं.

पण आता या क्षणाला तरी तिच्या घरचं इंटरनेट काम करत होतं आणि वीज पूर्णतः जाण्यापूर्वी तिला तिचं काम संपवायचं होतं. शोधण्यासाठी तयार केलेल्या शब्दांची तिची यादी आता भरपूर वाढली होती. तिनं त्यावर एक नजर टाकली आणि सर्वप्रथम तिनं 'द फ्यूचर ऑफ नाओ!' हे शब्द टाईप केले. सर्चचा डमरू बराच वेळ फिरला खरा; पण हाती काही लागलं नाही. फक्त NAO नावाच्या कुठल्याशा एका फ्रेंच स्वयंचलित मानवी रोबोटसंदर्भातील काही व्हिडिओ, मधमाश्यांच्या भविष्यातील आरोग्य जपण्यासंदर्भात घ्यायची काळजी याचा National Audit Officeचा एक वृत्तान्त.

“Did you mean to search for : The Future Is Now?” सर्च इंजिनचा प्रश्न तिनं वाचला.

नाही. तिला ते अपेक्षित नव्हतं. एकदा वीज गेली तर येणारे काही दिवस तिला अजिबात या साईटचा मागमूस लागणार नाही; कारण इंटरनेट वापरता येणार नाही, याची तिला पूरेपूर जाणीव होती म्हणून ती लगेच पुढल्या शोधासाठी तिच्या यादीतून शब्द निवडू लागली. जिको यासूतानी, विद्रोही, स्त्रीमतवादी, कादंबरीकार, बौद्ध धर्म अनुयायी, झेन, संन्यासिनी, ताईशो आणि अगदी पुढारलेल्या मतांची स्त्री असं सारं काही तिचं यापूर्वीच पाहून झालं होतं. कालच्या तिच्या वाचनात आलेला एक नवीन शब्द तिनं त्यात टाकला. मियागी. टाईप केल्यावर ती खुर्चीत मागे सरकून बसली आणि वाट पाहू लागली.

खोलीत काळोख दाटला होता आणि तिचा चेहरा उजळवण्यासाठी फक्त एक कॉम्प्यूटरचा प्रकाश होता. वादळाचा सामना करणाऱ्या बेटावर पडलेला तो फक्त एक प्रकाशाचा तुकडा होता. पुन्हा खूप खुजं असल्याचं तिला जाणवलं. चष्मा काढून तिनं डोळे मिटले आणि त्यावर हात फिरवला.

बाहेर वाऱ्याचं घोंघावणं प्रचंड वाढलं होतं. वाऱ्याच्या जोरानं चक्राकार फिरणाऱ्या पावसाच्या तडाख्यात घर सापडलं होतं आणि त्यात वाऱ्याचं घोंघावणं घुमत होतं. बेटावरची वादळं पुरातनच असतात आणि सारं काही स्वतःकडे आणि स्वतःच्या काळात खेचून घेणारी. दुसऱ्या वेळी पडलेलं संन्यासिनीचं स्वप्न तिला आठवलं; हात उंचावल्यावर त्या वृद्ध महिलेच्या झग्याच्या बाह्या, तो जाड भिंगाचा चष्मा घातल्यानंतर धूसर झालेलं जग. बेटावर आलेलं वादळही तिला तसंच वाटलं. आणि मग तो जीवघेणा भासही तिला जाणवला ज्यात तिचं अस्तित्वच उरलं नव्हतं. हातानं चेहरा चाचपला तर तोही नव्हता. स्वप्न आजही तिला स्पष्ट आठवत होतं. भयंकर होतं ते आणि तरीही त्यानंतर ती किती शांत झोपली होती आणि त्या संन्यासिनीच्या चुटकीचा आवाज ऐकूनच तिला जाग आली होती.

तिनं डोळे उघडले आणि पुन्हा चष्मा डोळ्यांवर चढवला. सर्च इंजिनचा डमरू अजूनही फिरतच होता. चांगला संकेत नव्हता तो. सिग्नलचा प्रॉब्लेम झाला असावा. अशा वादळी वाऱ्यात एखादं झाडं पडून वीज जाण्याची पूर्ण शक्यता होती. इंटरनेटच्या पानावर रिफ्रेशचं बटणं दाबण्यासाठी ती जरा पुढे झालीच होती की अचानक कॉम्प्यूटर स्क्रीन एकदम उजळून निघाला. की बाहेर वीज चमकली होती? काही सांगता येत नव्हतं आणि दुसऱ्याच क्षणी कॉम्प्यूटर बंद झाला आणि सर्वदूर काळोख पसरला. हे सारं जरा जास्तच झालं होतं.

ती उठून उभी राहिली आणि अंधारात चाचपडत टेबलवर हेडलॅम्प शोधू लागली. तिथंच कपाटाच्या एका कप्प्याजवळ तिनं तो ठेवला होता, त्यामुळे तो

लगेच तिच्या हाती लागला. तो उचलून ती चालू करणार तेवढ्यात कॉम्प्यूटरचा हार्ड ड्राईव्ह गुरगुरला आणि स्क्रीन चमकला. ती शोधत असलेल्या काही शब्दांच्या ब्राउजरचं पानच तिथं दिसू लागलं होतं. विचित्र होतं; पण ती लगेच पुन्हा टेबलाकडे गेली आणि त्या पानाकडे पाहू लागली.

फार काही नव्हतं त्यावर. एकच माहिती होती; पण ती आशा पल्लवित करणारी होती. अचानक तिला धडधड जाणवू लागली.

Results 1-1 of 1, 'यासूतानी जिको', आणि 'झेन', आणि 'संन्यासिनी' आणि 'कादंबरीकार' आणि 'ताईशो' आणि 'मियागी'

ती पुन्हा खुर्चीत बसली आणि खुर्ची तिनं टेबलच्या अगदी जवळ खेचून घेतली. नजर कॉम्प्यूटरवर रोखून तिनं खूप तत्परतेनं सुचवलेल्या लिंकवर क्लिक केलं आणि मग तिथं एका विद्वानांच्या मासिकाच्या वेब पेजवरील जुन्या लेखांच्या यादीपर्यंत नेणारी लिंक होती. जुने लेख पाहण्याची परवानगी फक्त काही शैक्षणिक वाचनालयांना आणि इतर संस्थांना होती, जे या मासिकाचे सदस्य होते. विना सदस्यत्व फक्त लेखाचं शीर्षक, त्यातील एक उतारा किंवा लेखाची थोडक्यात माहिती आणि प्रकाशनासंदर्भातील माहिती, एवढाच मजकूर तिथं उपलब्ध होता; पण ही फक्त सुरुवात होती.

'Japanese Shishosetsu and the Instability of the Female 'I' '' हे त्या लेखाचं शीर्षक होतं. रुथ थोडी पुढे झुकली आणि तिनं त्या लेखाची थोडक्यात माहिती असलेला उतारा वाचायला सुरुवात केली. उताऱ्याची सुरुवात एका विधानानं केली गेली होती:

''Shosetsu and Shishosetsu - हे दोन्हीही फार विचित्र आहेत. तुम्हाला ठाऊक आहे ना, जपानी संस्कृतीत देव नाही, काय करावं आणि काय नाही, हे अधिकारवाणीनं सांगणारं काहीही भव्य, दिव्य नाही - आणि त्यामुळेच सारं काही वेगळं आहे.''

– इरोकावा बुदाई

Shishosetsu ही परिभाषा, किंवा आणखी अनौपचारिकरीत्या सांगायचं झालं तर watakushi shosetsu, हे शब्दप्रयोग एका जपानी आत्मचरित्रात्मक काल्पनिक साहित्य प्रकारासंदर्भात वापरले जातात जे इंग्रजीत 'आय नॉव्हेल' म्हणजेच ''मी'ची कथा' असं भाषांतरित केलं गेलं आहे. ताईशो प्रजासत्ताकाच्या (१९१२-१९२६) सामाजिक-राजकीय मुक्ततेच्या काळात Shishosetsuचा

खूप उदो उदो झाला होता आणि आजही या लिखाणाच्या प्रकाराचा जपानी साहित्यावर प्रभाव जाणवतो. या प्रकारावर खूप चर्चा झाली; त्यातील स्वकबुली जबाबाची पद्धत, अत्यंत पारदर्शी लेखन आणि लेखकाचं अस्सल व प्रामाणिक असणं खूप वाखाणलं गेलं. अगदी ब्लॉगर्सच्या विश्वातसुद्धा त्याचा उल्लेख सत्य आणि कल्पनेच्या जोरावर रचलेल्या घटना किंवा स्वतःला व्यक्त करणं, स्वतःला लपवणं किंवा स्वतःला संपूर्णतः मिटवून टाकणं यातील तणावांना अधोरेखित करण्यासंदर्भात होतो.

असं म्हटलं जातं की, Shishosetsuची सुरुवात करणारे मुख्यतः पुरुष लेखक होते. सुरुवातीला Shishosetsuच्या लेखिका दुर्लक्षित राहिल्या किंवा त्यांना पुढे येऊ दिलं गेलं नाही; कारण वस्तुस्थिती अशी होती की ज्यांचं साहित्य प्रकाशित झालं आहे अशा लेखिका आजच्या तुलनेत अगदी नगण्य होत्या. आणि कदाचित, जसं एडवर्ड फाउलरनं अशा प्रकारच्या लेखनाच्या अभ्यासात 'द ऱ्हेटोरिक ऑफ कन्फेशन'मध्ये म्हटल्याप्रमाणे, "१९१० आणि १९२० या दशकातील मुख्य लेखिकांची अधिकाधिक शक्ती लेखनाइतकीच स्त्रीमुक्ती चळवळीतील कामातही खर्च होत होती."

स्त्रीमुक्ती चळवळीला वाहिल्या गेल्याचा अत्यंत दुर्दैवी परिणाम त्यांच्या साहित्यकृतींच्या निर्मितीवर झाला, हे मान्य करूनही मी एक उदाहरण देऊ इच्छिते. जेव्हा परिस्थितीशी झगडा देत एका लेखिकेनं Shishosetsu या लेखन प्रकाराचा पुरेपूर उपयोग केला. तिचं लिखाण हादरवून टाकणारं, खूप ताजं, उत्साही आणि सत्यान्वेषी होतं. ती आणि तिच्यानंतर आलेल्या अनेक लेखिकांसाठी हा साहित्यप्रकार अंगीकारणं कुठल्याही क्रांतीइतकंच महत्त्वाचं होतं.

पाश्चिमात्यांसाठी ही लेखिका पूर्णतः अपरिचित आहे. मियागी प्रदेशात जन्माला आलेली ही लेखिका नंतर टोकियोला स्थलांतरित झाली आणि डाव्या विचारसरणीच्या राजकीय गटात कार्यरत झाली. विविध स्त्रीमतवादी गटांबरोबर तिनं काम केलं, ज्यात साईतोशा (ब्लू स्टॉकिंग सोसायटी) आणि सेकीरान्काईचाही (रेड व्हेव सोसायटी) समावेश आहे. त्याचबरोबर तिनं राजकीय विश्लेषणं, लेख, कविता असं विविधांगी लेखनही केलं, ज्यात तिच्या हादरवून टाकणाऱ्या आय नॉव्हेलचाही समावेश आहे, ज्याचं शीर्षक होतं 'मी-मी'! (योसानो अकिको या लेखिकेच्या 'रॅम्बलिंग थॉट्स' या कवितेतून या शीर्षकाची प्रेरणा मिळाली असावी. ही कविता सेईतो मासिकाच्या पहिल्या अंकात प्रकाशित झाली होती.)

तोक्कोताई (जपानी विशेष सेना दल, याला कामीकाझे म्हणूनही ओळखलं जातं)मध्ये विद्यार्थी दशेतच आत्मघातकी पायलट बनलेल्या तिच्या मुलाच्या मृत्यूनंतर १९४५मध्ये या लेखिकेनं केशवपन केलं आणि ती झेन बौद्ध संन्यासिनी झाली.

जपानी ''मी'च्या कथे'ची प्रणेती असलेल्या या लेखिकेचे नाव होते यासूतानी जिको जिनं नंतर स्वतःला संपूर्णतः मिटवून......

< आणखी वाचा....>

कॉम्प्यूटरच्या स्क्रीनवर होतं ते नाव- यासूतानी जिको. तिच्या स्वप्नात आलेली ती संन्यासिनी. नाओ आणि तिची डायरी हे सत्य आहे आणि त्याच्यापर्यंत पोचणंही शक्य आहे, हे तिच्या आजूबाजूच्या दुनियेला दाखवून देण्यासाठी ती किती आतूर झाली होती याची जाणीव रुथला ते नाव पाहण्यापूर्वी तरी झालेली नव्हती.

ती आणखी पुढे सरकली आणि त्या उताऱ्यानं उपलब्ध करून दिलेल्या माहितीच्या धाग्याचा आधार घेत तिला आणखी खोल जायचं होतं. जिको यासूतानी संदर्भात तिला सारं काही जाणून घ्यायचं होतं; तिच्या पणजीनं जी काही तुटक माहिती डायरीत लिहिली होती, त्याच्या पलीकडचं सारं काही रुथला माहीत करून घ्यायचं होतं. अचानक, वेळ, काळ आणि स्थळांच्या बंधनांना भेदून, स्वतःला जगासमोर प्रकट करणाऱ्या, कधी काही लपवून ठेवणाऱ्या आणि स्वतःच्या अस्तित्वाला मिटवून टाकणाऱ्या स्त्रीशी आपलं काहीतरी एक नातं आहे, याची खूप तीव्र जाणीव तिला झाली. त्या लेखामध्ये कदाचित त्या 'मी-मी' कादंबरीचा काही भाग भाषांतरित केला असेल आणि तो आपल्याला वाचायला मिळणार, अशी आशाही तिला वाटली आणि ती कादंबरी वाचण्यास आता ती उतावीळ झाली होती. जिकोचं आत्मकथन आणि तिच्या लिखाणाची अदा जाणून घेणं खूप महत्त्वाचं आहे, असं तिला वाटलं.

उताऱ्याच्या खाली दिलेल्या <पुढे वाचा....> या सूचनेवर तिनं क्लिक केलं आणि खुर्चीत जरा मागे सरकून ती बसली. कॉम्प्यूटरनं ते पान स्क्रीनवर आणण्याची तयारी दाखवली; पण काही क्षणांतच त्या जागी Server not found ही सूचनाही आली. शी:! तिनं तत्परतेनं बॅकचं बटण दाबलं; पण पुन्हा तीच सूचना तिच्या डोळ्यांसमोर आली. पुन्हा स्क्रीनवर हालचाल झाली. तिनं पुन्हा घाईघाईनं मागे जाऊन आधी उघडलेल्या पानावर जाण्यासाठी प्रयत्न केला; पण तिनं रिफ्रेश बटण दाबण्यापूर्वीच वीज गेली आणि पुन्हा काळोख पसरला. या वेळी वीज जाताना आवाज झाला नाही; पण ती गेल्याची खात्री झाली होती. पुन्हा ती खुर्चीत मागे

टेकली. आता तिला भरून आलं आणि रडावंसंही वाटलं. खाली तळघरात वैतागलेल्या ऑलिव्हरचा आवाज ऐकू येत होता. तो जनरेटरला शिव्या घालत होता. जनरेटरमधून निघालेल्या गॅसचा प्रवास तळघर ते तिचं ऑफिस असा झाला होता. ते पुन्हा कोलमडलं होतं आणि इंजिनात पाणी गेलं होतं. वीजपुरवठा पूर्ववत करण्यासाठी ब्रिटिश कोलंबिया हायड्रोला कधी कधी अनेक दिवस लागत असत. तोपर्यंत त्यांना काळोखात राहण्याशिवाय पर्याय नव्हता.

५

दुसरा दिवस उजाडला; पण अजूनही वीजपुरवठा होत नव्हता. वारं मात्र जरा पडलं होतं आणि पावसाचा जोरही एकदम कमी झाला होता. न्याहारीनंतर बागेसाठी सीविड गोळा करण्यासाठी बाहेर पडण्याची तयारी ऑलिव्हरनं चालवली होती. सीविड हे एक उत्तम खत आहे आणि वादळानंतर समुद्रकिनाऱ्यांवर ते मोठ्या प्रमाणात सापडतं. त्यांच्या मिनी ट्रकमध्ये आवश्यक ती अवजारं घेऊन ते दोघंही बीचच्या दिशेनं निघाले होते. जॅप रान्चकडे जाणाऱ्या वळणावर पोचताच त्यांना रस्त्याच्या कडेला रांगेनं उभ्या असलेल्या गाड्या दिसल्या.

''आज एकच कल्पना सगळ्यांना सुचली बहुधा,'' ऑलिव्हर बोलला.

पण असं होण्याची शक्यता जरा कमीच होती. आलेल्या कारचं प्रमाण जरा जास्तच होतं. एखाद्या रेव्ह पार्टी किंवा अंत्यसंस्कारासाठी जमणाऱ्या गर्दीइतकी ती गर्दी होती. फक्त सीविड गोळा करण्यासाठी इतक्या प्रमाणात लोक येणं शक्य नव्हतं. "मला वाटतं आणखी काहीतरी वेगळं कारण असावं," रुथनं अंदाज व्यक्त केला. "खूप वैताग आहे हा. आपल्याला गाडी इथेच उभी करून पायी जावं लागणार.''

ट्रकमधली आवश्यक अवजारं काढून त्यांनी बीचच्या दिशेनं चालायला सुरुवात केली. बांधाकडे जाताना त्यांना म्युराईल दिसली. किनाऱ्याकडे पाहत ती बांधाच्या अगदी भिंतीशी उभी होती. रुथ आणि ऑलिव्हर तिकडे येताना पाहताच ती बोलली, ''ते पाहा.'' तिचं बोट किनाऱ्यावर जमलेल्या लोकांकडे होतं.

बीचवर सर्वदूर लोकच लोक दिसत होते. हे दृश्य खरंच विचित्र होतं. अगदी उन्हाळ्यात म्हणजे सुटीच्या दिवसांमध्ये जेव्हा बेटावर पर्यटकांची प्रचंड गर्दी असते तेव्हाही इतकी गर्दी बीचवर नसते. तुम्ही अगदी आरामात तिथं डुंबण्यात आणि शंख-शिंपले किंवा इतर काही वस्तू गोळा करत आख्खा दिवस मजा करण्यात घालवू शकता; कारण तिथं कायम तुरळक लोक असतात.

पण, आज मात्र थोड्या थोड्या अंतरावर लोक उभे होते. काहींच्या हातात

ताडपत्री होत्या, ज्यात ते सीविड गोळा करत होते तर काही फक्त इकडे-तिकडे फिरत होते; पण त्यांची नजर कशावर तरी खिळली होती आणि त्यांचं ते फिरणं खूप तांत्रिक होतं. त्यातील काहींना रुथनं ओळखलं. इतरांना तर तिनं कधी पाहिलंही नव्हतं.

"काय सुरू आहे हे?" ऑलिव्हरनं विचारलं.

"शोधकर्ता आहेत ते सध्या," म्युराईलनं माहिती पुरवली. "जपानहून आलेल्या वस्तू शोधत आहेत. माझ्या अखत्यारीतील जागेत."

आपल्या करड्या रंगाच्या वेणीचं टोक बोटांनी फिरवत म्युराईलनं हे विधान केलं होतं. अर्थ स्पष्ट होता की ती प्रचंड संतापली होती. ती तिथं पहाटे लवकरच पोचली होती खरी; पण त्यापूर्वीच या शोधकर्त्यांचा ओघ वाढला होता.

"नवशिके आहेत," उपरोधानं ती उद्गारली. "या सगळ्यासाठी तू जबाबदार आहेस, कळलं? तुझ्या त्या फ्रीजर बॅगची वार्ता सगळीकडे पसरली आणि मग पोस्ट ऑफिसमध्ये कुणीतरी जपानहून वाहून आलेल्या किंवा येणाऱ्या पैशांचा विषयही काढला."

जपान टाइम्सच्या वेबसाईटवर ही बातमी वाचल्याचं रुथला आठवलं. त्सुनामीत मरणारे बहुसंख्य लोक वृद्ध होते आणि त्यांनी आपल्या म्हातारपणासाठी साठवून ठेवलेला सगळा पैसा त्यांच्या घरातील काही सामानांमध्ये दडवून ठेवला होता. विविध कपाटं, कप्पे किंवा मग लाकडी ततामी फरश्यांखाली लपवून ठेवलेल्या या रकमा त्सुनामीच्या तडाख्यात घरांसकट वाहून गेल्या आणि समुद्राच्या स्वाधीन झाल्या, ज्या आता जवळपासच्या किनाऱ्यांवर सामानासकट वाहून येत असल्याच्या बातम्यांनी जोर पकडला होता. वाहून आलेल्या रकमा आणि काही मौल्यवान वस्तूंच्या मालकांना शोधण्याचा निष्फळ प्रयत्न सरकारनं केला होता; पण मूळ मालकांना शोधणं त्यांच्यासाठी फार अवघड होतं. शिवाय ते जिवंतही आहेत की नाही याचीही खात्री नव्हती; पण तरीही ज्या लोकांना ते सापडलं होतं ते आणून देत होते.

रुथनं बीचवर एक नजर टाकली. शोध घेणारे सगळे लोक झपाटल्यागत वाटत होते; मृत व्यक्तींसारखे दिसणारे हे झॉम्बी इकडून तिकडे फिरत होते. सारं काही खूप भीषण दिसत होतं. "आतापर्यंत कुणाला काही सापडलं का?" रुथनं प्रश्न केला.

"माझ्या माहितीप्रमाणे अजून तरी काहीही सापडलेलं नाही. प्रामाणिकपणे सांगायचं तर तुला सापडलेली ती बॅग आणि मला सापडलेली ती पेस्ट ट्यूब एक योगायोग होता. आपण खूप आतल्या भागातल्या बेटावर आहोत. मी त्यांना हे सारं काही सांगण्याचा खूप प्रयत्न केला. जे काही वाहून येणार आहे ते तिकडे मोकळ्या

समुद्रतटांवर येऊ शकतं. इतक्या आत काही सामान वाहून येण्याची शक्यता फार फार कमी आहे; पण आपल्या या मित्रांची काहीही ऐकून घ्यायची तयारी नाही.''

''त्यांना जर यदाकदाचित काही पैसा सापडला तरी तो त्यांना ठेवून घेता येणार नाही,'' रुथनं मुद्दा मांडला.

''का नाही?''

''कारण तो त्या पूरग्रस्तांचा पैसा आहे. त्यांच्या आयुष्यभराची मेहनतीची कमाई आहे ती. त्यातील बहुतांश तर म्हातारे....''

''अगदी आपल्याकडे आहेत तसेच,'' तिचं वाक्य अर्धवट तोडत म्युराईल बोलली.

''फरक एवढाच की, इथल्या लोकांकडे तिजोऱ्या नाहीत,'' ऑलिव्हर बोलला. ''पैशांची तर गोष्टच सोडा!''

म्युराईल हसली. ''बरोबर आहे तुझं. जर इथं काही वाहून गेलं तर ते संडासांचे पॉट असतील.''

रुथ रागानं लाल झाली. ''गमतीचा विषय नाही हा,'' ती बोलली. ''तुम्ही दोघंही अगदी वात्रट आहात. दोघंही.''

म्युराईलनं भुवया उडवल्या. ''पण बीचवर सापडलेल्या वस्तूंवर शोधणाऱ्याचा हक्क असतो. फार प्राचीन नियम आहे हा. आणि मी पाहते आहे की तूही ते घड्याळ अजूनही आपल्या मनगटावर मिरवतेयस...''

रुथनं तिच्याकडे रागानं पाहिलं आणि फावडं खांद्यावर घेतलं. ''मी त्याच्या मालकाचा शोध घेते आहे,'' ती उत्तरली. ''आणि मी जोपर्यंत तो सापडत नाही तोपर्यंत प्रयत्न करणार आहे.'' एवढं बोलून ती ऑलिव्हरकडे वळली. ''आपण सीविड गोळा करणार आहोत की नाही?''

ती बिचच्या दिशेनं चालू लागली. ऑलिव्हरनं म्युराईलकडे पाहून खांदे उडवलेले आणि असं करताना तो कसनुसं हसला हे रुथनं तिरप्या नजरेनं टिपलं होतं. यानं तिच्या रागात आणखी भर पडली. एकदम थांबून ती वळली आणि म्युराईलकडे पाहत बोलली, ''आणि यात माझा काहीही दोष नाही. तू खरं तर माझ्या त्या फ्रीजर बॅगबद्दल या पूर्ण बेटावर सांगत फिरण्याची गरज नव्हती.''

म्युराईलनं मान डोलवली. करड्या केसांच्या बटा तिच्या चेहऱ्यावर डोलणाऱ्या मानेसह डोलल्या. तिनं त्या हातांनी बाजूला केल्या. ''बरोबर आहे तुझं. आय एम सॉरी! पण मी फक्त एक-दोन लोकांनाच त्याबाबत सांगितलं होतं; पण तुला तर ठाऊकच आहे इथला सगळा प्रकार. मी नाही ठेवू शकले स्वतःवर नियंत्रण. शिवाय केवढं आश्चर्यकारक होतं ते सारं काही. आणि मी तर या अशा कचऱ्यासाठीच जगणारी बाई आहे!''

नाओ

१

कितीही आणि काहीही असलं ना तरीही या म्हाताऱ्या जिकोचं माझ्या बाबांवर खूप प्रेम आहे आणि त्यांचंही तिच्यावर. आपला हा आवडता नातू आहे असं ती कायम बोलूनही दाखवायची. खरं तर तो तिचा एकुलता एक नातू होता. त्यामुळे तिला तसा इतर काही पर्याय नव्हता; पण गंमत होती तिची ती आणि नंतर मला कळलं की या संन्यासिनींसाठी काही नावडतं आणि आवडतं असा प्रकारच नसतो. आता जेव्हा मी विचार करते तेव्हा मला वाटतं की, तिचं बाबांवर एवढं प्रेम आहे; कारण बाबांच्या या अडचणींमुळे तिला प्रार्थना करायला कारण मिळतं आणि जेव्हा तुम्ही तिच्याइतके वयोवृद्ध असता आणि तुमचं शरीरही तुमची साथ सोडण्याच्या मार्गावर असतं, तेव्हा तुम्हाला जगण्यासाठी एखादं तेवढंच खास कारण लागतं.

समुद्रकिनाऱ्यालगतच्या छोट्या पर्वतरांगांमध्ये वसलेल्या एका छोट्याशा विहारात ती राहते. विहार लहान असला तरीही त्याला दोन नावं आहेत : Hiyuzan Jigenji. विहाराची छोटीशी इमारत डोंगराच्या उतारावर तग धरून उभी आहे आणि परिसरात सुगी (क्रिप्टोमेरिया किंवा सुरूची झाडं) आणि बांबूचे वन आहे. तुम्हाला अजिबात कल्पना नाही, इथं चढून जाण्यास किती पायऱ्या चढाव्या लागतात ते आणि भर उन्हाळ्यात जर तुम्हाला चढून जावं लागलं तर मग चढताचढता उन्हानं तुमचा जीव जाणार की काय असं वाटतं. तसं पाहिलं तर लिफ्टची खरी गरज या जागेला आहे; पण झेन बौद्ध अनुयायांना आधुनिक तंत्रज्ञानाचं जरा वावडंच आहे; पण शपथेवर सांगते, या विहारात जाणं म्हणजे हजारो वर्षं इतिहासात सफर करण्यासारखंच आहे.

सेन्दाईपर्यंत ट्रेननी नेण्याचं बाबांनी कबूल केलं. हे असं काही माझ्यासाठी करणं त्यांना जडच होतं; कारण भर दिवसा त्यांना घराबाहेर पडावं लागणार होतं. त्याचं प्रचंड दडपण त्यांना आल्याचं मलाही दिसत होतं; पण मी त्यांना कुठलीही मदत करत नव्हते. त्यात मला एक खुळचट लहान मुलांसारखी कल्पना सुचली आणि

जाताना थोडा वेळ टोकियो डिस्नेलॅन्डला जाण्याचं मी सुचवलं, जिथं मला मिकी चॅनशी हस्तांदोलन करायचं होतं.

कल्पना अगदीच अव्यावहारिक असल्याची मला जाणीव होती; कारण एकतर टोकियो डिस्नेलॅन्ड सेन्दाईच्या मार्गात नव्हतं आणि मुख्य म्हणजे गर्दीत बाबा कावरेबावरे होतात; पण मला मात्र तिथं जायचंच होतं. मिकी चॅन कॅलिफोर्नियाचा आहे आणि मीही. शिवाय माझ्यासारखीच त्यालाही घराची आठवण येत असणार आणि म्हणून मी बाबांना तिकडे जाण्यासाठी काकुळतीला येऊन विनंती करत होते; पण त्यांचा नकार होता. सामान्य घरातल्या सामान्य परिस्थितीला अनुसरून जर पाहिलं तर माझा हा हट्ट अगदीच काही अमान्य करण्यासारखा नव्हता. म्हणजे आख्ख्या उन्हाळ्याच्या सुट्ट्यांमध्ये आपल्या मुलीला दूर घालवण्यासाठी एक दिवस त्या मिकी चॅनसोबत घालवू देणं, ही काही फार मोठी किंमत नव्हती; पण आमचं कुटुंब सामान्य नव्हतं आणि त्यातील परिस्थितीही नव्हती. त्यात बाबांचा स्वभावही डिस्नेलॅन्डमध्ये रमणाऱ्या व्यक्तीचा नव्हता. थोडा प्रयत्न केला असता तर मी ही परिस्थिती समजून घेऊन शांत होऊ शकले असते आणि नकार देण्यासाठी त्यांना क्षमाही केली असती. तो ट्रेनचा प्रवास त्यांच्याबरोबर मस्त मजेत करू शकले असते; पण तसं न करता मी फुरंगटून बसले आणि कुठला अपराध केल्याची भावना मी त्यांना दिली. ते उदास झाले होते आणि कसनुसे दिसत होते आणि प्रामाणिकपणे सांगायचं तर मलाही हे सारं काही पाहून फारसं बरं वाटत नव्हतं. सरते शेवटी त्यांनी मला वचन दिलं की जेव्हा ते मला परत घ्यायला येतील, तेव्हा ते नक्की मला डिस्नेलॅन्डला नेतील आणि हे ऐकून मी हरखून गेले. म्हणजे हा पूर्ण उन्हाळा त्यांनी जिवंत राहण्याची तयारी दर्शवली होती, या कल्पनेनं मी जास्त खूश झाले होते.

टोकियो स्टेशनवर ते खूपच नर्व्हस झाले होते. नेमकी कुठली ट्रेन आम्हाला घ्यावी लागणार आणि कुठलं तिकीट काढावं लागणार हा निर्णय घेण्यासाठी त्यांनी बराच वेळ लावला आणि तोपर्यंत आम्ही ट्रेनची माहिती असणाऱ्या बोर्डखाली जवळ जवळ तासभर उभे होतो. एवढं करूनही आम्ही चुकीच्या प्लॅटफॉर्मवर पोचलो आणि कोमाची एक्स्प्रेसऐवजी यामिबिको सेमी-लोकलमध्ये चढलो. ही ट्रेन प्रत्येक छोट्या-मोठ्या स्टेशनवर थांबते की नाही यानं त्यांना काही फरक पडत नव्हता आणि खरं सांगायचं तर मलाही त्याचं काही घेणंदेणं नव्हतं. त्यामुळे गाडी आम्हाला घेऊन टोकियोच्या प्रत्येक उपनगरातून जात होती, नंतर ती औद्योगिक वसाहतीतून गेली. तिथल्या फॅक्टरींमधून निघणारे धुराचे ढग आणि परिसरात वसलेल्या गचाळ आणि कुरूप वसाहतींबरोबरच मॉल आणि पार्किंगच्या जागाही नजरेस पडत होत्या. प्रत्येक वेळी गाडीचं दार उघडत होतं आणि बंद होत होतं; लोक बाहेर पडत होते आणि काही आतही येत होते, प्लॅटफॉर्मवर गणवेषातल्या

बाया हातगाड्यांवर काहीबाही घेऊन फिरताना दिसत होत्या. "Obento wa ikaga desu ka?Ocha wa ikaga desu ka?" (जेवण हवं का कुणाला? चहा हवा का कुणाला?)च्या आरोळ्या त्या देत होत्या. अचानक मला भूक जाणवली आणि गोडे भाजलेले इल बेन्तो खायची तीव्र इच्छा झाली आणि मी ते बाबांना सांगणार त्या क्षणी मला आठवलं की मागल्या वेळी जेव्हा मी आवडीनं गोडे इल खाल्ले होते तेव्हा बाबांना नोकरी मिळाल्याचा आनंद आम्ही साजरा केला होता आणि ते सारं काही खोटं होतं. क्षणात माझी इल खाण्याची इच्छाच मेली आणि मी अंड्याचं सॅन्डविच घेतलं. बाहेरच्या धावत्या पार्श्वभूमीवर खिडकीच्या काचेवर भुतासारख्या धावणाऱ्या माझ्या प्रतिबिंबाकडे पाहत मी ते सॅन्डविच खात बसले. बाहेर सारं काही सिमेंटच्या रंगाचं, धूसर, मळकट, कळकट्ट, विद्रूप दिसत होतं; पण त्यातही काही भागांत अचानक तुकड्यांमध्ये काही धान्याची हिरवी शेतंही झळकत होती. त्या धूसरतेत मौल्यवान पाचूसारखी ती शेतं वाटत होती आणि टोकियोपासून जसजसे आम्ही दूर जाऊ लागलो, त्या हिरवळीचं प्रमाणही वाढू लागलं होतं.

सेन्दाईला पोचल्यावर आम्हाला जिकोच्या विहाराच्या जवळच्या भागापर्यंत नेणाऱ्या दुसऱ्या ट्रेनमध्ये बसावं लागलं आणि तिथून मग आम्ही माझी चाकांची बॅग घेऊन एका खूप जुन्या झालेल्या बसमध्ये बसलो, ज्यात फक्त म्हातारे लोक होते आणि ती आम्हाला जिकोच्या विहारापर्यंत नेणार होती. वाटेत काही छोटी दुकानं, कॉफी शॉप आणि एक प्राथमिक शाळा दिसली; पण प्रामाणिकपणे सांगायचं झालं तर त्याव्यतिरिक्त या वाटेवर फारसं काहीही नव्हतं. जे काही होतं ते अगदीच नगण्य होतं म्हणजे एक मासळी प्रक्रिया केंद्र, एक पाचिन्को पार्लर[१], एक गॅस स्टेशन, एक ७-इलेव्हन, एक गाड्या दुरुस्ती दुकान, एक रस्त्यालगत असलेली मशीद आणि काही छोटे शेतमळे. आम्ही सगळ्या काँक्रीटच्या जंगलांपासून दूर जाताना एका क्षणी मला पक्कं जाणवलं की आता आम्ही ग्रामीण भागात प्रवेश केला आहे; कारण जे बाहेर दिसत होतं ते सुंदर होतं. म्हणजे एखाद्या ॲनिमेशन चित्रपटात असल्यासारखं ते होतं. आमची ती छोटीशी बस हळूहळू त्या डोंगररांगांमध्ये आणि उंचवट्यांवरून वर-खाली होत पुढे जात होती. खाली पाहिलं तर लाटा त्या वेड्यावाकड्या दगडांवर आदळत होत्या आणि दगडांच्या वाळू भरलेल्या ओंजळीसारखे छोटे बीचही आम्हाला दिसले.

कॅलिफोर्नियाच्या उत्तर-पश्चिम तटांवरच्या मरिन किंवा सोनोमा किंवा हमबोल्टला जाणं मला मनापासून आवडायचं. आता जे मी बाहेर पाहत होते ते पाहून मला पुन्हा

---

१. विविध मशिनवर खेळ खेळण्याची जागा जी जुगार खेळण्याची ठिकाणं म्हणूनही ओळखली जातात.

ते सारं काही जाणवलं. फरक फक्त इतकाच होता की भरपूर झाडं आणि रचलेल्या घरांच्या अनुपस्थितीत जपानमध्ये हिरवळ जास्त होती. इथं काही होतं तर त्या तटांवर वसलेल्या छोट्या मच्छीमारांच्या वस्त्या, रांगेत उभ्या असलेल्या बोटी, टांगून ठेवलेल्या मासे पकडायच्या जाळ्या आणि लाटांवर तरंगणारे ऑयस्टर पकडण्यासाठी वापरायचे बांबूचे तराफे आणि घरांसमोर वाळायला टाकलेल्या कपड्यांसारखे दोऱ्यांवर वाळणाऱ्या मासळ्यांच्या रांगा. पूर्ण प्रवासात बस हजार वेळा तरी थांबली असेल आणि त्या प्रत्येक ठिकाणी थांबे होतेच असंही नव्हतं. ज्यांना थांबे म्हणावे ते म्हणजे रस्त्याच्या कडेला ठेवलेलं एक मातीनं माखलेलं बाकडं किंवा एक अस्पष्ट दिसणारा गावाच्या नावाचा बोर्ड किंवा मग एखादी झोपडी जी कॅलिफोर्नियात तुमच्या बाथटबवर जर एखादं फिल्टरेशन युनिट लावलं ना तर जसं दिसेल तशी. कॅलिफोर्नियात उंच-सखल प्रदेश तर होते; पण जिथं जिको राहायला आहे तिथं पुरेसे गरम पाण्याचे टब किंवा जलतरण तलाव किंवा लोकप्रिय लोकांचे बंगले आहेत की नाहीत, याबाबत मला शंका वाटली.

आता त्या बसमध्ये फारसे प्रवासी उरले नव्हते. मी, माझे बाबा आणि डोक्याला तेनुगुई[२] बांधलेल्या काही खरंच खूप वृद्ध बायका, एवढेच आम्ही उरलो होतो. ड्रायव्हर खूप तरुण होता. हडकुळा असूनही त्याचा बांधा मात्र छान होता. त्यानं एक छानशी टोपी घातली होती आणि हातात गाडी चालवताना घालायचे पांढरे हातमोजे होते. विशेष म्हणजे प्रत्येक वेळी बस थांब्यावर आणताना तो थोडा पुढे झुकत असे आणि मग ब्रेक लावल्यावर आपल्या हातमोजे घातलेल्या हातांनी तो टोपीच्या काठांवर दोन बोटं फिरवत असे. एकदम काक्कोई![३]

हळूहळू रस्ता खूप अरुंद आणि उताराचा होत चालला होता. एका खूप खोल दरीच्या काठानं बस निघाली होती आणि पुन्हा एकदा बस थांबली. मी खिडकीतून बाहेर डोंगरांकडे पाहिलं. पूर्ण डोंगर झाडांनी आच्छादलेला होता. जिथं बस थांबली होती, तिथं बाकडं किंवा धुळीनं माखलेला कुठला बोर्ड दिसतो का ते मी शोधत होते; पण काही दिसलं नाही. एका बाजूनं उंच कडा आणि बसच्या दुसऱ्या बाजूला खोल दरी, एवढंच नजरेस दिसत होतं; पण थोडा आणखी प्रयत्न केला तेव्हा डोंगराच्या तिकडे उंचावर एक दगडी प्रवेशद्वार दिसलं. फार प्राचीन वाटावं असं ते दार खरं तर झाडांमध्ये लपलेलं होतं आणि त्यावर शेवाळही भरपूर जमलं होतं. दारातून जाणाऱ्या दगडी पायऱ्या पुढे जात अंधारात गडप झाल्या होत्या.

---

२. पांढरा रुमाल

३. झकास

बस थांबली, दार उघडलं आणि ड्रायव्हरनं पुन्हा आपल्या टोपीची किनार दोन बोटांत पकडली. बसमधल्या प्रवासी महिलांनी आमच्याकडे सूचक पाहिलं.

"आपण पोचलो आहोत, नाओको," बाबा बोलले. "चला, आपण उतरायचं का?" कसा काय पण त्यांनी हा प्रश्न मला इंग्रजीत विचारला. इंग्रजी बोलण्यात ते फारसे काही तरबेज नव्हते आणि त्यांना ते कधीच गवसलं नाही; पण जेव्हाही ते बोलायचे त्यांच्या आवाजात खूप मृदुता, आदर आणि ज्ञानाची झलक मिळायची. जुगारात आपली संपूर्ण कमाई उधळणारी किंवा आत्महत्या करण्यासाठी रेल्वे रुळावर स्वतःला झोकून देणारी ही व्यक्ती आहे, यावर कुणालाही विश्वास बसणार नाही, असा त्यांचा स्वर होता.

"इथं?" मी करवादले. ते गंमत करताहेत असं मला वाटलं.

पण मी बोलण्यापूर्वीच ते उठून उभे झाले होते आणि त्या म्हाताऱ्या बायका जणू काही आम्ही कोण आहोत हे जाणत असल्यासारख्या आमच्याकडे पाहून काही तरी बोलत होत्या आणि मानाही डोलवत होत्या. बाबाही त्यांच्याकडे पाहत आदरानं झुकत होते. बसच्या त्या अरुंद जागेतून माझी ती चाकांची बॅग दारापर्यंत नेण्याचा मी प्रयत्न करत होते. समोरच्या आरशात माझी चाललेली धडपड त्या ड्रायव्हरनंही टिपली आणि तो लगेच आपल्या खुर्चीतून उठून मला मदत करायला पुढे आला. खाली उतरून मी रस्त्याच्या कडेला उभी राहिले. समोर समुद्रात उतरणारी दरी मी न्याहाळत होते. तिथून मला पाण्याची थोडीशी झलक मिळत होती. ते चकाकणारं, झळाळणारं पाणी जणू काही तुमच्या सगळ्या पापांतून तुम्हाला मुक्ती मिळवून देण्याचं वचन देत होतं.

वळून मग मी त्या उंच डोंगरकड्याकडे पाहिलं. कुठलीही इमारत मला तिकडे दिसली नाही. दगडी दार. शेवाळ. अंधारात गुडुप झालेल्या म्हणजेच कुठंच न जाणाऱ्या पायऱ्या. बाबाही बसमधून खाली उतरून माझ्या शेजारी येऊन उभे राहिले होते आणि गाडीचा तो ड्रायव्हर मला माझी चाकाची बॅग हातात देत होता. त्या दगडी पायऱ्यांकडे मी एक नजर टाकली आणि समजून घेण्याचा प्रयत्न करू लागले. मी बाबांची बाही पकडली.

"बाबा...?"

पण या वेळी तो ड्रायव्हर बाबांना वाकून नमस्कार करत होता आणि बाबाही त्याला प्रतिसाद देत होते. मग तो ड्रायव्हर बसमध्ये परत चढला आणि आपल्या जागेवर जाऊन बसला. बसचं दार त्यानं बंद केलं आणि गिअर बदलले. आता बसची चाकं करकरली आणि काही क्षणांत मी आणि बाबा त्या रस्त्याच्या कडेला जाणाऱ्या बसच्या मागच्या लुकलुकणाऱ्या लाईटकडे पाहत तिथं उभे होतो. मिचकवणारे ते लाईट आणि ती बस नंतर एका वळणावर अदृश्य झाली.

दुसऱ्याच क्षणी एकदम सारं काही शांत झालं. बांबूंच्या वनात फिरणारं वारं आणि त्याचा आवाज अंगावर काटा आणणारा होता. माझ्या चाकं असलेल्या धुळीत उभ्या असलेल्या बॅगेकडे माझी नजर गेली. गुलाबी रंगाच्या त्या बॅगवर हॅलो किटीचं चित्र होतं आणि त्या वातावरणात मला ती बॅग अचानक खूप एकटी आणि उदास वाटली.

आणि अचानक मला जणू काही साक्षात्कार झाला. माझे बाबा मला तिथं सोडून जाणार होते. आधी आम्ही माझी बॅग त्या पायऱ्यांवरून वर नेणार होतो आणि मग माझे बाबा तिथे त्या डोंगरावर काही अत्यंत म्हाताऱ्या संन्यासिनीजवळ, जी म्हणे माझी पणजी आहे आणि जिला मी अजिबात ओळखत नाही तिच्याबरोबर संपूर्ण उन्हाळ्यांच्या सुट्ट्यांमध्ये राहायला सोडून देणार होते.

''ओके!'' पायऱ्यांकडे वळत बाबा बोलले. ''चल, ये इकडे! शर्यत लावू आपण!''

माझ्या घशात काही तरी दाटून आलं आणि नाकात सळसळ झाली. नेहमीच्या माझ्या सवयीप्रमाणे कागोमे लिंच खेळामध्ये मुलं जेव्हा मला मारायची तेव्हा डोळ्यांतून एकही अश्रू येऊ नये म्हणून मी आपले दात परस्परांवर आवळून धरत असे, तसंच काहीसं करण्याचा विचार माझ्या मनात आला; पण मग विचार केला, गेला तो निर्धार खड्ड्यात! आता तर रडायलाच हवं. भोकाड पसरावं आणि हातपाय झाडावेत आणि तमाशा करावा; म्हणजे कदाचित माझ्या त्या अवस्थेकडे पाहून तरी बाबांना वाईट वाटेल किंवा दया येईल माझी आणि ते मला घरी परत नेतील. मी हलकेच हुंदके द्यायला सुरुवात केली आणि त्यांना ते लक्षात आलं की नाही हेही पाहिलं; पण त्यांचं अजिबात लक्ष नव्हतं. त्यांची नजर त्या डोंगरावर खिळली होती आणि चेहरा एकदम प्रफुल्लित झाला होता; पण तो उत्साह चेहऱ्यावर दिसू नये याचाही ते प्रयत्न करत होते. सनीवेल सोडल्यापासून मी इतकं उत्साही त्यांना पाहिलंच नव्हतं. तिथं त्यांच्या एका मित्रानं जेव्हा त्यांना मासेमारीसाठी आमंत्रित केलं होतं तेव्हा ते इतके आनंदी दिसले होते. त्यांना तसं पाहणंही आनंद होता; म्हणून मग मी मुकाट त्यांच्या मागे चालू लागले. हातात चाकांची बॅग होती आणि पायऱ्यांवर तिला चढवताना तिनं एक हुंदका दिला.

कु...लुंक.

बॅग बरीच जड झाली होती. उन्हाळ्यात मला जो अभ्यास करायचा होता त्याची सारी पुस्तकं त्यात होती. *कु....लुंक.* प्राचीन जपानी इतिहास. *कु....लुंक.* जपानची सद्यःस्थिती. *कु....लुंक.* जपानची नैतिकता आणि तत्त्व. *कु....लुंक. कु....लुंक.* मला दरदरून घाम फुटला होता आणि आता एकही पाऊल पुढे टाकणं मला शक्य नव्हतं. पण बाबा आधीच फार पुढे निघून गेले होते आणि माझी वाट पाहत होते.

वरच्या पायऱ्यांवरून ते खाली माझ्याकडे पाहत होते.

"लहान होतो ना मी, तेव्हा वरपर्यंत अगदी धावत जायचो," त्यांनी मला सांगितलं. "कदाचित आताही मी जाऊ शकतो...."

पण वर जाण्याऐवजी ते खाली माझ्याकडे परत आले आणि बॅगचं हॅन्डल त्यांनी आपल्या हातात घेतलं. या वेळी मी त्यांना बॅग घेऊ दिली. रेल्वे स्टेशनच्या सबवेमध्ये, ट्रेनमध्ये आणि मग आम्ही बसमध्ये चढलो तेव्हाही त्यांनी माझ्या हातून ती बॅग घेण्याचा प्रयत्न केला होता; पण मी त्यांना स्पष्ट नकार दिला होता. तुम्ही कल्पना करा की मध्यमवयीन तेलकट केसांचा, तारवटलेल्या डोळ्यांचा, खांदे पडलेला माणूस एक गुलाबी रंगांची हॅलो किटी चाकाची बॅग ओढतो आहे, हे कसं दिसलं असतं. खरंच, तुम्ही तरी एखाद्या सार्वजनिक ठिकाणी तुमच्या वडिलांना हे असं करू दिलं असतं? किती कीव येण्यासारखं! तसं करताना ते एकदम हेन्ताई दिसले असते. मुळात ते तसे नाहीत. ते माझे वडील आहेत. आणि ते कदाचित हिकिकोमोरी असतीलही; पण माझं त्यांच्यावर प्रेम आहे. त्यांच्याकडे आख्खी जनता रोखून पाहते आहे, हे मला अजिबात खपलं नसतं.

इथं मात्र आम्हाला पाहणारं कुणीही नव्हतं.

"चल चल, नाओ-चॅन!" ते बोलले. "चल पटापट!"

बॅगचं लोढणं ओढत ते एकदम भराभर पायऱ्या चढू लागले आणि मी त्यांच्या मागे आणि मग आम्ही दोघंही वर वर जात राहिलो. जसजसं आम्ही वर जात होतो, जंगल आणखी दाट होत गेलं. उकाडाही खूप वाढला. माझ्या बगलांमधून आता घाम गळू लागला होता. दगड निसरडे वाटत होते. पावसामुळे नाही तर हवेतल्या आर्द्रतेमुळे सारं काही निसरडं झालं होतं. वाऱ्यातही तो दमटपणा जाणवत होता. ते पाहून मला सॅनफ्रान्सिस्कोमधल्या धुक्याची आठवण झाली. धुक्यामुळेच हवेत गारवा येतो आणि आता जो उकाडा मला जाणवत होता तो कायलाच्या आईच्या सॉना बाथपेक्षाही जास्त गरम होता, अगदी वारं वाहत असतानाही. अंगावर उठलेल्या पित्तासारखी शेवाळाची पुटं सारीकडे दिसत होती. अगदी दगडांच्या फटींतूनही शेवाळ बाहेर येत होतं. बाबा चढत होते, एकेक पायरी वर... आणखी वर. डोंगरावर चढणारे आम्ही दोन सैनिक बनलो होतो; पण त्या डोंगराला काबीज करण्याचा आमचा उद्देश नव्हता. आम्ही पराभूत योद्धे होतो, जे पळून जाण्यासाठी डोंगराकडे आलो होतो.

कुठल्याशा किड्याचा थरथरणाऱ्या तारेसारखा एक कापरा आवाज शांततेला छेद देऊन गेला. तो कधी सुरू झाला मला कळलंच नाही. किर्र्र्र्र... आवाज वाढतच गेला. कदाचित तो आधीच वातावरणात होता किंवा माझ्या डोक्यातच होता तो; पण अचानक कुणीतरी जणू त्याचा आवाज वाढवला आणि तो इतका वाढला

की माझं डोकं एखाद्या ॲम्प्लिफायरप्रमाणे थडथडू लागलं आणि ती तीव्रता वाढता वाढता आता वातावरणात प्रसारित झाली. तो आवाज आत आहे की बाहेर, हे पाहण्यासाठी मी दोन्ही कानांत बोटं कोंबली आणि त्याच वेळी बाबांनी मला पाहिलं.

"Me-me-zemi," (एक प्रकारचा जपानी भुंगा) त्यांनी माहिती दिली. क्षणभर थांबत त्यांनी आपल्या खिशातून रुमाल काढला आणि डोळ्यांवर आलेला घाम पुसला आणि मग तोच रुमाल त्यांनी मानेवरूनही फिरवला अगदी जिममध्ये घाम आला की नॅपकिननं पुसतात तसा. सनीवेलला ते जिमला जायचे. "यातील फक्त नर असे ओरडतात," ते सांगत होते.

'का' म्हणून मी त्यांना विचारणार होते; पण मला त्याचं उत्तर ऐकण्याची इच्छा झाली नाही. घाम पुसल्यावर रुमाल त्यांनी गळ्याभोवती बांधला आणि जंगलात दूरवर शून्यात पाहावं तसं पाहत उभे राहिले.

"माझ्या लहानपणापासून हा आवाज माझ्या परिचयाचा आहे," ते म्हणाले. "हा natsu no oto (उन्हाळ्याचा ध्वनी) आहे."

मी उभी होते त्यापासून काही पायऱ्यांनंतरच्या पायरीवर ते उभे होते आणि मी त्यांच्याकडे पाहिलं तर ते खरोखरच खूप उंच दिसत होते. त्यांच्या त्या शून्यात पाहण्याच्या भावनेचा मला अर्थ लावता येईल असं वाटलं मला. कदाचित तो एक आत्मिक आनंद होता. माझे बाबा खरंच खूप आनंदात होते.

माझ्यासाठी मात्र तो उन्हाळ्याचा आनंददायक आवाज अजून तरी फार फार दूर होता. माझ्यासाठीचे आनंद देणारे आवाज म्हणजे वाहतुकीचे ट्रक आणि सुरक्षारक्षकांच्या शिट्ट्यांचे आवाज आणि संध्याकाळी सुरू होणारे स्वयंचलित स्प्रिंकलर आणि कुणाच्या तरी वेबर ग्रिलवर शिजणाऱ्या मांसाचा तो आवाज, आणि बर्फाळलेल्या काचेच्या ग्लासांमध्ये लिंबू सरबतात किणकिण करत पडणारे बर्फाचे तुकडे. गवत कापणाऱ्या मशिनचा आवाज किंवा मग कुणाच्या तरी घरी पोहण्याच्या तलावात हुंदडणाऱ्या मुलांचा आवाज. त्या साऱ्या आनंदी आठवणींनी मला हुंदका दाटून आला.

कु....लुंक. कु....लुंक. बाबांनी पुन्हा चढायला सुरुवात केली होती. मी डोळे पुसले आणि पुन्हा त्यांच्यामागे चालू लागले. मला दुसरा कुठला पर्याय होता का? जे चांगलं होतं, सकारात्मक होतं त्याकडे बघणं एवढं मी नक्की करू शकत होते. बाबांनी बसचं अपहरण करून ती इकडे डोंगरात आणली नव्हती आणि खरं म्हणजे ते अजूनही माझ्याबरोबर होते आणि कदाचित... कदाचित ते मला सोडून जाणारही नाहीत, अशी आशा होती. किंवा त्यांनी थांबावं म्हणून मला काही करता येणंही शक्य होतं. म्हणजे उन्हाळ्याच्या सुट्या संपता संपता ते मला परत घ्यायला येणार आणि परत जाताना डिस्नेलॅन्डला नेणार असं वचन जरी त्यांनी मला दिलं होतं तरी

जर ते आलेच नाहीत तर? ते जे कुणी विशिष्ट डॉक्टर आहेत त्यांना जर बाबांना नीटच करता आलं नाही तर? किंवा मग आम्ही परत जाताना त्यांना अचानक आत्महत्येची ऊर्मी दाटून आली आणि त्याला परतवून लावणं शक्य नाही म्हणून त्यांनी आम्ही प्रवास करणार असलेल्या डिस्नेलॅन्ड एक्स्प्रेससमोरच उडी मारली तर? तसंही मिकी-चॅनला भेटण्यात त्यांना तसा काही फारसा रस नाही. अशी आत्महत्येची वृत्ती असलेल्या वडिलांवर तुम्ही किती विश्वास ठेवू शकता?

२

आम्ही वर, वर आणि उंच, आणखी उंच चाललो होतो; परस्परांशी फारसं काहीही न बोलता आणि आपल्याच विचारांत गुरफटून आम्ही चालत राहिलो. बाबा त्यांच्या लहानपणाबद्दल विचार करत होते आणि मी त्यांचा विचार करत होते. सगळ्याच लहान मुलांना त्यांच्या पालकांच्या मानसिक स्वास्थ्याचा विचार करावा लागतो का? सामाजिक रचनेचा विचार केला तर पालकांनी मोठं होऊन आपल्या मुलांची काळजी घ्यायची असा प्रघात आहे; मात्र काही वेळा याच्या उलटही होतं. प्रामाणिकपणे सांगायचं झालं तर मला माझ्या आयुष्यात, ज्यांना खरंच 'मोठे' झालेले पालक म्हणावं असे फारसे काही लोक भेटले नाहीत; पण कदाचित मी कॅलिफोर्नियात वाढल्यामुळे असेल; कारण तिथं माझ्या वर्गमित्रांचे पालक फारच बालिश प्रकारातले होते. त्या साऱ्यांची कुठल्या ना कुठल्या प्रकारची थेरपी चालली होती आणि व्यक्तिगत वाढीसंदर्भातील वेगवेगळ्या कार्यशाळांना जायचे. कधी मानवी कार्यक्षमता वाढवण्यासाठीचे वर्ग ते करायचे आणि मग अशा ठिकाणी गेल्यानंतर त्यांची वेगवेगळी खुळं असायची. कधी आहारासंदर्भात तर कधी व्हिटॅमिनसंदर्भातील किंवा मग दृश्यावलोकन किंवा मग कसले तरी विधी किंवा मग नातेसंबंध वृद्धिंगत करण्यासाठीची एखादी पद्धत, जे ते परत आल्यावर आपल्या मुलांचा आत्मविश्वास वाढावा म्हणून वापरायचे. जपानी असल्यामुळे माझ्या पालकांना आत्मविश्वास वगैरे गोष्टींशी फारसं काही घेणं-देणं नव्हतं आणि म्हणूनच ते या मानसशास्त्रीय प्रकारांच्या भानगडीत अजिबात पडले नाहीत. खरं तर बाबांचे एक मित्र मानसशास्त्राचे प्राध्यापकही होते. छान होते ते. थोडे वयस्क आणि १९६०मध्ये काही विशेष औषधांचं सेवन करून झिंगल्यामुळे त्यांची खूप बदनामी झाली; पण त्याला ते संशोधन म्हणत. त्यामुळे आतापर्यंत तुम्हाला कळलंच असेल की ते किती अपरिपक्व होते. तशी मी काही तज्ज्ञ नाही. मीच अजूनही लहान आहे, त्यामुळे मला किती माहिती असावी यालाही मर्यादा आहेच; पण माझं मत जाणून घेतलं तर मी म्हणेन की आतापर्यंत मला भेटलेल्या लोकांमध्ये फक्त एक वृद्ध जिकोच तेवढी

खरी मोठी झाली आहे, परिपक्व आणि जबाबदार आणि खूप समजूतदार. कदाचित ती एक संन्यासिनी असल्यामुळे असेल किंवा मग कदाचित पृथ्वीवर इतकी वर्षं जिवंत असल्यामुळे असेल. मोठं व्हायला तुम्हाला खरंच शंभर वर्षं जिवंत राहण्याची गरज असते का? मला हे जिकोला विचारायला हवं.

एक मिनिट थांबा हं....

<**जिको,** मला एक सांग की जर मोठं व्हायचं असेल तर किती वर्षं वय असायला हवं गं? म्हणजे फक्त शरीरानं मोठं होण्यासाठी नाही तर डोक्यानंही? म्हणजे बुद्धीनं?>

मी वर जे लिहिलं तो मेसेज मी तिला पाठवला आहे. मला उत्तर आलं की तिनं काय सांगितलं ते मी तुम्हालाही सांगेन. कदाचित उत्तर यायला जरा वेळ लागू शकतो; कारण विहारात ही झाझेनची वेळ असते. झाझेन हे एक प्रकारचं ध्यान करणं असतं आणि इथं ते कॅलिफोर्नियापेक्षा जरा वेगळं आहे. निदान मला तरी ते दिसायला वेगळं दिसतं; पण मला काय माहिती असणार म्हणा! मी म्हणाले ना, की मी तर बच्ची आहे अजून.

तर कुठं होते मी? अरे हो, आम्ही विहाराच्या पायऱ्या चढत होतो. शीः, माझं हे नेहमी असं होतं. कधी कधी तर मला वाटतं की मला ना **ADD** (attention deficit disorder) आहे. कदाचित तिकडे कॅलिफोर्नियात मला हा रोग जडला असावा. कॅलिफोर्नियात हा आजार सगळ्यांना आहे आणि त्यासाठी ते सारेच औषध घेतात आणि प्रत्येक वेळेस ते आपल्या औषधांमध्ये आणि त्याच्या प्रमाणात बदल करताना आढळून येतात. मला ना त्यामुळे खूप एकटं पडल्यासारखं जाणवायचं; कारण त्यांच्या गप्पांमध्ये सहभाग घेण्यासाठी बोलण्यासारखं माझ्याकडे काहीही नसायचं; कारण मी असं कुठलंही औषध घेत नव्हते आणि माझे पालक जपानी असल्यामुळे आणि त्यांना या मानसशास्त्राचं वगैरे काही ज्ञान नसल्यामुळे मला माझं तोंड बंदच ठेवावं लागत असे; पण एक दिवस मधल्या सुट्टीत डबा खाताना कुणाच्या तरी लक्षात आलं की मी जेवणानंतर कुठल्याही औषधी गोळ्या घेत नाही आणि मग त्या वेळी कायला माझ्या मदतीला धावून आली होती. खरं तर मी त्यांच्यातील नाही हे पुन्हा एकवार सिद्ध करण्याचा दुष्टपणाच तिनं केला; पण त्याची पद्धत मात्र मधात घोळवलेली होती. तिच्या अव्वल असण्याचं प्रदर्शन करणारा एक दृष्टिक्षेप साऱ्यांवर टाकत ती बोलली, ''नाओला औषधांची गरज नाही. ती जपानी आहे.'' मला माहिती आहे की तिचं हे विधान खूप खूप खूप उपरोधिक होतं; पण तिनं ते उच्चारताना मला मात्र जपानी असणं म्हणजे खूप विशेष असल्यासारखं वाटलं, म्हणजे जपानी असणं म्हणजे सुदृढ असणं. तिचं ते बोलणं ऐकून इतरांनी खांदे उडवले आणि काही न बोलता ते निघून गेले.

कायलानं माझी बाजू घेतली याचं मला जरा बरं वाटलं; पण मला स्वतःला मात्र आपण निरोगी असल्याचं वाटत नव्हतं. मला खात्री आहे की सगळ्याच मानसिक रोगांनी म्हणजे **ADD** काय आणि **ADHD** (Attention Deficit Hyperactive Disorder) काय आणि **PTS** (Post Traumatic Stress) किंवा नैराश्य आणि आमच्या आख्ख्या कुटुंबात ज्याची लागण आहे ती आत्महत्येची वृत्ती यांनी मला ग्रासलं आहे. जिको म्हणाली होती की या साऱ्यांना काढून टाकायला मला झाझेनचाही उपयोग नाही; पण ते केलं तर या रोगांना सांभाळणं तरी मला शक्य आहे. खरंच, त्याचा किती फायदा होणार मला माहिती नाही; पण तिनं मला झाझेन कसं करायचं ते शिकवलं आहे आणि मी ते दर दिवशी नेमानं करण्याचा प्रयत्न करत- म्हणजे कधी कधी दर एक दिवसाने किंवा मग निदान आठवड्यातून दोन दिवस तरी नक्कीच- आणि आता मी त्यासंदर्भात विचार करते तेव्हा मला वाटतं की, जरी मला स्वतःला संपवण्याची इच्छा असली तरीही मी अजून असं काही केलेलं नाही आणि मी जिवंत आहे, मेलेली नाही, म्हणजे झाझेनचा फायदा होतो आहे तर.

३

तर कुठं होते मी? अरे हां, विहाराजवळ. बरोबर. तर आम्ही चढत गेलो आणि मग सरतेशेवटी आम्हाला विहाराचं फाटक दिसलं. डोंगराच्या अगदी वरच्या टोकाला होतं ते आणि खूप भव्य होतं. एखाद्या भयंकर अजस्त्र प्राण्याच्या तोंडासारखं. शेवाळानं माखलेलं आणि ओघळणाऱ्या वेलींनी वेढलेलं. ते सारं काही क्षणात आमच्या अंगावर ओघळून आम्हाला गाडून, मारून टाकणार की काय, असं वाटलं. भुतांना वस्ती करायला आणि जिवंत लोकांना छळायला ही जागा एकदम झकास होती. नंतर माझ्या लक्षात आलं की खूप महत्त्वाच्या विहारांची असतात तितकं काही हे फाटक मोठं नव्हतं; पण खालून पाहताना आणि तेही अगदी पहिल्यांदाच मला ते फार मोठं वाटलं होतं. एवढ्या पायऱ्या चढून मी प्रचंड दमले होते आणि त्या उकाड्यामुळे मला आता भासही व्हायला लागले होते. भुंग्यांची भुणभुण आणि बॅगचा कु...लुंक आवाज... मी घाबरले होते. या अशा भीषण आणि भयाण जागी मला एकटीला सोडून बाबा निघून जाणार? ते फाटक पाहताक्षणी मला वळून त्या पायऱ्यांवर स्वतःला झोकून देण्याची आणि अनंताच्या मऊशार कुशीत विसावण्याची तीव्र इच्छा झाली. त्या पायऱ्यांवरून घरंगळत जाताना, त्यावरच्या उंचवट्यावर आदळताना माझं शरीर आपटणाऱ्या भोपळ्यासारखं होणार याचीही मला पर्वा नव्हती. एकदाची मी अगदी शेवटच्या पायरीवर पोचले आणि त्यानंतर समुद्रात

स्वाहा झाले तरीही मला चालणार होतं; कारण मग मी सुरक्षित झाले असते आणि मेलेले असते.

पाय थरथरू लागले होते माझे. आई तिकडे त्या मत्स्यालयात पाहायची त्या मून जेलीसारखे माझे गुडघे एकदम पिळपिळीत झाले आणि त्याच वेळी काहीतरी माझ्या पायाला स्पर्श करून गेलं. विजेचा झटका बसावा तसा अंगावर काटा फुलला माझ्या. तातारी!४ आणि मी एकदम उडी मारली आणि जोरात किंचाळले आणि बाबांना हसू आलं आणि क्षणात मी एका काळ्या-पांढऱ्या मांजराच्या शेवाळी हिरव्या डोळ्यांकडे पाहत असल्याचं ध्यानात आलं. तिरप्या नजरेनं ते माझ्याकडे पाहत होतं आणि नंतर माझ्याकडे पाठ फिरवून त्यानं तेच केलं जे मांजरांना करायला आवडतं. शेपटी हवेत ताठ उंचावून आणि पाठीच्या कण्याचं धनुष्यबाण करत पायांमध्ये घोटाळणं. शेपटी उंचावल्यावर त्याच्या पार्श्वभागाचं दर्शन अनिवार्य असतं आणि जेव्हा मांजर तुम्हाला स्वतःचे असे भाग 'कुरवाळण्या'साठी आमंत्रित करतं, तेव्हा तुम्हाला त्यानंतरच्या 'दृश्य परिणामां'ची कुठलीही तमा न बाळगता कार्य पार पाडावं लागतं. मांजराची लव खूप मऊ आणि शरीर उबदार होतं आणि त्याच वेळी एकदम विहारातील घंटा घणघणली. तो नाद इतका घणाघाती होता की बांबूंची हिरवी लकाकणारी पातीही थरारून उठली. त्या दगडी फाटकाखाली उभ्या असलेल्या बाबांनी एकदम विहाराकडे नजर टाकली आणि ते हलकेच उद्गारले, ''तदाईमा...''

कुणी जेव्हा स्वतःच्या घरी पोचतात तेव्हा म्हणायचा हा शब्द आहे.

मोठा पार्श्वभाग असलेल्या त्या छोटुकल्या मांजरानं मग आपली शेपटी फेंदारली आणि आमच्या पुढे वाट दाखवत ते चालू लागलं आणि तेव्हाच मला दगडावर चपलांच्या आपटण्याचा आवाज ऐकू आला. विहाराच्या आतून मुजी आमचे स्वागत करण्यासाठी धावत बाहेर आली होती. करड्या रंगाचा पायजमा तिनं घातला होता आणि डोक्यावर एक पांढरं फडकं गुंडाळलं होतं. मांजराला उचलून तिनं काखेत पकडलं आणि ते पडणार नाही याची दक्षता घेत तिनं दोन्ही हात जोडून आम्हाला अगदी कमरेत वाकून नमस्कार केला.

''Okaerinasaimase, dannasama!'' ती म्हणाली. फिफीज् लोनली एप्रनमध्ये जेव्हा फ्रेंच मेडचे मालक येतात, तेव्हा जे बोलून त्यांचं स्वागत केलं जातं तेच आता मुजी बोलली होती.

आमच्या स्वागतासाठी म्हणून त्या रात्री जरा विशेष आयोजन होतं; पण त्याला समारंभ वगैरे काही म्हणता येणार नाही; कारण ते इतकं भव्यही नव्हतं; कारण

---

४. भुताटकी किंवा चेटूक

उपस्थित लोकांमध्ये मी, बाबा, जिको, मुजी आणि आणखी दोन म्हाताऱ्या बायका होत्या. विहारातच स्वयंपाकात, बागेत आणि इतर धार्मिक विधींमध्ये मदत करण्यासाठी त्या तिथं राहत असत. जेवायला बसण्यापूर्वी आम्ही सगळ्यांनी आधी गरम पाण्याच्या ओफुरोमध्ये[५] अंघोळी केल्या. बाबा पुरुष असल्यामुळे त्यांना आधी अंघोळीला पाठवण्यात आलं. हा असा भेदभाव आम्ही सनीवेलला असतो तर अजिबात खपवून घेतला गेला नसता. पुरुष-स्त्री असा विचारही तिथं नसतो. अंघोळ झाल्यावर ते बाहेर आले तेच ओलेते आणि त्यांची कांती एकदम गुलाबी झाली होती. त्यांच्या अंगावर युकाता[६] आणि पायात गेता[७] होत्या. एक टेरिक्लॉथ टॉवेल डोक्यावर लपेटला होता. ते बाहेर आल्यावर मुजीनं त्यांना एक ग्लास बिअर प्यायला दिली. त्यांच्या चेहऱ्यावर आनंद होता. मी त्यांना इतकं आनंदी ते सनीवेलला असतानाही पाहिलं नव्हतं आणि मग माझ्या आशा पुन्हा पल्लवित झाल्या. कदाचित मी कल्पना केली होती त्याप्रमाणे बाबा परत न जाता उन्हाळाभर इथंच विहारात राहतील. ढीगभर मानसोपचार तज्ज्ञांकडे खेपा घालण्यापेक्षा त्यांचं इथं राहणं जास्त योग्य आहे, असं मला ठामपणे वाटत होतं. तसंही त्यांना काही कुठली नोकरीबिकरी नव्हती. आई आपल्या नोकरीत बऱ्यापैकी व्यस्त होती आणि स्वतःची काळजी घ्यायला ती एकटी समर्थ होती, शिवाय ते ग्रेट माइंड्स ऑफ वेस्टर्न फिलॉसॉफर्सही हजारो वर्षांपासून ठीकठाक आहेच. यांनी वाचलं नाही तर त्यांचं काहीही बिघडणार नव्हतं आणि ऑगस्ट संपेपर्यंत तरी त्यांचं नीट चालणार होतं.

आम्ही मग बाहेर लाकडी आवारात बसलो आणि त्या विहारातील लहानग्या बागेला निरखत होतो. संध्याकाळचं वारं बांबूंच्या झाडांमध्ये शीळ घालत होतं. त्यांना आनंदानं बिअरचा आस्वाद घेताना पाहिलं आणि तुम्ही थांबणार का इथंच, हे मी त्यांना विचारणार, तेवढ्यात जिकोनं आवारात प्रवेश केला आणि, "Nattchan, issho ni ofuro ni hairou ka?"[८] म्हणून विचारलं. तिला नकार देणं फार वाईट दिसलं असतं म्हणून मी उठले आणि तिच्या मागे जाऊ लागले. अंघोळ करताना माझ्या शरीरावरच्या जखमा, त्यांच्या जुन्या खुणा, सिगारेटनं तयार झालेले व्रण हे तिच्या मोतीबिंदू झालेल्या नजरेला दिसणार नाहीत अशी अपेक्षा मी करत होते.

---

५. बाथटब

६. सुती किमोनो - जपानी पेहराव

७. लाकडी सपाता

८. नॅतचॅन, आपण दोघीही बरोबर अंघोळ करू या का? (नाओचॅन ऐवजी अत्यंत प्रेमाचे संबोधन नॅतचॅन)

जास्तीत जास्त जखमा आता भरत आल्या होत्या; पण त्यातील काही मात्र जन्मभर सोबत करतील असं वाटत होतं.

न्हाणीघराच्या बाहेर एक छोटासा ओट्यासारखा उंचवटा होता ज्यावर जिकोनं एक मेणबत्ती आणि काही उदबत्त्या पेटवल्या आणि मग तीन वेळा तिनं नमस्कार केला. प्रत्येक वेळा ती वाकून, मग गुडघ्यावर बसत आणि मग कमरेतून वाकून जमिनीला डोकं टेकवत नमस्कार करत होती. हे सारं करताना तिला बराच वेळ लागत होता. ती म्हातारी आहे म्हणून तुम्ही कल्पना करताय तितका वेळ मात्र तिला लागला नाही हं. तिनं हे सारं काही मलाही करायला लावलं आणि मी अत्यंत बावळटासारखा कसाबसा तो उपचार पार पाडला; पण माझ्याकडे तिचं अजिबात लक्ष नव्हतं; कारण मी नमस्कार करत असताना ती तिच्या श्वासांच्या गतीला साजेशी कसलीशी प्रार्थना पुटपुटत होती. त्याचा अर्थ थोडक्यात पुढीलप्रमाणे आहे :

स्नानास प्रारंभ करताना मी सर्व प्राणिमात्रांसाठी
प्रार्थना करते आहे की, आम्ही
आपलं शरीर आणि बुद्धी यांना पवित्र करू
आणि आतून-बाहेरून शुचिर्भूत होऊ.

ती हा विधी पार पाडताना तो जणू काही खूप महत्त्वाचा आहे, असं मला वाटलं; पण मग मी नंतर विचार केला की सेन्टोमध्ये जेव्हा त्या सगळ्या बारबाला अंघोळ करून बाहेर पडतात तेव्हा त्या किती प्रसन्न आणि स्वच्छ दिसतात. तसं त्या जगत असलेलं आयुष्य काही फारसं चांगलं नाही; म्हणून मग कदाचित जिकोची प्रार्थना फळाला येते आहे आणि त्याचा प्रसादच जणू प्रत्येक जिवंत असणाऱ्या जीवाला मिळतो आहे, असं मला वाटलं.

हे न्हाणीघर म्हणजे एक लाकडाचा मोठा डबाच आहे आणि त्यात आत आणखी छोटे डबे आहेत. सगळ्यात छोटा चौकोन म्हणजे डुंबण्यासाठीची जागा ज्यात मस्त गरम सल्फर घातलेलं पाणी सोडलं जातं आणि त्याचा उकडलेल्या अंड्यासारखा वास येतो. त्याची सवय व्हायला जरा वेळच लागतो. दाट हवेला भेदून येणाऱ्या उन्हाच्या तिरिपींशिवाय न्हाणीघरात तसा अंधारच असतो. उघड्या शरीरावर हे ऊन तीक्ष्ण बाणांसारखं लागतं. टबच्या शेजारी काही लाकडी स्टूल ठेवली आहेत आणि अंग धुण्यासाठी टबचं पाणी घ्यायला काही प्लॅस्टिकची भांडीही ठेवलेली असतात.

जपानमध्ये अंघोळ म्हणजे एक उपचार नाही तर मोठा विधी असतो. टबमध्ये डुंबण्यापूर्वी त्याचं पाणी घाण होणार नाही यासाठी आधी तुमचं घामानं आणि धुळीनं

माखलेलं शरीर बाहेरच व्यवस्थित धुवावं लागतं आणि मगच टबच्या पाण्यात उतरून तिथे तुम्ही जरा वेळ थांबू शकता. त्वचा थोडी सैल आणि मृदू झाली की तुम्हाला पुन्हा बाहेर यायला लागतं आणि मग स्टूलवर बसून तुम्ही स्नानाला सुरुवात करता. आधी साबण आणि एखाद्या जाड्याभरड्या कपड्यानं खऱ्या अर्थानं शरीर स्वच्छ करायला सुरुवात करता. मग तुम्हाला जर केसांना शॅम्पू करायचं असेल किंवा पायावरचे केस काढायचे असतील किंवा दात घासायचे असतील, तुम्ही इथं ते सारं काही उरकू शकता. त्यानंतर हे सारे सोपस्कार आटोपून आणि शरीरावरील साबण स्वच्छ धुतल्यानंतर पुन्हा टबमध्ये प्रवेश करायचा असतो. आणि तो सडलेला अंड्यासारखा वास सहन करण्याची तुमच्यात ताकद असेल तर मात्र मग तुम्ही या अवस्थेत त्या टबमध्ये निवांत वेळ घालवू शकता.

आम्हा दोघींच्या उपस्थितीत बाथरूममध्ये जरा गर्दीच झाली होती आणि जिको चणीनं छोटी होती; पण मी नव्हते. तिच्या शेजारी मी अगदी एखाद्या हिप्पोपोटॅमससारखी दिसत होती आणि तिथं हालचाल करताना माझा हलकासा जरी धक्का तिला लागला तर तिचा पार भुगा होईल की काय, याची मला भीती वाटत होती; पण जिकोला त्याची काळजी नव्हती. तिचं याकडे लक्षही नव्हतं. जरा वेळानं मग मीही त्याबाबत जरा निश्चिंत झाले. हे वैशिष्ट्य आहे जिकोचं. तिची सुपर पॉवर आहे ती. ती तुमच्याबरोबर जिथं असेल, तिथं ती तुम्हाला शांत करते आणि तुम्ही स्वतःसंदर्भात आश्वस्त होता. बरं, हे काही फक्त माझ्यासाठी ती करते असंही नाही. तिचं हे असणं सगळ्यांसाठी असतं. मी पाहिलं आहे ते; अनुभवलं आहे.

मला वाटतं जिको दिसते कशी हे सांगण्याची आता वेळ आली आहे; कारण पहिल्याच दिवशी तिच्यासोबत संपूर्ण नागड्या अवस्थेत मी न्हाणीघरात गेले तेव्हा मीही अचंबित होते. पुढे जे काही मी लिहिणार आहे ते वाचताना तुम्हाला एक गोष्ट मात्र कायम ध्यानात ठेवावी लागेल आणि ती म्हणजे तिचं वय. ती १०४ वर्षांची आहे आणि तुम्ही जर कधी अशा अतिवृद्ध लोकांना पाहिलं नसेल किंवा त्यांच्या आजूबाजूला वावरला नसाल तर मग तुमच्यासाठी हे जरा अति होणार. मला जे म्हणायचं आहे ते मी जरा वेगळ्या शब्दांत सांगते तुम्हाला, म्हणजे काय की अशा म्हाताऱ्या लोकांनाही इतर मनुष्यांप्रमाणे हात, पाय आणि स्तन आणि बाक आलेलं शरीर असं सगळं असतं; पण हे अतिवृद्ध लोक मात्र परग्रहावरील लोकांसारखे दिसतात. एक्स्ट्रा टेरेस्ट्रियल! **ET!!** मला माहिती आहे की हे असं बोलणं अजिबात बरोबर नाही; पण ते खरं आहे. ते खरंच तसेच परग्रहावरच्या लोकांसारखे दिसतात म्हणजे एकाच वेळी ते प्राचीन आणि तरुण दोन्हीही असतात. शिवाय ते वावरताना त्यांची प्रत्येक हालचाल ही खूप सावकाश आणि जपून केलेली असते; पण त्याच वेळी ती फारच धोकादायकही वाटते. परग्रहावरील लोकांनी आपल्याला

घाबरवावं तसं असतं ते.

त्यात ती आहे एक संन्यासिनी आहे आणि त्यामुळे तिनं केशवपन केलेलं आहे आणि मुंडन केलेलं तिचं ते डोकं एकदम चकाकणारं आणि गुळगुळीत दिसतं. तिचे गालही गोबरे आहेत; पण बाकी शरीरावरचा प्रत्येक भाग हा मऊशार सुरकुत्यांनी भरलेला आहे. पहाटेच्या दवबिंदूंनी भिजलेल्या कोळ्याचं जाळं दिसावं ना अगदी तसं. तिचं वजन पन्नास पौंडांच्या आसपास असेल आणि उंची कदाचित चार फूट असावी. शरीर एकदम हडकुळं आहे. त्यामुळे तुम्ही जर तिचा हात किंवा पाय धरला तर तुमच्या हातांची बोटं वेढा घालून पुन्हा परस्परांत गुंफता येतील इतकी ती बारीक आहे. बरगड्या तर कातडीखाली छातीजवळ पेन्सिली ठेवल्यासारख्या दिसतात; पण तिचे नितंब मात्र इतर शरीराच्या प्रमाणात फारच मोठे आणि अगदी गोलाकार आहेत. हे वर्णन ऐकल्यावर कदाचित तुम्हाला वाटेल की तिच्या शरीरावर सुरकुत्यांनी भरलेली त्वचा कापड पसरवताना त्याला घड्या पडाव्यात तशी लोंबत असेल; पण नाही. वयाच्या मानानं तिची त्वचा जरी सुरकुतलेली असली तरीही फार तरुण असल्याचं जाणवतं. कदाचित ती कायम अशीच सडपातळ होती आणि जादा चरबी कधीच शरीरावर नसल्यामुळे ती ही अशी दिसत असावी. तिचे स्तनही आकारानं फारच छोटे आणि सपाट आहेत. त्यामुळे तिची छाती ही अगदी वयात येणाऱ्या मुलीसारखी दिसते.

आणखी एक गोष्ट आहे जे मी खरं तर सांगू नये; पण तुम्हाला मी सांगणारच; कारण तुम्ही हे वाचताना माझ्याबद्दल कुठलाही गैरसमज करून घेणार नाही याची मला खात्री आहे. म्हणजे मी हेन्ताई आहे असा समज तुम्ही करून घेणार नाही. तिच्या दोन्ही पायांतून अगदी स्पष्ट दिसणारा तिचा योनी भाग अगदी भर तारुण्यातील मुलीसारखाच दिसतो; पण खूप काळजीपूर्वक पाहिलं तर मग तिथे पांढरे झालेले काही केस दिसतात. एखाद्या म्हाताऱ्या माणसाच्या पिकलेल्या खुरट्या दाढीसारखे. बाथरूमच्या अंधूक प्रकाशात वाफाळलेल्या पाण्याच्या टबमधून वर येणारं तिचं ते सडपातळ आणि बाक आलेलं शरीर पाहिल्यावर मला ती भुतासारखीच दिसली; पण थोडी भुतासारखी, थोडी लहान मुलासारखी, थोडी तरुण, थोडी एखाद्या यौवनानं मुसमुसलेल्या स्त्रीसारखी आणि थोडीशी ती यमाम्बा[९]सारखी दिसली. वयाच्या प्रत्येक अवस्थेचा तिच्यात संगम झालेली ती एक एका क्षणासारखी स्त्री होती.

पोचलो त्या दिवशी रात्री माझ्या मनात यातील कुठलाही विचार आला नाही. मी हे जे काही लिहिते आहे, ते काही आठवड्यांच्या तिच्या सहवासानंतर सुचलेलं

---

९. डोंगरातली चेटकीण

आहे. तिला बाथटबमध्ये आत-बाहेर होताना पाहताना, तिची पाठ घासून देताना किंवा तिला मुंडन करायला मदत करताना मला हे सगळं दिसत गेलं. जर प्रयत्न केला तर न्हाणीघरात तीन लोक सहज आंघोळ करू शकतात. त्यामुळे अनेकदा मुजीही आमच्यासोबत अंघोळीला येत असे आणि मग आम्ही तिघीही नमस्कार आणि प्रार्थनेचे विधी एकत्र करत असू. विहारात राहायला गेला असाल तर तिथं खूप सारे नियम असतात. उदाहरणार्थ, अंघोळ करताना बोलण्यावर इथं बंदी आहे आणि आम्ही ते पाळत असू; पण मग जिकोच कधी कधी हा नियम मोडायची आणि मग आम्ही थोडंफार बोलायचो आणि या संवादानंतर खूप शांत वाटायचं.

इथल्या नियमांचं सांगायचं झालं तर इथं वेगवेगळ्या गोष्टींसाठी फार विचित्र नियम, पद्धती आणि विधी आहेत. अगदी प्रत्येक गोष्ट, म्हणजे चेहरा धुताना किंवा ब्रश करताना किंवा अगदी तोंडात आलेला टूथपेस्टचा फेस थुंकताना किंवा असंच बरंच काही ना काही करताना पाळायचे नियम किंवा तेव्हा करायचे विधी आहेत. मी गंमत अजिबात करत नाहीये. संडासला जाण्यापूर्वी पॉटीलाही वाकून नमस्कार करून तिथंही सर्व प्राणिमात्रांच्या रक्षणासाठी एक प्रार्थना म्हटली जाते. ती जरा मजेशीर आहे.

मलविसर्जनासाठी मी सज्ज झाले असताना
सर्व प्राणिमात्रांच्या वतीनं मी प्रार्थना करते की मी
माझ्या शरीरातील घाण विसर्जित करताना त्याबरोबरच हव्यास,
क्रोध आणि मूर्खपणाचं विषही नष्ट करू इच्छिते.

सर्वप्रथम जेव्हा हे पाहिलं तेव्हा मी अगदी स्पष्ट सांगितलं की मी हे काहीही करणार नाही; पण जेव्हा तुम्ही या अशा सदैव नम्र आणि इतरांसाठी विचार करणाऱ्या आणि आभार प्रकट करणाऱ्या लोकांसोबत राहता, तेव्हा केव्हा तरी ते तुमच्या आतही उतरत जातं आणि मग एक दिवस जेव्हा मी फ्लश केलं तेव्हा मी वळले आणि पॉटीकडे पाहून 'थँक्यू' म्हटलं आणि असं करताना ते मी अगदी सहज, स्वाभाविकपणे केल्याचं मला जाणवलं. म्हणजे जर तुम्ही एखाद्या डोंगरावर वसलेल्या विहारासारख्या ठिकाणी राहत असताना हे असं काही करणं अगदी योग्य आणि स्वाभाविक आहे; पण तेच तुम्ही शाळेच्या टॉयलेटमध्ये हा असा प्रकार करणं अजिबात शक्य नाही; कारण तुम्ही पॉटीला झुकून नमस्कार करता आहात आणि धन्यवाद देता आहात हे जर तुमच्या शाळेतल्या मुलांनी पाहिलं तर ते तुम्हालाच फ्लश करतील त्यात. तुमची वाट लागलीच म्हणून समजा. मी हे सारं काही जिकोलाही समजावून सांगितलं आणि तिनं ते मान्यही केलं. शाळेत हे असं काही

नाही करता येणार, हे तिलाही कबूल होतं; पण काहीही न बोलता निदान मनात तो भाव असणं हेही काही कमी नाही. ती भावना मनात जागृत ठेवणं महत्त्वाचं. त्यामुळे याबाबत अति काळजी करण्याची गरज नाही.

मीदेखील या साऱ्या गोष्टी जिकोला अगदी लगेच बोलून दाखवल्या नव्हत्या. मला हे सारं काही कुणालाही सांगताना सुरुवातीला लाज वाटायची, त्यामुळे तिच्याजवळ किंवा इतर कुणाजवळही हे सांगणं शक्यच नव्हतं. विशेषतः बाबा मला तिथं सोडून दुसऱ्या दिवशी सकाळी निघून गेले आणि मला निरोप देणंही त्यांना आवश्यक वाटलं नाही. त्यानंतर मी हे असं काही मनमोकळं बोलणं शक्य नव्हतं. ते निघून गेले तेव्हा मी झोपलेलीच होते. उठल्यावर त्यांची एक चिठ्ठी मला मिळाली. त्यांनी ती इंग्रजीत लिहिली होती. "नाओ-चॅन, तू शांतपणे झोपली असताना अगदी राजकन्येसारखी दिसत होतीस. मी उन्हाळा संपताच परत येणार. माझी काळजी करू नकोस. शहाण्या मुलीसारखी वाग आणि स्वतःची आणि तुझ्या पणजीची काळजी घे."

मी ती चिठ्ठी फाडून टाकली. मला संताप आला होता आणि अशा चिठ्ठ्यांचा काहीही उपयोग नव्हता. ते मला तिथं धोका देऊन सोडून गेले होते. तिथं थांबण्याची त्यांना विनंती करण्यापूर्वीच त्यांनी मला दगा दिला होता. मला डिस्नेलॅन्डला नेण्यासंदर्भात त्यांनी चकार शब्दही काढला नव्हता आणि माझ्या गेम बॉयकरिता एक एसी अॅडॅप्टर घेऊन देण्याबद्दलही त्यांनी काहीही केलं नाही. आता मी इथं ही अशी अडकून पडले आहे आणि माझ्या केताईवर टेट्रिस खेळण्याशिवाय मला इतर काहीही विरंगुळाही नव्हता. आणि तो गेम अजिबात रोचक नाही. मी गेले तेव्हा तर त्या विहारात एक साधा कॉम्प्यूटरही नव्हता. त्यामुळे मला सनीवेलला कायलाला एक ईमेल करणंही शक्य नव्हतं. मी मेसेज किंवा फोन करावा असे मित्र-मैत्रिणी टोकियोत नव्हतेच. उकाडा घेऊन आलेला आख्खा उन्हाळा माझ्या पुढ्यात होता आणि मला तर खात्री होती की कंटाळा येऊनच माझा इथं मृत्यू होणार.

४

"तुला राग आला आहे का?" एके दिवशी रात्री अंघोळीच्या वेळी मी तिची पाठ घासून देत असताना जिकोनं मला प्रश्न विचारला.

हातातील कापड अगदी सावकाश वर्तुळाकार फिरवत मी तिची पाठ घासून देत होते. तोवर माझ्या ध्यानात आलं होतं की तिची त्वचा फार फार नाजूक आहे, अगदी दुधावरच्या सायीसारखी आणि त्यामुळे जरासाही जोर तिला सहन होणार नाही. सुरुवातीला जेव्हा मला याची कल्पना नव्हती तेव्हा माझ्या धसमुसळेपणामुळे तिच्या

पाठीवर लाल चट्टेही आले होते; पण तिनं त्यासंदर्भात कधीही तक्रार केली नाही. मग मलाच वाटलं की मी तिला थोडं काळजीपूर्वक हाताळायला हवं. विशेषतः जिथं काही हाडं वर आलेली आहेत, त्या भागांना जपून हाताळणं आवश्यक आहे. म्हणून जेव्हा तिनं, 'मी रागावली आहे का' असं विचारलं तेव्हा मला वाटलं की मी कदाचित पाठ घासताना थोडा जास्त जोर लावला असावा आणि म्हणून मी तिची क्षमा मागितली.

"नाही गं,'' ती बोलली. "छान करते आहेस तू. थांबू नकोस.''

कापडावर आणखी थोडा साबण घेऊन मी तिच्या पाठीच्या बाक आलेल्या मणक्याजवळ हळुवार घासू लागले. इतर म्हाताऱ्या लोकांप्रमाणे तिचंही शरीर थोडं ताठर आणि वाकलं होतं; पण जेव्हा ती झाझेन करायला बसायची तेव्हा मात्र तिचा कणा एकदम ताठ असायचा. त्यानंतर ती काही बोलली नाही. थोड्या वेळानं मी घासणं थांबवून टबमधून गरम पाणी घेतलं आणि तिच्या पाठीवर पसरलेला साबण स्वच्छ धुवून काढायला सुरुवात केली. ते झाल्यावर मी तिच्याकडे पाठ करून बसले, म्हणजे तिला आता माझी पाठ धुता यावी म्हणून. आम्ही हे असं आळीपाळीनं करत असू.

मी तिच्या पुढे बोलण्याची वाट पाहत होते आणि ती मात्र शांत होती. इतक्या वर्षांच्या तिच्या साधनेमुळे ती अशीच शांत होत असे आणि मी मात्र कायम तिची वाट पाहत असे. माझ्यासारख्या अल्लड मुलीला असं कुणाची वाट पाहणं तापदायक वाटत असेल, असा अंदाज तुम्ही बांधला असणार; पण खरं सांगायचं तर का कुणास ठाऊक, मलाही त्या तिच्या वेळ घेण्याचं काहीही वाटत नव्हतं. त्या उन्हाळ्यात इतर काही खूप महत्त्वाचं किंवा चांगलं करण्यासारखं माझ्याकडे काही होतं अशातलाही भाग नव्हता. त्यामुळे मी माझ्या लाकडी स्टुलावर गुडघे पोटाशी घेऊन आणि गरम पाण्याच्या कल्पनेनं अंगात कापरं भरलेल्या अवस्थेत तिथं नागडी बसून असायची. अशात तिनं काही बोलण्याऐवजी जेव्हा माझ्या उघड्या पाठीवरच्या एका जखमेवर तिचं बोट फिरवलं तेव्हा मात्र मी चकित झाले. शरीर एकदम ताठ झालं. न्हाणीघरात बराच अंधार होता आणि अशात तिच्या अंधूक नजरेला माझ्या जखमा दिसल्या कशा? तिला ते दिसलं नसावं, असा मी अंदाज बांधला; पण नंतर तिची बोटं एका विशिष्ट पद्धतीनं माझ्या पाठीवर फिरू लागली होती. एका ठिकाणाहून दुसऱ्या ठिकाणी. काही बिंदू जोडण्याची प्रक्रिया सुरू असावी अशी तिची बोटं थोड्या संकोचानं माझ्या पाठीवर फिरत होती.

"तुला खरं तर प्रचंड राग आलेला असावा,'' ती बोलली. तिचं बोलणं इतकं हळुवार होतं की, जणू ती स्वतःशीच बोलत होती आणि कदाचित ती स्वतःशीच बोलत होती. किंवा मग ती काहीच बोलली नाही आणि मीच कल्पनेत ते वाक्य

ऐकलं असावं. काहीही असो, पण माझ्या घशात एकदम आवंढा दाटून आला आणि मी उत्तर देऊ शकले नाही. मी फक्त मान डोलावली. मला लाज वाटत होती; पण त्याच वेळी आत कुठं तरी एक दुःखाची मोठी लाट उसळून आली आणि रडू आवरण्यासाठी मी श्वास रोखून धरला.

ती पुन्हा काहीच बोलली नाही. पाठ घासणं तिनं अगदी हळुवारपणे सुरूच ठेवलं आणि पहिल्यांदा मला तिनं हे लवकर आटपावं असं वाटलं. अंघोळ आटोपल्यावर मी पटापट कपडे चढवले आणि तिला तिथंच टाकून आणि गुड नाईट म्हणत निघून गेले. मला पोटात एकदम ढवळून आलं आणि आता आपण सारं काही उलटणार, असंही वाटलं. मला माझ्या खोलीकडे जाण्याचीही इच्छा झाली नाही. त्यामुळे मी धावत धावत अर्धा डोंगर उतरून खाली गेले आणि बांबूच्या वनात जाऊन बसले. अंधार पडेपर्यंत आणि काजवे दिसू लागले तोपर्यंत मी तिथंच थांबले. सारे विधी पार पडल्यानंतर जेव्हा मुजीनं विहारातली घंटा वाजवली, तेव्हा मी गुपचूप आत गेले आणि बिछान्यात जाऊन स्वतःला लपेटून घेतलं.

सकाळी उठल्यावर मी जिकोचा शोध घेतला. ती तिच्या खोलीत होती आणि जमिनीवर बसून तिच्या छोट्या टेबलवर झुकून काहीतरी करत होती. दाराकडे तिची पाठ होती. ती वाचत होती. मी दारातच उभी राहिले आणि आत न जाता मी तिथूनच तिला उद्देशून बोलले, ''हो, मी प्रचंड रागावलेली आहे. मग पुढे काय?''

तिनं वळून पाहिलं नाही; पण मी बोलते आहे ते तिनं ऐकलं याची मला खात्री होती म्हणून मी बोलत राहिले. माझ्या त्या फडतूस आयुष्यासंदर्भातील सारं काही मी तिला सांगू लागले.

''मग मी आता काय करायला हवं? बाबांचे जे काही मानसिक आजार आहेत, ते मी ठीक करू शकत नाही आणि ते डॉट कॉमचं जे काही झालं त्याला मी काही करू शकत नाही किंवा जपानची ही जी काही वाटोळं झालेली अर्थव्यवस्था आहे किंवा माझ्या अमेरिकेच्या मित्रमंडळींनी जी दगाबाजी केली किंवा मला शाळेत जी वागणूक मिळते किंवा हा आतंकवाद, युद्ध, ग्लोबल वॉर्मिंग आणि नष्ट होत चाललेले प्राणी, यात मी काहीही करू शकत नाही, बरोबर?''

''So desu ne,'' माझ्याकडे न पाहता मान डोलवत ती उद्गारली. ''अगदी बरोबर. तू या साऱ्यांसंदर्भात काहीही करू शकत नाहीस.''

''म्हणून मला प्रचंड राग आलाय,'' मी रागारागात बोलत होते. ''तुला काय अपेक्षित आहे? मूर्खासारखा प्रश्न होता तो.''

''हो,'' तिनं मान्य केलं. ''हे विचारणं खरंच मूर्खपणाचं होतं. मी पाहू शकते की तुला राग आलेला आहे. मग ते जाणून घेण्यासाठी हा असला मूर्खासारखा प्रश्न विचारण्याची खरंच गरज नव्हती मला.''

"मग का विचारलंस तू मला?"

गुडघ्यांवर फिरत ती शेवटी माझ्याकडे वळली आणि माझ्याकडे पाहू लागली. "मी तुला ते तुझ्यासाठी विचारलं," ती उत्तरली.

"माझ्यासाठी?"

"म्हणजे तुला उत्तरही ऐकता यावं म्हणून."

अनेक वेळा जिको अगदी कोड्यात बोलते. शिवाय मी बराच काळ सनीवेलला राहिल्यामुळे मला अजूनही जपानी समजायला कठीण जातं; पण या वेळी तिला जे काही म्हणायचं होतं ते मला कळलं होतं. या आमच्या संवादानंतर मी माझ्या बारीकसारीक गोष्टी तिला सांगायला सुरुवात केली होती. शाळेत घडणारे प्रकार आणि बरंच काही. आणि मी हे सारं काही बोलत असताना ती फक्त ऐकायची आणि हातातल्या जुझूवरचे मणी भराभर दोरीवर सरकवायची. तिनं जपलेल्या प्रत्येक मण्यात माझ्यासाठी केलेली प्रार्थना आहे, हे मला पक्क माहीत होतं. फार काही मोठं नाही ते, पण ते माझ्यासाठी होतं.

<105才> (साई म्हणजे वर्ष)

हे तिनं मला पाठवलेलं उत्तर आहे. तुमची बुद्धी वाढण्यासाठी हे एवढं वय गाठणं आवश्यक असल्याचं तिनं मेसेजमध्ये लिहिलं आहे; पण ती १०४ वर्षांची आहे आणि हे उत्तर तिनं माझी केलेली गंमत आहे, हे नक्की.

रुथ

१

वीजपुरवठा सलग चार दिवसांसाठी खंडित झाला होता. तसं हिवाळ्यात अनुभवायला येणाऱ्या अशा काळोख्या रात्रींच्या तुलनेत हे चार दिवस फार कमी होते. जनरेटर चांगल्या अवस्थेत असेल आणि त्यात गॅस भरलेला असेल तर अशा दिवसांमध्ये निदान कॉम्प्यूटर आणि इतर काही अत्यावश्यक उपकरणं चालवणं त्यांना शक्य व्हायचं; पण गॅस संपला असेल तर बेटावर असलेल्या दोन गॅसपंपांपैकी एकावर जर जनरेटर सुरू असेल तर, किंवा मग पावसानं रस्त्यात कोसळलेल्या झाडांना हटवलं असेल तरच त्यांना जादा गॅस मिळणं शक्य होत असे. बेटावरचा वीजपुरवठा असा वारंवार खंडित होण्यासाठी ही कोसळणारी झाडंच जबाबदार होती.

जनरेटरनं काम करणं बंद केल्याबरोबर विहिरीवरचा पंपही बंद पडला आणि त्यामुळे त्यांना पाणी मिळू शकलं नाही. आतले टॉयलेट, गरम पाणी, अंघोळ, लाईट हे सारं काही या चार दिवसांनंतर अक्षरशः ऐषोआरामाच्या गोष्टी आहेत आणि दुसऱ्या ग्रहावर त्या मिळतात, अशी अवस्था होती.

''भविष्यकाळात तुमचं स्वागत असो,'' ऑलिव्हर उद्‍गारला. ''आपण आता या साऱ्या परिस्थितीच्या आगमनाच्या उंबरठ्यावर आहोत.''

अंधाऱ्या, केरोसिनच्या वासानं भरलेल्या स्वप्नवत घरात पावसाचा धो-धो आणि वाऱ्याचा सूं-सूं आवाज ऐकत रुथ फिरत होती. बंद पंखे आणि कॉम्प्रेसरच्या आवाजाच्या अनुपस्थितीत घर एकदम शांत आणि स्थिर वाटत होतं. आधी तिनं वीज कर्मचाऱ्यांना घेऊन येणाऱ्या, समुद्रात चालणाऱ्या विमानाच्या इंजिनाच्या आवाजाची चाहूल घेण्याचा खूप खूप प्रयत्न केला; पण मग दोन दिवसांपर्यंत जेव्हा काहीही घडलं नाही, तेव्हा तिनं त्या शांततेत स्वतःला सामावून घेतलं. लाकडं घालून पेटवलेल्या शेगडीपुढे मांजराला घेऊन ती दिव्याच्या प्रकाशात वाचन करत होती. प्रॉस्ट वाचण्याचा तिचा प्रयत्न चालला होता. नाओच्या डायरीत पुढे काय झालं हे वाचण्याचा मोह ती टाळत होती. बराच वेळ ती धगधगणाऱ्या ज्वाळांकडेच

पाहत बसली. कधी कधी संध्याकाळच्या अंधूक प्रकाशात ती दारात उभी राहून धुक्यानं भरलेल्या जंगलात लांडग्यांचा आवाज ऐकायची. सगळ्यात आधी फक्त एकाच लांडग्याची हाळी ऐकू आली आणि मग हळूहळू एक-एक करत आख्खा गट एकत्र आला. त्यांचा तो आवाज खूप भीषण वाटायचा. ती शहारली. पाऊस असूनही ऑलिव्हरनं धावायला जाण्याचा आग्रह केला होता आणि ती त्याची वाट पाहत उभी होती. घराच्या परसदारातील झाडांवर ओरबडल्याच्या खुणा होत्या आणि पायवाटेवरही लांडग्यांच्या पाऊलखुणा दिसल्या होत्या.

त्याची संख्या एवढ्यात बरीच वाढली होती आणि कळपांची हिंमतही वाढली होती. लोकांच्या घरात शिरणं, त्यांच्या मांजरी पळवणं आणि कुत्र्यांना भुलवून जंगलात त्यांना मटकावण्यापर्यंत त्यांनी मजल मारली होती. अनेक वर्षांपूर्वी म्हणजे १९७०च्या आधी जेव्हा त्यांनी गुरांना मारण्याचा सपाटा लावला, तेव्हा बेटवासीयांनीही त्यांना प्रत्युत्तर देण्याचा निर्णय घेतला होता आणि त्याप्रमाणे त्यांची शिकार करण्याचा सपाटा लोकांनी लावला. जितके मारता येतील तितके मारायचे, ही जणू स्पर्धाच लागली. आणि मारल्यानंतर त्यांच्या त्या रक्ताळलेल्या शरीरांना जंगलातून गोळा करून आणलेल्या लाकडांप्रमाणे ट्रकमध्ये लादून आणायचे. लोक विसरले नव्हते आणि लांडगेही विसरले नव्हते आणि म्हणून काही काळ ते जरा अज्ञातवासात निघून गेले होते; पण आता ते परत आले होते. लोकांनी काय करावं हे सांगण्यासाठी प्रांताच्या वन अधिकाऱ्यांची बेटावर एक खेप झाली होती. त्यांनी सांगितलं की त्यांच्यावर धूर सोडा, त्यांच्यावर ओरडा, काही तरी फेकून मारा त्यांना; पण सांगण्यापेक्षा कृती करणं कठीण होतं. एकदा तिनं तिच्या ऑफिसच्या खिडकीतून खाली पाहिलं तर ऑलिव्हर त्याच्या हाफ पॅन्टमध्ये हातात काठी घेऊन त्यांच्या घराच्या रस्त्यापर्यंत आलेल्या लांडग्याला घालवून देण्याचा प्रयत्न करत होता. हातातील काठीनं तो त्याला हुसकावून लावण्याचा प्रयत्न करत होता; पण तो प्राणी मात्र अगदी सावकाश आणि कुठल्याही धाकाला बळी न पडता हळूहळू मागे सरकत राहिला.

कोल्ह्या-लांडग्यांनी आपल्या नवऱ्याला खाल्लं तर काय, ही चिंता करणाऱ्या स्त्रीमध्ये ती केव्हा परिवर्तित झाली? उत्तर तिच्याकडे नव्हतं. तिचं डोकं जणू अधांतरी तरंगत राहिलं.

वीज परत आल्याबरोबर आख्खं घर पुन्हा एकदा एकविसाव्या शतकात प्रवेश करतं झालं. सारे लाईट लागले आणि घर लख्ख उजेडात न्हाऊन निघालं, उपकरणांची घरघर सुरू झाली, फिशपॉन्डमधल्या पंपानं घुर्र केलं, नळांमध्ये फुरफुर झाली आणि रुथ एकदम ताडकन उठून, मांजराला ओलांडून जनरेटरच्या वायरच्या सापळ्यातून मार्ग काढत तडक मेल तपासायला म्हणून तिच्या ऑफिसकडे धावली. खोळंबलेलं

सारं काही स्थिरस्थावर झालं होतं आणि तिच्या डोक्यात ऑनलाईन जाण्याचाच विचार फक्त होता.

तिनं लॉग इन केलं. प्राध्यापक लेत्सिकोंचं काहीही उत्तर आलेलं नव्हतं. आता पूर्ण एक आठवडा लोटून गेला होता. ते तिला टाळत होते का, की त्यांच्याकडेही वीजपुरवठ्याचा प्रॉब्लेम झाला होता? पॉलो आल्टोलाही वीज जाते?

हवामान खात्याकडून तिनं माहिती घेतली. पुन्हा एक वादळ पुढ्यात येऊन ठेपलं होतं. आता आणखी वेळ वाया घालवण्यात अर्थ नव्हता. खूप साऱ्या अर्धवट गोष्टी आणि अनुत्तरित प्रश्नांच्या मध्ये तिनं असा एक विषय निवडला होता, ज्यातून तिला सहज काही प्रश्नांची उत्तर मिळतील असं वाटलं होतं. पुन्हा ती इंटरनेट ब्राऊजरकडे वळली आणि त्यात 'Japanese Shishosetsu and the instability of the Female' तिनं टाईप केलं. आश्चर्य म्हणजे इंटरनेटचा वेग छान होता. जणू काही एका लांबलचक सुटीनंतर अगदी ताजंतवानं होऊन ते कामाला लागलं होतं. काही सेकंदांतच ती त्या शैक्षणिक साईटच्या पानावर पोचली आणि ती वाचत होती त्या लेखाच्या परिचय उताऱ्यावर तिची नजर पुन्हा एकवार खिळली. 'पुढे वाचा' वर तिनं पुन्हा एकदा क्लिक केलं आणि मग ती एका प्रकाशन संस्थेच्या वेबसाईटपर्यंत पोचली, ज्याचं नाव 'द जर्नल ऑफ ओरिएन्टल मेटाफिजिक्स' असं होतं. झकास! तिला हव्या असलेल्या लेखाचा उल्लेख अनुक्रमणिकेत होता. तिनं तिथं क्लिक केलं आणि तिनं यापूर्वीच वाचला होता तो उतारा पुन्हा स्क्रीनवर दिसू लागला. फक्त आता त्याच्या शेवटाला 'ऑर्डर नाऊ' हे दोन शब्द होते. तिनं लगेच क्लिक केलं आणि पुढ्यात आलेला अर्ज लगेच भरला आणि मग क्रेडिट कार्ड शोधण्यासाठी आख्खं ऑफिस पालथं घातलं. या बेटावर राहताना ती आपल्या पर्सशिवाय अनेक दिवस सहज घालवू शकत असे आणि त्यामुळे पाकीट कुठे ठेवलं आहे हेच ती विसरत असे. एका आरामखुर्चीच्या उशीखाली ठेवलेलं ते पाकीट तिला सापडलं आणि तिनं लगेच कार्ड काढून त्यावरचा नंबर अर्जात भरला. 'विकत घेण्यासाठी इथं क्लिक करा,' या सूचनेचं तिनं तंतोतंत पालन केलं आणि पुढे काय होतं याची वाट पाहू लागली; पण आणखी एक नवीन सूचना त्यावर दिसू लागली.

तुम्ही मागणी केलेला लेख माहितीसंग्रहातून काढून टाकण्यात आला आहे आणि त्यामुळे तो आता उपलब्ध नाही. तुम्हाला झालेल्या त्रासासाठी आम्ही दिलगीर आहोत. तुम्ही नोंदवलेली मागणी खारीज करण्यात आली आहे आणि तुमच्या क्रेडिट कार्डमधून कुठलीही रक्कम वजा करण्यात आलेली नाही.

"नाही...." ती एकदम किंचाळली आणि ते इतक्या जोरात होतं की ऑलिव्हरलाही तिचं ते किंचाळणं कानावर पडलं. विशेष म्हणजे त्यानं कानावर त्याचे हेडफोन्स लावले होते तरीही. त्यानं ते जरा बाजूला करून पुढे आणखी काही ऐकू येतं का म्हणून जरा वेळ वाट पाहिली.

२

लाकडाच्या वखारीशेजारच्या चेडारवरून त्या जंगली कावळ्यानंही तो आवाज ऐकून एकदा जोरात काव केलं. काही क्षण गेले; कदाचित एक मिनिटभर. घराच्या प्रत्येक खिडकीत प्रकाश होता आणि प्रकाशाचे ते चौकोन जंगलातल्या काळोखात लकाकू लागले. वखारीजवळच्या खिडकीतून आणखी एक लांबलचक हाक ऐकू आली.

NOOOOOOOOOOoo—!

आवाजानंतर शांतता पसरली आणि मग खिडकी अंधारात बुडाली. कावळ्यानं त्याचे काळेशार नेटके खांदे जरा वर केले. कदाचित त्याच्या भाषेत सांगायचं झालं तर त्यानं खांदे उडवले असावेत. मग एकदा, दोनदा आणि तिसऱ्यांदा त्यानं पंख फडफडवले आणि बसला होता त्या फांदीवरून उडून तो चेडारच्या घनदाट बुंध्यांमध्ये फिरू लागला. उडता उडता घराच्या छतावरही त्यानं एक फेरी मारली. खाली सलालच्या झुडपांमध्ये हरणांचा माग घेत लांडग्यांचा एक कळप अगदी रांगेत निघाला होता. कुणी ऐकत असेल तर त्यांना सावध करण्याच्या हेतूनं कावळ्यानं पुन्हा एकदा काव केलं आणि मग आणखी उंच उंच जात तो घराच्या छतापासून अगदी वर डगलस फरच्या टोकाकडे झेपावला.

झाडांच्याही पार वर पोचल्यावर तो सॅलिश समुद्र सहज पाहू शकत होता. त्याच वेळी एक कागद तयार करणारी मिल आणि कॅम्पबेल नदीची धाराही तो पाहू शकत होता. अलास्काला चाललेलं एक जहाजही स्ट्रेट ऑफ जॉर्जियातून जाताना दिसत होतं. वाढदिवसाच्या केकवर लावलेल्या मेणबत्त्यांनी उजळल्यासारखं ते जहाज पाण्यावर तरंगत होतं. आणि मग आणखी वर वर वर जात आता व्हँकुवरच्या बेटाच्या रांगा त्याच्या दृष्टिपथात येईपर्यंत तो वर उडत गेला आणि मग

चंद्रप्रकाशात न्हाऊन निघालेले शुभ्र गोल्डन हाईंडच्या रांगा सारं काही तो पाहू शकत होता. प्रशांत महासागरात दूरवर त्याची नजर भिरभिरत होती आणि तो आणखी वर जात राहिला; पण त्याला त्याच्या प्रदेशात- त्याच्या घराकडे- नेणारी वाट मात्र नजरेस पडत नव्हती.

नाओ

१

आज फिफीज्मधलं वातावरण जरा विचित्र असल्याचं जाणवतं आहे आणि त्यामुळे आज मी फारसं काही लिहू शकेन की नाही याबाबत मला शंकाच आहे. नुकतंच बेबेटनं जवळ येऊन, मी डेटवर जाण्यास इच्छुक आहे का, असं विचारलं आणि मला इच्छा नव्हती; पण मी तिला खोटंच सांगितलं की माझी मासिक पाळी आलेली आहे आणि मला जरा सर्दीही झालेली आहे. हे ऐकताच तिचा चेहरा एकदम कठोर झाला आणि सारे भावही हरवले. नंतर ती आजूबाजूला फिरत असताना माझी नजर मात्र तिच्या पेटीकोटच्या लेसला बांधल्यासारखी झुकलेलीच फिरत होती. मी खोटं बोलले हे तिला बहुधा कळलं नसावं, असं मला वाटतं; पण आता ही डायरी इथं बसून लिहिणं जरा कठीण होत चाललं आहे आणि माझा तुसडेपणा आता बेबेट आणि इतर मेडच्याही लक्षात आला आहे आणि त्यानं त्या जरा नाराज झाल्या आहेत. या जागेत बसणं खरंच खूप खूप महागडं आहे आणि आता त्या माझ्याकडूनही एक टेबल अडवून बसण्यासाठी पैसे घेतील की काय, अशी शंका मला येऊ लागली आहे. कदाचित मला आता लिहिण्यासाठी नवीन जागेचा शोध घ्यावा लागणार. मला त्यांचा मुद्दाही कळतो आहे. मला हे पूर्वी कळत नव्हतं. आता मला लक्षात आलं आहे की लेखक हे वातावरणात जान टाकतील अशा श्रेणीत सहसा येत नाहीत आणि मी इथं बसून इथल्या वातावरणात आनंद किंवा उत्साह भरण्याचं माझं काम करत नाहीये.

आज फिफीज् लोनली ॲप्रन नेहमीपेक्षाही जास्त उदास वाटत आहे.

हं... तर माझ्या जगात हे असं काही तरी घडत आहे. तुम्ही सांगा. तुम्ही ठीक आहात ना?

२

तुम्हाला मी प्रश्न का विचारते हे मला अजूनही कळलेलं नाही. तुमच्याकडून मला उत्तराची अपेक्षा आहे असंही काही नाही आणि तुम्ही उत्तर दिलं तरी ते मला कसं कळणार? पण मला वाटतं त्यानं काही फरक पडत नाही. मग जेव्हा मी तुम्हाला, 'तुम्ही कसे आहात?' असा प्रश्न विचारला तर तुम्ही मला फक्त उत्तर द्या आणि मी तुम्हाला ऐकू शकत नसले तरीही इथं बसून तुमच्या उत्तराची कल्पना करू शकते.

तुम्ही कदाचित म्हणणार, "हो, नाओ. मी बरी आहे. सारं काही एकदम सुरळीत सुरू आहे."

"अरे वा! झकास!!" मी म्हणणार आणि मग स्थळ-काळ-वेळेच्या पलीकडून आपण परस्परांकडे पाहून एक छानसं स्मित करू. अगदी मैत्रीत जसं घडतं तसं. कारण आतापर्यंत आपल्यात मैत्री झालीच आहे, हो की नाही?

आणि आता आपली मैत्री झाली असल्यामुळे आणखी काही तरी आहे जे मला तुम्हाला सांगायचं आहे. ते जरा वैयक्तिक आहे; पण मला स्वतःला त्याचा खूप फायदा झाला आहे. तुमच्यातील सुपरपॉवर वाढवायची असेल तर काय करायचं या संदर्भातील जिकोनं ज्या सूचना मला केल्या त्या मी तुम्हाला सांगू इच्छिते. जेव्हा तिनं मला हे सांगितलं तेव्हा मला वाटलं ती थट्टा करते आहे. कधी कधी ना हे म्हातारे लोक कधी गंमत करताहेत हे सांगणं खरं खूप कठीण असतं आणि जर म्हातारी व्यक्ती संन्यासिनी असेल तर मग विचारूच नका. त्या वेळी आम्ही मुजीला लोणची करण्यासाठी स्वयंपाकघरात मदत करायला एकत्र आलेलो होतो. जिको पांढरे शुभ्र मोठाले मुळे स्वच्छ करत होती आणि मी ते कापून, त्याला मीठ लावून मग ते एका प्लॅस्टिक फ्रीजर बॅगमध्ये भरत होते. जिकोला जेव्हा माझ्या जखमांबाबत कळलं, माझा अंत्यसंस्कार आणि त्या वेळी सगळ्यांनी म्हटलेलं हृदयसूक्त आणि मग मी कशी एका जिवंत भुतात परिवर्तित झाले आणि रायकोवर ततारीचा हल्ला केला आणि तिच्या डोळ्यांतच कसं भोसकलं वगैरे. त्यानंतर मी हळूहळू तिच्याबरोबरच वावरू लागले होते. जिको सिंकजवळ उभी होती आणि तिच्या हातापेक्षाही जाड मुळा स्वच्छ करत होती. तो धुवून तिनं मग तिथंच ठेवलेल्या मुळ्यांच्या गठ्ठ्यात ठेवला. चुलीत घालायला वापरायच्या लाकडांची मोळी दिसते ना तसे ते मुळे दिसत होते.

"हं...नॅटचॅन, तुला काळजी करायची गरज नाही. तू खरीखुरी मेलेली नाही. तुझा तो अंत्यसंस्कार खरा नव्हता," माझ्याकडे वळत ती बोलली.

हे ऐकून मी म्हणजे, काय? मला हे माहिती आहे! अशा आविर्भावात होते.

"त्यांनी म्हटलेलं सूक्त चुकीचं होतं," ती स्पष्टीकरण देत बोलली. "अंत्यसंस्काराच्या वेळी शिन्यो नाही म्हटल्या जात. त्यावेळी दाय ही शिन[1]चा जप करावा लागतो."

हे ऐकूनच मला किती बरं वाटलं हे मी तिला सांगणार तेवढ्यात तिनं पुन्हा बोलायला सुरुवात केली. "नॅटचॅन, मला वाटतं की तुला आता तुझ्या काही खऱ्या शक्तींना जागृत करण्याची गरज आहे. तुझ्याकडेही आता एखादी सुपरपॉवर असायला हवी."

ती बोलत जपानी भाषेत होती; मात्र तिनं 'सुपरपॉवर' हा इंग्रजी शब्द त्या संभाषणात वापरला आणि तो उच्चारताना तिच्या तोंडी तो सुप्पा पावा असा काहीसा ऐकू आला. थोडं आणखी भरकन म्हटलं तर जसं ऐकू येईल ना - म्हणजे सुप्पापावा किंवा सुपापावा, असं काहीसं.

"म्हणजे एखाद्या सुपरहीरोसारखी?" मी तिला प्रतिप्रश्न केला आणि त्यात मीही इंग्रजी शब्दच वापरला.

"अगदी बरोबर," ती म्हणाली. "एखाद्या सुप्पहीरोसारखी! ज्याच्याकडे सुप्पापावा आहेत." हे म्हणताना तिच्या जाड चष्म्यामागून तिनं मला डोळा मारला. "आवडेल का तुला ते?"

तिच्यासारख्या अति वृद्ध व्यक्तीच्या तोंडून हे असे सुप्पापावा आणि सुप्पाहीरो सारखे शब्द ऐकणं एकदम विचित्र होतं. खरं तर असं सुपर हीरो आणि सुपर पॉवर हे तरुण लोकांसाठी असतं. स्वतः जिको लहान असताना हे असं काही होतं का? मला तर आतापर्यंत वाटायचं की तिच्या वेळी, म्हणजेच जुन्या काळात फक्त भुतं आणि समुराई आणि राक्षस आणि ओनी होते. सुप्पापावा किंवा सुप्पाहीरो नाही! पण मी फक्त मान डोलवली.

"झकास." अत्यंत सावकाशपणे तिनं आपले हात कोरडे केले आणि ॲप्रन काढत मुजीला लोणचं घालण्यासंदर्भात काही सूचना केल्या आणि मग माझा हात धरला.

आधी ती माझा हात धरून मला पाय धुण्याच्या ठिकाणी घेऊन गेली आणि पाय धुतानाही आम्ही एक छोटीशी प्रार्थना म्हटली. ती अशी :

माझे पाय स्वच्छ करताना मी प्रार्थना करते की
जाणिवा असलेल्या प्रत्येकाच्या पायांना

---

१. दाय ही शिन : महान ममतामयी मन धारणी. एक असा वैशिष्ट्यपूर्ण मंत्र जो दुष्ट आत्म्यांना दूर ठेवण्यासाठी म्हटला जातो.

सर्व शक्ती मिळू दे आणि त्याचा वापर करण्यात
कुठंही अडथळा येऊ नये.

मग लगेच मी पायांना सुपर पॉवर मिळण्याबद्दल विचार करू लागले आणि मला ते हवं होतं; पण सर्व जाणिवा असलेल्या प्राणिमात्रांना ते मिळावं की नाही याबाबत मी जरा संभ्रमात होते; कारण जर सगळ्यांना ते मिळालं तर उपयोग काय? हाच तर फरक आहे माझ्यात आणि जिकोत. मला खात्री आहे की जगातल्या सगळ्याच लोकांजवळ सर्वशक्तिमान पावलं असावीत, अशी प्रार्थना ती करते. असो. तर आम्ही पाय धुतले आणि मग ती मला होन्दो[२]कडे घेऊन गेली.

होन्दो एक खूप विशेष खोली आहे. खूप अंधारी आणि एकदम स्थिर जाणवणारी. शाका-सामाची एक मोठी सोनेरी मूर्ती तिथं स्थापित करण्यात आली आहे आणि खोलीच्या दुसऱ्या बाजूला समोर एक छोटी मूर्ती मोन्जी देवतेची (मंजुश्री (संस्कृत) - बुद्धी आणि ध्यान यांच्याशी संबंधित बोधिसत्त्व) आहे, ज्याला बुद्धीचं दैवत मानलं जातं. दोन्ही मूर्तीसमोर मेणबत्त्या लावायची जागा आहे, जिथं तुम्हाला प्रार्थना करता येते आणि उदबत्ती लावता येते. जिको आणि मुजी इथल्या सेवेत खूप वेळ देतात; पण आता फारसे डंका विहारात येत नाहीत; कारण एकतर आता या गावातील लोक फार वृद्ध झाले आहेत किंवा अनेकांचा मृत्यूही झाला आहे. जे तरुण लोक आहेत, त्यांना या धार्मिक विधींमध्येच काय, पण धर्मातच रुची राहिलेली नाही. शिवाय नोकऱ्या मिळवण्यासाठी आणि एक वेगळ्या पद्धतीचं रोचक आयुष्य जगण्यासाठी ते शहरांकडे गेले आहेत. विहारातील सेवा म्हणजे, एखादा समारंभ आयोजित करावा; मात्र त्याला कुणीही उपस्थित राहू नये, असं काहीसं झालं आहे; पण जिकोवर याचा काहीही परिणाम झालेला दिसत नाही. तिला याचं काही घेणं-देणं नाही.

जिकोच्या लहान असलेल्या विहारातही अशा अनेक गोष्टी असतात ज्या नित्यनेमानं कराव्या लागतात. मुजीनं एकदा मला ते सारं काही समजावून सांगितलं होतं. पूर्वी इथं संन्यासिनींची संख्या भरपूर होती; पण आता या दोघीच इथं उरल्या आहेत. मोठ्या विहारातील म्हणजे मुख्य विहारातील अनेक तरुण संन्यासिनी इथं अधूनमधून येतात आणि काय हवं, नको ते पाहून जातात. शिवाय काही मोठे सोहळे आयोजित करतानाही त्या इथं वास्तव्यास असतात. त्या सगळ्या खरंच खूप छान आहेत. जिको मेल्यानंतर त्यातील एक कुणीतरी मुजीच्या मदतीला इथं येणार कदाचित; पण जर मुख्य विहारानं जिगेन्जीची जमीन कुठल्या बिल्डरला विकण्याचा

---

२. समाधीस्थळ

निर्णय घेतला नाही तरचा हा माझा अंदाज आहे. तो बिल्डर कदाचित इथल्या वास्तू जमीनदोस्त करून तिथं एखादं उष्ण तलावांनी सज्ज रिसॉर्ट किंवा मग ड्रायव्हिंग रेंज बांधणार. कुणी या संदर्भात बोलत असेल तर जिकोच्या चेहऱ्यावर दुःख दिसू लागतं. हा छोटासा विहार आता मोडकळीस आला आहे आणि त्याच्या दुरुस्तीसाठी पैसा उपलब्ध नाही. मुजीला तर आश्चर्य वाटतं की या डोंगरात हा कसा काय अजूनही तग धरून आहे. मुजीला भूकंपाची भीती वाटते. त्या धक्क्यानं हा विहार एका झटक्यात कोसळणार आणि कलंडत जाऊन समुद्रात विलीन होणार, असं तिला कायम वाटतं.

इथल्या झाझेनच्या वेळा फार विचित्र आहेत. एकतर ते एकदम पहाटे, म्हणजे पाच वाजता सुरू होतं, जेव्हा मी झोपलेली असते किंवा मग रात्री जेवणानंतर- जेव्हा मी दमलेली असते. माझ्यासाठी हा ध्यान प्रकार जरा अस्वस्थ करणाराच आहे; कारण एका ठिकाणी स्वस्थ बसणं ही माझी प्रवृत्ती नाही; पण त्या होन्डोतील वातावरण मला फार आवडतं आणि म्हणून जिकोनं मला मोन्जू देवतेला उदबत्ती कशी लावायची ते शिकवलं, तेव्हा मला छान वाटलं. पेटवल्यानंतर आधी ती कपाळाजवळ न्यायची आणि मग मूर्तीपुढे ठेवलेल्या अंगाऱ्याच्या भांड्यात खोचायची. मला फार छान वाटलं. तिनं तीनदा राईहाई नमस्कार केला आणि मग मी पण तिचं अनुकरण केलं, अगदी तिनं शिकवल्याप्रमाणे. गुडघ्यांवर बसून कपाळ आणि दोन्ही ढोपरं जमिनीला टेकवत हातांचे तळवे आकाशाकडे ठेवायचे असा तो नमस्काराचा प्रकार आहे. हे सारं काही आटोपल्यावर तिनं मला झाफूवर[३] बसवलं आणि मग तिनं मला सूचना द्यायला सुरुवात केली.

बरं, जरा एक मिनिट थांबा हं, खरं म्हणजे मला जे काही तिनं सांगितलं ते मी इतरांना सांगावं की नाही याबाबत मी तिला विचारलेलं नाही आणि तिच्या परवानगीची आवश्यकता आहे, असं मला वाटतं. त्यामुळे मी तिला आधी हे विचारायला हवं.

हं... मी तिला मेसेज केला आहे की झाझेन कसे करायचे याबाबत मी माझ्या मित्र किंवा मैत्रिणीला सांगू शकते का? तिचं उत्तर यायला वेळ लागणार हे नक्की; पण सध्या फिफीज्मधलं वातावरण एकदम मुर्दाड झालं आहे आणि मला कुणीही त्रासही देत नाहीये तेव्हा मी तुम्हाला, जिको संन्यासिनी कशी झाली, याबाबत सांगू शकते. तिनं ही गोष्ट मला एकदाच सांगितली होती आणि ती फार दुःखद आहे. हे सारं काही युद्धानंतर घडलेलं आहे. जपानमध्ये जेव्हा लोक 'युद्ध' हा शब्दप्रयोग करतात तेव्हा त्याचा अर्थ दुसरं महायुद्ध असाच असतो; कारण हेच जपाननं

---

३. ध्यानाला बसण्यासाठी वापरायची काळी गोलाकार उशी

लढलेलं शेवटचं युद्ध होतं. अमेरिकेत हे वेगळं आहे. अमेरिका जगात विविध ठिकाणी अनेक युद्ध अजूनही लढतेच आहे आणि त्यामुळे युद्धाचा उल्लेख जिथं ते लढलं जात आहे त्याच्या नावानिशीच करावा लागतो. मी सनीवेलला राहत असताना जर युद्ध म्हटलं तर त्याचा अर्थ आखाती युद्ध असा होता; कारण तेव्हा तेच एक युद्ध सुरू होतं आणि दुसऱ्या महायुद्धाबद्दल तर माझ्या अनेक मित्र-मैत्रिणींना काहीही ठाऊक नव्हतं; कारण त्यानंतर बरीच युद्धं लढली गेली होती आणि दुसऱ्या महायुद्धाला खूप काळ लोटला होता.

आणखी एक गमतीदार भाग आहे यात. अमेरिकेतील लोक त्याला दुसरं महायुद्ध किंवा World War II म्हणतात; पण जपानमध्ये याला Greatest East Asian War असं संबोधलं जातं. शिवाय हे युद्ध कुणी सुरू केलं आणि नेमकं त्यात काय झालं, याबाबत दोन्ही देशांमध्ये दोन प्रकारची माहिती दिली जाते, जी परस्परविरोधी आहे. बहुतांश अमेरिकन लोकांना यात जपानची चूक असल्याचं वाटतं; कारण जपाननं चीनमध्ये त्यांचे तेल आणि नैसर्गिक संपदांचे साठे बळकावण्यासाठी घुसखोरी केली होती आणि हा प्रकार थांबवण्यासाठी म्हणून अमेरिकेनं यात उडी घेतली; पण जपानी लोकांचं म्हणणं आहे की या सर्व प्रकाराची सुरुवात अमेरिकेनं केली आणि जपानवर अनावश्यक निर्बंध लादून त्यांना मिळणारं तेल आणि अन्न आणि असं बरंच काही अडवून ठेवलं आणि मग बिच्चाऱ्या छोट्याशा बेटसदृश देशाला छोट्या छोट्या गरजा भागवण्यासाठी अवलंबून राहण्याची पाळी आली होती. या प्रचलित सिद्धान्ताप्रमाणे स्वरक्षणासाठी म्हणून जपाननं युद्ध पुकारण्यासाठी अमेरिकेनं त्यांना बाध्य केलं होतं आणि जे काही प्रकार त्यांनी चीनमध्ये केले त्याचा अमेरिकेशी कवडीचाही संबंध नव्हता. एवढंच नाही तर जपाननं पर्ल हार्बरवर हल्ला केला, ज्याला अमेरिकेतील लोक ९/११ असं संबोधित करतात आणि मग अमेरिकेचं माथं भडकल्यामुळे जपानला प्रत्युत्तर म्हणून युद्ध पुकारलं. युद्ध बरेच दिवस चाललं आणि मग कंटाळून अमेरिकेनं अणुबॉम्ब टाकले, ज्यात हिरोशिमा आणि नागासाकीचं पार अस्तित्वच संपलं. अनेकांचं मत आहे की हे अमेरिकनं जरा अतिच केलं; कारण खरं तर जपान युद्ध जिंकण्यापर्यंत आलं होतं.

याच काळात जिकोचा एकुलता एक मुलगा म्हणजे हारुकी नंबर एक टोकियो विद्यापीठात तत्त्वज्ञान आणि फ्रेंच साहित्याचा विद्यार्थी होता आणि त्याला सैन्यात ओढण्यात आलं. त्या वेळी त्याचं वय फक्त १९ वर्षं होतं. म्हणजे मी आता जितकी आहे त्यापेक्षा फक्त तीन वर्षं जास्त. माफ करा; पण मला जर कुणी सांगितलं की येत्या तीन वर्षांत तुला युद्धात सहभागी व्हायचं आहे, तर माझं माथं भडकल्याशिवाय राहणार नाही. मी अजून खूप लहान आहे!

जिको म्हणाली की हारुकीही असाच अस्वस्थ झाला होता; कारण तो शांतताप्रिय

तरुण होता. जरा विचार करा- एके दिवशी तुम्ही तुमच्या होस्टेलच्या खोलीत बसला आहात आणि छोट्या चुलीतील लाकडाच्या आगीवर आपले पाय शेकत आहात आणि चहाचे घोट घेत घेत कदाचित *A la recherche du temps perdu* वाचत आहात आणि काही महिन्यांच्या आतच तुम्ही एका आत्मघातकी विमान हल्ल्यासाठी सज्ज झाला आहात आणि अमेरिकेच्या एका तुकडीवर विमान कोसळवण्यासाठी तुम्हाला सांगण्यात आलं आहे, ज्यात काही क्षणांत तुम्ही स्वतःही एका आगीच्या गोळ्यात परिवर्तित होणार आणि तुमचं अस्तित्वच संपुष्टात येईल! किती भयंकर आहे हे सारं? मी तर कल्पनाही करू शकत नाही. मला म्हणायचं आहे की *temps perdu* संदर्भात बोलायचं तर मला माहिती आहे की मी स्वतः काळातून बाहेर पडण्याबद्दल आणि माझं आयुष्य संपवण्याबद्दल बोलते; पण ते पूर्णपणे वेगळं आहे; कारण तो मी स्वतः निवडलेला पर्याय आहे. एका आगीच्या गोळ्यात रूपांतरित होऊन आयुष्य संपवण्याच्या पर्यायाची निवड हारुकी नंबर एकची नव्हती. आणि जिको सांगते त्याप्रमाणे तो फक्त एक शांतताप्रिय व्यक्तीच नाही, तर अतिशय आनंदी आणि उत्साही आणि आशावादी मुलगा होता. जगण्यावर त्याचं मनापासून प्रेम होतं जे की माझ्या आणि बाबांच्याबाबत अजिबात शक्य नाही.

मी जरी त्या सगळ्याची अजिबात कल्पना करू शकत नाही असं म्हटलं तरी मला थोडीफार जाणीव आहे त्याची. सारं सामान गुंडाळून आम्ही सनीवेल सोडत होतो, किंवा आईनं सेन्टोमध्ये माझ्या जखमा पाहिल्या किंवा बाबांनी ट्रेनच्या रुळांवर उडी मारली, किंवा शाळेत माझा झालेला प्रचंड छळ या सगळ्या प्रकारात मला जे काही वाटलं त्या सगळ्या भावना जर एकत्र केल्या आणि त्याला हजार दशलक्ष पटीनं वाढवलं तर कदाचित माझ्या त्या काका आजोबांना जबरदस्तीनं विशेष सैन्यात सामील करून घेऊन एक कामिकाझे पायलट बनण्यास बाध्य केलं तेव्हा जे वाटलं असेल त्याच्या जवळपास आपण जाऊ शकू. हे वाटणं म्हणजे पोटात प्रचंड ढवळत असताना जे वाटतं त्यासारखं असतं. त्याकडे दुर्लक्ष करण्याचा तुम्ही प्रयत्न करत असता आणि मग एकदम ढवळू लागतं आणि आता सारं काही उलटून पडणार की काय, असं वाटू लागतं.

जिकोलाही असंच वाटलं जेव्हा तिला कळलं की तिचा एकुलता एक मुलगा युद्धात मारला जाणार आहे. तिला तसं वाटलं हे मला माहिती आहे; कारण मी तिला या पोटात ढवळण्याबद्दल सांगितलं होतं आणि ते वाटणं काय असतं ते आपण समजू शकतो, असं ती मला म्हणाली होती. पोटात जिवंत मासळी फिरते आहे, असं वाटतं असं ती म्हणाली होती आणि हे तिला अनेक वर्षं जाणवत होतं. खरं तर फक्त एक नाही, अशा अनेक मासळ्या पोटात फिरताना जाणवतात. काही

सार्डीनसारख्या बारक्या, काही कार्पसारख्या मध्यम आकाराच्या आणि काही अगदी ब्लुफिन ट्यूनाइतक्या मोठ्या; पण हारुकी नंबर एकसाठी जी मासळी पोटात फिरायची ती व्हेलइतकी मोठी होती. मला सांगताना ती बोलली की जेव्हा तिनं संन्यास घेतला आणि साऱ्या गोष्टींचा त्याग केला, तेव्हा ती मन मोकळं करायला शिकली आणि मग त्या मासळ्यांना बाहेर वाहून जाणं शक्य झालं. मीही हे सारं काही शिकून घेण्याचा प्रयत्न करते आहे.

तिचा एकुलता एक मुलगा युद्धात आत्मघातकी पथकात जाणार आणि मारला जाणार हे जेव्हा जिकोला कळलं तेव्हा तिनंही आत्महत्या करण्याचा विचार केला होता; पण तिला तो विचार टाकून द्यावा लागला; कारण तिची मुलगी एमा फक्त १५ वर्षांची होती आणि तिला तिच्या आईची गरज होती. म्हणून मग आत्महत्या करण्यासाठी आणखी काही काळ वाट पाहावी आणि एमा स्वतःच्या पायावर उभी झाली, स्वतंत्र झाली की मग निर्णय घ्यावा, असं तिनं ठरवलं. आणि मग आत्महत्येऐवजी तिनं मुंडन करून संन्यास घेण्याचा निर्णय घेतला. आपलं संपूर्ण आयुष्य लोकांना शांततामय आयुष्य जगण्याची शिकवण देण्यासाठी अर्पित करण्याचं तिनं ठरवलं आणि मला वाटतं ती तेच करते आहे.

जिको म्हणते की आमच्या पिढीतली, म्हणजे तरुण जपानी मुलं हेवाबोके आहोत. हे नेमकं कसं भाषांतरित करायचं मला माहीत नाही; पण तिला म्हणायचं होतं की आम्ही फार निष्काळजीपणे वागतो आणि दिशाहीन आहोत; कारण युद्ध काय असतं ते आम्हाला माहीत नाही आणि कधी ते समजणार नाही. ती म्हणते की जपान शांतिप्रिय आहे असा आमचा समज आहे; कारण आमचा जन्मच मुळात युद्ध संपून शांतता प्रस्थापित झाल्यानंतर झाला आहे आणि म्हणून आमच्या स्मरणात जे काही आहे ते शांततेशिवाय काही नाही. शिवाय आता आम्हाला त्याची जणू सवयच जडली आहे; पण आमच्या आख्ख्या आयुष्याच्या जडणघडणीला युद्धाची पार्श्वभूमी आहे आणि म्हणून भूतकाळ किंवा इतिहास आम्ही समजून घ्यायला हवा. त्याची आम्हाला गरज आहे, असं तिला वाटतं.

मला विचाराल तर जपान शांत वगैरे आहे हे मला अजिबात मान्य नाही आणि बहुतांश लोकांना शांतता नकोच आहे. त्यांच्या आत कुठंतरी हिंसा पुरेपूर भरली आहे आणि इतरांना दुखावण्यात त्यांना आनंद मिळतो. जिको आणि माझे यावर मतभेद आहेत. ती म्हणते की बुद्धाच्या तत्त्वज्ञानानुसार माझं जे काही मत आहे तो माझा एक भ्रम आहे आणि माणसाचा मूळ नैसर्गिक स्वभाव हा फार प्रेमळ आणि चांगला आहे; पण प्रामाणिकपणे सांगायचं तर मला वाटतं की, ती फारच आशावादी व्यक्ती आहे. मला काही लोक माहिती आहेत जे मुळातच दुष्ट आहेत, जशी रायको आणि अनेक ग्रेट माइंड्स ऑफ वेस्टर्न फिलॉसॉफर्स देखील माझ्याशी याबाबत सहमत

होतील, याची मला खात्री आहे; पण तरीही जिकोचा मनुष्याच्या चांगलेपणावर जो विश्वास आहे याचं मला जरा बरं वाटतं; कारण त्यामुळेच माझ्या काही आशा जिवंत आहेत. माझा माझ्यावर विश्वास नसला तरीही. कदाचित कधीतरी माझाही विश्वास बसेल यावर.

अरे, थांबा एक मिनिट. कूल. जिकोचं उत्तर आलं आहे आणि तुम्हाला झाझेन शिकवायला हरकत नाही, असं तिनं सांगितलं आहे. फक्त आपण त्याबाबत गंभीर आहोत आणि काहीतरी वेळकाढूपणा करत नसाल तर शिकायला आणि शिकवायला हरकत नाही, असं म्हणते आहे. मी काही फक्त वेळकाढूपणा करत नाहीये, आणि तुम्ही? तुमचाही तसा काही उद्देश नाही, असं मला वाटतं. किंवा मग मी तशी कल्पना करते म्हणजे मग तुम्हीही तसं करणार नाही. मी तुम्हाला आता सूचना देते आणि तुम्हाला जर हे सारं काही करायचं नसेल तर तुम्ही हा भाग सोडून देऊ शकता.

झाझेनसाठी सूचना

सर्वप्रथम तुम्हाला बसावं लागणार आहे आणि मला वाटतं की तुम्ही आताही बसला असालच. पारंपरिक पद्धतीनुसार तुम्हाला मांडी घालून झाफूवर बसणं आवश्यक आहे; पण तुम्ही खुर्चीतही बसू शकता. सगळ्यात महत्त्वाचं आहे की तुम्ही बाक काढून किंवा झुकून बसू नये. ताठ बसणं आवश्यक आहे.

आता तुम्ही तुमचे दोन्ही हात मांडीत ठेवू शकता. म्हणजे तळवे परस्परांवर - उजव्या हाताच्या तळव्यावर डावा तळहात - ठेवावे आणि अंगठ्यांची टोकं एकमेकांना जुळलेली असावी, म्हणजे एक छोटंसं वर्तुळ तयार होईल. अंगठ्यांची टोकं जिथे जुळतात तो भाग बेंबीला समांतर असावा. जिको सांगते की अशा प्रकारे हाताची जुळवणी करण्याला होक्काई जो-इन असं म्हणतात आणि संपूर्ण विश्वच जणू एखाद्या अंड्याप्रमाणे तुम्ही दोन्ही हातांमध्ये तोलून धरलं आहे, असा त्याचा अर्थ होतो.

यानंतर तुम्ही अगदी शांत आणि स्थिर व्हावं आणि फक्त आपल्या श्वसनावर लक्ष केंद्रित करावं; पण त्याचा फारसा विचार करण्याची गरज नाही तुम्हाला. म्हणजे तुम्ही श्वसनाचा विचार करता आहात असंही नाही आणि तुम्ही त्याचा विचार करायचा नाही हेही नको. समजा तुम्ही समुद्रावर गेला आहात आणि वाळूत बसून तुम्ही किनाऱ्यावर आदळणाऱ्या लाटा पाहत आहात किंवा मग दूरवर कुठंतरी तुम्हाला अपरिचित असलेली मुलं

वाळूत खेळताना पाहत आहात. तुमच्या आजूबाजूला परिसरात जे काही घडत आहे ते सारं काही तुम्हाला कळतंय, अगदी आतही आणि बाहेरही. ते श्वास, त्या लाटा आणि ती खेळणारी मुलं. तसंच आहे हे.

खरं तर ऐकायला फार सोप्पं वाटतं हे; पण जेव्हा मी पहिल्यांदा हे करण्याचा प्रयत्न केला, तेव्हा मी वारंवार माझ्या विक्षिप्त विचारांमुळे आणि खुळांमुळे विचलित होत होते आणि मग माझ्या अंगाला खाज सुटली. शरीरभर छोट्या अळ्या चालताहेत असंही वाटू लागलं. मी हे जिकोला सांगितलं तर तिनं मला श्वास मोजायचा सल्ला दिला. कसे मोजायचे श्वास माहिती आहे? हे असे :

श्वास आत घेणे, बाहेर सोडणे.... एक.

श्वास आत घेणे, बाहेर सोडणे.... दोन.

हे असं दहापर्यंत मोजायला तिनं मला सांगितलं आणि मग दहा झाल्यावर पुन्हा एकपासून सुरुवात करायची. मला वाटलं, यात काही कठीण नाही, आणि मग जेव्हा मोजायला सुरुवात केली, तेव्हा प्रत्येक वेळी मला छळणाऱ्या शाळेतल्या मुलांचा बदला कसा घ्यायचा याच्या भन्नाट कल्पनांनी किंवा मग सनीवेलच्या आठवणींनी गहिवरल्यामुळे माझ्या एकाग्रतेचं पार वाटोळं झालं आणि प्रत्येक वेळा श्वास मोजण्यात माझी चूक होऊ लागली. तुम्हाला आतापर्यंत लक्षात आलंच असेल की मला ADD असल्यामुळे माझं मन माकडाप्रमाणे सदैव काहीतरी उद्योग करण्यात लागलेलं असतं. त्यामुळे काही वेळा तर ती श्वासांची गणती तीनपर्यंतही जाऊ शकत नव्हती. तुमचा तरी विश्वास बसेल का यावर? मला चांगल्या हायस्कूलला प्रवेश मिळाला नाही यात काही नवल नाही; पण एक गोष्ट यात छान आहे. तुम्हाला झाझेन अजिबात जमलं नाही किंवा तुम्ही त्याचं वाटोळं जरी केलं तरी त्यानं काही फरक पडत नाही. जिको म्हणते की चूक होणार की नाही याबाबतही अजिबात विचार करायचा नाही. जिवंत व्यक्तीनं विचार करणं हे अगदी नैसर्गिक असल्याचं ती म्हणते; कारण डोक्याचं कामच ते असतं. म्हणून जर तुमचं मन विचलित होत असेल आणि काहीबाही विचार तुमच्या मनात येत असतील, तर त्यानं अस्वस्थ होण्याची काहीही गरज नाही. फार काही विचित्र नाही ते. असं काही चूक झाल्याचं लक्षात जरी आलं तरी थांबायचं आणि पुन्हा नव्यानं सुरुवात करायची.

एक, दोन, तीन आणि पुढे. बस्स! हे एवढंच तुम्हाला करायचं आहे. तसं फारसं काही अवघड वगैरे नाही ते; पण जिको म्हणते, की जर हे असं तुम्ही अगदी नित्यनेमानं केलं, तर तुमची बुद्धी जागृत होते आणि मग

तुमची सुप्पपावा पण तुम्हाला मिळते. अजून तरी मी फारच आरामात घेते आहे हे सारं काही; पण जर तुम्ही खरंच व्यवस्थित प्रयत्न केलात तर मग ते काही फारसं अवघड नाही. झाझेन कसं आहे माहिती आहे का? जर तुम्ही तुमच्या झोफूवर बसलात (किंवा झोफू नसेलही तुमच्या आसपास, उदाहरणार्थ, तुम्ही ट्रेनमध्ये प्रवास करता आहात किंवा तुम्ही मुलांच्या एका घोळक्यात गुडघ्यावर बसला आहात आणि ती मुलं तुम्हाला बदडून काढतायत किंवा तुमचे कपडे फाडून टाकण्याच्या तयारीत आहेत.... तर थोडक्यात तुम्ही जिथं कुठं असाल.) आणि तुम्ही जर झाझेनकडे आपलं लक्ष केंद्रित केलं तर तुम्हाला तुमच्या घरी परतून आल्यासारखं वाटतं. कदाचित असं घरी परत येण्याच्या जाणिवेची तुम्हाला नवलाई नसेल; कारण तुमच्याकडे एक घर आहे; पण माझ्यासाठी ती एक खूप मोठी गोष्ट आहे; कारण सनीवेलव्यतिरिक्त माझ्याकडे घर नव्हतं आणि आता तेही उरलेलं नाही. ही फार मोठी गोष्ट आहे ना! झाझेन हे घरापेक्षाही छान आहे. झाझेन असं घर आहे जे तुम्हाला कधीही सोडून जात नाही आणि मी झाझेन करते; कारण मला ती जाणीव आवडते. शिवाय माझा जिकोवर विश्वास आहे आणि जर तिच्यासारखं मीही जगाकडे जर थोड्या आशावादी नजरेनं पाहिलं तर त्यानं मला काही नुकसान होणार नाही.

जिको म्हणते की झाझेन हे आपल्याला काळात घेऊन जातं; पूर्णतः.

मला ते आवडतं.

ते झेन गुरू डोजेन याबाबत काय म्हणतात ते आता आपण पाहू :

विचार न करण्यासंदर्भात विचार करा
विचार न करण्याचा विचार करणं कसं करणार तुम्ही?
विचार थांबवून. झाझेनसाठीची ही अत्यावश्यक कला आहे.

मला वाटतं जोपर्यंत तुम्ही खाली बसून ते करायला सुरुवात करत नाही, तोपर्यंत हे सारं काही कळणार नाही. याचा अर्थ, तुम्ही ते करायलाच हवं असं मी म्हणतेय, असा नाही. मी तर फक्त तुम्हाला सांगतेय की मला काय वाटतं.

रुथ

१

एक. दोन. तीन. प्रत्येक वेळी जेव्हा रुथनं शांत व स्थिर बसून श्वास मोजण्याचा प्रयत्न केला तेव्हा प्रत्येक वेळी तिच्या जुळलेल्या हातातील विश्वाच्या काल्पनिक अंडाकृती प्रतिकाभोवती तिच्या मुठी हळूहळू आवळल्या जात होत्या आणि मग तिला थांबावं लागत होतं.

पुन्हा पुन्हा आणि पुन्हा.

हे अशा प्रकारे बुद्धी आणि मन जागृत होणार तरी कसं? हे सारं काही किती कंटाळवाणं आहे. घरात वीजपुरवठा नसताना जसं वाटतं, तसं काहीसं हे आहे; पण नाओचं म्हणणं खरं होतं. असं करताना घराची जाणीव होत होती. फक्त ती जाणीव भावणारी आहे की नाही याबाबत रुथला काही ठरवता येत नव्हतं.

२

पुन्हा पुन्हा तिनं प्रयत्न केला. करता करता तिची मान पुढे झुकू लागायची आणि मग त्याला एक झटका बसताच ती जागी होत असे आणि पुन्हा मोजणी सुरू. परत परत तिला प्रयत्न करावा लागत होता आणि प्रत्येक वेळी मानेला एक झटका देऊन ती श्वास मोजायला सुरुवात करत असे. डुलकी आणि जागृती या अवस्थांच्या मध्ये ती एका अंधूक जाणिवेच्या अवस्थेत प्रवेश करत असे. ते स्वप्न आहे असंही म्हणता येत नव्हतं; पण स्वप्नावस्थेच्या काठावर नेणारं मात्र ते होतं. तिथं ती जरा वेळ थबकत होती, मग त्यात बुडून जात होती आणि मग एकदम गडगडत खाली जात होती. समुद्राच्या काठावर आदळून फुटणाऱ्या लाटेवर तरंगणाऱ्या तराफ्याचा एक भाग असल्याचं तिला या अवस्थेत जाणवत होतं.

३

मी जर स्वप्नात प्रवास करत खूप खूप दूर निघून गेले आणि जागं होण्यासाठी मला परत यायला उशीर झाला तर?

लहान असताना रुथनं तिच्या वडिलांना हा प्रश्न विचारला होता. ते तिला बिछान्यात आणून झोपवायचे, तिच्या कपाळावर ओठ टेकवायचे आणि 'छान स्वप्न पडू देत,' असं म्हणायचे; पण या साऱ्यात रुथची अस्वस्थता आणखी वाढत असे. माझी स्वप्नं छान, गोड नसली तर काय? जर ती सारी खूप भयंकर असली तर?

"अशा वेळी फक्त स्वतःला आठवण करून द्यायची की, हे तर एक स्वप्न आहे," ते सांगायचे. "आणि मग जागं व्हायचं."

पण जर मी वेळेत जागं होण्यासाठी परत आले नाही तर?

"तर मग मी येईन तुला घ्यायला," लाईट मालवताना ते तिला आश्वासन देत असत.

४

"कदाचित तू खूप जास्त प्रयत्न करते आहेस," ऑलिव्हरनं सुचवलं. "तुला स्वतःला थोडा वेळ द्यायला हवा."

तिच्या ऑफिसच्या दारात तो उभा होता आणि ती जमिनीवर उशी नीट करण्यात गुंतली होती.

"मला उसंत घेणं अजिबात शक्य नाही," पुन्हा उशीवर मांडी घालून बसण्याचा प्रयत्न करताना ती उत्तरली. "माझं आख्खं आयुष्यच थांबलेलं आहे. मला हे खरंच करायलाच हवं."

शरीराचा भार जरा समोरच्या भागात आणत तिनं पाठीचा कणा ताठ केला. कदाचित ती खूप जास्त आरामात बसली होती. कदाचित नाही आणि ती अस्वस्थ होती. मग तिनं उशी काढून फेकून दिली आणि पुन्हा ताठ बसण्याचा प्रयत्न केला.

"मला वाटतं, तू खूप थकली आहेस," ऑलिव्हर पुन्हा बोलला. "ध्यान करण्याचा प्रयत्न करणं थांबवून तू एक छान डुलकी का घेत नाही?"

"माझं आख्खं आयुष्यच झोपी गेलेलं आहे. आता मला जागं होण्याची गरज आहे." तिनं डोळे मिटले आणि निःश्वास टाकला. क्षणात तिला एका थकव्यानं घेरलं. खूप आतून एक लाट आल्यासारखी तिच्या शरीरभर तो थकवा तिला जाणवला आणि तिला खेचून घेऊ लागला. तिनं पुन्हा शरीर झटकलं आणि डोळे उघडले.

"ऐक," ती त्याला म्हणाली. "तूच म्हणतोस ना की विश्व तुमच्या पदरात सतत काहीतरी देत असतं. आता नाओ माझ्या पदरी पडलेलं दान आहे आणि ती म्हणते की जागृत होण्यासाठी ध्यानाची गरज आहे आणि हाच मार्ग आहे. मला वाटतं तिचं बरोबर आहे. जाऊ दे; पण मला प्रयत्न करायचा आहे. मला हवं आहे काहीतरी. मलाही सुप्पापावाची गरज आहे," तिनं पुन्हा डोळे मिटले. तिची बुद्धीच तिची पॉवर होती आणि तीच तिला परत मिळवायची होती.

"ठीक आहे," तो बोलला. "तुझं हे आटोपलं की क्लॅम्स आणि ऑयस्टर आणायला जायला आवडेल का तुला? पाऊस थांबला आहे आणि ओहोटी पण लागली आहे."

"का नाही," मिटलेल्या डोळ्यांनीच तिनं उत्तर दिलं.

दोघांचं संभाषण सुरू असताना दारावर आपल्या नखांना धार करण्यात व्यग्र असलेल्या मांजरानं ऑलिव्हरच्या पायातून वाट काढत सरळ तिच्याकडे जायला सुरुवात केली आणि पोचताच तिनं हातानं केलेल्या मुद्रेत आपलं डोकं घातलं.

"पेस्ट," मुद्रा सोडून तिनं मांजराचे कान खाजवायला सुरुवात केली. "ऑलिव्हर, तू प्लीज या मांजराला नेतोस का इथून आणि जाताना ते दार बंद कर."

"ही याची सुपर पॉवर आहे," मांजराला हातानं उचलून धरत ऑलिव्हर बोलला. "इतरांना कसा वैताग आणायचा हे बरोबर कळतं याला."

मांजराला हातात धरून तो जाता जाता दारात थबकला. "आपल्याला क्लॅम्स आणायला लवकर गेलं पाहिजे. ओहोटी अजून असली तरीही. तू आणखी किती वेळ बसणार आहेस इथं? मला तुला जाग करायला यायची गरज आहे का?"

५

त्यांना सगळ्यात जास्त आवडणारा क्लॅमचा बगीचा इतरांना माहीत नव्हता. ही म्युराईलची देणगी होती. या बेटवासीयांनी बऱ्याच गोष्टी लपवून ठेवल्या आहेत : छुपे क्लॅम बगीचे आणि ऑयस्टरचे मळे, लपवून ठेवलेले पाईन मशरूम आणि कॅन्टरेले ताटवे, पाण्याखाली दडवून ठेवेलेले खडक जिथे सी अरचिन्स वाढवले जातात, अफिमची छुपी शेती, ताजे सालमन आणि हॅलिबट मिळवण्यासाठी तयार केलेली एक टेलिफोन नंबरची यादी, मांस आणि चीझ आणि अनपाश्चराईज्ड दुग्धजन्य पदार्थ. गेल्या काही वर्षांत इथल्या तीन महत्त्वाच्या किराणा दुकानांनी आपल्या साठ्यांमध्ये बरंच परिवर्तन केलं आहे आणि त्यामुळे आताशा इथं जवळपास हवं ते मिळतं; मात्र पूर्वी बेटावर नव्यानं येणाऱ्यांना दया येऊन जर कुणी या छुप्या गोष्टींची माहिती दिली नाही, तर उपासमार होऊन जीव जाण्याचीच पाळी येणार,

अशी परिस्थिती होती.

एका थंड प्रवाहाच्या दिशेकडे वसलेली ही क्लॅमची बाग बेटाच्या पश्चिम टोकावर आहे. इथले ऑयस्टर खूप छोटे आणि गोड असतात आणि क्लॅम्स खूप रसरशीत. ही बाग फार फार वर्षांपासून इथं आहे आणि सॅलिश लोकांच्या पिढ्यान्‌पिढ्या यावर मशागत करतात, अशी माहिती म्युराईलनं पुरवली होती; पण आता फार कमी लोक इथं शेती करतात आणि दुर्दैव म्हणजे वारंवार मशागत केली तरच या बागेचा पुरेपूर उपयोग होऊ शकतो. एवढं असूनही जराशीही वाळू उपसली तरीही डझनभर तरी जाडजूड क्लॅम्स हाती लागतात. पंधरा-वीस मिनिटांतच त्यांना रोज पुरतील एवढे दीडशे क्लॅम्स्‌ आणि तीस ऑयस्टर मिळाले.

वाळूच्या जरा वर आलेल्या एका दगडावर ते दोघेही विसावले आणि पश्चिमेकडे समुद्राच्या पार दिसणाऱ्या डोंगराच्या सावल्या निरखू लागले. गडद निळ्या आकाशात पिंजारलेल्या ढगांची पखरण होती आणि त्यातून मावळतीच्या किरणांचा पिसारा फुलला होता. रात्रीचं पहिलं चांदणं त्यांच्या अगदी डोक्यावर उगवलं होतं. छोट्या लाटांचा त्याच्या पायांजवळ अभिषेक चालला होता.

कोटाच्या खिशातून ऑलिव्हरनं एक बिअरचा कॅन काढला आणि उघडून रुथच्या हातात दिला. मग त्यानं एक चाकू आणि लिंबू काढलं. पातं एकदम लकाकलं. दुसऱ्याच क्षणी ऑयस्टरच्या शिंपल्याचा एक भाग वेगळा झाला आणि काळवंडलेल्या पाण्यात गडप झाला. दुसरा भाग त्यानं रुथपुढे धरला. आतला तो पाणीदार जीव शिंपल्याच्या मोतिया रंगात एकदम लकाकला. गडद काळी किनार असलेला राखाडी मांसल तुकडा. ऑलिव्हरनं त्यावर लिंबू पिळताच ते जरा हलल्याचंही रुथला जाणवलं.

तिनं शिंपल्याचा दुसरा भाग हातात घेतला आणि ओठांशी नेला. हळूच तिच्या दोन्ही ओठांमधून ते बिळबिळीत ऑयस्टर तोंडात गेलं. ते गार आणि चवीला खूप ताजं होतं. त्यानं बकेटमधून आणखी एक ऑयस्टर काढलं आणि खाल्लं आणि आणखी एक.

"अहा," तो उद्‌गारला. "*Crassotrea gigas*. सागराची देणगी." बिअरच्या घोटाबरोबर त्यानं ऑयस्टरचाही घोट घेतला.

तो खूप खुश दिसत होता. आणि तंदुरुस्तही. तो आजारी असताना त्याचं वजन खूपच कमी झालं होतं; पण आता तो बरा झाला होता आणि त्याला तसं पाहणं आनंददायी होतं. त्यात तिला ऑयस्टर शेतकरी ब्लेकनं अणुउत्सर्जनासंदर्भात केलेलं विधान आणि म्युराईलनं वाहून येणाऱ्या सामानासंदर्भात केलेलं वक्तव्य आठवलं.

"काही ऑयस्टर शेतकऱ्यांना अणुउत्सर्जनामुळे जरा भीती वाटते आहे. इथल्या

सागरी जीवांना त्याची लागण होईल असं त्यांना वाटतं,'' ती बोलली. ''फुकुशिमामुळे. तुला काय वाटतं?''

''प्रशांत महासागर तसा फार विशाल आहे,'' तो बोलला. ''तुला आणखी एक हवं का?''

तिनं मान डोलावली.

''खरं तर हे जरा विरोधाभासी आहे,'' स्वतःसाठी आणखी एक शिंपला तोडत तो बोलू लागला. ''हे जे ऑयस्टर आहेत ते मुळात इथले नाहीत.''

हे तिला माहिती होतं. इथं सगळ्यांनाच ते माहिती होतं. बेटावर राहत असताना अशी माहिती तुम्हाला नसणं अगदी अशक्य होतं. सालमनचा ओघ कमी झाल्यामुळे आणि मोठे वृक्ष तोडल्यामुळे आता ऑयस्टर शेती हे त्यांच्यासाठी एखाद्या उद्योगाइतकं महत्त्वाचं होतं.

''ते सर्वप्रथम इथे दिसले ते १९१२ किंवा १३मध्ये,'' तो सांगू लागला. ''पण त्यानंतरही साधारण ३०सालापर्यंत त्यांना इथल्या वातावरणाशी जुळवून घ्यायला वेळ लागला. आणि एकदा ते इथं स्थिरावले आणि नंतर मग त्यांनी इथल्या स्थानिक प्रजातींनाही मागे टाकलं.''

''हो,'' ती बोलली. ''मला ठाऊक आहे ते.''

''या किनाऱ्यांवर अनवाणी चालता यायचं असं जुने लोक सांगतात.''

तिनं हेही ऐकलं होतं. आताशा साऱ्याच बीचवर ऑयस्टरचे धारदार शिंपले अंथरले गेले होते आणि त्यामुळे इथं अनवाणी चालणं अशक्य होतं. ''पण यात विरोधाभास काय आहे?''

''कदाचित विरोधाभास हा चुकीचा शब्दप्रयोग असेल; पण सत्य काही वेगळं आहे. क्रॅसोस्ट्रिया गिगास ही प्रजाती मुळात जपानमधली आहे. त्यातही ती मियागी या प्रांतातून आलेली आहे. म्हणूनच या प्रजातीच्या ऑयस्टरना खरं तर मियागी ऑयस्टर म्हणूनच ओळखलं जातं. तुझी ती संन्यासिनीही याच भागातली आहे ना?''

''हो,'' ती बोलली आणि समोर पसरलेला तो अथांग महासागर जरासा लहान झाल्यासारखा तिला वाटला. ''मला हे मात्र ठाऊक नव्हतं.''

खडकातला थंडपणा तिच्या जाड्याभरड्या जिन्समधून एकदम हाडात शिरल्याचं तिला जाणवलं. ती झटक्यात उभी राहिली आणि तिनं जागेवरच उड्या मारायला सुरुवात केली. शरीर थोडं उबदार करण्याचा तिचा प्रयत्न होता; पण त्यानंतरही त्या खडकावर बसून बिअर पिणं मुश्किलच होतं; कारण अजूनही तिथं गारवा होता; पण तिनं त्याकडे दुर्लक्ष केलं. समुद्रावरची हवा फार सुरेख होती आणि तिला ती फुफ्फुसात भरून घ्यायला आवडत होतं. दिवसभर कॉम्प्यूटरसमोर घालवल्यानंतर

तिला आलेली मरगळ इथं हवेत विरल्यासारखी झाली होती. तिला एकदम जागं झाल्यासारखं वाटलं.

"आपण किती भाग्यवान आहोत याची तुला कल्पना आहे का?" ऑलिव्हर बोलत होता. "आपण अशा ठिकाणी राहत आहोत, जिथं हवा अजूनही स्वच्छ आहे आणि आपण आजही बिनधास्तपणे शेलफिश खाऊ शकतो."

या साऱ्या जागांची राखण करणाऱ्या, मशागत करणाऱ्या सॅलिशांचा विचार तिच्या मनात डोकावला. मॅनहॅटनच्या जवळ ऑयस्टरची शेती करणारी शेवटची व्यक्ती कोण, याचाही विचार तिच्या मनात डोकावला. फुकुशिमातून गळती होणाऱ्या अणुशक्तीचाही ती विचार करत होती. मियागीतील डोंगराच्या आधारानं उभ्या असलेल्या जिकोच्या त्या विहाराचा विचारही तिला स्पर्शून गेला. ते आहे की होतं?

"हे सारं काही आपल्याला आणखी किती दिवस उपभोगायला..." ती बोलली.

"कुणास ठाऊक?" त्यानं तिचं वाक्य मध्येच तोडत उत्तर दिलं. "पण आहे तोपर्यंत त्याचा आनंद लुटू या." आणखी एक ऑयस्टरचं शिंपलं तोडून त्यानं तिला दिलं. त्याची बोटं ओली झाली होती. "तुला आणखी एक हवं का?"

"चालेल." शिंपल्याच्या बाहेरच्या भागाचा खडबडीतपणा तिच्या ओठांना स्पर्शून गेला आणि आतली ती मासळी मात्र जिभेवर एकदम गार आणि मऊशार होती. तिनं मासळी गिळली आणि आतल्या खाऱ्या पाण्याचा आस्वाद घेतला. समुद्राला पुन्हा उधाण येऊ लागलं होतं आणि लाटा आता त्यांच्या खडकावर भराभर येऊ लागल्या होत्या. "मला थंडी वाजते आहे," तिनं त्याला सांगितलं. "आपण घरी जाऊ या."

नाओ

१

तुम्ही कधी लाटेला मात देण्याचा प्रयत्न केला आहे का? बदडून काढण्याचा प्रयत्न? किंवा चिमटे काढण्याचा? किंवा लाथा मारण्याचा? किंवा एक काठी घेऊन मरेस्तोवर मारण्याचा?

निव्वळ मूर्खपणा.

माझ्या जखमा पाहिल्यानंतर जिको मला एक दिवस गावात घेऊन गेली. परत येताना तिला जरा एके ठिकाणी थांबायचं होतं आणि काही राइस बॉल्स आणि शीतपेय आणि काही चॉकलेट्स घ्यायची होती. थोडं बसनं जाऊन गावात एक फेरफटका मारायचा आणि समुद्रकिनाऱ्यावर एक छोटीशी सहल घडवून आणायची, अशी तिला कल्पना सुचली होती. मला तसं त्यात फारसं काही मोठं वाटलं नाही; पण तिला वाटलं होतं की हे असं करणं माझ्यासाठी एक मजेशीर बदल असेल आणि बाहेर दुकानांमध्ये मिळणारा खाऊ मला घेऊन देणं आणि समुद्राकाठी मजा करू देणं, चांगला बदल होईल; पण मी म्हणजे, तिची इच्छा आहे तर करू या, अशा विचारात होते; कारण एखाद्या एकशे चार वर्षं वयाच्या बाईला नाही म्हणणं मला तरी जिवावर आलं होतं.

डोळ्यांतल्या मोतीबिंदूमुळे जिकोला व्यवस्थित चालताही येत नाही आणि म्हणून ती कायम सोबत एक काठी बाळगते; पण आपण जर तिचा हात हातात घेऊन चालायला लागलो तर तिला ते फार आवडतं. असा हात धरण्यानं तिला जास्त आधार मिळतो आणि म्हणून ती आत्मविश्वासानं चालू शकते. म्हणून तिला ते आवडत असावं, असा माझा अंदाज आहे. त्यामुळेच मी जेव्हा तिच्यासोबत असेन, तेव्हा मी तिचा हात हातात घेते.

तुम्हाला खरं सांगायचं झालं तर मलाही ते फार आवडतं. तिचे ते हडकुळे छोटे छोटे हात माझ्या हातात घ्यायला मला आवडतं. मी खूप खमकी, ताकदवान आहे आणि तिचं ते छोटं शरीर माझ्या आधारानं उभं ठेवण्यात जी भावना आहे ती मला

आवडते. मग मीही एक उपयोगी गोष्ट असल्याचं मला जाणवतं. मी नसताना ती काठीचा आधार घेते. एका काठीपेक्षा जास्त माझी गरज आहे, या भावनेचा मला अभिमान वाटतो.

समुद्राच्या किनाऱ्याजवळ बसमध्ये बसण्यापूर्वी जिकोला एका दुकानात थांबायचं होतं. आमच्या पिकनिकसाठी तिला काही सामान खरेदी करायचं होतं; पण त्या दुकानाच्या पार्किंगमध्ये काही यॅन्की[१] मुलींचं एक टोळकं घोटाळताना मला दिसलं; त्यामुळे, मला आता काहीही खायला नको; मला अजिबात भूक नाही, असं मी ताबडतोब जिकोला सांगितलं. मी खोटं बोलले होते. बेफाम गाड्या उडवणाऱ्या त्या एकदम फटाकड्या मुली होत्या. त्यांनी केसांना नारिंगी पिवळे रंग लावले होते. ढिलीढाली पॅन्ट आणि डॉक्टर किंवा शास्त्रज्ञ घालतात तसे उडते कोट घातले होते. फक्त त्यांचा रंग मात्र पांढरा नव्हता. सारेच रंग खूप भडक आणि अंगावर येणारे होते आणि त्यावर मोठ्या आकाराची कांजी अक्षरं काळ्या रंगात रंगवली होती.

दुकानाच्या अगदी दाराशी या मुली फुटपाथवर येरझाऱ्या घालत होत्या. तोंडात च्युईंग गम घोळवत आणि सिगारेटी फुंकत त्या उभ्या होत्या. त्यातील काही जणी केन्डोमध्ये वापरतात तशा लाकडाच्या तलवारींशी खेळत होत्या आणि ते पाहून मी जिकोला एका झटक्यात सांगितलं, "आजी, मला अजिबात भूक नाही." पण ती वृद्ध बाई आज माझ्यासाठी सारं काही करायला म्हणून खूप आतूर झाली होती. आज तिला पिकनिक करायचीच होती आणि मग अशा वेळी तुम्ही काय करू शकता? मी तिचा हात हातात घेतला आणि घट्ट धरला. आम्ही चालू लागलो आणि अगदी त्या मुलींच्या जवळ पोचलो तोच त्यातील एक आमच्या अगदी पायांजवळ थुंकली. शिवाय आता त्या काहीबाही बोलायला लागल्या होत्या. नव्यानं मी हे सारं काही ऐकत नव्हते. शाळेत मी हे सारं ऐकलेलं होतं; पण मला धक्का बसला; कारण जिको माझ्या सोबत होती आणि ती वयोवृद्ध बाई जवळून जात असताना त्यांनी मॅन्को[२] किंवा चिनचिन[३] वगैरे गोष्टी कराव्यात हे जरा अतिच होतं. आणि तेही एका

---

१. इंग्रजी Yankee या शब्दापासून घेतलेला शब्द. यॅन्की तरुणींचं वैशिष्ट्य म्हणजे मुख्यतः तारुण्याच्या उंबरठ्यावरील उनाड, बेजबाबदार आणि दणकट मुली. भुवया पूर्णतः कापलेल्या आणि अंगावर एक लांबलचक कामगारांसारखा पण खूप रंगीबेरंगी कोट घालणाऱ्या मुली. या कोटाला जपानमध्ये तोक्को-फुकू म्हणतात. त्याचा अर्थ होतो हल्ला करण्यासाठीचा विशेष गणवेष आणि असे हे गणवेष दुसऱ्या महायुद्धात तोक्कोताईंना म्हणजेच कामिकाझे पायलट असलेल्या सैन्याच्या विशेष तुकडीला देण्यात आले होते.

२. योनी

३. लिंग

संन्यासिनीसमोर? त्यांना ओलांडून समोर निघून जाण्यासाठी आम्हाला खूप वेळ लागला; कारण जिकोला एकतर चालायलाच खूप वेळ लागतो आणि त्या मुलींनी थोडाफार आमचा रस्ताही अडवला होता. त्या आता गोंगाट करायला लागल्या होत्या आणि वारंवार थुंकत होत्या. माझ्या छातीचे ठोके वाढले होते आणि चेहरा तापू लागला होता; पण हे सारं काही घडताना जिकोची पापणीसुद्धा लवली नव्हती.

शेवटी एकदाचे आम्ही त्या दुकानाच्या आत शिरलो. तिथे पूर्ण वेळ आम्ही राइस बॉल्स आणि कोल्ड्रिंक्स घेत फिरलो आणि नंतर गोड म्हणून चॉकलेट घ्यायची की गोड बीन केक घ्यायचे की दोन्ही चालेल, यावर निर्णय घेत फिरत होतो. मी वारंवार खिडकीबाहेर त्या येरझाऱ्या घालणाऱ्या मुलींवर नजर ठेवून होते. आम्ही बाहेर पडताना त्या पुन्हा काहीतरी घाणेरडं बोलतील याची मला खात्री होती किंवा कदाचित काहीतरी फेकून मारतील किंवा आम्हाला पाडण्याचाही प्रयत्न करतील. कदाचित ते आमचा बीचपर्यंत पाठलागही करतील आणि आपल्या मित्रांना बोलावून आमच्यावर बलात्कारही करतील आणि मग आम्हाला मारून आमचे मृतदेह ते समुद्रात फेकून देतील किंवा मग त्या लाकडी तलवारींनी त्या स्वत:च आमचा समाचार घेतील. ही अशी मुलं शरीरासोबत काय काय करू शकतात, या कल्पना करण्याचा मला बराच सराव होता; कारण शाळेत माझं हे सारं अनुभवून झालं होतं; पण माझ्या म्हाताऱ्या पणजीला - जिकोला कुणी इजा करतं आहे, हा विचार माझ्यासाठी तरी नवीन होता आणि मग मला एकदम पोटात ढवळून आलं.

पण जिको नेहमीप्रमाणे अगदी शांत होती आणि याकडे दुर्लक्ष करत होती. तिचं लक्ष फक्त आमच्यासाठी कुठले राइस बॉल्स घ्यायचे हे पाहण्यात होते आणि शेवटी तिनं आंबट प्लम्स, वेगवेगळ्या चवीचे सीवीड आणि मसालेदार कॉड रो घेतले. चॉकलेट पसंत करण्यासाठी तिनं मला सांगितलं. पोकी, मेल्टी किसेस, की दोन्हीही, हा निर्णय मला घ्यायचा होता; पण मी या अशा फडतूस गोष्टींकडे कसं लक्ष देऊ शकणार होते? दाराबाहेर उभ्या असलेल्या आमच्या शत्रूंपासून स्वत:चं कसं रक्षण करता येईल, ते माझ्या डोक्यात घोळत होतं. ती खूप म्हातारी होती आणि समोर उभ्या असलेल्या संकटाला पाहण्याची तिच्या अंधूक डोळ्यांत ताकदही नव्हती; पण मी मात्र त्या डझनभर यॅन्की डाकिणींना खऱ्याखुऱ्या काठीनं कसं बुकलून काढता येईल याचा विचार करत होते; पण माझ्याकडे होतं काय तर फक्त थोडीशी सुप्पापावा!

गल्ल्यावर बसलेल्या माणसाला पैसे द्यायला जिकोला अनंत काळ लागत होता. हे म्हातारे लोक आणि त्यांचे ते चिल्लर पैशांचे बटवे... तुम्हाला तर कल्पना असेलच; पण मी त्याकडे लक्ष दिलं नाही. उलट तिला मदत करण्याचाच मी प्रयत्न करत होते. मला तर वाटलं की तिनं हे सारं काही आटोपायला आख्खा दिवस

घालवावा आणि मग आम्ही बाहेर येण्यापूर्वी ते टोळकं तिथून नाहीसं झालेलं असावं; पण ते तिथेच घोटाळत होतं आणि आम्ही बाहेर पडताच त्यांनी थोडंफार आम्हाला घेरलंदेखील. पुन्हा थुंकणं आणि आमचा अंदाज घेणं सुरू झालं होतं. मी जिकोला घेऊन तिथून भराभर निघून जाण्याच्या विचारात होते; पण तुम्हीही आता जिकोला ओळखू लागला आहात. ती आपल्या गतीनं जात होती.

त्या टोळक्यानं आता जोरजोरानं ओरडायला सुरुवात केली होती आणि आम्ही जसजसे त्यांच्या अधिकाधिक जवळ गेलो, त्यांचं ते ओरडणं किंचाळण्यात परिवर्तित झालं आणि त्यातील काही तर दोन-चार पावलं पुढेही सरसावल्या. मी मग पुढे गेले आणि आम्ही जेव्हा त्यांच्या अगदी बरोबरीत आलो तेव्हा अचानक जिको थांबली. जणू काही त्यांचा सामना करण्यासाठी ती वळली, त्यांना आताच आपण पाहिलं, या आविर्भावात ती त्यांच्याकडे पावलं टाकू लागली. माझा हात तिनं हातात घेतलाच होता.

मी जरा थबकले आणि कुजबुजले, "*Dame da yo, Obaachama! Iko yo!*"[४] पण तिनं ऐकलं नाही. ती सरळ त्यांच्या पुढ्यात उभी राहिली आणि एकवार त्यांच्याकडे निरखून पाहिलं. ती अशीच सर्व गोष्टींकडे पाहते. खूप सावकाश आणि स्थिर. कदाचित मोतीबिंदूमुळे तिला समोरची आकृती संपूर्ण पाहायला जरा अवकाश लागत असेल. त्या भडक कपडे घातलेल्या मुली आणि त्यांचे ते निळे, नारंगी आणि लाल कोट आणि त्यावर असलेल्या कांजीच्या चित्रांमुळे तिची नजर संभ्रमात असावी.

कुणीही काही बोललं नाही. त्या मुली वेडीवाकडी तोंडं करत आणि पार्श्वभाग हलवत अस्वस्थ हालचाली करत होत्या. शेवटी आपण काय पाहत आहोत, हे जिकोला कळलं असावं, असा मी कयास बांधला. तिनं माझा हात सोडला आणि त्याच क्षणी माझा श्वास रोखला गेला. आणि ती एकदम कमरेत वाकली. त्यांना नमस्कार करण्यासाठी.

माझा तर विश्वासच बसला नाही. आणि तो काही साधासुधा नमस्कार नव्हता. ती व्यवस्थित कमरेत वाकली होती. त्या मुलींना तर काहीच सुचलं नाही. हे काय, असे भाव त्यांच्या चेहऱ्यावर आले आणि त्यातली एक जाड मुलगी जी चार पावलं पुढे आली होती, ती तर हे सारं पाहून एकदम मागेच सरली आणि तिनंही प्रतिसाद दिला. अगदी पूर्ण सन्मानपूर्वक असा नमस्कार नव्हता तिचा; पण तोंडात बुक्की घालण्यातलाही प्रकार नव्हता; पण मग त्यातील एक मध्यभागी उभी असलेली उंच मुलगी, जी नक्कीच त्यांची नेता होती, ती पुढं आली आणि तिनं त्या जाड्या

४. आजी, हे काही बरोबर नाही. आपण जाऊ या इथून.

मुलीच्या डोक्यात एक टपली दिली.

"*Nameten no ka!*" ती उद्गारली. "*Chutohampa nan da yo. Chanto ojigi mo dekinei no ka!*"[५]

तिनं पुन्हा त्या मुलीला मारलं आणि मग ती स्वत: अगदी ताठ उभी राहिली, हात जोडले आणि व्यवस्थित कमरेत वाकून तिनं नमस्कार केला. टोळक्यातल्या इतर जणींनीही तिचं अनुकरण केलं. जिकोनं पुन्हा त्यांना वाकून नमस्कार केला आणि मलाही कोपरानं ढोसलं, त्यामुळे मीही वाकून नमस्कार केला; पण त्यात जान नव्हती म्हणून तिनं मला पुन्हा वाकायला लावलं. आता सारं काही बरोबरीत आलं होतं; कारण जिको आता आमच्या गटाची नेता होती आणि मी त्या टोळक्यातील ती मूर्ख मुलगी जिनं नीट नमस्कार केला नव्हता. हे काही फारसं वाखाणण्यासारखं नव्हतं; पण मला जिकोनं पुन्हा नमस्कार करायला लावणं त्या टोळक्याला फार भारी वाटलं आणि त्या खिदळल्या. जिकोनंही स्मित केलं आणि मग माझा हात धरून ती चालू लागली. बस आली आणि जिको खिडकीकडे बसली. ती त्या पार्किंगकडे पाहत होती.

"मी विचार करते आहे आज कुठला ओमात्सुरी[६] आहे?" ती बोलली.

"ओमात्सुरी?"

"हो," ती उद्गारली. "ती सगळी मुलं किती छान मात्सुरी कपडे घालून होती. केवढ्या आनंदात होती ती. मला कळलं नाही की आज प्रयोजन काय आहे. मुजीला माहिती असतं हे सगळं आणि तीच मला ही आठवण करून देते...."

"ते मात्सुरी नाही! त्या सगळ्या उडाणटप्पू मुली होत्या, आजी. गाड्या उडवणाऱ्या फटाकड्या. यॅन्की मुली."

"त्या मुली होत्या?"

"वाईट मुली. सगळ्या वाया गेलेल्या, बेजबाबदार आणि गुन्हेगारी प्रवृत्तीच्या. त्या काहीबाही बोलत होत्या. आपल्यालाही मारतील की काय असं मला वाटलं होतं."

"अरे देवा," मान डोलवत ती उद्गारली. "त्या किती छान कपडे करून होत्या. छान रंग होते ते. अगदी प्रसन्न."

---

५. मूर्ख! अर्धवट नमस्कार करू नको. तुला वाकायचं असेल, तर नीट, पूर्ण वाक.

६. सण किंवा उत्सव

२

"तू कधी सागराच्या लाटांशी कुस्ती केली आहे का?" बीचवर गेल्यावर जिकोनं मला विचारलं.

आमचं खाणं आटोपलं होतं. राइस बॉल्स आणि काही चॉकलेटं आम्ही खाल्ली होती आणि त्यानंतर बीचवर फेरफटका मारत होतो. जिको एका लाकडी बाकावर बसली होती आणि तिच्या पायापाशी मी वाळूवर स्वत:ला झोकून दिलं होतं. सूर्य तळपत होता. जिकोनं एक ओला केलेला टॉवेल मुंडन केलेल्या डोक्यावर लपेटला होता आणि तिच्या त्या राखाडी रंगाच्या पायजम्यात ती अगदी शांत बसली होती. थंडगार काकडीसारखी. मी मात्र तापले होते, घामानं थबथबलेले आणि अस्वस्थ; पण मी पोहण्यासाठी कपडे आणले नव्हते आणि खरं तर पोहण्याची माझी इच्छाही नव्हती; पण ती हे सारं काही विचारत नव्हती.

"लाटेशी कुस्ती?" मी पुन्हा विचारलं. "नाही. नक्कीच नाही."

"प्रयत्न कर. पाण्यात उतर आणि मोठ्या लाटेची वाट पाहा. ती आली की मस्त एक बुक्का मार तिला. एकदम जोरात लाथ घाल. काठी घे आणि झोडपून काढ. जा करून पाहा. मी बघते इथूनच." तिनं तिची काठी मला दिली.

आमच्या आजूबाजूला कुणीच नव्हतं. काही सर्फिंग करणारे होते; पण ते तिकडे लांब समुद्रात होते. मी तिची काठी हातात घेतली आणि केन्दो तलवारीसारखी ती डोक्यावर फिरवत समुद्राकडे धाव घेतली. लाटा खूप मोठ्या होत्या. काठाकडे येताच त्या फुटत होत्या. माझ्या अंगावर एक मोठी लाट घेत मी जोरात ईईईईईईईईईईईईईईईईईईईईई....... किंचाळत तिच्याकडे धावत सुटले. अगदी एखाद्या लढाई करणाऱ्या समुराईप्रमाणे. मी लाटेवर जोरात प्रहार केला आणि काठी तिला कापत बाहेर गेली. मग दुसरी लाट माझ्याकडे येऊ लागली. मी पळून जाण्यासाठी म्हणून परतून किनाऱ्याकडे धावू लागले; पण त्या येणाऱ्या लाटेनं मला सपशेल पाडलं. मग मी उठून उभी राहिले आणि त्या येणाऱ्या लाटांना झोडपू लागले. प्रत्येक वेळी येणारी लाट मला लोळवत होती आणि पाण्याच्या फेसात आणि वाळूत मी न्हाऊन निघत होते. मला पर्वा नव्हती. पाण्यातला बोचरा गारवाही छान वाटत होता आणि त्या प्रचंड लाटा खूप ताकदवान आणि खऱ्याखुऱ्या होत्या. तो नाकात गेलेला समुद्राचा खारटपणाही छान वाटत होता.

पुन्हा पुन्हा मी सागराकडे धाव घेत होते आणि लाटांना झोडपत होते. वारंवार. जोपर्यंत मी पार थकले नाही आणि माझ्या पायातली उभं राहण्याची ताकद जात नाही, तोपर्यंत मी झगडत होते. आणि मग दुसऱ्याच क्षणी मी कोसळले; पण मी तशीच पडून राहिले आणि लाटांवर हिंदकळणाऱ्या माझ्या शरीराला तसंच राहू

दिलं. मग विचार आला, जर मी ही अशीच पडून राहिले, कुठलाही प्रतिकार केला नाही, कुठली मदत मिळाली नाही तर काय होईल? समुद्रात मी वाहून जाईन का? शार्क माझ्या शरीराचे लचके तोडतील. हात-पाय खातील. छोट्या मासळ्यांना माझ्या हाताची बोटं पुरतील पोट भरायला. माझी ही सुंदर शुभ्र हाडं समुद्राच्या तळाशी जातील आणि त्यावर शुभ्र फुलांसारखे ॲनिमनी वाढतील. डोळ्यांच्या खाचांमध्ये मोती येऊन स्थिरावतील. मी उठून उभी राहिले आणि जिको बसली होती तिकडे गेले. तिनं डोक्यावरचा तो छोटा टॉवेल काढला आणि मला दिला.

"*Maketa,*" वाळूवर स्वतःला झोकून देत मी बोलले. "मी हरले. समुद्र जिंकला."

ती हसली. "पण छान वाटलं का तुला?"

"छान," ती उद्गारली. "आणखी एक राइस बॉल खा."

३

माझा टी-शर्ट आणि शॉर्ट्स वाळण्याची वाट पाहत आम्हाला तिथे जरा जास्त वेळ बसून राहावं लागलं. दूरवर सर्फिंग करणारे लाटांवरून कोसळत पाण्यात गडप होत होते.

"लाटा त्यांनाही झोडपून काढत आहेत," त्यांच्याकडे बोट दाखवत मी बोलले.

जिकोनं डोळे मिचकावले; पण तरीही तिच्या त्या 'रिक्ततेच्या फुलांतून'[७] तिला फारसं काही दिसत नव्हतं.

"त्या तिकडे," मी तिला सांगत होते. "तो बघ त्या तिथे आहे. तो फक्त उभा आहे.... तिथे वर.... वर... अरे, तो बघ पडला आता." मी जोरात हसले. ते दृश्य मजेशीर होतं.

जणू काही माझ्याशी सहमत असल्यासारखं जिकोनं मान डोलावली. "वर, खाली, सगळं सारखंच आहे," ती म्हणाली.

हे खरं 'जिको'छाप वक्तव्य! मी इकडे दोन देखण्या तरुणांना लाटांवर खेळताना पाहते आहे आणि ती मला अस्तित्वाच्या मुळाशी असलेल्या अद्वैतवादासंदर्भात सांगण्याचा प्रयत्न करते आहे. तिच्याशी हुज्जत घालण्यात अर्थ नसतो; कारण यात तिचाच विजय निश्चित असतो; पण तरीही हे असं संभाषण म्हणजे परस्परांना टपली मारण्यासारखं आहे. एकानं टपली मारली की दुसरा म्हणणार काय? आणि

---

७. मोतीबिंदू

मग तो पहिला काहीतरी एक विधान करणार. या खेळाचा भाग म्हणून मग मी बोलले. "नाही गं, एकसारखं नाही ते. निदान या सर्फिंग करणाऱ्यांच्या संदर्भात तरी नाही."

"हो," ती उत्तरली. "तुझं बरोबर आहे. ते सारखं नाही." डोळ्यांवरचा चष्मा तिनं नीट केला. "पण वेगळंही नाही."

बघा, मी म्हटलं होतं ना?

"सर्फर आणि लाटा एकच."

मला कळत नाही मी का एवढा आग्रह करते. "हे अगदीच मूर्खपणाचं आहे," मी बोलले. "लाटांवर सर्फिंग करणारा एक मनुष्य आहे आणि लाट ही लाट आहे. ते सारखे कसे असणार?"

जिकोनं दूरवर क्षितिजावर आपली नजर रोखली. समुद्र आणि आकाश जिथं एक झाले होते. "सागराच्या आतील ऊर्मीतून लाटेचा जन्म होतो," ती म्हणाली. "आणि विश्वाच्या ऊर्मीतून माणसाचा जन्म होतो. एक व्यक्ती जगातून बाहेर येते आणि लाटेसारखी वाहत जाते जोपर्यंत ती काठावर विरून जात नाही. वर, खाली. व्यक्ती, लाट."

किनाऱ्याजवळ दिसणाऱ्या एका डोंगराकडे तिनं इशारा केला. "जिको आणि डोंगरही समान. डोंगर उंच आहे म्हणून तो जास्त काळ जिवंत राहणार. जिको लहान आहे म्हणून तिचं आयुष्यही लहानच असणार, बस्स!"

मी म्हटलं ना, जिकोशी बोलायला लागलं की हे असं काहीसं संभाषण होतं. ती काय म्हणते हे मला कधीच पूर्ण कळत नाही; पण तरीही ती मला सारं काही समजावून सांगण्याचा प्रयत्न करते, हेच मला आवडतं. हे तिचं असं असणं खूप छान आहे.

विहारात परतण्याची वेळ झाली होती. कपडे वाळले होते आणि समुद्राच्या खारट पाण्यानं माझं सगळं अंग खाजत होतं. मी जिकोला उठून उभं राहायला मदत केली आणि आम्ही एकमेकींचा हात धरून पुन्हा बसस्टॉपवर आलो. लाटांबद्दल ती काय बोलली हे माझ्या डोक्यात घोळतच होतं. ते ऐकून मी थोडी उदास झाले होते; कारण मला माहिती होतं की तिच्या आयुष्याची ती छोटीशी लाट आता किनाऱ्यावर विसर्जित होण्याकडे वाटचाल करते आहे आणि ती पुन्हा सागरात विरून जाणार. तसं पाण्याला तुम्ही धरून ठेवू शकत नाही; पण तरीही मी तिचा हात हातात घट्ट धरला. ती निसटून जाऊ नये म्हणून.

रुथ

१

पाण्याची गळती तुम्ही नाही थांबवू शकत. त्सुनामीनंतर येणाऱ्या काही आठवड्यांत टेप्कोला मिळालेला हा एक धडा होता. अणुभट्टीतील इंधनाच्या स्रोतांना शांत करून त्यातून गळती थांबवण्यासाठी त्यांनी हजारो टन समुद्राचे पाणी आत ओढून आणले होत, तेव्हा त्यांना ही शिकवण मिळाली होती. एवढा उपद्व्याप करण्यापूर्वीच सारं काही घडून गेलं होतं. याला त्यांनी 'Feed and Bleed' उपाययोजना असं म्हटलं, ज्याअंतर्गत दर दिवशी ५०० टन इतकं किरणोत्सर्जित पाणी गोळा करून ते भट्टीतच साठवून ठेवणं आणि त्याची गळती होऊ नये म्हणून काळजी घेणं, असा त्यांचा मूळ उद्देश होता.

प्रशांत महासागराच्या अगदी विरुद्ध बाजूला रुथ या आपत्तीसंदर्भातील बातम्या उपसत होती. या परिस्थितीवर नजर ठेवून असणाऱ्या आंतरराष्ट्रीय अणुशक्ती संस्थेनं २०११ फुकुशिमा न्यूक्लिअर ॲक्सिडेंट अपडेट ब्लॉग सुरू केला होता आणि ते त्यात रिॲक्टरर्सना थोपवून धरण्यासाठी, पूर्ववत करण्यासाठी सुरू असलेल्या प्रयत्नांसंदर्भातील दैनंदिन प्रगती प्रकाशित करत होते. त्यातील एप्रिल ३, २०११ला प्रकाशित झालेल्या ब्लॉगमधला हा काही भाग :

> *एप्रिल २ला टर्बाईन इमारतीतील तळघरातील युनिट १मधले पाणी हलवण्यासाठी युनिट १मधल्या कंडेन्सर साठवणूक टँकमधून पाणी सप्रेशन पूलमधल्या सर्जकमध्ये नेण्याची प्रक्रिया पूर्ण करण्यात आली.*
> *तसेच एप्रिल २लाच युनिट १च्या तळघरातील पाणी कन्डेन्सरमध्ये आणण्यासाठी युनिट २मधल्या कन्डेन्सर ते कन्डेन्सर साठवणूक टँकमधले पाणी हलवण्याचीही प्रक्रिया सुरू करण्यात आली आहे.*

पाणी उपसणं आणि वाहवणं, सर्जक टँक आणि पाणीपुरवठा करणाऱ्या वाहिन्या,

पाणी ओढून घेणाऱ्या आणि आत सोडणाऱ्या वाहिन्या, सप्रेशन पूल आणि खड्डे, विसर्जनाची गती आणि गळतीचे मार्ग, ट्रेन्चेस आणि टनेल आणि ओसंडून वाहणारी तळघरं या सगळ्या पाणी थोपवून धरणाऱ्या प्रक्रियांसंदर्भातील किचकट माहिती उताऱ्यामागून उतारे आणि पानांमागून पानांमध्ये दिलेली होती.

या ३ एप्रिलच्या ब्लॉगमध्ये सर्वप्रथम रिॲक्टर नंबर २च्या साठवणूक खड्ड्यातून सागरात पाणी सोडण्यासाठी तयार करण्यात आलेल्या वाहिनीजवळच्या भिंतीला भेग पडल्याचं लिहिण्यात आलं होतं. किरणोत्सर्जित आयोडिन-१३१ आणि सिसियम-१३७ यांचं प्रचंड प्रमाण अणुभट्टीच्या तीस किलोमीटरपर्यंतच्या समुद्राच्या पाण्याच्या नमुन्यामध्ये आढळून आलं होतं. हा अपघात होण्यापूर्वीच्या नमुन्यांच्या पाहणीतील प्रमाणापेक्षा हे प्रमाण हजार पट तरी जास्त होतं. 'द न्यू यॉर्क टाइम्स'नं काही दिवसांनी माहिती दिली की किरणोत्सर्जित पाणी सोडणाऱ्या या खड्ड्यांतून निव्वळ पाणीगळती नाही, तर अशा दूषित पाण्याच्या नद्याच समुद्रात येऊन मिळताहेत.

एप्रिल ४ला या ब्लॉगमध्ये देण्यात आलेल्या माहितीनुसार जपानच्या सरकारनं टेप्कोला प्रशांत महासागरात ११,५०० टन किरणोत्सर्जित पाणी सोडण्याची परवानगी दिली. पाच ऑलिम्पिक जलतरण तलावातील पाण्याइतकं हे पाणी होतं.

परवानगी मिळाल्यानंतर पाणी सोडण्याची प्रक्रिया सुरू करण्यात आल्याची माहिती एप्रिल ५ला ब्लॉगवर टाकण्यात आली. ही प्रक्रिया सतत पाच दिवस सुरू होती.

दूषित पाण्यातील किरणोत्सर्जनाचे प्रमाण कायदेशीररीत्या मिळालेल्या परवानगीपेक्षा शंभर पटींनी जास्त होते; पण हा महासागर आहे विशाल आणि अनंत, त्यामुळे टेप्कोला त्यात कुठलाही धोका जाणवला नाही आणि भविष्यात काय होईल याचाही त्यांनी विचार केला नाही. याच ब्लॉगनुसार येत्या एक वर्षात या अणुभट्टीच्या परिसरातून मिळवलेल्या सीवीड किंवा इतर सागरी जीवांतून त्याचे भक्षण करणाऱ्या लोकांना दर वर्षी ०.६ मिलीसिव्हर्ट्स इतक्या अधिकच्या किरणोत्सर्जनाचे सेवन करावे लागणार होते. मानवी स्वास्थ्याला धोकादायक ठरणाऱ्या प्रमाणाच्या खूप कमी असे हे प्रमाण होते; पण कंपनी या दूषित पाण्याचा मासळ्यांवर काय परिणाम होणार, याचा अंदाज बांधायला मात्र विसरली.

माहितीदेखील पाण्यासारखीच असते; तिला थोपवून धरणं कठीण असतं. तिची गळती नाही थांबू शकत. टेप्को आणि सरकारनं अणुभट्टी वितळण्याच्या अपघाताची बातमी थोपवून धरण्याचा प्रयत्न केला आणि काही अंशी त्यांना काही महत्त्वाची माहिती, जसे अणुउत्सर्जनामुळे आसपासच्या परिसरावर होणाऱ्या दूरगामी परिणामांसंदर्भातील अनेक गोष्टी दडवून ठेवण्यात यशही आलं; पण या माहितीची

गळतीही अखेर सुरू झालीच. जपानी लोक स्वतःच्या धैर्याचा आणि संतापावर नियंत्रण ठेवण्याच्या त्यांच्या स्वभावाचा फार अभिमान बाळगतात; पण या अपघातासंदर्भातील नियोजनातील गलथानपणा, खोटारडेपणा आणि लपवाछपवीनं त्यांच्याही अंतःकरणाला स्पर्श केलाच; नव्हे हादरवून टाकले.

२

प्राचीन काळापासून जपानी लोकांचा समज आहे की त्यांच्या जमिनीखाली असलेल्या एका कॅटफिशला जेव्हा संताप अनावर होतो तेव्हा त्याच्या हालचालीमुळे भूकंप येतो.

काही जुन्या मान्यतांनुसार मोनो-इयु सकना किंवा 'वाचा मत्स्य' याचंच सगळ्याच नद्या आणि तलावांवर राज्य होतं. हा इच्छाधारी मासा कधीही आपल्या ताकदीचा वापर करून मानवात रूपांतरित होत असे आणि बोलू लागत असे आणि जर कुठल्या मानवानं त्याच्या जलराज्यात विनापरवानगी प्रवेश करण्याचा प्रयत्न केला, तर तो मानवी रूपात प्रकट होऊन त्या मानवाला सावधान करत असे. त्याच्या आज्ञेचं उल्लंघन झाल्यास मात्र मोनो-इयु सकना पूर आणून किंवा इतर कुठल्यातरी नैसर्गिक आपत्तीच्या रूपात मानवाला शिक्षा करत असे.

एकोणिसाव्या शतकाच्या मध्यापर्यंत मोनो-इयु सकनाचे जिशिन नॅमझुमध्ये परिवर्तन झाले आणि हाच आकारानं व्हेलएवढ्या माशात रूपांतरित झाला, ज्याला भूकंपाचा कॅटफिश म्हणून ओळखलं जाऊ लागलं. संतापलेल्या मानवाला दंड म्हणून तो खूप जोरात शरीर हलवत असे आणि त्यामुळे भूकंपाचे धक्के बसत. तिला शांत करण्यासाठी कशिमा देवळात राहणाऱ्या कशिमा दैवताच्या मंतरलेल्या दगडानंच फक्त हा मासा शांत होऊ शकतो, अशीही धारणा आहे.

या दगडाला कनामे-इशी म्हणतात. याचा अर्थ सांगणं कठीण आहे; पण जर लावायचाच झाला तर त्याला शिलालेख किंवा कुठलीतरी सूचना देणारा दगड असं भाषांतर करता येईल. या माशाला थांबवण्यासाठी कशिमा देवतेनं आपल्या कनामे-इशी दगडानं त्याला एका जागी गाडलं होतं; पण जर कशिमा देवता विश्रांती घेत असेल किंवा कुठल्याही कारणानं तिचं ध्यान विचलित झालं किंवा मग इतर कुठल्या कामासाठी ती जरा इकडे-तिकडे गेली, तर माशाच्या डोक्यावर ठेवलेल्या त्या दगडावरील भार कमी होतो आणि मग तो मासा पुन्हा हलू लागतो आणि म्हणून मग भूकंप येतात.

काशिमा देवळात तुम्ही कधी गेलात तर तिथं फारसं काहीही दिसत नाही; कारण आता तिथले बहुतांश शिलालेख हे जमिनीखाली गाडले आहेत. एका

लहानशा जमिनीच्या तुकड्यावर एक छत टाकण्यात आलं आहे आणि त्याखाली एक छोटा जमिनीतून वर येणारा साधारण बारा इंचाचा दगड आपल्याला दिसतो. नवजात बाळाचे डोकेच जणू जमिनीतून बाहेर डोकावत असल्याचा भास या दगडाला पाहून होतो; पण जमिनीखाली तो किती मोठा असेल याचा अंदाज अजिबात बांधता येत नाही. जपानचं नशीब जमिनीत गाडल्या गेलेल्या एका दगडाच्या बारा इंच दिसणाऱ्या भागावर विसंबून आहे. हा दगड एका संतापलेल्या, भूकंप आणणाऱ्या माशाला थोपवून धरू शकतो!

३

कितीही नुकसान झालं आणि आपत्ती निर्माण होत असली तरीही या सगळ्यांसाठी फक्त एकटा तो भूकंप निर्माण करणारा कॅटफिशच जबाबदार नाही. त्याचे काही परोपकारी पैलूही आहेत. जसे भूकंप कॅटफिशच्याच प्रजातीचा योनाओशि नमाझु किंवा विश्वसुधारणा करणारा कॅटफिशही आहे, जो राजकीय आणि आर्थिक भ्रष्टाचार समाजातून निपटून काढण्यासाठी हादरे देत असतो.

एकोणिसाव्या शतकाच्या प्रारंभाच्या वेळी या माशाचा खूप बोलबाला होता. त्या काळात एक कमकुवत आणि निष्प्रभ सरकार सत्तेत होतं आणि उद्योगपतींची चलती होती. पर्यावरणीय असमतोल होता आणि पूर्ण ऋतुचक्र विसकळीत झालं होतं, पिकं झाली नव्हती, दुष्काळ पडला होता, शहरात दंगे उसळले होते आणि धार्मिक यात्रांचं पेव फुटलं होतं, ज्यात मोठ्या संख्येनं सहभागी झालेल्यांचे जमाव होऊन त्यांत दंगली झाल्या होत्या.

मग या कॅटफिशनं आधी लोकसंख्येच्या एक टक्का असलेल्या उद्योग-धंद्यातील लोकांवर निशाणा साधला. त्यांचं दरांवर असलेलं नियंत्रण, त्यांच्या जाहिराती आणि घोटाळे यांचा सरळ परिणाम म्हणजे अर्थव्यवस्थेला खीळ बसली होती आणि राजकीय भ्रष्टाचार प्रचंड फोफावला होता. मग विश्वसुधारणा करणाऱ्या कॅटफिशनं यांना भूकंपानं हादरवलं. सारं काही उद्ध्वस्त केलं आणि मग त्यांना स्वतःला पुन्हा सावरण्यासाठी आणि त्यांचं आयुष्य नव्यानं उभारण्यासाठी साठवलेली सगळी संपत्ती बाहेर काढावी लागली. यातूनच नवीन रोजगार निर्माण झाला आणि गरिबांच्या हाताला काम मिळालं. भूकंपानंतर कोसळलेल्या इमारतींचे ढिगारे उपसणं आणि पुन्हा त्या उभारण्यासाठी घरबांधणीला मदत करणं, असे रोजगार लोकांसाठी निर्माण झाले. त्या वेळी अनेक व्यंगचित्रांमध्ये या संपत्तीच्या पुनर्वाटणीसंदर्भात खूप छान चित्रण करण्यात आलं होतं, ज्यात हा मासा श्रीमंत शेठ आणि मोठमोठ्या कंपनीच्या सीईओंना ओकायला लावून त्यातून पडणाऱ्या सोन्याच्या नाण्यांची

गरिबांत वाटणी करताना चित्रित करण्यात आलं होतं.

पण दुर्दैव म्हणजे भूकंपानं फक्त काहीच लोकांचं नाही, तर बऱ्याच निर्दोष लोकांचंही नुकसान होतं आणि हे पाहून भूकंपाच्या माशाला दुःखही होताना या चित्रांमध्ये दाखवण्यात आलं होतं. एका चित्रात लोकांच्या मृत्यूला कारणीभूत ठरल्यामुळे आपलंच पोट फाडून घेणाऱ्या सेप्पाकु नमाझु या आत्मघातकाचे प्रतीक असलेल्या कॅटफिशला चित्रित करण्यात आलं होतं. फाडलेल्या पोटातून सोन्याची नाणी निघत आहेत आणि एका हातात वापरलेला चाकू आणि दुसऱ्या हातानं एक सोन्याची वीट एका माणसांच्या घोळक्याला तो मासा देतो आहे आणि हे सारं काही आकाशातून मेलेल्या लोकांचे आत्मे कशिमा देवासोबत पाहत आहेत, असं ते चित्र होतं.

४

मासा आणि भूकंप यांच्या नात्याची ही दंतकथा आधुनिक काळापर्यंत आपलं अस्तित्व टिकवून आहे. युरे कुरु मोबाईल कंपनी आपल्या ग्राहकांना एका ॲप्लिकेशनद्वारा भूकंपाची पूर्वसूचना देते. भूकंपाचं केंद्रस्थान, त्याची संभावित वेळ आणि तीव्रता हे त्या माहितीचं स्वरूप असतं. युरे कुरूचा अर्थ होतो 'येणारा कंप' आणि ॲप्लिकेशनचा लोगो आहे एक कार्टून कॅटफिश जो तोंड फाडून हसते आहे आणि तिच्या डोक्यातून दोन विजा चमकताहेत.

"खूपच गोड आहे हे," आपल्या आयफोनकडे हात नेत तो बोलला. "आपल्याकडेही हे ॲप्लिकेशन असणं आवश्यक आहे. एक मोठा धक्का आपल्यालाही बसण्याची शक्यता आहे; पण ते ॲप्लिकेशन व्हेलटाउनमध्ये चालणार की नाही, याची शंका आहे मला."

मस्त जेवणावर ताव मारून ते दिवाणखान्यातील शेकोटीसमोर बसले होते. जेवणातील बऱ्याच गोष्टी त्यांच्या परसबागेत उगवलेल्या होत्या. खरंतर फक्त फेब्रुवारी महिनाच सुरू होता; पण ऑलिव्हरनं हिवाळ्यातही त्यांच्या हिरव्या भाज्यांची रसद खंडित होऊ दिली नव्हती.

"स्टुटगार्डला जिथं माझ्या आई-वडिलांचं आयुष्य गेलं, तिथं नेकार नदीच्या तळाशी एक खूप मोठा कॅटफिश होता. इतर वेळी कुणाच्याही नजरेस न पडणारा हा मासा फक्त भूकंप येण्यापूर्वी पाण्यावर यायचा. किमान दोनशे पौंड वजनाचा तो मासा खूप अजस्त्र होता."

"खरंच ते इतके मोठे होते आकारानं?"

"असं माझे बाबा सांगायचे आणि आतापर्यंत तर त्यांची शिकारही झाली

असेल. आता आपल्याला एवढा मोठा कॅटफिश कुठंच आढळून येत नाही. फक्त चेर्नोबिलला आहेत ते. ते अणुभट्टीत पाणी ओढण्यासाठी जशा वाहिन्या तयार करण्यात आल्या होत्या तशा वाहिन्यांमध्ये किंवा रेल्वे रुळांच्या खाली राहतात. आता त्यांची कुणीही शिकार करत नाही त्यामुळे त्यांची संख्या बऱ्यापैकी वाढली आहे. त्यामुळे त्यांचे आकारमानही बरेच वाढले आहे आणि काही काही कॅटफिश तर बारा-तेरा फूट लांबीचे असल्याचंही म्हटलं जातं. तळाशीच त्या आपल्या आहाराची पूर्तता करतात आणि खरं तर त्या तळाशी असलेल्या मातीतच किरणोत्सर्जनाचा सगळ्यात जास्त प्रभाव आढळतो; पण कॅटफिशवर त्याचा काही परिणाम होत नसावा.''

रुथला पुन्हा एकदा क्लॅम्सची आठवण आली. गेले चोवीस तास तिनं त्यातील माती आणि वाळू निघून जाण्यासाठी पोर्चवर सोडून दिलं होतं. तिनं यासाठी एक उपाय शोधला होता. एका बकेटमध्ये समुद्राचं पाणी घेऊन ती त्यात क्लॅम्स बुडवून ठेवायची आणि त्यात कॉर्नमील आणि रस्टी नेल टाकत असे आणि मग अधूनमधून ते पाणी ढवळून आणि बारा तासांनी ते बदलायची.

एका कादंबरीत तिनं हे वाचलं होतं; पण कुठल्या कादंबरीत हे मात्र ती विसरली होती. फक्त ती एका कुटुंबाची कथा होती, ज्यात ते लोक मेन किंवा मॅसेच्युसेट्स किंवा मग ऱ्होड आयलंडला एका घरात राहत असत. इस्ट कोस्टचे हे आनंदी कुटुंब आपल्या गोड गोंडस सोन्यासारख्या मुलांना घेऊन एक खूप सुखमय आयुष्य घालवत होते. त्यातील आईला शिंपल्यांना दोन भागांत सहज विभागण्याची कला अवगत होती. या न्यू इंग्लंडच्या आनंदी कुटुंबाला खायला मिळणाऱ्या क्लॅम्समध्ये त्यांच्या शुभ्र दंतपंक्तींना त्रास देणारं असं काहीही नव्हतं. कदाचित ते हॅम्पटन्समधलेही असतील. स्मरणशक्ती म्हणजे जरा गंमतच आहे. कादंबरी आणि इतर तपशील विसरली असली तरीही रुथला या कादंबरीतील आईनं क्लॅम्स स्वच्छ कसे केले, ते मात्र कायम स्मरणात राहिलं आहे. इतकंच नाही तर ती पद्धती इतकी प्रभावी कशी काय होती, हेही ती विसरली आहे.

ऑलिव्हरला तिनं हे सारं सांगितलं तर त्यानं त्यातून एक निष्कर्ष काढला. ''मला वाटतं यात दोन गोष्टी घडत असाव्यात. कॉर्नमील हे खाद्य आहे आणि ते आत गेल्यावर क्लॅम्सच्या पचनमार्गातील आणि आतड्यातील ते हिरवं जे काही असतं ते बाहेर निघत असावं.''

तो हे सारं काही सांगत असताना ती चाऊडर[१]करता बटाट्यांचे काप करत होती. हातातील चाकू चालवत असताना आणि ऑलिव्हरचं बोलणं ऐकत असताना

१. घट्ट सूपचा एक प्रकार

तिला त्या कादंबरीतील बाई तिच्या स्वयंपाकघरात काम करतानाचं चित्र डोळ्यांसमोर दिसत होतं. पांढऱ्याशुभ्र कापडापासून तयार केलेला एक लांब ड्रेस तिनं घातला होता. कदाचित ती स्वच्छ करत असलेल्या क्लॅम्सच्या पोटात कुठलाही हिरवा पदार्थ नसावा.

"ही झाली पहिली प्रक्रिया," ऑलिव्हर बोलतच होता. "ही जीवशास्त्रीय प्रक्रिया झाली. दुसरी प्रक्रिया विद्युतरासायनिक (इलेक्ट्रोकेमिकल) आहे. समुद्राचं पाणी एक आयोनिक मिश्रण आहे आणि इलेक्ट्रोलाइटकरता ते मदत करतं. रस्टी नेल हे लोखंडापासून बनलेलं आहे आणि ते एक वाहक म्हणून मदत करतं, तसंच क्लॅम्सचं शरीरही असंच वाहक बनतं."

कदाचित ते राहत होते ते हॅम्पटन्सच असावं. रुथचं विचारचक्र अजूनही त्या कादंबरीतच फिरत होतं. तिथं बीचवर वाळूच्या लहरी होत्या आणि अॅटलांटाकडून येणारं वारं होतं, हिरव्या-पांढऱ्या पट्ट्यांचे ऑनिंग आणि कॅनव्हासनं झाकलेल्या डेकवरच्या खुर्च्या होत्या. त्यातील त्या आईनं पांढरा पोशाख केला होता जो दुपारी सुटलेल्या वाऱ्यानं उडत होता किंवा कदाचित तिनं हाफ पॅन्ट घातली होती आणि जे उडत होते ते उघड्या खिडक्यांवरचे पडदे होते.

"तू रस्टी नेल त्या खाऱ्या पाण्यात टाकलं," ऑलिव्हर बोलत होता, "आणि त्यानं थोडी वीज निर्माण झाली जे क्लॅम्सला अस्वस्थ करण्यासाठी पुरेसं होतं आणि म्हणून मग त्यांनी त्यांच्या शरीरातील माती सगळी बाहेर टाकली असावी."

पण कदाचित त्या कादंबरीतल्या दृश्याची इतर कुठल्यातरी घटनेशी सरमिसळ झाली होती. कदाचित त्या सुरेख सोनेरी केसांच्या पांढऱ्या पोशाखातील आईनं क्लॅम्स ठेवलेल्या बकेटमध्ये रस्टी नेल टाकलं नसावं. ती हे असं काहीतरी करणारी बाई वाटली नव्हती. कदाचित ही पद्धत जपानची असावी आणि तिच्या आईकडून किंवा एखाद्या जपानी मैत्रिणीकडून ती हे शिकली असावी.

"तर मुद्दा असा आहे की," ऑलिव्हरचं बोलणं आता संपत आलं होतं, "तू त्यांना खायलाही देत होतीस आणि त्याच वेळी त्यांना शरीरातून सारं काही बाहेर टाकण्यासाठीही प्रोत्साहित करत होतीस. म्हणून त्यातील घाण निघत असावी."

त्याचं बोलणं संपत असतानाच रुथनं कांदे कापायला घेतले होते आणि डोळ्यांत आलेलं पाणी तिनं हाताच्या मागच्या बाजूनं पुसून काढण्याचा प्रयत्न केला. "खरं म्हणजे," आता तिनं बोलायला सुरुवात केली, "ती कादंबरी एका कुटुंबाची कथा होती, ज्यात छान मोठ्या पेल्यांमध्ये दिली जाणारी पेयं होती आणि पांढऱ्याशुभ्र कपड्यात खेळलं जाणारं टेनिस होतं आणि त्यात मानवी नातेसंबंधावर जास्त भर देण्यात आला होता. इलेक्ट्रोकेमिस्ट्री वगैरे त्यात फारसं काही चर्चिलं गेलं नव्हतं."

जेवणही त्यांनी शेकोटीसमोर बसूनच घेतलं. वाऱ्याचं घोंघावणं सुरूच होतं. पांढरे झिरझिरीत उडणारे कपडे घालण्यासाठी ही जागा नव्हती. इथं गारेगार होतं सारं आणि तसंही पॅसिफिक उत्तर-पश्चिमेकडे राहणारे लोक पोशाखांच्या बाबतीत जरा व्यावहारिक आहेत. त्यामुळे त्यांच्या वापरात पॉलीप्रॉपायलिन आणि सिन्थेटिक कापडांचा जास्त वापर होतो; पण रुथला त्याबाबत तक्रार नव्हती. शेकोटीतील ऊब छान होती आणि चाऊडर खूप चविष्ट झालं होतं. मस्त क्रिमी आणि दाट. क्लॅम्स स्वच्छ करण्याची पद्धत कुठे विकसित झाली आणि त्यामागचं स्पष्टीकरण जे काही असेल ते असो, पण ती प्रभावी होती आणि त्यामुळेच तिनं केलेले शिंपले छान फुटले होते आणि त्यातील मांसल भाग लुसलुशीत आणि एकदम स्वच्छ झाला होता. मांजरालाही चाऊडर आवडलं होतं. ते दोघं जेवत असतानाही त्यांच्या भांड्यांमध्ये तोंड घालण्याचा ते प्रयत्न करत होतं; पण मग ऑलिव्हरनं त्याला हुसकावून लावण्यासाठी हात उचलला तर त्यानं त्याचा हातच चाटला. मग मात्र ऑलिव्हरनं त्याला पकडलं आणि त्याचं मुंडकं जरा जमिनीवर दाबलं. ते शांत तर झालं; पण त्याला हा प्रकार कदाचित अपमानास्पद वाटला म्हणून ते तिथून निघून गेलं आणि अगदी शेकोटीसमोर जाऊन ज्वाळांकडे पाहत बसलं.

"बकवास आहे हे," ऑलिव्हर बोलला. "युरे कुरु डाऊनलोड तर झालं; पण त्यातील माहिती जपानच्या हवामान खात्यानं पुरवलेली आहे. कॅनडातील भूकंपाबाबत कुठलीही माहिती ते देऊ शकत नाही."

रुथही आता ज्वाळांकडे नजर रोखून पाहत होती. "मला वाटलं होतं की कॅनडा सुरक्षित आहे."

"कुठलीही जागा आता सुरक्षित राहिलेली नाही," ऑलिव्हर बोलला. "हे बघ, हे झालं. आता आपल्याला जपानमधल्या कुठल्याही भूकंपासंदर्भातील माहिती इथं मिळू शकते."

"हे ॲप्लिकेशन वापरण्यासाठी आपण कदाचित जपानलाच जावं."

"कदाचित त्याची गरज पडणार नाही. आता जपानच आपल्या इथं आलेलं आहे."

५

"काय?"

"जपानच आपल्याकडे येत आहे."

"तू काय बोलतो आहेस?"

"भूकंप," ऑलिव्हर उत्तरला. "जपानच्या किनाऱ्यांना सोडून ते आता आपल्याकडे

सरकत आहेत.''

''खरंच?''

ऑलिव्हर थोडा बुचकळ्यात पडल्यासारखा दिसला. ''तुला आठवत नाही का? भूकंपाचं जे केंद्रस्थान होतं तिथल्या जमिनीचा भाग तीस फुटांनी आपल्या दिशेनं फेकला गेला होता.''

''मला नव्हतं हे माहीत.''

''माहिती होतं तुला. आपण याबाबत बोललोही होतो. यामुळे पृथ्वीची घनता तिच्या केंद्राकडे आणखी थोडी आकर्षित झाली आहे आणि त्यामुळे तिच्या फिरण्याची गती वाढली आहे आणि त्यामुळेच दिवसाची लांबीही कमी झाली आहे. आपले दिवस आता पूर्वीपेक्षा कमी झाले आहेत.''

''खरंच? हे भयंकर आहे हं!''

तो हसला. ''तू आता अगदी तुझ्या आईसारखी बोललीस....''

तिनं त्याच्या बोलण्याकडे दुर्लक्ष केलं. ''किती वेळ गेला आहे आपला?''

''फार नाही. दिवसातील प्रत्येक सेकंदातील १.८ मिलियनवा भाग, असं मला आठवतं आहे. मी खात्री करून घेऊ का?''

''माझा तुझ्या बोलण्यावर विश्वास आहे.''

''मला पक्कं माहिती आहे की आपण बोललो होतो यासंदर्भात,'' ऑलिव्हर पुन्हा म्हणाला. ''इंटरनेटवर सगळीकडेच होतं ते. तुला खरंच आठवत नाही का?''

''मला आठवतं रे,'' ती खोटं बोलली. ''दिवस लहान झाल्याचं मलाही जाणवलं होतं; पण मला वाटलं की मलाच तसं वाटतं आहे आणि माझ्या कल्पनेतच ते घडत असावं.''

नाओ

१

जिकोच्या मदतीनं उन्हाळा संपता संपता मी जरा ताकदवान होत होते. फक्त शरीरानं मजबूत नाही, तर मनानंही. माझ्या डोक्यात आता पक्कं बसलं होतं की मी सुपर हिरो बनण्याच्या मार्गावर होते. जुबेई-चॅनसारखं - समुराई मुलीसारखं. फक्त मी नॅटचॅन होते, एक सुपर संन्यासिनी होते आणि बुद्धांनी मला काही विशेष शक्ती प्रदान केल्या होत्या. त्यात लाटांना झोडपणं होतं, ज्यात माझा सतत पराभव होत असला तरीही, आणि कितीही दुःख आणि त्रास असेल तरीही ते सहन करण्याची ताकद माझ्यात निर्माण झाली होती. माझी सुप्पापावा वाढवण्यासाठी जिको मला मदत करत होती आणि त्यासाठी ती मला झाझेन करण्यासाठी आग्रह करायची. झाझेन करताना तासन्‌तास स्थिर कसं बसायचं आणि कुठलीही हत्या करायची नाही, अगदी डाससुद्धा मारायचा नाही, हे ती सांगायची. होन्डोमध्ये झाझेनला बसलं किंवा मग रात्री बिछान्यात झोपलं की माझ्या सभोवती सतत डास घोंघावायचे; पण ते चावले तरीही त्यांना घालवून द्यायचं नाही आणि त्यांना मारायचंही नाही, हेही मी शिकले होते. शिवाय ते चावले तरीही त्या ठिकाणी अजिबात खाजवायचं नाही, हेही त्या सहन करण्यात समाविष्ट होतं. जेव्हा मी हे शिकले तेव्हा सुरुवातीला मी सकाळी उठले की या डासांच्या चावण्यानं माझा चेहरा आणि हात पूर्ण सुजलेले असायचे; पण हळूहळू माझ्या त्वचेला आणि रक्तालाही त्यांच्या त्या विषाची सवय झाली आणि मग काही काळानंतर ते कितीही चावले तरीही माझ्या त्वचेवर काहीही परिणाम होत नसे. नंतर मी आणि डास यांच्यात काही फरकच उरला नव्हता. त्यांच्यात आणि माझ्यात आता माझ्या त्वचेचाही अडथळा उरला नव्हता. माझं रक्त आता त्याचं रक्त झालं होतं. मला माझाच अभिमान वाटत होता आणि मग मी हे सारं काही जिकोला सांगितलं. ती हसली होती.

"छान," माझ्या पाठीवर थाप मारत ती बोलली. "डासांना तर मेजवानीच आहे."

'तरुण मुलांनी खूप खूप व्यायाम करायला हवा. इतका की दर दिवशी अगदी दमायला व्हायला हवं, नाहीतर मग वाईट आणि त्रासदायक विचार डोक्यात येतात आणि त्यातून मग त्रासदायक कृती आपल्या हातून घडतात,' असं जिको मला समजावून सांगायची. तरुणांच्या त्रासदायक कृतींची तर मला पुरेपूर कल्पना होती आणि म्हणून मला तिचं म्हणणं अगदी पटलं होतं. त्यामुळे ती जेव्हा मला मुजीबरोबर स्वयंपाकघरात कामाला लावायची, तेव्हा माझी कुठलीही तक्रार नव्हती. माझ्या मदतीला येण्याचा मुजीलाही आनंदच झाला होता, हे मला ठाऊक होतं; कारण तिनंच मला ते सांगितलं होतं. खरंतर फक्त एका संन्यासिनीला सांभाळण्यासाठी तिथला तो कामाचा पसारा फार मोठा होता. कदाचित मी यापूर्वीही हे तुम्हाला सांगितलं असावं; पण पुन्हा सांगते, की एखाद्या विहारात आयुष्य घालवणं म्हणजे तुम्हाला एका वेगळ्याच युगात जगावं लागतं आणि एकविसाव्या शतकात जे काम काही मिनिटांमध्ये पूर्ण होईल, त्याच कामाला शंभर पट जास्त वेळ लागतो. जिको आणि मुजी कुठलीही गोष्ट वाया जाऊ देत नाहीत. प्रत्येक रबर बॅन्ड, रिबन, धागा किंवा कागद किंवा कापडाचा तुकडाही त्या जपून ठेवतात आणि त्यांचा पुन्हा वापर करतात. मुजीला प्लॅस्टिकच्या बॅगचं मोठं कौतुक होतं आणि ती मला प्रत्येक बॅग अगदी व्यवस्थित स्वच्छ करण्याचं काम देत असे. साबण लावून आतून-बाहेरून नीट स्वच्छ धुतल्यानंतर ती त्या बाहेर वाळायला ठेवत असे, म्हणजे मग त्याला ऊन लागून त्या नीट राहतील. मलाही हे काम करण्यात काही तक्रार नव्हती; कारण तसं मला करण्यासारखं इथं फारसं काही नव्हतंही; पण मला फक्त एवढंच म्हणायचं होतं की, यात फार वेळ वाया जायचा. मला वाटायचं की एवढं सगळं करण्यापेक्षा जुन्या खराब झालेल्या बॅग फेकून देऊन नवीन आणाव्यात ना. म्हणजे मग वेळ वाचेल आणि झाझेन करायला आणखी वेळ मिळेल; पण जिकोला हे मान्य नव्हतं. झाझेन करणं किंवा बॅग धुणं एकच आहे, ती म्हणायची.

एखादी वस्तू अगदीच तुटली-फुटली तरच त्या ती फेकत असत आणि त्याचंही त्यांना फार वाईट वाटत असे. ते फेकून देणंही एका मोठ्या सोपस्कारानंतर व्हायचं. सगळ्या तुटलेल्या पिना किंवा मोडलेल्या सुया त्या जपून ठेवत असत आणि मग वर्षातून एक दिवस त्यांना निरोप देण्यासाठीचा सोहळा होत असे. एका टोफूच्या तुकड्यात त्या सगळ्या पिना आणि सुया टोचून मगच त्या फेकण्यात येत असत. जिको म्हणायची की, प्रत्येक वस्तूत जीव असतो, आत्मा असतो आणि म्हणून त्या सुया किंवा पिनांनाही लोकांची सेवा केल्यानंतर संपून जाताना एक मऊशार जागा देण्यात यावी. म्हणजे मग त्यांच्या कामासाठी त्यांचा नीट सन्मान केल्यासारखं होईल.

आता तुम्हाला कळलंच असेल या सगळ्या जादा कामासाठी आणखी एक

तरुण व्यक्ती हाताशी आल्यामुळे त्यांना किती मदत झाली असेल. म्हणून मग त्या वर्षी आम्ही जास्त प्लम्स आणि कोबीचं लोणंच करू शकलो आणि मोठ्या प्रमाणात दुधी आणि मुळे वाळवून ठेवू शकलो आणि बागेचीही जास्त काळजी घेतली गेली. गावातील जास्तीत जास्त वृद्ध, आजारी लोकांनाही आम्ही भेटी देऊ शकलो आणि मी त्यांच्याही बागेत काम केलं.

मी पहाटे पाचला उठायचे आणि त्यांच्यासोबत झाझेन करायचे आणि मग पूजा आणि सेवा आणि सोजा[१] आटोपल्यानंतर आणि मुजी न्याहरी तयार करत असताना जिको मला विहाराच्या पायऱ्यांवर धावायला पिटाळायची. पूर्ण खाली उतरून रस्त्याला लागायचं आणि पुन्हा तेवढं धावत चढून वर यायचं. धापा टाकत आणि लोळागोळा झालेले पाय घेऊन मी जेव्हा परतायचे, तेव्हा ती माझ्यासाठी विहाराच्या दाराशी उभी असायची. तिथं ती चिबीला- विहारातील ते मांजर- घेऊन हजर असायची आणि मी आले की ती एक टॉवेल आणि एक जार भरून थंड पाणी द्यायची. इतकंच नाही तर मी ते पाणी पूर्ण घशाखाली उतरवेपर्यंत ती मला न्याहाळायची.

''तुझे पाय छान लांबसडक आहेत,'' तिनं मला एकदा म्हटलं होतं. ''मस्त लांब आणि मजबूतही.''

मला ते ऐकून छान वाटलं होतं आणि जर धावल्यानं माझा चेहरा आधीच लाल झालेला नसता तर मी लाजलेलंही लक्षात आलं असतं.

''अगदी तुझ्या बाबांसारखे आहेत तुझे पाय,'' ती पुढे म्हणाली होती. ''तो एक खूप छान धावपटू होता. फक्त तुझ्यापेक्षा जरा वेगानं धावायचा.''

''तू त्यांनाही हे असं वर-खाली धावायला लावायचीस?''

''तोही खूप भलतेसलते विचार करणारा एक तरुण होता. त्यालाही खूप व्यायामाची गरज होती.''

थोडं उरलेलं पाणी मी डोक्यावर ओतलं आणि डोकं जोरात हलवलं. माझ्या केसांतील पाण्याचे थेंब उडाले आणि चिबीच्या अंगावर त्याचा वर्षाव झाला. ते दचकलं आणि बाजूला झालं.

''मला माफ कर, चिबी!'' मी ओरडून मांजराची क्षमा मागितली; पण त्यानं माझ्याकडे दुर्लक्ष केलं. थोडं दूर जाऊन ते एका ठिकाणी बसलं आणि स्वतःचं अंग चाटू लागलं. त्याला हा प्रकार आवडलेला नव्हता कदाचित; पण ते एक मांजरच असल्यामुळे मी फारसं काही लक्ष दिलं नाही आणि वाईटही वाटून घेतलं नाही.

''बाबांना अजूनही असेच तापदायक विचार येतात,'' मांजरानं माझ्याकडे दुर्लक्ष

---

१. स्वच्छता

केलं तेव्हा मी जिकोला बोलले. ''मला वाटतं त्यांनीही इकडे यावं आणि आपल्यासोबत राहावं. कदाचित तू त्यांना पुन्हा काही शिकवू शकशील आणि ताकदवान होण्यास मदत करशील. तेही वर-खाली धावतील आणि झाझेन करतील आणि बागेत काम करतील....''

मी याचा जेवढा विचार करू लागले तसं तसं मला ही कल्पना योग्य वाटू लागली आणि मी काही करण्यापूर्वीच माझ्या तोंडून शब्द बाहेर पडू लागले होते, ''आजी, प्लीज!'' मी बोलले, ''मी तुला खरंच सांगते. त्यांना मदतीची गरज आहे!'' आणि मग मी तिला त्यांनी ट्रेनपुढे उडी मारली आणि मग कसं आईनं तो एक अपघात होता वगैरे बतावणी केली आणि मग कसं त्यांनी घर सोडून बाहेर पडणं सोडून दिलं, असा सगळा वृत्तान्त सांगितला. ते फक्त रात्री घराबाहेर कसे पडतात आणि खूप उशिरा घरी येतात आणि मला हे सगळं कसं माहिती आहे आणि मी कशी ते परत घरात येईपर्यंत जागीच असते आणि ते कधीही परत येणार नाही अशी भीतीही आपल्याला वाटते, हेही मी तिला सांगितलं. मग कसं मी अगदी हे सारं असह्य होऊन त्यांच्या मागे घराबाहेर पडले आणि त्यांचा पाठलाग केला, ते कुणावर पाळत ठेवत आहेत की कुणाच्या प्रेमात पडले, हे मला जाणून घ्यायचं होतं; कारण त्यानं आईचा संताप झाला असता; पण त्यांच्या अस्तित्वाला काहीतरी अर्थ प्राप्त झाला असता आणि म्हणून हे जाणून घेण्यासाठी मी अगदी लपतछपत त्यांच्या मागे गेले. ते ज्या दिशेनं जात होते त्याला काहीही अर्थ नव्हता; उद्देश नव्हता; पण त्यांना त्यानं काही फरक पडत नव्हता. एखाद्या यंत्रमानवासारखे किंवा आम्हाला कॉम्प्यूटर वर्गात जे अनाकलनीय अल्गोरिदम शिकवले जातात तसे ते चालत गेले. आपण काय करतो आहोत हे त्यांना लक्षातही येत नव्हतं; कारण त्यांचं डोकं चालणं पूर्ण बंद झालं होतं. कदाचित ते झोपेत चालत होते. काही ठिकाणी ते भलत्याच वस्त्यांकडे जायला लागले आणि मग काही वेळानं रस्ते सगळे जुनाट, अरुंद आणि वाकडेतिकडे झाले आणि मग मला वाटलं की आम्ही हरवलो आहोत. ते कुणाशीही बोलण्यासाठी थांबले नाहीत की त्यांनी काही विकतही घेतलं नाही, अगदी त्यांची सिगारेटसुद्धा किंवा बिअर... आणि आता मी त्याचा विचार करते तर मला जाणवतं की तेव्हा आम्ही चालत असताना रस्त्यात इतर कुणी नव्हतंही. कदाचित रोबोटच्या प्रोग्रॅममधल्या अडथळ्यांना टाळण्यासाठीचा अल्गोरिदम त्यांच्याही शरीरात फीड करण्यात आला असावा. म्हणूनच ते कुणाच्याही अधेमध्ये आलेच नाहीत.

आम्ही बरेच तास चालत होतो. मी घाबरले होते; कारण आता मला घरी परत जाण्याचा मार्गच सापडणार नाही, अशी भीती मला वाटू लागली होती. आणि मी त्यांचा पाठलाग करत होते हे त्यांना कळू नये, अशीही माझी इच्छा होती; पण मग

मी तो पाठलाग करताना दमले होते; आणि मग त्याच क्षणी त्यांनी एक वळण घेतलं आणि आम्ही सुमिदा नदीकाठच्या एका बागेत येऊन पोचलो. ततारीच्या अवस्थेत मी स्वप्नात पाहिलेली हीच ती बाग होती. मला जशी दिसली तशीच ती होती. एका बाजूला म्हणजे नदीकाठावर एक खेळण्यासाठीची जागा होती आणि तिथं एक झुला लावण्यात आला होता आणि एक घसरगुंडी आणि आणखी एक खेळ होता आणि मग मला कळलं की ते आता कुठं जाणार आहेत. आणि ते अगदी तसेच सरळ चालत गेले आणि झुल्यावर जाऊन बसले. माझ्याकडे त्यांची पाठ होती आणि म्हणून मग मी हळूच एका सिमेंटच्या पांडाकडे गेले, जिथून मला त्यांचा चेहरा दिसत होता. एक सिगारेट त्यांनी पेटवली आणि झोका घ्यायला सुरुवात केली. त्यांचा चेहरा पाण्याकडे होता. त्यांनी झोक्याचा वेग वाढवायला सुरुवात केली आणि झुला उंच उंच जाऊ लागला होता. सिगारेट त्यांनी दातांमध्ये दाबून धरली होती आणि आता त्यांच्या चेहऱ्यावर एक निश्चित भाव होता. त्यांना काय करायचं आहे ते त्यांना कळलं होतं. झोका उंच उंच जाऊ देत तो जेव्हा अगदी सगळ्यात वर जाणार, तेव्हा स्वतःला झोकून देण्याचा त्यांचा विचार असावा. म्हणजे झोका सोडल्यानंतर ते थेट त्या छोट्या संरक्षक भिंतीला ओलांडून सुमिदा नदीत फेकले गेले असते आणि बुडले असते. मग त्यांचं शरीर तळाशी गेलं असतं आणि मग मासळ्यांनी त्यांचं शरीर मटकावलं असतं. मी हे सारं काही घडताना पाहू शकत होते आणि जेव्हा त्यांचा हात झुल्याच्या साखळीवरून निसटला तेव्हा तर मला वाटलं की, झालं!... आता ते फेकले जाणार. जणू काही वाऱ्याला कवेत घ्यायला निघाले आहेत असे त्यांचे हात हवेत पसरणार आणि मग ते त्या काळ्याशार खोल पाण्यात पडणार. नाही... नाही... नाही! मी स्वतःलाच हे म्हणतानाही ऐकलं आणि प्रत्येक झोक्यासोबत माझ्या छातीचे ठोकेही वर वर जात होते. आता... आता... आता!

पण असं काहीही घडलं नाही. त्यांनी स्वतःला झोकून दिलं नाही. झोका घेण्यासाठी जेव्हा त्यांच्या पायातली शक्ती कमी कमी होत गेली, तसा झोक्याचा वेगही कमी कमी झाला. नंतर तर झोक्याचा वेग मंदावला आणि त्यांच्या पायातील प्लॅस्टिक चपलांच्या मागे-पुढे होण्यानं मातीत फक्त काही खुणा तयार होत राहिल्या. मग ते उठून उभे राहिले आणि नदीकाठच्या त्या संरक्षक भिंतीपर्यंत चालत गेले, त्यावरून वाकून पाहू लागले आणि सिगारेटचा एक शेवटचा झुरका घेऊन त्यांनी ती नदीत फेकून दिली. त्या तेलकट पाण्याकडे पाहत ते बराच वेळ तिथंच उभे राहिले. त्या भिंतीवर चढून ते पाण्यात उडी मारतील अशीही भीती मला वाटू लागली. मी लपले होते तिथून धावत बाहेर येत त्यांना थांबवण्याची तीव्र इच्छा मला झाली.

"पण तू तसं नाही केलंस," जिको बोलली.

"नाही. मी करणारच होते; पण मग ते वळले आणि पुन्हा चालू लागले."

"तू पाठलाग केला का?"

"हो. ते परत घरी आले. मी आमच्या अपार्टमेंटच्या बाहेरच थांबले आणि जोपर्यंत मला सुरक्षित वाटलं नाही, तोपर्यंत तिथंच थांबून मग मी हळूच घरात शिरले. माझ्याकडे चावी होती. मी आत आल्याचं त्यांना ऐकू आलं नसावं बहुधा. त्यांचं घोरणं तोपर्यंत सुरू झालं होतं."

"तो तसा शांत झोपणारा मुलगा होता." जिकोनं मान डोलावली.

"मग तुला नाही वाटत का त्यांनी इकडे यावं आणि आपल्याबरोबर राहावं?" मी विचारलं. "मला वाटतं की त्यांना याचा खूप फायदा होईल, तुला काय वाटतं? या विहाराच्या पायऱ्या चढताना तू त्यांचा चेहरा पाहायला हवा होतास. खूप खूप खूश होते ते."

"त्याला इथं यायला नेहमीच आवडायचं," जिको सांगत होती.

"म्हणूनच त्यांनी परत यायला हवं, बरोबर?"

"Maa, soo kashira"[२] ती म्हणाली. हे जपानी भाषेतील असं एक वाक्य आहे ज्याला काहीही अर्थ नाही.

२

ऑगस्टमध्ये इथं तुम्ही कल्पनाही करू शकणार नाही इतकं गरम होतं. त्यात दुपारी जिको आणि मुजी शेजारपाजारच्या बायांना पुष्परचना किंवा सूक्त म्हणायला शिकवत असत, तेव्हा मला अभ्यासाला बसावं लागत असे. मग मी कसंबसं अगदी स्वतःला ओढत एनगावामध्ये येऊन बसत असे. बागेतल्या छोट्या तळ्याच्या काठाजवळ असलेला हा लाकडी व्हरांडा होता जिथं मला जरा तरी बरं वाटायचं. हेडफोन्स लावून तिथल्या एका लाकडी खांबाला टेकून बसणं आणि तेही पाय पसरून बसणं, तळ्यातल्या कमळांवर फिरणाऱ्या भुंग्यांना पाहणं आणि A la recherche du temps perduसंदर्भात माहिती होण्यापूर्वीपासून काही फ्रेंच विरहगीतं मी ऐकायची. जिकोला माझं हे असं पाय पसरून बसणं अजिबात आवडत नसे आणि मी तशी बसलेली दिसले की लगेच मला टोकायची. हे असं पाय पसरून साऱ्या जगाला आतलं सारं काही दाखवणं अजिबात चांगली सवय नाही आणि विशेषतः जेव्हा मी आत काही घातलं नसेल तेव्हा असं अजिबात करू नये, असं

२. हं....आश्चर्यकारक आहे...

तिचं म्हणणं होतं. मला पटायचं तिचं, पण आत्ता या मरणाच्या उकाड्यात कसं शक्य आहे ते! माझ्या मांड्या आतून परस्परांना स्पर्श करतानाचा स्पर्शही मला नकोसा झाला होता आणि एनगावाच्या त्या जुन्या लाकडाचा थंड स्पर्श जरा बरा वाटत होता आणि या क्षणी मला पाहणारं कुणीही आजूबाजूला नव्हतं. अगदी चिबी मांजरही तिथं नव्हतं. तसं उबदार मांडीत येऊन बसण्याचा चिबीला छंद आहे; पण आता तिनेही एका फरच्या झाडाखालच्या शेवाळलेल्या दगडावर ताणून दिली होती. तसं वारं पडलं होतं, पण एखादी वाऱ्याची झुळूक डोंगरातून अचानक येत असे आणि ती बरोबर मग विहाराच्या दारातून बागेत प्रवेश करत असे. पाण्यावर तरंग उठवत आणि माझ्या पायांना स्पर्श करत ती झुळूक फिरायची. अंगावर हलकेच काटा फुलायचा. मला नेहमी वाटतं की या वाऱ्यांच्या झुळुकी म्हणजे आपल्या पूर्वजांचे आत्मेच असतात आणि जेव्हा ते येतात तेव्हा तुम्हाला त्यांचा स्पर्श होतो.

ओबोनचा काळ जवळ आला होता आणि एखाद्या विमानतळावर आपल्या सामानासकट प्रवासी यावेत तसे हे आत्मेही आले होते. ओबोन म्हणजे भटकणाऱ्या आत्म्यांच्या उन्हाळ्याच्या सुट्ट्या. मृतांच्या दुनियेतून ते जिथं पूर्वी राहत होते त्या तथाकथित जिवंत जगात येण्याचा तो काळ. त्या गरम हवेत भुतांच्या असण्याची जाणीव होती. अगदी गरोदर बाईच्या पोटातील बाळाची असते तशी. मी कधी गरोदर राहिलेले नाही; पण मी अशा बाया ट्रेनमध्ये पाहिल्या आहेत, ज्यांना पाहिल्यावर वाटतं की, बस्स, आता यांना इथंच बाळ होणार. ही हवाही तशी वाटते मला. त्या जोरजोरात श्वास घेत असतात. त्यातही त्यांचं ते वाढलेलं पोट आधी श्वास घेताना दिसतं आणि मग कुण्या एखाद्या चांगल्या व्यक्तीला वाटलं तर तो त्यांना जागा देतो आणि त्या एकदम धप्पदिशी बसतात, पाय पसरून, पोटावर हात फिरवत आणि घामानं थबथबलेल्या चेहऱ्यावर रुमाल फिरवत. ऑगस्ट महिना हा असा वाटतो मला. ओबोन यायला लागलं की सगळं जग भुतांच्या अस्तित्वासह गरोदर आणि कुठल्याही क्षणी ते त्यांना आणि आपल्याला वेगळं करणाऱ्या एका अदृश्य फुग्यातून बाहेर येतील, असं मला वाटतं.

मी सगळ्यांपासून दूर या व्हरांड्यात बसलेली नसले, तर मग जिकोच्या आजूबाजूला भिरभिरत आख्खा विहारभर फिरत असते. तिला लागणारं सामान बरोबर घेऊन आणि आपल्या पूर्वजांविषयी प्रश्न विचारत मी तिला भंडावून सोडते.

"एमा आजीबद्दल सांग ना. ती येणार आहे का? मी तिला कधी भेटले आहे का? मला आवडेल तिला भेटायला. सुगाको पणजी आणि हारुकी पणजोबांबद्दल सांग ना. त्यांनाही भेटायचं आहे मला. तुला वाटतं का की त्यांनाही मला भेटायची इच्छा असेल?"

यापूर्वी मला आठवतं तोपर्यंत तरी एकाही ओबोनला माझ्या कुठल्याही पूर्वजानं

उपस्थिती दर्शवली नव्हती; पण या वर्षी का कुणास ठाऊक, पण वेगळं काही तरी होणार असं सारखं वाटत होतं मला; कारण एकतर मी आता इकिसुदामा म्हणजे जिवंत भूत बनले आहे आणि मला वाटतं की मेलेल्या भुतांना आम्हा जिवंत भुतांशी बोलण्यास संकोच वाटणार नाही. दुसरी शक्यता ही होती की, ते इथं जिकोच्या या विहारातच मला भेटतील; कारण इथं सारेच त्यांची वाट पाहत आहेत आणि त्यांचं स्वागत कसं करायचं याची पद्धत त्यांना माहिती आहे. सनीवेलसारखं इथं काही घडणार नाही. तिकडे असं काही शक्य नाही. त्यांनी जर यांना पाहिलं तर ते आरडाओरड करतील आणि हॅलोविनमधल्या विचित्र कपडे केलेल्या व्यक्तीसारखं त्यांना वागवतील. हे म्हणजे कसं एखाद्या वाढदिवसाच्या पार्टीसारखं असतं. तुमचे आई-वडील जर कायलाच्या आई-वडिलांसारखे असतील, जे मुलीच्या वाढदिवसाची पार्टी खूप मस्त आयोजित करतात, ज्यात बॉलिंग आणि रॉक क्लायबिंगसारखे खेळ असतात, तर मग अशा पार्टीत बर्थडे गर्ल असणं झकास असतं; पण तुमचे पालक जर माझ्या आई-वडिलांसारखे असतील- ज्यांना कशाचाच काही पत्ता नाही, तर मग सारं काही निरर्थक असतं. म्हणून एखाद्या अशा कंटाळवाण्या वाढदिवसाच्या पार्टीत उभं राहण्यापेक्षा- जिथं सगळी अमेरिकन मुलं फक्त उभी आहेत आणि परस्परांना नजरेनं खुणावताहेत आणि सुशीची प्लेट घेऊन आलेल्या आईकडे उगाच आव आणून आदरानं पाहताहेत- तुमचं असं हजारो मैल लांब असणंच बरं. तुम्हीही उगाच आपण खूप खुश असल्याचं दाखवता आणि वेड्यासारखे हसता; पण आतून तुम्हाला माहिती असतं, की हे जे काही सुरू आहे ते वस्तू विकायला गेल्यावर जे काही करावं लागतं, अगदी तसं आहे, आणि फक्त आपल्या आई-बाबांना आनंद देण्यासाठी तुम्ही हे करता आहात; कारण ते त्यांच्या आत्मसन्मानासाठी आवश्यक आहे. जाऊ द्या. मी हे सारं काही यासाठी सांगते आहे की तुम्ही जर भूत असता तर तुम्ही कुठल्या पार्टीला जाणं पसंत केलं असतं?

जिको आणि मुजी या अशा आयोजनाचं उत्तम नियोजन करण्यात अगदी तरबेज आहेत. बौद्ध तत्त्वज्ञानातील क्षण आणि क्षण आम्ही सगळी तयारी करण्यात लावला होता. प्रत्येक स्थळाला फुलांची सजावट आणि धूळ झटकणं... सगळी स्वच्छता आम्ही करत होतो. विहारातील कोपरा न् कोपराच नाही, तर एक एक भेगही येणाऱ्या पूर्वजांच्या आत्म्यांसाठी स्वच्छ असावी, असा आग्रह होता. त्यांना देण्यासाठी वेगवेगळ्या प्रकारचे पदार्थही तयार करण्यात आले होते; कारण परत जाताना त्यांनी रिकाम्या पोटी किंवा असमाधानी मनानं जाऊ नये, हा हेतू त्याच्यामागे होता. शिवाय जर त्यांना असं मनसोक्त खाऊ घातलं नाही, तर कदाचित ते रागावतील. ओबोनमध्ये खाद्यपदार्थांची चंगळ होती. जपानमध्ये खूप प्रकारची भुतं, आत्मे आणि राक्षस आहेत- जे केव्हाही ततारी करतात आणि तुमच्यावर हल्लाही करू शकतात.

म्हणून थोडं सावध राहून आम्ही सगळ्या आयोजनाची सुरुवात एका मोठ्या ओसेगाकी[३] कार्यक्रमानं करणार होतो. यासाठी खूप साऱ्या पाहुण्यांना बोलवण्यात आलं होतं आणि आजूबाजूच्या विहारांतील बरेच संन्यासी आणि संन्यासिनी या उपाशी भुतांच्या खाण्याची व्यवस्था करण्यासाठी मदतीला आले होते.

हा जो काही प्रकार होता त्याबद्दल मुजीनं मला समजावून सांगितलं होतं आणि त्यासाठी तिनं एक कथाही मला सांगितली होती. खूप खूप वर्षं आधी म्हणजे बुद्ध असताना त्यांचा एक मोकुरेन नावाचा शिष्य होता. त्याला एक दिवस स्वप्नात त्याची आई नरकात भुकेल्या भुतांच्या कचाट्यात सापडलेली आणि तिला त्यांनी उलटं लटकवलेलं आहे, असं त्याला दिसलं. तो खूप अस्वस्थ झाला. त्यानं बुद्धांना तिला कसं सोडवता येईल याबद्दल विचारलं; तर ते म्हणाले, की काही विशिष्ट पदार्थ करून खायला दिले तर तिची सुटका होऊ शकते. ही युक्ती फार कामात आली. त्यातून एक संदेश जगात गेला की मुलांनी आपल्या आई-वडिलांचा नीट सांभाळ करावा आणि तो सांभाळ फक्त ते जिवंत असतानाच नाही, तर त्यांच्या मृत्यूनंतरही कायम असावा. अगदी ते नरकात यातना भोगत असतील आणि त्यांना मांस टांगायच्या दोरीवर उलटं टांगलं असेल तरीही त्यांच्या मुलांनी त्यांचा विचार करावा आणि त्यांना सोडवण्यासाठी प्रयत्न करावेत. हा जो मोकुरेन होता ना तो जबरदस्त व्यक्ती होता. त्याच्याकडे खूप सुपापावा होती. तो भिंतींना भेदून जाऊ शकत असे, लोकांच्या डोक्यात काय चाललं आहे ते वाचू शकत असे आणि मेलेल्या लोकांशी तो बोलू शकत होता. मलाही असं भिंती भेदून जायला आणि लोकांच्या मनातील जाणून घ्यायला आणि मेलेल्या लोकांशी बोलायला यायला हवं आहे. झकास होईल ना मग! माझी आता सध्या सुरुवातच आहे आणि तुम्हाला माहिती आहेच की आयुष्यात एखादं निश्चित ध्येय असणं किती आवश्यक आहे. शिवाय भिंतींना पार करून जाणं हे जरा शक्य होण्यासारखं आहे, तुम्हाला काय वाटतं?

तर ते सोडा. सरतेशेवटी आमची सगळी तयारी आटोपली आणि पहिले पाहुणे विहारात येण्याच्या आदल्या रात्री मी, जिको आणि मुजी एकत्र अंघोळीला गेलो. सगळे येण्यापूर्वी आम्ही एकदम प्रसन्न आणि स्वच्छ दिसणं आवश्यक होतं. शिवाय त्या दिवशी मला त्या दोघींनाही मुंडन करून द्यायचं होतं. स्वच्छतेच्या बाबतीत मुजी आणि जिको फार फार कडक होत्या आणि म्हणून त्या त्यांच्या डोक्यावरचे केस पाच दिवसांपेक्षा जास्त वाढू देत नसत. पाच दिवसांत केस कितीसे वाढणार? पण

३. ओसेगाकी : उपाशी भुतं; घर नसलेल्या लोकांसाठी वापरले जाणारे अपमानजनक संबोधन

मग या कामासाठी त्या मला परवानगी देत असत. मलाही हे काम करायला आवडायचं. रेझरच्या पहिल्याच पात्यात त्यांचे ते अगदी बारीक केस निघून त्यांचं डोकं अगदी छान गुळगुळीत आणि चकचकीत व्हायचं. मुजीचे केस खूप बारीक आणि काळे होत. त्यामुळे ते काढताना पांढऱ्या कागदावरून काळ्या मुंग्या घसरून खाली पडाव्यात, तसं दिसत असे; पण जिकोचे सगळे केस पांढरे झाले होते आणि ते चकाकणारे केस रेझरमधून बाहेर येताना आकाशातल्या परीच्या हातातून चांदण्यांची राख जमिनीवर पडावी तसे दिसायचे.

मुंडन करण्यासाठीही एक प्रार्थना आहे. ती पुढीलप्रमाणे :

माझ्या डोक्यावरचे केस काढून टाकत असताना
सर्व प्राणिमात्रांसोबत मी प्रार्थना करते की
या केसांबरोबरच मी माझ्या सगळ्या स्वार्थी इच्छांनाही
कापून खऱ्या अर्थाने मुक्तीच्या स्वर्गात प्रवेशकरती व्हावे.

आता सारी भूतमंडळी येणार या एका विचारानंच मी खूप खूप उत्तेजित झाले होते. इतकी की त्या रात्री मला झोपच येईना. मुजीनं मग मला जबरदस्ती पांघरुणात घातलं; पण मी त्या दोघी झोपी जाताच पुन्हा उठून बसले. मला काय अपेक्षित होतं कुणास ठाऊक! मग मी बागेत थोडं फिरले आणि प्रवेशद्वाराखालच्या विहाराच्या सगळ्यात वरच्या पायरीवर जाऊन वाट पाहत बसले. त्या दगडाचा थंडपणा आणि ओलसरपणा मला माझ्या पायजम्यातून जाणवला आणि मला फक्त रातकिड्यांचे आणि बेडकांचे तेवढे आवाज ऐकू येत होते.

काही लोकांचं मत आहे की रात्र अंधारी असल्यामुळे ती दुःखी करते आणि तुम्हाला मृत्यूची आठवण करून देते; पण मला मात्र हे अजिबात मान्य नाही. मला रात्र आवडते. विशेषतः विहारातील. जेव्हा मुजी सगळे दिवे मालवते आणि मग फक्त चंद्राचा आणि चांदण्यांचा आणि काजव्यांचा तेवढा प्रकाश उरतो किंवा मग जर बाहेर ढगाळ असेल तर सारं जग काळोखात बुडून जातं. तुम्हाला तुमचे हातही दिसत नाहीत.

मी तिथं बसले असताना सारं काही आणखी आणखी काळोखं होत गेलं. रात्रीत वाहणाऱ्या उन्हाळी वाऱ्यामध्ये फक्त काजव्यांच्या पंखांची फडफड तेवढी उरली होती. त्यांचा प्रकाश मध्येच चमकत होता. चालू, बंद...चालू, बंद...चालू, बंद. त्यांच्यावर माझी नजर खिळली होती आणि जितकं मी त्यात मग्न झाले, मला गरगरू लागलं. इतकं की सारं जग मला गरगर फिरवत आहे आणि डोंगरातील त्या रात्रीच्या तोंडात ढकलून देत आहे, असं वाटायला लागलं. स्वतःला सावरण्यासाठी

मी पायरीच्या दगडाला धरून ठेवण्यासाठी म्हणून हात त्यावर ठेवला आणि त्याचा थंडपणा जाणवण्याऐवजी मला काहीतरी टोकदार बोचलं. एक अगदी हलका विजेचा झटका बसावा तसं झालं आणि मी हलकेच किंचाळत हात बाजूला केला. ते चिबी मांजर होतं. कदाचित माझ्याबरोबर भुतांचं स्वागत करायला तेही बाहेर आलं होतं. कार्टूनमधल्या मांजरासारखं ते स्थिर होतं आणि रुपयाएवढाले त्याचे हिरवे डोळे तेवढे चमकत होते; पण त्याच्या त्या बोचऱ्या केसाळ पाठीवरून मी हात फिरवला आणि जरा हसले तर लगेच ते माझ्या मांडीवर सरकलं आणि डोकं त्यानं माझ्या हातात घातलं.

"Baka ne, Chibi-chan!"[४] धडधडत्या छातीनं मी तिला बोलले. अंधारात तिचा आकारही तसा लक्षात येत नव्हता; पण तिची सोबत मिळाल्यामुळे मला जरा बरं वाटलं.

एक मोठी वाऱ्याची झुळूक बांबूच्या झाडांना सळसळवून गेली. जणू आत्मेच त्यातून चालत गेले असावेत, असं वाटलं; पण मला एक प्रश्न पडला आहे की ही भुतं नेमकी दिसतात कशी? माणसांसारखी तरी दिसतात का ती? डायकॉन राक्षसांसारखी ती लठ्ठ आणि अजस्र असतील का? त्या लालतोंड्या तेंगूसारखं[५] त्याचं नाक लांबच लांब असेल का? गॉबलिनसारखा तो हिरवा असेल की लांडग्यांसारखा भटकणारा असेल, की तो डोकं नसलेल्या माणसाच्या आकारातील फक्त सडणाऱ्या मांसाचा एक मोठा तुकडा, ज्याच्या हातावर आणि पायावर फक्त मांस आहे आणि त्याच्या अंगाला घाण येते आहे? अशा भुतांना नुप्पेप्पो म्हणतात. मुजीनं मला त्यांच्याबद्दल सांगितलं होतं. ओसाड जुन्या देवळांमध्ये आणि स्मशानांमध्ये रात्री मोकाट भटकत राहणं त्यांना जास्त पसंत असतं. कदाचित माझ्या बाबांचीही नुप्पेप्पो होण्याकडे वाटचाल होत असावी. आणि काही भुतं अशीही असतात जी मेलेल्या पुरुषांसारखी दिसतात. अस्ताव्यस्त केशरचना, रक्ताळलेले डोळे जे केव्हाही डोळ्यांच्या खाचांतून बाहेर येतील असं वाटतं आणि त्यांची त्वचा हाडांवरून रोग झाल्यासारखी गळत असते. अगदी रद्दी, भिकार, स्वस्त असा पॉलिएस्टर सूट ते घालतात आणि त्यांचं शरीर आत्महत्येच्या जंगलातील झाडावर लटकलेलं असतं. मला या प्रकारच्या भुतांची खूप भीती वाटते; कारण ते दिसायला अगदी माझ्या बाबांसारखे असतात आणि या विचारानं मी जरा अस्वस्थ झाले आणि

---

४. मूर्ख आहोत आपण, नाही का चिबी चॅन?

५. एक लाल तोंडाचा राक्षस, लांब आणि फॅलिक नाक असलेला, अनेकदा बौद्ध भिक्खूसारखे कपडे घालणारा. तो दुष्ट आणि चांगला दोन्ही असतो आणि तो डोंगर व जंगलाचं रक्षण करतो.

आता माझी घाबरगुंडी उडणार, एवढ्यात मला माझ्या शेजारी काहीतरी आहे आणि ते अगदी माझ्या बाजूलाच येऊन बसल्याचं मला जाणवलं. मी वळले आणि पाहिलं तर काय? ते होते तिथं बसलेले. माझे वडील माझ्याशेजारी त्या दगडी पायरीवर येऊन बसले होते. त्यांचे डोळे बाहेर आलेले नव्हते आणि त्यांनी तो कामावर जायचा सूटही घातला नव्हता; पण तरीही मला कळलं होतं की ते आता मेले आहेत. त्यांनी शेवटी स्वतःला संपवलं आणि हे जे आता माझ्या बाजूला आहे ते त्यांचं भूत आहे आणि हेच सांगायला ते इथं माझ्याजवळ आले आहेत.

"बाबा," मी बोलण्याचा प्रयत्न केला; पण माझ्या घशाला कोरड पडली होती आणि त्यातून काहीही आवाज बाहेर आला नाही.

ते अंधारात नजर रोखून बसले होते.

"बाबा, तुम्ही आला आहात का?" अजूनही माझ्या घशातून आवाज निघत नव्हता आणि माझे शब्द हे फक्त माझ्या विचारांमध्ये, माझ्या डोक्यातच होते. त्यामुळे त्यांना काहीही ऐकायला गेलं नाही यात काही आश्चर्य करण्यासारखं नव्हतं. ते तसेच अंधारात पाहत होते. मी एक खोल श्वास घेतला, थोडा घसा साफ केला आणि पुन्हा बोलण्याचा प्रयत्न केला.

"Otosan," या वेळी मी जपानीत बोलले. हे शब्द माझ्या ओठांतून एखादा बुडबुडा फुटावा तसे बाहेर आले. बाबांच्या भुतानं हलकेचं आपलं डोकं वळवलं आणि मला लक्षात आलं की ते खूप तरुण दिसत होते. कसलासा गणवेष त्यांनी घातला होता आणि डोक्यावर टोपी होती. गणवेष शाळेतल्यासारखा दिसत होता; फक्त त्याचा रंग वेगळा होता. ते तेव्हाही काही बोलले नाहीत. मग मला लक्षात आलं की तुमचे पालक जरी भूत झाले असतील तरी त्यांच्याशी तुम्ही अति नम्रतेनं बोलण्याची गरज असते; नाहीतर ते नाराज होण्याची शक्यता जास्त असते. मग मी पुन्हा एकदा अगदी माझ्या शाळकरी नम्रतेनं त्यांच्याशी बोलण्याचा प्रयत्न केला.

"Yasutani Haruki -sama de gozaimasu ka?[६]

या वेळी मात्र त्यांनी माझा आवाज ऐकला आणि मग अगदी हळूच ते माझ्याकडे वळले आणि ते बोलले. त्यांचा आवाज खूप हळू आणि मृदू होता- इतका की त्या वाऱ्याच्या घोंघावण्यात मला ते ऐकायलाही आलं नाही.

"तू कोण आहेस?" त्यांनी विचारलं.

त्यांनी मला ओळखलंच नव्हतं. मला खूप आश्चर्य वाटलं! माझे बाबा मेले होते आणि आता मला विसरलेही होते. गळ्यात काहीतरी दाटून आल्यासारखं झालं आणि मी जेव्हा रडू आवरण्याचा प्रयत्न करते तेव्हा जसं नाक सळसळायला लागतं

६. तुम्हीच आदरणीय श्री. हारुकी यासूतानी आहात का?

तसं ते सळसळू लागलं. मी आणखी एक खोल श्वास घेतला.

"मी यासूतानी नाओको," आवाजात धीटपणा आणि थोडा आत्मविश्वास आणण्याचा प्रयत्न करत मी घोषणा केली. "तुम्हाला पाहून मला आनंद झाला आहे."

"अरे वा," ते बोलले. "मलाही." त्यांचं बोलणं खूप हळुवार आणि गहिरं होतं. जळणाऱ्या उदबत्तीतून निघणाऱ्या वळणदार बारीक धुराच्या रेषांसारखं. काहीतरी गफलत होत होती. मला काहीही उद्दामपणा करायचा नव्हता किंवा फारसं काही खोलात शिरायचं नव्हतं; पण काहीतरी गल्लत झाली होती खरी. तरुणपणीच्या माझ्या बाबांसारखे ते दिसत होते. माझ्यापेक्षा अगदी दोन-चार वर्षांनीच मोठे; पण त्यांचं बोलणं जरा वेगळं होतं आणि कपडेही माझ्या परिचयातले नव्हते. आणि मग मला एकदम साक्षात्कार झाल्यासारखं लक्षात आलं : मी ज्यांना माझ्या बाबांच्या नावानं हाक मारली आणि त्यांनी प्रतिसाद दिला ते माझे बाबा नव्हते, तर ते त्यांचे काका होते म्हणजे कामिकाझे पायलट यासूतानी हारुकी नंबर एक!

"आपण यापूर्वी कधी भेटलो आहोत का?" ते मला विचारत होते.

"मला नाही वाटत," मी उत्तरले. "मला वाटतं की मी तुमची चुलत नात आहे. तुमच्या पुतण्याची म्हणजे यासूतानी हारुकी नंबर दोनची मुलगी. तुमचं नाव ज्यांना देण्यात आलं आहे त्यांची मुलगी."

भुतानं मान डोलावली. "खरं की काय?" ते बोलले. "मला तर माहितीही नव्हतं की मला कुणी पुतण्या आहे. नातीचं तर सोडाच. वेळ कसा भरकन निघून जातो ना...."

आम्ही दोघंही एकदम गप्प झालो. गप्प होण्याशिवाय माझ्याकडे काहीही पर्याय नव्हता; कारण आता नम्रतेनं बोलण्यासारखं माझ्याकडे असलेलं सारं काही संपलं होतं. मी सनीवेलला वाढले असल्यामुळे माझं जपानी दिव्यच आहे आणि त्यात औपचारिकरीत्या बोलायचं असेल तर मग आनंदच. आणि मला जाणवलं की हारुकी नंबर एकचं भूतही फारसं काही बोलकं नव्हतं. ते मला थोडेसे आत्ममग्न आणि हरवल्यासारखे वाटले. ते पाहून मला जिकोनं त्यांना फ्रेंच तत्त्वज्ञान आणि कवितांमध्ये रुची असल्याचं सांगितलं होतं त्यात तथ्य असल्याचं जाणवलं. त्या क्षणी मला वाटलं की, बाबा मला शिकवत असताना जर मी थोडं आणखी लक्ष दिलं असतं आणि त्यांनी सांगितलेल्या अस्तित्ववादासंदर्भात जाणून घेतलं असतं, तर कदाचित मीही काहीतरी अर्थपूर्ण आणि बुद्धिमान असं बोलू शकले असते; पण मला तर फक्त एकच फ्रेंच कविता माहिती होती आणि ती म्हणजे मोनिक सर्फ यांच्या एका कवितेतील ध्रुवपद. 'जिन्सेई नो इतामी'[७] हे ते ध्रुवपद होतं आणि ते

---

७. आयुष्यातील वेदना

एखाद्या मृत व्यक्तीला ऐकवणं फारशी चांगली कल्पना नव्हती.

Le mal de vivre
Le mal de vivre
Qu'il faut bien vivre
Vaille que vivre
(जगणं खूप धाडसाचं आहे.....?)

या शब्दांचा अर्थ नेमका काय आहे हे माहीत नसतानाही मी हलक्या आवाजात ते शब्द गुणगुणत होते. नजर अंधारात होती. ऐकताना ते चुकचुकल्याचं मला ऐकू आलं किंवा कदाचित तो वाऱ्याचा आवाज होता. ते बसले होते त्या दिशेनं मी वळून पाहिलं. हारुकी नंबर एक निघून गेले होते.

३

मूर्ख नाओ! काय मूर्ख मुलगी आहे ही! दुसऱ्या महायुद्धात आत्मघातकी सैनिक, एक कामिकाझे पायलट राहिलेल्या माझ्या काका आजोबांचा आत्मा माझ्या बाजूला बसला होता. माझ्या संपर्कात येऊ शकणाऱ्या जगातील सगळ्यात भन्नाट व्यक्तीशेजारी मी बसले होते आणि मी काय केलं? एक मूर्खासारखं फ्रेंच विरहगीत गायले! म्हणजे हे किती किती किती मूर्खपणाचं आहे? त्यांनी काय विचार केला असेल? इतर बावळट शाळकरी मुलींसारखीच मी त्यांना वाटले असेन. या पृथ्वीवरचा त्यांचा एक एक क्षण महत्त्वाचा होता आणि का म्हणून त्यांनी आपला तो अमूल्य वेळ एका मंद मुलीसोबत घालवावा? त्यापेक्षा तिथून निघून जावं आणि ज्यांच्याकडे काहीतरी खरंच महत्त्वाचं बोलण्यासारखं आहे त्यांच्याशी गप्पा माराव्यात, असं त्यांना वाटणं अगदी स्वाभाविक होतं.

काय झालं आहे मला? मी त्यांना कितीतरी गोष्टींबद्दल विचारू शकले असते. त्यांना काय आवडायचं आणि त्यांचे छंद काय होते, हे मी विचारू शकले असते. मी त्यांना विचारू शकले असते की फक्त उदास, निराश झालेलेच लोक तत्त्वज्ञानाकडे झुकतात का आणि तत्त्वज्ञानाची पुस्तकं वाचण्याचा खरंच फायदा होतो का; त्यांचं आनंदी आयुष्य हिरावून घेऊन त्यांना युद्धात ओढणं आणि मानवी बॉम्ब बनण्यास बाध्य करणं जाणिवेच्या पातळीवर कसं होतं, हे मी विचारू शकले असते. किंवा मग फ्रेंच काव्यात रुची आहे म्हणून इतर विद्यार्थ्यांनी त्यांना छळलं तेव्हा त्यांना काय

वाटलं, हे विचारू शकले असते. त्यांना दिलेली कामगिरी पार पाडण्यासाठी निश्चित केलेल्या दिवशी पहाटे उठल्यावर म्हणजे त्यांच्या या पृथ्वीवरच्या शेवटच्या दिवशी त्यांची मनःस्थिती कशी होती, हेही मी त्यांना विचारू शकले असते. त्या दिवशी त्यांच्याही पोटाच्या पोकळीत एक थंडगार झालेला मासा पोहतो आहे, असं त्यांना जाणवलं होतं का? की त्यांच्या शरीरातून एक प्रकाशमय शांतता बाहेर आलेली दिसत होती आणि ती पाहून इतर सारे चकित आणि स्तब्ध झाले होते? कामगिरीसाठी आणि आकाशावर राज्य करण्यासाठी आता ते सज्ज झाले आहेत, असं सगळ्यांना जाणवलं होतं का?

मी त्यांना विचारू शकले असते की मरताना कसं वाटलं?

मूर्ख, बाका नाओ यासूतानी.

४

सकाळी न्याहारी केल्यानंतर जेव्हा जिको आणि मुजी दुसऱ्या दिवशी होणाऱ्या ओसेगाकी समारंभासाठी इतर विहारांतून आलेल्या गुरू आणि इतर लोकांचे स्वागत करण्यात व्यस्त होत्या. मी जिकोच्या अभ्यासिकेत सटकले. माझ्या अभ्यासिकेत येण्याला जिकोची आडकाठी नसते; पण मग तरीही मी तिथे अशी लपतछपत आल्याचा अपराधी भाव माझ्या मनात का आला होता, कुणास ठाऊक. विहारातील ही माझी सगळ्यात आवडती जागा आहे. इथून बाग दिसते आणि जिकोचं एक बसकं टेबल इथं आहे, ज्यावर बसून लिहायला तिला आवडतं. एक पुस्तकांचं कपाटही आहे, ज्यात जाडजूड आणि विटक्या कापडी वेष्टणातील धर्म आणि तत्त्वज्ञानावरची बरीच पुस्तकंही आहेत. तत्त्वज्ञानावरची पुस्तकं हारुकी नंबर एकची असल्याचं जिकोनं मला एकदा सांगितलं होतं. ते विद्यापीठात शिकत असतानाची ती पुस्तकं होती. त्यांतील काही पुस्तकं वाचण्याचा मी प्रयत्न केला होता; पण त्यातील कांजी माझ्या आकलनापलीकडची होती आणि उर्वरित पुस्तकं फ्रेंच आणि जर्मन भाषेत होती. इतकंच काय, पण इंग्रजी पुस्तकातील इंग्रजीही मी कधीच ऐकलं-वाचलेलं नव्हतं. खरं सांगायचं तर ही अशी पुस्तकं वाचणारे लोक आता जगात उरलेही आहेत की नाहीत, याबाबत मला तरी शंकाच आहे; पण एक आहे, या पुस्तकांतील सगळी पानं काढून टाकली तर त्याच्या खूप छान डायऱ्या बनवता येतील.

खोलीच्या मागच्या बाजूला म्हणजे पुस्तकाच्या कपाटाच्या अगदी विरुद्ध दिशेला कुटुंबाच्या काही गोष्टी ठेवण्याची जागा होती. अगदी देवघरासारखी. सगळ्यात वर शाका-सामाचं चित्र टांगलेलं होतं आणि आजूबाजूला कुटुंबातील

सगळ्या पूर्वजांच्या स्मृतीत इहाई[८] आणि प्रत्येकाच्या नावाचं एक पुस्तक ठेवलेलं होतं. त्याखाली फुलं, मेणबत्ती, उदबत्ती आणि फळं, चहा, गोड प्रसादाची ताटली ठेवण्यासाठी वेगवेगळे कप्पे करण्यात आले होते.

एका कप्प्यात अगदी एका बाजूला पांढऱ्या कापडात लपेटून एक डबा ठेवला होता आणि त्याच्या शेजारी तीन छोटे ब्लॅक ॲन्ड व्हाईट फोटो होते. हारुकी, सुगाको आणि एमा या जिकोच्या मृत मुलांचे ते फोटो होते. यापूर्वीही मी हे फोटो इथंच ठेवलेले पाहिले होते; पण त्याकडे माझं कधी खूप लक्ष गेलं नव्हतं. एका दुसऱ्या दुनियेतील काही स्तब्ध, जुनाट वाटणारे ते 'काही क्षण' होते. फरक होता काळाचा. ते तेव्हापुरतेचे क्षण होते आणि मी आत्तापुरताचा एक क्षण! पण आता सारं काही बदललं होतं.

मी चवड्यावर उभं राहत त्या देवघरासारख्या जागेवरून हारुकींचा फोटो घेण्याचा प्रयत्न करत होते. फोटोत ते भूत असताना मला दिसले त्यापेक्षाही तरुण दिसत होते; पण तो चेहरा एका निस्तेज शाळकरी मुलाचा होता, ज्याच्या डोक्यावर एक विद्यार्थी वापरतात तशी कॅप होती आणि चेहऱ्यावर कवीचे भाव होते जे आता त्या काचेमागे थिजले होते. दिसायला ते बरेचसे माझ्या वडिलांसारखे होते. म्हणजे बाबांचं पोट सुटण्यापूर्वी आणि त्यांनी केस कापणं थांबवण्यापूर्वी ते जसे ते दिसत तसा हारुकी नंबर एकचा चेहरा होता. काच मळलेली होती म्हणून मी ती माझ्या स्कर्टच्या खालच्या भागानं पुसून काढली आणि मी पुसत असताना त्या फोटोतल्या चेहऱ्यावरचं काहीतरी बदलल्याचं मला जाणवलं. कदाचित त्यांचा जबडा जरा आवळला गेला होता. डोळ्यांत एक छोटीशी चमक नव्यानं दिसू लागली. अशात त्यांनी माझ्याकडे वळून पाहिलं असतं किंवा बोलायला सुरुवात केली असती तरी मला आश्चर्य वाटलं नसतं; पण नंतर काही घडलं नाही. मी वाट पाहत राहिले. ते कुठंतरी शून्यात पाहत राहिले आणि मग तो क्षण गेला आणि ते पुन्हा त्या काचेमागच्या एका फोटोतली एक व्यक्ती बनून राहिले.

काही तारीख दिसते का म्हणून मी फोटोची फ्रेम उलटून मागे पाहिलं. शोवा १६. मी बोटावर मोजलं. १९४१.

ते जेमतेम हायस्कूलमध्ये होते. माझ्यापेक्षा फक्त काही वर्षांनी मोठे. ते माझे सेन्पाई[९] राहिले असते. माझी त्यांची मैत्री झाली असती का आणि माझा छळ होऊ नये म्हणून त्यांनी प्रयत्न केला असता का, हा विचारही मला शिवून गेला. मी त्यांना आवडले असते का? कदाचित नाही. मी फारचं मूर्ख आहे; पण मला ते आवडले

---

८. स्मृतिचिन्हे

९. शाळेतील वरच्या वर्गातील विद्यार्थी, इंग्रजीत सीनिअर.

असते का, हा विचारही माझ्या मनात आला.

फोटो फ्रेमची फोटो धरून ठेवणारी एक क्लिप जरा सैल होती आणि मी तिला जरा बरोबर करायला गेले तर सारं काही सुटं सुटं होऊन माझ्या हातात आलं. बाप रे! मला पोटात कसंतरी झालं; कारण फोटो माझ्या हातून खराब झाला हे मला जिकोला अजिबात कळू द्यायचं नव्हतं. म्हणून मग मी ते सारं काही नीट करण्याचा प्रयत्न करू लागले; पण एक कुठली तरी क्लिप काही केल्या नीट होईना. कसला तरी अडथळा येत होता. मला आता पार घाम फुटला होता. मग मला वाटलं की हे असंच कुठंतरी लपवून ठेवावं किंवा मग ते जमिनीवर टाकून द्यावं आणि हा उद्योग चिबीनं केल्याची बतावणी करावी; पण दुसऱ्याच क्षणी मी खाली तातामीवर बसले आणि सगळे सुटे भाग पुन्हा एकत्र जोडण्याचा प्रयत्न करू लागले, तेव्हा मला ते पत्र सापडलं. ते एकपानी पत्र नीट घडी करून फोटो आणि त्याच्या मागील कार्डबोर्डच्या मध्ये ठेवलं होतं. मी ते उघडलं. हस्ताक्षर फार सुरेख आणि ठळक होतं. अगदी जिकोसारखं; पण तेही जरा जुन्या पद्धतीनं लिहिलेलं असल्यामुळे मला वाचायला कठीणच होतं. म्हणून मी त्याची पुन्हा घडी घातली आणि माझ्या खिशात घातलं. ते पत्र चोरायचा माझा अजिबात उद्देश नव्हता. त्यात काय लिहिलं आहे ते जाणून घेण्यासाठी मला एक डिक्शनरी आणि थोडा वेळ हवा होता. फोटो फ्रेम अजूनही मोडलेल्या अवस्थेत पडली होती. मी ती जोडली आणि मागची क्लिप लावण्याचा प्रयत्न केला, जो सहज सफल झाला. देवघरात तो पुन्हा ठेवून देण्यापूर्वी मी तो माझ्या चेहऱ्यासमोर धरला.

''हारुकी ओजिसामा!'' मला येत असलेल्या तोडक्यामोडक्या जपानीत अधिकाधिक नम्र होत मी बोलले. ''मी तुमची फोटो फ्रेम मोडली त्यासाठी मला माफ करा आणि मी असा मूर्खपणा केला म्हणून मी क्षमा मागते. शिवाय तुमचं ते पत्र मी काढून घेतलं म्हणून माझ्यावर चिडू नका. तुम्ही परत या.''

५

प्रिय आई,

या पृथ्वीवरची माझी ही आज शेवटची रात्र आहे. उद्या मी माझ्या कपाळावर एक पट्टी बांधणार आहे ज्यावर ***Rising Son*** लिहिलेलं असेल आणि मी आकाशात भरारी घेणार. उद्या मी माझ्या देशासाठी माझे प्राण अर्पण करणार आहे. आई, तू दुःखी होऊ नकोस. अश्रू ढाळणारी तू माझ्या डोळ्यांपुढे येते आहेस; पण मी तुझ्या अश्रूंच्या योग्य नाही. या अशा क्षणाला नेमकं काय वाटतं याचा मी कितीतरी वेळा विचार केला असेल

आणि आता मला ते कळलं आहे. मी दुःखी नाही. मला एकदम हलकं वाटत आहे आणि आनंदीही. म्हणून म्हणतो आपले डोळे पूस. स्वतःची आणि माझ्या बहिणींची काळजी घे. त्यांना सांग, छान राहा, आनंदी राहा आणि आनंदी आयुष्य जगा.

हे माझं शेवटचं पत्र आहे आणि माझ्या निरोपाचं औपचारिक पत्रही आहे. नौसेना हे पत्र, माझ्या मृत्यूची बातमी आणि माझे सेवानिवृत्तिवेतन जे माझ्यानंतर तुला मिळणार आहे, याबाबत तुम्हाला कळवतील. ते वेतन फारसं पुरेसं नाही आणि मला कायम एका गोष्टीचं वाईट वाटत राहणार की मला तुमच्यासाठी माझ्या या फुटकळ आयुष्यात फारसं काहीही करता आलं नाही.

या पत्राबरोबरच मी तू मला दिलेलं जुझू[१०], माझं घड्याळ आणि शोबोजेन्झोची प्रत पाठवतो आहे. या साऱ्यांचाच मला गेले काही महिने आधार होता आणि साथ होती.

तू ज्या कष्टांनी माझ्यासारख्या एक असफल आयुष्य असलेल्या मुलाला वाढवलंस, त्यासाठी मी तुझे आभार कसे मानू? मला ते शक्य नाही.

मी व्यक्त करू शकत नाही आणि तुला पाठवूही शकत नाही अशा असंख्य गोष्टी आहेत माझ्याकडे; पण आता खूप उशीर झाला आहे. हे पत्र तुझ्या हातात पडेल तेव्हा मी या जगातून गेलेलो असणार; माझा मृत्यू झालेला असेल; पण एक समाधान आणि विश्वास मी माझ्या मनात घेऊन मृत्यूला कवटाळणार आहे की तू माझं मन जाणतेस आणि माझ्यासंदर्भात तू कधीही कठोरपणे विचार करणार नाहीस. युद्धासाठी आयुष्य देणारी व्यक्ती मी नाही आणि मी जे काही करणार ते तू मला दिलेल्या प्रेमाच्या आणि शांतीच्या शिकवणीला स्मरणात ठेवूनच करणार.

लाटाच शमवतील तो अग्नी
चंद्रप्रकाश देह हा जाळी
ऐक जरा! येईल तुझ्याही कानी
तळातून सागराच्या कुणाची हाळी?

१०. जपमाळ

निव्वळ पोकळ शब्द! तुला ठाऊक आहे; पण माझं मन मात्र प्रेमानं ओथंबलेलं आहे.

तुझा मुलगा,
सेकंड सब-लेफ्टनंट नौसेना यासूतानी हारुकी

रुथ

१

"Le mal de vivre," बेनॉइटनं ते पुन्हा वाचलं. ठेंगणा, रुंद चेहरा आणि छाती असलेल्या बेनॉइटनं कामावर घालतात तशी घाण झालेली एक पॅन्ट आणि त्याला खांद्यांवर बांधून ठेवणाऱ्या लाल इलॅस्टिक बेल्टखाली एक मोठ्या चौकड्याचा शर्ट घातला होता. त्याचे कुरळे काळे केस छोट्या माकडटोपीखाली अर्धवट लपलेले होते. लांब दाढीत काही पांढऱ्या बटाही झळकत होत्या. एका हातात रिकाम्या वाईनच्या बाटल्यांची पिशवी आणि दुसऱ्या हातात एक जिनची बाटली सावरत तो उभा होता. त्या फ्रेंच गाण्याच्या ओळी ऐकल्यानंतर तो रुथला भेदून दूर शून्यात पाहू लागला; जणू त्या कवितेच्या ओळीच तिकडे त्याला दिसत होत्या. रद्दी सामान टाकण्यासाठी असलेल्या त्या जागेतील गोंगाट आणि आवाजही तो आता काय बोलणार यासाठी जणू क्षणभर शांत झाले होते.

"अगदी बरोबर. त्याचा अर्थ आयुष्यातील वेदना असाच होतो," तो बोलला. "किंवा 'les fleurs du mal' यात अभिप्रेत असलेलं दुखणं किंवा अगदी जगण्यातील वाईट भाग. म्हणजे la joie de vivre विरुद्ध. आयुष्यातील दुःख."

काचेच्या बाटल्यांचा भुगा करण्यासाठी ठेवलेल्या मशिनच्या चौकोनी भागात हातातील बाटली टाकण्यापूर्वी त्यानं त्या शब्दांचा नाद ऐकण्यासाठी एक क्षण घेतला. बाटली मशिनमध्ये जाताच एक कानठळ्या बसवणारा आवाज झाला. "का विचारलंस?" त्यानं ओरडून विचारलं.

"काही नाही, अगदी सहज," रुथ उत्तरली. बेनॉइटला काय आणि किती सांगायचं याबाबत ती एकदम साशंक झाली होती. "एक गाणं ऐकलं त्यातील काही शब्द होते ते." कसं सांगायचं त्याला सारं काही? कसं सांगू ते गाणं एका भुतासाठी गायलं गेलं होतं; ते तिनं एका डायरीत वाचलं जी डायरी एका शेवाळानं भरलेल्या प्लॅस्टिक फ्रीजर बॅगमध्ये तिला बीचवर सापडली? तिला सापडलेल्या त्या फ्रेंच नोटबुकमधील लिखाण बेनॉईटनं भाषांतरित करावं, याविषयी बोलण्यासाठी म्हणूनच

ती तिथं आली होती आणि ते नोटबुकही तिनं बरोबर आणलं होतं; पण आता तिला ते म्हणणं अवघड वाटू लागलं. टाकाऊ सामानाच्या जागेत हा एवढा महत्त्वाचा संवाद आणि तोही शनिवारच्या सकाळी! तिला अजिबात प्रशस्त वाटलं नाही.

तिच्यामागे त्या जागेत येणाऱ्या छोट्या पिकअप ट्रकच्या चिखलातून जाणाऱ्या चाकांचे आवाज येत होते. काही तिथून परतही जात होते. दळणवळण विभागानं सगळ्यांसाठी कचरा किंवा टाकाऊ सामान गोळा करण्यासाठी व्यवस्था केली होती; पण बेटावरच्या लोकांना जुनीच पद्धत जिव्हाळ्याची वाटायची. सारा कचरा आपला आपण आणून या जागेवर टाकणं त्यांना आवडायचं. रिकामे कॅन आणि प्लॅस्टिकच्या बाटल्यांनी भरलेले डबे तिथे आणून टेबलावर रिकामे करणं, कागदपत्रांची छाटणी आणि काचेचं सामान क्रशिंग मशिनमध्ये टाकणं, हे सारं काही त्यांना स्वतःला करायला आवडायचं. तिथल्याच फ्री स्टोअरमधल्या कपाटांसमोरून सामान न्याहाळत जाणंही त्यांना पसंत होतं. इथं कचरा टाकायला येणं म्हणजे त्यांच्यासाठी एखाद्या मॉलमध्ये जाण्यासारखं होतं. शनिवारची सकाळ घालवण्याचा तो उत्तम मार्ग होता आणि मनोरंजनाचं माध्यमही. तिथल्या मोडलेल्या कार आणि इतर गाड्यांच्या भंगारात लहान मुलं वर्ल्ड ऑफ वॉरक्राफ्ट खेळत असल्याची बतावणी करायचे. कावळे, डोमकावळे आणि बोडखे गरुड पक्षी आपल्या सीमेसाठी आणि तिथं दिसणाऱ्या मांसासाठी परस्परांशी भांडत लोकांच्या डोक्यावर घिरट्या घालायचे.

"बरोबर," बेनॉईटनं बोलायला सुरुवात केली. "खूप लोकप्रिय गाणं आहे ते. बार्बरानं गायलेलं." हे नाव त्यानं फ्रेंचमध्ये घेतलं आणि त्यामुळे पहिली तीन अक्षरं उच्चारताना त्याचे ओठ त्यानं वळवले आणि शेवटचं अक्षर म्हणजे 'र'चा उच्चार त्यानं फार वजन देऊन पण खूप सांभाळून घशातून केला.

"नाही. ते गाणं एका मोनिका नावाच्या गायिकेनं..."

त्यानं घाईघाईनं हात दाखवत तिला थांबवलं. "सर्फ. बरोबर, तेच नाव आहे तिचं. बार्बरा हे तिचं दुसरं नाव होतं जे तिच्या चाहत्यांना फार आवडायचं. तू पण तिची चाहती आहेस का?"

"खरं तर मी नव्हतं ऐकलं तिला यापूर्वी," रुथ बोलली. "मी एका पुस्तकात गाण्याचे शब्द वाचले आणि त्याचा काय अर्थ असावा, म्हणून विचारलं..."

बेनॉईटनं डोळे मिटले आणि तो बोलू लागला. क्रशरच्या आणि इतर आवाजाच्या गोंगाटात तो काय बोलतो आहे हे ऐकण्यासाठी तिला त्याच्याजवळ जावं लागलं.

"Le mal de vivre, आयुष्याची वेदना. Qu'il faut bien vivre...त्या वेदनेसोबत आपल्याला राहावं लागतं किंवा ती सहन करावी लागते. Vaille que vivre, हे जरा कठीण आहे समजावून सांगायला; पण थोडक्यात त्याचा अर्थ असा की, जे आयुष्य आपल्याला मिळाले आहे ते आपण जगावे. झगडावे."

त्यानं डोळे उघडले. "काही मदत होईल का याची? पुरेसं आहे ना हे?"

"हो हो, अगदी," ती उत्तरली. "मला वाटतं हे पुरेसं आहे. थँक्यू."

बेनॉईटनं तिच्याकडे काळजीपूर्वक पाहिलं. "तू फक्त एवढ्याकरताच आली होतीस का? तुला इतर भाषांतरासाठी माझी मदत नको? एक फ्रेंचमध्ये लिहिलेलं नोटबुकही आहे ना, बरोबर?"

तिनं क्रशरच्या त्या चौकोनी तोंडाकडे पाहिलं. "म्युराईल?"

"डोरा," बेनॉईट बोलला. तो हसला. त्याच्या एका पडलेल्या दाताची फट तिला तेव्हा दिसली.

"बरोबर."

"Mais, j'adore Barbara," (मी बार्बराचा चाहता आहे) तो बोलला, "आणि आता मला तुला मदत करायला आवडेल. इथे फार गोंगाट आहे. आपण लायब्ररीकडे जायला हवं."

त्याची जागा घ्यायला त्यानं आपल्या एका केसांच्या बटा असलेल्या सहकाऱ्याला किंचाळत हाक मारली, कुत्र्याला बोलावण्यासाठी शीळ घातली आणि मग तिला घेऊन तो पार्किंग आणि एका मातीच्या उंचवट्यावर ट्रकच्या टायरमध्ये लावलेल्या जिरॅनियम ताटव्याला ओलांडून पुढे गेला. पुढे गॅरेजच्या मागे एक छोटीशी खोली होती. त्याचा छोटा कुत्रा भुंकत, धावत त्यांच्या पुढे गेला.

कचराघर दिसेल अशा बेतानं रचलेल्या खिडक्या असलेली ती छोटीशी खोली फारच नीटनेटकी होती. तुम्हाला अंदाज आलाच असेल : कोपऱ्यात ठेवलेलं एक टेबल; अस्थिर चाकांवर बेतानंच उभ्या असलेल्या दोन खुर्च्या; आदळल्यानं पोच पडलेलं एक फाईल ठेवायचं लोखंडी कपाट. टेबलाच्या वर, खोलीच्या दोन लगतच्या भिंतींवर छताला टेकणारी मोठी पुस्तकांची कपाटं होती. त्यात पुस्तकं छान रचून ठेवली होती. चौथ्या भिंतीची सजावट काही टाकून दिलेल्या जुनाट चित्रांनी केलेली होती. यात मुख्यतः स्टोनर आर्ट, स्थानिक प्रतिमाशास्त्र चित्रांची नक्कल आणि उत्तर भागात आढळून येणाऱ्या काळवीट व अस्वलांची चित्रं होती. यातील काही इतकी वाईट होती की, त्यांचा तो वाईटपणाच नजर वेधून घेत होता. त्याच भिंतीवर टांगलेल्या एका रेषा असलेल्या कागदावर सुवाच्य अक्षरात सेरेनिटी प्रेअर[१] लिहिली होती. God give me the serenity to accept the things I cannot change... (हे प्रभू, जी परिस्थिती बदलण्याची ताकद माझ्यात नाही,

---

१. रेनहोल्ड निबहर - १८९२ ते १९७१ - या थिऑसॉफिकल सोसायटीच्या अमेरिकेतील सदस्यानं लिहिलेली एक प्रार्थना जी कालांतराने अल्कोहोलिक अनॉनिमस या व्यसनमुक्तीसाठी काम करणाऱ्या संस्थेनं प्रार्थना म्हणून स्वीकारली.

त्यांचा स्वीकार करण्याचं धैर्य मला दे.)

"Voilà," दोन्ही हात पसरून आपली खोली दाखवत तो बोलला. "Ma bilbiothèque et galerie. Welcome." (ही पाहा! ही आहे माझी पुस्तकांची रंगीत दुनिया. तुझं स्वागत असो.)

टेबलाजवळच्या एका खुर्चीत बेनॉईट बसला. त्याला पाहून त्याचा छोटा केसाळ मट² ही दुसऱ्या खुर्चीत बसला. त्यात गुण मात्र टेरिअरचे (शिकारी कुत्र्याचे) होते. बेनॉईटनं त्याला उठायला सांगितलं आणि एका कापडानं खुर्ची पुसून रुथला बसायला दिली. कुत्र्यानं तिच्याकडे जरा नाराजीनं पाहिलं आणि मग बेनॉईटच्या पायात घोटाळू लागलं.

ती पुस्तकांच्या कपाटांसमोर घिरट्या घालत पुस्तकं न्याहाळू लागली. काही फ्रेंच होती, पण बरीचशी इंग्रजी होती. त्यानं गोळा केलेली पुस्तकं फारच छान होती. बरंच अभिजात साहित्य त्याच्या त्या कपाटांमध्ये होतं. काही सायन्स फिक्शन, इतिहास आणि राजकीय विश्लेषण यांचाही त्यात समावेश होता. कुठल्याही वाचनालयात एकाच वेळी मिळणार नाही, असं ते संकलन होतं.

"हे सारं काही या कचऱ्यातूनच गोळा केलेलं आहे," त्यानं अत्यंत अभिमानानं तिला सांगितलं. "तू पाहू शकतेस." तो तिला पुस्तकं निरखताना पाहत राहिला, जेव्हा तिनं खूप उत्सुकतेनं त्या कपाटातून काफ्काच्या कथांचं संकलन बाहेर काढलं. "तुला माहिती आहे तू तुझ्या आईसारखी दिसतेस," तो तिच्याकडे पाहत उद्गारला. ती त्याच्या समोरच्या खुर्चीत येऊन बसली.

त्याचं वाक्य ऐकून तिनं एकदम चमकून त्याच्याकडे पाहिलं.

"अरे, तुला हे माहीत नव्हतं?" त्यानं विचारलं. "तुझ्या आईची आणि माझी मैत्री होती. ती आमची एक अत्यंत प्रामाणिक ग्राहक होती."

मग तिला आठवलं. ऑलिव्हर तिच्या आईला दर शनिवारी या कचराघराकडे आणायचा. तिच्या आईच्या स्मृतीतून बरंच काही धूसर होत चाललं होतं; मात्र हा शनिवार ती कधीच विसरत नसे.

"मसाको," कर्णयंत्र न लावताही तिला ऐकू जावं म्हणून ऑलिव्हर अगदी तिच्या कानात ओरडायचा. तिनं ते मशिन लावणं बंद केलं होतं. "या शनिवारी फ्री स्टोरमध्ये मला वाटतं तुला माझ्याबरोबर यायला आवडेल ना, काय?"

हे ऐकताच तिचा चेहरा उजळायचा आणि आपल्या बोळक्या तोंडानं एक स्मित करायची. आता तिनं कवळी घालणंही बंद केलं होतं. "हं..." हे तिचे उद्गार असायचे. "मला वाटलं होतं की तू मला विचारणार नाही..."

---

२. कुत्र्याची प्रजाती

तिला घासाघीस करणं फार आवडायचं. तिचं आयुष्यच मंदीच्या (१९३०चा काळ) काळात गेलं होतं आणि त्यामुळे त्यांची सगळी खरेदी थ्रिफ्ट स्टोअरमध्ये व्हायची. तिला इकडे आणण्यापूर्वीपर्यंत ती हे करायची. बेटावर वास्तव्यास आल्यानंतर तिला घेऊन ते लगेच इथल्या फ्री स्टोरमध्ये आले होते आणि तिला त्या स्टोरमध्ये भटकायला सोडून दिलं होतं. रुथला तिनं हाक मारली तेव्हा ती एका स्वेटरच्या कपाटासमोर उभी होती.

"यावर किंमत कुठे लिहिली आहे?" ती कुजबुजली. "यावर किंमत लिहिलेली नाही. मला कसं कळणार हे केवढ्याचं आहे ते?" तिच्या आवाजात हलकासा वैताग डोकावला होता. हरवलेल्या गोष्टी तिला अस्वस्थ करीत असत. हरवलेल्या किंमत लिहिलेल्या चिठ्ठ्या... हरवलेल्या आठवणी... तिच्या आयुष्यातील हरवलेले काही दिवस.

"आई, यावर किंमत लिहिलेली नसते," रुथनं तिला सांगितलं. "मोफत आहे ते. इथं सगळंच मोफत आहे."

ती थिजल्यासारखी तिथंच उभी राहिली. "फुकट?" तिनं पुन्हा विचारलं आणि तिची नजर तिथल्या कपडे, खेळणी, पुस्तकं आणि गृहोपयोगी वस्तूंवर फिरली.

"हो आई. अगदी फुकट. म्हणून याला फ्री स्टोअर म्हणतात."

हातातलं स्वेटर पुन्हा एकदा घट्ट पकडून घेत तिनं रुथकडे पाहिलं. "म्हणजे मी हे असंच घेऊ शकते. एक पैसाही न देता? असंच?"

"हो आई. अगदी तसंच."

"अरे देवा," हातातल्या स्वेटरकडे पाहत तिनं मान डोलावली. "मी मेले आणि स्वर्गात गेले आहे की काय."

यानंतर प्रत्येक शनिवारी ऑलिव्हर मसाकोला आपल्या पिकअप ट्रकमध्ये बसवून या स्टोअरपर्यंत घेऊन यायचा. गाडी पार्किंगमध्ये ठेवून तो तिला खाली उतरायला मदत करायचा आणि मग त्या छोट्याशा टेकाडावर, खडबडीत जागेतून आणि मोडलेल्या कार, गाड्यांच्या भंगारातून स्टोअरच्या दारापर्यंत अगदी सावकाश न्यायचा. तिथं काम करणाऱ्या बायांकडे तो तिला सोपवायचा. आता त्याही तिला व्यवस्थित ओळखू लागल्या होत्या आणि तिच्या मापाच्या काही गोष्टी तिच्यासाठी जपून ठेवायच्या. भंगाराचं त्याचं काम झालं की ऑलिव्हर तिला पुन्हा गाडीकडे आणायचा. मग तिथं बेनॉईट तिची वाट पाहत उभा असायचा. आज तिची खरेदी कशी झाली आणि चांगलं काही तिला मिळालं का, वगैरे प्रश्नांची देवाण-घेवाण तिथं होत असे. तिला हे सारं करताना फार हसू यायचं.

दुकानातून आणलेल्या गोष्टींचा तिच्या घरात ढीग साचायचा आणि मग जेव्हा तिची कपाटं आणि ड्रॉवर अशा वस्तूंनी ओसंडून लागायची, तेव्हा रुथ गुपचुप

त्यातील काही तळाशी ठेवलेल्या वस्तू परत आणून दुकानात सोपवायची. नेमकं पुन्हा त्याच वस्तू तिच्या आईला तिथं पुन्हा दिसायच्या.

"हे सुरेख आहे की नाही?" मसाकोनं दुकानातून आणलेलं एक ब्लाऊज तिला दाखवत विचारलं. "हे सापडल्याचा मला खूप आनंद झाला आहे. तुला माहिती आहे, अगदी असंच एक ब्लाऊज मी पूर्वी वापरायचे..."

हे सारं काही तिनं जेव्हा बेनॉईटला सांगितलं तेव्हा तो हसू लागला. "तुझी आई खरंच खूप मजेदार होती," तो बोलला. "तुझा हा कारभार कदाचित तिला ठाऊक होता. तिच्या आठवणीत एखादं स्मारक बांधलंस की नाही? नाही? मला वाटलं नव्हतं. हे बरोबर नाही हं!"

मग तो थोडा खुर्चीत पुढं सरकून बसला. त्याच्या काळ्याभोर डोळ्यांत एक चमक झळकली. "आता मला सांग, मी तुला काय मदत करू शकतो?"

रुथला सापडलेली फ्रीजर बॅग आणि त्यात जे काही होतं त्याबद्दल त्याला सारं काही माहिती होतं. त्याला ते सैनिकाचं घड्याळ पाहायचं होतं आणि म्हणून रुथनं लगेच मनगटावरून काढून त्याला दाखवलं. या सगळ्या पुरुषांना त्या घड्याळाचं काय एवढं आकर्षण वाटत होतं कुणास ठाऊक! त्याच्या पडलेल्या दाताच्या फटीतून एक अनाहूत शीळ बाहेर आली आणि ती ऐकताच त्याचा कुत्रा जागा झाला. काय झालं म्हणून पाहायला त्यानं मान उचलली. घड्याळपुराण आटोपल्यावर तिनं आपल्या बॅगेतून ती पत्रं आणि नोटबुक बाहेर काढली आणि टेबलवर नीट पसरली. एक जांभई देऊन तो छोटा कुत्रा पुन्हा झोपी गेला.

"पत्रं सगळी जपानी भाषेत आहेत," पत्रं बाजूला ठेवत आणि हातातली नोटबुक त्याच्यासमोर धरून ती बोलली. "पण हे फ्रेंचमध्ये आहे."

त्याचे ते मळलेले आणि कामानं राठ झालेले हात पाहून तिला जरा नोटबुक देताना संकोच वाटत होता. हातावरच्या भेगा आणि नखांमध्ये मळ जमलेला तिनं पाहिला. आपण याची एक फोटोकॉपी केली असती तर बरं झालं असतं, हा विचार चटकन तिला चाटून गेला. ती बारकी आणि जुनाट दिसणारी नोटबुक त्याच्या जाड बोटांमध्ये खूप विचित्र दिसत होती; पण त्यानं अत्यंत काळजीपूर्वक हाताळायला सुरुवात केली. अगदी आतील पातळ पानांना उलटतानाची त्याची हळुवार हालचाल रुथला थक्क करणारी होती. आतला मजकूर त्यानं मोठ्यांदा वाचायला सुरुवात केली :

"10 dècember 1943 – Dans notre grand dortoir, les soldats de l'escadron et moi, on dirait des poissons qui

sèchent sur un etendoir. Seule les nuits de pleine lune, guans le ciel est dègagè, me procurent assez de lumière pour ècrire.... Mes dernières pensèes, mesurèes en gouttes d'encre.''

वाचता वाचता त्यानं वर पाहिलं. ''यातलं काही कळलं का तुला?''

''अगदी थोडं,'' तिनं स्पष्टपणे मान्य केलं. ''डिसेंबर. मग काहीतरी माशांसंदर्भात आणि पौर्णिमेसंबंधी. आणि कदाचित कुणाच्यातरी अंतिम विचारांबद्दल काहीतरी...?''

तिची कीव केल्यासारखं तो जरासा हसला. ''तू मला हे ठेवायला द्यावंस म्हणजे मग मला याचा अनुवाद करून तुला देता येईल.''

त्याच्या बोलण्यातील तुसडेपणा तिला अजिबात आवडला नाही; पण त्याकडे दुर्लक्ष करणं तिला शक्य होतं. ती नोटबुक सुरक्षित राखणं तिच्यासाठी सगळ्यात महत्त्वाचं होतं. ती त्याच्या स्वाधीन करण्याचीही तिची इच्छा नव्हती; पण नाही म्हणून त्याला दुखावण्याचंही तिच्या जिवावर आलं होतं. ही चर्चा आता संपत आली आहे याची जाणीव झाल्यासारखी कुत्र्याला जाग आली आणि त्यानं उठून बेनॉईटचे हात हुंगायला सुरुवात केली.

''ठीक आहे,'' तो कुत्र्याला कुरवाळण्यासाठी समोर झुकला आणि त्याच्या डोक्यावरून हात फिरवू लागला. हे सारं न्याहाळत ती बोलली, ''तरी साधारण हे करायला खूप वेळ लागेल असं तुला वाटतं का?''

त्यानं खांदे उडवले. बेटावरच्या लोकांसाठी हा वेळेसंदर्भातील प्रश्न अगदीच निरर्थक होता; पण त्याचे डोळे पुन्हा चमकले. ''ओह,'' तो उद्‌गारला. ''हे सारं काही तुझ्या नवीन पुस्तकासाठी आहे का?''

''अरे नाही,'' ती उत्तरली. ''मला फक्त जाणून घ्यायची उत्सुकता होती.''

हे ऐकून तो जरा हिरमुसला. नोटबुक त्यानं नीट मिटली आणि टेबलावर तिनं काढून ठेवलेली, मेण लावलेली पाकिटंही उचलली. तो हे सारं काही काळजीपूर्वक हाताळत होता, हे पाहूनच तिला जरा बरं वाटलं. तिनं बाजूला काढून ठेवलेल्या पत्रांच्या गठ्ठ्याकडेही त्याची नजर गेली.

''ही सारी पत्रंही त्याच व्यक्तीनं लिहिली आहेत का?'' त्यानं प्रश्न केला.

''मला खरंच नाही माहिती,'' ती बोलली. ''मी अजूनही ती वाचलेली नाहीत. ते जपानी हस्ताक्षर फार फार कठीण आहे...''

तिच्या कारणांकडे त्यानं जराही लक्ष दिलं नाही आणि ती सारी पत्रं उचलून तो चाळू लागला. गठ्ठ्यातून एक पत्र काढून त्यानं ते टेबलवर पसरलं. हा प्रकार पाहताना कुत्रा पार कंटाळला आणि तो पुन्हा झोपला.

“आता तुला जपानीही वाचता येतं, हे तू मला सांगू नकोस!” ती बोलली.

“अजिबात नाही. माझ्यासाठी हे ‘काला अक्षर भैस बराबर’ आहे; पण हे पाहा. हे लिखाण करायला वापरलेले पेन आणि शाई दोन्ही अगदी एकच आहे.” त्यानं ती नोटबुक पुन्हा उलगडली आणि पत्रांच्या शेजारी ठेवली. “आणि हे बघ, जरी या व्यक्तीनं दोन भाषांचा वापर लिखाणासाठी केला असला तरी हस्ताक्षर मात्र एकच आहे.”

त्याचा मुद्दा अगदी बरोबर होता. खरंच, हस्ताक्षराची ठेवण अगदी सारखी होती; अगदी खूप नेटकी आणि नाजूक; पण अतिशय जिवंत आणि उत्साहानं ओथंबलेली. आपल्याला हे कसं काय लक्षात आलं नाही, याचं रुथला आश्चर्य वाटलं. “पण लिहिणारी व्यक्ती पुरुष आहे हे तुला काय माहीत?”

“तो पुरुषच आहे,” त्यानं फ्रेंचमधला जो उतारा वाचला होता त्यावर बोटानं इशारा करत तो उद्‌गारला. आणि मग त्यानं तो पुन्हा वाचला; पण या वेळी तो अनुवादित होता.

“डिसेंबर १०, १९४३ — माझ्या तुकडीतील सारे जण आणि मी- आम्ही सारे एका मोठ्या खोलीत झोपलो आहोत- एका रांगेत - छोट्या मासळ्या वाळायला ठेवतात ना, अगदी तसे.”

टेबलवरून झुकून त्यानं तिच्या हातातल्या घड्याळावर टिचकी मारली. “हा माझा अंदाज आहे; पण मला वाटतं की हे सारं काही तुझ्या त्या पायलट सैनिकानं लिहिलेलं आहे.”

२

कचराघरावरून घरी परत जाताना वाऱ्याचा जोर पुन्हा वाढल्याचं तिच्या ध्यानात आलं आणि म्हणून ती स्क्विरल कोव्ह नावाच्या दुकानाजवळ काही सामान घ्यायला थांबली. तिला गॅसही हवा होता. तिच्याकडे गॅस भरून घ्यायला जादा कॅनही नव्हते; पण जर ट्रक टॅन्क पूर्ण भरला असेल तर ऑलिव्हर जनरेटरसाठी थोडा गॅस वापरू शकतो आणि मग इकडून ती जादा गॅस पुरवण्यासाठी स्टोअरमध्ये सांगू शकली असती. फक्त जनरेटर चालू असायला हवा होता. डोंगरावर आता ढग उतरून आले होते आणि पाण्याच्या स्रोतांच्या काठावरचं वारं बोचरं आणि धुक्यानं पांढरं दिसू लागलं होतं. एक छोटं मासेमारीचं जहाज सरकारी बंदराकडे येत होतं. तेवढ्यात तिच्या डोक्यावरून एका गरुड पक्ष्यानं गोलाकार चक्कर टाकली. जेमतेम दुपार झाली होती; पण आकाश काळवंडून आलं होतं आणि बंदराच्या दुसऱ्या टोकावरच्या क्लाहुसचे दिवे ताऱ्यांप्रमाणे लुकलुकत होते.

घरचे सगळे दिवेही सुरूच होते. तिनं गाडी पार्किंगमध्ये लावली आणि त्यातील सामानाचे डबे काढून घेतले. वखारीजवळून जाताना तिला कावळ्याचा आवाज कानावर आला. ती थांबली आणि पाहू लागली. तो जंगली कावळा असावा असा तिचा अंदाज होता; पण तो तिला दिसला नाही. त्यांचं ओरडणं वेगळं असतं का? या वेळी आलेल्या आवाजानं तिचे कान टवकारले होते. त्यात एक सूचना होती. पुन्हा तिला आवाज आला. फार दूरवरून येणाऱ्या त्या आवाजानंतर बेटावर आत आलेल्या पाण्याच्या स्रोतांकडून जंगलाकडे येणारी कोल्हेकुईही ऐकू आली. ती घरात जाण्यासाठी पावलं उचलू लागली.

पुन्हा वादळ येण्याची शक्यता हेरून ऑलिव्हरनं आधीच जनरेटरची सर्व पूर्वतयारी करून ठेवली होती. तिनं आणलेलं सामानं एकीकडे ठेवलं आणि वायरच्या सापळ्यातून वाट काढत ती सरळ वर जाऊ लागली. हॉलच्या अगदी समोरच्या भागात असलेल्या ऑफिसचं दार उघडं होतं म्हणून तिनं डोकावून आत पाहिलं. तो तिथं बसला होता. बाहेरचे आवाज थांबवण्यासाठी म्हणून त्यानं कानावर हेडफोन चढवले होते आणि इंटरनेट पाहताना तो शिट्टीवर कुठलंसं गाणं गुणगुणत होता. बाजूलाच विशेष त्याच्यासाठी म्हणून फ्री स्टोअरमधून आणलेल्या खुर्चीत मांजर निवांत झोपलं होतं. त्याला ते सहकारी वैमानिकाची खुर्ची म्हणायचे. मांजरही त्यांना त्या कचराघरातच सापडलं होतं.

हेडफोन खरंतर रुथचे होते; पण त्याला ते फार आवडतात म्हणून तिनं त्याला ते देऊन टाकले होते. डोक्यावर ते खूप छान बसतात म्हणून ऑलिव्हरला ते भारी आवडायचे. ते लावल्यानंतर ज्या प्रकारचा दबाव डोक्याभोवती तयार होतो त्यानं त्याच्या विचारांना चालना मिळते, असा युक्तिवाद तो करायचा. आता त्याला ऐकायला जावं म्हणून तिला अक्षरशः ओरडावं लागत होतं.

''ए...!'' दारातूनच तिनं हात दाखवत त्याला हाक मारली.

मांजरानं डोकं उचललं आणि एक डोळा उघडून पाहिलं. ऑलिव्हरनंही इशारा जाणला आणि हात दाखवला.

''तू आलीस परत घरी,'' तोही ओरडूनच बोलला. ''मला तू आल्याचं कळलं नाही. काही प्रगती?'' या साऱ्या आवाजाच्या गोंधळानं वैतागून मांजरानं दुसराही डोळा उघडला.

तिनं त्याला हेडफोन काढायला म्हणून इशारा केला. ''सॉरी,'' तो उद्गारला. या वेळी त्याचा आवाज सामान्य झाला होता. ''काही मदत मिळाली का?''

''तो त्याचा अनुवाद करणार आहे. ते सारं लिखाण त्या सैनिकानं केल्याचा त्याचा अंदाज आहे.''

''हारुकी नंबर एक,'' ऑलिव्हर बोलला. ''फार इंटरेस्टिंग आहे हे.'' त्यानं

हलकेच बाजूच्या खुर्चीच्या हाताला एक धक्का दिला आणि खुर्चीतल्या पेस्टोला गोल गोल फिरताना पाहू लागला. "त्यानं ते फ्रेंचमध्ये का लिहिलं याचं मला जरा नवल वाटतंय..."

"म्हणजे ती इतर कुणाला वाचता येऊ नये म्हणून? बेनॉइट म्हणाला की त्याला ती त्याच्या तुकडीतल्या इतर सैनिकांपासून लपवून ठेवायची होती."

ऑलिव्हरनं पुन्हा तंद्री लागल्यासारखी मांजराची खुर्ची फिरवली. "रक्षणासाठीचा एक उत्तम उपाय."

त्यानं हे वाक्य उच्चारताच तिला त्याचा संदर्भ आठवला. तिनं वाचून दाखवलेलं त्याला इतकं स्पष्ट आठवतं?

"*A la recherche du temps perdu* सारखं जुनाट पुस्तक कोण काढून वाचायला घेणार?" त्यानं दुसरं वाक्य सांगितलं. "हेच नाओनं लिहिलं होतं ना. बघ ना ती तिची डायरी प्रॉस्टच्या पुस्तकात दडवण्याचा प्रयत्न करत होती आणि हारुकी नंबर एकनं सुरक्षा म्हणून आपली पत्रं फ्रेंच भाषेत लिहिली. गुप्त फ्रेंच डायऱ्यांचीही या कुळात परंपरा दिसते आहे." त्यानं पुन्हा एकदा ती खुर्ची गरगरा फिरवली; पण पेस्टो तोपर्यंत खडबडून जागा झाला होता आणि जरा चिडलाही होता. त्यानं जरा जोरात त्याच्या खुर्चीवरच्या हातावर एक पंजा मारला.

"ओ!" पंजा लागलेली बोटं तोंडात घालत तो एकदम कळवळला.

"चांगली अद्दल घडली," ती बोलली. मांजरानं खुर्चीतून खाली उडी घेतली आणि पायऱ्या उतरून दारातल्या त्याच्यासाठी बनवलेल्या भोकातून ते बाहेर गेलं. "मी आत येत असताना मला कोल्हेकुई ऐकू आली," तिनं सांगितलं. "ते आसपासच आहेत. याचा जर का त्यांनी फडशा पाडला तर त्याला तूच जबाबदार राहणार आहेस."

ऑलिव्हरनं दुर्लक्ष केलं. "जर कोल्ह्यांनी त्याला उचलला तर त्याला चांगली अद्दल घडेल. त्या सगळ्या छोट्या खारुताईंना मारण्याचं जे पातक त्याच्या हातून घडलं आहे त्याची परतफेड होईल." त्यानं पुन्हा कानावर हेडफोन चढवले; पण तरीही त्याला मांजराची काळजी वाटत होती, हे तिला कळलंच. ती तिथून निघून गेली.

गुप्त फ्रेंच डायऱ्यांची परंपरा. अगदी बरोबर. तिला स्वतःला हा दुवा का साधता आला नाही?

तिनं तिच्या ऑफिसच्या खोलीत प्रवेश केला आणि तिथं जमिनीवर लोळत पडलेली झाझेनसाठीची उशी तिला दिसली आणि क्षणात तिला जाणवलं की आता ती ज्या मनःस्थितीत आहे, त्यात जर झाझेन केलं तर कदाचित तिला काही गोष्टी आठवायला आणि स्वतःची बुद्धी थोडी तल्लख करायला मदत होईल; पण तिनं

असं काही केलं नाही. ती कॉम्प्यूटरसमोर बसली आणि तो सुरू करून तिनं इंटरनेट सुरू केलं आणि जी-मेलचा तिचा इनबॉक्स उघडून पाहिला.

अजूनही प्राध्यापक लेत्सिको यांच्याकडून कुठलंही उत्तर आलेलं नव्हतं.

३

त्यांना मेल पाठवून जवळपास आठवड्याच्या वर दिवस झाले होते आणि मग तिला अचानक विचार आला : आपण नक्की तो मेल पाठवला का? कदाचित लिहिला असेल आणि पाठवायचा राहून गेला असणार. किंवा मग पाठवत असतानाच इंटरनेटचं कनेक्शन बंद झालं असणार आणि तो मेल गेलाच नसेल. तिला हे असं काही मान्य करायला त्रास व्हायचा; पण ते तिच्या हातून वारंवार घडायचं. तिनं पाठवलेल्या पत्रांचा बॉक्स पाहिला. नाही. ती बरोबर होती. तिनं तो मेल पाठवला होता आणि त्याची वेळ आणि तारीख दोन्ही तिथं होतं. छान. तिनं दिवस मोजले. बरोबर नऊ दिवस झाले होते. बाप रे, वेळ कसा निघून गेला?

थांबलेल्या कर्सरची अस्वस्थता सुरू झाली होती. तिनं त्या मेलची कॉपी केली आणि त्यात आणखी काही ओळी टाईप केल्या. असं मागे लागण्यासाठी तिनं त्यांची क्षमा मागून पुन्हा त्यांना पाठवून दिला. त्यांचा पिच्छा न सोडणारी व्यक्ती म्हणून त्यांनी तिला पाहावं, अशी तिची मुळीच इच्छा नव्हती; पण नऊ दिवस?

तिचा चेहरा जरा तापल्याचं तिला जाणवलं म्हणून तिनं दोन्ही हात गालांवर ठेवले आणि त्यांना जरा गार करण्याचा प्रयत्न केला. तिला थोडंसं अपराधीही वाटत होतं; पण का? त्या प्राध्यापकांना छळतो आहे म्हणून? स्वतःच काम मागे टाकलं आहे म्हणून? नाओला ऑनलाईन शोधण्यासाठी सगळा वेळ खर्ची घालतो आहे म्हणून? 'स्त्री 'मी'ची अस्थिरता' हा लेख अचानक गायब झाल्यामुळे किंवा तो तिच्या हाती न लागल्यामुळे ती अस्वस्थ झाली होती. त्या मुलीनं जे काही तिला डायरीतून सांगितलं होतं त्याहीपेक्षा जास्त जाणून घेण्याची इच्छा म्हणजे तिच्यासोबत अप्रामाणिक होणं आहे का? त्या डायरीतलं विश्व अचानक दिवसेंदिवस खूप अपरिचित आणि अवास्तविक वाटू लागलं होतं. त्या मुलीनं सांगितलेल्या भुताच्या कथांकडे कुठल्या दृष्टिकोनातून पाहावं हे तिला कळत नव्हतं. ती काय लिहिते आहे, याची खरंच नाओला जाणीव होती का?

प्राध्यापक ही तिची एकमेव आशा होती. त्या कॉम्प्यूटरच्या भकास पटलाकडे पाहताना तिचा वैताग शिगेला पोचला होता. ही तिची चिडचिड तिच्या परिचयाची होती. ऑनलाईन ती जेव्हा नेहमीपेक्षा जास्त वेळ घालवायची, तेव्हा तिच्या आत वाढत जाणारी ही एक विरोधाभासी जाणीव होती. जणू काही एक शक्ती एकाच

वेळी तिला काही तरी करण्यासाठी प्रवृत्तही करत होती आणि त्याच क्षणी तिला रोखूनही धरत होती. हे सारं शब्दांत कसं व्यक्त करायचं? कधी क्षणभरासाठी काळाची स्तब्धता, कधी कधी एकदम शैथिल्य येणं, तर कधी एकदम गतिमान होण्यासाठीचा उद्वेग आणि त्याच वेळी जखडून जाऊन एकाच जागी थबकणं. हे सारं काही तिला पार्किन्सन रुग्णालयाची आणि तिथल्या अडखळत चालणाऱ्या रुग्णांची आठवण करून देणारं होतं. तिच्या आईच्या आयुष्यातील शेवटचा काही काळ या रुग्णालयात गेला होता. आधी खोल्यांमध्ये, हॉलकडे आणि कधी जेवणाच्या खोलीकडे आणि अंतिमतः मृत्यूकडे त्यांची होणारी वाटचाल ही अशीच अडखळणारी होती. ही जाणीव भयंकर होती; एकदम ताठर झालेली; गोंधळात टाकणारी; शब्दांत मांडता न येणारी; पण जर काही अक्षरांमध्ये ती मांडायचीच झाली, तर तिचं दृश्यरूप काहीसं असं असणार :

काळात अडखळणं हे अगदी असंच असतं. अडअडअडखळत काळात मुसंडी मारणं एक क्षण किंवा जे एका प्रसंगाला दुसऱ्या प्रसंगापासून भिन्न करू शकेल अशा एखाद्या घटनेशिवाय अधिकाधिक कर्कश होणारी कुठल्याही विरामचिन्हांशिवाय व कुठलीही पूर्वसूचना न देता... थांबणारी

४

"मला वाटतं मला वेड लागतंय," ती म्हणाली. "तुला वाटतं की मी वेडी झाले आहे?"

दोघंही बिछान्यात निजले होते. ऑलिव्हर त्याच्या आयफोनवर मेल पाहत होता. त्यानं काहीही उत्तर दिलं नाही आणि त्याकडे रुथचं लक्षच नव्हतं.

"मला आताशा भास व्हायला लागले आहेत," ती बोलली. "ते जिको संदर्भातलं स्वप्न तुला मी सांगितलं होतं, ते आठवतं का तुला? मी सांगितलं होतं तुला, बरोबर? जे स्वप्न असूनही अगदी सत्यात घडल्यासारखं वाटलं होतं? अगदी वास्तविक? ती तिच्या कॉम्प्यूटरवर काहीतरी टाईप करत होती आणि मला ते दिसलं नव्हतं तरीही ते काय आहे हे मला कळलं होतं."

ती थांबली आणि वाट पाहू लागली. त्याचं काहीही उत्तर आलं नाही. ती पुन्हा बोलू लागली.

"तिनं लिहिलं होतं, 'वर, खाली, एकसारखे.' आणि मग जिको आणि नाओ बीचवर गेल्या तेव्हा तिनं हेच उत्तर दिलं होतं अगदी याच शब्दांत...'वर, खाली,

एकसारखे.' मी डायरीतला तो बीचसंदर्भातील भाग वाचण्यापूर्वी एक आठवडा आधी मला हे स्वप्न पडलं होतं म्हणजे मला यासंदर्भात काहीही माहिती नव्हतं. मग मला कसं कळलं ते?''

''तुला कसं कळलं ते?'' त्यानं तिच्याच वाक्याचा पुनरुच्चार केला.

''मला वाटतं की जिको, नाओला उत्तर पाठवत असताना तिनं मलाही ते पाठवलं असावं. फक्त तिला फोनद्वारा मिळालं आणि मला टेलिपॅथीतून. विचित्र आहे ना?''

''हं...'' ऑलिव्हर उद्गारला.

''मला हे सारं काही पूर्वाभासासारखं वाटत आहे. तुला काय वाटतं?''

''पूर्वाभास हे योगायोग असतात, जे नंतर सत्यात येतात,'' तो बोलला; पण तो आताही तिच्याकडे पाहत नव्हता.

''कदाचित, पण हे सारं काही विचित्र आहे, नाही का? म्हणजे हे असं सारं काही काहीही आगापीछा नसणारं घडत आहे. आधी ती फ्रीजर बॅग आणि नंतर तो जंगली कावळा. काही गोष्टी अदृश्य होताहेत; जसा तो लेख. मी तो नंतर शोधण्याचा खूप प्रयत्न केला; पण नाही मिळाला मला. आणि ती प्रकाशन संस्था? द जर्नल ऑफ ओरिएन्टल मेटॅफिजिक्स? ते पण आता नाही तिथं. आता ते कुठंच सापडत नाहीये मला.''

''सहसा गोष्टी अशा अचानक गायब नाही होत,'' तो उत्तरला. बोलतानाही त्याचं बोटांनी मेसेज टाईप करणं सुरूच होतं. ''ते कुठंतरी असतंच. तू त्या लेखिकेचं नाव टाकून इतर ठिकाणी शोधण्याचा प्रयत्न केलास का?''

''मी तेही केलं! तोच तर प्रॉब्लेम आहे ना. मला त्या लेखाच्या लेखकाचं नावही सापडलं नाही. त्या साईटच्या जुन्या अंकांच्या यादीतही ते मला दिसल्याचं मी शपथेवर सांगू शकते; मात्र नंतर जेव्हा मी ते पुन्हा शोधण्याचा प्रयत्न केला, तेव्हा ते तिथं नव्हतं. अदृश्य झालं होतं! ते प्राध्यापक लेत्सिकोही माझ्या मेलला उत्तर देत नाहीत. मला तर वाटतं की मी शोधण्याचा जितका प्रयत्न करते आहे तेवढे ते माझ्या हातून निसटत असावं. खूप वैताग आणणारं आहे हे!''

''तू कदाचित खरंच खूप जास्त प्रयत्न करते आहेस...,'' त्यानं तिला सुचवण्याचा प्रयत्न केला.

''म्हणजे नेमकं काय म्हणायचं आहे तुला?''

''काही नाही,'' बोलतानाच त्यानं फोनच्या स्क्रीनवर बोटानं एक टक केलं आणि मेल पाठवल्यावर येतो तो व्हुश आवाज तिनं ऐकला.

''तू खरंच माझं बोलणं ऐकतो आहेस की आपला मेल पाहतो आहेस?''

''ऐकणं, मेल पाहणं, एक सारखे...''

"नाही, तसं नाही!"

"तुझं बरोबर आहे," फोनवरून नजर काढून वर पाहत तो बोलला. "बरं, मी मेलपण पाहत होतो आणि त्याच वेळी तुझं बोलणंही ऐकत होतो आणि त्याच वेळी माझ्या न्यूजफीडमध्ये एक माहितीही आली जी मला वाटतं आपल्या या बोलण्याशी संबंधित आहे. आणि आता माझ्या डोक्यात दोन विचार आहेत आणि एक चांगली बातमीही. तुला सर्वप्रथम काय ऐकायला आवडेल?"

"चांगली बातमी आधी सांग, प्लीज."

"मला ब्रुकलिनच्या एका कलाकारांच्या गटानं मेल पाठवला आहे. माझ्या कामासंदर्भातील लेखन मी निओईओशियनवर टाकावं, असं त्यांनी कळवलं आहे."

"झकास!" ती उद्गारली. तिची नाराजी आवाजातून पार गायब झाली होती. "कोण आहेत हे लोक?"

त्याला झालेला आनंद जरासा लपवण्याचा प्रयत्न करत त्यानं एक छोटंसं स्मित केलं. "ते स्वतःला *Friends of the Pleistocene* (एक संशोधन आणि संवाद स्थापित करणारी संस्था)."

"अप्रतिम!"

"खरंच. मला वाटतं हे अगदीच योग्य वगैरे नाही; कारण मी Eocene प्रकारात रुची ठेवणारा माणूस आहे आणि या लोकांच्या काहीतरी नव्या भन्नाट कल्पना आहेत; पण बघ ना, एक मिलियन वर्षं, पन्नास मिलियन वर्षं..."

"हे बघ, त्यांना यात इंटरेस्ट आहे आणि आपल्यासाठी तेच महत्त्वाचं आहे."

"हं...," तो म्हणाला; पण त्याच्या आवाजात साशंकता डोकावली. "फक्त एकच आशा करतो की हेही अदृश्य होऊ नयेत."

"नाही होणार ते. आणि इतकी वर्षं त्यांचं अस्तित्व असताना तरी नक्कीच नाही."

"बरोबर आहे तुझं," तो बोलला. "द जर्नल ऑफ ओरिएन्टल मेटॅफिजिक्सच्या तुलनेत *Friends of the Pleistocene* जरा दमदार वाटतं ना."

"ही तुझी कल्पना होती का?"

"नाही." तिला दिसेल अशा बेतानं त्यानं आपला आयफोन तिच्यापुढे धरला. "सर्वप्रथम माझ्या न्यूजफीडमध्ये हे आलं होतं."

त्या फोनच्या छोट्याशा स्क्रीनवर न्यू सायन्स या मासिकातील एक लेख होता, ज्यात क्वान्टम कॉम्प्युटिंगमध्ये क्युबिट तयार करण्यासंदर्भातील माहिती होती.

ती बारीक अक्षरं वाचण्याचा प्रयत्न करण्यासाठी तिनं डोळे बारीक केले. "मग?"

ऑलिव्हरनं त्या अक्षरांचा आकार वाढवला आणि एका माहितीवर बोट ठेवलं.

आता तिला ते वाचता आलं. त्या छोट्या स्क्रीनवर या लेखातील माहितीच्या शोधकर्त्याचं नाव दिलं होतं : एच यासूदानी.

तिच्या तोंडून एक अस्फुट किंकाळी बाहेर पडली आणि ती ताडकन बिछान्यात उठून बसली. ''अरे देवा! तुला वाटतं का ही व्यक्ती तीच आहे? असेलही, नाही? किंवा मग टाईप करण्यात काही चूक झाली असेल. हे म्हणजे विचित्र आहे. मला ही लिंक पाठव. यांच्याशी काही संपर्क होऊ शकतो का ते मी बघते-''

''मी आधीच केलं आहे ते,'' ऑलिव्हरनं सांगितलं.

ती तोपर्यंत बिछान्यातून अर्धवट खालीही आली होती आणि एका पायात स्लिपर चढवली होती. वर ऑफिसमधल्या कॉम्प्यूटरवर आणखी काही मिळतं का ते शोधण्यासाठी ती सज्ज झाली होती.

''मला आणखी काय सांगायचं होतं ते नाही का ऐकणार?'' त्यानं विचारलं.

''हो, का नाही!'' आपला चष्मा शोधण्याची धडपड करताना ती बोलली.

''फार काही नाही, पण मला असं वाटतंय की हे जे काही घडतंय त्यात क्वान्टम एलिमेंट आहे.''

बिछान्यातून एक पाय तसाच लटकत ठेवत तिनं विचारलं, ''काय म्हणायचं आहे तुला?''

''कदाचित ज्या पद्धतीनं मी म्हणतो आहे ते चुकीचं असेल; पण तू जे काही शोधण्याचा प्रयत्न करते आहेस ते सारं काही कुठंतरी गडप होतंय आणि मला वाटतं की तू आता शोध घेणं थांबवावं. तू जे काही इथं आणि आता या क्षणी तुझ्या हाताशी आहे त्यावर जास्त लक्ष देण्याची गरज आहे, असं मला वाटतं.''

रुथनं नाक मुरडलं. तो जे बोलत होता त्याला अर्थ होता आणि नाहीही. ''मी आयाकोला दिलं होतं ते वाचायला; पण ती म्हणाली की तिला...''

''मी आयाकोबद्दल बोलत नाहीये,'' ऑलिव्हर बोलला. ''आरीगातो. एक मिनिट थांब, मला हवामानाचा अंदाज घेऊ दे...''

''आता याचा हवामानाशी काय संबंध आहे?''

''छान,'' तो उद्गारला. ''वादळानं आपल्यावर कृपा केली आहे. त्यानं आपल्याला मोकळं सोडलं आहे. उद्या शांतता राहणार आहे.'' त्यानं तिच्याकडे पाहिलं. ''पुन्हा कडमडायच्या आधी मला तो जनरेटर दुकानात नेला पाहिजे. तुला लिव्हरला जाऊन सुशी खाण्याचा मूड...?''

५

कॅम्पबेल रिव्हर किंवा बेटावरचे लोक म्हणायचे त्याप्रमाणे स्क्रॅम्बल्ड लिव्हर हे व्हेलटाउनच्या सगळ्यात जवळ असलेलं शहर. खरं तर 'जवळ' आणि 'शहर' हे सापेक्ष आहे. लिव्हरला जायचं म्हटलं तर दोनदा बोटी बदलाव्या लागतात आणि एका पूर्ण बेटाचा रस्ता कापावा लागतो आणि या सगळ्या प्रवासाला दोन तासांहून कमी वेळ लागत नाही. यात फेरीसाठी रांगा लावण्याचा आणि वाट पाहण्याचा वेळ धरलेला नाही; कारण उन्हाळ्यात यासाठी कितीही वेळ लागण्याची शक्यता असते. एकदा लिव्हरला पोचल्यावर तिथं तुमच्या मनोरंजनासाठी लागणारं फारसं काही नाही. काही भव्य दुकानं आणि अर्धवट रिकामे असलेले स्ट्रिप मॉल,[३] एक न्यायालय, एक तुरुंग, सगळीकडे सापडणारी काही वापरलेल्या वस्तूंची विक्री करणारी आणि सावकारांची दुकानं, एक-दोन पिलर बार[४] आणि एक उजाड झालेली कागदाची मिल. ही बंद झाल्यानंतर अनेकांना त्यांच्या नोकऱ्या गमवाव्या लागल्या होत्या.

पण या शहरात येण्यासाठीचा बोटीचा प्रवास सुखद होता. शांत समुद्रातून जाणाऱ्या या मार्गात गहिऱ्या आकाशाखाली मध्येच तरंगताना दिसणारी हिरवीगार छोटी बेटं. कधी कधी डॉल्फिन्सचे कळप बोटीशी स्पर्धा करत विहार करताना दिसायचे आणि परिसरात खाली उतरलेल्या ढगांच्या आणि कधी धुक्याच्या आरपार आपली बर्फाच्छादित टोकं मिरवणारी डोंगरांची रांग दिसायची.

पण शहराकडे जाताना निसर्ग पाहणे हा त्यांचा उद्देश खचितच नसायचा. आयुष्यातील खऱ्या अर्थानं ज्याला व्यवहारिक म्हणता येईल अशा कामांसाठी त्यांना इकडे धाव घ्यावी लागत असे. उदाहरणार्थ, माणसांच्या दुरुस्तीसाठी इस्पितळे किंवा गाड्यांच्या दुरुस्तीसाठी गॅरेज गाठणे, विम्याची कामं आणि स्टेशनरी किंवा बेटावर न मिळणाऱ्या इतर काही गोष्टींचा साठा करून घेण्यासाठी. काही अशा अगदीच क्षुल्लक पण अत्यावश्यक गोष्टींसाठी आपलं 'स्वर्गा'सारखं बेट सोडून लिव्हरला जावं लागण्याचं दुःखप्रदर्शन हे आता नित्याचं झालं होतं.

रुथला मात्र इकडे यायला आवडायचं. कॅम्पबेल रिव्हर तिच्यासाठी ताजंतवानं होण्याची एक संधी असायची. तिला खरेदी करायला आवडायचं आणि रात्रभर इथंच मुक्काम ठोकून इथल्या पारंपरिक पदार्थ मिळणाऱ्या हॉटेलमध्ये भोजनावर ताव मारणंही तिला आवडायचं. तसं इथल्या गोष्टींना मॅनहॅटनची सर नव्हती आणि हवे

---

३. उघड्या बाजारपेठा जिथे छोट्या दुकानांच्या रांगा असतात

४. नाईट क्लब जिथे बारबालांचा नाच होतो आणि लोक त्यांच्यावर पैसे उधळतात

तेवढे पर्यायही नव्हते; पण तरीही इथली दोन चायनीज हॉटेल्स, एक थाई आणि तिचं आवडतं जपानी सुशी मिळणारं ठिकाण 'अरिगातो सुशी', इथं यायला तिला आवडायचं.

या हॉटेलचा मालक आणि मुख्य शेफ अकिरा इनाऊ हतो- जो पूर्वी गाड्या दुरुस्तीचं काम करायचा आणि आपल्या बायकोला- किमीला घेऊन तो फुकुशिमा प्रांतातली ओकुमा सिटी सोडून इकडे आला होता. स्पर्धात्मक मासेमारी अकिराच्या नसानसांत भिनलेली होती आणि म्हणून त्यानं आपल्या या आवडीपायी आपल्या कुटुंबालाही ब्रिटिश कोलंबियापर्यंत आणलं होतं. जागतिक दर्जाचं सालमन इथं मिळत असल्यामुळे तो इथं आला आणि मग इथंच त्यानं एक हॉटेलही उघडलं. नाव देताना कॅनडानं त्याच्या कुटुंबाचा केलेला स्वीकार आणि त्याला दिलेला आनंद आणि राहणीमान यासाठी आभार व्यक्त करणारं अरिगातो हे नाव त्यानं निश्चित केलं. आसरा दिल्याची परतफेड म्हणून त्यानं कॅम्पबेल रिव्हर आणि परिसरातील लोकांच्या जिभेचे चोचले पुरवण्याचा वसा घेतला. त्यांच्या मुलाला त्यांनी इथंच लहानाचं मोठं केलं आणि नंतर उच्च शिक्षणाकरता मॉन्ट्रियलला पाठवलं; पण आता त्याचं वय वाढू लागलं होतं आणि इथल्या नद्यांमध्ये मिळणारं सालमनही खूप खूप कमी झालं होतं. त्यामुळे किमीनं अकिराला हे सारं काही विकून आपल्या गावी जपानमध्ये परत जाण्यास राजी केलं होतं; पण फुकुशिमा दायचि अणुभट्टीची वाताहत झाल्यानंतर त्यांना आपले सारे मनसुबे रहित करावे लागले होते. एका रात्रीत त्यांची ओकुमा सिटी एका किरणोत्सर्जनानं दूषित झालेल्या ओसाड गावात परिवर्तित झाली आणि त्यांना लिव्हरमध्येच थांबण्याशिवाय पर्याय उरला नाही.

"ओकुमा सिटी काही खूप विशेष आहे असं नाही," किमी म्हणाली होती. "पण ते आमचं गाव होतं; आमची जन्मभूमी होती; पण आता तिथं आम्हीच काय, कुणीच राहू शकत नाही. आमची कुटुंबं, नातेवाईक, मित्रपरिवार साऱ्यांनाच ती जागा सोडून स्थलांतरित व्हावं लागलं. ज्या स्थितीत होते तसेच ते बाहेर पडले. जे काही होतं त्यावर पाणी सोडावं लागलं. काहींना तर आपली भांडीही स्वच्छ करण्याचा वेळ मिळाला नाही. आमच्या काही नातेवाइकांना आम्ही इकडे बोलावलं होतं. कॅनडा सुरक्षित असल्याचंही सांगितलं; पण काही उपयोग झाला नाही. त्यांना इकडे यायचं नव्हतं. हे त्यांच्यासाठी घर नाही."

लिव्हरमधली दुकानं लवकर बंद होतात, त्यामुळे किमीनं स्वयंपाकघरातील स्वच्छतेला काट मारून रुथ आणि ऑलिव्हरशी गप्पा मारण्याचं ठरवलं. अकिरानंही आपल्या हातातील मासे उचलून ठेवले आणि चाकू स्वच्छ करून तोही त्यांच्याजवळ बसला. त्याचा मुलगा तोश यानं आपलं शिक्षण मॅकगिल विद्यापीठातून पूर्ण केलं होतं आणि आता तो व्हिक्टोरियाला नोकरी करत होता; पण न चुकता दर

आठवड्याला तो रिव्हरला येऊन आपल्या वडिलांना सुशी बारमध्ये मदत करायचा.

"तुला ही जागा वाटते का तुझ्या जन्मस्थानासारखी? घरी आल्याचा आनंद होतो का?" रुथनं तोशला विचारलं.

"म्हणजे कॅनडा की कॅम्पबेल रिव्हर तुला म्हणायचं आहे?" जरा बुचकळ्यात पडल्यासारखं त्यानं तिला प्रतिप्रश्न केला. तो उंच होता, शांत दिसायचा आणि बोलणंही अतिशय सभ्य होतं. त्यानं राज्यशास्त्रात आपलं उच्च शिक्षण पूर्ण केलं होतं. "कॅनडा वाटतं. मॉन्ट्रियाल तर आहेच; पण व्हिक्टोरिया फारसं नाही; पण कॅम्पबेल रिव्हर... अंहं... तसं नाही."

"आणि तुला?" रुथनं किमीला विचारलं.

किमी उत्तर देण्याच्या मनःस्थितीत नव्हती. ती जरा थबकली आणि तिच्या वतीनं अकिरानं उत्तर दिलं. "तिला मासेमारी कधीच आवडली नाही," त्यानं मग रुथकडे इशारा केला. "आणि तुझ्याबद्दल काय?"

रुथनं नकारार्थी मान डोलावली. "मलाच कल्पना नाही," ती उद्गारली. "घर काय असतं याची मलाच कल्पना नाही."

एक जरा बऱ्यापैकी मोठा प्लॅस्टिक रॅपचा तुकडा घेऊन त्यानं टेबलावरच्या लाल ट्युनाचा एक तुकडा व्यवस्थित बंद करून ठेवला. "मला वाटतं, तू खऱ्या अर्थानं मोठ्या शहरातील मुलगी आहेस; पण तू ऑलिव्हर..." ऑलिव्हरच्या पेल्यात वाईन ओतण्यासाठी तो टेबलावर जरा ओणवा झाला आणि त्यांनी चिअर्स करण्यासाठी पेले वर उचलले. "तू मात्र जरा आडगावांना रमणारी व्यक्ती आहेस. माझ्यासारखी. कॅम्पबेल रिव्हर आपल्यासारख्यांसाठी झकास आहे, काय?"

तिच्या बाजूला बसलेला ऑलिव्हर या प्रश्नानं थोडा विचलित झाल्याचं रुथला जाणवलं; पण त्यानंही आपला पेला हातात घेतला. "लिव्हरकरता," तो म्हणाला.

आता उशीर बराच झाला होता. रुथनं आपली खाली ठेवलेली बॅग उचलून मांडीत घेतली आणि त्यातील पत्रं तिनं बाहेर काढली. तिनं आपली समस्या आधीच किमला स्पष्ट करून सांगितली होती आणि किमनं मदत करण्याचं तिला वचन दिलं होतं. रुथकडून ती पत्रं हातात घेण्यापूर्वी किमनं आधी टेबल नीट स्वच्छ केलं आणि मगच तिच्या हातून दोन्ही हातांनी आणि झुकून आदरानं त्या पत्रांचा स्वीकार केला.

"बरोबर," पत्रांचं पाकीट पाहूनच ती उद्गारली. "हे एका पुरुषाचंच हस्ताक्षर आहे. पत्ता टोकियोतला आहे. टपाल तिकिटावर वर्ष शोवा १८ आहे." तिनं बोटांवर मोजलं. "म्हणजे १९४३. हे इथं खोडल्यामुळे नीट वाचता येत नाहीये; पण मला वाटतं पाठवायचं ठिकाण जे शुचिउरा आहे, इथं एक नौसेनेचा तळ होता आणि मला वाटतं तुझा अंदाज बरोबर आहे; हे पत्र लिहिणारा सैनिक होता." तिनं

पत्रं काढून टेबलवर पसरवलं आणि त्यावरचा चुरगळलेला भाग ती अगदी हळुवार नीट करू लागली. तोशही तिच्या बाजूनं आला आणि खांद्यावरून झुकून पत्र पाहू लागला.

"अक्षरं फारच सुरेख आहेत," ती बोलली. "जुन्या पद्धतीची आहेत; पण मला वाचता येतील. मी अनुवाद करू शकते; पण कृपया माझ्या इंग्रजीकडे तुला दुर्लक्ष करावं लागेल. इथं येऊन मला वीस वर्षं झालीत खरी; पण..."

तोशनं तिच्या खांद्यावर हात ठेवला. "आई, काहीही कारणं द्यायची गरज नाही," तो बोलला. "मला जपानी वाचता येत नाही; पण मला इंग्रजी येतं आणि मी तुला नक्की मदत करणार."

अकिराही हसला. "बरोबर," तो म्हणाला. "कारणं नकोत आता. आणि आता आपल्याकडे सराव करायलाही भरपूर वेळ आहे."

रात्र त्यांनी अबाव्ह टाईड मॉटेलमध्ये काढली आणि दुसऱ्या दिवशी सकाळी लवकर कॉफी आणि मफिन्स घेऊन त्यांनी बंदराकडे धाव घेतली. सगळ्यात पहिली बोट पकडून त्यांना घरी परतायचं होतं. सकाळच्या त्या वेळी फारशी गर्दी नव्हती. त्यांच्या बेटाकडे जाणाऱ्या फक्त तीन गाड्या त्या रांगेत होत्या. बोटीच्या कामगारांतील एक कॅम्पबेल रिव्हरचा रहिवासी असलेला तरुण मुलगा हाफपॅन्टमध्ये त्यांच्या गाडीसमोर येऊन उभा राहिला. बोटीवर गाडी सोडण्याचा इशारा तोच देणार होता. रांगेतल्या गाड्या त्यानं मोजल्या आणि हातातील वॉकीटॉकी त्यानं तोंडाशी नेली.

"थ्री फॉर फॅन्टसी," वॉकीटॉकीवर त्यानं घोषणा केली.

रुथच्या खिडकीची काच खाली होती आणि ती मफिनचे तुकडे चिमण्यांना भरवत होती.

"तू ऐकलं का तो काय म्हणाला ते?" तिनं ऑलिव्हरला विचारलं. तो गाडीत पडलेला न्यूयॉर्करचा जुना अंक चाळण्यात दंग होता.

"काय ऐकलं?"

"तो फेरीवाला मुलगा काय बोलला ते?"

"थ्री फॉर फॅन्टसी."

ऑलिव्हरनं खिडकीतून त्या मुलाकडे नजर टाकली. "छान."

"त्याला कसं माहिती हे? तो कार्यक्रम आठवणीत राहण्यासारखं त्याचं वय नाही. तो खूपच तरुण आहे."

ऑलिव्हर हसला. "कदाचित; पण तो बेट काय आहे ते जाणतो."

नाओ

१

हारुकी नंबर एकचं भूत मला भेटायला आलं होतं हे जिकोला सांगावं की नाही याबाबत मी काहीही ठरवू शकत नव्हते. मला वाटलं की मी जर तिला हे सांगितलं की ते मला भेटायला आले होते, तर ती दुःखी होणार; कारण कदाचित तिला ते कधीच भेटले नसतील तर? कदाचित मी इकिसुदामा असल्यामुळे ते मला भेटले असतील? आणि मग तिला हे कळलं तर मग मी त्यांचं चांगलं स्वागत करण्याऐवजी किती मूर्खासारखे प्रश्न विचारले हेही मला तिच्याकडे कबूल करावं लागेल. अशा आत्म्याचं स्वागत करण्यासाठीची काही विशिष्ट तऱ्हा असते आणि त्यांना काही विशेष गोष्टी द्याव्या लागतात. कदाचित मी हे सारं काही करू शकले नाही म्हणून जिको माझ्यावर नाराज होणार; पण मला हे सारं काही कळण्याचा काही मार्ग होता का?

किंवा कदाचित तिला हे सांगितलं तर मी खोटं बोलते आहे असं तिला वाटण्याची शक्यता आहे. किंवा मग मी तिच्या अभ्यासिकेत जाऊन पूर्वजांच्या देवघरात लुडबुड केली, फोटोफ्रेम तोडली आणि पत्र चोरलं, हे सारं काही झाकून नेण्यासाठी मी कदाचित भूत भेटल्याचा बहाणा करते आहे, असंही तिला वाटू शकतं. दुसरा दिवस उजाडेपर्यंत मलाही वाटू लागलं होतं की हे सारे माझे कल्पनेचे खेळ आहेत आणि तिच्याशी बोलण्यासाठी वेळ मिळेल अशी परीस्थितीही नव्हती; त्यामुळे मी हारुकी नंबर एक परत येतात का, याची वाट पाहण्याचा निर्णय घेतला.

ओगेसाकीचा दिवस अजाडला आणि मी अगदी पहाटेच उठून विहाराच्या मुख्य दाराकडे धाव घेतली. बाहेर अजून अंधारच होता आणि स्वयंपाकघरातले दिवे लागले होते. मदतीला आलेल्या इतर संन्यासिनी आणि मुजी मी पाहू शकत होते. मी उठले आहे हे जर त्यांना कळलं असतं तर त्यांनी मला नक्की मदतीला बोलावलं असतं. त्यामुळे ती अत्यंत काळजीपूर्वक हालचाली करत होती. मी पुन्हा त्या थंडगार दगडी पायरीवर जाऊन बसले. या वेळी स्वतःला मी थोडं एका दगडी

खांबामागे दडवण्याचा प्रयत्न केला होता. ती जागा खूप ओलसर आणि जरा विचित्र वाटत होती. थोडी भीतिदायकही. म्हणजे अगदी भुतांना आवडेल अशी ती होती आणि म्हणून मग मला जरा आशा वाटू लागली.

"Haruki Ojisama wa irasshaimasu ka?" (हारुकी काका, तुम्ही आहात का इथं?) मी कुजबुजले.

उत्तरादाखल जो आवाज आला तो चिबी मांजराचा होता.

मी पुन्हा प्रयत्न केला. "Haruki Ichibansama...?" (श्री हारुकी नंबर एक...?)

मग मला आवाज ऐकू आला. पुटपुटण्याचा आणि घोंघावल्यासारखा तो आवाज होता आणि मी जेव्हा खाली पायऱ्या सुरू होतात तिकडे पाहिलं तर एक खूप मोठा प्राणी माझ्याकडे चालून येत असल्याचं मला दिसलं. ते एका अजस्र कथ्थ्या आणि करड्या रंगाच्या फुलपाखराच्या अळीसारखं दिसत होतं. ततारी! मला एकदम वाटलं. आत्म्यांचा हल्ला! मी ताडकन उठले आणि त्या अजस्र प्राण्याच्या नजरेस पडण्यापूर्वी खांबामागे लपले. चिबीनं पळू नये म्हणून तिलाही मी उचलून घेतलं होतं.

त्या प्राण्याच्या अंगावर काहीतरी पांढुरकं चकाकत होतं आणि खरखरीत उंचवटे दिसत होते. शिवाय त्याच्या अंगाला खूप सारे पाय होते जे आजूबाजूला पायऱ्यांवर सरकत होते. अगदी हळुवार एकएक पायरी चढत तो प्राणी वर वर येत होता. ते काय आहे, कुठला प्राणी आहे, याचा विचार करत मी त्या पायऱ्यांवर होणारी प्रत्येक हालचाल टिपत होते. जे काही ते होतं ते फार फार हळुवार वर येत होतं आणि मला तर वाटलं की तो एक खूप प्राचीन आणि केविलवाणा असा ड्रॅगन असावा. अशा जुन्या देवळांमध्ये किंवा विहारांमध्ये असे ड्रॅगन असतात. शिवाय जिको खूप म्हातारी आहे, म्हणून तो तिला भेटायला आला असावा; पण मग जेव्हा तो प्राणी माझ्या आणखी जवळ आला तेव्हा मला कळलं की तो ड्रॅगन नव्हता आणि फुलपाखराची अळीही नव्हती. डंकातून आलेल्या काही म्हाताऱ्या लोकांची ती रांग होती. वरून ती रांग अजस्र प्राण्यासारखी मला जाणवली. त्यांच्या त्या वाकलेल्या आणि गोलाकार झालेल्या पाठींमुळे आणि गुळगुळीत डोक्यांमुळे ती रांगेतली माणसं एखाद्या अळीच्या अंगासारखी दिसत होती. आणि त्यांच्या हातातील काठ्या आणि हात हे कीटकाच्या असंख्य पायांसारखे त्या पायऱ्यांवर सरकत होते. अंधारात ही अशी चूक होणं स्वाभाविक होतं.

मी विहारात धावतच शिरले आणि पाहुण्यांचा पहिला जथ्था आला असल्याची घोषणा केली. मग एकदम गोंधळ उडाला. मुजी आलेल्यांना नमस्कार करत होती आणि धावपळ करत त्यांना मुख्य पूजाघराकडे जाण्याचा मार्ग दाखवत होती.

शाका-सामाची मूर्ती असलेल्या चौथऱ्यापासून दूर आणखी चौथरा सजवण्यात आला होता आणि त्यावर ओगेसाकीला येणाऱ्या आत्म्यांच्या भोजनाची व्यवस्था केली जाणार होती. जिको एका सोनेरी खुर्चीवर बसली होती. सारे जण मिळून सूक्त गात होते आणि प्रार्थना म्हणत होते किंवा मग अगरबत्ती अर्पण करत होते. मग जिकोनं आपल्या हातातील एक कागद उलगडला आणि ती त्यातील नावं वाचू लागली. सगळी नावं मृत व्यक्तींची होती. डंकात राहणाऱ्या लोकांनी आपल्या कुटुंबातील लोकांची आणि नातेवाइकांची नावं त्या यादीत दिली होती. यादी बरीच मोठी होती आणि जिकोचा तो वृद्ध आवाज त्या जागेत घुमत होता. समाधी स्थळाची खोली स्तब्ध, शांत आणि उबदार होती आणि जिकोच्या हातातील नावांच्या यादीव्यतिरिक्त काहीही पुढे सरकताना जाणवत नव्हतं. तसं हे सारं काही फार कंटाळवाणं होतं आणि मला एक डुलकी लागणार तेवढ्यात एक विचित्र घटना घडली. कदचित मी अर्धवट झोपेत होते आणि स्वप्न पाहत असावे. मला जाणवलं की जिको वाचत असलेली ती नावं जिवंत आहेत आणि ते त्या समाधी स्थळाच्या खोलीत तरंगत आहेत. आता कुणालाही त्या नावांसाठी दुःख करण्याची गरज नव्हती; कारण आता ती सारी नावं जिवंत होती. तो भास आणि ती जाणीव छान होती. विशेषतः जे म्हातारे लोक होते त्यांच्यासाठी हा एक दिलासा होता; कारण लवकरच त्यांचंही नाव या यादीत सामील होणार होतं; पण त्यांचंही नाव हे असंच जिवंत राहणार होतं. जिको नाव उच्चारत असताना त्या त्या कुटुंबातील सदस्य उठून पुढे येत होते आणि उदबत्ती अर्पण करत होते. ही सारी औपचारिकता अगदी जीवघेणी होती; कारण तिला खूप वेळ लागत होता; पण तरीही ती आवडणारी होती.

तर हा जो काही उत्सव होता, तो खूप वेळ चालला आणि मला त्यानं काही फरक पडला नाही; कारण बाहेरून आलेल्या सगळ्या संन्यासिनी आणि गुरूंनी जिको आणि मुजीला सूक्त म्हणण्यास आणि घंटा वाजवण्यास मदत केली होती. शिवाय मलाही नगारा वाजवण्याचं काम मिळालं होतं. मुजीनं मला तो कसा वाजवायचा हे शिकवलं होतं आणि मीही त्याचा सराव गेले काही आठवडे करत होते. तुम्ही कधी नगारा वाजवला आहे की नाही हे मला ठाऊक नाही; पण जर तुम्ही वाजवला नसेल तर आता प्रयत्न करा; कारण हातातल्या काठ्यांनी काहीतरी आपण बडवून काढतो आहे आणि तेही सर्व शक्ती पणाला लावून, ही भावनाच खूप मस्त असते आणि दुसरं म्हणजे याचा आवाज खूप छान येतो.

एका लाकडाच्या स्टॅन्डवर ठेवलेला हा विहारातला नगारा प्रचंड आहे. तुम्ही बेचैन असल्यानं तुमची धडधड वाढलेली असते आणि तुम्ही आपल्या श्वासांवर ताबा मिळवत, त्या नगाऱ्याच्या ताणलेल्या कातड्यासमोर उभे राहून तो वाजवता.

शाका-सामासमोर उभं राहून सगळ्या संन्यासिनी आणि धर्मगुरू प्रार्थना म्हणत असतात, सुक्तांचा जप चाललेला असतो आणि तुम्हाला नगारा वाजवण्यासाठीच्या संकेताची तुम्ही वाट पाहत असता. तो क्षण जवळ जवळ यायला लागतो. आणि मग तो क्षण येतो आणि तुम्ही एक खोल श्वास घेता, हातातील काठ्या उचलता, हात उगारून मागे नेता आणि

boomBOOMBOOMBOOMBOOM . . .

. . . BOOM!

इथं वेळेला फार महत्त्व असतं. इतक्या मोठ्या लोकांसमोर मी आतून पार हादरले असताना चुका होणं स्वाभाविक आहे; पण मला वाटतं माझी कामगिरी बऱ्यापैकी वाखाणण्याजोगी होती. मला नगारा वाजवायला मनापासून आवडतं. जिको सांगते त्याप्रमाणे एका चुटकीत सामावलेल्या साठ क्षणांची मला हे वादन करताना पूर्ण जाणीव असते. खरंच सांगतेय मी! म्हणजे तुम्ही नगारा जेव्हा वाजवता तेव्हा 'बुम' आवाज निर्माण होतो, जो अगदी एक क्षण आधी किंवा अगदी किंचित नंतर येतो; कारण तुमचं लक्ष हे शांतता आणि गोंगाट यांतील एका धारदार, कणभर क्षणावर केंद्रित झालेलं असतं. सरतेशेवटी माझं जे 'आता'ला (now) पकडण्याचं खुळ होतं ते पुरं झालं; कारण नगारा वाजताना हा 'NOW' त्या शांतता आणि नादाच्या मधल्या क्षणात सापडतो. तुम्ही नगारा बडवला की तुम्ही 'आता'ची निर्मिती करता. ज्या क्षणी शांतता नादात परिवर्तित होते आणि नादही असा- जो प्रचंड आणि जिवंत आहे- तेव्हा तुम्ही स्वतःच श्वास घेऊ लागता; आकाशात आणि ढगांत आणि तुमचं मन म्हणजे पाऊस आणि विजांचा गडगडाट असतो.

जिको म्हणते की हेच आत्तापुरतं असण्याचं किंवा क्षणिक असण्याचं उदाहरण आहे. नाद आणि न-नाद. गडगडाट आणि शांतता.

२

ओगेसाकीचा कार्यक्रम संपल्यानंतर आम्ही आलेल्या पाहुण्यांसाठी एक भोजनसमारंभ आयोजित केला होता. मी वाढायला मदत केली आणि सांगायलाच नको की मला दिलेलं ते काम मी अत्यंत वाईट पद्धतीनं केलं. माझ्यात अजिबात व्यवस्थितपणा नाही, त्यामुळे ते काम मी कसं केलं याची माहिती तुम्हाला देण्याची इच्छाच नाही.

शेवटी कामानं पार गारद झालेल्या मुजीनंही माझ्यापुढे हात टेकले आणि मला तिनं बाहेर घालवून दिलं. तिनं मला काहीतरी काम सांगितलं; पण ते आता मला आठवतंही नाही. मी तिथून जात असताना मी जिकोच्या अभ्यासिकेचं दार जरासं उघडं असलेलं पाहिलं. म्हणजे कुणीतरी आत होतं. मला त्या फोटो फ्रेम आणि पत्रासाठी धाकधूक वाटत होती म्हणून मी आत कोण आहे ते पाहण्याचा निर्णय घेतला.

खोलीत अंधार होता; पण कुटुंबासाठीच्या चौथऱ्यावर मेणबत्त्या जळत होत्या आणि एक वृद्ध माणूस समोर झुकलेला होता. त्याची पाठ वाकलेली होती आणि दोन्ही हात चेहऱ्यापुढे जुळलेले होते. त्यानं नमस्कार केला तेव्हा डोकं जमिनीवर टेकवलं आणि नंतर तो कसाबसा उठून उभा राहिला. उभं राहताना तोल जात होता म्हणून त्याला देवघराच्या चौथऱ्याचा आधार घ्यावा लागला. त्याचं शरीर म्हणजे हाडांचा सापळा झालं होतं. घातलेले कपडेदेखील हाडांवर टांगल्यासारखे दिसत होते. त्याच्या खांद्यावर एक मोठी पट्टी होती आणि त्यावर बरीच पदकं लावलेली होती, त्यामुळे तो सैनिक होता असा अंदाज बांधणं शक्य होतं. उभं राहून चौथऱ्याजवळ ते पोचले आणि मग त्यांनी हातातली उदबत्ती पेटवून ती कपाळाजवळ नेली आणि मग तिथं ठेवली. ते प्रसादाच्या ताटलीकडे वळले तेव्हा त्या उदबत्तीच्या बारक्या तांबूस जळणाऱ्या काठीवर तरळलेल्या धुराची रेष एखाद्या काजव्यासारखी दिसली. अंधारात भिरभिरणारी.

ती व्यक्ती पुन्हा मागे झाली आणि आपल्या जागेवर येऊन त्यांनी पुन्हा एकदा चौथऱ्यासमोर झुकून नमस्कार केला आणि मग बराच वेळ तिथं थांबले. मध्येच त्यांची जुझूवर फिरणारी बोटं थांबायची आणि ते हात जोडायचे आणि ओठ काहीतरी पुटपुटल्यासारखे हलायचे. मी थोडा वेळ त्यांना पाहत उभी राहिले आणि मग मला लक्षात आलं की खोलीत जिकोही होती. तीसुद्धा पुस्तकाच्या कपाटांच्या अंधाऱ्या कोपऱ्यात गुडघ्यांवर बसलेली होती आणि तिचे डोळे मिटलेले होते. ती व्यक्ती जे काही करत होती ते कधी थांबतं याची ती कदाचित वाट पाहत होती. हे सारं पाहत असताना माझी मात्र पाचावर धारण बसली होती; कारण मला पूर्ण खात्री होती की जर या दोघांना कळलं की ती फोटोफ्रेम तुटलेली आहे आणि त्यातील पत्र आता तिथं नाही, तर मग मात्र माझी काही खैर नाही. आणि म्हणून मग मी तिथून अगदी सटकणार तेवढ्यात मला माझ्या मागे आवाज आला. ते जुनं सरकवायचं दार कुणीतरी बाजूला केल्यासारखा किंवा कुणीतरी खाकरल्याचा.

आम्हाला त्यांनी सर्वप्रथम काही शिकवलं असेल तर ते म्हणजे स्वतःलाच मारणं.

शब्द खूप हळुवार उच्चारले गेले होते; पण स्पष्ट होते. मी वळून पाहिलं; पण

तिथं कुणीही नव्हतं. मावळतीची उन्हं तेवढी बागेत उतरली होती आणि बांबूच्या वनात कसली तरी सळसळ जाणवत होती; पण मी तो आवाज लगेच ओळखला.

तुला हे कदाचित जरा विचित्र वाटेल, नाही? पण आम्ही सैनिक होतो आणि आपल्या शत्रूला मारण्यापूर्वी स्वतःलाच कसं संपवायचं, हे त्यांनी आम्हाला शिकवलं.

वाऱ्याची एक हलकी झुळूक बागेत शिरली आणि तळ्यातल्या पाण्यावर तरंग उठवून गेली. तिथं रेंगाळणारा भुंगाही त्या झुळुकीनं उडून गेला.

''तुम्ही आहात का?'' शक्य तितक्या हळू आवाजात मी विचारलं. ''हारुकी ओजिसामा...?''

त्यांनी आम्हाला रायफल दिल्या होत्या. अंगठ्यानं चाप कसा ओढायचा, हे त्यांनी आम्हाला दाखवलं. आणि नळी निसटू नये म्हणून जबड्याच्या हाडांच्या 'व्ही'मध्ये ती कशी ठेवायची, हेही त्यांनी सांगितलं...

माझा हात वर आला आणि हनुवटीच्या मध्यापासून दोन्ही बाजूला गेलेल्या हाडानं तयार झालेला इंग्रजी व्ही आकार चाचपून पाहिला.

इथंच.

माझी बोटं आपसूक बंदुकीच्या आकारात वळली आणि दोन बोटं बंदुकीच्या नळीसारखी जबड्याच्या अगदी खाली दाबली गेली. आता मी हलू शकत नव्हते.

अगदी बरोबर. असंच. मरीकन्सच्या (अमेरिकन) हाती पडून बंदी बनण्यापूर्वी स्वतःला संपवण्याचं आम्हाला सांगण्यात आलं होतं. तसा सरावही आमच्याकडून ते वारंवार करून घेत असत आणि आम्ही जर संकोच केला किंवा विरोध दर्शवला किंवा बरोबर केलं नाही तर ते आम्हाला बंदुकीच्या दट्ट्यानं मारायचे. आम्ही अर्धमेले होऊन कोसळेपर्यंत ते आम्हाला मारायचे. त्यातही आम्ही बरोबर करतोय की नाही यानंही काही फरक पडत नसे. ते बरोबर झालं तरी आम्हाला मारत असत. आमच्यातील लढाऊ वृत्ती वाढवण्यासाठी ते आम्हाला मारत असत.

ते हसले. विकट हसले.

माझे हात खाली आले.

वारं पडलं आणि त्यांचा आवाजही गेला. सारं काही शांत झालं. खोलीच्या आत ती वृद्ध व्यक्ती अजूनही गुडघ्यांवरच होती आणि त्यांच्या हलणाऱ्या शरीरावरून आणि झुकलेल्या कमळाच्या कळीप्रमाणे झुकलेल्या मानेवरून मला अंदाज आला होता की ते आता रडत होते. जिको डोळे मिटून वाट पाहत बसली होती आणि तेव्हा मी प्रथमच तिच्या जुझूच्या मण्यांचा आवाज ऐकला. प्रत्येक मण्यावर बोट दाबताना त्यातून एक प्रार्थना स्रवत होती.

माझ्यामागे पुन्हा तो आवाज ऐकू आला; पण तो इतका हळू होता की, मला

जेमतेम ते वाक्य ऐकू आलं.

तो चौथऱ्यावर ठेवलेला डबा. फोटोच्या शेजारी ठेवलेला. तुला दिसतो आहे का तो?

पांढऱ्या कापडात लपेटलेला तो डबा चौथऱ्यावर होता. मी तो रोज पाहायचे. एखाद्या भेटवस्तूसारखा तो होता.

"हो."

त्यात आत काय आहे तुला माहिती आहे का?

एक दिवस मी मुजीला सफाईत मदत करत असताना मी हाच प्रश्न तिलाही विचारला होता. हारुकी नंबर एकच्या अस्थी आहेत, असं ती म्हणाली होती; पण मग मी नंतर जेव्हा थोडा विचार केला तेव्हा मला त्यात काही दम वाटला नाही. तिनं जो शब्द वापरला तो इकोत्सु असा होता; पण जर हारुकी नंबर एक त्यांचं कामिकाझे विमान घेऊन शत्रूच्या छावणीत कोसळलं होतं; तर मग त्यांची राख किंवा अस्थी मिळणार कशा? म्हणजे मला म्हणायचं आहे की जरी अस्थी होत्या तरी त्या आणायला गेलं कोण? आणि कुठे मिळाल्या त्या त्यांना? समुद्रातून? पण मुजीजवळ माझ्या प्रश्नांची उत्तरं नव्हती आणि जिकोला हे असले प्रश्न विचारून दुःखी करण्यात काही तथ्य नव्हतं; पण हे प्रश्न एखाद्या आत्म्याला विचारले तर चालतील का?

"मला वाटतं... ते तुमचे इकोत्सु आहेत, बरोबर? मुजीनं सांगताना मला हेच सांगितलं, पण त्यात काही तथ्य नाही..."

वाऱ्यानं लाकडाचं दार हलतं तसा आवाज मला पुन्हा ऐकू आला.

तथ्य नाही. अजिबात तथ्य नाही...

आणि मग ते निघून गेले. ते गेल्याचं मला कसं कळलं हे अजिबात विचारू नका. त्या अनुपस्थितीची मला जाणीव झाली होती. जरा उकाडा होता; पण माझ्या अंगावर शिरशिरी आली होती आणि काटा उभा राहिला होता आणि मी पुन्हा माझ्या मूर्ख प्रश्नांनी त्यांना वैताग आणला होता की काय, ही भीती मनात दाटून आली. आत खोलीत त्या वृद्ध सैनिकानं आपल्या खिशातून एक मोठा रुमाल काढला आणि डोळे पुसले आणि मग हळूच ते गुडघ्यावर बसूनच जिकोकडे वळले. मग दोघांनीही परस्परांना वाकून नमस्कार केला. त्या दोघांनाही उठून उभं राहायला प्रचंड वेळ लागत होता आणि मला तिथून पळून जायला तेवढा वेळ पुरेसा होता.

३

ओबोन उणेपुरे चार दिवस चाललं. फक्त दोन संन्यासिनींसाठी हे एवढं मोठं आयोजन म्हणजे खूप होतं. ओगेसाकी संपल्यानंतर आणि सर्व पाहुणे निघून गेल्यानंतर जिको, मुजी आणि मी डंकातील इतर लोकांच्या घरी जाऊन त्यांच्या कुटुंबासाठीच्या चौथऱ्यासमोर बौद्ध धर्मातील रिवाजांप्रमाणे धार्मिक विधी करण्यात व्यस्त होतो. जुन्या काळात प्रत्येक घरापर्यंत पायी जाण्याची पद्धत होती; पण हल्ली, विशेषतः जिकोची शंभरी उलटल्यानंतर तिनंच कारनं जाण्याची परवानगी दिली होती. मुजीला वाहनचालकाचा परवाना मिळवायचा होता आणि तुम्हाला तर ठाऊकच आहे की जपानमध्ये हे काम करून घेण्यासाठी भरपूर पैसे आणि तेवढाच वेळही लागतो- तुम्ही गाडी चांगली चालवत असलात तरीही. आणि इथं तर मुजीला नेमकं तेच जमत नव्हतं. ती गाडी फार भयंकर चालवत असे. विहारात डंकानं दान केलेली एक जुनी कार होती. मी मुजीच्या शेजारी बसले आणि जिको मागल्या सीटवर. मुजीनं दोन्ही हातांनी स्टिअरिंग गच्च धरलं. इतकं की तिची नखं पांढरी फट्ट दिसू लागली होती. मग ती पुढे झुकली तीही इतकी की, नाक समोरच्या काचेला भिडतं की काय अशी परिस्थिती होती. सुरू करण्याच्या प्रयत्नात तिनं कार दोनदा बंद पाडली आणि नंतर सुरू केल्यानंतरही तिच्या अस्वस्थतेमुळे ती वारंवार ब्रेकवर पाय देत होती. तिचं हे असं का होत होतं याची मला लवकरच कल्पना आली. डोंगरातील तो रस्ता वळणाचा आणि अरुंद होता. प्रत्येक वेळी समोरून येणाऱ्या गाडीला जागा देण्यासाठी तिला गाडी बाजूला घ्यावी लागत होती आणि असं करताना ती प्रत्येक वेळी पुढल्या गाडीच्या ड्रायव्हरला झुकून नमस्कार करत होती. डोकं वर करून ते पुन्हा नम्रतेनं खाली आणणं आणि हे करताना ती कार अगदी डोंगराच्या कड्यापर्यंत आणत होती. माझ्या आख्ख्या आयुष्यात मी कधी एवढी घाबरले नव्हते. जिको कशी आहे, तिला या सगळ्या प्रकारानं हार्ट ॲटॅक तर आला नाही ना, हे पाहायला म्हणून मी मागे वळले तर ती शांत निजली होती. तिला हे कसं शक्य होतं कुणास ठाऊक. लोकांच्या घरी पोचल्यानंतर मात्र तिथं मला करण्यासारखं फारसं काही नसायचं आणि मग मी बाहेरच थांबून त्यांच्या मांजरांशी खेळत बसायचे.

हारुकी नंबर एकचं पत्र अजूनही माझ्या खिशात होतं. तोपर्यंत मी जिकोच्या कपाटातून तिची एक जुनी कांजीही मिळवली होती आणि पत्र बऱ्यापैकी वाचून काढलं होतं. फक्त एक-दोन शब्दांचे अर्थ मला अजूनही कळले नव्हते. रात्री मी पुन्हा बाहेर पडले आणि विहाराच्या पायऱ्यांवर जाऊन बसले. काजव्यांचे जणू ढग दाटून आले होते आणि ते पुन्हा येतात काय, याची वाट मी पाहू लागले; पण ते परत आले नाहीत.

४

ओबोननंतर पुन्हा विहारात आम्ही तिघीच उरलो होतो. पुन्हा आमचं नित्यकर्म सुरू होण्यापूर्वीच माझ्या उन्हाळ्याच्या सुट्या संपत आल्या होत्या. काही दिवसांतच बाबा येऊन मला इथून घेऊन जाणार होते. मी थोडी उदास झाले होते आणि म्हणून मग जिको आणि मुजीनं माझ्यासाठी एक निरोपाची छोटीशी पार्टी आयोजित केली. मला असलं हे आयोजन फारसं आवडत नाही; पण आम्ही पिझ्झा तयार करण्याचं ठरवलं आणि आम्हाला कुणालाच तो कसा करायचा ते माहीत नसल्यामुळे सगळा आनंदच होता; पण त्याची आम्हाला पर्वा नव्हती. गोड म्हणून आम्ही चॉकलेट आणलं होतं. जिकोला चॉकलेटं खूप आवडतात. शिवाय आमचं कॅराओकेवर गाणी म्हणणंही चाललं होतं. ही कल्पना मुजीला सुचली होती. त्या काळात डंकातील कुणीतरी आम्हाला एक कॉम्प्यूटर दान दिला होता आणि ऑनलाईन येण्यासाठीही मदत केली होती. मग मी त्यावर जाऊन एक कॅराओकेची वेबसाईट शोधली, ज्यावर गाणी डाऊनलोड करून ती गाऊ शकता. आमच्याकडे माईक वगैरे काही नव्हता; पण आम्ही गाऊ शकत होतो, नाचू शकत होतो आणि भरपूर गोंधळ घालू शकत होतो आणि आम्ही हे सर्व केलं. एकामागून एक आम्ही गाणी गायलो आणि त्यातलं कुठलं गाणं कुणी छान गायलं यावर आम्ही मतदानही केलं.

माझं आवडतं गाणं मडोनाचं एक जुनं गाणं 'मटेरिअल गर्ल' हे होतं आणि त्यावर नाच करण्यासाठी मी सरकणारी दारं असलेल्या इन्गावाचा स्टेज म्हणून उपयोग केला. गाणं मी जिकोला भाषांतरित करून सांगितलं आणि तिला तो सगळा प्रकार खूपच मजेशीर वाटला. मुजीनं स्वतःसाठी आर केलीचं 'आय बिलिव्ह, आय कॅन फ्लाय' हे गाणं निवडलं; पण तिच्या उच्चारांमुळे ते ऐकताना 'आय बिरिव्ह आय कॅन फ्राय' असं ऐकू येत होतं; पण जिकोनं ती संध्याकाळ आपल्या गाण्यानं जिंकली. तिनं एका जुन्या ब्रॉडवे संगीतिकेतलं 'इम्पॉसिबल ड्रीम' हे गाणं निवडलं. मी काही ब्रॉडवे संगीताची फॅन वगैरे नाही; पण जिकोला हे गाणं फारच आवडायचं आणि जेव्हा तिनं तिच्या कापऱ्या, वृद्ध आवाजात ते गायला सुरुवात केली, तेव्हा त्यात गाण्याचे भाव पूर्णतः उतरले होते. हे एक खूप भावपूर्ण गाणं आहे, ज्यात असं म्हटलं आहे की एखादं कधीही पूर्ण न होणारं स्वप्न पाहण्यात काहीही गैर नाही; कारण जेव्हा तुम्ही तुमच्या आवडीच्या ताऱ्याचा, तो कितीही दूर असला आणि त्याच्यापर्यंत पोचणं शक्य नसलं, तरीही पाठलाग केलात तर किमान तुम्हाला समाधानानं मृत्यूचा स्वीकार करता येईल. हा पाठलाग करताना तुम्ही जखमी झालात आणि तुमच्या शरीरावर त्या खुणा कायम राहिल्या तरीही. अगदी माझ्या शरीरावर जशा खुणा आहेत ना, अगदी तशाच. मी स्वतःला त्या गाण्यात

पाहू शकत होते आणि जिकोचा तो आवाज मनाला भिडणारा होता. तिनं ते अगदी मनापासून गायलं होतं आणि मला वाटलं की ती ते माझ्यासाठीच गात होती.

रात्री ती मला 'गुड नाईट' म्हणायला आली. जणू इन्गावाच्या सरकणाऱ्या दारातून ती बागेतून येणाऱ्या वाऱ्याच्या झुळकीप्रमाणे हळुवारपणे आत आली. मला ती आल्याचं कळलंही नाही. माझ्या बिछान्याशेजारी ती बसली आणि माझ्या कपाळावर तिनं हात ठेवला. तिचा तो वृद्ध हात कोरडा, थंड आणि खूप हलका होता. मी माझे डोळे मिटले आणि मला काही कळण्यापूर्वीच मी तिला हारुकी नंबर एकच्या आत्म्याबद्दल, ओबोनच्या आदल्या रात्री ते कसे मला विहाराच्या पायऱ्यांवर भेटले आणि निघूनही गेले, ते सांगितलं. मला त्यांच्याशी गप्पा करण्यासाठी योग्य विषय सुचला नाही आणि मूर्खासारखं एक फ्रेंच विरहगीत गायले. त्यानंतर त्यांचा जो अवमान माझ्या हातून झाला त्यासाठी क्षमा मागायला मी अभ्यासिकेत गेले, जाऊन त्यांचा फोटो हातात घेतला तर त्यातील चेहरा जिवंत असल्याचं मला जाणवलं; पण नेमकी त्यानंतर माझ्या हातून ती फोटोफ्रेम तुटली आणि त्यातून एक पत्र बाहेर आलं आणि मग मी ते स्वतःजवळ ठेवून घेतलं, हेही सांगितलं. आणि नंतर कसं मी त्यांच्या आत्म्यानं परत यावं म्हणून विनवण्या केल्या आणि ते आलेही. आल्यावर त्यांनी मला ते सैनिक म्हणून भरती झाल्यानंतर त्यांच्या अधिकाऱ्यांनी त्यांची लढाऊ वृत्ती वाढावी म्हणून त्यांचा कसा छळ केला आणि मेरीकन्सच्या हाती लागून बंदी होण्यापेक्षा स्वतः आपल्याच रायफलनं कसं मारून घ्यायचं, हेही त्यांनी मला सांगितलं आणि त्यानंतर ते मला अजिबात दिसले नाहीत, हे सारं काही मी बोलून गेले.

माझे डोळे मिटलेलेच होते आणि मी जे काही बोलत होते तो माझा माझ्याशीच संवाद असल्यासारखं मला जाणवलं होतं; किंवा मी कदाचित बोलतही नव्हते, मी फक्त विचारच करत होते. जिकोचा हात माझ्या कपाळावर असल्याचं मला जाणवत होतं. माझ्या डोक्यातील विचारच ती जणू ओढून घेत होती आणि मलाही तिनं जमिनीवर दाबून धरलं होतं, म्हणजे मला उडून जाणंही शक्य नव्हतं. ही आणखी एक जिकोची जुनीच सुपर पॉवर आहे. कुणाच्याही तोंडून ती त्याची कहाणी वदवून घेऊ शकते. कधी कधी तर तुम्हाला तोंड उघडायचीही गरज नसते; कारण ती तुमचे विचार ऐकू शकते. तुमच्या बावचळलेल्या डोक्यात जे काही असेल ते तुमच्या आवाजानं टिपण्यापूर्वीच ती त्यांना गाठते. ती बागेच्या दिशेनं शून्यात पाहत असल्याचं मला जाणवलं. तळ्यात बेडकांची डराव डराव सुरू होती. लाटांप्रमाणे हळूहळू त्यांचा आवाज वाढत गेला आणि नंतर सारं काही शांत झालं.

"बरोबर," ती बोलली. "त्यांना असंच प्रशिक्षित केलं गेलं होतं. ते सारेच विद्यार्थिदशेतले सैनिक होते आणि खूप हुशार होते. सैन्यातील लोक त्यांचा फार

दुस्वास करायचे. त्यांना मारहाण करणं आणि त्यांचा छळ, हे तर नित्याचं झालं होतं. हाडं खिळखिळी करणं आणि त्यांचं मानसिक खच्चीकरणही ते करत असत.''

तिनं हे सांगताना इजिमे हा शब्द वापरला आणि तो ऐकताना मला स्वतःला खूप खुजं असल्यासारखं वाटलं. मी आणि माझे मूर्ख वर्गमित्र. माझ्या त्या जखमा; काही टोचल्याच्या किंवा बोचवल्याच्या आणि मारल्याच्या. मला वाटलं होतं की इजिमे काय असतं ते मला चांगलं ठाऊक आहे आणि आता मला कळत होतं की ते सारं काहीच नव्हतं. खरं इजिमे काय ते आता मला कळलं होतं. मला स्वतःचीच लाज वाटली; पण मला आणखी जाणून घ्यायचं होतं.

''पण या साऱ्या छळाचा काहीही परिणाम झाला नाही ना?'' मी विचारलं. ''हारुकी ओजिसामांच्या आतल्या योद्ध्याला ते मारू शकले नाहीत, बरोबर?''

जिकोनं नकारार्थी मान डोलवली. ''नाही,'' ती बोलली. ''मला नाही वाटत की त्यांना ते शक्य झालं.''

मी त्याच्याबद्दल मग आणखी थोडा विचार केला. ''अमेरिका खरा शत्रू होता,'' मी म्हणाले. ''किती विचित्र आहे हे, नाही? मी सनीवेलला वाढले. याचा अर्थ मीही शत्रू आहे का?''

''नाही, तसं नाही.''

''तुला अमेरिकेचा आणि त्या लोकांचा राग येतो का?''

''नाही.''

''का नाही?''

''मला कुणाचाच राग येत नाही.''

''पूर्वी यायचा का?''

''नाही.''

''हारुकींना त्यांचा राग यायचा का? आणि म्हणून त्यांनी आत्मघातकी बॉम्ब बनण्याचा निर्णय घेतला?''

''नाही. त्यानंही कधीच अमेरिकन लोकांचा द्वेष केला नाही. तो युद्धाचाच तिरस्कार करायचा. त्याला हुकूमशाहीचा तिरस्कार होता. तो सरकारचा राग करायचा आणि लोकांचा छळ करणाऱ्या राजकारणाचा आणि त्यांच्या सत्तालोलुपतेचा आणि भांडवलशाही वृत्तीचा आणि पिळवणुकीचा त्याला प्रचंड राग यायचा. ज्यांचा कधीच तिरस्कार वाटला नाही आणि ज्याचा कधी राग आला नाही, त्यांना मारण्याच्या तो अगदी सक्त विरोधात होता.''

या साऱ्यात काही तथ्य नव्हतं. ''पण त्यांच्या पत्रात तर त्यांनी म्हटलं आहे की ते आपला प्राण या देशासाठी अर्पण करत आहेत. आणि आत्मघातक बॉम्ब बनून तुम्ही लोकांना मारलं नाही असं होऊच शकत नाही, शक्य आहे का?''

"नाही; पण ते पत्र फक्त दिखाव्यासाठी लिहिलं होतं. ते त्याचे खरे विचार नव्हते.''

"मग ते सैन्यात भरती का झाले?''

"त्याच्याकडे कुठलाही पर्याय नव्हता.''

"त्यांनी त्यांना जबरदस्ती केली?''

तिनं होकार दिला. "जपान युद्ध हरण्याच्या स्थितीत होतं. त्यांनी सर्व पुरुषांना युद्धात समाविष्ट केलं. फक्त विद्यार्थी आणि काही लहान मुलं तेवढी सुटली होती. त्याच्या नावानं नोटीस आली तेव्हा हारुकी फक्त एकोणीस वर्षांचा होता. त्याला एक जपानी राष्ट्रभक्त आणि योद्धा असं संबोधून त्यांनी युद्धासाठी सज्ज राहायला सांगितलं. त्यानं ते पत्र दाखवलं तेव्हा मी खूप रडले; पण तो फक्त स्मित करत होता. 'मी,' तो म्हणाला. 'एक योद्धा. कल्पना कर!'''

एका बेडकानं आवाज केला आणि नंतर दुसऱ्यानं. जिको बोलतच होती आणि आता तिचं बोलणं एकसारखं झालं होतं; नगाऱ्याच्या चामड्यावर हळुवार पडलेल्या काठीच्या ठोक्यातून येणाऱ्या थरथराटासारखं.

"ऑक्टोबर महिना संपत आला होता. एक मेळावा आयोजित करण्यात आला होता. सैन्यात भरती होण्यासाठी निवडलेले पंचवीस हजार विद्यार्थी मेइजी श्राईनच्या बाहेर परेडसाठी जमले होते. मुलांच्या खेळातील सैनिकासारखे ते दिसत होते आणि अशा त्या मुलांच्या खांद्यावर त्यांनी रायफली दिल्या होत्या. हलका पाऊस पडत होता आणि त्यात गारवा होता. श्राईनचा तो लाल सोनेरी रंग अंगावर आल्यासारखा वाटत होता. सावधान होऊन ती मुलं तीन तास उभी होती आणि आम्हीही उभे होतो. मातृभूमीच्या स्तुतीत उच्चारली जाणारी शब्दबंबाळ भाषणं आम्हाला ऐकावी लागत होती.

"हारुकीच्या वर्गातील एका मित्रानंही भाषण दिलं. 'जिवंत परत येण्याची आशा आम्हाला नाही,' तो म्हणाला होता. ते मरणार याची प्रत्येकाला जाणीव होती. अत्तू नावाच्या ठिकाणी सैनिकांच्या एकत्रित आत्महत्येसंदर्भात आम्ही ऐकून होतो. त्याला ते ग्योकुसाई[१] म्हणत. अमानुष होतं ते; पण तो प्रकार थांबवणं कुणाच्याही हातात नव्हतं. प्रधानमंत्रीही तिथं होते. तोजो हिदेकी. मी यापूर्वी तुला खोटं सांगितलं. मी या माणसाचा तिरस्कार करायचे. तो एक दुष्ट माणूस होता, गुन्हेगार आणि म्हणून युद्ध संपल्यानंतर त्याला फासावर टांगण्यात आलं. तेव्हा मला आनंदही झाला होता. तो मेला, संपला हे ऐकून मी अतीव आनंदानं रडले होते. त्यानंतर मी केशवपन केलं आणि यापुढे कुणाचाही तिरस्कार करणार नाही, अशी शपथ घेतली.''

१. आत्महत्या, हल्ला किंवा मानवी हल्ल्याची लाट. शब्दशः अर्थ- हिऱ्याप्रमाणे निखळणे. सतराव्या शतकातील एका चिनी म्हणीप्रमाणे 'प्रभावी माणसानं एखाद्या फरशीच्या तुकड्याप्रमाणे जिवंत राहण्यापेक्षा हिऱ्याप्रमाणे निखळून मरावे.'

बेडकांचं ते एक सुरात चाललेलं गायन बंद झालं.

"ज्या मुलानं ते भाषण दिलं तो वाचला," ती सांगू लागली. "दर वर्षी तो ओबोनला इथं येतो आणि क्षमा मागतो."

हे समजून घ्यायला मला जरा वेळ लागला. "म्हणजे तुला म्हणायचं आहे ती वृद्ध व्यक्ती?"

ती 'हो' म्हणाली. "आता तो काही मुलगा राहिलेला नाही. माझा मुलगा जिवंत असता तर तोही एवढाच म्हातारा असता. मला तर कल्पनाही करवत नाही."

मी उताणी झाले आणि त्या वृद्ध सैनिकाचा चेहरा आठवण्याचा प्रयत्न करू लागले. हारुकींचा आत्मा जितका तरुण होता, तसे तरुण असताना ते कसे दिसले असतील याची कल्पना मी करत होते. अशक्य होतं.

"ही सगळी मुलं खूप हुशार विद्यार्थी होते," ती म्हणाली. "ते सगळे crème de la crème होते." तिनं हे शब्द थेट फ्रेंचमध्ये उच्चारले; पण त्याचा नाद मात्र जपानी होता; पण तिला जे म्हणायचं होतं ते मला कळलं. रिक्ततेनं दाटलेली तिची नजर शून्यात स्थिरावली होती. मी काहीही बोलले तर ती अस्वस्थ होईल, याची मला खात्री होती; पण मला जाणून घेणं आवश्यक होतं.

"मी ते पत्र घेतलं, मला क्षमा कर," मी तिची माफी मागितली. "मी ते परत तिथंच ठेवणार आहे."

तिनं मान डोलावली; पण तिनं माझं बोलणं ऐकलं की नाही याबाबत खात्री नव्हती.

"त्या डब्यात काय आहे?"

या प्रश्नानं ती शून्यातून परत आली. "कुठला डबा?"

"आपल्या कुटुंबाच्या चौथऱ्यावर ठेवला आहे तो."

एक सावली तिच्या चेहऱ्यावरून सरकत गेल्याचं मला दिसलं. कदाचित खिडकीतून दिसणाऱ्या चंद्रासमोरून ढग गेला असावा किंवा मला तसा भास झाला असावा.

"काही नाही."

"काही नाही, म्हणजे काय?" मी तिला विचारलं आणि त्यावर ती काहीच बोलली नाही तेव्हा मी पुन्हा प्रश्न केला. "म्हणजे तो रिकामा आहे असं तुला म्हणायचं आहे का?"

"रिकामा," तिनं तो शब्द पुन्हा उच्चारला. "So desu ne"

मी जणू एक अस्पष्ट होत जाणारी आठवण असल्यासारखी तिनं माझ्याकडे एक नजर टाकली. "माफ कर नाओ. मी सांगतच गेले. तू आता झोपायला हवं."

"नाही," मी विरोध केला. "मला तुझ्या गोष्टी आवडतात! मला आणखी सांग."

ती हसली. "आयुष्य गोष्टींनीच तर भरलेलं आहे. किंवा कदाचित आयुष्य म्हणजेच एक गोष्ट आहे. शुभ रात्री, लाडके नाओ."

''शुभ रात्री, जिको,'' मी उत्तरले.

चंद्रप्रकाशात ती खूप म्हातारी आणि एकदम थकलेली दिसली.

५

दुसऱ्या दिवशी बाबा मला घ्यायला आले; पण ते येण्यापूर्वी मी एकदा शेवटची जिकोच्या अभ्यासिकेत गेले. मी ते पत्र परत तिथंच ठेवण्याचं तिला वचन दिलं होतं. तो डबा तिथंच होता, त्या फोटोफ्रेमजवळ एका कापडात लपेटून ठेवलेला. मला पुन्हा त्यांना त्रास द्यायचा नव्हता; पण त्याचबरोबर त्यात काय आहे, हे जाणून घेणं माझ्यासाठी खूप महत्त्वाचं होतं. जिको म्हणाली की, त्यात काही नाही; पण हारुकी नंबर एक तर विकट हसले होते त्या डब्यासंदर्भात बोलताना आणि म्हणून त्यात काहीतरी नक्की आहे, असा विचार करायला त्यांनी मला भाग पाडलं होतं. कदाचित त्यांचा लहानपणी पडलेला दात त्यात असेल, किंवा त्यांचा चष्मा, किंवा त्यांचे शाळेचे प्रमाणपत्र. तुम्ही याला अंधश्रद्धा म्हणाल; पण त्यांच्या अस्तित्वाशी जुळलेली एक तरी गोष्ट पाहायची होती, जेणेकरून त्यांच्या असण्याचा पुरावा मला मिळाला असता.

मी चवड्यांवर उभे राहिले आणि त्या डब्यापर्यंत हात पोचवला आणि त्या कप्प्यातून माझ्या हातात ओढून घेतला. मी तिथंच जमिनीवर बसले आणि ते पांढरं कापड सोडवू लागले. ख्रिसमसला मिळणारी भेटवस्तू उघडायला घेतो ना आपण, तसं ते वाटलं मला. आत एक लाकडी डबा होता आणि त्यावर काहीतरी लिहिलं होतं, 'दिवंगत सेकंड सब-लेफ्टनंट यासूतानी हारुकी यांचा शौर्यवंत आत्मा.' माझं हृदय माझ्या हातात येतं की काय, असं मला झालं. डबा ४० सेंटिमीटर उंच होता. मी तो जरा हलवला आणि त्यात काहीतरी आवाज झाल्यासारखं मला जाणवलं. आत्म्याचा आवाज कसा असेल? मला खरंच तो उघडून आत पाहायचं होतं; पण मग मला अचानक भीती वाटली की जर मी तो उघडला आणि आतला हारुकींचा आत्मा उडून गेला तर? ते पुन्हा माझ्यावर नाराज होतील का? तो उडून माझ्याच तोंडावर आला तर? मी पुन्हा तो डबा त्या कापडात गुंडाळून कप्प्यात जिथं होता तिथंच ठेवणार होते; पण मग दुसऱ्याच क्षणी मी विचार बदलला. मी डब्याचं झाकण उघडलं.

तो रिकामा होता.

जिकोचं बरोबर होतं. माझा मात्र विश्वासच बसत नव्हता. पुन्हा एकदा खात्री करून घेण्यासाठी मी तो पालथा केला आणि जरा हलवला. एक छोटीशी चिठ्ठी चटकन खाली पडली.

''नौदलानं ती मला पाठवली होती,'' जिको बोलली.

ती दारात उभी होती. सकाळी पूजेसाठी घालतात तो फिक्कट कथ्थ्या रंगाचा

झगा तिनं घातला होता आणि हातातल्या काठीवर पूर्ण भार टाकून ती उभी होती. शपथेवर सांगते, ती ही अशी कुठूनही प्रकट होऊ शकते. ही तिची आणखी सुपर पॉवर आहे.

"आम्हा सगळ्यांना त्यांनी आमच्या लाडक्या मुलांच्या अस्थी पाठवल्या होत्या; पण जर त्यांना मृतदेह मिळाले नाही तर ते डब्यात अशी एक चिठ्ठी ठेवून पाठवायचे. रिकामा डबा पाठवणं त्यांना शक्य नव्हतं."

मी हातातल्या चिठ्ठीकडे पाहिलं. त्यावर फक्त एक शब्द लिहिला होता :

遺骨 (इकोत्सु)[२]

"तू आता जसा तो डबा उघडलास तसाच मीही उघडला होता," ती सांगू लागली. "आणि अशीच ती चिठ्ठी खाली पडली होती. मी एकदम चकित झाले होते! मी ती वाचली आणि मग हसले आणि हसतच सुटले. एमा आणि सुगा त्याच खोलीत होत्या. त्यांना वाटलं की अति दुःखामुळे मला वेड लागलं असावं; पण त्यांना काही कळलं नाही. माझ्या मुली लेखिका नव्हत्या. एका लेखकासाठी हे सारं काही खूप गमतीदार असतं. संपूर्ण शरीराऐवजी असा फक्त एक शब्द पाठवणं! पण हारुकी लेखक होता. त्याला कळलं असतं. जर तो त्या क्षणी तिथं असता तर तोही खूप हसला असता आणि मग मला त्या क्षणाला वाटलं की तो आहे तिथं, माझ्यासोबत आणि आम्ही दोघीही हसत आहोत."

ती स्वतःशीच हसली आणि आपल्या वाकड्या, वृद्ध बोटांनी तिनं डोळे पुसले. ती जेव्हा मला जुन्या गोष्टी सांगायची, तेव्हा साऱ्या जुन्या आठवणी डोळ्यांत गोळा होऊन तिचे डोळे पाणावायचे; पण ते अश्रू नव्हते. ती रडत नसे. त्या तर फक्त ओघळणाऱ्या स्मृती होत्या.

"त्यातल्या त्यात ते सगळ्यात उत्तम पद्धतीनं केलेलं सांत्वन होतं," ती बोलली. "निदान परिस्थिती जशी होती त्या तुलनेत ते ठीक होतं; पण कुटुंबाच्या स्मृतिस्थळांमध्ये त्याचा समावेश करणं माझ्यासाठी शक्य नव्हतं; कारण ते शेवटचे शब्द त्याचे नव्हते. ते सरकारनं लिहिलेले शब्द होते."

ती अजूनही तिच्या हातातल्या काठीवर झुकलेली होती; पण त्याच वेळी तिच्या लांब बाह्यांमध्ये ती काहीतरी शोधू लागली; पण अगदी तोल गेल्यासारखी ती थोडी हलली आणि मी लगेच तिला सावरण्यासाठी तिच्याकडे धाव घेतली. मी पुढे येताच तिनं हात पुढे केला.

"हे घे," ती उद्गारली. मुजीच्या प्लॅस्टिक फ्रीजर बॅगपैकी एक तिच्या हातात होती. आत काही कागद होते. "हारुकीनं मरण्यापूर्वी मला लिहिलेली पत्रं आहेत

---

२. अंत्यसंस्कारानंतर उरलेली राख किंवा अस्थी

ही. मला वाटतं, आता ही तुझ्याचकडे राहावीत. तुला सापडलेल्या त्या एका पत्रासोबत हीदेखील तूच ठेव.''

मी ती बॅग तिच्या हातून घेतली आणि उघडून आत पाहिलं. मला फोटोच्या मागे मिळालेल्या पत्रामुळे या पत्रातील अक्षरं हारुकी नंबर एकचीच आहेत हे मला लगेच लक्षात आलं.

''तू ती वाचू शकतेस,'' जिको बोलली. ''पण एक गोष्ट कायम लक्षात ठेव; हेदखील त्याचे शेवटचे शब्द नाहीत.''

मी मान डोलावली खरी; पण ती काय बोलत होती ते मला काही ऐकू येत नव्हतं. मी खूप उत्तेजित झाले होते. ती पत्रं केव्हा एकदा वाचते असं मला झालं होतं. हारुकी नंबर एक माझे नवीन हिरो होते आणि त्यांच्यासंदर्भात जेवढं काही जाणून घेता येईल तेवढं मला जाणून घ्यायचं होतं. ती पुन्हा आपल्या बाह्यांमध्ये काहीतरी शोधण्याची धडपड करू लागली.

''आणि हे पण,'' ती बोलली. ''हे पण तूच ठेव.''

तिच्या हातात आता एक मनगटी घड्याळ होतं. गोलाकार काळी डायल आणि त्याला स्टीलचे पट्टे. एका बाजूला एक स्टीलची मोठी चावी होती. तिच्या हातातून घेऊन मी ते लगेच कानाजवळ नेलं. त्याचा खूप छान टिक-टिक आवाज येत होता. मी ते उलटून मागे पाहिलं. त्या स्टीलच्या पट्टीवर दोन कांजी अक्षरं कोरलेली होती. पहिली कांजी 空 म्हणजे आकाश आणि दुसरी कांजी म्हणजे 兵 आकाशातील सैनिक. हे अर्थपूर्ण होतं; पण आकाशासाठी वापरलेल्या कांजीचा आणखी एक अर्थ होतो आणि तो म्हणजे 'रिक्त'. रिक्त सैनिक. यालाही अर्थ होता; यात तथ्य होतं. मी ते सरळ केलं आणि सरळ माझ्या मनगटावर बांधलं. ते मोठंही नव्हतं आणि लहानही नाही. अगदी व्यवस्थित. हवं तसं.

''हे हारुकीचं होतं,'' जिकोनं मला सांगितलं. ''त्याला चावी द्यावी लागेल तुला.'' तिच्या वाकड्या झालेल्या बोटानं तिनं चावी दाखवली. ''अगदी दररोज.''

''ठीक आहे.''

''ते कधीच बंद पडायला नको,'' ती जोर देऊन म्हणाली. ''एवढं मात्र कधीच विसरू नकोस.''

''मी नाही विसरणार,'' मी वचन दिलं. मनगटावर बांधलेल्या घड्याळासकट मी माझा हात पुढे केला. मूठ बांधली. मला हे करताना खूप ताकद आल्यासारखं वाटलं. एकदम योद्ध्याची ताकद.

तिनं मान डोलावली आणि तिच्या चेहऱ्यावर एक समाधान होतं. ''तू इथं असताना त्याची तुझी भेट झाली हे बरं झालं,'' ती म्हणाली. ''तो एक चांगला मुलगा होता. तुझ्याचसारखा तो स्मार्ट होता. स्वतःच्या आयुष्याबद्दल तो गंभीर

होता. तू त्याला नक्कीच आवडली असतीस.''

अगदी सावकाश, तिला हवा तितका वेळ घेत ती वळली आणि मान डोलावत ती तिथून निघून गेली. जुनाट लाकडी जमिनीवर तिच्या काठीचा आवाज ऐकत मी तिथंच उभी राहिले. ती जे बोलली त्यावर माझा विश्वासच बसत नव्हता. आजपर्यंत कुणीही मला स्मार्ट म्हटलं नव्हतं. मी कुणाचीही आवडती नव्हते.

हारुकींच्या अस्थी, ज्या खऱ्या अर्थानं अस्थी नव्हत्या, त्या मी उचलून पुन्हा डब्यात ठेवल्या आणि पुन्हा डबा कापडात गुंडाळून तो पूर्वीप्रमाणे चौथऱ्यावर ठेवला. मग मी एक मेणबत्ती व एक उदबत्ती उजळली आणि त्यांना अर्पण केली. दोन्ही हात जोडून नमस्कार केला.

''तुम्हाला भेटून खूप आनंद झाला. तो एक छान अनुभव होता,'' मला येत असलेल्या तोडक्यामोडक्या जपानी भाषेत अगदी नम्रपणे मी बोलले. ''पुढल्या उन्हाळ्यांच्या सुट्ट्यांमध्ये पुन्हा आपली भेट होईल, अशी आशा करते. मी परत येईपर्यंत तुम्ही प्रिय जिको ओबाचामाची काळजी घेता तशीच घ्या, ही विनंती. अरे हो, आणि हे घड्याळ मला दिल्याबद्दल धन्यवाद.''

मी पुन्हा एकदा अगदी पूर्ण वाकून रायहाई पद्धतीनं नमस्कार केला म्हणजे गुडघ्यांवर येऊन, कपाळ जमिनीवर टेकवून आणि दोन्ही तळहात आकाशाकडे ठेवून. नमस्कार झाल्यानंतर माझ्या डोक्यात पुन्हा एक विचार आला.

''तुम्हाला विचारणं किंवा सांगणं बरोबर आहे की नाही हे मला माहिती नाही; पण तुम्ही जर अधूनमधून माझ्या बाबांवरही जरा लक्ष ठेवलंत तर मला बरं वाटेल. त्यांना तुमचं नाव देण्यात आलं आहे आणि तुमच्या मदतीची त्यांना गरजही आहे.''

मी पुन्हा वाकले आणि मग तिथून बाहेर पडले. हारुकींचा आत्मा माझ्या बाबांना काही मदत वगैरे करणार या गोष्टीवर तसा माझा फारसा विश्वास नव्हता; पण विचारायला काही हरकत नाही, असं मला वाटलं.

बाबा त्या दिवशी दुपारी आले. मला परत जायचं नव्हतं खरं; पण ते आले यानंच मी जरा सुखावले; कारण मनात कुठेतरी एक भीती होती की ते आता परत येणार नाहीत. अचानक ते खूप म्हातारे दिसत होते; पण त्या संदर्भात मी त्यांना काही बोलले नाही; पण मी किती शूर झाले आहे हे त्यांनी ओळखावं आणि मला त्याबाबत म्हणावं म्हणून मी वाट पाहत राहिले, पण तेही यासंदर्भात काहीच बोलले नाहीत. त्या रात्री त्यांनी मुक्काम करायचं ठरवलं होतं. दुसऱ्या दिवशी आम्ही टोकियोसाठी निघणार होतो.

त्यानंतर जे काही झालं त्याचं मला मनापासून खूप वाईट वाटलं. रात्री जेवायला बसलो तेव्हा बाबांनी सांगितलं की ते मला परत नेताना डिस्नेलॅन्डला

नेणार आहेत. आता जेव्हा मी विचार करते तेव्हा वाटतं, हे सगळं माझ्यासाठी करणं त्यांना किती कठीण होतं. अशा गर्दी आणि कलकलाट असलेल्या ठिकाणी जाणं त्यांना अशक्य होतं आणि त्यामुळे मला तिकडे न्यायचं म्हटल्यावर त्यांनी या गेल्या काही दिवसांत मनाची केवढी तयारी केली असेल, नाही? पण त्या वेळी मला हे सारं काही अजिबात कळलं नव्हतं. मला जे दिसत होतं ते त्यांचं म्हातारं, थकलेलं आणि दयनीय रूप आणि हे सारं काही लपवून नेण्यासाठी त्यांनी चेहऱ्यावर कायम आणलेलं एक मोठ्ठं हसू. माझ्या मनात मात्र मी त्यांची आणि हारुकी नंबर एक यांची तुलना करत होते. बाबांनी हे सांगितल्यानंतर मी आनंदानं उड्या माराव्यात आणि खूप आनंद प्रकट करावा याची जिको आणि मुजी वाट पाहत होत्या. डिस्नेलॅन्डला जाता येणार म्हणून मी उत्तेजित व्हावं ही त्यांची अपेक्षा होती; पण त्याऐवजी मी काही बोलले तर ते एक अस्पष्ट, "नको, थॅन्क्यू."

बाबांच्या चेहऱ्यावरचं ते मोठ्ठं हसू क्षणात हरवलं. मी जर एक चांगली व्यक्ती असते तर मी त्याच वेळी त्यांना म्हटलं असतं, "अहो बाबा, मी तर फक्त गंमत करत होते." खोटंखोटंच पण खूप आनंद झाल्याचं नाटक मी केलं असतं आणि मग मी त्यांच्यासोबत डिस्नेलॅन्डला गेले असते आणि बस्स! पण मी एक चांगली मुलगी नाही ना. खरं म्हणजे मला जायचंच नव्हतं. हारुकी नंबर एक यांना भेटल्यावर ते माझे हिरो झाले होते आणि त्यांना युद्धकाळात जे काही भोगावं लागलं ते सारं जाणून घेतल्यानंतर आता मिकी चॅनला भेटणं आणि त्याच्या हातात हात देणं मला उत्साहित करणारं नव्हतं. तो मला आता पोरखेळ वाटू लागला होता. मला लवकरात लवकर घरी जायचं होतं आणि ती सारी पत्रं वाचून काढायची होती.

हारुकी नंबर एक यांची पत्रं

डिसेंबर १०, १९४३

प्रिय आई,

अंतर्गत व्यवस्था सुदृढ करण्यासाठीची उपाययोजना अमलात आल्याला आता तीन महिने लोटून गेले आहेत आणि आम्हाला विद्यार्थिदशेतून बाहेर काढून आणि तत्त्वज्ञान विभाग बंद करूनही बरेच दिवस झाले आहेत. बेले लेटर्स, अर्थशास्त्र आणि इतर विषयांबरोबरच विधी तत्त्वज्ञानाचंही खूप नुकसान झालं आहे. तर अशी ही परिस्थिती आहे. तत्त्वज्ञान, विधी, साहित्य आणि अर्थकारण या साऱ्यांची युद्ध नामक एका अत्यंत 'महान'

यज्ञात आहुती पडली आहे. आहे ना हे सारं अद्वितीय?

मेईजी श्राईनला बोचऱ्या थंडीत आणि पावसात उभ्या राहिलेल्या आम्हा कठपुतळ्यांना दिलेल्या निरोप समारंभालाही आता दोन महिने झालेत. आई, श्री रस्किन (रस्किन जॉन) यांचं म्हणणं चूक होतं. आकाशाचाही बांध फुटतो आणि त्यालाही रडू कोसळतं. अचेतन गोष्टींनाही मानवी भावना असतात, हे खोटं नाही.

टी— नौदलाच्या तळावरील बराकीत येण्यापूर्वी तुला, सुगो-चॅन आणि एमा-चॅनला निरोप देऊनही आता दोन आठवडे झाले आहेत. इथल्या आयुष्यासंदर्भात जास्तीत जास्त माहिती देण्याचा मी प्रयत्न करणार आहे; पण आताकरिता फक्त एवढंच सांगू शकतो की, रस्त्यात कुठे तुमच्या शेजारूनही निघून गेलो तरी तुम्ही मला ओळखणार नाही, एवढा बदल माझ्यात आता झाला आहे.

जानेवारी २, १९४४

प्रिय आई,

आमचं विद्यार्थी म्हणून सदस्यत्व त्यांनी जेव्हा रद्द केलं, तेव्हा आता आपण मरणार हे निश्चित, हे मला कळलं होतं. आणि ही बातमी ऐकल्यानंतर जी एक भावना जागृत झाली, ती काहीशी सुटकेच्या श्वासासारखी होती. इतक्या महिन्यांच्या अज्ञाताच्या प्रतीक्षेनंतर आता तो मृत्यू जरी असला तरीही ते निश्चित होतं आणि म्हणून मला एकदम भार हलका झाल्यासारखं वाटलं. समोरचा मार्ग आता स्पष्ट झाला होता. यापुढे मला आयुष्यातील ज्या मूर्खपणाच्या तात्त्विक गोष्टी आहेत- जसे ओळख, समाज, व्यक्तित्ववाद, सर्वाधिकारवाद, मानवी इच्छा- या साऱ्यांनी विद्यापीठात असताना माझ्या विचारांना झाकोळून टाकलं होतं, मात्र आता मला या सगळ्याची चिंता करायची गरज उरलेली नाही. मृत्यू येणं निश्चित झालेलं असताना या धारणा फारच नगण्य वाटत आहेत.

पण तुझ्या डोळ्यांत उभं राहिलेलं पाणी पाहिलं आणि आई, त्या क्षणी मला माझ्या या स्वार्थी प्रतिक्रियेची जाणीव झाली; पण दुःख खरं हे आहे की ती जाणीव झाल्यानंतरही ती दुरुस्त करण्याची अक्कल मला नव्हती. याउलट मी तुझ्या संदर्भात उतावीळ झालो होतो. तुझ्या अश्रूंनी मला लाजिरवाणं केलं; पण माझ्यात जरा तरी शहाणपणा असता तर मी

स्वतःला त्या वेळी तुझ्या पायावर झोकून देऊन तुझ्या त्या अश्रूंचे आणि माझ्यावर असलेल्या प्रेमामुळे मिळालेल्या ताकदीसाठी तुझे आभार मानले असते; पण तुझ्या या नालायक मुलानं (आणि मला वाटतं अगदी निर्दयीपणानं) तुला रडू नकोस, आणि स्वतःला आवर म्हणून सांगितलं.

ऑक्टोबरमध्ये झालेल्या शारीरिक तपासणीत नियुक्ती करणाऱ्या अधिकाऱ्यानं आम्हाला, ''हृदय आणि डोकं पार बंद करून टाका'' असा आदेश दिला. कुटुंब आणि रक्ताच्या नात्यांसाठी असलेलं प्रेम आणि या नात्यांशी बांधलेले सगळे धागे तोडून टाकायलाही त्यांनी सांगितलं; कारण आता आम्ही सैनिक आहोत आणि आम्ही सर्वार्थानं फक्त राज्यकर्त्यांशी आणि मायभूमीशी एकनिष्ठ असावं, असा त्यांचा आग्रह होता. हे सारं काही ऐकताना आणि त्याचा विचार करताना मी असल्या गोष्टींना कधीच मान्यता देऊ शकणार नाही असं मला वाटलं होतं; पण माझा अंदाज चूक होता. तुझ्या अश्रूंना बांध घालण्यासाठी मी काही कळण्यापूर्वीच त्या अधिकाऱ्याच्या सगळ्या आज्ञांचं पालन करायला सुरुवात केली होती. आणि तेही कुठल्याही राष्ट्रभक्तीच्या भावनेनं नाही, तर भेकडपणामुळे. माझ्या मनातील दुःख आणि माझं मन पार चुरगळत असताना त्याची जाणीव स्वीकारण्याची हिंमत नसल्यामुळे मी त्या आज्ञांचा स्वीकार केला होता.

तेव्हापासून आणि वारंवार माझ्या लक्षात आलं की तो मी घेतलेला सुटकेचा श्वास आणि ती सुटल्याची भावना ही अगदीच उतावळी आणि बालिश होती आणि स्वार्थीदेखील. अज्ञानातून जन्माला आलेली ती भावना होती, मस्तकात भिनलेल्या मस्तीतून आलेली ती भावना होती. हीच भावना अनेकदा युद्धकाळात शौर्याला किंवा अविश्वसनीय राष्ट्रभक्तीला जन्माला घालताना दिसते. अर्थात हे भयंकर परिणाम आहेत आणि अशी दिशाभूल होण्यासाठी मला स्वतःचीच शरम वाटते आहे. हे असं पुन्हा माझ्या हातून घडणार नाही, याची काळजी मी घेणार.

आता माझ्या आयुष्यात फार वेळ उरलेला नाही आणि म्हणूनच पुन्हा मी भेकडपणानं वागणार नाही. शक्य तितक्या प्रामाणिकतेनं आणि माझ्या भावनांचा खोलवर विचार करत मी जगणार आहे. माझे विचार आणि भावनांना न्याय देण्यासाठी मी शक्य तितका प्रयत्न करणार आणि स्वतःत बदल घडवून आणण्यासाठी झटणार आहे. मी लिखाण करत राहणार आणि माझा अभ्यासही. म्हणजे मृत्यू आला तरी मी सुखानं मरणाला सामोरं जाणार; मर्द बनून मी सर्वोच्च आणि अतुलनीय प्रयत्न करून मरणाचा स्वीकार करणार.

फेब्रुवारी २३, १९४४

प्रिय आई,

आमचं प्रशिक्षण फारच कडक आहे आणि आज आमच्या तुकडीनं विशेष लक्ष वेधून घेतलं आहे. ही वेधून घेणारी कामगिरी जराशी वैयक्तिकही आहे आणि त्याच वेळी नाहीही. तो आणि इतर काही वरिष्ठ अधिकाऱ्यांची आम्हा विद्यार्थी सैनिकांवर जरा मेहेरनजर आहे; पण त्याच वेळी ते आम्हाला काही विशेष शारीरिक शिक्षणाकरिता वेगळंही काढतात. आम्ही जास्त लाडावलेले आहोत आणि म्हणून कुचकामी असल्याचं त्यांचं मत आहे आणि ते बरोबरही आहे. आम्हाला सैनिकात परिवर्तित करण्यासाठी म्हणून ते आमच्यावर उपकार करत होते आणि मला मात्र त्यांच्या या अचाट बुद्धिमत्तेचं हसू येत होतं. खऱ्या सैनिकांमध्ये ते आम्हाला रूपांतरित करणार होते तर, व्वा!

माझी शारीरिक ठेवण आणि धांदरटपणामुळे तू कल्पना करूच शकतेस की मी त्यांचा अत्यंत लाडका विद्यार्थी बनलो; पण मला ना, आमच्या एका क नावाच्या सैनिकाची फार कीव येते. तत्त्वज्ञान विभागात तो माझ्या वरच्या वर्गात होता. तो खरा तत्त्वज्ञ आहे. तो म्हणजे... कसं सांगू बरं? तो म्हणजे या भूतलावरचा नाहीच. त्यात त्याला बिचाऱ्याला एक दुर्दैवी सवय होती आणि ती म्हणजे तो आपल्याच विचारांत गुंग व्हायचा आणि अशी त्याची तंद्री लागली की मग तो शून्यात पाहायचा. त्याचं ध्यान लागलेलं असताना त्याला वरिष्ठांनी दिलेला कुठलाही आदेश ऐकायला येत नसे आणि म्हणून तो आम्हाला प्रशिक्षण देणाऱ्या प्रत्येक अधिकाऱ्याच्या जास्त लक्षात राहायला लागला. फ यांनी त्याचं 'प्राध्यापक' असं नामकरणं केलं होतं (तुला कल्पना आलीच असेल की इथं प्रत्येकाला एक टोपणनाव मिळालेलं आहे आणि मला मिळालेल्या नावाचा उच्चार करणं शक्य नाही.) मी आणि क एका निर्णयाप्रत आलो आहोत की फ यांच्या प्रशिक्षण पद्धतीत एक प्रकारचं सौंदर्य दडलं आहे आणि ते एका फ्रेंच सैनिकाच्या- मारक्विस दे साद यांच्या पद्धतीसारखं आहे. मारक्विसप्रमाणेच डोक्यात भन्नाट नवनवीन कल्पना आणि कलाकाराकडे असणारी जिज्ञासू वृत्ती त्यांना मिळालेली आहे आणि हेच त्यांना प्रेरणा देतं आणि एका अवर्णनीय अचूकतेकडे नेतं. म्हणून हेच त्यांचं टोपणनाव असावं, हे आम्ही दोघांनी ठरवलं.

फेब्रुवारी २६, १९४४

प्रिय आई,

दिवस जाताहेत आणि मला तुला सांगायला आनंद होतो आहे की माझी प्रशिक्षणातील प्रगती उत्तम आहे आणि म्हणूनच माझं पद आणि प्रतिष्ठा दिवसेंदिवस वाढतेच आहे. वरिष्ठ आणि सहकाऱ्यांमध्येही मी कौतुकास पात्र ठरत आहे.

नुकत्याच एका प्रशिक्षण प्रकारात 'क'च्या प्रकृतीसंदर्भात मला काळजी वाटली म्हणून त्याच्या जागी मी उभं राहण्याचा निर्णय घेतला. माझ्या या निर्णयानं मारक्विसला आनंद झाल्याचं प्रतीत झालं आणि म्हणून मी 'क'च्या तुलनेत एक खूप चांगला विद्यार्थी असल्याची त्यांची आता धारणा झाली आहे; कारण 'क'कडून अपेक्षित असलेल्या परिणामांची पूर्तता झालेली त्यांना दिसली नाही. आता जेव्हाही ते मला इतरांपासून वेगळं येण्यास सांगतात, तेव्हा मागल्या वेळी दिलेल्या प्रशिक्षणापेक्षाही वेगळं काय करता येईल यासाठी जणू ते माझीही मदत घेतात. त्यांच्या दृष्टीनं ते देत असलेलं प्रशिक्षण म्हणजे आमच्यावर करत असलेली दया आहे आणि मला तर खात्री आहे की आमच्या या सगळ्या प्रशिक्षणानंतर ते जेव्हा एकांतात विचार करत असतील, तर त्यांच्या पद्धतींमधल्या कलात्मकतेचाच ते पुनर्नुभव घेत असावेत. युद्धातील शस्त्रांऐवजी जर शब्द हे त्यांच्या व्यक्त होण्याचं माध्यम असतं, तर ते नक्की कवी म्हणून नावाजले गेले असते, एवढं मात्र खरं.

एप्रिल १४, १९४४

प्रिय आई,

मागल्या पत्रात मी सांगत असलेल्या आमच्या साहसकथांनाच पुढे न्यावं, असं मला वाटतं. तुकडीचं मनोधैर्य आणखी वृद्धिंगत व्हावं म्हणून मग रात्रीचं जेवण आणि हजेरी आटोपली की मारक्विस काही छुटपुट खेळ सुचवतो. आता माझी बढती झाल्यामुळे आणि मी त्याचा लाडका असल्यामुळे तो मला ओनी व्हायला बोलावतो आणि इतर सारे जण माझ्या सभोवती गोळा होऊन 'कागोमे कागोमे' हे गाणं गातात. आई, तुला आठवतं का

हे गाणं? एका बांबूच्या पिंजऱ्यात अडकलेल्या पक्ष्यासंदर्भातील हे गीत आहे.

त्यांना आवडणारा आणखी एक खेळ म्हणजे Bush warbler crossing the valley' (डोंगरात फिरणारे गाणारे पक्षी) ज्यात प्रत्येक बिछान्यावर उड्या मारत मध्येच छोट्या गाणाऱ्या पक्ष्याचं 'हो-हो-के-क्यो!' हे गाणं म्हणायचं. मग कधीतरी आम्ही आगगाडीचा किंवा मग खूप मोठा बॉम्बहल्ल्याचा खेळ खेळतो. रात्री झोपायच्या वेळी होणारा बिगूल वाजेपर्यंत आणि दिवे मालवण्याची सूचना मिळेपर्यंत त्यांचे हे खेळ संपत नाहीत.

माझ्या तुकडीतील इतर जण कधी कधी हसतात आणि आनंद लुटतात; पण 'क'कधीच हसत नाही. तो तिथं उभा राहतो, सगळा प्रकार पाहतो आणि जे सुरू आहे त्यातील प्रत्येक बारीकसारीक गोष्ट टिपून घेण्याचा प्रयत्न करतो; पण त्यात त्याला अजिबात यश येत नाही. माझी जागा घेण्यासाठी जेव्हा तो पुढे येतो, तेव्हा मारक्विस त्याला माशी झटकावी तसं झटकून देतो. मला वाटतं कधी या साऱ्यातून सुटका करण्याच्या उतावीळपणामुळे मी त्याला आणखी दुःख दिले आहे.

जून १६, १९४४

प्रिय आई,

आता मी जास्त काही लिहिणार नाही; कारण तुझ्या भेटीची वेळ आता जवळ आली आहे आणि या विचारानंच मला झालेला आनंद मी शब्दांत किंवा इतर कुठल्याही प्रकारे व्यक्त करू शकत नाही; पण तुझी थोडी मानसिक तयारी व्हावी म्हणून मला हे पत्र लिहिण्याची गरज आहे.

तीन दिवसांपूर्वी 'क'बेपत्ता झाला आहे. नेमकं काय झालं हे आम्हाला सुरुवातीला काहीच कळलं नाही. मारक्विसनं आमच्यावर प्रश्नांची झोड उठवली; पण आमच्यापैकी कुणालाही कसलीही माहिती नव्हती. मला मात्र काहीतरी भयंकर होणार, अशी भीती वाटू लागली होती. आणि मग दुसऱ्या दिवशी आम्हाला तो मेल्याची बातमी कळली. कसा हे मला माहीत नाही; पण मनात काही शंका आहेत. मला आता फक्त एवढंच कळतं आहे की, त्या माझ्या मित्राच्या वाट्याला आलेले भोग मला दुःखी करतायत आणि मी मनापासून आशा करतो की या जगाच्या तुलनेत एका चांगल्या जगात त्याचा पुनर्जन्म व्हावा.

ऑगस्ट ३, १९४४

प्रिय आई,

तुला भेटल्याच्या आठवणी अजूनही तरळताहेत. तुझा तो करारी आणि सुंदर चेहरा, सुगाचं ते मोहक लाजणं आणि एमाचं गोड हसू. रात्री झोपायला आडवा झालो की मला हीच दृश्यं दिसतात. आणि आगगाडी सुटताना माझ्या या दोन गोड बहिणींच्या डोळ्यांत आलेले अश्रू आणि त्यांचं ते मला निरोप देण्यासाठी हात उंचावणं मला आठवू नये, अशी माझी इच्छा असते. जुझू दिल्याबद्दल आभार. खूप आधार वाटतो त्यानं. मी माझ्या गणवेषाखाली आणि अगदी माझ्या हृदयाजवळ ते बाळगणार आहे.

इथं आल्यावर तू मला प्रथमतः पाहिलं तेव्हाचं तुझं स्तिमित होणं मी कधीही विसरणार नाही. तुझा मुलगा खरंच इतका बदलला आहे का गं? माझ्या गालावरच्या जखमा आणि जबड्यावर झालेल्या दुखापतींवरून फिरणाऱ्या तुझ्या बोटांचा स्पर्श अजूनही मी अनुभवू शकतो. त्या जखमा तर फार मामुली आहेत, असं मी तुला सांगितल्यावर तुझा माझ्यावर विश्वासच बसत नव्हता आणि तेव्हा मला माझीच लाज वाटली; कारण हे सारं काही सैन्यातल्या आयुष्यात घडणाऱ्या सर्वसाधारण गोष्टी आहेत, हे तुला समजावून सांगण्यात मला अपयश आलं होतं. माझ्यामुळे तुला किती त्रास सहन करावा लागणार, याचा मी विचारच केला नव्हता. किती स्वार्थी आणि आत्ममग्न होतो मी! माझ्याकडे या वेळी फक्त एकच स्पष्टीकरण आहे आणि ते म्हणजे, तू माझं मन वाचू शकतेस, याचा मला अनेकदा विसर पडतो. आपण किती एकजीव आहोत- एक रक्त, एक शरीर आणि तू माझं मन जाणतेस.

टोकियोसंदर्भात तू जी काही माहिती पुरवलीस, ती ऐकून मी हादरलोच. तुला विनंती करतो की तू स्वतःची काळजी घे. तुझ्या आणि माझ्या बहिणींच्या सुरक्षिततेची मला काळजी वाटते. तू आता शहर सोडून गावाकडे निघून जाण्यासंदर्भात विचार करणार, अशी आशा करतो. दरम्यान, इकडे सुरू असलेल्या प्रशिक्षणाचा काळ आता संपत आला आहे आणि म्हणून तूही आता चिंता करणं सोडून दे. मारक्विसला एका नवीन तुकडीची जबाबदारी सोपवण्यात आली आहे आणि आमची बढती होऊन आम्हाला आता विमान चालवण्याचं प्रशिक्षण देण्यात येत आहे.

डिसेंबर १९४४

प्रिय आई,

काल आम्हाला एकत्र बोलावून आमच्यातील जाज्वल्य देशप्रेमाला आवाहन करणारं एक जोशपूर्ण भाषण ऐकवण्यात आलं, ज्याची सांगता करताना एका विशेष हल्ला करणाऱ्या पायलट तुकडीत स्वतःला समाविष्ट करण्यासाठी आम्ही पुढाकार घ्यावा, या आवाहनानं झाली. आई, मला खरंच क्षमा कर. मी कुठलाही पर्याय निवडला तरीही मृत्यू आता अटळ आहे. डोळे पूस आणि मला सैन्यातील हे सारं काही तुला समजावून सांगू दे.

मृत्यूची निवड करताना त्याचे काही फायदेही आहेत. सगळ्यात महत्त्वाचा फायदा म्हणजे मरणोपरांत दोन पदांची बढती निश्चितपणे मिळणार आहे. तसा त्याला काही अर्थ उरत नाही; पण त्याचा फायदा एवढाच की, माझ्या मृत्यूनंतर तुला मिळणाऱ्या पेन्शनची रक्कम वाढीव राहील. आपले दोन्ही हात जोडून, हा पैसा तुला नको, अशी विनवणी करणारी तू माझ्या डोळ्यांसमोर आहेस आणि मला त्याचं हसू येत आहे. माझ्या मृत्यूमुळे होणाऱ्या फायद्यापेक्षा उपाशी मरणं तू पसंत करशील. मला ते कळतं; पण माझ्यासाठी आणि माझ्या बहिणींसाठी म्हणून तू या माझ्या निर्णयाचा स्वीकार कर, एवढीच माझी तुला विनंती आहे. हा मृत्यू स्वीकारणं माझ्यासाठीचं सगळ्यात मोठं सांत्वन ठरणार आहे. माझ्या आयुष्याला त्यामुळे एक अर्थ लाभणार आहे आणि मला पुत्रकर्तव्य पार पाडल्याचं समाधानही लाभेल. जर या जादा रकमेतून तुमच्या पोटाची खळगी भरली, माझ्या बहिणींची योग्य ठिकाणी लग्नं झाली आणि त्यांना चांगला सहचर मिळाला, तर तेही माझ्यासाठी खूप आहे.

हा एक फायदा आहे आणि तो अत्यंत व्यावहारिक आहे. दुसरा फायदा जरा तात्त्विक आहे. या हल्ल्यासाठी पुढाकार घेतल्यामुळे माझ्या उरलेल्या आयुष्यात आणखी थोड्या वेळाची भर पडणार आहे. जमिनीवरच्या हल्ल्यातला किंवा बॉम्ब आक्रमणातला मृत्यू हा अचानक असणार आहे. तो कधी येईल हे सांगता येणार नाही- पण हा मृत्यू मात्र तसा नसणार. मी निवड करत असलेलं मरण हे शुद्ध, स्वच्छ आणि एक उद्दिष्ट असणार आहे. त्यामुळे माझ्या मृत्यूकडे झेपावणाऱ्या क्षणांवर माझं नियंत्रण राहणार आहे आणि म्हणून त्या क्षणांना अगदी निश्चित व खूप जवळून अनुभवण्याची संधी मला मिळणार आहे. माझं मरण कुठे आणि

कसं असावं याची निवड मला करता येणार आहे आणि त्याच्या परिणामांचीही निवड माझी असणार आहे. तू जरा आपले डोळे पुसलेस आणि मी जे काही म्हणतो आहे त्याचा जरा विचार केलास तर, आई, मी जे इथे मांडण्याचा प्रयत्न करत आहे त्याचा अर्थ तुला कळेल.

स्पिनोझानं[३] म्हटलंच आहे, "मृत्यूचं भय नसलेली, तर्कसंगत आयुष्य जगणारी, काही चांगलं व्हावं म्हणून कृतिशील असणारी आणि स्वतःचं भलं व्हावं या तत्त्वाला अनुसरून आपलं अस्तित्व जपणारी व्यक्ती म्हणजे मुक्त व्यक्ती. अशी व्यक्ती मृत्यूसंदर्भात गाफील नसते आणि त्यानं आयुष्यावर धरलेलं ध्यान हाच त्याचा शहाणपणा असतो."

माझा मुद्दा फक्त एवढाच आहे की या युद्धात माझा मृत्यू होणं अटळ आहे आणि म्हणून माझ्या मृत्यू कसा असणार ही बाब अभ्यास करण्याचा विषय ठरू शकते. यात मी माझं अस्तित्व जपण्याचा किंवा माझ्या भल्याचा विचार करण्याची सुतराम शक्यता नसल्यामुळे मी निवडत असलेल्या मृत्यूनं माझ्या परमप्रिय आप्तांचं भलं होईल आणि पुढील जन्मात माझ्या वाट्याला कमी दुःख येईल, असं मला वाटतं. मी एक मुक्त व्यक्ती म्हणून मृत्यूला सामोरा जाणार. हे असंच काहीतरी भयंकर विचार करून तू स्वतःचं सांत्वन कर.

मार्च २७, १९४५

प्रिय आई,

मृत्यूच्या दिवसाची वाट पाहत असताना मी पुन्हा कविता आणि कादंबऱ्या वाचायला सुरुवात केली आहे हे ऐकून तुला नक्की आनंद होणार. माझ्या आवडीची जुनी सोसेकी आणि कावाबाता यांची पुस्तकं आणि तू मला तुझ्या आवडत्या लेखिका मैत्रिणींची पाठवलेली पुस्तकं, एन्ची फुमिको-सॅन यांचं Words Like the Wind आणि योसानो-सॅन यांच्या Tangled Hair मधल्या कविता मी वाचतो आहे.

या लेखिकांचं साहित्य मला तुझ्या सान्निध्यात घेऊन जातं. आई, त्यांच्या गत आयुष्यातल्या 'त्या' काही गोष्टींचा अनुभव तूही घेतला आहेस का? तुझं उत्तर जर होकारार्थी असेल तर मग माझा तुला सलाम

३. भरूच किंवा बेनेडिक्ट द स्पिनोझा, ज्यू-डच तत्त्ववेत्ता

आणि मग आणखी खोलात मी शिरणार नाही; कारण एका मुलानं आपल्या आईची थट्टा केल्यासारखं ते होईल.

पूर्वीपेक्षा मला आता साहित्यात जास्त रुची वाटते. त्यातही वैयक्तिक लिखाणापेक्षा एकंदरीत साहित्य एक कल्पना म्हणून मला ती भावते आहे. त्यातही, मनाचं सौंदर्य उलगडून दाखवणारी विस्मयकारक कामगिरी आणि मानवी आकांक्षांची उदात्तता मला हळवं करते आणि मग माझ्या डोळ्यांत पाणी तरळतं. इतर कुणी पाहण्यापूर्वी मला ते पुसून टाकावं लागतं. Yamato danshi[४]च्या डोळ्यांत अश्रू शोभत नाहीत.

तू अजूनही लिखाण करतेस का? तू लिहिते आहेस किंवा कविता करते आहेस किंवा एखाद्या कादंबरीवर काम करते आहेस, अशी कल्पनाही मला सुखावून जाते; पण तुला या साऱ्यासाठी खूप कमी वेळ मिळतो याची जाणीव आहे मला.

आज विमान उडवण्याचा सराव करत करत असताना मला मियाझावा केन्जी यांची 'कावळ्यांचे युद्ध' ही कथा आठवली. ती लहान मुलांसाठीची गोष्ट असल्याचं लोकांचा समज आहे; पण त्यात बरंच काही दडलेलं आहे. आणि मी जेव्हा दोन हजार मीटर उंचीवर झेप घेऊ लागलो तेव्हा मला या कथेतल्या कावळ्यांच्या कर्णधाराची आठवण झाली. आपल्या घरट्यातून आकाशात चाललेल्या युद्धात सहभागी होण्यासाठी तो जसा झेपावतो ना, तसं मला वाटलं. मी पण एक पक्षी आहे! मनात विचार आला. आकाश स्वच्छ होतं आणि आमच्या वैमानिक प्रशिक्षणातील तो शेवटचा दिवस आणि शेवटचं उड्डाण असल्यामुळे मी चहुबाजूंनी विहरत होतो; अगदी मन भरून उडत राहिलो.

मला उडायला आवडतं. मी यापूर्वी कधी सांगितलं आहे का? उडताना जे वाटतं ते अवर्णनीय आहे. ध्यानाशी त्याची तुलना करता येईल. मी सध्या रोज ध्यान करायला बसतो. मला हे सुचवल्याबद्दल आभार. आणि तूही ध्यान करतेस या विचारानं मला समाधान मिळतं.

दुर्दैवानं आता माझा अंत नजीक आला आहे आणि माझं पुढील 'अधिकृत' पत्र हे तुला माझ्याकडून येणारं शेवटचं पत्र असेल; पण त्यात मी मूर्खासारखं जे काही लिहिणार त्याकडे दुर्लक्ष कर; कारण ते माझे अंतिम शब्द नाहीत, हे लक्षात घे. आई, त्यापलीकडेही शब्द आहेत आणि दुनिया आहे. हे तूच मला शिकवलं आहेस.

---

४. अस्सल जपानी मर्दाचं प्रतीक असलेला यामातो

भाग तीन

काळ असाच उडून जातो असं समजू नका. 'उडून जाणं' एवढंच काळाचं काम आहे, असंही समजू नका. जर काळ असा सहज उडून जात असेल तर काळ आणि तुम्ही यात एक दरी निर्माण होते. म्हणून जर काळ हा फक्त निघून जातो, असा तुमचा समज असेल तर तुम्हाला क्षणभर असणं कळलेलं नाही.

या संपूर्ण जगात अस्तित्वात असलेला प्रत्येक जीव हा काळातील क्षणांच्या रूपात परस्परांत गुंफला गेला आहे, हे खरं; पण त्याच वेळी त्याचं एक क्षणभर म्हणून स्वतंत्र अस्तित्वही आहे; कारण काळातील प्रत्येक क्षण हा क्षणभर असतो; ते तुमचं क्षणभर असणं असतं.

— डोजेन झेन्जी, युजि

नाओ

१

त्यांची सगळी पत्रं वाचून काढायला मला जवळपास एक आठवडा लागला. हस्ताक्षर वाचायला जरा कठीण होतं; कारण काही अक्षरं परस्परांत गुंफलेली होती आणि माझ्या आकलनापलीकडची होती. त्यांनी वापरलेल्या अनेक गोष्टी तर मला कळल्याच नाहीत; पण मी आपल्या निश्चयावर ठाम होते. रोज संध्याकाळी माझ्या काका आजोबांच्या हारुकींच्या घड्याळाला चावी दिली की मला त्यांनी सांगितलेल्या सगळ्या गोष्टी आठवत असत. जणू काही त्या माझा पाठलाग करत होत्या आणि मग मला स्वतःची प्रचंड लाज वाटायची. रोज पहाटे उठून मी झाझेन करायला उशीवर बसले की अनेक गोष्टी माझ्या मनात रुंजी घालायच्या. त्यातील काही या अशा आहेत :

"किती मूर्ख आहेस तू यासूतानी नाओको! अगदी शेळपट. इतकी की वर्गातील तुझ्याइतक्याच मूर्ख मुलांनी केलेल्या इजिमेचा त्रास सहन करण्याची तुझ्यात ताकद नाही! पणजोबा काकांनी जे काही सहन केलं त्यापुढे तुझा झालेला छळ तर कणभरही नाही. हारुकी नंबर एक फक्त काही वर्षांनी तुझ्यापेक्षा मोठे होते; पण ते खरंच सुपर हिरो, खूप शूर, शहाणे आणि बुद्धिमान होते. आपल्या अभ्यासाबद्दल त्यांना आस्था होती आणि अगदी प्रामाणिकपणे त्यांनी अभ्यास केला. तत्त्वज्ञान, राजकारण आणि साहित्याची त्यांना जाण होती आणि ते इंग्रजी, जर्मन, फ्रेंच भाषांतील पुस्तकंही वाचू शकत असत. जपानी तर त्यांना येतच होती. जरी त्यांची इच्छा नव्हती तरीही स्वतःला रायफलनं मारण्याची पद्धतही त्यांना ठाऊक होती. आणि तू, तू यासूतानी नाओको, त्यांच्या तुलनेत तू अगदीच दयनीय आहेस. काय माहिती आहे तुला? मंगा[१] ॲनिम. सनीवेल, कॅलिफोर्निया. जुबेई-चॅन आणि लव्हली आयपॅच. तू इतकी मूर्ख आणि फालतू कशी काय असू शकतेस! तुझे

---

१. जपानी कार्टून, कॉमिक्स पुस्तके आणि ॲनिमेशन चित्रपट.

काका आजोबा हारुकी नंबर एक हे योद्धा होते आणि जगणं आणि शांतता त्यांना प्रिय होती, तरीही त्यांनी शत्रूच्या छावणीवर विमान कोसळवण्याची आणि देशासाठी स्वतःचे प्राण अर्पण करण्याची तयारी दर्शविली होती. तू मात्र एक दुःखी, दयनीय कीटकासारखी आहेस, यासूतानी नाओको आणि तुझं हे जे काही फडतूस आयुष्य आणि त्यातील फालतू गोष्टी आहेत, त्या जर का लगेच नीट सावरू शकली नाहीस तर तुला यापुढे एक क्षणही जगण्याचा अधिकार नाही.''

या सगळ्यांचा जेव्हा मी आता विचार करते तेव्हा माझ्या लक्षात येतं की देवळातून परतल्यानंतर मी प्रत्येक बाबतीत जरा कठोर झाले होते. स्वतःचा राग तर मला येतच होता; पण मी स्वतःपेक्षाही बाबांवर जास्त रागावले होते. म्हणजे माझं म्हणाल तर मी अजूनही जरा एक लहान, सुंदर मुलगी होते आणि म्हणून थोडं बावळट असणं माझ्यासाठी क्षम्य होतं; पण माझे बाबा मोठे होते आणि त्यांच्याकडे कुठलंही कारण नव्हतं. उन्हाळ्यात त्यांनी डॉक्टरकडे जाऊन स्वतःची तब्येत ठीक करणं अपेक्षित होतं; पण मला जे दिसत होतं त्याप्रमाणे ते ठीक तर झालेच नव्हते, पण परिस्थिती आणखी चिघळल्याचं माझ्या लक्षात आलं होतं आणि आईलाही ते जाणवलं होतं, याची मला खात्री आहे.

एक दिवस मी पत्र वाचायला सुरुवात करताच त्यात एक अशी कांजी होती की मला ती काही केल्या डिक्शनरीत सापडेना. मी ती आईला जाऊन दाखवली आणि त्याचा अर्थ विचारला. तो एक खूप जुन्या पद्धतीनं लिहिलेला शब्द असल्याचं ती बोलली आणि लगेच तिनं तो नव्या पद्धतीनं लिहिला आणि मग आम्ही तो डिक्शनरीत शोधला. त्यानंतर मला जेव्हाही काही अडचण आली की मी तिला विचारत असे. मग मी अशा कठीण शब्दांची एक यादीच तयार करायची आणि रात्री तिला त्याचे अर्थ विचारायची. त्यामुळे माझं पत्रवाचन भराभर होऊ लागलं होतं. एक दिवस रात्री आम्ही स्वयंपाकघरात टेबलवर बसून हे काम करत असताना, मी हे जे काही करते आहे ते शाळेच्या अभ्यासक्रमाचा भाग आहे का, असं तिनं विचारलं. बाबा बाहेर बाल्कनीत सिगारेट ओढत उभे होते आणि आमचं बोलणं त्यांना ऐकू जाणार नाही याची खात्री असल्यामुळे तिला मी हारुकी नंबर एकच्या पत्रांबद्दल सांगायचं ठरवलं.

तिला आश्चर्याचा धक्काच बसला. ''तुझ्या पणजीनं तुला हे दिलं?''

म्हणजे मी ती पत्रं चोरली असावीत, असा तिच्या प्रश्नाचा सूर होता. ''हो, तिनं ती मला दिलीत. आणि ही सगळी पत्रं खूप भन्नाट आहेत. इतिहास आणि असंच सगळं मला यातून भराभर कळलं आहे.'' मी खूप सावध बोलत होते, याचा मलाच संताप आला.

''तू ही तुझ्या बाबांना दाखवलीस का?''

"नाही." मी हिलाच का सांगितलं, याचाच मला पश्चात्ताप होऊ लागला होता.

"का नाही? त्यांच्या काकांनी लिहिलेली पत्र आहेत ती आणि मला वाटतं की त्यांनीही ती वाचावीत. त्यांच्या कुटुंबाची त्यांना भरपूर माहिती आहे आणि मला वाटतं तुम्ही दोघंही ती सोबत बसून वाचू शकता."

अरे देवा! आता मात्र हे अतिच झालं होतं. मला ती पत्र बाबांना अजिबात दाखवायची नव्हती. ती पाहण्याची त्यांची लायकीच नाही आणि त्याहीपेक्षा, आई त्यांच्या किंवा माझ्यात बदल किंवा समेट घडवून आणण्यासाठी हे सारं काही करण्याचा प्रयत्न करत होती.

"तुला जर मला मदत करायची नसेल तर तसं सांग. मी माझ्या पद्धतीनं काढेन काहीतरी मार्ग."

माझं हे बोलणं जरा आगाऊपणाचं होतं; पण तरीही माझ्यावर चिडण्याऐवजी तिनं आपला हात टेबलवर सरकवला आणि माझ्या हातावर ठेवत, म्हणजे जणू काही मला एका ठिकाणी थांबवून ठेवत ती बोलली. "नाओको-चॅन," ती म्हणाली. "मला तुला मदत करायला खरंच आवडतं. तसं काही नाही. तुझ्यासाठी, हे जे काही घडतंय ते सांभाळायला किती कठीण आहे, याचीही मला कल्पना आहे; पण तुझ्या बाबांच्या संदर्भात तू एवढं कठोर व्हायला नको. ते खरंच चांगले आहेत आणि तू त्यांच्यावर मनापासून प्रेम करतेस, हेही मला ठाऊक आहे. ते खरंच खूप प्रयत्न करत आहेत आणि तूही करायला हवास."

त्या वेळी तिनं जर माझा हात धरलेला नसता तर मी हे वाक्य ऐकताच ताडकन् उठले असते आणि तिला काहीतरी फेकून मारलं असतं, एवढं मात्र नक्की. जे काही होतं ते माझ्यासाठी किती कठीण होतं आणि मी किती प्रयत्नांची पराकाष्ठा करते आहे, याची तिला अजिबात जाणीव नव्हती. आणि बाबांच्या संदर्भात ती जे काही म्हणत होती त्यावर माझा अजिबात विश्वास नव्हता. ती खोटं बोलत होती. ते तिकडे बाल्कनीत त्या बकेटवर सिगारेट पित आणि मंगा वाचत बसले आहेत, आणि त्यांच्याकडे पाहताना, ते खरंच खूप प्रयत्न करत आहेत, असं तिच्या थकलेल्या आणि उदास चेहऱ्यावर अजिबातच जाणवत नव्हतं.

पण एक गोष्ट ती अगदी बरोबर बोलली होती. मी तरीही त्यांच्यावर प्रेम करायचे. रात्री झोपायला गेल्यावर मी तिच्या सूचनेचा जरा विचार केला आणि मग मला लक्षात आलं की हारुकी नंबर एक आणि युद्धासंदर्भात सारं काही त्यांनाही सांगायची माझी इच्छा आहे. बाबांना त्यांचंच नाव देण्यात आलं होतं आणि अशात ज्यांच्या नावानं ते जगात आहेत ते स्वतः किती शूर होते हे जर त्यांना कळलं तर जी परिस्थिती आहे त्यात काहीतरी बदल करण्याचा ते प्रयत्न करतील, असं मला

वाटलं.

म्हणून मग दुसऱ्या दिवशी शाळेतून परत आल्यानंतर ती पत्रं मी त्यांना दाखवायचं ठरवलं. कोतात्सूसमोर बसून ते 'द ग्रेट माइंड्स ऑफ वेस्टर्न फिलॉसॉफी'च्या पुस्तकातील पानांपासून जपानी ऱ्हायनोसॉरस बिटल बनवत होते. आता हारुकी नंबर एकचा परिचय झाल्यामुळे मला तत्त्वज्ञानात जरा रुची निर्माण झाली होती.

"काय तयार करता आहात?" मी विचारलं.

"A Trypoxylus dichotomus tsunobosonis," त्यांनी घड्या घातलेल्या त्या कीटकाची विभाजित शिंगं मला दाखवत ते उत्तरले.

"ते नाही. मी विचारत होते कुठला तत्त्वज्ञ वाचत होतात?"

त्यांनी कीटकाचा कागद उलटवला, डोळे बारीक केले आणि वाचायला सुरुवात केली. कीटकाच्या अंगांना उलगडून त्यात लपलेल्या ओळी ते वाचू लागले. "....existent Dasein... comes to pass in time... historizing which is 'past' in our Being-with-one-another... handed down... regarded as 'history' in the sense that it gets emphasized," त्यांनी वाचून दाखवलं आणि मग ते हसले. "श्री. मार्टीन हेजर-सान."

का कुणास ठाऊक, पण माझं डोकं सटकलं. मला श्री. मार्टीन हेजर-सान यांच्या संदर्भात कवडीचंही काही माहिती नाही आणि त्यांनी काय म्हटलं यातलं काहीही मला कळलेलं नव्हतं; पण हे नाव हारुकी नंबर एक यांच्या तत्त्वज्ञानाच्या पुस्तकांत समाविष्ट असल्याचं मला आठवत होतं आणि म्हणून ते महत्त्वाचं असावं, असा माझा अंदाज होता आणि इथं पाहिलं तर माझे बाबा त्या महान हेजरांच्या विचारांना कीटकांमध्ये परिवर्तित करत होते.

"तुमच्या हारुकी काकांनी तत्त्वज्ञानाचा खराखुरा अभ्यास केला होता, याची तुम्हाला कल्पना आहे का?" मी एकदम बोलून गेले. "टोकियो विद्यापीठातल्या तत्त्वज्ञान विभागात ते होते. दिवसभर घरात बसून लहान मुलांसारखं ओरिगामी करण्यात त्यांनी वेळ घालवला नाही."

बाबांचा चेहरा एकदम खाडकन उतरला. त्यांनी हातातला तो कीटक टेबलवर ठेवला आणि त्याकडे पाहू लागले.

मी फारच बोचरं बोलले होते. खरं तर मी बोलणं तिथंच थांबवायला हवं होतं; पण नाही. मला त्यांना प्रोत्साहित करायचं होतं. मला त्यांना त्या अवस्थेतून बाहेर काढायचं होतं. मी तो पत्रांचा गठ्ठा त्यांच्या समोरच्या टेबलवर आपटला.

"जिको ओबाचामानं मला त्यांची ही पत्रं दिली आहेत. तुम्हीही ती वाचायला हवीत आणि कदाचित मग स्वतःच्या या अवस्थेचं तुम्हाला वाईट वाटणार नाही. तुमचे काका हारुकी नंबर एक खूप शूर होते. त्यांना लढाई आवडत नव्हती; पण

तशी वेळ आल्यावर ते त्याला सामोरे गेले. नौदलात ते सेकंड सबलेफ्टनंट होते आणि एक सच्चे जपानी योद्धा होते. ते कामिकाझे पायलट होते; पण त्यांची आत्महत्या वेगळ्या प्रकारची होती. त्यांचा स्वभाव भित्रा नव्हता. देशाचं रक्षण करण्यासाठी त्यांनी एक विमान शत्रूच्या युद्धनौकेवर पाडलं. तुम्ही त्यांच्यासारखं होण्याचा प्रयत्न करायला हवा.''

बाबा त्या पत्रांकडे किंवा माझ्याकडेही पाहत नव्हते. ते फक्त त्या घडी घातलेल्या कीटकाकडे पाहत होते. शेवटी त्यांनी मान डोलावली. ''Soo daro na...'' (हं... कदाचित तुझं बरोबर आहे.)

त्यांच्या आवाजात दुःख होतं.

कदाचित मी असं काहीही बोलायला नको होतं.

२

शाळा पुन्हा सुरू झाली. जपानमध्ये सप्टेंबर महिना म्हणजे शाळेचं फक्त पहिलं सत्र संपलेलं असतं. त्यामुळे मी होते त्याच वर्गात राहिले आणि त्याच मूर्ख, दुटप्पी, दुष्ट मुलांसोबत मला पुढे राहायचं होतं ज्यांनी मला पहिल्या सत्रात मेल्यासारखं दुर्लक्षित केलं आणि माझ्या अंत्यसंस्काराला दुःखी होण्याचं ढोंगही केलं होतं; पण या सत्रात परिस्थिती वेगळी राहणार, हे मीच ठरवून टाकलं होतं. स्वतःचा छळ मी त्यांना करू देणार नाही आणि माझं मनोबलही मी अबाधित राखणार. त्या रायकोचा डोळा मी केव्हाही फोडू शकते, याची मला पुरेपूर कल्पना होती; पण जर खरंच गरज नसेल तर शक्यतो शारीरिक हिंसेचा अंगीकार करायचा नाही, असंही मी ठरवलं होतं. त्याऐवजी जिकोनं मला शिकवलं तसं आपलं सुप्पापावा मी वापरायचं ठरवलं होतं. तिच्यासारखं आणि नंबर एकसारखं शूर, शांत आणि स्थिर राहण्याचं मी ठरवलं होतं.

शाळा सुरू झाल्यानंतर जेव्हा मी पहिल्यांदा शाळेत गेले, तेव्हा माझं हृदय प्रचंड धडधडत होतं; पण पोटात गोळा आल्याची किंवा एक मासा पोटात असल्याची जी जाणीव होती ना, त्यातील तो पोटातला मासा आता मला जबरदस्त ताकदवान झाल्याचं जाणवत होतं; म्हणजे अगदी एखाद्या घातक व्हेलसारखा जीव घेणारा किंवा डॉल्फिनइतका प्रचंड. माझ्या ताकदीची मुलांना बहुधा कुणकुण लागली असावी किंवा मग नंबर एकचं भूत माझ्या सभोवती भिरभिरत असल्याचं जाणवलं असावं; कारण जरी मी आल्याचा आनंद वगैरे त्यांना झालेला नसला, तरीही कुणी माझ्या थोबाडात अजून तरी लगावली नव्हती.

आता कुणीच मला त्रास देत नाही म्हटल्यावर साहजिकच माझं अभ्यासावर

लक्ष जास्त केंद्रित झालं. सगळ्या विषयांचे वर्ग अजूनही तसेच कंटाळवाणे चालले होते; पण निदान नंबर एक यांची पत्र वाचल्यानंतर आणि ते किती स्मार्ट होते, शिवाय त्यांना अभ्यासाची आवड होती, हे कळल्यानंतर तर मला माझ्या अज्ञानाची खूप लाज वाटायची. आता तुम्ही म्हणाल की जर एखादं विमान उडवत ते शत्रूच्या युद्धनौकेवरच पाडायचं आहे, तर मग या अभ्यासाची गरज काय? ते जरी खरं असलं तरीही मरण्यापूर्वी अभ्यासानं माझा काही जीव जाणार नव्हता आणि मी हे सारं काही स्वतःसंदर्भातच विचार करू लागले आणि मग काय झालं ठाऊक आहे का? शाळेत मला रस येऊ लागला आणि विशेषतः विज्ञानाच्या वर्गात. आम्ही जैवशास्त्रातील उत्क्रांती शिकत होतो आणि इथेच मग मृतप्राय होत चाललेल्या जीवांमध्ये गुंतले.

नेमका हाच विषय मला इतका का आवडला कुणास ठाऊक; पण मला यातील जी लॅटिन भाषेतील मृत झालेल्या जीवांची नावं होती त्यांनी भुरळ घातली असावी. मला ती नावं खूप सुंदर आणि एकदम वैशिष्ट्यपूर्ण वाटायची आणि ती नावं पाठ करण्यानं मला ताण खूप कमी जाणवू लागला होता. मी सुरुवात आदिम सागरी जीवांपासून केली आणि मग ब्रिटल स्टार्सपर्यंत येऊन पोचले. त्यानंतर मग जबडा नसलेले मासे, नंतर कूर्चा आणि हाडांचे मासे आणि सरतेशेवटी सस्तन प्राण्यापर्यंत आले. अकॅनथोथिलिया, बायनोक्युलाईट्स, कॅलकॅनकोरेला, डिक्टायोथुरायट्स, एक्सलिनेला, फ्रिझ्झेलस...

मस्त गुलाबी मणी असलेलं जुझूचं एक मनगटी कंकण जिकोनं मला दिलं होतं. म्हणजे एक सुरुवात म्हणून आणि मग प्रत्येक मृत जीव, त्याचं नाव आणि एक मणी सरकवणं असं सगळं ते सुरू झालं. मधल्या सुटीत किंवा शाळेतून घरी येताना आणि मी निजायला गेले असताना बिछान्यातही मी ती सुंदर नावं मनात उच्चारत एक एक मणी मोजत असे. हे सर्व जीव माझ्याआधी अस्तित्वात होते आणि माझ्याआधीच मेलेही, तेही कुठलीही निशाणी मागे न ठेवता, या एका विचारानंच मला खूप मनःशांती मिळत असे.

मला त्या डायनोसॉर्स किंवा इकथायोसॉर्स किंवा असंच काहीतरी, त्यांच्यात अजिबात रस नव्हता; कारण ते मला कंटाळवाणं वाटायचं. प्राथमिक शाळेत असणारी सगळी मुलं कधी ना कधी तरी डायनोसॉर्सच्या प्रेमात पडतात आणि त्या टप्प्यातून जातात; पण मला माझ्या ज्ञानाची पातळी जरा आणखी खोलवर असावी, अशी इच्छा होती. त्यामुळे या प्रचंड आकाराच्या सरपटणाऱ्या जीवांना जरा बाजूला सारून मी अस्तित्वात नसलेल्या होमिनिडपर्यंत आले होते आणि बरोबर याच काळात, म्हणजे नोव्हेंबरमध्ये माझ्या बाबांनी पुन्हा एकदा आत्महत्या करण्याचा प्रयत्न केला.

३

हे सारं काही जर सविस्तर सांगायचं असेल तर मला जरा मागे जावं लागेल आणि त्यातही बरोबर ११ सप्टेंबर या तारखेपर्यंत.

या जगात जिवंत असलेल्या प्रत्येकाच्या आठवणीत कायम कोरला गेलेला हा काळातील एक विचित्र दिवस होता. ११ सप्टेंबर. कधीच विसरू शकणार नाही, असा दिवस. काळात अगदी सरळ खुपसल्या गेलेल्या चाकूसारखा एक धारदार क्षण म्हणजेच ११ सप्टेंबर. या क्षणानं सारं काही पालटून टाकलं.

माझ्या वडिलांमध्ये काहीतरी बदल घडायला यापूर्वीच सुरुवात झाली होती. निद्रानाशाची तक्रार करायला त्यांनी सुरुवात केली होती आणि त्यासाठी आणलेल्या झोपेच्या गोळ्यांचाही काहीही परिणाम होत नसल्याचं ते सांगत होते किंवा कदाचित ते त्या गोळ्याच घेत नव्हते. मला ठाऊक नाही. रात्री फिरायला जाणं सुरूच होतं आणि अंधारात त्यांनी परत येऊन दाराचा लोखंडी बोल्ट लावल्यानंतर होणारा आवाज ऐकेपर्यंत मी सताड डोळे उघडे ठेवून पडून असायची. त्यांच्या पावलांचा आवाज कॉरिडॉरमध्ये झाल्याचा मी ऐकत असे. सिमेंटवर प्लॅस्टिकचा आवाज. आता त्यांच्या पाठी जाण्याची मला गरज नव्हती. मी मनानंच त्यांचा मागोवा घेऊ शकत होते.

पण ११ सप्टेंबरला एक मोठं परिवर्तन घडलं. साधारणतः हारुकी नंबर एकची पत्रं त्यांना दिल्यानंतर एक आठवड्यानंतरची ही घटना असावी. बैठकीच्या खोलीतल्या टीव्हीच्या आवाजानं मला जाग आली. आवाज तसा कमी होता; पण त्यातील वाजणारे सायरन आणि अग्निशामक दलाच्या गाड्यांचे आवाज मात्र कर्कश होते आणि मला जागं करण्यासाठी ते पुरेसे होते. आई-बाबा जिकडे झोपतात त्या दिशेनं मी पाहिलं. आई झोपलेली दिसली मला, पण बाबांचा बिछाना रिकामा होता. घड्याळात १० वाजून ४८ मिनिटं झाली होती. मी उठले आणि बाहेरच्या खोलीत गेले.

हाफ पॅन्ट आणि बनियान घालून तोंडात न पेटवलेली सिगारेट धरून ते टीव्हीसमोर जमिनीवरच बसले होते. टीव्हीवर एका शहरातल्या निळ्या आकाशाच्या पार्श्वभूमीवर दोन गगनचुंबी इमारतींचं चित्र दिसत होतं.

बिल्डिंग ओळखीच्या वाटल्या आणि ते क्षितिजही मी चटकन ओळखलं. हे टोकियो नाही, हे मला क्षणात कळलं होतं. बिल्डिंगच्या काही भागांतून धूर निघताना दिसत होता. मी दारातच उभं राहून जरा वेळ ते दृश्य पाहत होते. आधी वाटलं की ते कुठल्यातरी सिनेमातलं दृश्य असावं; पण ते चित्र तसंच बराच वेळ टीव्हीवर दिसत राहिलं आणि बाकी काहीही घडत नव्हतं. त्या दोन इमारती आकाशात धूर

ओकत उभ्या होत्या आणि कुठलंही संगीत किंवा गाणं वाजताना ऐकू येत नव्हतं. फक्त एका बातमीदाराचा हलकासा आवाज तेवढा ऐकू येत होता.

"काय आहे हे?" मी विचारलं.

बाबांनी वळून पाहिलं. टीव्हीच्या प्रकाशात ते खूप आजारी दिसत होते. चेहरा अगदीच मलूल झाला होता आणि डोळे भकास दिसत होते. "बोयेकी सेंटर आहे ते," ते उत्तरले.

मी अमेरिकेत वाढलेली आहे त्यामुळे त्यांनी सांगितलेलं नाव मी लगेच ओळखलं; पण ते नेमकं कुठे आहे, हे मला काही आठवेना. "हे न्यू यॉर्क आहे?" मी पुन्हा प्रश्न केला.

त्यांनी होकार दिला.

"काय झालं?"

आता त्यांच्या मान डोलावण्यात नकार होता. "त्यांना माहिती नाही. काही वेळापूर्वी एक विमान या बिल्डिंगमध्ये घुसलं. अपघात असावा असं त्यांना वाटलं, पण मग पुन्हा ते घडलं. ते बघ, त्या तिकडे!"

एका चंदेरी इमारतीच्या आत एक विमान जात असतानाचं एक हलणारं चित्र टीव्ही स्क्रीनवर दिसत होतं. एखाद्या लोण्याच्या लादीत धारदार चाकू घुसवावा तसं ते विमान सहज त्या इमारतीच्या आत जाताना दिसलं. धूर आणि आगीचा डोंब त्यानंतर इमारतीतून बाहेर येऊ लागला. ती विमानं गेली कुठं?

"हे दुसरं विमान होतं," बाबांनी माहिती पुरवली. "हा एक दहशतवादी हल्ला असल्याचं ते आता म्हणताहेत. ते आत्मघातकी बॉम्बहल्ला करणारे होते, अशी माहिती मिळते आहे."

टीव्हीत दिसणाऱ्या आगीची रेष त्यांच्या त्वचेवरही दिसली.

"त्या बिल्डिंगमध्ये लोक अडकले असतील," ते बोलले.

मी त्यांच्या शेजारी जाऊन बसले. इमारतीला विमानानं जणू जखमा केल्या होत्या आणि आता त्यातून आग आणि धूर स्रवू लागले होते. काही ठिकाणाहून चकचकीत कागदांचे कपटे हवेत विखुरले आणि ते वाढदिवसाला उधळायच्या चमकीसारखे चकाकत होते. खिडक्यातून आकारानं छोटे छोटे दिसणारे लोक काहीबाही दाखवत होते. मी बाबांचा हात पकडला. काही काळ्या आकारांना इमारतीवरून खाली पडतानाही आम्ही पाहिलं. ते सारे आकार जिवंत होते; जिवंत लोक. त्यांतील काही जणांनी अंगावर सूट घातले होते- माझे बाबा घालायचे तसे. एका माणसाचा नेकटाय पण मला दिसला.

सायरन आणि कारच्या हॉर्नच्या गोंधळात, रस्त्यावर कॅमेऱ्याजवळ उभ्या असलेल्या लोकांचे आवाज आता ऐकू येत होते. ते इंग्रजीत बोलत होते. 'रस्ता

मोकळा करा, रस्ता मोकळा करा,' असं एक माणूस म्हणत होता. काही जण त्या दोन बिल्डिंगच्या वर घिरट्या घालणाऱ्या हेलिकॉप्टरसंदर्भात बोलत होते. ते खाली तिथं रस्त्यावर उतरणार होतं की काय!

आणि मग एक बाई जोरात किंचाळली आणि नंतर सगळेच किंचाळू लागले आणि मग माणूस ओरडू लागला, 'अरे देवा! अरे देवा!' आणि तो ते सतत म्हणत होता आणि मग पहिली इमारत कोसळली. ती सरळ खाली आली; स्वतःतच गडप झाल्यासारखी ती खाली आली. सारं जग झाकोळून टाकणाऱ्या धूर आणि मातीच्या ढगात ती गडप झाली.

लोक रस्त्यांवर धावत सुटले. ते जखमी झाले होते. तिथून पळून जाण्याचा ते प्रयत्न करत होते. काही काळ गेला आणि दुसरी इमारतही खाली आली.

मी बाबांचा हात घट्ट धरला होता. आम्ही दोघंही तिथंच बसून होतो; शेजारी शेजारी, आणि पहाट होईपर्यंत पाहत होतो. एकापाठोपाठ एक त्या दोन्ही इमारती जमीनदोस्त झाल्या. आम्ही ते दृश्य पुन्हा पुन्हा पाहत होतो. मी शाळेत जायला निघाले तेव्हाही बाबा टीव्हीच पाहत होते. मी शाळेतून परत आले तेव्हाही ते टीव्हीच पाहत होते.

४

इमारतीतून उड्या मारणाऱ्या लोकांनी बाबांना झपाटून टाकलं होतं. त्या पहिल्या रात्री आम्ही त्यांना पाहिलं होतं. इमारतीतून कोसळणाऱ्या काळ्या मानवी सावल्या आणि मग त्यांना पुन्हा पाहण्याची आमची अपेक्षा होती. ते दिसावेत कुठंतरी, म्हणजे टीव्हीवर किंवा मग वर्तमानपत्रात, पण ते सारे अदृश्य झाले होते. त्यांना पाहिलं ती आमची फक्त कल्पना होती का? की ते एक स्वप्न होतं?

येणारे काही आठवडे बाबा त्या व्यक्तींना कॉम्प्यूटरवर शोधत होते. त्यांनी रात्री बाहेर चालायला जाणं बंद केलं होतं. मला कधी उशिरा रात्री जाग आली की मला ते माझ्या टेबलवर बसलेले दिसायचे. नजर कॉम्प्यूटरवर; आणि इंटरनेटवर शोध घेत बसलेलं मी त्यांना पाहायची. सरकार आणि नेटवर्कचे लोक काही दृश्यं सेन्सॉर करत असल्याचं ते म्हणाले; पण मग एक दिवस त्यांना त्या इमारतीतून खाली पडणाऱ्या माणसाचा फोटो सापडला. तुम्हीदेखील त्याला पाहिलं असावं. त्या चित्रात एक खूप छोटासा पांढरा शर्ट आणि गडद रंगाची पॅन्ट घातलेला माणूस इमारतीतून पोहायला उडी मारावी तसा उडी मारताना दिसतो. त्या प्रचंड इमारतीच्या पार्श्वभूमीवर तो माणूस कणभर दिसतो. एक छोटासा पण काळा ठिपका आणि अगदी प्रथमदर्शनी तर तुम्हाला वाटतं की फोटो काढताना चुकून कॅमेऱ्याच्या

लेन्सवर राहून गेलेला तो कचरा किंवा धुळीचा कण असावा; पण मग तुम्ही जेव्हा नीट पाहता तेव्हा तुम्हाला लक्षात येतं- तो ठिपका एक मनुष्य आहे. काळातील एक क्षण. आत्तापुरता. क्षणिक. एक जीवन. त्याचे दोन्ही हात त्याच्या शरीराच्या बाजूला पसरले आहेत, आणि एक गुडघा वाकलेला आहे. जणू तो आयरिश जिग[२] करत होता. फक्त डोकं खाली आणि पाय वर अशा अवस्थेत. अगदी चूक. नाच वगैरे करायला नको होता त्यानं. खरं तर त्याचं त्या क्षणी तिथं असणंच योग्य नव्हतं.

माझ्या बिछान्यातून मी बाबांना तो फोटो वारंवार पाहताना बघत होते. कॉम्प्यूटर स्क्रीनपासून अगदी काही इंचावर त्यांचा चेहरा असायचा आणि त्या खाली पडणाऱ्या माणसाशी ते जणू काही संवाद करत असल्याचं मला जाणवायचं. पडताना काही क्षण थांबून ती व्यक्तीही माझ्या वडिलांच्या प्रश्नांची उत्तरं देत असल्याचा भास मला व्हायचा. तू हा असा निर्णय घेण्यास का बाध्य झालास? धुरामुळे की तिथल्या गर्मीमुळे? निर्णय तूच घेतलास की तुझ्या शरीरानं तशी सूचना दिली? तू उडी मारलीस, की सूरकांडी, की फक्त एक पाऊल हवेत टाकलंस? त्या उकाड्यातून आणि धुरातून बाहेर पडल्यानंतर ही हवा तुला ताजतवानं करणारी होती का? पडतो आहे, ही जाणीव कशी होती? आता तू ठीक आहेस का? काय विचार करतोयस तू? तुला जिवंत असल्यासारखं वाटतंय की मृत्यू झाल्याची जाणीव होतेय? की तुला आता मोकळं झाल्यासारखं वाटतंय?

मला माहिती नाही की त्या पडणाऱ्या माणसानं काही उत्तर दिलं की नाही ते.

त्या इमारतीत जर का मी आणि माझे बाबा असतो ना, तर आम्ही त्या क्षणी काय केलं असतं, याची मला पूर्ण कल्पना आहे. आम्हाला काही चर्चा करण्याची गरजही पडली नसती. आम्ही तडक उघड्या खिडकीकडेच गेलो असतो. त्यांनी माझा हात हातात घेण्यापूर्वी पटकन एकदा कुशीत घेतलं असतं आणि माझ्या कपाळावर नेहमीसारखी एक पापी घेतली असती. सनीवेलला असताना माझ्या मनातील पाण्याची भीती घालवण्यासाठी ते स्विमिंग पूलच्या काठावर उभे राहायचे आणि उडी मारण्यापूर्वी आम्ही दोघंही म्हणत असू तसं एक, दोन, तीन म्हटलं असतं. 'एक, दोन, तीन' म्हटल्याबरोबर त्या क्षणी आम्ही दोघांनीही एकाच वेळी त्या खिडकीतून उडी घेतली असती. पडताना त्यांनी शक्य तितका वेळ माझा हात आपल्या हातात करकचून धरला असता.

---

२. नृत्याचा एक प्रकार

५

तुम्ही काय केलं असतं?

पडण्याची तुम्हाला भीती वाटते का? मला मात्र त्याची कधीच भीती वाटलेली नाही. मी जेव्हा एखाद्या उंच ठिकाणी अगदी काठावर उभी असते ना, तेव्हा मला वाटतं की मी काळाच्या अगदी काठावर उभी आहे आणि अनंतात माझी नजर खिळली आहे. 'का' हा प्रश्न माझ्या मनात येतो आणि त्यानं मी उत्तेजित होते; कारण मला माहिती असतं की पुढल्या क्षणी, म्हणजे अगदी मी दोन बोटं एकत्र करून चुटकी वाजवण्यापूर्वीच मी त्या अनंतात झेप घेतलेली असणार.

मी लहान असताना म्हणजे आम्ही सनीवेलला असताना मी कधीही आत्महत्येचा विचार केला नव्हता; पण आम्ही इकडे टोकियोला आलो आणि माझ्या बाबांनी जेव्हा ट्रेनपुढे उडी घेतली, तेव्हापासून मात्र मी या संदर्भात बराच विचार करायला लागले आहे. त्यात मला तथ्यही वाटतं. जर तुम्ही कधी तरी मरणारच आहात, तर मग आताच त्याचा सोक्षमोक्ष लावला तर काय हरकत आहे?

पूर्वी हा सारा काही मनाचा खेळ होता. मला काय करावं लागणार? हं... सगळ्यात चांगला मार्ग म्हणजे बाहेर कुठेतरी निसर्गाच्या सान्निध्यात असणं. मग एखादा कडा आणि दरी असावी, ज्यात पडल्यानंतर कुणी तुम्हाला शोधूही शकणार नाही, आणि तुमचं शरीर नैसर्गिकरीत्या सडणार आणि कावळे त्याचा चट्टामट्टा करणार. किंवा मग असा कडा किंवा दरी जी सरळ समुद्रात तुम्हाला नेऊन पोचवणार. हे झकास आहे. जिथं जिको आणि मी सहलीला गेलो होतो, ती जागा उत्तम आहे. मला तिथून कदाचित, आम्ही दोघी ज्या बाकावर बसलो होतो आणि राइस बॉल व चॉकलेट खाल्ले होते, तो बाकही दिसणार. त्या कड्यावरून दिसणारा बीच अगदीच पसाभर दिसेल. उडी मारण्यापूर्वी मी जिकोची आठवण करणार आणि कसं तिनं मला, लाटांशी मारामारी करणं व्यर्थ आहे, हे समजावून सांगितलं होतं, ते आठवणार आणि या सगळ्या आठवणी या जगाच्या काठावरून अथांग सागरात विलीन होताना जागवणं खूपच छान असणार. हाच तो प्रशांत महासागर आहे, जिथं नंबर एकनं आपलं विमान शत्रूच्या विमानवाहक बोटीवर पाडलं होतं. एकदम झकास. जेलीफिश माझं शरीर खातील आणि माझी हाडं सागराच्या तळाशी जातील आणि तिथं माझी हारुकी नंबर एकशी गाठ पडणार. ते फार हुशार आहेत आणि मग आम्हा दोघांनाही गप्पांचे खूप खूप विषय सापडतील. कदाचित ते मला फ्रेंचही शिकवतील.

रुथ

१

ती दोघंही ११ सप्टेंबरला ड्रिफ्टलेसला होती. मॅडिसन येथील व्हिसकॉनसिन विद्यापीठात रुथनं काही दिवसांपूर्वीच खाद्य राजकारण या विषयावर आयोजित परिषदेत मुख्य भाषण केलं होतं आणि मग ऑलिव्हर आणि ती तिकडेच राहणाऱ्या त्यांच्या जॉन आणि लॉरा या मित्रांकडे गेले होते. ड्रिफ्टलेस व्हिसकॉनसिनच्या नैर्ऋत्य भागातील ग्रामीण प्रदेश आहे आणि तिथल्या वैशिष्ट्यपूर्ण अतिप्राचीन पठारांमुळे ऑलिव्हरला कायमच हा प्रदेश बघण्याची उत्सुकता होती. काही कारणामुळे या पठारात हिमनग तयार होण्याची प्रक्रिया घडली नाही आणि हा भाग कापलेले खडक, वाळू, चिकणमाती, खडी आणि सामान्यतः बर्फाच्या तुकड्यांमुळे मागे राहणाऱ्या दगडगोट्यांसारख्या वाहून आलेल्या घटकांच्या (ड्रिफ्ट) अभावी ड्रिफ्टलेस म्हणून ओळखला जाऊ लागला. ऑलिव्हरला गुहा प्रणाली, विरून गेलेले प्रवाह, दिशाहीन दऱ्या आणि जमिनीतली कुंडं अशा भौगोलिक वैशिष्ट्यांमध्ये रस होता. रुथ मात्र अस्वस्थ होती. तिची आई त्या वेळी जिवंत होती आणि तिच्याजवळ बेटावर राहत होती. तिच्या अनुपस्थितीत आईची काळजी घेण्यासाठी, तिच्या जेवणावर आणि इतर गोष्टींवर जरा लक्ष ठेवायला ती शेजाऱ्यांना सांगून आली होती; मात्र फार दिवस तिला तिकडे असं एकटं सोडणं रुथच्या जिवावर आलं होतं; पण इकडे व्हिसकॉनसिनमध्ये शिशिरातलं हवामानही फार मोहक होतं आणि अशात मित्रांबरोबर थोडा निवांत वेळ घालवणं तिलाही हवं होतं. मिसिसिपीमध्ये शांत उन्हात पडून ओंडक्यांवर पहुडलेल्या कासवांना पाहत त्यांनी आळसावलेली दुपार बोटीवर घालवली होती.

दुसऱ्या दिवशी सकाळी ते चौघेही स्वयंपाकघरातील टेबलाभोवती शिळोप्याच्या गप्पा करत ब्रेकफास्ट आणि कॉफीच्या आणखी एका कपाचा आस्वाद घेत असताना शेजाऱ्यांच्या ट्रकचा आवाज त्यांच्या कानी आला. त्यांना काही हवं का म्हणून जॉन बाहेर विचारायला गेला. काही मिनिटांनी तो परत आला तोच गंभीर

चेहरा करून.

"न्यू यॉर्कमध्ये काहीतरी गडबड झाली आहे," तो उद्‌गारला. त्या फार्म हाऊसवर टीव्ही नव्हता. त्यानं रेडिओ सुरू केला तेव्हा दुसरं विमान उत्तर दिशेच्या इमारतीत शिरलं होतं.

त्यानंतरचा पूर्ण एक तास रुथ त्या घराच्या अंगणातील एका उंचवट्यावरच्या टेबलवर उभी राहून फोनला सिग्नल मिळतात का याची वाट पाहत होती; कारण तिला तिच्या न्यू यॉर्कच्या मित्रांना फोन करून त्यांची खुशाली विचारायची होती. शेवटी तिच्या संपादक मैत्रिणीला फोन लागला आणि ती हा सारा प्रकार तिच्या ब्रुकलिनस्थित स्वयंपाकघराच्या खिडकीतून पाहत होती.

तिचा आवाज तुटक तुटक येऊ लागला. "तो कोसळतोय!" ती ओरडली. "अरे देवा, टॉवर कोसळतोय!" आणि अगदी तेव्हाच संपर्क तुटला.

ते सारे मॅडीसनला तडक परतले आणि टीव्हीसमोर ठाण मांडलं. उरलेली पूर्ण दुपार त्यांनी तिथंच घालवली. विमानं त्या दोन मोठ्या इमारतींना कापत आत जाताना आणि दोन्ही इमारती पत्त्याच्या बंगल्यासारख्या कोसळताना पाहत होते. कॅनडातल्या एका बेटावरच्या छोट्या घरात एकट्याच असलेल्या आईचा विचार रुथच्या मनात आला. जगात काय घडतंय आणि काय नाही याचा हिशेब ठेवू शकत नसली तरीही तिची आई रोज बातम्या जरूर पाहायची. रुथनं फोन लावला; पण कुणी उचलला नाही. तिच्या आईला ऐकूही कमी यायचं, त्यामुळे फोन वाजल्याचं तिला कळतही नसे.

"आई नक्की हे सारं काही टीव्हीवर पाहत असणार," ती ऑलिव्हरला बोलली. "तिला वाटणार की आपण न्यू यॉर्कला आहोत. काळजीनं तिला वेड लागायची पाळी येईल."

"शेजारी फोन कर," तो म्हणाला. "त्यांना सांग की टीव्हीचं कनेक्शन काढून टाका म्हणून."

सगळ्यांचे नंबर लावण्याचा प्रयत्न करता करता आणि बोलणं होईपर्यंत दुसरा दिवसही उजाडला होता. "तुम्ही जरा घरी जाऊन माझ्या आईची चौकशी करणार का आणि फक्त एकदा पाहा की तिनं टीव्हीवर ते सारं पाहिलं तर नाही ना," ती शेजाऱ्यांना फोनवर म्हणाली. "जर तिनं पाहिलं असेल तर फक्त तिला धीर द्या. आम्ही सारे ठीक आहोत आणि आम्ही न्यू यॉर्कच्या आसपासही नाही, एवढं फक्त तिला नीट सांगा. मग टीव्हीचा प्लग काढून घ्या आणि तिनं विचारलं, तर तो बिघडला म्हणून सांगा."

तिचं बोलून झाल्यानंतर थोडा वेळ कुणीच काही बोललं नाही. "अगदी नक्की," त्या बाई म्हणाल्या. "काही प्रॉब्लेम झाला आहे का?"

"ती बातम्या पाहून घाबरण्याची शक्यता आहे असं मला वाटतं."

पुन्हा शांतता. "कसली बातमी...?"

रुथनं थोडक्यात माहिती दिली आणि तिनं फोन ठेवला. "आपल्याला परत जायला हवं," ती ऑलिव्हरला म्हणाली.

२

सगळे विमानतळ बंद होते. म्हणून मग त्यांना कार भाड्यानं घ्यावी लागली; फोर्डची पांढरी टॉरस. कॅनडाच्या सीमावर्ती भागाला टाळून त्यांनी गाडी पश्चिमेकडे दामटली. सियाटलला पोचून तिथं गाडी सोडायची आणि तिथून हायड्रोफॉइलनं[१] कॅनडा गाठायचं. कॅनडा सुरक्षित होतं.

जसजसे ते पुढे निघाले, सर्वदूर अमेरिकेचे ध्वज नजरेस पडत होते. पाऊस पडून गेल्यानंतर हिरवळ उगवावी अगदी तसे हे ध्वज सगळीकडे फडकत होते- खांबांवर आणि कारच्या अँटिनांवर आणि दुकानांच्या व घरांच्या खिडक्यांवर ते चिकटवलेले होते. आख्खा प्रदेश लाल, पांढऱ्या आणि निळ्या रंगांत न्हाऊन निघाला होता. रात्री सुपर ८ आणि मॉटेल ६मध्ये टीव्हीवर देशाचे राष्ट्रपती या दहशतवाद्यांना शोधून काढण्याच्या शपथा घेताना त्यांनी पाहिलं. "जिवंत किंवा मृत," त्यांनी वचन दिलं. "Smoke'em out of their caves. git'em running so we can git'em"

एक दिवस ते मोन्टानातील हारलम येथील ग्रेट वॉल ऑफ चायना नावाच्या हॉटेलमध्ये थांबले. ते पूर्ण रिकामं होतं आणि लवकर बंद होण्याच्या बेतात होतं. सुरक्षिततेच्या दृष्टीनं ही व्यवस्था करण्यात आल्याचं त्यांचं बिल देताना तिथं काम करणारी तरुणी त्यांना सांगू लागली.

"यानंतर आता कुणावर हल्ला होईल काही सांगता येत नाही," ती म्हणाली.

"म्हणजे तुला म्हणायचं आहे की ते अरब दहशतवादी आता आपल्यावर, इथे हारलम, मोन्टानावर हल्ला करतील?" ऑलिव्हरनं तिला विचारलं. हारलम, मोन्टानाची लोकसंख्या आहे ८५०. न्यू यॉर्कपासून हे ठिकाण कमीत कमी दोन हजार मैल आहे आणि वाळवंटानं वेढलं आहे.

कदाचित मेक्सिकोची रहिवासी असलेल्या त्या वेटर तरुणीनं मान डोलावली. "आम्हाला कुठल्याही प्रकारचा धोका पत्करायचा नाही," ती बोलली.

त्यानंतर सुपर ८ मॉटेलला थांबल्यावर तिथं त्यांना बातम्यांतून कळलं की

---

१. बोटीनं

मुसलमान अमेरिकन लोकांना या सगळ्या प्रकारानंतर लोकांच्या रोषाला सामोरं जावं लागत आहे.

"मला वाटतं माझा अंदाज चूक होता," ऑलिव्हर बोलला.

"कुठल्या संदर्भात?"

"आपली ती वेटर तरुणी. मला वाटतं तिला जे भय होतं ते अरब दहशतवाद्यांचं नव्हतं."

३

त्यांनी सीमा पार केली आणि कॅनडा यापूर्वी कधीही वाटलं नाही इतकं सुरक्षित होतं. बेटावर पोचताच सगळ्या शेजाऱ्यांनी त्यांची काळजी वाटल्याचं सांगितलं; पण जगात ज्या बातमीनं हलकल्लोळ माजला होता त्यानं त्यांच्या दिनक्रमावर काहीही परिणाम झाल्याचं मात्र जाणवलं नाही. एवढंच नाही तर तिकडे काय चाललं आहे याची त्यांना पुसटशीच कल्पना होती; पण म्हणून मत प्रदर्शित करण्यावर कुठलंही बंधन नव्हतं.

"मला तर खात्री आहे की ही फक्त अफवा आहे," एका शेजाऱ्यानं मत व्यक्त केलं. दवाखान्यातून मसाकोचं अल्झायमरचं औषध घेऊन ते पोचतं करण्यासाठी तो आला होता.

"एक अफवा?" रुथनं विचारलं. "म्हणजे तुला म्हणायचं आहे की तसं काही घडलंच नाही?"

"नाही, नाही," तो म्हणाला. "ते घडलं हे खरं आहे; पण ते जे काही सांगत आहेत, ते तसं मात्र नाही." हे बोलता बोलता त्यांनी आजूबाजूला पाहिलं आणि मग दोन पावलं पुढे येत आणि अगदी तिच्या चेहऱ्याजवळ चेहरा आणत ते बोलले. "मला विचारशील तर हे सगळं सरकारचं कारस्थान आहे."

व्हिएतनामच्या युद्धात लढलेले ते एक अमेरिकेचे अधिकारी होते. त्यांना सरकारनं पर्पल हार्टचा किताबही दिला होता; पण कॅनडाची सीमा ओलांडताना त्यांनी तो परत केला. त्यांच्या मणक्याला झालेली इजा कधीही बरी झाली नाही आणि त्या वेदना शमवण्यासाठी त्यांना कायम मॉर्फिनचा डोस घ्यावा लागत असे. त्यांच्याशी वाद घालण्याची ताकद रुथमध्ये नव्हती. तिनं चहा केला आणि त्यांच्याशी गप्पा मारत बसली. त्यांच्या कथा आणि तर्क ऐकत असताना तिच्या डोक्यात मात्र तळघरातील बॉक्सचा विचार तरळत होता. त्यात गुपचुप बसता आलं असतं आणि झोपी जाता आलं असतं तर?

जगाच्या एका कोपऱ्यातील शेवाळलेल्या काठावर धुक्यात लपलेल्या त्यांच्या

छावणीतून रुथ अमेरिकेला अफगाणिस्तानवर हल्ला करताना आणि मग इराकवर आपली नजर वळवताना पाहत होती. ठिबकणाऱ्या रेन फॉरेस्टच्या अगदी मध्यावर असलेल्या तिच्या घरातील कोचावर छोट्या टीव्हीसमोर आपल्या आईसोबत रुथ बसली असताना अमेरिकेचं सैन्य मिडल ईस्टमध्ये हळूहळू प्रवेश करत होतं.

''कुठला कार्यक्रम आहे हा?'' तिच्या आईनं विचारलं.

''आई, त्या बातम्या सुरू आहेत,'' रुथनं तिला सांगितलं.

''मला कळत नाहीये,'' तिची आई म्हणाली. ''मला तर हे युद्धासारखं वाटतंय. युद्ध सुरू झालंय का?''

''हो, आई,'' ती उत्तरली. ''युद्धच आहे ते.''

''हे तर फार भयंकर आहे!'' तिची आई उद्गारली. ''कुणाशी सुरू आहे आपलं युद्ध?''

''अफगाणिस्तान.''

जाहिराती सुरू होईपर्यंत त्या अगदी शांतपणे बातम्या पाहत होत्या. तिची आई उठली आणि थोडी धडपडत बाथरूमकडे गेली. परत कोचाकडे येताना ती थबकली आणि टीव्हीकडे पाहत राहिली. ''कुठला कार्यक्रम आहे हा?''

''आई, त्या बातम्या सुरू आहेत.''

''मला तर हे युद्धासारखं वाटतंय. युद्ध सुरू झालंय का?''

''हो आई, युद्धच आहे ते.''

''हे तर फार भयंकर आहे! कुणाशी सुरू आहे आपलं युद्ध?''

''इराकशी, आई.''

''खरंच? पण मला वाटलं होतं की युद्ध संपलं.''

''नाही गं. ते कधीच संपलेलं नाही. अमेरिकेचं इराकशी कायम युद्ध सुरू असतं.''

''हे तर फार भयंकर आहे!'' अगदी टीव्हीच्या स्क्रीनवर नजर खिळवत त्या उद्गारल्या.

दिवस गेले आणि आठवडेही. महिने सरले आणि काही वर्षंही.

''मला सांग, कुणाशी युद्ध सुरू असल्याचं बोलली होतीस तू?''

नाओ

१

९/११ च्या प्रसंगानंतर आम्हा सगळ्यांच्याच मनात हा विचार आला की आता लवकरच किंवा काही दिवसांनंतर जगाचा शेवट बघायला मिळणार आहे. आमची शाळासुद्धा या वातावरणात रखडतच चालली होती. माझे सगळेच वर्गमित्र-मैत्रिणी माझ्याशी जरा बरे वागत होते; कारण मी अमेरिकेतून येथे आले होते. माझे अमेरिकेशी संबंध माझ्या बालपणापासूनच होते. आम्ही जवळपास एक हजार कागदी बगळ्यांच्या ओरिगामी प्रतिमा तिथं पाठवल्यात जिथं जमिनीत बॉम्ब ठेवल्यामुळे २४ जपानी लोकांचा मृत्यू झाला होता. शिवाय टॉवरमध्ये मृत झालेल्या माणसांसाठीसुद्धा याच प्रतिमांद्वारा शोकसंवेदना पाठविल्या होत्या; पण सप्टेंबर महिन्याच्या शेवटी माझे सारेच वर्गमित्र-मैत्रिणी माझ्याशी चांगलं वागून कंटाळलेले होते आणि हळूहळू त्यांच्यातील शत्रुत्वाच्या नागानं फणा काढायला सुरुवात केलीच होती. प्रतिकूलता वाढायला लागली होती. सुरुवातीला हे त्यांचं शत्रूभावाचं वागणं संघटित नव्हतं. या हल्ल्यांची सुरुवात अगदी बेसावध असताना अचानकपणे व्हायला लागली. सहज केल्यासारखे पण टिपून काढल्यासारखे (आणि तेही फक्त मलाच हं!) हे हल्ले होते. कुणीतरी खूपच अस्वस्थपणे आणि उतावीळपणे हे करीत असल्यासारखं वाटत होतं; पण कुठून होत आहेत ते मात्र कळतच नव्हतं. शाळेच्या प्रवेशद्वारापाशी खूप जोरात रेटणं, माझ्या कोवळ्या छातीला चिमटे घेणं. जणू हे सारं हवेतच नैसर्गिकपणे होत होतं. संपूर्ण हवाच युद्ध आणि विश्वासघातानं भरलेली होती. सगळे जण त्या वेळी अमेरिकेच्या अफगाणिस्तानावरील प्रतिहल्ल्याची उत्सुकतेनं वाट पाहत होते; पण तसं काहीच घडत नव्हतं. या गोष्टींमुळे साऱ्या वातावरणात एक असह्य ताण पसरला होता; निर्माण झाला होता. आमच्या वर्गातही या ताणाचा प्रभाव उमटतच होता. आम्ही आमच्या प्रथम सत्राच्या परीक्षा दिल्या. तसा परीक्षांमध्ये काहीच जोर नव्हता; पण या परीक्षांनी एक गोष्ट मात्र केली होती, ती म्हणजे कोण कोण पुढे चांगल्या

हायस्कूलमध्ये शिक्षणाकरिता पुढच्या वर्गात जाईल आणि कोणाला पुढे उत्तम आयुष्य लाभेल आणि कोण मागे राहिले आहे, याचा निकाल दिला. माझ्या बाबतीत बोलाल तर मी स्वतःला त्यासाठी तयार केलं पाहिजे होतं; पण मी तसं केलंच नाही. मी लूजरच होते. खरंतर मला अजूनही असंच वाटत होतं की स्वतःला स्वतःच्याच हातांनी मारून घेण्यात काय अर्थ होता, जेव्हा इतर लोक स्वतःहूनच तुम्हाला लाथा मारायला पुढे धावून येतात?

शेवटी ऑक्टोबर महिन्याच्या ७ तारखेला अमेरिकेनं अफगाणिस्तानवर बॉम्बनं प्रतिहल्ला सुरू केला होता. आणि नेमकी माझी पाळीही त्याच तारखेला सुरू झाली होती. आणि काही का असेना या दोन्ही गोष्टी तशा मनाला खूप आराम देणाऱ्या अशाच घडल्या नव्हत्या का?

मला माहीत होतं की बरेच लोक हा विचार करतात की पाळीवर बोलणं म्हणजे एक प्रकारे बीभत्सपणानं बोलणं आहे; पण माझ्या बाबतीत मला शारीरिकदृष्ट्या झालेल्या ताणांपासूनचा हा आरामच होता. त्यामुळे माझ्या या बोलण्यावर तुम्ही आक्षेप घेणार नाही असं मला वाटतं; कारण मी तशी मुलगी नाही जिला एकदम एक शृंगारिक वासनेची लाट बाधली की ती अगदी स्वतःच्या पाळीबद्दल प्रत्येकाला भडाभडा सांगत सुटेल. खरंतर मी ही माझ्या पाळीची गोष्ट पुढे आणलीच नसती, जर मला त्याचं जराही महत्त्व वाटलं नसतं आणि पुढे काय घडणार आहे हे माहीत असतं.

मी सनीवेलला अमेरिकेत बारा वर्षांची असतानाच ज्युनिअर स्कूलमध्येच माझी पाळी सुरू झाली होती. ते अगदी सहज आणि नैसर्गिक आहे असं अमेरिकेत असताना वाटत होतं; पण अचानकपणे जपानमध्ये टोकियोला मी चौदा वर्षांची असताना आलो होतो. आणि माझी पाळी या शाळेच्या आणि घरच्या असह्य, मानसिक ताणामुळे आलेलीच नव्हती. आणि आता माझं शरीर त्या नवतारुण्याच्या आनंदी दिवसांत परत गेलं होतं. अर्थात माझी पाळी माझ्या वर्गाच्या शेवटच्या दिवशीसुद्धा तोपर्यंत सुरू झाली नव्हती, जोपर्यंत सेन्सेईनी वर्गात जाहीरपणे हे सांगितलं नव्हतं की, अमेरिकेनं अफगाणिस्तानवर बॉम्बहल्ला करायला सुरुवात केली होती. आणि त्यांनी तसं जाहीर करताच मला माझ्या पाळीचा स्राव अचानकपणे सुरू झाल्याची जाणीव झाली आणि मूर्खपणानं मी वर्षभर माझी पाळीच येत नसल्यानं, पाळीसाठी लागणारं पॅड माझ्या दप्तरात आणायचं विसरूनच गेले होते. मला हे माहीत होतं की शाळा सुटल्यानंतर एका सेकंदाकरिताही वर्गात थांबणं धोक्याचंच होतं; पण घरी जाईपर्यंत माझा स्कर्ट रक्तानं पूर्णच भिजला असता. त्यामुळेच शाळा सुटल्याबरोबरच मी माझं सारं दप्तर आवरून शाळेच्या वॉशरूमकडे पळाले.

मी ज्या ज्युनिअर हायस्कूलमध्ये जात होते, ती बिल्डिंग खूपच जुनी होती. त्यातला संडास आणि वॉशरूम खूपच जुन्या पद्धतीनं बांधल्या होत्या. अमेरिकेच्या ज्युनिअर स्कूलमध्ये कमोड होते आणि वॉशरूमचे दरवाजे खालून उघडे होते; पण येथील वॉशरूममधली कमोडची सीट किंवा बैठक ही जमिनीत होती. आणि तुम्हाला त्यावर उकिडवं बसून तुमचे सारे विधी उरकावे लागत. मीसुद्धा त्यावर उकिडवं बसून माझा स्कर्ट वर करून माझी डागाळलेली चड्डी पायाच्या टाचेपर्यंत सरकवली. त्याच क्षणी वॉशरूमचा दरवाजा उघडून कोणीतरी आत आल्याची जाणीव मला झाली. कोणीतरी आत शिरलं होतं तर!

मला जितकं शांत राहता येईल तेवढं शांत बसून मी टॉयलेट पेपरचा रोल माझ्या हातावर गुंडाळून त्याचा पॅडच्या आकाराचा एक पट्टा तयार केला; पण थोड्याच वेळात उंदीर भिंतीवर चढताना जो सरसर आवाज येतो, तसा यायला लागला. हा आवाज माझ्या वॉशरूमच्या बाजूच्या दुसऱ्या वॉशरूममधून येत होता. मी एकदम थिजलेच. या सगळ्या वॉशरूम जमिनीपर्यंत बांधून काढल्या होत्या. त्यामुळे तुम्हाला खाली वाकून कोणी पाहू शकणार नव्हते. आणि ही फार मोठी जमेची बाजू या वॉशरूम्समध्ये होती; पण, अरे देवा! हे वाटणंच किती भयंकर होतं की, तुम्ही तुमची चड्डी सरकवून उकिडवे बसले आहात आणि तुमचा नग्न पार्श्वभाग तरंगत्या अवस्थेत असतानाच तुम्हाला तुमच्या वॉशरूमच्या भिंतीवर बाहेरच्या बाजूला उंदीर सरसरल्याचा आवाज ऐकू येतो! यापेक्षा जास्त काही तुम्हाला घाबरवू शकणारं किंवा भीती दाखवणारं व दुखावणारं असू शकतं, असं मला वाटत नाही. मी पुन्हा माझा स्कर्ट वर करून मी बनवलेलं टॉयलेट पेपरचं पॅड माझ्या चड्डीवर चिटकवण्याकरिता वाकले आणि मला तो विशिष्ट आवाज परत ऐकू आला होता. कोणी तर खिंकाळल्यासारखं हसण्याचा आवाजही मी परत ऐकला; पण या वेळेस तो आवाज वॉशरूमला विभागणाऱ्या लाकडी पार्टिशनवरून ऐकू आला होता. मी वर बघितलं आणि मला ते दिसलं. दोन छोट्या केतई मोबाईल्सच्या खरबरीत रेषेसारख्या पडद्यांच्या रांगा पार्टिशनवरूनच दोन्ही बाजूंनी डोकावत होत्या. मी ताबडतोब उठून उभी राहिले आणि माझी चड्डी वर सरकवली.

"ओह! व्वा! छानच शॉट मिळाला!" कुठलातरी आवाज चिरकला.

एकामागून एक दोन्ही मोबाईल्स पार्टिशनवरून गायब झाले. मी स्कर्ट खाली केला आणि त्या वॉशरूमच्या दाराच्या कोपऱ्यात सरकले.

"अरे बाप रे! खूपच रक्त आहे. तिनं ते पाणी टाकून घालवलंच नाही!" कुणीतरी जोरात बोललं.

मी त्या टाईल्स लावलेल्या भिंतीवर वाकून आपलं शरीर आपल्यातच आकसून घेतलं. मी परत पाण्याचा नळ सुरू केला पाहिजे का? मी पळून जायला पाहिजे

का? जर माझ्याजवळ आत्ता रायफल असती तर तिचा नेम मी माझ्या गळ्याजवळ बरोबर धरून गोळी झाडली असती.

"मूर्खा! हे तर सगळं अस्पष्ट आणि धुरकट दिसतंय!"

मी भिंतीपासून दूर झाले आणि दरवाजाच्या कडीकडे गेले.

"अरे! ते काही अस्पष्ट नाही. ते तिचे तिथले, खालचे केस आहेत."

आता मात्र मी स्वतःला थांबवू शकले नाही. मी दरवाजा उघडून बाहेर आले. ते सर्व जण सिंकजवळ उभे होते. रेईकोभोवती काही जण कोंडाळं करून उभे होते. आणि त्यांच्या मोबाईलवरून काढलेल्या फोटोंची तुलना करीत होते. मी माझं डोकं बदकासारखं खाली करून माझ्यासमोरील मुलांना जोराने ढकलत दरवाज्याच्या दिशेने सूर मारला; पण रेईकोने ट्रॅफिक पोलीससारखा दरवाज्यासमोर आडवा हात धरला होता.

"कुठं चाललीस तू?" तिनं मला विचारले.

"अर्थातच माझ्या घरी!" मी उत्तरले.

"मला नाही वाटत की तू आता घरी जाशील!" ती म्हणाली.

कुणीतरी माझी कॉलर पकडली आणि मला एका कोपऱ्यात रेटण्यात आले. तिथं दायसुके एक व्हिडिओ कॅमेरा घेऊन उभा होता. मोठ्या तीन मुलींनी मला जबरदस्तीने गुडघ्यावर बसायला लावलं. नंतर मला पोटाच्या भारावर पालथं केलं. त्या वॉशरूम्सच्या फरशीच्या टाईल्सला खूपच मुताचा आणि ब्लिचिंग पावडरचा वास येत होता. माझ्या गालांना त्या थंडगार फरशीचा स्पर्श असह्य होत होता. माझ्या पाठीत कुणीतरी कडक गुडघा रोवल्याचा मला भास झाला. मला खालच्या बाजूला रोवण्याचा-दाबण्याचा प्रयत्न करीत होते. कुणाचे तरी हात माझा स्कर्ट काखेपर्यंत वर करण्याचा प्रयत्न करीत होते. त्याच वेळेस कुणीतरी माझ्या बरगड्यांमध्ये लाथ मारली.

"मला ती दोरी इकडे दे बघू!" कुणीतरी ओरडलं.

त्यांनी हा बेत पूर्णपणे आधीच ठरवला होता तर! माझे हात एकत्र करण्यात आले. माझा स्कर्ट माझ्या डोक्यावरून वर घेतला गेला. स्कर्टचे काठ एकत्र करून त्याला दोरीने बांधण्यात आले. आता स्कर्टच्या आत माझा छातीवरून डोक्यापर्यंतचा भाग एखाद्या पिशवीत बांधावा तसा बांधला गेला होता. म्हणजे आता मी कोणालाच पाहू शकणार नव्हते. त्यांनी माझ्या पायाचे घोटे बांधले होते. त्यामुळे मी लाथा झाडू शकत नव्हते. त्यांनी माझी चड्डी काढली.

"अरे व्वा! चांगलाच स्कोअर झाला." मी ऐकले. कुणीतरी म्हणाले "अरे बघ, या चड्डीवर खूपच डाग आहेत आणि या डागांचेही खूप जास्त पैसे आपल्याला मिळतील!"

''हे खूपच किळसवाणं आहे. याचा तर वासपण येतो आहे! मला उलटी येण्याआधी हे बॅगमध्ये भर बघू!''

''दायसुके! मूर्खा, तू या सगळ्या गोष्टींचं चित्रीकरण (शूटिंग) नीट केलं आहेस ना? आपल्याला याचा उत्तम व्हिडिओ लागेल बरं!''

माझ्या जाड स्कर्टच्या आत सगळाच अंधार होता. स्कर्ट आतून ओलसर आणि दमटही झाला होता; कारण मी जोरजोरानं श्वास घेत होते आणि उच्छ्वासाला बाहेर जायला पूर्ण जागा मिळत नव्हती. मी त्या जाड स्कर्टमधून फक्त उजेडाच्या अंधूक रेषा, ज्या कॅमेऱ्यातून निघत होत्या, त्याच बघू शकत होते. स्कर्टच्या हालचालीमुळे निर्माण होणाऱ्या वळ्यांमधून माझ्या आजूबाजूला वावरणाऱ्या लोकांच्या सावल्या हलताना बघू शकत होते. कुणीतरी माझ्या बरगडीत पुन्हा अंगठा घुसवला. मला आता पोटावरून पाठीवर उताणं करण्यात आलं. आता सावल्या माझ्या अंगावर वाकल्या होत्या. आणि वॉशरूम्सच्या टाईल्स माझ्या नागड्या पार्श्वभागाला थंडगारपणामुळे खूपच टोचत होत्या. ते आता माझ्यावर आधी कोण बलात्कार करणार याविषयी बोलत होते. आणि त्यांनी दायसुकेला या कामासाठी पक्कं केलं.

''तो कॅमेरा इकडे दे!'' रेईकोने त्याला आदेश दिला. ''चला, याची पॅन्ट खाली करा!''

त्यांनी आता माझे पाय वेगळे केले होते. दायसुकेला गुडघ्यावर करून माझ्या अंगावर झोपायला लावलं. मला त्याच्या त्या माझ्या अंगावर वाकलेल्या शरीराचा भार जाणवला. त्याच्या त्या लुकड्या पार्श्वभागाची हाडं मला टोचत होती; पण दायसुके भयंकरच घाबरला होता. त्यामुळे पुढे काहीही घडण्याचा प्रश्नच नव्हता. दायसुकेच्या भित्रेपणामुळे त्यांनी त्याला लाथा मारून तिथून घालवलं. दायसुकेचा तिथून भीतीनं पळून जाण्याचा आवाज मी ऐकला. मी त्यांचं बोलणं ऐकत होते. त्यांना बलात्काराच्या एका दृश्याची फारच गरज होती. दायसुकेच्या भित्रेपणामुळे त्यांची योजना फसली होती. आणि आता कुणीही माझ्यावर बलात्कार करण्यासाठी तयार होत नव्हतं. कदाचित ते सगळेच जाम टरकलेले होते. मला माहीत नाही.

''अरे! कुणीतरी हा बलात्कार केलाच पाहिजे!''

''पण तिच्या शरीरातून खूपच रक्त बाहेर येत आहे. ते फारच जास्त आहे!'' कुणीतरी आपसात बोलत होतं.

''तुम्ही सगळेच जण अगदी भित्रे आणि कीव करायच्या लायकीचे आहात!'' रेईकोनं मुलांना म्हटलं.

''ठीक आहे! तर मग, रेईको, तू स्वतःच तिच्यावर बलात्कार का करीत नाहीस? तो समलिंगी बलात्कार होईल आणि हे दृश्य फारच वेगळं आणि छान

होईल, नाही का?'' मुलांपैकीच कुणीतरी रेईकोला उत्तर दिलं.

''मूर्खा, मी समलिंगी नाही!'' रेईको उत्तरली.

मी मात्र तिथं फरशीवरच स्तब्धपणे पडून होते. किंचाळणं किंवा मदतीसाठी कुणालातरी बोलावणं हे त्या क्षणी अगदी बिनबुडाचं काम होतं. माझ्याविरुद्ध असणाऱ्यांची संख्या जास्त होती; पण मी त्या सगळ्या गोष्टी मनावर घेतच नव्हते. आणि त्या क्षणी त्या नंबरवनची आराधना मी मनापासून करीत होते. माझे सारे विचारच त्याच्यात गुंतले होते. त्यानं मला त्या क्षणी तरी तो क्रूर अन्याय सहन करण्याचं अमाप बळ दिलं होतं. हे सर्व जण माझ्या शरीरावर आघात करू शकत होते; पण माझ्या आत्म्याला ते हात लावू शकत नव्हते. या तर फक्त सावल्याच होत्या, ज्या मला घाबरवण्याचा प्रयत्न करीत होत्या. मग त्यांच्यातले आपसातले वाद मी ऐकू लागले आणि त्याच क्षणी मला जावणलं की माझ्या चेहऱ्यावर एक मंद स्मिताची लकेर पसरली आहे. मी माझ्यातल्या 'सुप्पापावा'ला आव्हान केलं होतं. आता त्यांच्या सावल्या मला भणभण करणाऱ्या डासांप्रमाणे वाटू लागल्या होत्या. असे डास जे तुम्हाला त्रास देण्यासाठी तुमच्याभोवती गुं गुं आवाज करीत थोड्या अंतरावरून उडतात. अर्थात तुम्ही लक्ष दिलंत तरच तुम्हाला त्याचा त्रास होतो, नाहीतर डासांच्या बाबतीत कोण विचार करतो? तेव्हा त्यांना तसंच राहू देणं हिताचं असतं, नाही का?

'अरे! आता तर हिची हालचालच बंद झाली आहे!' कुणीतरी म्हणालं.

''अरे! हिला तर श्वाससुद्धा घेता येत नाहीये!''

''अरे बाप रे! याचं कारण खूप रक्त गेलेलं आहे!'' ते आपसात बोलत होते.

''आता येथून निघून जाणंच योग्य होईल!''

''चला, इथून निघा आता!''

तुम्हाला आठवतं का? लहान मुलं जेव्हा लढाईचा खेळ खेळतात आणि खेळताना त्यांच्यावर मरण्याची पाळी येते. तुम्ही समजा सनीवेलच्या घराच्या मागच्या अंगणात लढाईचा खेळ खेळत आहात आणि एकदम कुणीतरी एक जण त्याच्या हातातील काठी म्हणजे बंदूक तुमच्याकडे रोखून चाप ओढतो. आणि गोळी मारतो. तुम्ही गोळी लागण्याचा अभिनय करता करता जमिनीवर पडता. जमीन थंडगार आणि दमटसर आहे. तुमचा शत्रू तुम्हाला मरताना पाहत आहे. त्यामुळे तुम्हाला मरण्याचा उत्तम अभिनय करायचा आहे. तुम्ही तुमचं भळभळ रक्त वाहणारं हृदय हातानं घट्ट दाबून ठेवलं आहे आणि जोरानं मृत्यूच्या आधी विव्हळत आहात आणि तुम्हाला मेलेले समजून युद्ध तोपर्यंत दुसरीकडे सरकलेलं आहे. आता गोळीबार दुसऱ्या जागी चालला आहे.

तुम्ही आता शांतपणे तिथं पडून आहात. जमिनीचा थंडावा तुम्हाला जाणवतो आहे. तो थंडावा तुमच्या गालांना, छातीला, हळूहळू सर्वच शरीरात पसरत चालला आहे. तुमच्या गुडघ्यावर चिखल, मातीचे ओलसर डाग पडले आहेत. जेव्हा तुम्ही जमिनीवर गुडघ्याच्या भारावर जोराने खाली पडायची पहिल्यांदा ॲक्टिंग करता तेव्हा गुडघ्यावर आदळल्यानं मातीचे डाग उमटलेले आहेत. तुम्हाला त्या थंडीनं थरथर सुटते आहे. तुम्ही कापताय. चिखलाचा, त्यात पडलेल्या पावसाच्या पाण्याचा आणि लॉनला दिलेल्या रासायनिक खतांचा संमिश्र वास तुमच्या छातीत, नाकात घुसून भरलेला आहे. त्या ओल्यागच्च वासानं आता तुमचं डोकं दुखायला लागलं आहे; पण तरीही तुम्ही जागचे हलत नाही; कारण तुम्ही मृत झालेले आहात.

तुमचे सगळेच मित्र तुमच्याभोवती खेळत होते. ते सगळे गेले कुठे? तुम्हाला त्याचं आश्चर्य वाटतं. तुमचे मित्र तुम्हाला विसरले तर नाहीत? आणि मी किती वेळ इथं मेलेल्या माणसाची ॲक्टिंग करत या थंड मातीत झोपायचं? शंकांनी तुमचं डोकं पिंजलेलं असतं. ते काय फक्त माझ्या मृत शरीराच्या भोवती खेळून आपापल्या घरी परत गेलेत का? जर मला कुणी सांगितलंच नाही तर हा खेळ संपल्याचं मला तरी कसं कळणार होतं? छे! छे! असं मुडद्यासारखं पडून राहणं कंटाळवाणंच होतं.

शेवटी तुम्हाला सारं असह्य होतं. तुम्ही मृताची ॲक्टिंग पुढे चालू ठेवण्याची सहनशक्ती गमावलेली असते. आता तुम्ही पालथ्याचे तुमच्या पाठीवर उलथे होता. तुमचे डोळे तुम्ही हळूच उघडता. आणि तुमच्या डोळ्यांसमोर एक खूपच मोठा, फुगलेल्या ढगांनी भरलेला आकाशाचा तुकडा तरळतो. तुम्ही पुन्हा पुन्हा तुमचे डोळे मिचकावता. तुमचा स्वतःवर विश्वास बसत नाहीये, की मी मरण्याचं ढोंग करीत होतो की मी खरंच मेलेलो आहे? कदाचित खरंच मेलेलो असेन. आता हळूच तुम्ही तुमचा हात हलवता. मग पाय हलवता आणि अजून तुम्ही काय काय करू शकता याचा अंदाज घ्यायचा प्रयत्न करता आणि मग... हो! तुम्ही तर जिवंत आहात! सुटलात एकदाचे! तुम्ही तुमचे पाय झटकून त्याची झोंबाझोंबी करता. झटकन उठून उभे राहत तुमची गन, म्हणजे ती काठी उचलता आणि तुम्ही स्वतःला जिवंत जाहीर करून परत युद्धात सामील होण्यासाठी धावत सुटता.

मला नेमकं आता हेच वाटत होतं. फक्त यात फरक एवढाच होता की मी डोळे किलकिले केल्यावर मला आकाश दिसलं नाही. फक्त धूसरतेने चमकणाऱ्या चकचकीत रंगाच्या ट्यूबलाईट्‌सचा प्रकाश माझ्या रगासारख्या स्कर्टच्या आतून दिसत होता. बाथरूम आणि त्याच्याजवळच्या बाहेर जाणाऱ्या पॅसेजचा किंवा व्हारांड्याचा भाग आता निःस्तब्ध होता. माझ्या अंगाखालच्या टाईल्स अजूनही थंडगार होत्या आणि अजूनही माझ्या बुडाखाली मला रक्ताचा चिकट स्राव जाणवत

होता. मी हळूच उठून बसले आणि माझ्या डोक्यावर बांधलेल्या स्कर्टच्या गाठी सोडवण्यासाठी त्या जोरजोरात हलवू लागले. त्या गाठी सैल झाल्यावर डोक्यावरचा स्कर्ट आपोआप खाली गळला. मी त्या स्कर्टच्या पिशवीतून मुक्त झाले होते. आता बाथरूम एकदम उजळलं होतं. आणि सारं काही शांत होतं. माझ्या मनगटाला बांधलेल्या दोऱ्या मी माझ्या दातांच्या मदतीने सोडवल्या. मला थोडा त्रास झाला आणि ज्या ठिकाणी त्यांनी मला बरगडीत लाथा मारल्या होत्या, तिथंही मला आता खूपच दुखत होतं; पण तरीही मी आता पहिल्यापेक्षा बरी होते. मी परत थोडे पेपर टॉवेल घेऊन बाथरूममध्ये आले. स्वतःला मी स्वच्छ केलं. नंतर घरी परतण्यासाठी मी ट्रेन पकडली.

रात्री त्यांनी तो व्हिडिओ मला माझ्या इंटरनेटवर पोस्ट केला होता. माझ्या एका वर्गमित्राने मला त्या गोष्टीची लिंक पाठवली होती. केताई मोबाईलच्या कॅमेऱ्यावरून घेतलेल्या साऱ्याच प्रतिमा अगदी खराब आणि हलत्या टिंबांच्या स्वरूपात, अस्पष्ट आल्या होत्या. त्यात माझा चेहरा अजिबातच स्पष्टपणे दिसत नव्हता. आणि याकरिता मी खरोखरीच आभारी होते; पण बाकीचा व्हिडिओ मात्र अगदीच भयंकरपणे स्पष्ट आला होता. त्यात माझे बांधलेले हात आणि स्कर्टच्या पिशवीत असलेलं डोकं, माझे लाथा झाडणारे नागडे पाय हे सगळं विचित्रच दिसत होतं. मी एखाद्या प्रचंड मोठ्या प्राचीन काळातल्या समुद्री स्क्विडसारखी दिसत होते. माझं लाथा झाडणं त्या स्क्विडच्या वळवळण्यासारखं दिसत होतं आणि माझा तो रक्तस्राव शाईच्या पिशवीतून शाई कशी बाहेर येते, तसा माझ्या पिशवीतून बाहेर भळभळताना दिसत होता. जणू काय मी माझ्यावर हल्ला करणाऱ्या शत्रूंना घाबरवण्याचा क्षुल्लक प्रयत्न करीत होते, जसे हे स्क्विड उताणे पडल्यावर करतात, अगदी तसाच!

व्हिडिओची दुसरी जी लिंक होती ती कपडे विकणाऱ्या एका विशिष्ट साईटची होती. ही साईट म्हणजे जिथे हे विकृत मनोवृत्तीचे लोक स्त्रियांच्या वापरलेल्या कपड्यांची बोली लावतात तेथे हे हन्ताई लोक माझ्या डागाळलेल्या चड्डीचा लिलाव करीत होते. हा लिलाव एक आठवडा चालणार होता. हा लिलाव वेगाने चालला होता; पण मला आता या वेळेस त्या लिलावाबद्दल काहीही समाधान वाटत नव्हतं, जरी त्या वेळेस माझ्या त्या वस्तूची लिलावातली किंमत वेगाने वाढत होती, तरीसुद्धा! मी संगणक बंद केला; पण लिलावाची ही गोष्ट माझ्या साईटवरून काढून टाकायची आहे, हे लक्षात ठेवूनच मी तो बंद केला होता. त्याचं कारण, मी आणि माझे वडील मिळून एकच संगणक वापरत होतो. जर माझ्या वडलांचा माझ्या साईटबद्दलचा चौकसपणा जागृत झाला तर?

अजूनही आमच्याकडे एकच कॉम्प्यूटर होता. त्यामुळे माझ्या वडलांबरोबर तो

मला मिळूनच वापरावा लागत होता. बऱ्याच काळापासून ते इंटरनेट वापरत नव्हते आणि ऑनलाईनही गेले नव्हते; पण आता ते जणू नव्या कल्पनेनं भारलेल्या माणसासारखे वागत होते. जणू काय खाली पडून, पुन्हा नव्यानं उठून, पाय रोवून उभे राहणाऱ्या माणसासारखी सुरुवात केली होती. ते आता सतत ऑनलाईन राहत होते. आणि जेव्हा एकदा अमेरिकेनं अफगाणिस्तानवर प्रतिहल्ला केल्याचं त्यांनी ऐकलं होतं, त्या क्षणापासूनच त्यांच्यात फारच बदल झाला होता. त्यांनी त्यांची तत्त्वज्ञानाची पुस्तकं आणि ओरिगामीचे किडे...साऱ्या गोष्टी बाजूला ठेवून दिल्या होत्या आणि त्यांचा सारा वेळ आता युद्ध आणि त्यावरच्या बातम्या पाहण्यातच जात होता. खरंतर त्यांचं हे वागणं जरा अति आणि गैरसोयीचंच होतं. नेमकी त्या वेळेस मी ब्युरुसेरा कंपनीनं केलेल्या माझ्या 'त्या' चड्डीच्या लिलावाच्या गोष्टीत अडकले होते. आणि त्यांनी मला तेव्हा मी, अतिशय भावनिक आणि झोप उडवणाऱ्या माझ्या साईटवर त्या चड्डीची लिलावातील बोलीची किंमत बघत असताना पाहू नये असे वाटत होते. त्यांच्या या गोष्टीची मी धास्ती घेतली होती. मी कॉम्प्यूटरवर बसले असताना ते माझ्याभोवती घिरट्या घालत होते आणि त्यांची पाळी येण्याची वाट पाहत होते. शेवटी मी त्यांना सांगितलं की तुम्ही इथून थोडा वेळ बाहेर जा, म्हणजे मला कॉम्प्यूटर खासगीरीत्या वापरता येईल; पण तरीही त्यांचं डोकं दर पाच मिनिटांनी बेडरूममध्ये डोकावून माझं काम झालं का हे बघत होतं.

मी त्यांच्याकडे बघितल्यावर ते चटकन म्हणाले, "मला फक्त एवढंच माहीत व्हायला हवं की तुझं हे काम केव्हा संपणार आहे, बास! ठीकाय!" शेवटी मीच माझं काम थांबवलं आणि त्यांना कॉम्प्यूटर वापरायला दिला. आणि त्याच क्षणी एखाद्या लोभी माणसाप्रमाणे, जो गेले कित्येक तास त्या संधीची वाट पाहत होता, तसे ते कॉम्प्यूटरकडे झेपावले. जेव्हा आईनं त्यांना विचारलं की, ते काय करताहेत, तेव्हा ते खोटं बोलले की ते त्यांच्यासाठी एखादं काम शोधत होते. तिनं आपले ओठ चावले आणि ती तिथून तिच्या तोंडातून कटू शब्द बाहेर पडण्याआधीच जाण्यासाठी वळली. आईनं त्यांच्यावर विश्वास ठेवला नाही. आणि माझाही त्यांच्यावर विश्वास नव्हताच; कारण आम्ही दोघींनीही त्यांनी भेट दिलेल्या सर्व साईट्सना ब्राऊजिंग करून त्यांचा इतिहास तपासला होता. आणि आम्हाला दोघींना त्यावर त्यांनी काय पाहिलं ते सापडलं होतं. त्यांनी सर्व युद्धाचे ब्लॉग उघडून बघितले होते. त्यात लष्कराच्या सगळ्या साईट्स, अल जझीरा, मिसाईलचे फुटेज, ज्यात शूटर साईट्सचेही गेम होते. त्यांनी भेट दिलेल्या सगळ्या साईट्स धूसर आणि काळ्या होत्या. बॉम्ब एक्स्प्लॉडिंग साईट्स, बॉम्बस्फोटाने कोसळलेल्या बिल्डिंगच्या साईट्स. मारहाणीच्या आणि मृत शरीरांच्या.

२

मी त्यांना त्या अवस्थेत शोधून काढलं होतं.

जो 'चड्डीचा प्रसंग' झाला होता त्यानंतर मी शाळेत जाणंच सोडलं होतं. अजूनही त्या चड्डीचा लिलाव चालूच होता. घर सोडताना मी शाळेचा गणवेश घालून घर सोडत असे आणि नंतर एका इंटरनेट कॅफेत जात असे. तिथं मी रस्त्यावर घालायचे कपडे घालून शाळेचा गणवेश बदलून घेत असे. मी कधी तिथंच घोटाळत राही. म्हणजे मला तो लिलाव पाहता येत असे. किंवा मग मी मंगा वाचत असे. वातावरण खराब असलं तर मी ट्रेन पकडून शहरात जाई. आणि विन्डो शॉपिंग करत बाजारात हिंडत असे. नंतर शाळेचा गणवेश घालून परत घरी संध्याकाळच्या जेवणाच्या वेळेवर जात असे.

हळूहळू थंडी वाढायला लागली होती. गिन्कोच्या झाडांची पाने गळायला लागली होती. ही झाडे रस्त्याच्या कडेला एका सरळ रेषेत लावली होती आणि त्यांची पिवळी पानं रस्त्यावर पडली की पिवळ्या पानांनी भरलेला रस्ता जणू सोन्याचा भासत असे. तेव्हा खूपच जास्त पाऊस पडत होता. पाऊस झाडांच्या पानांना रस्त्यावर पाडत असे आणि रस्त्यावर त्या पानांचा थर पारवडल्यासारखा पसरत राही. ही गिन्कोची झाडं मला जिकोची आठवण करून देत. ही आठवण मला दुःख देत असे; कारण गिन्कोच्या झाडांची पानं आणि फळं जी रस्त्यावर गळून पडत, रस्त्यावरून चालणाऱ्या लोकांच्या टाचेखाली, बुटाखाली ती चिरडली जात आणि त्यांच्या बुटांना तो पिवळ्या रंगाचा चिखल माखला जाई आणि त्याचा वास कुत्र्याच्या 'शी'सारखा किंवा उलटीसारखा येत असे.

ज्या दिवशी तो लिलाव संपला, मला माहीत नाही की मी दुःखी होते की उदास, पण एवढं मात्र मला कळलं होतं की, एक तिरस्करणीय, वाईट हेन्ताई माझ्या त्या चड्डीत स्वतःचं विकृत सुख आनंदानं शोधणार होता. हे काही फार चांगलं वाटणारं नव्हतं. हे सगळं घाणेरडं, गलिच्छ आणि उदासवाणं होतं. मी स्वतःचं मन रमवायला डीआयवाय या क्राफ्टच्या वस्तूविक्रीच्या दुकानात गेले होते. हाराजुकू भागात हे दुकान होतं. त्यामुळे मी थोडासा आनंद घेऊ शकणार होते. आणि खरोखरच मी भाग्यवान ठरले; कारण तिथंच मला माझी ती '*A la recherche du temps perdu*' डायरी मिळाली होती. आणि मला आठवतं की ट्रेनमधून घरी येताना मी खूपच आनंदी होते. जणू ती गुप्त डायरी मिळाल्यामुळे माझं जीवन जास्तीत जास्त दिवस सुरक्षित राहू शकणार होतं.

पण जशी मी घराच्या दाराजवळ पोहोचले आणि माझ्याजवळच्या किल्लीनं घराचं दार उघडलं, माझा आनंद आणि उत्साह एकदम नाहीसाच झाला. घराच्या

आत पोहोचल्यावरच येणाऱ्या वासानंच मला कळलं की काहीतरी चुकीची गोष्ट घडली आहे घरात. गिन्कोच्या झाडांच्या सडलेल्या पानांचा आणि फळांचा वास येतो तसा वास पसरला होता. हा घाणेरडा वास अरुंद गल्ल्यांमध्ये जेव्हा दर शनिवारी सकाळी या बारबाला पिऊन तर्र होऊन, आपल्या ग्राहकांना घेऊन येत, आंबट वासासारखा त्या काहीसा वास घरात पसरला होता. सडलेल्या, फेकल्या जाणाऱ्या कचऱ्याच्या वासासारखा हा वास होता.

मी माझे पायातले बूट काढले आणि स्वयंपाकघराकडे वळले.

"तादायमा...." मी ओरडले. मी 'तादायमा' म्हणजे काय ते सांगितले का? त्याचा अर्थ होतो 'आत्ताच!' 'नुकतेच!' हे तेव्हाच म्हणतात जेव्हा तुम्ही तुमच्या घरी, घराच्या दारात बाहेरून आल्यावर पाय ठेवला. म्हणजे 'मी आता आले आहे,' असा त्याचा अर्थ होतो.

माझ्या वडिलांकडून काहीच उत्तर आले नाही; कारण ते त्यानंतर मला तिथे दिसलेच नाहीत. ते तिथे नव्हतेच. ते स्वयंपाकघरातही नव्हते. ते बैठकीच्या खोलीतसुद्धा नव्हते. द ग्रेट माइंड्स ऑफ वेस्टर्न फिलॉसॉफीच्या पुस्तकाचा खंड १ टेबलवर तसाच पडला होता. आणि टीव्ही बंद होता. हे सगळं मी साक्षेपाने पाहत होते; कारण बाबा नेहमीच टीव्ही चालू ठेवत आणि CNN किंवा BBC चॅनेलवरची ताजी युद्धाची स्फोटक बातमी बघण्यासाठी उत्सुक असत; पण आता टीव्हीचा पडदा शांत होता. आणि खोली आपोआपच शांत झाली होती. बाबा तर बेडरूममध्येसुद्धा नव्हते. कुठे होते?

मला ते टॉयलेटमध्ये आढळले. ते टॉयलेटच्या फरशीवर पालथे पडले होते. ओकारीच्या थारोळ्यात त्यांचा चेहरा बुडला होता. त्या क्षणी मला तीव्र इच्छा झाली की मी धावत जाऊन त्यांना मदत करावी. त्यांच्या बाजूला जावं; पण मी तसं काहीच केलं नाही. मी परत आत चालत गेले आणि त्यांना पाहिलं. त्या उलटीच्या वासानं मला गुदमरायला झालं. आणि अचानकपणे ती जागा मला तिथं पसरलेल्या त्या स्मशानशांततेनं मोठी वाटायला लागली. सगळीकडे फक्त निःस्तब्ध शांतता पसरली होती. मला वाटतं की मी "अरे देवा! क्षमा कर!" असं कदाचित म्हटलं होतं. किंवा काहीतरी असंच मूर्खासारखं बडबडले किंवा बोलले होते. आणि परत मागे येऊन दरवाजा माझ्यामागे बंद केला होता.

मी तिथं थोडा वेळ उभी राहिले. दरवाज्याकडे टक लावून बघत राहिले. खरंतर काहीतरी सुचायला हवं होतं. हे म्हणजे अशासारखं घडलं होतं की माझे वडील बाथरूममध्ये उकिडवं बसून स्वतःच्या खासगी भागाचं किंवा लिंगाचं निरीक्षण करीत असतानाच मी अचानकपणे बाथरूममध्ये गेले. नक्कीच असं काहीतरी त्यांच्या बाबतीत मी पाहू नये असं त्यांना वाटत असणार. मी तुम्हाला जरा

सविस्तरपणे सांगण्याचा प्रयत्न करते, म्हणजे या गोष्टी तशा अतिवैयक्तिक किंवा खासगी असतात. ते मोरीत झोपले होते ते त्यांच्या अतिखासगी आणि वैयक्तिक कारणामुळेच असेल. आणि मला वाटतं की मी त्यांना तसं पाहू नये ही त्यांची इच्छा असेल. म्हणून मी मोरीतून बाहेर आले आणि मधला पॅसेज ओलांडून हॉलमध्ये आले. भिंतीला घासत, अक्षरशः भिंतीत घुसल्यासारखं भिंतीला टेकून मी जमिनीवर पाय पसरून बसले. माझा साराच उत्साह हरवून गेला होता.

"बाबा!" मी परत विचारलं; पण माझा आवाज इतका पोकळ निघाला की जणू तो दुसऱ्याच कोण्या लांबवर असणाऱ्या व्यक्तीच्या घशातून येत आहे असं वाटत होतं. "बाबा!" मी पुन्हा जोरानं ओरडले.

पुन्हा सगळीकडे शांतता पसरली. बाबांनी काहीच उत्तर दिलं नाही. माझ्या गळ्यातल्या चेनमध्ये माझा केताई होता. मी ९११ला फोन केला; पण नंतर मला आठवलं की जपानमध्ये इमर्जन्सी हेल्पलाईनचा नंबर ११९ होता. मी पुन्हा त्यांना नंबर लावला आणि ॲम्ब्युलन्स येईपर्यंत मी पुन्हा भिंतीत घुसून गलितगात्र स्थितीत बसून राहिले. हॉस्पिटलच्या मदतनिसांनी त्यांना स्ट्रेचरवर घेतलं. आणि त्यांना ते बाहेर घेऊन गेले. मी त्यांना विचारलं की माझे बाबा गेले आहेत का? त्यांनी उत्तर दिलं की तसं काहीही झालेलं किंवा घडलेलं नाही. मी पुन्हा विचारलं होतं, 'ते बरे होणार होते का?' पण या वेळेस त्यांनी मला काहीच उत्तर दिलं नव्हतं. मला त्यांनी त्यांच्याबरोबर त्यांच्या गाडीत हॉस्पिटलमध्ये जाण्यासाठी मनाई केली होती. ते एका पोलीस बाईला माझ्या मदतीसाठी बोलवणार होते. माझी आई घरी येईपर्यंत ती बाई माझ्याबरोबर राहणार होती; पण मी त्यांना सांगितलं होतं की मी १६ वर्षांची मुलगी आहे. आणि मला एकटं राहण्याचीसुद्धा सवय आहे. ते लोक गेल्यावर आमचं अपार्टमेंट एकदम शांत झालं. माझ्या हातात त्यांनी दिलेल्या कार्डकडे मी रोखून बघत होते. त्या हॉस्पिटलच्या मदतनिसांनी ते लोक बाबांना कुठल्या हॉस्पिटलमध्ये घेऊन जात होते त्याचं नाव त्याच्यावर लिहिलं होतं; पण तिथपर्यंत कोणत्या ट्रेननं पोहचायचं, ते मला माहीत नव्हतं. मी माझ्या आईचा नंबर फिरवला; पण मला व्हॉईस मेसेजच सोडावा लागला. मी शेवटी तेच केलं. मी त्यावर म्हटलं.

"मी बोलतेय."

मला मशिनशी बोलायला, यंत्राशी बोलायला अजिबात आवडत नाही. त्यामुळे मी फोन कट केला आणि मी तिला लिहूनच कळवलं.

"बाबांनी उलटी केली आहे. कदाचित ते गेले असावेत. अं .... या हॉस्पिटलमध्ये अं... त्या वॉर्डमध्ये आहेत.

काय लिहायचं किंवा सांगायचं असतं या निरोपामध्ये... कोण जाणे!

मला खूप तहान लागल्यासारखं झालं होतं. मी फ्रिजजवळ गेले. मला ग्लासभर दूध हवं होतं; पण मला त्या दुधाला बाबांनी केलेल्या उलटीसारखा वास आला. मी ते दूध सिंकमध्ये ओतलं. दुधाच्या पांढऱ्या रंगाचं घट्टसर लिंपण पेल्यात तयार झालं होतं. आणि स्टीलच्या सिंकमध्ये ओतल्यावर ते सरळपणे न वाहता थेंबाथेंबाच्या स्वरूपात मागे पांढऱ्या रंगाचा फिकट थर सोडून टपकत होतं. मी सरळ सिंकच्या पाण्याचा नळ त्यावर सोडला. पेला धुवून ठेवला आणि घाण झालेले सिंक स्वच्छ पुसले. मी विचार केला की मी आता बाबांनी केलेली घाण स्वच्छ केली पाहिजे; कारण मी तिथेच होते. मी मग बादली आणि फरशी पुसण्याचं फडकं गॅलरीतून घेतलं. त्या उलटीचा वास अजूनही निरोगी माणसाला आजारी पाडण्याइतका तीव्र होता. मग मी नाकाला आणि तोंडाला एक स्वच्छ ताटपुसणी स्वयंपाकघरातून उचलून गुंडाळली आणि टॉयलेटमध्ये गेले.

बाबांनी केलेली उलटी स्वच्छ असली तरी पिवळसर रंगाची होती. त्यात विरघळणारे पांढऱ्या रंगाचे तुकडे ते साखरेच्या चौकोनी तुकड्यांप्रमाणे भासत होते. हॉस्पिटलमधून आलेल्या मदतनिसानं ते पाहिले होते. त्यानं हातात रबरी मोजे चढवले. आणि त्या तुकड्यांचा एक गठ्ठा, त्याच्या मेडिसिन किटमधून एक छोटं खुरपणं काढून उचलला. तो गठ्ठा त्यानं एका ट्यूबमध्ये टाकून त्याला वर झाकण लावलं.

''तुझे वडील इतर काही औषधं घेतात का?'' त्यानं मला विचारलं.

मला ते काहीच माहीत नव्हतं. दुसरे मदतनीस हॉलच्या दारापुढच्या छोट्या अरुंद पॅसेजमध्ये ठेवलेल्या स्ट्रेचरवरच्या माझ्या वडिलांना शुद्धीवर आणायचा प्रयत्न करीत होते. मला प्रश्न विचारणारा तो मदतनीस टॉयलेटमध्ये जाऊन तिथली फरशी आणि संडासच्या सीटमध्ये चटकन एक नजर टाकून आला आणि नंतर त्यानं कचऱ्याची बादलीसुद्धा बघितली होती.

तो परत माझ्याजवळ आला आणि मला विचारू लागला ''तुझे वडील त्यांची औषधं कुठं ठेवतात हे तुला माहीत आहे का?''

मला माझ्या वडिलांना त्रासात टाकायचं नव्हतं. त्यामुळे मी त्याला काहीच उत्तर दिलं नाही.

''हे फार महत्त्वाचं आहे!'' तो मदतनीस मला परत म्हणाला.

मी सरळ औषधांच्या कपाटाकडे बोट केलं. त्यानं ते कपाट उघडलं; पण आतमध्ये काहीही आक्षेपार्ह आढळलं नाही. घरात फक्त नेहमीची किरकोळ आजारांसाठी लागणारी औषधं होती. ॲस्प्रिन, बॅन्ड-एड, कोठा साफ करण्याची परगोलॅक्स, तर काही जखमा भरून येणारी क्रीम्स (हेमो-ऱ्हाईडस) आणि माझ्या आईची केसांच्या वाढीकरिता असणारी औषधं होती.

आता दुसऱ्या मदतनिसांनी माझ्या वडिलांना स्ट्रेचरवरून बाहेर (दाराच्या) न्यायला सुरुवात केली होती. मला पुन्हा त्यानं विचारलं ''तुमची बेडरूम कुठे आहे?''

मी त्याला हॉलच्या पॅसेजमधून बेडरूमकडे घेऊन गेले. पडदे खाली सोडलेले असल्यानं खोलीमध्ये अंधार भरलेला होता. खोलीमध्ये फक्त माझ्या कॉम्प्यूटरच्या 'हॅलो किटी' स्क्रीनसेव्हरचा गुलाबी प्रकाश पसरला होता. त्यामुळे सारं काही गुलाबी वाटत होतं. जमिनीवर गुलाबी रंगाची गोधडी पसरली होती. ती इतकी व्यवस्थित पसरली होती की जणू त्यावरून नुकतंच कुणीतरी झोपून उठलं होतं, आणि तिथून जाताना लाईट बंद करायचं विसरलं होतं. बाजूलाच एका गुलाबी उशीजवळ एक पेला आणि अर्धा पाण्यानं भरलेला तांब्या पडला होता. आणि एक गोळ्यांची पूर्ण रिकामी बाटलीसुद्धा होती. त्यानं ती बाटली उचलून दुसऱ्या एका प्लॅस्टिकच्या रिकाम्या पिशवीत टाकली आणि तो दाराकडे निघाला. त्यानं मला एक कार्ड दिलं आणि माझ्याकडे अगदी जवळून रोखून पाहत म्हणाला होता-

''तू नीट आहेस ना?''

''होय, अर्थातच मी व्यवस्थित आहे!'' मी त्याला उत्तर दिलं; पण मलाच माझा आवाज फारच दुरून आल्यासारखा वाटत होता आणि तो माझा आवाज आहे असंही मला वाटत नव्हतं. मी त्याच्याकडे बघून हसण्याचा (केविलवाणा?) प्रयत्न केला; पण तोपर्यंत तो दाराबाहेर पोहोचलादेखील होता. आणि तिथल्या व्हरांड्यातून खाली धावत निघाला होता.

टॉयलेटच्या फरशीवरची उलटी थोडी वाळल्यासारखी झाली होती. मी स्वयंपाकघरात गेले. आणि तेथून एक पेरूच्या ज्यूसचा रिकामा डबा तिथल्या कचऱ्याच्या बादलीतून घेतला. कात्रीनं तो कॅन (डबा) कापला आणि नंतर त्या कॅनच्या कापलेल्या कार्डबोर्डच्या तुकड्यानं टॉयलेटच्या फरशीवरची वाळलेली उलटी खरडून काढली, आणि सीटमधील उलटीसुद्धा खरडली. मी भरपूर क्राईम सिरियल किंवा पोलिसांच्या सिरियल टीव्हीवर पाहत असे; त्यामुळे हे जे काही मी करीत होते ते म्हणजे पुरावाच नष्ट करीत होते, हे मला कळत होतं. पण मला तर तो पुरावाच नको होता नं! मला हे कळलं होतं की काय घडलं होतं. आणि हेसुद्धा मला कळलं होतं की आम्ही सर्वच जण खुश राहणार होतो, जर आम्ही हे ढोंग केलं की जे काही बाबांच्या बाबतीत घडलं होतं ते 'चुकूनच' घडलं होतं. मूर्ख बाबा! निष्काळजी बाप! सतत अपघातप्रवण असणारा बाप! नंतर मात्र मी याचा विचार जरा जास्त साक्षेपानं करू लागले. आणि नंतर माझ्या मनात वेगळेच विचार येऊ लागले होते.

मी तो पेरूच्या ज्यूसचा डबा प्लॅस्टिकच्या बॅगमध्ये भरला आणि रस्त्याच्या

कडेला असलेल्या कचरापेटीत फेकण्यासाठी खाली रस्त्यावर गेले होते. मी जेव्हा माझ्या अपार्टमेंटमध्ये परत आले. मी माझ्या मागे दरवाजा पूर्ण बंद केला होता. 'द ग्रेट मिडास ऑफ वेस्टर्न फिलॉसॉफी'चा खंड क्रमांक एक टेबलावर तसाच पडलेला होता; पण त्यातील हेलेनिस्टचं प्रकरण तर बाबांनी मागेच पूर्ण केलं होतं. आणि मग ते का उघडं होतं? मला जाणीव झाली की काहीतरी चुकत होतं. मला एक चिठ्ठी 'द डेथ ऑफ सॉक्रेटिस' नावाच्या प्रकरणात चिकटवलेली आढळली. तो कागद माझ्या शाळेच्या त्या ग्लुमी बिअर स्टेशनरीचा होता. त्या कागदाच्या तीन घड्या पत्राप्रमाणे अगदी व्यवस्थितपणे घातल्या होत्या. मी ती चिठ्ठी ओढून बाहेर काढली. त्यावर कुणाचंही नाव लिहिलेलं नव्हतं. मला आश्चर्यच वाटलं होतं. त्यांनी ती चिठ्ठी ओढून बाहेर काढली. त्यावर कुणाचंही नाव लिहिलेलं नव्हतं. मला आश्चर्यच वाटलं. त्यांनी ती चिठ्ठी कोणाकरिता लिहिली होती? जर मी ती चिठ्ठी शोधून काढावी असं त्यांना वाटत होतं तर त्यांनी माझ्याकरिता, आईकरिता किंवा आम्हा दोघींकरिता लिहिली असेल किंवा स्वतःकरिताच लिहिली असेल. काहीही असो- मला ती चिठ्ठी तेव्हा वाचायची नव्हती. म्हणून मी ती चिठ्ठीची घडी माझ्या शाळेच्या ब्लेझरच्या खिशात तशीच ठेवून दिली होती.

त्या क्षणी माझ्या मनात हा विचार आला होता की, जर मी ती चिठ्ठी वाचली आणि तोपर्यंत जर माझे वडील खरंच मेले असतील तर मला कळेल की ते यावेळेस खरोखरीच आत्मघाताच्या निर्णयाबद्दल गंभीर होते आणि त्यांना खरोखरीच मरायचं होतं. आणि मग तो माझा दोष झाला असता की मी त्यांच्याशी कठोर आणि हलकटासारखं वागले होते. आणि जर ते आतापर्यंत मेलेले नसतील तर मी ही त्यांनी लिहिलेली चिठ्ठी वाचणं म्हणजे त्यांना जिवंतपणे मारणंच ठरलं असतं. आणि पुन्हा मीच दोषी ठरले असते.

मला तर कशातच तात्त्विकदृष्ट्या तथ्य वाटत नव्हतं; पण तरीही त्या वेळी हेच विचार माझ्या मनात सातत्यानं येत होते. मला हे माहीत होतं की जे काही मी केलेलं होतं त्यामुळे मला त्या वेळी आनंदी वाटत होतं. अजूनही शाळेतला गणवेश माझ्या अंगावर तसाच होता. मी बेडरूममध्ये जाऊन कपडे बदलले. मी जीन पॅन्ट आणि त्यावर हुडी[१] असणारा ब्लेझर घातला. बाबांनी लिहिलेली ती चिठ्ठी शाळेच्या शर्टमधून काढून आता माझ्या बॉडीफ्रॉक[२]च्या खिशात आत टाकली. मी पुन्हा टॉयलेटमध्ये आले आणि तिथली स्वच्छता करून परतले. टॉयलेटचे दोन घाणेरडे प्रसंग! एकाच आठवड्यात! एकाच माणसाच्या आयुष्यात! विचित्रच नाही का?

---

१. टोपी असलेला शर्ट

२. स्वेटशर्ट

आईनं ऑफिसमधून फोन केला. तिनं मला काय घडलं, कसं घडलं याचं वर्णन करायला लावलं. मी नेमकं काय पाहिलं तेही तिनं मला विचारलं. आणि मला कार्डवरचं हॉस्पिटलचं नाव, पत्ता आणि फोन नंबर वाचायला सांगितला. नंतर तिनं मला विचारलं, की मी व्यवस्थित आहे का? माझी मनःस्थिती ठीक आहे का?

''अर्थातच मी नीट आहे!'' मी उत्तरले.

''तुला भूक लागली आहे का बाळा?'' आईनं मला पुन्हा विचारलं. ''बाबांनी तुझ्याकरिता काही जेवण ठेवलं होतं की नाही?''

''मला अजिबातच भूक नाही!'' मी उत्तरले. कदाचित आता मी पुन्हा जेवू शकणार नव्हतेच.

''मी तुला हॉस्पिटलमधून फोन करीन. माझ्या फोनची वाट पाहा! आणि कोठेही बाहेर जाऊ नकोस, नाओ!'' आई म्हणाली.

''आई गं!'' मी तिला पुन्हा आवाज दिला.

''काय गं? काय हवं आहे तुला?'' आईनं विचारलं. मला तिला बाबांनी लिहिलेल्या चिठ्ठीबद्दल सांगावंसं वाटत होतं.

''काय गं? काय हवं आहे नाओको तुला? तू बोलत का नाहीस?'' आईनं विचारलं. तिच्या आवाजात आता ताण भरलेला मला स्पष्टपणे ऐकू येत होता. तिला आता माझ्याकडून जाणून घ्यायचं होतं.

''काही नाही. मी सहजच तुला हाक मारली!'' मी उत्तरले.

आम्ही दोघींनी एकाच वेळी फोन खाली ठेवला. मी माझ्या हुडीच्या खिशातून ती चिठ्ठी आता बाहेर काढली होती. मी चुकीचं काम करीत होते; पण त्या चिठ्ठीवर तर कुणाचंच नाव लिहिलेलं नव्हतं. कदाचित ती कुणाहीकरिता लिहिलेली चिठ्ठी नसेल. मी ती उघडली. त्यावर फक्त दोनच वाक्ये लिहिलेली होती. हे माझ्या वडिलांचं वेडानं भरलेलं अक्षर होतं. आणि त्या पहिल्या वाक्यात लिहिलं होतं.

''मी माझी स्थिती माझ्यासमोर आणखीनच हास्यास्पद करून घेईन जर मी आता या अवस्थेत आयुष्याला बिलगून, मिठी मारून जगत राहिलो तर, जेव्हा की या आयुष्याकडे मला देण्यासाठी आणखी काहीही नाही!''

मी त्यांचं ते वाक्य ओळखलं होतं. हेच वाक्य सॉक्रेटिस आपला मित्र क्रिटो याला 'हेमलॉक' नावाचं विष घेण्यापूर्वी म्हणतो. क्रिटो एकदम स्तब्ध होतो आणि तो सॉक्रेटिसला काही काळ थांबवायचा प्रयत्न करतो. तो म्हणतो ''घाई काय आहे दोस्ता? अरे आपल्याजवळ अजून खूप वेळ आहे! आपण जरा बाहेर जाऊ आणि छानसं जेवण घेऊ या. त्यानंतर दोन दोन पेले दारू घेऊन मजा करू या.'' पण सॉक्रेटिस त्याला म्हणतो. ''ते सारं विसरून जा आता! मी आता स्वतःला जास्त

मूर्ख बनवू शकत नाही. आता हे सारं इथंच आणि यासोबतच संपू दे!'' आणि सॉक्रेटिस ते विष घेतो. बाबांना ही सॉक्रेटिसची विषप्राशनाची गोष्ट खूपच आवडत असे. एक दिवस दुपारी त्यांनी मला ही गोष्ट सांगितली होती. त्या गोष्टीबद्दलचा त्यांचा काही सिद्धान्त होता. पाश्चात्त्य विचारवंतांच्या त्या सिद्धान्ताचं उदाहरण देऊन ते सांगत; पण मला ते काय आणि कशाबद्दल बोलत तेसुद्धा कळत नसे. मला फक्त एवढंच आठवलं की, ते क्रिटोला 'कुरीटो' असं म्हणत आणि त्यांचा तो 'कुरीटो' उच्चार मला खूपच आवडत असे. जणू एखादा फटाका पूर्ण फुटण्याऐवजी अर्धाच फुटला तर कसा आवाज येईल? किंवा क्रिकेट नावाचा किडा गवतात घुसून ओरडला तर त्याचा कसा दबका स्वर येईल, अगदी तस्साच त्याचा उच्चार ते करीत. त्या पहिल्या वाक्याखालीच त्यांचं दुसरं वाक्यसुद्धा होतं.

''मी माझी स्थिती दुसऱ्यांसमोरसुद्धा हास्यास्पद करून घेईन. जर या अवस्थेत मी या आयुष्याला बिलगून, मिठी मारून जगत राहिलो तर, जेव्हा की या आयुष्याला मला आणखी काहीही देता येत नाहीये!''

त्याच क्षणी एक भयानक विचार माझ्या मनात डोकावला. मी ताबडतोबच बेडरूममध्ये गेले. कॉम्प्यूटरच्या स्क्रीनसेव्हरवरून ''हॅलो किटी'' माझ्याकडे बघून गुलाबीपणे चमकत होती; पण मी जसं कॉम्प्यूटरजवळ जाऊन तो सुरू केला तेव्हा ती नाहीशी झाली होती. आता मी बुरसेरा हेन्ताईची लिलावाची वेबसाईट बघत होते, जिथं माझ्या चड्डीचा लिलाव चालला होता. मी ही गोष्ट वेब ब्राऊजरवरून घालवायची विसरूनच गेले होते. त्यांनी ते सारंच पाहिलं होतं तर! आता तिथला लिलाव पण संपला होता. कुणीतरी लोलीकॉम 73 नावाचा हेन्ताई जिंकला होता. मी तो लिलावाचा इतिहास परत तपासला होता. लिलाव खूप वर चढला होता आणि एकदम स्थिर झाला होता; पण शेवटच्या तासात एक नवीन बोली बोलणारा सी. इम्परेटर नावाचा कुणीतरी लिलावात उडी मारून शिरला होता. आणि पुन्हा त्या चड्डीचा लिलाव जोरात सुरू झाला होता. त्याला गती आली होती. बोलीवर बोली लागत होती. आणि केवळ दोन सेकंदांपूर्वीच लोलीकॉम 73 जिंकला होता. सी. इम्परेटर हरला होता. त्याची ती शेवटची बोली होती.

लोलीकॉम 73 हा माझ्या त्या चड्डीच्या लिलावाचा सन्माननीय विजेता होता. सी. इम्परेटर हरला होता. मी बाथरूममध्ये गेले आणि टॉयलेटमध्ये वाकले. मला उलटी झाली; पण मी व्यवस्थित संडासच्या भांड्यात केली.

मी परत बैठकीच्या खोलीत आले. बाबांनी लिहिलेली चिठ्ठी अजूनही त्या पुस्तकावरच होती, जिथे मी ती सोडून आले होते. मी ती हातात धरून मुठीत

चुरगाळली आणि रूमच्या बाहेर फेकण्याचा प्रयत्न केला; पण सोफ्यावरून उसळून तो कागदाचा चेंडू उसळी मारून जमिनीवरील गालिच्यावर स्थिरावला होता. मला एक मोठा दगड किंवा बॉम्ब हवा होता. आमच्या बैठकीला, जिथं तो कागदाचा चेंडू होता, तिथं एक मोठं छिद्र पडायला हवं होतं किंवा मोठा बॉम्बस्फोट होऊन ही पूर्ण इमारतच उडून जायला हवी होती; पण माझ्याजवळ बॉम्ब नव्हता. मग मी तो 'द ग्रेट मिडास ऑफ वेस्टर्न फिलॉसॉफीचा' खंड नं. १ उचलला आणि गॅलरीच्या काचेच्या दारावर जोरात फेकला; पण ते काचेचं दार भयंकरच मजबूत होतं. खरंतर ते एक चांगलंच मोठं आणि जाडजूड पुस्तक होतं; पण त्याचा परिणाम काही त्या काचेवर झाला नाही. उलट ते पुस्तक काचेवर आदळून जमिनीवर पालथं पडलं. त्यामुळे मला आणखीनच राग आला. म्हणून मी पुन्हा ते उचललं. या वेळेस मी ते काचेचं सरकतं दार उघडून ते पुस्तक वेगानं बाहेर फेकलं. मी हे पाहिलं की पुस्तकाच्या हेलेनिस्ट प्रकरणाची पानं हवेत तरंगत होती. अगदी गॅलरीच्या रेलिंगवरून ती फडफडताना दिसली; जणू एखाद्या जुन्या प्राचीन किंवा ज्युरासिक काळातल्या आर्चिओप्टेरिक्स नावाच्या प्रचंड पक्ष्याच्या पंखांच्या फडफडण्यासारखी ती भासत होती. मला आता खूपच शांत आणि सुटल्यासारखं वाटत होतं. तेवढ्यात मी कसलातरी आवाज ऐकला. खूप साऱ्या क्षणांचा आवाज एकत्र होऊन माझ्या कानात आदळल्यासारखे झाले होते.

'हे!'

मी एकदम थिजूनच गेले; कारण हा आवाज पुस्तक ज्या दिशेनं फेकलं होतं, त्या बाजूनं रस्त्यावरून खालच्या बाजूनं आला होता.

"हे! अजिबात स्वतःला लपवायचा प्रयत्न करू नकोस. मला माहीत आहे की तू तिथं वरती आहेस ते!"

हा एक तरुण स्त्रीचा आवाज होता; पण त्यात राग मात्र नव्हता. मग मी उठून गॅलरीत गेले आणि गॅलरीच्या काठावरून खाली वाकून बघू लागले. एक सुंदरसा गोल चेहरा माझ्याकडे वर पाहत होता. ही त्या बारबालांपैकी एक होती जी आमच्या बाजूला राहत होती. मी तिला सार्वजनिक बाथरूममध्ये अंघोळीला जात असतानापासूनच ओळखत असे. ती माझ्याकडे बघून गोड हसत असे. आणि आता तर तिनं मला ओळखलंसुद्धा होतं.

"ओ! तू तर तीच आहेस ना?" तिच्या हातात ते मी फेकलेलं पुस्तक होतं. "तू हे फेकलंस ना?" ती म्हणाली.

ती मला जखमी झालेली दिसत नव्हती. मी होकारार्थी मान हलवली.

"तू काही खाली टाकताना काळजी घ्यायला हवीस!" ती इतकं छान बोलत होती, जणू मी जे केलं होतं ती काही फार आक्षेपार्ह गोष्ट नव्हती.

"तू एखाद्या दिवशी अशानं कोणाला तरी मारून टाकशील!" ती म्हणाली.

"मला क्षमा कर!" मी म्हणाले; पण माझा आवाज अजूनही नीट काम करीत नव्हता. त्यामुळे तिनं तो माझा आवाज ऐकला की नाही हे मला कळू शकलं नाही.

"मी आता हे पुस्तक इथं ठेवून जाते. ठीक आहे!" तिनं ते पुस्तक त्या रेंदाळ चौकोनी तुकड्यांनी तयार झालेल्या भिंतीवर ठेवलं. ही भिंत रस्त्याच्या कडेची पायवाट आणि आमची बिल्डिंग यामधून धावत होती. "तू खाली आलीस तर बरं होईल! खाली येऊन हे पुस्तक घेऊन जा, नाहीतर भलतंच कुणीतरी येऊन हे पुस्तक घेऊन जाईल!" आता तिनं त्या पुस्तकावरचं शीर्षक वाचलं आणि हळूच म्हणाली "कदाचित कुणी हे पुस्तक नेणारसुद्धा नाही, असो! मी हे पुस्तक इथं ठेवून जातेय. ठीक आहे?"

"आभारी आहे!" मी पुटपुटले; पण तोपर्यंत ती तिथून रस्त्यावरच्या कोपऱ्यावरून वळलीसुद्धा होती आणि नाहीशी झाली.

त्यांनी बाबांच्या पोटातून सारं काही पंपानं बाहेर काढलं होतं. आणि सगळ्याच गोळ्या बाहेर काढल्याची खात्री करून घेतली होती. त्यामुळे ते मरणार नव्हते. आणि खरी गोष्ट अशी होती की ते जवळपासही नव्हते. आईनं त्यांना हॉस्पिटलमधून घरी आणलं होतं. आणि मला सांगितलं की ते आता पूर्ण बरे होण्याच्या मार्गावर आहेत. मी तिला 'सॉक्रेटिसच्या चिठ्ठीबद्दल' काहीही सांगितलं नाही.

जेव्हा बाबांना दवाखान्यातून डिस्चार्ज करून आणलं, त्यानंतर आम्ही तिघंही बैठकीत बसलो होतो. अर्थात आम्ही आपसातील गैरसमज दूर करण्यासाठीच बसलो होतो. किंवा असं म्हणा की ही एक कौटुंबिक चर्चेची बैठक होती. बाबा आता हळूहळू बोलत होते. ते म्हणाले की जे काही घडलं होतं तो एक अपघात होता; कारण ते खूप थकले होते आणि ते झोपू शकले नाहीत. त्यामुळे त्यांनी किती गोळ्या घेतल्या याचा हिशेब ते ठेवू शकले नाहीत. आता असं पुन्हा घडणार नाही असं अभिवचन त्यांनी दिलं होतं; मात्र बाबांनी बोलताना त्या 'चड्डीच्या लिलावाचा' आणि त्यांनी लिहून ठेवलेल्या चिठ्ठीचा अजिबातच उल्लेख केला नाही.

माझी आई त्यांचा तो अभिनय बारकाईने बघत होती. जेव्हा त्यांनी आपलं बोलणं संपवलं तेव्हा तिनं एक सुटकेचा मोठा नि:श्वास टाकल्याचं मी ऐकलं होतं. "अर्थातच जे काही झालं तो एक अपघातच होता!" ती म्हणाली. आणि माझ्याकडे अनुमोदनासाठी बघत म्हणाली. "आम्हाला ही गोष्ट माहीतच होती! होय की नाही गं, नाओ!"

आता ती बाबांकडे वळली. त्यांना रागवायला सुरुवात केली. "मूर्ख बाबा! तू इतका निष्काळजी कसा असू शकतोस? आणि यापुढे नव्हे आतापासूनच नाओको

आणि मी, आम्ही दोघीही तुझी सारी औषधं आमच्याकडे सुरक्षित ठेवू आणि जेव्हा तुला गोळ्या घ्यायच्या असतील तेव्हा तू फक्त आम्हाला विचारायचं. त्याशिवाय गोळ्या घ्यायच्या नाहीत. कळलं का? आणि हेच बरोबर ठरेल! होय की नाही गं, नाओ-चान!''

मला यात कशाला ओढतेस आई! माझ्या मनात विचार आला; पण मी फक्त माझ्या दुभंगलेल्या केसांचं टोक ओढत निर्विकारपणे माझं डोकं होकारार्थी हलवलं. माझे डोळे त्या दोघांकडेही पाहणं सहन करू शकत नव्हते. मी त्यांच्याशी नजर मिळवली नाही. जेव्हा ही खोटी कौटुंबिक चर्चा संपली तेव्हा आई झोपायला गेली. मी बाबांना ग्लुमी बिअर स्टेशनरीच्या कागदाच्या तीन घड्या नीटपणे घातलेली एक चिठ्ठी दिली. ही चिठ्ठी अगदी त्यांनी लिहिलेल्या सॉक्रेटिसच्या चिठ्ठीसारखीच होती. ती चिठ्ठी बघितल्यावर त्यांचा फिकट चेहरा आणखीनच पडला. त्यांचं तोंड एखाद्या मरणाऱ्या मासोळीसारखं उघडमीट होत होतं.

''तुम्ही ही चिठ्ठी वाचली तर बरं होईल!'' मी म्हटलं.

त्यांनी ती चिठ्ठी उघडली. त्यात त्यांनीच लिहिलेल्या वाक्यासारखी दोन मोठी वाक्यं होती. जेव्हा त्यांनी ती पूर्ण वाचली, त्यांनी त्यांचं डोकं हलवलं. ती चिठ्ठी परत व्यवस्थित घडी घालून ठेवली. ''होय!'' ते मला म्हणाले. ''तुझं बरोबरच आहे!''

माझं पहिलं वाक्य असं होतं.

'तुमचे काका हारुकी नं १ यांनी स्वतःचा असा छळ कधीच केला नव्हता.'

आणि दुसरं वाक्य हे सांगत होते की-

'आणि तुम्हाला जर अगदी काही करायचंच झालं तर ते, अगदी नीटपणे करा.'

कधी कधी तुमच्या मनात जे काही असेल ते तुम्ही बोलूनच टाकलं पाहिजे.

त्या रात्री माझे आई-वडील गाढ झोपल्यावर मी चोरून बाथरूममध्ये शिरले. माझ्या हातात कात्री आणि माझ्या आईचे केस कापण्याचे इलेक्ट्रिक क्लिपर होते, ज्याने ती बाबांचे केस पकडून,ते कापून आकार देत असे. तसे बाबासुद्धा मधून मधून या वस्तू वापरून स्वतःची वैयक्तिक स्वच्छता स्वतःच करीत. बाथरूमच्या थंड दिव्यांच्या प्रकाशात मी आधी माझे लांब केस मुठीत धरून गठ्ठ्याने कापले. सगळे केस कापायला मला बराच वेळ लागला. मी तोपर्यंत कापत राहिले जोपर्यंत

ते छाटण्याच्या स्थितीत येण्याइतके छोटे झाले नाहीत. मग मी इलेक्ट्रिक क्लिपर प्लगमध्ये घातले आणि ते सुरू केले. अरे! हा तर रात्रीच्या शांततेत खूपच मोठा आवाज करीत होता! मी ताबडतोब बटण बंद केलं, आणि कानोसा घेऊ लागले; पण बेडरूममधून कसलाही आवाज आला नाही. मी पुन्हा बाथरूमचं दार बंद केलं. तो इलेक्ट्रिक क्लिपर एका टॉवेलमध्ये गुंडाळला. त्यामुळे त्याच्या मोटारचा होणारा मोठा आवाज मंद झाला. मी माझे सगळेच केस छाटून टाकले. नंतर माझे कापलेले लांब केस एका पेपरबॅगमध्ये भरून कचऱ्याच्या बादलीत टाकले. नंतर ते सिंक मी पाण्यानं स्वच्छ धुतलं आणि पेपरनं पुसलं. मी माझं टक्कल आता हुडीमध्ये झाकलं आाण सावकाशपणे आवाज न करता बेडरूममध्ये येऊन माझ्या गोधडीवर बसले. मला आता खूपच विचित्र वाटत होतं. मी माझ्या डोक्याला वारंवार हात लावत होते.

मी आता उरलेली रात्र माझ्या गोधडीवर ध्यानात बसूनच काढली. त्याकरिता मी माझं पांघरूण डोक्यावरून घेतलं होतं. जशी सकाळ झाली, मी ताबडतोब उठून माझ्या शाळेचा गणवेश घातला. त्या शाळेच्या गणवेशाच्या खाली माझी हुडी घातली होती. खरंतर हे शाळेच्या नियमाविरुद्ध होतं; पण मला माझं टक्कल पूर्णपणे लपवायचं असल्यानं मी ती हुडी घातली. हे सगळं मी फार लवकर केलं होतं. घरातूनही मी लवकर निघाले होते. त्यामुळे मी वेंडिंग मशिनमधून गरम कॉफी घेतली आणि वेळ घालवण्याकरिता देवळाच्या बगीच्यातील दगडी बेंचवर बसून कॉफी घेत बसले. देवळातील भिक्खू त्याच्या हातात एक दाताळे घेऊन वाळू सपाट करायला आला. त्याला देवळाभोवतीचा परिसर झाडायचा होता. त्यानं माझ्याकडे एक कटाक्ष टाकला. कदाचित त्याला कळलं असावं की माझ्या हुडीखालच्या टोपीमध्ये काय आहे; कारण आमच्या दोघांत एक इशारेवजा भाषा झाली. त्यानं आपलं डोकं होकारार्थी हलवलं. मी माझा कॉफीचा कॅन त्या बेंचवर ठेवला आणि उठून उभी राहिले. माझी हुडी बाजूला केली आणि त्याला वाकून एका बुद्धिस्टाप्रमाणे योग्य नमस्कार केला. वाकल्यावर माझ्या दोन्ही हातांचे तळवे मी नमस्काराच्या रूपात जोडले होते. अगदी तस्साच छान आणि खोलवर पद्धतीनं नमस्कार केला जसा जिकोनं- माझ्या पणजीनं मला शिकवला होता. मी जेव्हा ताठ उभी झाले तेव्हा मी पाहिलं त्यानं दाताळ्यानं झाडणं सोडलं होतं; आणि मी केलेला नमस्कार मला परत तितक्याच आदरानं परत करीत होता. त्यामुळे मला खूपच बरं वाटलं. त्यामुळेच मला भ्क्खिू आणि नन्स फार आवडतात. त्यांना बरोबर माहीत असतं की इतरांशी नम्रपणे कसं वागावं; मग ती स्त्री असली आणि कशीही (समाजाच्या दृष्टीनं तिचा दर्जा कितीही कमी असला तरीही) असली तरी त्यांना काहीच फरक पडत नाही.

मला शाळेची शेवटची बेल होईपर्यंत वाट बघायची होती. म्हणून मी अतिशय

मंद चालीनं शाळेकडे चालू लागले. शाळेजवळ पोहोचवल्यावर मी बघितलं, कुणीही शाळेच्या खेळाच्या मैदानात नव्हतं. मी शाळेच्या रिकाम्या आणि शांत व्हरांड्यातून सरकत होते. व्हरांड्यातील ती शांतता जणू तिथं भूत असल्याप्रमाणे होती. ही शांतता माझा वर्ग येईपर्यंत होती. मी भिंतीमधून जाऊ शकत नव्हते, म्हणून मी माझ्या वर्गाचं दार धाडकन उघडून आत शिरले. सेन्सेई मुलांची हजेरी घेण्यात मग्न होते; पण त्यांना मध्येच त्रास देऊन आत शिरल्याबद्दल मी त्यांची क्षमा मागितली नाही. उशिरा आल्याबद्दलही क्षमा मागितली नाही. रेईकोच्या गँगमधील काही मुलांनी मला वर्गात शिरताना पाहिल्यावरच कुजबूज करायला सुरुवात केली. त्यातील काही शब्द माझ्या कानाने टिपले. ते शब्द होते 'लिलाव' आणि 'चड्डी' आणि 'बॉटमलाईन.' मी ओळखलं की प्रत्येकालाच त्या 'चड्डी प्रसंगाची' माहिती होती किंवा त्यांनी त्याबद्दल ऐकलं होतं. आणि प्रत्येकानंच तो लिलाव गेल्या पाच दिवसांपासून बघितला होता. जणू काय तो साऱ्या वर्गाचाच प्रोजेक्ट होता.

पण मी त्यांच्या कुजबुजीकडे संपूर्ण दुर्लक्ष केलं आणि माझ्या जागेकडे चालू लागले. कदाचित माझ्या गणवेशातील हुडी माझ्या गणवेशाच्या आतून माझ्या डोक्यावर आली होती, ती सगळ्यांचं लक्ष वेधून त्यांना सांगत होती की आज काहीतरी वेगळं आहे. किंवा मी ज्या आत्मविश्वासानं, ताठपणे चालत वर्गात आले होते, त्या आत्मविश्वासानं- ताठपणानं त्यांना जणू एखादा सैनिक युद्धभूमीकडे जाताना कसा दिसेल तशी मी भासत होते. किंवा माझ्यातल्या 'सुप्पापावा'ची जादू त्यांच्यावर पसरली होती. आणि त्यांना एकदम मुकं बनवलं होतं. त्यांच्या जागेवर ते सर्व जण खिळून मोहित झाल्याप्रमाणे बसले होते. एकामागून एक ते शांत होत गेले. मी माझ्या बाकाजवळ पोहोचले; पण माझ्या खुर्चीवर बसण्याऐवजी मी तिच्यावर चढले आणि खुर्चीवरून माझ्या बाकावर चढून उभी राहिले. अगदी ताठ आणि सरळ आणि जेव्हा सगळा वर्ग माझ्याकडे 'आ' वासून चकित होऊन पाहत होता, तेव्हा मी माझ्या डोक्यावरील हुडीची टोपी दूर केली.

वर्गात सगळ्यांनी जो एक सामूहिक उसासा टाकला, त्यानं माझ्या मणक्यात एक शिरशिरी पसरली. माझ्या चमकदार टकलाची एक अनामिक दैवी शक्ती सगळ्या वर्गात फाकली होती. अगदी सगळ्या जगात एखाद्या प्रखर प्रकाशाच्या गोळ्याप्रमाणे, एखाद्या भयसूचक दीपस्तंभाचा कसा झगझगता उजेड असतो त्याप्रमाणे जमिनीवरील अंधाराच्या प्रत्येक फटीत तो प्रकाश घुसला होता. त्यानं माझ्या शत्रूंचे डोळे दिपवले होते. मी माझ्या वळलेल्या मुठी माझ्या पार्श्वभागावर रोवल्या आणि त्यांना थरथरताना मी पाहत होते. त्यांनी त्यांचे हात डोळ्यांवर एखाद्या झापडीप्रमाणे धरले होते; कारण माझा प्रकाश त्यांना सहन होत नव्हता.

मी माझं तोंड उघडलं आणि माझ्या घशातून एखाद्या गरुडाप्रमाणे जोरदार आवाज काढायला सुरुवात केली. हे गरुडासारखं जोरानं विव्हळणं, रडणं जणू विश्वाच्या प्रत्येक कणात शिरत होतं. माझ्या वर्गातील माझ्या शत्रूंच्या कानात भोसकलं जात होतं. त्यानी सारी पृथ्वी हादरत होती. माझ्या वर्गातील मुलांनी त्यांच्या कानांवर आपल्या हाताचे तळवे घट्ट दाबून धरलेले पाहिले. त्यांच्या बोटांतून तळव्याकडे रक्त वेगाने येत होतं. त्यांची बोटं गुलाबी झाली होती. त्यांच्या कानाच्या पडद्यावर तो आवाज कंपनं उठवत होता. त्यांच्या कानांचे पडदे त्या आवाजानं फाटत होते.

मग मी थांबले...का? तर मला त्यांच्याबद्दल आता फार वाईट वाटत होतं. मी माझ्या बाकावरून उतरले. मी आता सगळ्या वर्गासमोर जाऊन उभी राहिले. मी माझा चेहरा माझ्या शिक्षकांकडे वळवला. माझे दोन्ही हात जोडून मी त्यांच्यासमोर वाकून त्यांना नमस्कार केला. मी माझ्या वर्गमित्रांनाही त्याच पद्धतीनं नमस्कार केला. मी त्यांना सर्वांनाच छान आणि खोलवर जाणीव देणारा नमस्कार केला होता. नंतर मी वर्ग सोडला. आता त्यांना सोडून जाणंच उत्तम होतं. मला खरं म्हणजे थोडंसं वाईट वाटत होतं; कारण मला आता हे माहीत होतं की मी आता कधीच परत येणार नाही.

३

माझं डोकं मी पूर्णच भादरल्यामुळे माझे वडील माझ्याकडे बघण्याचं टाळत होते. मी माझ्या त्या अतिदिव्य शक्तीनं माझ्या वर्गमित्रांना हरवून आले होते. घरी आल्यावर दिवसभर मी वाट पाहिली की बाबांनी माझ्याकडे पाहून मला काही विचारावं. माझ्याकडे लक्ष द्यावं असं मला वाटत होतं; पण त्यांनी माझ्याकडे अजिबातच लक्ष दिलं नव्हतं; पण आईनं मात्र घरी आल्याबरोबर मला तत्क्षणीच त्याबद्दल विचारलं. ज्या क्षणाला ती घरात शिरती झाली त्याच क्षणाला तिचं लक्ष माझ्या डोक्यावरील हुडीकडे गेलं. ती सरळ माझ्याजवळ आली आणि माझी हुडी दूर केली. आणि तिनं रागाच्या लहरीतच मला काय घडलं ते सविस्तर सांगायचा हुकूमच केला. मी तिला 'चड्डीचा प्रसंग' वगळूनच सगळं सांगितलं आणि तिला स्पष्टपणे सांगितलं की मी शाळा सोडली आहे. आणि मी 'नन' बनण्यासाठी आता घरसुद्धा सोडणार आहे. मी अजून खूप गंभीर नव्हते. खरंतर माझ्या बाजूनं हा 'नन'चा विचार बरोबरच होता. मला 'नन'च व्हायचं होतं. जिकोच्या देवळात जाऊन तिथं आयुष्यभराच्या ध्यानासाठी माझं नाव नोंदवायचं होतं. आणि स्वच्छतेसाठी आणि लोणचं बनवायला शिकण्यासाठी तिथं राहायचं होतं.

"अजिबातच नाही!" आई म्हणाली. घर सोडून जाण्यासाठी मी एकतर खूपच

लहान होते आणि मी आधी हायस्कूलमध्ये गेलं पाहिजे, असं तिचं म्हणणं होतं. आई फार मोठी चूक करीत होती. तिनं मला शाळा सोडण्यासाठी परवानगी द्यायला हवी होती; पण तीन दिवस आमच्या दोघींत भांडण झाल्यावर मी शेवटी प्रवेश परीक्षा द्यायचं कबूल केलं. आणि अर्थातच ही परीक्षा आता जवळ येत होती; पण मला त्या परीक्षेबाबत मात्र काहीच वाटत नव्हतं; पण मी तिला प्रयत्न करीन असं वचन दिलं होतं. आणि ती माझ्या पाठी लागण्यापासून मी स्वतःची सुटका करून घेतली.

अगदी त्याच आठवड्यात मला सार्वजनिक स्नानगृहात ती बारबाला भेटली. जिला मी तो 'द ग्रेट मिडास ऑफ वेस्टर्न फिलॉसॉफीचा' खंड १ जवळपास फेकूनच मारला होता. माझ्या डोक्यावर केस नसतानाही तिनं मला ताबडतोब ओळखलं होतं; पण माझ्यावरून आपली नजर इतरांसारखी हटवण्याऐवजी तिनं आपले डोळे बारीक करून माझं निरीक्षण मोठ्या बारकाईनं सुरू केलं होतं. शेवटी तिचं समाधान झाल्यावर तिनं तिचं डोकं हलवलं.

"फारच छान आहे हं हे!" ती म्हणाली. "खूपच सुंदर आकार आहे! तुझं डोकं सुंदरच आहे गं!"

आम्ही दोघी भिजण्याच्या मोठ्या टबमध्ये बसलो होतो. आमच्या गळ्यापर्यंत पाणी होतं. आरशावर पाण्याची वाफ जाऊन आरसा ढगाळला होता. त्या धूसर आरशात मी माझ्या गुळगुळीत पांढऱ्याशुभ्र डोक्याकडे बघू शकत होते. माझं डोकं वाफभरल्या पाण्यात खालीवर होत होतं. जणू उकळत्या पाण्यात अंडं शिजत असल्यासारखं ते दिसत होतं.

"मी कधीच सुंदर गोष्टींकरिता वाईट शेरा देत नाही!" मी तिला सूचित केलं. "पण मी अतिदिव्य अशी शक्तीनं भरलेली एक सुपर हिरो आहे. आणि खरं सांगू का, हे जे दिव्य शक्तीनं भरलेले सुपर हिरो असतात ना; त्यांना सुंदर दिसण्याची मुळीच गरज नसते."

ती शहारली. "ठीक आहे! मला सुपर हिरोबद्दल जास्त माहिती नाही; पण ही काही एवढं दुःख देण्याची शक्यता नसलेली गोष्टच नाहीये! नाही ना? उलट ही थोडीशी सुंदरच आहे!"

मला ती काय म्हणतेय याचा अंदाज आला नाही. "माझ्या आईला खूपच राग आलाय." मी तिला पुढे सांगितलं, "तिला मी आता एक केसांचा टोप घेतला पाहिजे असं वाटतंय."

तिनं आपलं डोकं हलवलं आणि पाण्यातून आपला सुंदर हात बाहेर काढला. तिच्या सुंदर बोटांवरून गळणाऱ्या पाण्याच्या थेंबांचं मी निरीक्षण करीत होते.

"ठीक आहे!" ती म्हणाली. "मी तुला घेऊन जाते. मला अशी एक सुंदर

जागा माहीत आहे.'' जणू काय मी तिला त्या जागेबद्दल विचारलं होतं अशा थाटात ती बोलत होती.

तिनं मला तिचं नाव बेबेट आहे असं सांगितलं. खरं तर हे काही विशिष्ट जपानी नाव नव्हतंच. 'बेबेट' हे तिचं नाव ती पूर्वीपासून धारण करीत नव्हती. त्याआधी तिचं नाव 'काओरी' असं होतं. ती एका असाकुसा क्लबमध्ये बारबाला म्हणून काम करीत होती. तेथून तिला क्लबच्या मामा-सान (मालकीण)च्या मित्राबरोबर झोपल्याबद्दल हाकलून देण्यात आलं होतं. तशीही ती त्या क्लबच्या नोकरीला कंटाळलीच होती, असं तिचं म्हणणं होतं; पण ज्या पद्धतीनं तिला हाकललं गेलं होतं, ती पद्धत फारच करुणाजनक आणि तिचे डोळे ओले करणारी होती. तिनं मग आपलं नाव बदलून 'बेबेट' असं ठेवलं. आणि तिला फिफिज लोनली ॲप्रनमध्ये मग काम मिळालं होतं. ती जागा फारच उत्साह आणि आनंदानं भरलेली होती. आणि काम करण्यासाठी बाजारातली मोक्याची जागा होती. ती तेव्हाही सुंदरच जागा होती जेव्हा ती एकांत होती.

बेबेटला 'कॉस्प्ले'ची आवड होती. फिफिमध्ये ती छोटा स्कर्टसारखा पेटीकोट, पिनॉफर आणि स्टॉकिंग घालून हिंडत असे. त्यावर सुंदर लेस लावलेल्या असत. बेबेट ही जेव्हा तिच्या कामासाठी असा सुंदर पोशाख करते, तेव्हा ती एखाद्या सजवलेल्या फॅन्सी कपकेकसारखी दिसते, ज्यावर मार्झिपानाची फुलं, स्पार्कल्स आणि साखरेच्या हार्टची सजावट केलेली असते. अतिशय चविष्ट आणि गोड असा केक ज्याला बघितल्यावर तुम्हाला तो एका घासात खाण्याची इच्छा होईल. बेबेटला बघितल्यावर गिळायची, खाण्याची तशीच इच्छा होत होती; पण मूर्खासारखं वागू नका; कारण बेबेटमध्ये हळुवारपणाचा ओलावा, नाजूकपणा अजिबातच नव्हता.

मी बरेच दिवस झाले, शाळेत जातच नव्हते आणि माझ्याजवळ या दिवसांत करायलाही काही नव्हतंच. त्यामुळे आम्ही दोघींनी एक दिवस ठरवून आणि ट्रेन पकडून एकत्रच अकिबाला गेलो.

''मला तुझ्याबरोबर बाहेर जायला आवडलं!'' ती म्हणाली. ''लोक आपल्याकडे बघतायत. आपण तुझ्यासाठी छानसा पोशाख आणि तुझ्या टकल्या डोक्यासाठी छानसं काहीतरी घेऊ या! तू एकदम छान दिसशील. तू ननसारख्या पोषाखामध्ये किंवा नकोच; तू बेबी डॉलसारखाच पोषाख घे. त्याच्याबरोबर एक छानशी लेसवाली टोपी घेऊ या! तू एखाद्या सुंदर टकल्या बेबी डॉलसारखी दिसशील. ओ! हं! सारंच कित्ती गोड असेल नाही!''

''पण तू मला केसांचा टोप घेऊन द्यायला मदत करणार होतीस. नाही का?''

मी तिला आठवण करून दिली; पण मी मनातल्या मनात फार खूश होते.

'अकिहाबारा' या शब्दाचा अर्थ आहे शरद ऋतूतील पानांचा प्रदेश; पण आता त्या प्रदेशाची जागा इलेक्ट्रॉनिक्स वस्तूंच्या दुकानांनी घेतली होती. आणि लोक त्याला आता 'अकिबा' म्हणजे 'इलेक्ट्रिसिटी टाउन' म्हणून ओळखत होते. मी याआधी इथं कधीच आलेली नव्हते. मला असं वाटलं की, ही ती जागा असेल जिथं माझ्या वडिलांसारखी मंगा ओताकू आणि अपयशी माणसं आपलं कॉम्प्यूटरचं सामान विकायला येतात, जेव्हा त्यांचा खिसा रिकामा असतो; पण मी साफ चुकीची ठरले. अकिबा खूप विचित्र पण तितकंच विलक्षण आहे. तुम्ही जर दोन्ही बाजूंनी गच्च भरलेल्या दुकानांच्या छोट्या अरुंद गल्ल्यांमधून आणि बाजाराच्या रस्त्यांवरून गेलात तर तुमच्या लक्षात येईल की, ही दुकानं सर्किटबोर्ड, डीव्हीडी, ट्रान्सफॉर्मर्स आणि इतर खेळांच्या सॉफ्टवेअर्सनी उतू जात आहेत. त्यात अतिस्तोम माजवलेली कार्टून्स आणि कॉमिक बुक्समधल्या व्यक्तिरेखांचे सामान, मॅनगा कॉमिक्स मॉडेल्स आणि फुगलेल्या सेक्सच्या बाहुल्या आणि इतर तत्संबधीची खेळणी अगदी गच्च भरलेली आहेत. दुकानात केसांचे टोपसुद्धा होते. आणि त्यात छोट्या मॉडेल्स किंवा हॉटेल वेट्रेसचे विविध तऱ्हेचे पोषाख होते. शाळकरी मुलींचे ब्लूमर्स म्हणजे ब्लाऊजही विकायला ठेवले होते. जिकडे बघाल तिकडे तुम्हाला अक्षरशः जिवंत किंवा चेतना असलेली पोस्टर्स वाटावी अशी 'सजीव पोस्टर्स' लावलेली होती. मोठ्या बिल्डिंगवर प्रचंड मोठे जाहिरातींचे बॅनर्स लावले होते. त्या बॅनर्समध्ये विशिष्ट मॉडेल्सची चित्रं होती. चित्रातल्या या मॉडेल्स चमकत्या डोळ्यांनी लहान मुलांच्या साईजच्या स्विमिंग पुलाभोवती फिरत होत्या. त्यांच्या अंगावर सुपरहिरोंच्या सुधारलेल्या पोषाखाच्या आवृत्या होत्या. त्यातून त्यांच्या एकसारख्या आकाराची टोकदार स्तनाग्रं असणारी छाती डोकावत होती. कानावर सतत ते वेडेवाकडे आवाज क्लँग! क्लँग! क्लँग! आदळत होते. हे आवाज त्या गेम्सच्या कमानीतून येत होते. तसंच खेळाच्या पार्लरमधून पिंग! पिंग! पिंग! आवाज येत होते. तिथं स्लॉटिंग किंवा जुगार खेळण्याच्या मशिन्सची पार्लर्स होती. दुकानाच्या समोरील लाऊडस्पीकर्स कर्कश आवाजात ठरावीक वेळेकरिता दिल्या जाणाऱ्या 'ऑफर्स' किंचाळून किंचाळून सांगत होते. रस्त्यावरून फिरणाऱ्या लहान फ्रेंच वेट्रेस रस्त्यावरूनच जाणाऱ्या ओताकू[३] मुलांसाठी जोरजोराने याचसाठी ओरडत होत्या. तिथं कुठंही पानझडीचे वृक्ष आणि पानं आता नव्हती.

त्या तुफान गर्दीत आणि गोंधळात बेबेट मला दिशा दाखवत ओढून नेत होती. तिनं माझा हात तिच्या हातात घट्ट पकडला होता. मी त्या गर्दीत हरवून जाऊ नये

---

३. ज्यांना या खेळांचं अतोनात वेड असतं त्यांना ओताकू म्हणतात.

किंवा दिशाहीन होऊ नये म्हणून तिचा हा प्रयत्न होता. मी एखाद्या मूर्ख अमेरिकन प्रवाशासारखी तिच्याबरोबर तोंड उघडं टाकून ओढली जात होते. मला माझी अमेरिकन मैत्रीण 'कायला'ची आठवण आली. मी तिच्याबद्दल जणू दशलक्ष वर्षांपासून विचारच केलेला नव्हता आणि अचानकपणे कायला या अकिबा इलेक्ट्रिसिटी टाउनच्या मध्यभागी प्रगट व्हावी असं वाटू लागलं होतं. तिला मी सिलिकॉन व्हॅलीमधून फुंकर मारून माझ्या मनानं इथं आणलं होतं; पण ही टोकियो शहराची एकच बाजू होती, ज्यात आता मी पूर्णपणे स्वतःला सामावू शकले होते. मग मात्र मला माझ्या केसांचा टोप शोधायला वेळ लागला नाही. त्याच क्षणाला मी माझ्या लांबसडक, सरळ आणि गुलाबी रंगाच्या केसांची कल्पना केली होती. युरेका सेव्हन या ॲनिमेटेड व्यक्तिरेखेचे केस तसे होते. तिचा पोषाखसुद्धा खूपच गोंडस आणि सुंदर होता. त्यात मी स्वतःला सामावलेली पाहत होते. तो पोशाख मला अगदी योग्य झालेला वाटत होता. जेव्हा आम्ही दोघी जणी त्या डीव्हीडी स्टोअरच्या खिडकीजवळून जात होतो, तेव्हा स्टोअरमध्ये आत खूप सारे फ्लॅट स्क्रीन टीव्ही सेट रांगेनं ठासून भरून ठेवले होते. त्या दुकानातील स्पीकरमधून 'टीनी फाईट' गाण्याचे सूर तरळत होते. टीव्हीच्या पडद्यावर फटाके फोडल्यावर जो चमचमाट होता, तशा चमचमाटातून त्या दुकानात खेळल्या जाणाऱ्या व्हिडिओ गेम्सचे नाव तरळत होते. 'इन्सेक्ट ग्लॅडिएटर्स!' नंतर त्या लढाईबद्दलची दवंडी पिटणाऱ्याचा कर्कश आवाज घुमला. "आता यानंतर आर्थोप्टेरान क्रिकेट आणि प्रेईंग मॅन्टीस." आम्ही दोघी थांबलो आणि त्यांची ती लढाई त्या काचेमधल्या वेलींच्या मंडपात चालली होती ती पाहू लागलो. त्या राक्षसी नाकतोड्याने त्या अशक्त हिरव्या रंगाच्या किड्यावर चाल करून त्याला घट्ट पकडलं. त्यानं त्याला त्या काचेच्या लतामंडपात एका कोपऱ्यात नेलं. त्या दोन्ही किड्यांच्या आपसातल्या लढाईच्या हालचालींची प्रतिमा प्रत्येक टीव्हीच्या पडद्यावर उमटत होती. व्हिडिओद्वारा त्यांच्यातील लढाईची सूक्ष्मातिसूक्ष्म हालचाल बारकाईनं टिपली जात होती. "बघा! बघा! त्याचे लोखंडी करवतीसारखे जबडे! त्याने मॅन्टीसचे डोळेच चिरडले आहेत. त्याने मॅन्टीसच्या जाळीसारख्या पंखाचा भुगा केला आहे!"

ही लढाई तेव्हाच थांबली जेव्हा त्या नाकतोड्याने मॅन्टीसचं डोकं तोडलं. "आणि जिंकणारा आहे ऑर्थोप्टेरन नाकतोडा! आता दुसरी लढाई स्टॅगहॉर्न झुरळाच्या विरुद्ध पिवळा विंचू!"

आता तो हलक्या पिवळ्या रंगाचा विंचू आपल्या नांग्या झुरळाच्या दिशेनं हवेत फिसकारून पुढे सरकला. झुरळ पाठीवर उताणं पडलं आणि त्याची आतली बाजू पूर्णच उघडी पडली. विंचवाची सरळ रेषेतली नांगीची शेपूट आता गोल वळली आणि त्यानं त्याचा विषारी डंख झुरळाच्या अंगात खुपसला. सासु! सासु!

म्हणजे डंख मार! डंख मार! पुन्हा त्या पिवळ्या विंचवानं डंख मारला. विंचवाच्या विषारी डंखानं ते झुरळ शहारलं. त्या उघड्या काचेच्या छोट्या मांडवात त्या झुरळाला लपायला जागाच नव्हती. त्याचे लांबच लांब पाय आता वळले आणि हवेत एकदम मोगरीसारखे सरळ ताठ पसरले. जणू आता ते निष्प्राण झालं होतं. त्यात जीवच नव्हता. हे सगळं दृश्य म्हणजे स्टॅगहॉर्न जातीचं झुरळ हरलं होतं. होय ते झुरळ मरत होतं, मरतच होतं. ते झुरळ मेलंच!

निऑन साईनच्या रंगीत लाईटची अक्षरं टीव्हीच्या पडद्यावर झळकली. पिवळा विंचू जिंकला!

मी रडायला सुरुवात केली.

मी गंमत करीत नाहीये! आतापर्यंत माझ्याबाबत घडलेल्या एकाही गोष्टीनं मला रडायला लावलं नव्हतं. आमचे सगळे पैसे गेले. माझं सनीवेलमधलं सुंदर आणि सुरक्षित आयुष्य जपानमधल्या घाणेरड्या, झिरझिरीत आणि दरिद्री आयुष्यात बदललं होतं. माझी लहरी कठोर आई, माझे आत्मघातकी प्रवृत्तीचे वडील, माझे चांगले मित्र, मैत्रिणी ज्यांनी मला खड्ड्यात घातलं, गाडलं आणि इतक्या महिनोन्‌महिने चाललेल्या दादागिरीनंही मला रडवलं नव्हतं; पण का कुणास ठाऊक, या मूर्ख किड्यांच्या युद्धाच्या- त्यांच्या एकमेकांना फाडून वेगळं करण्याच्या- दृश्यानं माझ्या डोळ्यांत आपोआपच पाणी आलं होतं. यापूर्वी मी इतकी कधीच रडले नव्हते; पण आज मी खूपच रडले होते. हे सारं भयंकर होतं. हा भयंकरपणा त्या लढणाऱ्या किड्यांच्या बाबतीत नव्हता, तर त्या किड्यांचं युद्ध बघणारी माणसं किड्यांच्या जीवन-मृत्यूचा आनंद एका विकृत बेभानपणानं, बेहोशीनं लुटत होती. त्यांच्या विचारांप्रमाणे हा जीवन-मृत्यूचा संघर्ष म्हणजे एक मौज घेण्याचा खेळ होता. मनोरंजनाचा एक भाग होता. हे सारं भयंकरच नव्हतं का?

मी अचानकपणे माझ्या शरीराला खाली वाकवून त्या बिल्डिंगच्या खाली स्वतःचे हात स्वतःच्या शरीराभोवती लपेटून, आवळून, स्वतःच स्वतःला मिठीत घेऊन हमसाहमशी रडू लागले. बेबेट उभी राहून मला न्याहाळत होती. ती तिच्या पिनॅफरच्या काठाच्या लेसशी खेळत होती. त्याच्याशी एका हातानं चाळा करीत होती. ती एका हातानं माझ्या टकलावर बोटाच्या टोकानं ताल धरीत होती, जणू ती एखादं टरबूज किंवा माठ घेण्याआधी त्याची परीक्षा करीत होती. माझ्या डोक्याच्या आतल्या भागात मात्र तिच्या बोटांच्या त्या हळूहळू थापटण्यानं पावसाचे थेंब गुळगुळीत पृष्ठाभागावर आपटल्यावर जसं होतं, तसं होत होतं. थोड्या वेळानं तिनं एक सिगारेट पेटवली आणि ती सिगारेट ओढू लागली. आणि थोड्याच वेळानं तिनं ते सिगारेटचं थोटुक तिच्या सहा इंचाच्या हिलच्या बुटाच्या तळव्याखाली चिरडलं. मी आता नीट झाले होते.

"मला क्षमा कर हं! मी आता ठीक आहे!" मी म्हणाले.

"ठीक आहे! काहीच प्रॉब्लेम नाही!" बेबेट म्हणाली.

बेबेट माझ्या चेहऱ्याचं निरीक्षण करीत होती आणि आता तिनं तिची हॅन्डबॅग उचकटायला सुरुवात केली होती.

"तुला त्या किड्यांविषयी क्रेझ आहे का? किंवा आणखी काही आहे का?" बेबेटनं मला विचारलं.

"नाही नाही. मी क्रेझी नाहीये; पण माझे वडील आहेत! माझे वडील त्यांचे आकार ओरिगामीमध्ये घडी घालून तयार करतात. हा त्यांचा एक छंद आहे!" मी म्हणाले.

"विचित्रच आहे नाही!" ती म्हणाली. तिने तिच्या पर्समधून टिश्यू पेपर काढला आणि माझ्या गालावरचे काहीतरी पुसले.

"आणखी त्यांचे काय काय छंद आहेत?" बेबेटनं मला विचारलं.

"आत्महत्या करणं!" मी निर्विकारपणे उत्तर दिलं. आता तिनं तो टिश्यू पेपर माझ्या हातात दिला.

"हे जरा विचित्रच आहे नाही! पण जर ते जिवंत असतील, तर याचा अर्थ ते त्यात फारसे हुशार नाहीत. नाही का?" बेबेट म्हणाली.

"पण ते किडे तयार करण्यात खूपच पटाईत आहेत!" मी माझं नाक टिश्यू पेपरमध्ये शिंकरत म्हणाले. आणि तो टिश्यू पेपर मी माझ्या खिशात कोंबला.

"त्यांनी ग्रेट ओरिगामी बगच्या वॉर स्पर्धेत तिसरं बक्षीस मिळवलं आहे. आणि तेही त्यांच्या उडणाऱ्या स्टॅगहॉर्न झुरळाबद्दल मिळवलं आहे!" मी उत्तरले.

"व्वा! खूपच सुंदर!" ती म्हणाली "तुला त्यांचा यासाठी तर गर्वच वाटायला पाहिजे, होय ना?"

"होय!" मी म्हणाले. आणि त्या क्षणाला मला त्यांचा खरोखरीच गर्व वाटत होता.

"आता तू बरी आहेस ना? आपण आता खरेदीला जाऊ शकतो का? म्हणजे जायचं का?" बेबेटनं मला परत विचारलं.

"निश्चितपणे!" मी उत्तरले आणि तिच्या मागे वासरासारखी चालू लागले.

आम्ही एक सुरेखशी विणलेली टोपी माझ्यासाठी घेतली. आणि माझ्या खांद्यापर्यंत केस येतील असा केसांचा एक टोप विकत घेतला. एक लेस लावलेला पेटीकोट, एक सुटी मोज्यांची जोडीसुद्धा विकत घेतली. नंतर ती मला 'फीफी'मध्ये मेडना भेटायला घेऊन गेली. बाबेट माझ्यापेक्षा फक्त काही वर्षांनीच मोठी होती; पण माझी काळजी कशी घ्यायची ते तिला, कोण जाणे कसं, पण आपोआपच कळलं होतं. आणि खरं सांगायचं तर त्यामुळे मला मात्र खूपच बरं वाटत होतं.

रुथ

१

"बेबेट जरा चांगली आणि थंड डोक्याने विचार करणारी वाटते, नाही!" ऑलिव्हर म्हणाला.

"बेबेट तर नाओची चांगली मैत्रीण आहे असं वाटतं....!" ऑलिव्हर पुन्हा म्हणाला.

"हे फार चांगलं झालं, नाही का? निदान नाओला स्वतःचं मन मोकळं करायला कुणीतरी मिळालं....!" तो पुन्हा म्हणाला, "मला अकिबाला जायला आवडेल!"

"पण त्या किड्यांच्या बाबतीत मला वाईट वाटतं!" ऑलिव्हर म्हणाला.

शेवटी तिनं नाओची डायरी वाचणं बंद केलं. आपला चष्मा काढला. टेबलवर चष्मा आणि पुस्तक आजूबाजूला ठेवलं. तिच्या पोटावर चढून बसलेल्या मांजराला तिनं ढकललं, आणि लाईट बंद केला. "शुभरात्री ऑलिव्हर!" ती ऑलिव्हरकडे पाठ करून झोपली. "शुभरात्री!" तो म्हणाला. मांजरानं स्वतःला दोघांच्या मधल्या पोकळीत सामावून घेतलं आणि ते गाढ झोपी गेलं. ते दोघंही एकमेकांच्या शेजारी झोपले होते. अगदी शांपतणे काही हजारो क्षण असेच दोघांच्या मधून वाहत निघून गेले.

२

"मी काही चुकीचं बोललो आहे का गं?" अंधारातून त्यानं विचारलं.

तिनं काही क्षण झोप लागल्याचं नाटक केलं. मग शांतपणे उत्तरली "होय तर!"

त्याच्या डोक्यातले विचारही तिला ऐकायला येताहेत असं तिला वाटू लागलं होतं.

"काय?" त्यानं पुन्हा तिला तो प्रश्न विचारलाच.

जणू लांबच्या भिंतीशी बोलते आहे अशा थाटात एकसारखा समतोल आवाज काढून ती त्याला म्हणाली. ''मला माफ कर!''

''पण मला तुझं म्हणणंच समजत नाहीये. त्या मुलीवर सामूहिक हल्ला झाला. तिला बांधलं गेलं आणि तिच्यावर जवळपास बलात्कार केलाच गेला होता ना?'' तिच्यावरच्या अत्याचाराचा व्हिडिओ त्या स्तोम माजवल्या गेलेल्या वेबसाईटवर पाठवला गेला. तिच्या अंतर्वस्त्राचा- चड्डीचा लिलाव काही लैंगिक विकृत माणसांकडून केला गेला. तिच्या त्या भावनाविवश आणि करुण बापानं सगळंच काही वेबसाईटवर बघितलं. आणि तिला मदत करण्याऐवजी स्वतःचाच आत्मघात स्वतःच्या घराच्या बाथरूममध्ये करण्याचा प्रयत्न केला. तिनं आपल्या बापाला बाथरूममध्येच पाहिलं होतं. एवढं सगळं घडून गेल्यावर तू म्हणतोस की बेबेट चांगली आहे ना? आणि तुला त्या किड्यांबद्दल वाईट वाटतं?''

''ओ.''

पुन्हा तिच्या शांत राहण्यानं हजारो क्षण मध्ये निघून गेले.

''मला तुझा मुद्दा लक्षात येतोय!'' तो पुन्हा बोलला. ''पण या सगळ्यात तिला बेबेटसारखी चांगली मैत्रीण मिळाली, हे चांगलं नाही का?''

आता मात्र तिला राहवलं नाही. ''ऑलिव्हर, अरे बेबेट एक वेश्या आहे. ती नाओशी चांगली राहूच शकत नाही. ती तिला वाममार्गालाच लावेल. ती तिला त्या कॅफेमध्ये नोकरी देईल. आणि ती तिचा उपयोग करून मोबदल्याच्या बदल्यात तिच्याकडून वेश्या व्यवसाय करून घेईल. तेसुद्धा त्या घाणेरड्या वेश्यांच्या कॅफेमधून!''

''खरंच?'' ऑलिव्हरनं विचारलं.

''अगदी खरंच!'' ती उत्तरली.

३

त्याचा आवाज अगदी खरोखरीच चकित झाल्याप्रमाणे वाटत होता.

''सगळे मेडसचे कॅफे असा वेश्या व्यवसाय चालवतात का?'' ऑलिव्हरनं विचारलं.

''तुझं म्हणणं असं आहे का, की सगळेच कॅफे वेश्यागृह आहेत का? तसंच अगदी काही नाही. तरी पण हा कॅफे नक्कीच वेश्या व्यवसाय चालवणारा आहे!'' तिने म्हटलं.

त्यानं थोडा वेळ विचार केला; मग म्हणाला, ''होय. आता मी अंदाज बांधू शकतोय. माझा त्या बेबेटबद्दलचा अंदाज चुकलाच म्हणायचा, नाही का?''

“होय. तुझं चुकलंच!” ती म्हणाली.

“पण हे मात्र खरं नाही की तिच्या बाबांनी तिला मदत केली नाही!” ऑलिव्हर परत म्हणाला.

आता मात्र तिला खरोखरीच राग आला. ती गादीवर ताडकन उठून बसली आणि तिनं लाईट लावला. “तू माझी गंमत करतो आहेस का?” तिनं त्याला विचारलं. विचारताना तिच्या आवळलेल्या मुठी तिच्या ब्लँकेटच्या घड्यांवर आपटल्या गेल्या. “त्यांना- तिच्या वडिलांना जर त्या विकृत मनोवृत्तीच्या माणसांच्या साईटबद्दल कळलं होतं तर त्यांनी स्वतःला मारण्यासाठी त्या गोळ्या का घेतल्या? कशी काय बुवा त्या तिच्या वडिलांनी तिला मदत केली ते सांग बघू जरा!”

त्यानं तिच्याकडे बघितलं नाही; कारण तसं केलं असतं तर त्याला कळलं असतं की, ती जेवढ्या रागानं बोलत होती त्यापेक्षा खूपच रागावलेली दिसत होती. आणि मग त्याला माघार घ्यावी लागली असती. मांजराला पण तिचा राग कळला होता. ज्या क्षणाला रुथनं तिच्या ब्लँकेटच्या घडीवर मुठी आदळल्या, तेव्हाच पेस्टो मांजर बेडवरून उठलं. आणि त्यानं रूमच्या बाहेर मोर्चा वळवला होता. त्या दोघांनी मांजराच्या जाण्या-येण्याचा जो दरवाजा तयार केला होता तो दरवाजा, ते मांजर जोरात लोटून गेल्याचा आवाज त्यांनी ऐकला होता. मांजर नंतरची उरलेली रात्र सुरक्षित आणि शांतपणे झोपण्यासाठी बाहेर गेलं होतं.

ऑलिव्हरनं छताकडे एकटक पाहिलं आणि तो म्हणाला “त्यानं खरंच आपल्या पोरीला मदत करण्याचा प्रयत्न केला होता. त्यानं लिलावात बोली लावली होती. त्याला तो लिलाव जिंकायचा होता. तो त्या लिलावात हरला होता. त्यात त्याचा अजिबातच दोष नव्हता!”

“काय?” ती जोरात ओरडली. तिच्या ओरडण्यानं ऑलिव्हर आणखीनच गोंधळला.

“बोली लावली होती तिच्या वडिलांनी!” ऑलिव्हर गोंधळलेल्या आवाजात म्हणाला.

“त्यानं आपल्या मुलीच्या चड्डीच्या लिलावात बोली का लावली, या गोष्टीने तुला काहीच लक्षात येत नाहीये का? रुथ तुला काही कळलं नाही असं वाटतंय!” त्याने पुन्हा विचारलं.

“मला काही लक्षात येत नाहीय, हे तुला कसं काय कळलं ऑलिव्हर?” तिनं विचारलं.

“सी. इम्पेरॅटर!’ तोच तो माणूस जो त्या लिलावात सगळ्यात शेवटी हरला होता. आठवतंय ना रुथ? तो म्हणजे तिचे वडील होते. नाओचे वडील, रुथ.” ऑलिव्हर म्हणाला.

ऑलिव्हर हे सांगत असताना तिला एकदम तिच्या चेहऱ्यावर गरम वाफा आल्यासारखे वाटले.

''सायक्लोमॅटस इम्पेरॅटर'' ऑलिव्हर पुन्हा म्हणाला. ''तुला आठवत नाहीये का रुथ?''

पण रुथला काहीच आठवत नव्हतं. तिचा चेहरा अगदी कोरा होता.

''अग हे स्टॅगहॉर्न जातीच्या झुरळाचं लॅटिन भाषेतलं नाव आहे.'' तो आता तिला समजावू लागला. नाओचे वडीलच नाही का त्या किड्यांच्या ओरिगामी प्रतिकृती बनवत होते? हे उडणाऱ्या प्रकारचं 'सायक्लोमॅटस इम्पेरॅटर' जातीचं झुरळ आहे. नाओच्या वडिलांनी त्या ओरिगामी बग्जच्या लढाईच्या स्पर्धेमध्ये तिसऱ्या नंबरचं बक्षीस मिळवलं होतं की नाही?''

अर्थात तिला ते आठवलं. तिला फक्त ते लॅटिन भाषेतलं नाव आठवलं नव्हतं आणि त्याला ते आठवलं हे तिला आवडलं नाही. तिला खूप सावकाशपणे आणि काळजीपूर्वक, सगळं काही समजावून सांगावं लागेल, जणू काही ती मूर्ख आहे किंवा तिला अल्झायमर झाला आहे, असं त्याला वाटेल याचाही तिला राग आला. तो तिच्याशी जसं बोलत होत, तशा सुरात तो तिच्या आईशी बोलायचा.

''नाओनं ते झुरळाचं लॅटिन नाव ताबडतोबच ओळखलं होतं.'' तो पुढे म्हणाला. ''म्हणूनच नाओ खूपच अस्वस्थ झाली होती. तिच्या वडिलांची ती आत्महत्येची चिठ्ठी पाहताच तिला कळलं होतं. 'मी आता स्वतःलाच माझ्या नजरेत किंवा इतरांच्या नजरेत हास्यास्पद ठरवेन, जर मी आता या आयुष्याला चिकटून लोंबकळत राहिलो, जेव्हा की माझ्याजवळ माझ्या या आयुष्याला देण्यासाठी काहीही नाही,' तिच्या वडिलांनी नकळतपणे त्या लावलेल्या बोलीचा उल्लेख अनवधानानं या वाक्यानं आत्महत्येच्या चिठ्ठीत केला होता. आणि नाओच्या लक्षात ही गोष्ट ताबडतोबच आली होती. तिनं ते सारंच ओळखलं होतं. त्यामुळे नंतर तिनं ताबडतोब बेडरूममध्ये जाऊन कॉम्प्यूटर तपासला होता. आणि या सगळ्यामागची माझी हीच थिअरी किंवा सिद्धान्त आहे.''

तिला याचाही राग आला की त्याच्याकडे यावर काहीतरी सिद्धान्त आहे आणि त्या बाबतीत तो स्वतः खूप समाधानी आहे.

''अस बघ! त्यांनी चिठ्ठीत शेवटी म्हटलं नाही का, की त्यांच्याजवळ द्यायला काहीही नव्हतं; कारण हे बघ की त्या लिलावातील शेवटच्या किमतीनंतर किंवा बोलीनंतर लागलेल्या बोलीचे पैसे तो देऊ शकत नव्हता. यामुळेच तर तो हरला होता ना! म्हणूनच हे केव्हातरी उघड झाल्यावर त्याच्या मुलीच्या, बायकोच्या आणि इतरांच्या नजरेत तो पडला नसता का? खरंच, तो हास्यास्पदच ठरला असता की...''

‘‘आत्ता आलं माझ्या लक्षात!’’.... त्याचं बोलणं मध्येच तोडत ती पुढे म्हणाली. ‘‘हे खरोखरच एक प्रकारे घृणास्पद आहे. एक बाप आपल्या पोरीच्या चड्डीच्या लिलावाच्या बोलीत भाग घेतो? इतक्या विकृत मनोवृत्तीचा कसा काय हा माणूस होता? तो लिलावाची बोली बोलत होता?’’

आता मात्र ऑलिव्हरला रुथचं खरंच आश्चर्य वाटत होतं. तो म्हणाला, ‘‘अगं तो विकृत नव्हता गं! तो फक्त प्रयत्न करीत होता की त्याची मुलगी या प्रकरणातून कशी बाहेर पडेल! त्यानं ते वेगळं नाव एवढ्यासाठीच घेतलं होतं त्यामुळे त्याला कुणी ओळखू शकणार नव्हतं. दुसऱ्या कोणी विकृत मनोवृत्तीच्या माणसानं आपल्या मुलीची ती चड्डी विकत घेऊ नये म्हणून त्याचा तो प्रयत्न होता. त्याचा त्या चड्डीचा उपयोग स्वतःकरिता करायचा अजिबात हेतू नव्हता!’’

‘‘पण तुला कसं काय कळलं हे, ऑलिव्हर?’’ रुथनं त्याला विचारलं.

‘‘अरे व्वा! तू तर खरोखरीच वेडी व्हायला लागली आहेस. इतकं समजवल्यावर तुझी हीच का जर आडमुठेपणाची भूमिका आणि तिच्या वडिलांबद्दलचे तुझे हेच विचार असतील तर मग सगळ्यात मोठी विकृत तर तूच ठरतेस ना?’’ ऑलिव्हर म्हणाला.

‘‘तुझी आभारी आहे मी, ऑलिव्हर!’’ रुथ म्हणाली.

‘‘अगं मला तसं म्हणायचं नव्हतं! माझं म्हणणं एवढंच होतं की तो कदाचित हरला असेलही, पण...’’

ऑलिव्हरला त्याचं बोलणं पुरे करू न देता त्याला मध्येच तोडत रुथ म्हणाली.

‘‘खरंच मला कळलं आणि अंदाज आला की तुला तर सारंच काही माहीत आहे!’’ आणि हे बोलताना कदाचित तिचा स्वर कुत्सित झाला होता.

४

जसे तिच्या तोंडातून ते शब्द बाहेर पडले तिला ते शब्द परत घ्यावेसे वाटले.

‘‘मला तसं म्हणायचं नव्हतं!’’ ती म्हणाली ‘‘तू मला वेडी म्हणालास, विकृतही म्हणालास; मग त्यामुळे मला खूप राग आला.’’

पण तिच्या या स्पष्टीकरणाला फार उशीर झाला होता. ती बघत होती. त्याच्या त्या निळ्या डोळ्यांचा पडदा वर गेला, जणू एखादी भिंत सरकते तसा. आणि त्यानंतर त्याच्या मागेमागेच त्यानं आपल्या पाकळ्यासारख्या डोळ्यांचा पडदा ओढून घेतला होता. जेव्हा तो परत बोलायला लागला, तेव्हा त्याचा आवाज खूप दुरून परक्या माणसाच्या आवाजासारखा येत राहिला.

"तो अजिबात विकृत मनोवृत्तीचा नव्हता. तिचा बाप आहे तो, तिच्यावर नितांत, निरपेक्ष प्रेम करणारा!" तो म्हणाला.

तिनं पुन्हा लाईट घालवला. त्या दोघांमध्ये आता समझोता होण्यासाठी फार उशीर झाला होता. तरीही अंधारात रुथ बोललीच.

"जर तिचे वडील तिच्यावर प्रेम करत असतील, तर त्यांनी आत्महत्या करण्याचं थांबवलं पाहिजे आणि एक चांगली नोकरी त्यांनी शोधलीच पाहिजे!"

"ते नक्कीच हे काम करतील आणि याची मला पूर्ण खात्री आहे!" ऑलिव्हरनं अतिशय शांतपणे तिला उत्तर दिलं.

५

खरं तर त्यांच्यात कधीच भांडणं वारंवार होत नव्हती. दोघांनाही मुख्यतः वाद घालायला अजिबातच आवडत नसे. आणि अशा काही जागा त्यांच्यात होत्या जिथं ते कधीही न जाण्याची दोघंही काळजी घेत. आता त्याला माहीत झालं होतं की तिला आता तिच्या स्मृतीवरून टोचणं किंवा टोचून बोलणं बंद करायला पाहिजे आणि तिलाही हे चांगलं माहीत झालं होतं की त्याला 'लूजर' म्हणणं बंद करायला पाहिजे.

तसं पाहिलं तर तो 'लूजर' कुठं होता? तो तसा नव्हताच. तिला माहीत होतं की तो खूप हुशार माणूस होता. प्रत्येक गोष्ट तो स्वतःची स्वतःच शिकला होता. त्याच्या स्वभावानं त्यानं तिच्यासाठी संपूर्ण जग खुलं करून दिलं होतं, जणू या ब्रह्मांडाला त्यानं छेद दिला होता. अशा गोष्टी ज्या तिच्या तिला कळल्या नसत्या, त्या कळाव्यात म्हणून. गेल्या काही वर्षांपासून तो एक कलाकार म्हणून काम करीत होता; पण स्वतःला मात्र तो 'अकुशल तत्त्वज्ञ' असंच म्हणून घेत असे. आणि खरं म्हणजे तेच त्याच्या आयुष्याचं आतापर्यंत प्राणपणानं जपलेलं तत्त्व होतं. त्याला वनस्पतीशास्त्राचा छंद होता. किंवा तसे 'वेडच' होते म्हणा ना! वेगवेगळ्या वनस्पती उगवणं, वेगवेगळ्या वनस्पतींची कलमं करणं, वेगवेगळ्या आंतरजातीय वनस्पतींना शोधून काढणं, तो करीत असे. त्यानं वाढवलेल्या बगीच्यातून एखाद्या त्यानं केलेल्या गोष्टीचा यशस्वी परिणाम मिळाला की तो विजयानं ओरडत येत असे- "आजचा दिवस अद्भुत आहे. आजचा दिवस 'रेडलेटर डे' आहे!" जेव्हा त्याला एखादी दुर्लभ जातीची वनस्पती मिळवण्यात यश येई किंवा एखाद्या दुर्लभ जातीच्या वनस्पतीचा अंकुर वाढवण्यात यश मिळे, किंवा दुर्लभ वनस्पतींच्या मिश्रणाने नवीन वनस्पतींची जात मिळवण्यात त्याला यश मिळे किंवा त्याचं एखादं नवीन कलम जीव धरत असे, तेव्हा त्याला खूपच

आनंद होत असे. त्यानं त्यांच्या खिडकीखालच्या उंबरठ्यावरून कॅक्टसच्या बियांमधून कॅक्टस फुलवला होता. पिवळसर रंगाच्या परागकणांच्या ठिपक्यावरून, ऑलिव्हर, अक्षरशः सेबलच्या केसांपासून तयार केलेल्या नाजूक रंगाच्या ब्रशनं (पेंटब्रश) पुल्लिंगी परागकणांना उचलून त्यांना स्त्रीलिंगी बीजांडकोशात हळुवारपणे टाकत असे. त्याच्या 'युफोरबिया ओबेसा'च्या झाडांसाठी तो जाळीच्या छोट्या छोट्या टोप्या बनवत असे. या टोप्या नाचाच्या वेळी घालतात तशा कोनासारख्या दिसत. या टोप्या तो स्त्रीकेसरांच्या गोल डोक्याभोवती लावत असे. त्यामुळे रुजलेल्या बिया त्या जाळ्यामध्ये अडकून हवेमध्ये उडून जात नसत.

आजारी पडण्याच्या आणि बेटावर राहायला येण्याअगोदर त्याला खास कार्यक्रमांसाठी एखाद्या जागेच्या सुशोभीकरणासाठी ग्रॅन्ट्स मिळत असत, आणि तो शिकवण्या घेऊन आणि भाषणं करून त्यात भर घालत असे. जसे ते या बेटावर आले, जमिनीच्या सुशोभीकरणाचं काम अगदी तो आजारी असतानाही त्यानं चालूच ठेवलं होतं. तो याच विषयावर पेपर लिहीत होता आणि जमिनीविषयीच्या पर्यावरणात्मक कामामध्ये कधी कधी भाग घेत होता. त्यानं 'निओइओसिन' नावाची एक योजनासुद्धा सुरू केली होती. त्याकरिता त्यानं व्हँकुव्हरपर्यंत प्रवास केला होता आणि तेथे ही 'शहरी जंगलांची योजना,' ज्याला उत्पादनाची जागा संबोधलं जाणार होतं, त्या ठिकाणी झाडं व रोपं लावण्याचं काम, जमिनीच्या पर्यावरणात्मक योजनांसाठी काम करणाऱ्या स्थानिक कलाकारांसाठीच केलं होतं. जसं की लाकडांपासून वाद्यं आणि साधनं तयार करणारे सुतार लोक, तर लवचीक आणि चिवट धाग्याची उत्पादन करणारी झाडं कोष्टी लोकांकरिता, आणि कागद तयार करणाऱ्यांसाठी धागे निघणारी झाडं म्हणजे फायबर ट्रीज वगैरे लावली होती. यासाठी जिथं जिथं प्रवास झाला, त्या ठिकाणांहून ऑलिव्हरनं या संदर्भातील झाडांच्या बिया गोळा करणं आणि त्यांची कलमं तयार करणं वा गोळा करणं ही कामं चालूच ठेवली होती. त्याने 'घेटो' जातीच्या पामच्या झाडांना ब्रुकलीनमधून तर 'मेटा सिकोइया' मॅसॅच्युसेटसमधून, तर 'जिंकोस' ज्याला 'चिनी अवशेषांचे झाड' म्हणतात त्याला ब्रोन्क्सच्या रस्त्याच्या कडेवरूनच उचलून आणलं होतं. ९/११च्या आधी त्यानं अमेरिकेच्या मध्य-पश्चिम भागातल्या 'ड्रिफ्टलेस' या पठारी प्रदेशातून 'हॉथोर्न' नावाच्या झुडपाची मुळं आणून त्यावर 'मेडलर' या झाडाचं कलम केलं होतं.

"हा तर माझा मोठा विजयच आहे." तो उत्साहानं म्हणाला. ती तेव्हा स्वयंपाक करीत होती. तो मोठ्या उत्साहानं स्वयंपाकघराच्या दारातील पायऱ्यांवर बसून त्याच्या त्या 'मेडलर' नावाच्या झाडाबद्दलची माहिती तिला देत होता. त्यानं त्या झाडाचा इतिहास तिला सांगितला. त्या झाडांना सफरचंदासारखंच फळ लागत होतं. आणि कशी ती फळं सडल्यावरच (अति पिकल्यावरच) चवीला चांगली

लागत, जरी त्यातून घाणेरडा वास येत असला तरी, याची माहिती त्यानं तिला दिली.

"म्हणजे साखरेत घोळलेल्या; पण बाळाच्या वाळलेल्या शीसारखे!" तो म्हणाला.

"छान!" ती बनवत असलेल्या सूपमध्ये सेज टाकता टाकता म्हणाली.

"या फळाची फारच विचित्र निंदा केली गेली. एलिझाबेथ राणीच्या काळात या फळाला उघड्या पार्श्वभागाचे (ढुंगणाचे) फळ म्हणत. फ्रेंचमध्ये त्याला कल-डी-चेन म्हणजे कुत्र्याचा पार्श्वभाग म्हणतात. शेक्सपिअरनं तर त्यासाठी वेश्यावृत्तीच्या दुरुपयोगासाठी वापरला जाणारा एक रूपक अलंकार वापरला आहे. तो म्हणतो, हे फळ पार्श्वभागातून संभोग केल्यावर जसे दिसेल तसे दिसते. तुझी ती रोमिओ-ज्युलिएटची कॉपी कुठं आहे?" त्यानं विचारलं.

तिनं त्याला वर तिच्या ऑफिसमध्ये जाऊन 'रिव्हरसाईड शेक्सपिअर' पुस्तक आणायला सांगितलं. काही क्षणांनंतर जेव्हा तो परत आला, तेव्हा त्याच्या हातात ते 'रिव्हरसाईड शेक्सपिअर' हे जाड पुस्तक होतं. ते त्यानं मांडीवर घेऊन मोठ्यानं वाचायला सुरुवात केली.

"जर प्रेम आंधळं असेल तर ते आपल्या लक्ष्यावर अचूक मारा करू शकणार नाही. आता तो मेडलरच्या झाडाखाली बसलेला असेल आणि इच्छा करीत असेल की त्याची रखेल जर त्या मेडलरच्या झाडाचं फळ असती तर, कारण दासीला (मेड) आणि (मेडलर) म्हणजे मिसळणारी असे म्हणतात. जेव्हा एकांतात (एकमेकांत रत असताना), ते त्याच क्षणी हसतात."

हे मर्क्युशिओ म्हणजे रोमिओच्या मित्रानं त्याची गंमत करताना म्हटलं आहे; कारण त्या वेळेस रोमिओ ज्युलिएटची भेट घेऊ शकत नव्हता. आणि तिच्याशी काही संबंधसुद्धा ठेवू शकत नव्हता. ऑलिव्हरनं तिला या सर्व गोष्टी मेडलरबद्दल सांगितल्या.

तिनं आता गॅसचा बर्नर बंद केला आणि सूपच्या भांड्यावर झाकण ठेवून त्याला विचारलं "तू हे सगळं कुठून शोधून काढलं आहेस?"

मग त्यानं तिला मेडलरबद्दल उत्सुकता असलेल्यांसाठीच्या वेबसाईटबद्दल सांगितलं, ज्यात त्याला हा शेक्सपिअरचा संदर्भ दिला होता. मेडलर आणि हॉथोर्न यांचं कलम करण्याची कल्पनाही त्याला १६००मध्ये लंडनमध्ये प्रकाशित झालेल्या जॉन टॅव्हर्नर, जेंटलमन यांच्या 'सर्टन एक्सपेरिमेंट्स कन्सर्निंग फिश अ‍ॅण्ड फ्रुट'

या पुस्तकाचा अभ्यास करताना सुचली.

"डबक्यातले मासे आणि फळझाडं यांच्या त्या सद्‌गृहस्थाने केलेल्या निरीक्षणांवर हे पुस्तक आहे," खंतावून तो म्हणाला, "मलाही असं एखादं पुस्तक प्रकाशित करायला आवडेल."

तिला भेटलेल्या लोकांमध्ये तो सर्वांत कमी आत्मकेंद्रित माणूस होता. तो काही खास महत्त्वाकांक्षी होता असंही नव्हतं. त्याच्या त्या 'उत्पादनाची जागा' सारख्या सुशोभीकरणाच्या प्रकल्पांतून तो बाहेर पडल्यावरच ते प्रकल्प यशस्वी झाले, असं त्याचं स्वतःचंच मत होतं.

"मला वाटतं की ते बघणाऱ्या लोकांनी मला विसरलंच पाहिजे!" तो म्हणाला.

"अरे पण का?" तिनं विचारलं. "तुला असं नाही वाटत का की तुझ्या कामाचं श्रेय तुला मिळालंच पाहिजे म्हणून?"

"तो काही खरोखरच महत्त्वाचा मुद्दा नाहीये. हे काम म्हणजे एखादं श्रेय मिळवण्यासाठीची पद्धत किंवा रीत नाहीये किंवा हा काही कला विकण्याचा बाजार नाही. कोणतंही काम तेव्हाच यशस्वी होतं, जेव्हा त्यामागची कामासाठी वापरलेली हुशारी आणि कला नाहीशी होते आणि वर्षानुवर्षाच्या लागवडीनंतर आणि त्याची सातत्यानं पुनर्वाढ झाल्यावर त्याची जी पर्यावरणात्मक नैसर्गिक रचना आणि वातावरण तयार होतं, त्याचा अनुभव घेताना लोकांना सुखदपणाचा भास होतो. एक कलाकार म्हणून किंवा बागकामात नाट्यमयता आणणारा म्हणून माझा जो उरलासुरला आभास असेल तोही हळूहळू धूसर होईल. त्यानं काहीच फरक पडणार नाही. तेव्हाच ते काम लक्ष वेधून घेण्यासारखं होईल..."

"लक्ष वेधून घेणं? कसं काय?"

"ते काम केवळ एक 'कलाकृती' राहत नाही. आपल्या अचेतन दृष्टीचा एक भाग होऊन जातं. रोजच्या जीवनात डोळ्यांना वेगळा न जाणवणारा भाग. बदल घडून गेला. ती एक नवीन, तरीही नैसर्गिक गोष्ट आहे, जशा निसर्गातल्या इतर गोष्टी आहेत तशा."

त्याच्या मते, तेव्हा त्याचं काम तेव्हा यशस्वी झालं होतं; पण जसजसा तो यशस्वी होत गेला, तसतसं त्याचं जगणं अवघड होत गेलं.

"मी कधीच एखाद्या कारखान्याचा मॅनेजर किंवा मार्गदर्शक होऊ शकणार नाही!" तो ही गोष्ट पश्चात्तापानं म्हणाला, जेव्हा एका रात्री ते दोघे त्यांच्या जमा-खर्चाची मिळवणी करत होते आणि त्यांची सगळी बिलं ते एवढ्या कमी पैशात कशी काय देऊ शकणार होते, या विवंचनेत होते. तो तेव्हा पुन्हा म्हणाला. "मी खूप मोठा 'लूजर' असल्यागत मला वाटतंय!"

''काहीतरी मूर्खासारखं बोलू नकोस!'' ती म्हणाली. ''जर मला एखाद्या कारखान्याचा मार्गदर्शकच हवा असता, तर मी एखाद्या कारखानदाराशीच लग्न केलं असतं!''

तो त्यावर एवढंच उत्तरला ''तू प्रेमाच्या बगीच्यातून आंबट लिंबू वेचून आणणारी आहेस!''

नाओ

१

कधीतरी जेव्हा मी 'फिफि'मध्ये बसून तुमच्याकरिता या डायरीत लिहिते, तेव्हा माझ्या मनात तुमच्याबद्दल जरा उत्कंठाजनक विचार येतात. तुम्ही कसे दिसत असाल? तुम्ही किती उंच असाल? तुमचं वय काय असेल? आणि तुम्ही पुरुष असाल की स्त्री? मला याचीसुद्धा उत्सुकता आहे की मी तुम्हाला ओळखेन की नाही, जेव्हा तुम्ही माझ्या बाजूनं रस्त्यावरून जाल? तेव्हा यासाठीच मी म्हटलं की मला सगळं माहीत आहे की तुम्ही कोणत्याही टेबलावर थोडा वेळ बसून माझ्या या डायरीवर वाकून मलाच वाचत असाल, समजून घेत असाल किंवा तसंच करताय की नाही याबद्दलसुद्धा मला शंकाच आहे. कधी कधी मला आशा वाटते की तुम्ही पुरुष असावं; त्यामुळे मी तुम्हाला एकदमच आवडून जाईन; कारण मी दिसायला एकदमच गोड आहे; पण मला कधी कधी वाटतं की, तुम्ही स्त्री असाल तर तुम्ही मला पूर्ण समजून घेऊ शकाल, जरी मी तुम्हाला फारशी आवडले नसते तरीही; पण बऱ्याचदा मी असं ठरवते की या सगळ्या गोष्टी काहीही संबंध ठेवत नाहीत की तुम्ही पुरुष आहात की स्त्री. ही गोष्ट काही खूप मोठी नाही. माझ्या बाबतीत म्हणाल तर मला कधी कधी असं वाटतं की मी एकटीच आहे. तर मला कधी आणखी काही वेगळंच वाटतं. कधी कधी मला या दोन्हींमध्ये मी झुलते आहे असं मला भासतं आणि मला असं वाटण्याचं कारण माझे डोक्यावरचे वाढणारे केस होते.

या सगळ्यामध्ये एक छानशी गोष्ट सांगायची राहूनच गेली बघा. माझी पहिली डेट जी बेबेटनं ठरवली होती, तो एका प्रसिद्ध जाहिरात कंपनीत काम करणारा एक उच्च अधिकारी होता. मी जर त्याचं नाव सांगितलं तर तुम्ही त्याला ओळखालसुद्धा; पण मी त्याचे नाव तुम्हाला सांगणार नाही; कारण तो मला नाहीतर कोर्टात खेचेल. त्याच्याजवळ भरपूर पैसे तर होतेच; पण त्याच्याजवळ छान छान सूट आणि घड्याळांचे महागडे प्रकार होते, असे की त्याकरिता लोक आपल्या जिवाचं रान

करतील. त्याच्या इतरही रोजच्या वापरातल्या वस्तू अतिशय चांगल्या दर्जाच्या आणि महागड्या होत्या. त्याचे सिल्कचे टाय, परफ्यूम्स, बूट सगळ्याच ॲक्सेसरीज उच्च दर्जाच्या होत्या. आणि बेबेटला वाटत होतं की आम्ही दोघंही एकमेकांना अगदी अनुरूप आहोत. आणि खरंच आम्ही दोघंही एकमेकांना छानच शोभत होतो. ही माझी पहिलीच वेळ होती आणि बेबेटनंही माझ्यासाठी त्याला निवडलं होतं. मी त्याला 'रियू' म्हणेन. माझ्या दृष्टीनं तो अतिश्रीमंत होता; पण त्याशिवायही तो अतिशय सभ्य आणि नम्र स्वभावाचा होता. त्यानं आधी मला विचारलं की मी आधी जेवण घेणं पसंत करेन का; पण मी खूपच घाबरलेली होते. मला वाटलं की कदाचित तो मला तिथंच सोडून जाईल; म्हणून मी त्याला म्हटलं होतं की मी त्याच्याबरोबर जाऊ इच्छिते. तो मला शिबुया इथं एका प्रेम करण्यासाठी प्रसिद्ध असलेल्या हॉटेल हीलमध्ये घेऊन गेला. तिथं त्यानं एक शॅम्पेनची बाटली उघडली आणि त्याच वेळेस त्यानं माझे सगळे कपडे काढून टाकले. आम्ही दोघांनी एकत्र अंघोळ केली. त्यानं मला खरंच भरपूर शॅम्पेन पाजली. माझी त्यानं इतकी चुंबनं घेतली की अक्षरशः कंटाळून मी खूपच रागावले आणि मी त्याला तसं सांगितल्यावर त्यानं तो प्रकार ताबडतोब थांबवला. त्यानं मला पुन्हा स्वच्छ अंघोळ घातली. त्यानं मला माझ्या अंगावर असलेल्या छोट्या छोट्या जखमांच्या खुणांबद्दल काहीच विचारलं नाही किंवा त्या जखमांच्या खुणांच्या बदल्यात तो माझे काही पैसे कापणार आहे का, हेसुद्धा त्यानं मला सांगितलं नाही.

नंतर त्यानं मला कोरडं केलं आणि बिछान्यावर घेऊन गेला. त्या वेळेस मी शॅम्पेनच्या त्या विशिष्ट नशेत तरंगत होते. म्हणजे मला असं म्हणायचं होतं की ही माझी पहिलीच वेळ होती. मी घाबरलेले होते आणि या वेळेला काय करायचं असतं, ते मला माहीत नव्हतंच. तर तो मला खाली पालथं पाडून ते करेलच. त्या वेळेस त्या क्षणी मी माझ्या त्या मनाच्या, अंतर्मनाच्या त्या शांत प्रदेशात माझ्या आत्म्यासकट निघून जाईन, जणू एखाद्या बर्फाच्या प्रचंड तुकड्यात मी स्वतःच्या जाणिवांसकट स्वतःला गाडून घेईन, म्हणजे तो माझ्या शरीराशी काय करतो आहे ते माझ्या लक्षातही येणार नाही, जाणवणार नाही आणि मग काय?.....

पण रियूला तसलं काहीच करायचं नव्हतं. तो विकृत नव्हता. तो खरोखरच चांगला आणि सभ्य माणूस होता; पण मला मात्र त्या गोष्टीचा खूपच ताण आला होता. त्यानं माझ्याशी संभोगाचा प्रयत्न करताना त्याचं लिंग आत घालण्याचा प्रयत्न केला; पण ते आत शिरूच शकलं नाही. एखादं सॉसेज बंद काचेच्या खिडकीतून बाहेर फेकावं, तसं होत होतं- ते आत जातच नव्हतं. जेव्हा जेव्हा त्यानं ते आत घालण्याचा प्रयत्न केला, तेव्हा तेव्हा मी थरथरायला लागले आणि स्वतःला थांबवूच शकले नाही. आणि अचानक दुःखाच्या एका लाटेनं मला व्यापून

टाकलं, एखादी लाट येऊन आपल्याला धुवून न्यावं तसं. कदाचित शँपेनमुळे मला असं झालं असेल; पण त्या वेळी मला हे जाणवलं की ज्या मुलाला मी मूर्ख समजत होते, तो खूपच सभ्य निघाला. त्यानं माझ्याबरोबर ठरलेल्या डेटसाठी सगळे पैसे दिले होते, आणि आता जेव्हा तो एका कौमार्यभंग न झालेल्या मुलीबरोबर संभोगाची अपेक्षा करत होता, तेव्हा त्याच्यासमोर माझ्यासारखी एक रडणारी शाळकरी मुलगी होती, जिच्या योनीमध्ये तो साधं आपलं लिंगही घालू शकत नव्हता. मला स्वतःलाच खूप लूजर असल्यासारखं वाटत होतं. हे सगळं म्हणजे असं वाटत होतं की, मी सगळाच दिवस फक्त रडण्यात घालवणार होते की काय! आधी त्या किड्यांच्या युद्धामुळे मी रडले होते आणि आता हे!

मी रडताना माझ्यावर जबरदस्ती करण्याऐवजी तो खूप नम्रपणे वागत होता. तो बिछान्यावर बसला आणि थोडा वेळ माझ्याकडे पाहत राहिला. नंतर तो त्या खुर्चीजवळ गेला ज्या खुर्चीवर त्याचा तो महागडा सूट लटकत पडला होता. त्याच्या त्या सूटमध्ये प्रेस केलेला एक सुंदर लिननच्या कापडाचा रुमाल इस्त्री करून घडी घालून व्यवस्थितपणे ठेवला होता. त्यानं तो सुंदर रुमाल मला माझे नाक शिंकरण्यासाठी माझ्या हातात दिला. नंतर, मी खूपच थरथर कापत होते म्हणून त्यानं त्याचा शर्ट माझ्या खांद्याभोवती गुंडाळला. त्याचा शर्ट खूपच मऊ आणि सिल्कचा होता आणि मला काही कळायच्या आतच मी त्या शर्टच्या बाहीच्या आत माझा हात सरकवला. मी शर्ट अंगात घातल्यावर त्यानं शर्टची सगळी बटणं लावली. नंतरची गोष्ट होती त्याचा तो गुलाबी सिल्कचा नेकटाय. त्यानं एक सुंदर विंडसर पद्धतीची गाठ घालून तो टाय माझ्या गळ्याभोवती बांधला. नंतर त्याची पॅन्टसुद्धा त्यानं मला घालून दिली. वरती त्याचं सूट जॅकेटही त्यानं माझ्या अंगावर चढवलं. जोपर्यंत त्यानं त्याचे सगळे कपडे माझ्या अंगावर चढवले, तोपर्यंत माझं रडणंच पूर्णपणे थांबलं होतं. त्यानं माझा हात पकडला आणि मला आरशासमोर घेऊन गेला. त्यानं मला माझ्या आरशातील प्रतिबिंबासमोर उभं केलं आणि माझ्या शरीराभोवती स्वतःचे हात गुंफून माझ्यामागे उभा राहिला आणि माझ्या त्या प्रतिबिंबाची तारीफ त्यानं केली.

मी त्याच्या सूटमध्ये खूपच सुंदर दिसत होते. तो माझ्यापेक्षा थोडा उंच आणि मोठा होता; पण आमच्यात तसा काही फारसा फरक नव्हताच. मी माझ्या केसांचा टोप काढून टाकला. त्याखाली असणारं माझं तुळतुळीत डोकं चमकायला लागलं होतं. त्यानं मला सांगितलं की त्याला माझं ते तुळतुळीत डोकं खूपच आवडलं होतं. त्यानं मला सांगितलं की मी एका सुंदर आणि नुकत्याच तारुण्यात आलेल्या कोवळ्या तरुण मुलासारखी सुंदर दिसत होते; पण खरंतर मी त्या तरुण कोवळ्या मुलापेक्षा सुंदर दिसत होते. अगदी प्रामाणिकपणे सांगतेय. शपथ घेऊन सांगते की

त्या क्षणी मी आरशातील माझ्या त्या प्रतिबिंबाच्या प्रेमात पडले होते. तो अजूनही माझ्याभोवती स्वतःचे हात गुंडाळून सर्वस्वी नग्न उभा होता. नंतर त्यानं त्याचा हात माझ्या छातीवर असलेल्या त्याच्या शर्टच्या खिशात घातला. त्यातून त्यानं एक सिगारेटचं पाकीट काढलं. त्यातून त्यानं दोन सिगारेट्स काढल्या. त्या त्यानं माझ्या तोंडात ठेवल्या आणि एक खूपच सुंदर प्लॅटिनमचा सिगारेट लायटर- जो फक्त आगपेटीपेक्षा थोडा मोठा होता- तो काढून त्या सिगारेट्स पेटवल्या. नंतर त्यातील एक सिगारेट काढून त्यानं त्याच्या तोंडात ठेवली आणि बेडवर पडून तो ती ओढू लागला आणि माझ्याकडे बघू लागला. सुदैवानं मी माझ्या वडलांच्या सिगारेट ओढून पाहिल्या होत्या आणि त्यातून धूर काढला होता. त्यामुळे सिगारेट कशी पितात ते मला माहीत होतं. मी सिगारेट ओढू लागले. मी माझं डोकं एका बाजूला तिरपं करून सिगारेट ओढत स्वतःच्या आरशातील प्रतिबिंबाकडे लक्षपूर्वक पाहू लागले. मी माझ्या चंबू केलेल्या ओठांतून धुराची रेषा काढली. माझे ओठ आम्ही चुंबने घेतल्यानं लाल होऊन सुजलेले होते. माझ्या डोळ्याच्या कोपऱ्यातून मी त्याला आरशातून पाहू शकत होते. तो बेडवर झोपला होता आणि सिगारेट ओढत होता. मी पाहिले की तो आता अचानकपणे उठून बसला. मीही आता वळले आणि एका ग्लासमध्ये माझ्यासाठी शॅम्पेन ओतली आणि प्यायले. मग माझी सिगारेट मी ॲशट्रेमध्ये चुरगळली. आणि मी त्याच्या पलंगाकडे चालू लागले. मी बेडवर चढून त्याच्या अंगावर चढले. "तुझे डोळे बंद कर!" नंतर मी म्हणाले, "तू म्हणजे मी आहे याचे ढोंग कर!" त्यानं त्याचे डोळे बंद केले आणि मला त्यानं त्याची चुंबनं थोड्या वेळापर्यंत घेऊ दिली. नंतर त्यानं माझ्या गळ्यातील विंडसर टायची गाठ सोडली आणि माझ्या शर्टची बटणं उघडायला सुरुवात केली. त्यानं त्याच्या पॅन्टच्या बटणपट्टीची झीप सर्रकन उघडली. त्याची पॅन्ट त्यानं माझ्या अंगावरून काढली आणि त्याची ती पॅन्ट पायाने पलंगाखाली फेकली; पण थोड्या वेळाकरिता मी त्याचा शर्ट अंगावरच ठेवला आणि त्याच्या पार्श्वभागाला फाकवत असतानाच त्यानं मला खाली झोपायला सांगितलं आणि नंतर त्यानं माझ्याशी संभोग केला. मला सुरुवातीला थोडा त्रास झाला; पण अगदी थोडा वेळच.

नंतर आम्ही बिछान्यावर शेजारी शेजारी झोपलो. त्यानं दुसरी सिगारेट पेटवली आणि मलाही हवी का विचारलं. मी त्याचे आभार मानले आणि त्यानं दिलेली सिगारेट नाकारली. नंतर त्यानं मला विचारलं की त्यानं माझ्याशी केलेला संभोग ठीक होता का? मी त्याला सांगितलं की खात्रीनं तो संभोगाचा अनुभव चांगला होता आणि त्यानं तसं विचारल्याबद्दल मी त्याचे आभार मानले. म्हणजे मी त्याला म्हणाले की ते चांगलंच होतं. बरोबर आहे ना? मी तुमच्याशी पैज लावून सांगते की बरेच लोक या बाबतीत विचारण्याचा त्राससुद्धा करून घेत नाहीत.

"तुला त्रास झाला का?" त्यानं मला परत विचारलं आणि मी त्याला सांगितलं की मला सुरुवातीला थोडा त्रास झाला. खरंतर माझ्यात वेदना सहन करण्याची खूप ताकद आहे. तो हसला आणि मला म्हणाला की मी अगदीच गमतीदार मुलगी आहे.

"तू किती वर्षांची आहेस गं!" त्यानं मला विचारलं. मी त्याला सांगणार होते की मी १५ वर्षांची होते; पण मला एकदम आठवलं आणि मी त्याला म्हणाले "सोळा! मी आता सोळा वर्षांची आहे!" तो हसला. म्हणाला, "तू तर आश्चर्यकारकच बोलते आहेस!"

"होय!" मी त्याला म्हणाले. "आज माझा वाढदिवस आहे. मी विसरूनच गेले होते!"

तो म्हणाला त्याला आता त्याच्याबद्दल वाईट वाटत होतं; कारण त्यानं माझ्यासाठी काहीच भेट आणली नव्हती. त्यानं मला तो त्याचा चपटा सुबक प्लॅटिनमचा लायटर भेट दिला. त्यानंतर आम्ही पाच ते सहा वेळा भेटलो. आणि आम्ही नेहमीच अशा पद्धतीनं एकमेकांत मिसळून जात होतो. मी नेहमीच त्याचा सूट घालत असे. मी एकदा त्याला माझा शाळेचा गणवेष घालायला लावला; पण तो खूपच हास्यास्पद दिसत होता. त्याचे ते दाराच्या गोल नॉबसारखे कडक गुडघे स्कर्टच्या रुंद प्लेटमधून बाहेर डोकावत होते. आणि मला त्याचा खूपच राग आला. त्याला मारावंसं वाटलं. मी त्याला मारलं. मी त्याचा सुंदर सूट आणि त्याच्या सूटवरची सारी ॲक्सेसरीज घातली होती. त्याचा तो सुंदर सूट मला त्या क्षणी क्रूर वाटला. आणि तो माझ्यासमोर निष्क्रियपणे उभा होता. माझा स्कर्ट आणि ब्लाऊज घालून त्याचे डोळे जमिनीवर खिळले होते. त्याच्या त्या निष्क्रिय देहबोलीनं, त्याच्या त्या प्रवृत्तीनं मला आणखीनच राग आला. मी वेडीच झाले आणि त्याला मी मारतच सुटले. अक्षरशः माझं वेड पराकोटीला पोहोचेपर्यंत मी त्याला मारत सुटले होते. जेव्हा त्यानं वर पाहिलं तेव्हा त्यात मला माझ्याबद्दल कणव आणि दुःख भरून राहिलेलं दिसलं. मी विचार केला की कदाचित मी त्याला मारूनच टाकणार होते; पण दुसऱ्याच क्षणाला त्यानं त्याच्यापर्यंत पोहोचलेल्या माझ्या हाताचं मनगट घट्ट पकडलं.

"पुरे झालं!" तो म्हणाला. "तू आधीच स्वतःला खूप मारून घेतलं आहेस!"

मी हारुकी नं १चं घड्याळ माझ्या मनगटावर बांधलं होतं. त्याच्या त्या मनगटपट्ट्यानं माझ्या मनगटाला कापलं गेलं होतं, जिथं त्यानं माझं मनगट पकडलं होतं. त्याच्या चेहऱ्यावरची त्वचा रागानं लाल झाली होती. मी माझा दुसरा हात त्याच्या सुजलेल्या गालावर ठेवला. "मला क्षमा कर!" मी म्हणाले आणि रडायला लागले. त्यानं माझ्या सणसणणाऱ्या हाताचा तळवा उचलला आणि

त्याच्यावर त्याचे ओठ दाबून चुंबन घेतले. ''मी तुला क्षमा केली आहे!'' असं तो म्हणाला.

त्याला मी ते घातलेलं सोल्जर स्काय मनगटी घड्याळ खूपच आवडत होतं. एकदा त्यानं मला म्हटलं होतं की, त्याच्या त्या रोलेक्सच्या बदल्यात मी त्याला ते हारुकी नं १चं सोल्जर स्काय घड्याळ द्यावं. त्याच्या रोलेक्सवर खरेखरे हिरे होते. मला क्षणभर त्याचा मोह झाला होता; पण नंतर मी त्याला शांतपणे 'नाही' म्हटलं.

२

कधी कधी आम्ही प्रेम केल्यानंतर रियू फक्त बेडवर झोपून टीव्हीवर लैंगिक चित्रपट पाहत असे आणि रेमी पित असे. त्याच वेळेस मी त्याचा सूट घालत असे आणि त्याला तिथं सोडून त्याच्या अवतीभवती फिरत असे. कधी कधी मी हॉटेल सोडून बाहेर जात असे आणि आमची रूम कोणत्या बाजूला आहे याची खात्री करून त्या बाजूनं चालत असे. त्यामुळे रूमच्या खिडकीतून तो मला वाकून बघू शकत असे. आणि त्याला ती गोष्ट आवडली होती.

कुणाच्या नजरेत येणार नाही अशा पद्धतीने मी मान खाली घालून इकडे-तिकडे फिरायचे. पुरुषवेशात फिरण्याची मजा लुटायची. कधी कधी मी त्याच्या पाकिटातून सिगारेट काढीत असे आणि त्यानं मला दिलेल्या त्या प्लॅटिनम लायटरनं पेटवत असे. त्याच्या त्या लायटरमध्येसुद्धा छोटासा हिरा होता. रियू खरंच खूप उच्च वर्गातील मुलगा होता; कारण त्याचे ते महागडे सूट आणि त्याचा तो हिरेवाला चपटा लायटर; पण तो जी सिगारेट पित असे ती माईल्ड सेव्हन ब्रँडची होती. ती मात्र उच्चवर्गीय ब्रँडची सिगारेट नव्हती. प्रामाणिकपणे सांगायचं झालं तर त्याच्या सिगारेटची चव अत्यंत घाण होती. पुढच्या वेळेस मला असा एक बॉयफ्रेंड बघायला हवा जो 'ज्युनहिल' किंवा 'लार्क' ब्रॅन्डची सिगारेट पिणारा असेल.

जर खूप रात्र झाली नसेल तर मी जिकोला टेक्स्ट मेसेज करीत असे; पण मला माझ्या जीवनात काय चाललं आहे ते तिला सांगायला थोडं विचित्रच वाटत होतं. मी आता ध्यानाला बसणं जवळपास सोडूनच दिलेलं होतं. त्यामुळे आता आम्हा दोघींची वेव्हलेंग्थ आता एकमेकींशी जुळणारी राहिली नव्हती. विशेषतः माझ्या या अवेळीच्या जीवनशैलीनं आता आमच्या दोघींच्या वेळेचं गणितसुद्धा जुळत नव्हतं. एक तर ती लवकर झोपायला जायची त्या वेळेस मी माझ्या 'डेटबरोबर' वेळ घालवित असे. त्यामुळे मी रात्री उशिरा झोपत असे. हे खरंतर गमतीशीरच होतं की

'वेळ' कशा प्रकारे दोन जवळच्या माणसांमध्ये फरक करतो. मग तो माणूस तुमच्या कितीही जवळचा असला तरी काळाला त्याची पर्वा नसतेच. जसं मी जिकोपेक्षाही वेगळ्या काळात जगत होते; पण मी तिच्या अगदी जवळची होते; पण 'कायला' आणि मी एका काळात असूनसुद्धा आम्ही दोघीही एकमेकींपासून किती दूर होतो. आम्ही दोघी आता एकमेकींच्या मैत्रिणीसुद्धा नव्हतो. मला आश्चर्य वाटायचं की, जर कायला आता मला भेटायला आली तर ती काय बोलेल माझ्याशी? कदाचित ती मला एक गोड मुलगा समजून माझ्याकडे येईल. कधी कधी मी रस्त्यावरून काळोखात फिरल्यामुळे असंच व्हायचं. मुली माझ्याबद्दल वेगळाच विचार करीत. मला त्या होस्ट क्लबचा, म्हणजे जेथे पुरुष महिलांना सेवा देतात त्या क्लबचा सर्व्हर किंवा मेंबर समजून माझ्याशी चावटपणा करीत. त्यांनी मला ओळखायच्या आधीच मी तिथून पलायन करीत असे; कारण जर त्यांच्या लक्षात आलं असतं की मी मुलगा नसून मुलगी आहे आणि त्यांना मूर्ख बनवते आहे, तर त्या मुलींनी मला धरून चांगलंच बडवलं असतं.

तुम्ही रियूला माझा बॉयफ्रेंड म्हणू शकत नाही; कारण आमच्यात तसं काहीच नव्हतं. फक्त आम्ही डेटिंग करत होतो. जवळपास एक महिनाभर तो प्रकार चालला. जसे माझे केस वाढायला लागले, रियू नाहीसाच झाला. मी आता त्याच्यावर प्रेम करू लागले होते. आणि त्याच्याविषयी मला काहीच माहिती नव्हती. त्यामुळे जेव्हा त्यानं मला बोलावणं आणि भेटणं थांबवलं, तेव्हा मला खरोखरच माझा हृदयभंग झाल्यासारखं वाटलं होतं. मी बेबेटला त्याच्याबद्दल विचारलं की तिनं त्याच्याबद्दल काही ऐकलं आहे का? आणि तिने मला स्पष्ट नकार दिला. कदाचित ते खरं नव्हतं. बेबेट पुष्कळच मुलींचं मॅचमेकिंग, म्हणजे त्यांच्या डेटशी त्यांच्या जोड्या जमवत होती. त्यामुळे तिनं फक्त खांदेच उडवले आणि मला म्हणाली की मी त्याच्याशी काहीतरी चुकीचं वागले असणार किंवा चुकीचं असं त्याच्याबरोबर केलं असणार; पण मी फक्त त्याला एकादाच मारलं होतं. आणि त्यानं मला त्याबद्दल क्षमासुद्धा केली होती. त्यामुळे मी खरंच असं काही त्याच्याशी वाईट वागले, असं मला वाटतच नव्हतं.

मी आता फिफिच्या भोवती रेंगाळत होते. मी फिफितच अडकून पडले होते. मनातल्या मनात कुढत होते. आणि 'इडिथ पोलाफ' आणि 'बार्बरा'चं संगीत ऐकत होते. मी आता यापुढे कोणत्याही डेटसोबत बाहेर जायला मनाई केली होती. शेवटी बेबेटसुद्धा मला कंटाळली होती. ती मला म्हणाली की मी आता स्वार्थीपणानं वागणं सोडलं पाहिजे. मी बेबेटचे आभार आणि उपकार मानायला पाहिजे की तिनं पहिल्यांदाच माझी जोडी रियूसारख्या उच्च दर्जाच्या सभ्य माणसाशीच जमवलेली होती. त्यानंतर ती मला म्हणाली की एकतर मी आनंदाने फिफिमध्ये काम करायला

पाहिजे. मी ते केलं नाही तर ती माझं ते टेबल दुसऱ्या आनंदी मुलीला देईल, अशी धमकी तिने मला दिली होती.

३

मी तिच्या उपकाराची जाणीव ठेवत नव्हते असं काहीच नव्हतं. मला खरंच त्याची पूर्ण जाणीव होती.या जगात तीच तर माझी एकुलती एक मैत्रीण होती. आणि जर मी 'फिफिज लोनली अॅप्रनमध्ये' नाही आले, तर मी कुठं जाणार होते? माझं घरचं आयुष्य म्हणजे माझ्याकरिता तर आता एक आपत्तीच होती. माझ्या आईला त्या पब्लिशिंग कंपनीत बढती मिळाली होती. ती तिथं आता संपादकाच्या पदावर होती. म्हणजे ती आता स्वतःला ओव्हरटाईमच्या जाळ्यात मारून टाकणार होती. माझे वडील आता नवीन प्रकारच्या मानसिक लाटेत होते. त्यांनी पुन्हा तिसऱ्यांदा आणि शेवटचं असं आत्महत्येचं आव्हान स्वीकारायची स्वतःची तयारी केली होती. आधी जेव्हा त्यांनी ते नोकरी शोधण्याचं नाटक केलं होतं, त्याआधी ते 'हिकिकोमोरी' लाटेत होते. नंतर ग्रेट मिडासच्या लाटेमध्ये, नंतर किड्यांच्या कागदी ओरिगामीच्या लाटेत. म्हणजे तुम्ही असं म्हणू शकता की कमीत कमी माझे वडील स्वतःला पूर्णपणे कशात ना कशात तरी गुंतवून ठेवत होते. कोणत्याही गोष्टीत ते स्वतःला तीव्रतेनं रममाण करीत किंवा रमवत असत. अगदी रात्रीच्या झोपेत चालण्याच्या त्यांच्या त्या लाटेतून आणि पूर्णपणे जीवनात खाली पडलेल्या माणसाच्या लाटेनंतर त्यांचा वेडेपणा एका विशिष्ट गोष्टीतच स्वतःला पूर्णपणे गुंतवण्याइतका वाढला होता; पण या वेळेस सगळंच वेगळं होतं. मी त्यांना इतकं भयंकर उदास कधीच पाहिलं नव्हतं. जणू जीवन जगण्यातील त्यांचा हेतू पूर्णपणेच संपला होता. ते माझ्याशी आणि आईशी आता रोजचा येणारा संबंधसुद्धा टाळतच होते. आणि अतिशय कौशल्यपूर्ण रीतीनं अगदी खरोखरीच आम्हा दोघींचंही अस्तित्व त्या दोन खोल्यांच्या फ्लॅटमध्ये नाही, असं समजूनच ते वागत होते. ते सतत त्या कॉम्प्यूटरच्या पडद्याला चिकटून बसत असत; पण कधी कधी मी जेव्हा त्यांच्या जवळून जात असे, तेसुद्धा हॉलच्या अरुंद पॅसेजमधून जाताना त्यांची आणि माझी नजरभेट होई, त्यांचा चेहरा वेडावाकडा होत असे. आणि हळूहळू त्यांच्या चेहऱ्यावर शरमेच्या वळ्या जमू लागत आणि मीच माझा चेहरा वळवून घेत असे; कारण त्यांची ती केविलवाणी शरमेची अवस्था मला बघवतच नसे.

मी आणि माझे बाबा, अजूनही तो एकच कॉम्प्यूटर दोघे जण मिळून वापरत होतो आणि एक दिवस मी जेव्हा त्यांनी भेट दिलेल्या साईट्सचा इतिहास शोधण्यासाठी ब्राऊजिंग केलं, तेव्हा मला त्यांच्या साईटची लिंक एका सुसाईड

क्लब किंवा आत्महत्या करणाऱ्या संघटनेशी जुळलेली आढळली. त्यांनी काही मित्र मिळवले होते. ते आपसात बोलत होते आणि काही योजनासुद्धा तयार केल्या होत्या.

हे सारं किती करुणाजनक आणि दुसऱ्याला भावनाविवश करणारं होतं. तुम्ही हे सारं काही एकटेच करू शकत नाही. त्यामुळे नाइलाजानं तुम्हाला अनोळखी माणसाची मदत घ्यावी लागते. या सगळ्यात वाईट गोष्ट काय होती तर त्यांच्या त्या क्लबमधली एक त्यांची मैत्रीण ही हायस्कूलची विद्यार्थिनी होती आणि बाबांना तिच्याशी आत्महत्येविषयी बोलण्याइतका मनाचा हळवेपणा होता. विशेष म्हणजे तिला त्यातून बाहेर काढायचा त्यांचा प्रयत्न होता. मी त्यांच्या त्या संभाषणाचा प्रवाह पूर्ण वाचून काढला होता. मला तर हे त्यांचं ढोंगीपण वाटत होतं किंवा मग हे काय होतं? त्यांना स्वतःला तर आत्महत्या करायची होती; पण तिनं ही करू नये म्हणून ते प्रयत्न करीत होते. ते तिला सांगत होते की तिचं संपूर्ण आयुष्य तिच्यासमोर पडलेलं आहे आणि तिला जगण्यासाठी खूप साऱ्या गोष्टी तिच्या आयुष्यात पुढे येणार होत्या.

पण नंतर ते वाचता वाचता मी कल्पना केली. कदाचित मी जिकोच्या देवळात जाऊन नन वगैरे होण्यापेक्षा आत्महत्याच करेन आणि हे सगळं संपवेन.

रुथ

१

प्रिय रुथ, (जर मी तुला तसं बोलवू शकत असेन तरच)

मला तुझा ई-मेल माझ्या इनबॉक्समध्ये बघून खूपच आनंद झाला आणि मी तुझ्या त्या ई-मेलला उत्तर देण्यासाठी खूपच वेळ घेतला, त्याबद्दल मला तू क्षमा कर. खरंच मी जरा जास्तच वेळ घेतला. अर्थातच मला तू तेव्हाचीच आठवते आहेस जेव्हा तू स्टॅनफोर्डला भेट द्यायला आली होतीस. प्रोफेसर पी. एल. हे कम्पॅरेटिव्ह लिटरेचर विभागात आहेत आणि ते माझे फार चांगले मित्र आहेत. त्यामुळे तुला आता आधीची वेगळी ओळख असण्याची गरज नाही, असं मला वाटतं. दुर्दैवानं तू इथं असताना मी विद्यापीठाकडून मिळालेल्या अभ्यासाच्या सुटीवर होतो आणि मी तुझ्या सेमिनारला उपस्थित राहू शकलो नव्हतो; पण मला हा विश्वास आहे की, मला तुझा तो सेमिनार तुझ्या येणाऱ्या दुसऱ्या पुस्तकातून वाचताना प्रत्यक्ष ऐकल्याचा आनंद मिळणार आहे.

आता तू मला विचारलेल्या तुझ्या शंकेबद्दल मला असं वाटतं की मी जरा विवेकानंच काम केलं पाहिजे; कारण मला जी माहिती सांगितली होती, ती जरा गोपनीय होती. मी विचार केला की मी या बाबतीत तुला मदत करू शकतो.

पहिल्यांदा मी तुझ्या मुद्द्याशी सहमत आहे की तो जो 'हॅरी' तू म्हणते आहेस ज्यानं माझ्या वेबसाईटवर ती कागदपत्रं पाठवली ती व्यक्ती खरोखरच नाओ यासूतानीचा पिता आहे. तिची डायरी, कशी कोण जाणे, तुझ्या मुखत्यारीत आली आहे. हे श्री. यासूतानी एक संगणक शास्त्रज्ञ[१] होते आणि ते एका मोठ्या माहिती आणि तंत्रज्ञानाच्या कंपनीत सिलिकॉन

१. कॉम्प्यूटर साइन्टिस्ट

व्हॅलीमध्ये १९९०च्या वर्षात काम करीत होते. मी समजतो की तू असं म्हणू शकतेस की आम्ही मित्र होतो. आणि खरोखरीच त्याला एक लहान मुलगी होती. तिचे नाव नाओको आणि त्या वेळेस ती चार किंवा पाच वर्षांची असेल. त्यापेक्षा मोठी नव्हती, जेव्हा मी त्याला प्रथम भेटलो.

मला आधी हे सांगू दे की मी त्यांच्या बाबतीत बोलताना भूतकाळ वापरतोय त्याचं कारण मला त्यांच्याबाबतीत पुढे काय घडलं हे माहीत आहे असं नाही, तर माझा सध्या श्री. यासूतानी यांच्याशी काहीच संपर्क नाही, हे आहे. आमचे संबंध आता कमी होत होत नाहीसे झाले आहेत; कारण तुला माहीतच असेल, की 'डॉट-कॉम' बुडल्यावर/बंद पडल्यावर यासूतानी आपल्या परिवाराबरोबर जपानला निघून गेले. त्यानंतर आमचा संपर्क तुरळकपणे ई-मेल आणि फोनद्वारा चालू होता; पण हळूहळू आमचा एकमेकांशी असलेला तो संपर्क तुटतच गेला. आणि आता आमच्या त्या शेवटच्या पत्रव्यवहारालाही बरीच वर्षं उलटून गेली आहेत.

आता मला तुला आमच्या आपसातील परिचयाबद्दल काही सांगायचं आहे. माझी भेट मिस्टर यासूतानी यांच्याशी स्टॅनफोर्डमध्ये १९९१मध्ये झाली. त्यानंतर जवळपास वर्षभरातच ते सनीवेलमध्ये राहण्यासाठी गेले. एक दिवस ते माझ्या ऑफिसमध्ये भर दुपारी आले होते. माझ्या ऑफिसच्या दारावर आत येण्यासाठी सांकेतिक 'टकटक' झाली. ऑफिसच्या कामाची वेळ संपली होती आणि मला आठवतंय की मी त्या अवेळी येणाऱ्या व्यक्तीमुळे होणाऱ्या त्रासामुळे रागावलोच होतो; पण तरीही मी "आत या!" असं म्हणालो. आणि त्या व्यक्तीची आत येण्याची वाट बघत बसलो. अजूनही दार बंदच होतं. मी पुन्हा एकदा "आत या!" असं म्हणालो; पण कुणीच आत आलं नाही. शेवटी मी माझ्या जागेवरून उठलो आणि दारापाशी जाऊन दार उघडलं. एक साधारण आशियाई मनुष्य, जो निरोप पोहोचवण्याचे काम करीत होता, तो संदेशाची थैली त्याच्या बरोबर घेऊन आला होता. आणि बाहेरच उभा होता. त्याचा पोशाख एखाद्या साधारण माणसाप्रमाणेच होता. त्यानं खाकी पॅन्ट घातलेली होती. अंगात एक स्पोर्ट्स जॅकेट होतं आणि पायात त्याने मोजे आणि सॅन्डल घातले होते. पहिल्यांदी मला वाटले की तो बाईकवर कुरिअर वाटणारा कुरिअरचाच माणूस होता; पण कुरिअरचं पाकीट हातात देण्याऐवजी तो माझ्यासमोर नमस्काराकरिता वाकला. या गोष्टीनं मला दचकवलंच. त्याचा हा हावभाव अगदीच औपचारिक होता आणि ऑफिसच्या दृष्टीनं विचित्रच होता. शिवाय त्याचा तो सर्वसाधारण पोशाख. स्टॅनफोर्ड विद्यापीठात अशा प्रकारची

एकमेकांना वाकून नमस्कार करण्याची रीतच नव्हती.

''प्रोफेसर'' तो हळू आणि काळजीपूर्वक इंग्रजी भाषेत बोलत होता.

''मी तुमची मनापासून क्षमा मागतो की मी तुमच्या महत्त्वाच्या कामात व्यत्यय आणत आहे!'' त्यानं त्याचं बिझिनेस कार्ड काढलं. तो पुन्हा माझ्यासमोर वाकला. त्यानं त्याचं कार्ड मला दिलं. त्या कार्डावर त्याची ओळख होती त्यावरून त्याचं नाव हारुकी यासूतानी होतं. तो एक संगणक शास्त्रज्ञ होता आणि वेगानं वाढणाऱ्या एका माहिती आणि तंत्रज्ञानाच्या कंपनीत तो काम करीत होता. मी त्याला आत बोलवून बसायला जागा दिली.

त्याच्या मोडक्यातोडक्या इंग्रजीमध्ये त्यानं मला सांगितलं की मूलतः तो टोकियोमधून आला होता आणि तो इथं त्याच्या कामासाठी योग्य माणूस नियुक्त करण्याच्या हेतूनं आला होता. त्याचं काम मानवी संगणकाच्या रूपरेषेचं चित्र तयार करण्याचं होतं. तो त्याच्या कामावर अतिशय प्रेम करीत होता. आणि त्याला संगणकाच्या कुठल्याही कामात कधीही शेवटपर्यंत संगणकाकडून कुठलाही अडथळा येत नसे; पण त्याची मुख्य समस्या ही होती की, त्याला मानवी मदत मिळत नव्हती. तो माणसांना जास्त समजून घेऊ शकत नव्हता. म्हणूनच तो स्टॅनफोर्ड विद्यापीठाच्या मानसशास्त्र विभागाकडे ती मदत मागायला आला होता.

मी खूपच आश्चर्यात पडलो होतो; पण माझी त्याच्याबद्दलची जिज्ञासा जागृत झाली होती. खरेतर ही सिलिकॉन व्हॅली म्हणजे काही टोकियो नव्हतेच आणि त्याच्याबाबतीत खरेसुद्धा होते; कारण तो एका संस्कृतीतून दुसऱ्या संस्कृतीत आला होता. त्यामुळे त्याला सांस्कृतिक धक्का बसणारच होता. किंवा त्याच्याबरोबर काम करणाऱ्या त्याच्या नवीन सहकाऱ्यांकडून असा सांस्कृतिक धक्क्याचा फरक जाणवणारच होता. ''तुम्हाला कोणत्या पद्धतीची मदत हवी आहे?'' मी त्याला विचारलं.

तो त्याचं डोकं खाली वाकवून बसला होता. बहुतेक त्याच्या समस्येसाठी तो शब्द गोळा करीत असावा. जेव्हा त्यानं वर पाहिलं तेव्हा त्याच्या चेहऱ्यावर असणारा ताण मला स्पष्टपणे दिसत होता.

''मला हे कळायलाच पाहिजे की ह्यूमन कॉनसायएन्स कशा असतात?'' त्यानं मला विचारलं.

'ह्यूमन कॉन्शसनेस?' मी त्याला तो प्रश्न असा विचारला होता की जणू मी त्याचा तो प्रश्न ऐकलाच नव्हता.

''नाही!'' तो म्हणाला. ''कॉन-साय-एन्स'' मी जेव्हा शब्दकोशात हा शब्द

शोधला तेव्हा मला असं आढळलं होतं की हा शब्द लॅटिनमधून इंग्रजीत आलेला आहे. 'कॉन' या शब्दाचा अर्थ आहे 'सह' आणि 'सायन्स' या शब्दाचा अर्थ 'माहीत होणं' म्हणजे 'कॉनसायएन्स' याचा अर्थ होतो 'माहीत असण्याबरोबर' किंवा 'माहितीच्या बरोबर.'

''मी आजपर्यंत तरी या शब्दाचा अर्थ शब्दकोशात या पद्धतीनं शोधण्याचा विचारच केलेला नाही.'' मी त्याला म्हणालो.

''पण मला वाटतं की तुम्ही बरोबर आहात!'' तो परत म्हणाला.

''पण माझ्या या पद्धतीनं अर्थ शोधण्याला काहीही अर्थच नाही.'' त्यानं एक पेपरचा तुकडा त्याच्या कागदांतून बाहेर ओढून काढला. तो म्हणाला, शब्दकोश असं सांगतो की बरोबर आणि चूक यांतील फरक समजणारी जी जाणीव असते ती फक्त बरोबरच गोष्टी करण्याची सक्ती करते आणि याच जाणिवेला 'कॉन्शस' म्हणतात.'' त्यानं तो कागदाचा तुकडा माझ्यासमोर धरला, म्हणजे मी तो नीट पाहू शकेन. मी तो पाहिला.

''अरे! तुम्ही म्हणता तसंच आहे. हीच अगदी योग्य व्याख्या या शब्दाला चपखल बसते.'' मी म्हणालो होतो.

''पण मला खरंच कळत नाहीये; कारण माहीत असण्याची जाणीव म्हणजे ज्ञान आणि नुसती 'जाणीव' या दोनही गोष्टी सारख्या नाहीत. ज्ञान म्हणजे काय ते मला समजतं; पण जाणीव म्हणजे काय? जाणीव म्हणजे आपल्याला जे वाटतं तेच का? किंवा हे माणूस वा वस्तूंना ओळखण्याची माणसाची जी अंतर्गत मानसिक शक्ती असते, त्याच्याशी तर या नात्याचा संबंध नाही ना? हे लाजेपेक्षा वेगळं आहे का? आणि हे प्रत्येक माणसाला सक्ती करणारं का असतं?''

मी बहुतेक त्याला गोंधळलेला दिसलो असणार. मी त्याच्या प्रश्नानं गोंधळलो होतो, हे माझ्या चेहऱ्यावर दिसत होतंच ना. मग त्यानं मला त्याच्या प्रश्नांचंच स्पष्टीकरण द्यायला सुरुवात केली होती.

''मला भीती वाटते की मी जरी संगणक अभियंता म्हणून शिक्षण घेतलं असलं तरीही, मला या अशा प्रकारच्या 'जाणिवा' किंवा जे 'वाटणं' आहे, ते कधीच जाणवलं नव्हतं. माझ्या कामाचा हा सगळ्यात मोठा तोटा आहे. मला तुम्हाला हे म्हणायचं आहे की, मी अशा प्रकारच्या जाणिवा समजून घ्यायला शिकू शकतो का? तेही आता या वयात... की मला खूप उशीर झालेला आहे?'' त्यानं मला विचारलं होतं.

हा त्याचा विलक्षण किंवा लोकोत्तर प्रश्न होता किंवा तो प्रश्नांचा भडिमारच करीत होता. आम्ही आमचं संभाषण चालूच ठेवलं आणि शेवटी मला

त्याच्या लोकविलक्षण कथेचे तुकडे जोडण्यात एकदाचं यश आलं. जेव्हा त्याची कंपनी अगदी सुरुवातीला संगणकावरील खेळांच्या मार्केटिंगसाठी असणाऱ्या एका विकासात्मक योजनेत काम करण्यासाठी गुंतली होती आणि त्याचं संशोधन वापरत होती, तेव्हाच यू.एस.च्या लष्करानं त्यांच्या त्या संशोधनात फारच रस घेतला. त्यांच्या मते, त्याचं हे संशोधन अगदी स्वतंत्रपणे शस्त्रांच्या तंत्रज्ञानात वापरता येण्याची भरपूर शक्यता होती. हॅरी या योजनेच्या बाबतीत फारच हळवा झाला होता आणि मनापासून काम करीत होता. तो संगणकावरील खेळ लोकप्रिय होण्यासाठी जी मार्केटिंग योजना होती, त्याचं डिझाईन किंवा रूपरेषा करीत होता. ती त्याच्या दृष्टीनं खूपच महत्त्वाची आणि उच्च दर्जाची होती. शेवटी मोठ्या प्रमाणावर विध्वंस करणाऱ्या बॉम्बिंग शस्त्राच्या योजनेपेक्षा आनंद पसरवणारी आणि लोकांना संगणकाची सवय लावणारी, त्याची जी संगणक खेळाच्या लोकप्रियतेसाठी असणारी मार्केटिंगची योजना केव्हाही चांगलीच होती. आणि विशेषतः ही योजना तयार करायला सोपी आणि मजेदार होती. शिवाय त्यात कसलाही ताण नव्हता. हॅरी हे शोधून काढण्याचा प्रयत्न करीत होता की त्याच्या त्या योजनेच्या रूपरेषेत तो ही जाणीव बांधू शकेल का? किंवा ती जाणीव त्या संगणकाच्या खेळांना खेळणाऱ्या वा उपयोग करणाऱ्या व्यक्तीच्या योग्यतेची नैतिक जाणीव उंचावू शकेल का? आणि जे चूक आहे त्यापासून त्याला दूर ठेवून त्याच्या मनात योग्य आणि सत्य गोष्टच करण्यासाठी सक्ती करू शकेल का?

त्याची कहाणीही मन हेलावून टाकणारी आणि दुःखद होती. जरी 'ह्यूमन कॉन्शन्स'बद्दल आपल्याला काही माहीत नाही असा तो दावा करत असला, तरी त्याच्या स्वतःच्या याच 'कॉन्शन्स'मुळे त्याची ही स्थिती झाली होती आणि नंतर कदाचित त्याच्या नोकरीवरही परिणाम होणार होता. सांगायची आवश्यकता नाही; पण एखाद्या तंत्रज्ञानाच्या डिझाईनची किंमत ठरवणं आणि मिलिटरी कॉंट्रॅक्टर्स आणि शस्त्रास्त्रांमध्ये प्रगती घडवून आणणारे यांना अशा प्रकारचे प्रश्न उपस्थित केलेले आवडत नाहीत, जरी ते त्यांना कंट्रोल करणाऱ्यांच्या डोक्यात निर्माण झाले तरीही.

मला त्याला पुन्हा खात्री देण्यासाठी जे करता आलं ते मी केलं होतंच. खरंतर महत्त्वाची गोष्ट ही होती की त्यानं अशा प्रकारचा प्रश्न विचारून पहिल्याच ठिकाणी हे दाखवून दिलं होतं की, त्याच्या जाणिवेची बाजू किती उत्तम होती ते!

त्यानं त्याचं डोकं हलवलं. "नाही" तो म्हणाला. "याला तुम्ही माझी योग्य

जाणीव म्हणू शकत नाही. ही फक्त माझ्या इतिहासातली शरमेची गोष्ट आहे. आणि इतिहास तर आपण सहजपणे कधीही बदलू शकतो.
मला काही समजलं नाही आणि मी त्याला थोडं सविस्तर सांगायची विनंती केली.
''इतिहास म्हणजे ती गोष्ट जी आम्ही जपानी लोक शाळेत शिकतो.'' तो पुढे म्हणाला ''आम्ही साऱ्या भयानक गोष्टींविषयीच शिकतो, जसं की ॲटमबॉम्बनं हिरोशिमा आणि नागासाकी शहर कसं मुळापासून उद्ध्वस्त केलं होतं. आम्ही शिकतो की, या गोष्टी चुकीच्या आहेत; पण ही खूपच सोपी गोष्ट आहे; कारण आम्ही जपानी लोक त्या स्फोटाचे बळी ठरलो होतो.'' तो पुढे म्हणाला.
''पण कठीण गोष्ट पुढेच आहे, जेव्हा आम्ही जपानी लोकांनी मांचूमध्ये चिन्यांवर भयानक अत्याचार केले. जेव्हा त्याबद्दल शिकतो की आम्ही जपानी लोकांनी वांशिकतेच्या आधारावर चिनी लोकांच्या सामूहिक कत्तली केल्या आणि त्यासाठी त्यांचे जे अनन्वित हाल केले, त्यामुळे जगासमोर शरमेने मान खाली घालावी लागली; पण 'शरम' ही काही चांगली वाटावी अशी गोष्ट नाही. काही जपानी राज्यकर्ते नेहमीच हा प्रयत्न करतात की मुलांच्या शाळेच्या इतिहासाच्या पुस्तकातून तो भाग वगळून टाकावा, म्हणजे वांशिकता आणि त्या आधारावर केलेल्या क्रूर कृत्यांबद्दल पुढच्या पिढीला काहीच शिकवलं जाणार नाही. म्हणजे इतिहास बदलून आणि वाईट स्मृती बदलून ते राज्यकर्ते आमच्या शरमेचा भाग पुसून काढायच्या प्रयत्नांत आहेत.
''आणि याच आधारावर मी म्हणतो की शरम ही गोष्ट 'जाणीव' नावाच्या गोष्टीपासून वेगळी आहे. ते म्हणतात की जपानी लोकांची संस्कृतीच 'लाजेची' आहे. म्हणजे मग कदाचित असं असू शकेल की आम्ही जपानी लोक ह्यूमन कॉन्शन्स बाबतीत चांगले नाही आणि लाज नावाची गोष्ट तर बाहेरून येते. म्हणजे तुम्ही केलेलं तुमचं एखादं कृत्यच तुम्हाला लाजिरवाणं करतं; पण 'जाणिवा' म्हणजे एक अशी गोष्ट आहे जी माणसाच्या अंतर्मनातून- खोलातून येते. सगळे लोक म्हणतात की आम्ही जपानी लोक बराच काळ सरंजामशाहीप्रधान संस्कृतीत राहिलोत, ज्यात फक्त कलह आणि वैराचा भाग जास्त होता. त्यामुळे आम्हाला पिढ्यान् पिढ्या स्वतःचं वैयक्तिक असं महत्त्वच कळलं नाही. जशी पाश्चात्त्य लोकांमध्ये स्वत्त्वाची जाणीव स्पष्टपणे आहे, तशी ती आमच्यात आलेली नाही. नेमकी याच गोष्टीची मला फार काळजी वाटतेय.'' तो म्हणाला.

अर्थात मी इथं आमच्या संवादाची जरा जुळवाजुळव करून सांगतोय. मला आठवून सांगावं लागतंय; कारण हा शब्दबंबाळ संवाद बऱ्याच वर्षांपूर्वी घडलेला आहे. मला आता हे आठवत नाहीये की मी त्याला कोणत्या शब्दांत उत्तर दिलं; पण जे काही आमचं संभाषण झालं, त्यात मी त्याचं समाधान करण्यात यशस्वी ठरलो होतो. आणि नंतरचं आमचं संभाषण मैत्रीच्या संदर्भात बदललं. तू हे बघू शकतेस की त्याच्या ज्या चौकश्या होत्या किंवा शंका होत्या, ज्या एका विशिष्ट वैयक्तिक जाणिवेच्या संदर्भात होत्या, त्या तिथून पुढं इतर विषयांकडे वळल्या, जसं लाजेचा आणि गर्व किंवा सन्मानाचा विषय आणि आत्महत्येचा विषय, जो पत्राचा पुढे एक मुख्य मुद्दा झालेला होता, ज्यानं तुझं लक्ष वेधून घेतलं होतं. माझा स्वतःचा हेतू मात्र जपानी लोकांच्या आत्महत्येवर असणाऱ्या सांस्कृतिक प्रभावाबद्दल होता. अगदी सुरुवातीला बऱ्याच वर्षांपूर्वी मध्य-पूर्वेतील आत्महत्या करणाऱ्या बॉम्बर्सबद्दल मला मिस्टर यासूतानींनी आत्महत्येच्या संस्कृतीची माहिती करून देताना आठवण करून दिली होती. त्यांचं हे विधान नेहमीच असे की, जपानमध्ये अगदी पूर्वी आत्महत्या करणे हा एक संस्कृतीच्या सौंदर्याचा भाग समजला जात होता. आणि त्यात नैतिकतेचा भागच नव्हता. हे आत्महत्येचं कृत्य 'सन्मान' किंवा 'शरम' या दोन गोष्टी तीव्रतेने समोर आल्यावर केलं जात होतं. कदाचित तुला माहीत असेल किंवा नसेल; पण त्याचे काका दुसऱ्या महायुद्धाच्या वेळचे हिरो किंवा सर्वश्रेष्ठ पुरुष समजले जातात. त्याचे काका हे 'तोकोताई' वैमानिक होते आणि त्यांच्या कामिकाझे[२] योजनेमध्ये पॅसिफिक महासागरावरील युद्धाच्या अंतर्गत ते गेले.

"माझ्या आजीला तेव्हा भयंकर वाईट वाटलं होतं!" हॅरी म्हणाला "जर माझ्या काकांच्या विमानातच एका विशिष्ट जाणिवेचा प्रोग्रॅम असता तर त्यांनीच ते 'एनोलागे'च्या पायलटच्या बाबतीतही हीच गोष्ट असती, तर कदाचित हिरोशिमा आणि नागासाकीमध्ये जे घडलं ते टळलं असतं. अर्थातच त्या वेळी तंत्रज्ञान इतकं पुढे गेलेलंच नव्हतं. त्यामुळे अशा प्रकारच्या गोष्टी थांबवणं शक्यच नव्हतं; पण आता आपण हे थांबवू शकतो!"

हॅरी अगदी स्थिर बसला होता. त्यानं त्याचे हात त्याच्या मांडीवर ठेवले होते.

"मला माहीत आहे की ही एक मूर्खासारखी कल्पना आहे की एखाद्या

---

२. हे आत्महत्या करणारे असे वैमानिक असत, जे शत्रूच्या जागेत भरपूर नुकसान करून तेथेच आपले प्राण देत. त्यांची सैन्यात खास तुकडी असे.

शस्त्राचा विकास असा करायचा, की त्यानं कुणाचाही बळी आपणहूनच घ्यायला नकार दिला पाहिजे!'' पुढे तो म्हणाला.

''पण कदाचित मलाच एखाद्याला मारायला मजा वाटत नाही आणि हेच खरं कारण आहे!''

व्हॅलीतल्या त्याच्या वास्तव्याच्या अखेरच्या काळात यासूतानी आणि त्यांच्या मालकांमध्ये बेबनाव चालू होता. एका जपानी कामगाराच्या सदसद्विवेकबुद्धीला लागलेल्या धक्क्यामुळे ते मालक त्यांचे लष्कराबरोबर आणि गुंतवणूकदारांबरोबर असलेले संबंध बिघडवायला तयार नव्हते. त्यामुळे त्याच्या कंपनीनं लष्कराच्या त्या विशिष्ट संशोधनाचं काम आवरतं घेण्याचं पालुपद हॅरीच्या मागे लावलं. हॅरीच्या या कामानं त्यांना कंपनी संकटात सापडेल असंच वाटत असेल. हॅरीनं नकार देताच त्याला कंपनीनं त्या योजनेत काम करणाऱ्या संघातूनच (Team) काढून टाकलं. त्यामुळे त्याची चिंता वाढली होती आणि तो घाबरून उदास झाला. त्या वेळेस माझा वैद्यकीय सराव बंद असल्यामुळे मी त्याला माझा मित्र म्हणूनच वागवलं होतं. त्यानंतर कंपनीनं त्याला कामावरून लवकरच काढून टाकलं होतं. हे सगळं मार्च २००० पर्यंत घडलं होतं; कारण त्यानंतरच एका महिन्याच्या आतच म्हणजे एप्रिलला डॉट-कॉमचा फुगा फुटला. आणि एनएएसडीएक्यू चिरडले गेले. तो मला भेटायला आला. त्यानं मला सांगितलं की त्याची सारी कौटुंबिक बचत त्यानं कंपनीच्या भागभांडवलात गुंतवली होती आणि कंपनीनं त्याला काढून टाकल्यानं त्यानं ते सारंच गमावलं होतं. तो व्यावहारिक भान ठेवणारा माणूस नव्हता. आणि वर्षातील ऑगस्ट महिन्यात ते जपानला परत गेले, आणि तेव्हापासून मी आजपर्यंत त्याच्याबद्दल काहीही ऐकलं नाही.

नंतरच्या वर्षात मी असं ठरवलं होतं की माझ्या संशोधनाचा काही भाग मी वेबसाईटवर उपलब्ध करून देणार होतो. त्यामुळे मी माझीच वेबसाईट उघडली होती. त्यानंतर काही महिन्यांनी मला हॅरीकडून एक ईमेल आला होता- जो एका पुस्तकातील उतारा होता. आणि जो तू ऑनलाईन वाचलादेखील आहेस. ही एक सुंदर अशी हाक होती जी मदतीकरिता केली गेली होती. आणि मी त्याच्याशी त्याच्या गरजेनुसार बरेच महिने पत्रव्यवहार करीत होतो. हे सगळं ई-मेलद्वारा आणि कधी कधी फोनद्वारासुद्धा होत होतं. ही त्या काळातील गोष्ट आहे, जेव्हा मी त्याला विचारलं होतं की त्याचे काही विचार मी माझ्या वेबसाईटवर टाकू शकतो का? आणि त्यावर तो म्हणाला की त्याचे विचार इतरांना मदत करणारे ठरत असतील तर तो मला तशी

परवानगी देऊ शकतो. मला तेव्हासुद्धा असंच वाटलं होतं. त्याला व्यावसायिक सल्ल्याची, उपदेशाची फारच गरज होती आणि मी त्याला तशी काही नावंदेखील सुचवलेली होती, ज्यांची टोकियोमध्ये तशा प्रकारची केंद्रंसुद्धा होती. नंतर मला माहीत नाही की त्यानं तो सल्ला मानला किंवा नाही आणि मला संशय आहे की त्यानं ती गोष्ट केलेलीच नव्हती.

माझा आणि त्याचा संबंध ११ सप्टेंबरच्या बॉम्बहल्ल्यानंतर पूर्णच तुटला होता आणि तो काळ माझ्याकरिता खूपच व्यस्त असण्याचा काळ होता. माझ्या संशोधनात मग जागतिक घडामोडींचा सहभाग तत्काळ वाढला होता. मग मीडियानंही माझ्या संशोधनात रस घ्यायला सुरुवात केली होती. मला आठवतं की त्यानंतर काही वर्षांनी माझा आणि त्याचा संपर्क झाला होता; पण त्याच काळात एका संगणकीय व्हायरसनं माझ्या बऱ्याचशा महत्त्वाच्या नोंदींच्या लिखाणाच्या फाईल्स खाऊन टाकल्या होत्या. त्यात बरेचसे माझे मिळवलेले ई मेल्सदेखील पुसले गेले- ज्यात हॅरीचेसुद्धा ई-मेल्स होते. मी भूकंप आणि त्सुनामीनंतर त्याच्या संपर्कासाठी माझा मेल बॉक्स उघडला होता; पण मला आढळलं की त्याचा ई-मेल आयडी माझ्याजवळ नव्हताच. मग मी स्वतःची समजूत घातली की हॅरी आणि त्याचे कुटुंबीय तर सेन्दाईपासून खूपच लांब राहत होते. त्यामुळे ते सुरक्षितच असतील. तरीही मी जेव्हा तुझ्याकडून त्यांच्याबद्दल ऐकलं, वाचलं आहे, तेव्हा मला पुन्हा त्यांच्याशी संपर्क साधण्याची प्रेरणा झाली. मी आता तसा प्रयत्न करणार आहे.

तू तुझ्या पत्रात त्याच्या मुलीच्या डायरीबद्दल लिहिलेलं आहेस की ती डायरी तुझ्याजवळ आहे. जर त्यात काही अशी माहिती असेल की मी श्री. यासूतानींना आणि त्यांच्या कुटुंबीयांना शोधू शकेन, तर मी या गोष्टीचं कौतुकच करेन की ती गोष्ट तू माझ्याबरोबर वाटून घेतलीस आणि मला या गोष्टीबद्दल तुला विचारायलासुद्धा आवडेल. त्या डायरीमधून अशी काही माहिती तुला त्याच्या मुलीच्या ठीक असण्याबद्दल मिळते आहे का? तू म्हणाली होतीस की हे सर्व अत्यंत तातडीचं काम आहे; असं कोणतं तातडीचं काम आहे?

शेवटी मला हे जाणून घेण्यात खूपच रस आहे की ती डायरी आणि ती सारी पत्रं तुला कुठं मिळालीत आणि ते सारं तुझ्या ताब्यात कसं काय आलं? पण कदाचित ही गोष्ट तू मला नंतरसुद्धा कळवू शकतेस. मला तुझ्याबद्दल विश्वास आहे की तुझं नवीन पुस्तकावरचं काम चालू असेल. आणि मला लवकरच ते नवीन पुस्तक वाचायला मिळेलच. तुझ्या त्या

आधीच्या पुस्तकातूनही मला वाचनाचा असाच छान आनंद मिळाला होता.

तुमचा विश्वासू,

२

तिनं तो मेल पटकन वाचला आणि लगेचच त्याला प्रत्युत्तर दिलं. त्यात तिनं लिहिलं की कशी तिला ती डायरी समुद्री वनस्पतींमध्ये अडकून पडलेली मिळाली. ती त्सुनामीबरोबर वाहून आली असल्याचा तिचा सिद्धान्त आणि तो सिद्धान्त खरा असल्याचं किंवा ती डायरी एका फ्रीजर बॅगमधून त्या बीचवर अन्य कुठल्या मार्गानं आली असल्याचं सिद्ध करण्यात तिला आलेलं अपयश याबद्दलही तिनं लिहिलं. मग तिनं नाओच्या डायरीतले संबंधित उतारे थोडक्यात लिहून काढले : नाओच्या वडिलांच्या धोकादायक मानसिक स्थितीचं वर्णन, त्यांचे आत्महत्येचे प्रयत्न, आणि नंतर स्वतः नाओचा आत्महत्येचा निर्णय. मग तिनं स्पष्टीकरण दिलं की ती खरंच या बाबतीत काहीच मदत करू शकत नाही; पण तिच्या हृदयातून असलेल्या एका सशक्त जाणिवेनंच जी एक प्रकारच्या 'कर्माच्या'[३] तत्त्वावर काम करीत होती आणि ती जाणीवच तिला नाओशी जोडत होती. आणि तिच्या वडलांशीसुद्धा. शेवटी नाओच्या त्या डायरीनंच रुथच्या मनाचे किनारे स्वच्छ केले होते. म्हणूनच नाओ आणि तिचे वडील अडचणीत असतील तर तीच एक व्यक्ती होती जी त्यांना मदत करणार होती. नव्हे! तिनंच तर ती मदत करायला पाहिजे होती.

तिच्या ई-मेलचा शेवट तिने ऑलिव्हरला मिळालेल्या 'न्यू सायन्स'मधील क्यूबिट्सवरच्या एका लेखानं केला, ज्यात एच. यासूतानी नावाच्या व्यक्तीचा उल्लेख होता. तिनं त्यांना संपर्क करण्याचा प्रयत्न केला; पण तो यशस्वी झाला नाही. तिनं तो ई-मेल पाठवून संगणक बंद केला. आणि तिच्या खुर्चीवर ती येऊन बसली होती. ती या नवीन आणि उत्साह द्विगुणित करणाऱ्या मिळालेल्या माहितीच्या आनंद देणाऱ्या लाटेत अतिशय आरामानं आणि निवांतपणानं सुख भोगीत पहुडली होती. म्हणजे हे असं होतं तर! मग आता तिला फक्त हे सगळं कसं सिद्ध करायचं याचीच वाट पाहणं उरलं होतं. नाओ आणि तिचं कुटुंब ही एक सत्य आणि

---

३. हिंदू धर्मातील कर्मसिद्धान्ताप्रमाणे प्रत्येक कृत्याची फळे त्या कृत्यानुसारच मिळतात आणि जे काही देणे वा घेणे एका जन्मात पुरे होत नाही, त्यासाठी पुन्हा पुन्हा जन्म घेऊन त्या व्यक्तींना विविध रूपांनी, नात्यांनी देणे-घेणे पूर्ण करावे लागते.

अस्तित्वात असलेली गोष्ट होती तर!

ती उठून उभी राहिली. एक आळस देऊन ती ऑलिव्हरच्या ऑफिसकडे व्हरांड्यातून जाऊ लागली. ऑलिव्हर त्याच्या ऑफिसमध्ये गोंगाट आणि गोंधळाचा आवाज दूर करणारे हेडफोन्स कानाला लावून बसला होता. आणि त्याच्या बाजूची खुर्ची मात्र रिकामीच होती.

"पेस्टो कुठं आहे?" तिनं तिचा हात त्याच्या डोळ्यांभोवती हलवत त्याचं लक्ष आपल्याकडे वेधून घेण्यासाठी विचारलं.

ऑलिव्हरनं कानाला चिकटवलेले हेडफोन्स काढले आणि रिकाम्या खुर्चीकडे पाहिलं. "तो संपूर्ण दिवस इथं नाही."ऑलिव्हरनं उदास स्वरात उत्तर दिलं.

नाश्त्याच्या वेळी त्यांच्यातील वाद मिटला होता. रुथनं त्याची पुन्हा क्षमा मागितली. ती एवढ्याचकरिता, की तिनं त्याला 'लूजर' म्हटलं होतं. आणि त्यानंही रुथची क्षमा मागितली; कारण तोसुद्धा तिला 'सायको' म्हणाला होता. तरीही दोघांमध्ये एक विशिष्ट प्रकारचा ताण लोंबकळतच होता. कधी ते मांजर अशा तणावाच्या स्थितीत वातावरण थंड ठेवीत असे. आणि आता या क्षणी मात्र ते बाहेर गेलेलं होतं. रुथलासुद्धा त्या मांजराची आठवण येतच होती. खरंतर ती नुकतीच मिळालेली छान माहिती ऑलिव्हरला सांगायलाच तर हॉलमधून आली होती. प्रोफेसरच्या ई-मेलबद्दल त्याला सारं सांगावं असं तिला मनापासून वाटत होतं; पण तिनं हे पाहिलं की ऑलिव्हर त्याच्या खुर्चीत एकदम त्याचा चेहरा आणि मनसुद्धा उतरवून बसला होता. त्यामुळे तिला उत्साह वाढवणारी बातमी सांगायचा संकोच होत होता.

"काय झालंय?" तिनं विचारलं.

"ओ!" तो म्हणाला, "तसं काही फारसं झालेलं नाही. नुकतीच मला जिन्कोच्या झाडाची छोटी छोटी रोपं सापडलीत. त्यामुळे त्यांना मी तिथून उचलून दुसरीकडे नेऊन लावणार होतो; पण ज्यांच्याशी आपला करार झाला आहे त्यानं त्यासाठी हरकत घेऊन मला परवानगी दिली नाही. त्यांचं म्हणणं असं आहे की जिन्कोच्या झाडांना नेहमीच अतिक्रमण करण्याची क्षमता असते." त्यानं त्याचा नाकावरचा चष्मा काढला आणि आपले दोनही तळहात चेहऱ्यावरून फिरवले. त्याला 'जिन्को बायलोबा' झाडांची विशेष आवड होती. विशेषत्वानं "हे एकदमच मूर्खपणाचं आहे. हे झाड खरंतर 'जीवित जिवाश्म' म्हणूनच मानलं जातं. गेल्या शेकडो-लाखो वर्षांत घडलेल्या विनाशाच्या मुख्य घटनांतून ही प्रजाती तगून राहिली. या झाडाची पूर्ण प्रजातीच या पृथ्वीच्या पाठीवरून जवळपास नाहीशी झालेली आहे. फक्त मध्य चीनमध्येच काही छोट्याशा भागात आता जिन्कोची झाडं कशीबशी स्वतःचं अस्तित्व टिकवून ठेवण्यात यशस्वी झालेली आहेत. आपल्या

व्हरांड्यात कुंडीमध्ये लावलेली ही जिन्कोची झाडं मरणासन्न अवस्थेतच आहेत. जर मी त्यांना लवकरात लवकर रोपलं नाही, तर ती झाडं नक्कीच मरतील!'' तो म्हणाला.

त्याचा आवाज हा नेहमीच्या उत्साही ऑलिव्हरचा आवाज नव्हता. त्याचा आवाज एखाद्या धैर्यहीन माणसाच्या आवाजासारखा किंवा छोट्याशा समस्येनंही घाबरून, त्याला फार मोठं संकट समजून घाबरणाऱ्या माणसाच्या आवाजासारखा वाटत होता. मांजराच्या दिवसभराच्या अनुपस्थितीनंसुद्धा तो खूपच अस्वस्थ झाल्यासारखा वाटत होता.

''तू आपल्या मालकीच्या जागेत ती रोपं छोट्या वाफ्यात लावून त्यांना जगवू शकत नाहीस का?'' तिनं त्याला काळजीनं विचारलं.

त्यानं दीर्घ उसासा सोडला. त्याच्या मांडीवर ठेवलेल्या त्याच्या हातांना तो शांतपणे निरखत राहिला होता. ''होय. आता खरंतर मी तेच करणार आहे. मला हेच कळत नाही की या सगळ्याच गोष्टींचा त्रास मला का होतो किंवा मी तो का करून घेतो? मीसुद्धा असा सगळ्याच गोष्टींच्या आतपर्यंत शिरतो. खरंच असं यात काय आहे, तेच मला कळत नाही! कुणालाच काहीच कसं कळू शकत नाही की मी काय करतो आहे ते?''

तो कदाचित या मांजरामुळेच अस्वस्थ झालेला होता. तिनं ठरवलं की ती आता त्या प्रोफेसरच्या ई-मेलबद्दल त्याला नंतर सांगेल. तिची ती ई-मेलची बातमी तिनं नंतरच्या वेळेकरिता सुरक्षित ठेवण्याचं ठरवलं; पण जशी ती जाण्याकरिता वळली, त्यानं तिच्याकडे पाहिलं. ''तुला काही हवं होतं का?'' त्यानं तिला विचारलं.

आणि मग तिला राहवलंच नाही; तिनं भडाभडा त्याला सगळंच सांगितलं. तिनं प्रोफेसर लेईस्टिकोंनी काय लिहून पाठवलं, ते प्रोफेसर लेईस्टिको, जेव्हा श्री. हॅरी यासूतानी हे मानवी जाणिवांच्या संदर्भात अति हळवे आणि कटाक्ष ठेवणारे होते, हे कळल्यापासून फारच आश्चर्यचकित झाले होते. आणि मग सारांश रूपानं तिनं प्रोफेसरांनी पाठविलेल्या ई-मेलचा मसुदा विशद केला; पण अचानक तिनं जेव्हा तिचं बोलणं थांबवलं आणि संपवलं तेव्हा तिला जाणवलं की ऑलिव्हर अतिशय विचित्रपणे तिच्याकडे रोखून बघत होता.

''काय? तू काय माझ्याकडे रोखून पाहतोयस? काय झालंय?'' तिनं विचारलं.

''तू त्या प्रोफेसरला काय लिहिलं होतंस की तू जो निरोप त्याला दिला होता तो खूपच तातडीचा आणि घाई करण्यासारखा होता. होय ना?'' त्यानं तिला विचारलं.

''अर्थातच! ती मुलगी आत्महत्येच्या प्रवृत्तीकडे वळली होती. जसे तिचे ते

वडील होते. नाओची ही डायरीच तर मदतीचा हात मागणारी होती. होय! मला म्हणायचे आहे की घाई होतीच ना! आणि मी त्या घाईचं वर्णनही केलं होतंच!'' तिच्या आवाजाला एक प्रकारे सुरक्षात्मक भावनेची धार आली होती; पण तो आवाज ती बदलू शकत नव्हती आणि थांबवूसुद्धा शकत नव्हती. ''तू अजूनही माझ्याकडे असा विचित्र का पाहतो आहेस?'' तिनं विचारलं.

''अं! म्हणजे हो! बरोबरच तर आहे!'' तो म्हणाला.

''काय बरोबर आहे?'' तिनं त्याला परत विचारलं.

''तू जे काही बोलतेयस त्याला काही जास्त अर्थ नाही असंच मला वाटतंय. म्हणजे मला असं म्हणायचं आहे की आता तुला जे वाटतं आहे, ते आता घडलेलंच नाहीये. बरोबर आहे ना?'' तो तिला म्हणाला. ती गोंधळली होती.

''मला अजिबात समजलेलं नाहीये तू काय बोलतो आहेस ते!'' ती म्हणाली.

''जरा गणित करून बघ ना. डॉट कॉमचा फुगा मार्च २०००ला फुटला होता. नाओच्या वडिलांना तेव्हाच नोकरीवरून काढण्यात आलं होतं. नंतर ते जपानमध्ये परतले. मध्ये काही वर्षं गेलीत. नाओ मग सोळा वर्षांची झाली. आणि तिनं आपली डायरी लिहायला सुरुवात केली होती; पण ही गोष्ट घडल्यालासुद्धा आता दहा वर्षं उलटून गेलेली आहेत. आणि आपल्याला हेसुद्धा माहीत आहे ना की ती डायरी समुद्री पाणझुडपांमध्ये पाच वर्षं गुरफटून तरंगलेल्या अवस्थेत पडली होती. माझा हा मुद्दा आहे की नाओनं जर आत्महत्या करायची ठरवली होती तर ती तिनं केव्हाच केली असेल! नाही का? आणि जर तिनं आत्महत्या केली नसेल तर ती जवळपास तिशीची असेल. त्यामुळेच मी आता खूपच आश्चर्यचकित झालो आहे की यामध्ये 'घाई' कुठं आली? तातडीचा काय संबंध होता रुथ? आणि तू तो वापरलेला शब्द बरोबर होता का?''

रुथ एकदम जमिनीवर पडलीच. तिनं आपला एक हात दरवाज्याला स्थिर ठेवणाऱ्या गोल बटणावर ठेवला आणि स्वतःला कसंबसं स्थिर केलं.

''काय झालं रुथ?'' त्यानं तिला विचारलं.

''काही नाही'' मोठ्या कष्टांनी आवंढा गिळत ती म्हणाली. ''मी... अर्थात, तूच बरोबर आहेस. मूर्ख. मी... विसरले.'' तिला तिच्या गालांची आग होत आहे असं वाटलं. तिच्या गालातही हुळहुळल्यासारखं वाटलं. जणू काही तिला शिंक येणार होती किंवा ती रडणार होती.

''तू विसरलीस का?'' त्यानं पुन्हा विचारलं ''तू खरंच विसरून गेलीस का रुथ?''

तिनं आपलं डोकं होकारार्थी हलवलं. आपलं डोकं हलवताना ती उलट्या पावलानं मागे मागे सरकत होती. तिला कुठंतरी पळून जावंसं वाटत होतं. लपून

बसावं असं वाटत होतं आणि अचानकपणे वळून ती पायऱ्यांकडे गेली.

"व्वा! हा तर अगदीच वेडेपणा आहे!" ऑलिव्हर म्हणाला.

"अरे! मला तुला वेडं म्हणायचं नव्हतं!" ऑलिव्हर तिला ऐकू जाईल एवढ्या मोठ्या आवाजात परत ओरडला.

३

ती काही फार लांब गेली नाही. फक्त बेडरूममध्ये बिछान्यात तिनं हळुवारपणे स्वतःला सरकवलं आणि पांघरूण नाकापर्यंत ओढून घेतलं. ती बिछान्यात पडली. तिचा श्वास अगदी जोरजोरात चालू होता. बाहेर खिडकीच्या तावदानावर बाहेरूनच बांबूची झाडं थाप मारत आपलं अस्तित्व जाणवून देत होती. त्याच्या खालीच तलवारीसारखी पानं असलेली फर्नची[४] झाडं वाढली होती. बांबूच्या झाडांची पात्यासारखी पानं काटेरी गुलाबांनी वेढलेली होती. त्यामुळे खूप सारा सूर्यप्रकाश जो बेडरूमच्या खिडकीवर पडत असे, तो अडवला गेला होता. आता ती त्या आपसात गुंतलेली पालवी बघत विचार करीत होती. नेमकेपणानंच प्रोफेसरला पाठविलेल्या ई-मेलचे विचार तिच्या डोक्यात रुंजी घालायला लागले आणि तिला जाणवलं की साऱ्या शरीरातील रक्त तिच्या चेहऱ्यावर वेगानं पसरत आहे. ती इतकी कशी काय मूर्ख असू शकते?

असं नव्हतं की ती विसरली होती. अडचण होती तिच्या डोक्यातून गोष्टी निसटून जाण्याची. जेव्हा ती एक कादंबरी लिहीत होती, तेव्हा ती त्या कादंबरीच्या विश्वात स्वतःला पूर्णपणे हरवूनच बसली होती. ती तिथंच त्या कल्पनाविश्वातच मनानं सदैव जगत होती, राहत होती आणि मग वास्तवातले आणि कल्पनाविश्वातले दिवस एकमेकांमध्ये विचित्रपणे मिसळून जात. आणि साराच गोंधळ उडून जात असे. आख्खा आठवडा, महिना आणि वर्षं असंच चालत राहिलं होतं आणि परिणाम व्हायचा तोच झाला; तिची सारी महिन्याच्या खर्चाची बिलं दिली गेलीच नव्हती. मेलबॉक्समध्ये आलेल्या ई-मेल्सना उत्तरं दिलीच गेली नव्हती. फोनवरसुद्धा ती उत्तरं देत नव्हती. प्रत्येक कल्पनेचा स्वतःचा असा एक काळ आणि तत्त्व असतं आणि तीच त्या कल्पनेची शक्ती असते; पण तिनं जो ई-मेल प्रोफेसरला पाठवला होता, तो काही कल्पनेचा भाग नव्हता. ते तर वास्तव होतं, सत्य होतं आणि ते इतकं सत्य होतं, जेवढी की नाओनं लिहिलेली तिच्याजवळील डायरी!

ऑलिव्हरनं दरवाज्यावर 'टकटक' केलं आणि बेडरूमचं दार किलकिलं

---

४. नेचा

करून त्या फटीमधून तो डोकावला. त्यानं तिला विचारलं ''मी आत येऊ का गं!'' तिनं आता नुसतंच होकारार्थी डोकं हलवलं. तो दारापासून तिच्या बिछान्यापर्यंत चालत आला आणि तिथं उभं राहून त्यानं तिला विचारलं ''तू ठीक आहेस ना रुथ?'' त्यानं ते अतिशय काळजीनं विचारलं आणि तिच्या चेहऱ्याचं तो आता निरीक्षण करू लागला होता.

''मी जरा गोंधळूनच गेले होते रे! माझ्या मनात नाओ अजूनही सोळा वर्षांचीच आहे. आणि ती नाओ कायमच माझ्या मनात सोळा वर्षांचीच राहणार आहे!'' रुथ म्हणाली.

ऑलिव्हर बिछान्याच्या कडेवर बसला आणि त्यानं आपला हात तिच्या कपाळावर ठेवला. ''शाश्वत, कायम राहणारा असा हा क्षण.'' तो म्हणाला. ''तिला तोच पकडून ठेवायचा होता, आठवतंय? तोच हेतू होता.''

''या लिखाणाचा?''

''किंवा आत्महत्येचा.''

''मी कायम आत्महत्येविरुद्ध लिहिण्याचाच विचार केलाय.'' ती म्हणाली. ''ते लिखाण अमरत्वाबद्दल किंवा कमीत कमी मृत्यूचा बेत उधळून लावण्याबद्दल तरी.''

''जसं की शहरजादनं केलं होतं!'' तो म्हणाला.

''होय. तिनं मृत्यूला दूर ठेवण्यासाठी एक हजार एक रात्री त्या शहजाद्याला सुंदर सुंदर गोष्टींमध्येच रंगवून ठेवलं होतं.'' तिनं त्याला उत्तर दिलं.

''फक्त नाओनं जे मृत्यूचं विधान केलं होतं, ते तिनं स्वतःवरच लादून घेतलेलं होतं.'' तो तिला म्हणाला.

तिनं तसं कधी केलं असेल का?

रुथनं म्हटलं.

''तू तिची डायरी शेवटपर्यंत वाचत राहा!'' ऑलिव्हर पुढे म्हणाला ''जोपर्यंत तुला त्या डायरीचा शेवट कळत नाही, तोपर्यंत तू वाचत राहा!''

''किंवा नाही....!'' ती विचार करू लागली की तिला ही गोष्ट कशी काय जाणवली नाही? आणि अचानकपणे तिच्या मनात काहीतरी आलं.

''ओ!'' ती म्हणाली. ती तिच्या बिछान्यावर ताडकन उठून बसली. ''पण नाओला तर ही गोष्ट मुळीच माहिती नव्हती ना!'' ती म्हणाली.

''कोणती गोष्ट? काय माहीत नव्हतं?'' त्यानं विचारलं.

''की तिच्या वडिलांना कामावरून का काढण्यात आलं ते! कारण तिचे वडील हे मानवी जाणिवांना जास्त महत्त्व देणारे व्यक्ती होते. आपण...'' आणि ती तिथंच गप्प बसली.

ती पुन्हा पुन्हा तेच करायला लागली होती. अचानक तिनं स्वतःला उशीवर परत झोकून दिलं. या वेळेस तिनं स्वतःला विचारांच्या धुंदीतून बाहेर काढून वास्तव स्वीकारलं होतं.

''आता खूप उशीर झाला आहे, नाही का?'' ती अतिशय उदासपणे म्हणाली.

''कशाला आता खूप उशीर झाला आहे?'' त्यानं विचारलं.

''नाओला मदत करण्यासाठी!'' ती म्हणाली. ''पण म्हणून काय झालं? ती डायरी म्हणजे गोंधळ आणि चित्तभ्रम वाढवणारी गोष्ट नाही का? काय फरक पडेल जर मी ती वाचली किंवा नाही वाचली तर?'' ती म्हणाली.

ऑलिव्हर शहारला. त्यानं खांदे उडवले आणि तो तिला म्हणाला, ''नाही! कदाचित काहीच फरक पडणार नाही; पण तू ती शेवटपर्यंत वाचायला हवीस. तिनं शेवटपर्यंत लिहिलंय, तर तिच्यासाठी तू तेवढं तरी करायलाच हवंस. तसंही, पुढे काय होतंय ते मला जाणून घ्यायचंय.'' ऑलिव्हर म्हणाला.

तो उठला आणि जाण्यासाठी वळला. तिनं त्याचा हात पकडला. ''मी वेडी आहे ना ऑलिव्हर!'' ती म्हणाली. ''मला असं वाटतं की मी कधी कधी वेडेपणानंच वागते!''

''कदाचित!'' तो म्हणाला. त्यानं तिचं कपाळ आपल्या हातानं हळुवारपणे चोळलं. ''पण तू त्या वेडेपणाची काळजी अजिबात करू नकोस, रुथ! तू थोडीशी वेडी तर हवीच आहेस. कल्पनेच्या साम्राज्यात विहार करण्यासाठीच ही वेडेपणाची किंमत तू मोजतेयस. आणि खरं सांगू का? हीच तर तुझी खूप मोठी शक्ती आहे. तू स्वप्नांच्या दरवाज्यावर थापट्या मारून तिथून स्वप्नांच्या गोष्टींचं चांदणं सगळ्यांकरिता वेचून आणतेस, ही खूप चांगली गोष्ट नाहीये का रुथ? माझ्या मते, ही वाईट गोष्ट तर नक्कीच नाही!'' ऑलिव्हर म्हणाला.

फोन आता जोराजोरानं वाजायला लागला होता. तो फोन उचलण्यासाठी, उत्तर देण्यासाठी निघाला. जाता जाता दरवाज्यामध्ये थांबून तो तिला म्हणाला....

''मला पेस्टोची फारच काळजी लागून राहिलेली आहे, रुथ!''

४

बेनॉईट एका तुटक्या लाकडी आरामखुर्चीत शेकोटीकडे चेहरा करून बसला होता. तो सिगारेट ओढत ज्वालांकडे बघत बसला होता. त्यानं जेव्हा रुथ आत येण्याचा आवाज ऐकला, त्यानं वर बघितलं. त्याचे डोळे एकदम लाल दिसत होते. जणू तो रडला होता. खूपच रडला होता. बहुतेक त्यानं थोडी दारूदेखील घेतलेली होती. कॅनॅडियन व्हिस्कीचा धुंद वास सिगारेटच्या वासात मिसळून गेला होता. त्या

वासासोबतच लाकडाच्या धुराचा वास आणि बेनॉईटच्या पायातील ओलसर मोज्यांचा वाससुद्धा तिथं दरवळत होता.

त्याची बायको बैठकीच्या खोलीच्या दरवाज्यातच उभी होती. ती काही फार आनंदी दिसत नव्हती. मघाशी वाजलेला फोन तिचाच होता. आणि ऑलिव्हर तिच्याशीच बोलला होता. तिच्या नवऱ्यानं, बेनॉईटनं त्या फ्रेंच डायरीचा अनुवाद पूर्ण केला होता. तोच निरोप तिनं दिला होता. ऑलिव्हरनं आणि तिनं जाऊन ती डायरी त्यांच्याकडून घेऊन जावी, असं आमंत्रणही तिनं दिलेलं होतं. त्याशिवाय ती हेसुद्धा म्हणाली होती की, रात्री त्यांनी तिच्याकडे जाऊन ती डायरी घ्यायला हवी होती. ऑलिव्हरनं फोन ठेवला आणि साखळी असलेली करवत (Chainsaw) त्याने ट्रकमध्ये ठेवली. आणि तो ट्रक चालवायला लागला. बाहेर अक्षरशः तुफानी हवा चालली होती. उंच उंच झाडं वाऱ्यानं हेलकावे खात होती. पुन्हा दुसरं मोठं वादळ येण्याची ती चिन्हं होती आणि ते त्यांच्याच दिशेला चालून येत होतं.

बेनॉइटनं आखीव पानांमधल्या साधारण वीसएक पानांचा गठ्ठा काढला. आणि तो हातात घेऊन हलवत होता.

'ल मा डी वीवऽ' तो रुथला म्हणाला. "तू मला याचा अर्थ विचारला होतास ना! आणि त्याचा अर्थ आहे दुर्दैव, दुःख आणि ते सहन करणं. जगामध्ये कोण जाणे किती भयंकर दुःख भरलेलं आहे!"

रुथनं त्याच्या हातातील पानं काढून घेतली.

"धन्यवाद!" रुथ तिच्या हातातल्या त्या अनुवाद केलेल्या पानांकडे बघत म्हणाली.

"हे पण घेऊन जा!" बेनॉईट तिला म्हणाला. त्यानं एक पातळसं पुस्तकासारखं किंवा बुकलेटसारखं कव्हर उचललं. त्यात ती डायरी होती आणि ती मेणकापडात गुंडाळली होती.

"मला खरोखरीच या गोष्टीचं कौतुक आहे की....." ती बोलली.

पण बेनॉइटनं फक्त आपलं डोकं हलवलं आणि तो परत त्या आगीच्या ज्वालांकडे एकटक बघत बसला होता.

त्याच्या बायकोनं पुढे होऊन रुथचा हात धरला. ती रुथला तेथून घेऊन निघाली आणि दरवाज्याकडे जाता जाता म्हणाली, "अगं तो खूपच प्यायला आहे!"

रुथला यावर काय बोलावं ते सुचलंच नाही. "मला क्षमा कर!" एवढंच ती पुटपुटली.

त्याची बायको हळुवार आवाजात म्हणाली. "तुझा यात अजिबातच दोष नाहीये! त्याच्या छोट्या कुत्र्याला काल रात्री लांडग्यांनी फाडून खाल्लं होतं. त्यांनी एक छोटी तरुण लांडगी त्याच्याकडे पाठवली. तिला कुत्री समजून हा तिच्या मागे

गेला. मूर्ख कुत्रा! बाहेर लांडग्यांचा कळप त्याची वाट बघत दरीच्या कड्यावर दूरवर उभा होता. त्या कळपानं त्याला घेरलं. मारून टाकलं. चिंध्या चिंध्या करून फाडलं आणि त्याला खाऊन टाकलं.'' तिनं पुन्हा त्या हॉलकडे वळून बघितलं जिथं तिचा नवरा बसला होता.

"त्यानं ते सारं घडताना बघितलं. तो त्याला आवाज देत त्याचा पाठलाग करत तिथपर्यंत गेला; पण त्याला तो दरीचा भाग ओलांडता आला नाही. एकतर माझा नवरा खूपच धिप्पाड आहे आणि फार हळूपण आहे. तो तिथं पोहोचेपर्यंत तर कुत्र्याच्या कातडीचे काही तुकडेच शिल्लक उरले होते. त्याचं त्या कुत्र्यावर फारच प्रेम होतं.'' तिनं दरवाजा उघडला आणि पुन्हा रुथला म्हणाली.

"तू आता निघणंच चांगलं राहील. वादळी वाऱ्याचा जोर चांगलाच वाढला आहे. आणि हा जोर असाच वाढला तर फारच वाईट होईल!''

हारुकी नं १ची फ्रेंच भाषेतली गुप्त डायरी

१

डिसेंबर १०, १९४३ आम्ही सगळे जण एका मोठ्या खोलीत एकत्रच झोपलो होतो. माझ्या तुकडीतले सारे सदस्य आणि मी जणू मासोळ्या सुकत घातल्यासारखे एका रांगेत झोपलो होतो. जेव्हा आकाश पूर्ण निरभ्र असतं आणि पूर्ण चंद्र आकाशात झळकतो तेव्हाच मला डायरी लिहिण्यासाठी पुरेसा चंद्रप्रकाश मिळतो. मी हे लिखाणाचे कागद माझ्या गणवेषाच्या आतील अस्तरातून काढले होते, जिथे मी ते लपवून ठेवतो. त्या कागदांचा आवाज होणार नाही अशा पद्धतीनं मी ते लपवतो. मी माझ्या फाऊंटन पेनचं टोपण काढलं. त्यातली शाई वाळली नसेल ना किंवा माझे विचार कागदावर उतरवायला ती पुरी पडेल ना, अशी मला काळजी वाटली. माझ्या शेवटच्या विचारांपर्यंत शाईचा शेवटचा थेंब पुरायलाच हवा होता.

आम्हाला सगळ्यांनाच डायरी लिहिण्याची सूचना देण्यात आली होती. त्यात आम्हाला आमच्या भावना लिहायच्या होत्या; कारण हे तर निश्चितच होतं की, आम्ही मृत्यूलाच भेट देणार होतो; पण मला आमच्यातीलच एक वरिष्ठ विद्यार्थी सैनिकांकडून ही धोक्याची सूचना मिळाली होती की, आमचे वरिष्ठ अधिकारी ती डायरी आमच्या नकळत तपासणार आहेत. त्यामुळे मी माझ्या मनातील खऱ्या आणि विश्वासू भावना लिहायला नको. ते धोक्याचंच ठरेल; पण हे असं दुटप्पी वागणं म्हणजे कठीणच असतं. मला ही इच्छा तर अजिबातच नव्हती; पण मी जर तसं केलं नसतं तर मी एक बळीचा बकरा किंवा वरिष्ठ अधिकाऱ्यांच्या विकृत अन्यायाचा बळी ठरलो असतो. म्हणून मी रोज याच पद्धतीनं डायरी लिहिण्याचं ठरवलं होतं. एक खोटी डायरी दाखवण्यासाठी आणि एक खरी डायरी ज्यात मी सगळंच खरं लिहिणार होतो. आणि ही खरी डायरी मी लपवून ठेवणार होतो. ही डायरी, खरी डायरी तुझ्याचसाठी आहे. ही डायरी तू वाचू शकशील की नाही याचीसुद्धा मला खात्री नाही. मी डायरी फ्रेंच भाषेत लिहिणार आहे. माझ्या आई (माचेरे मॅमन), हे मी तुझ्यासाठी एक चांगलं उदाहरण देतोय. तुझी ती आदर्श

कानो-सान आहे ना, जी अतिशय श्रद्धेनं आणि विश्वासानं इंग्लिशचे धडे सुरुवातीपासून घेत आली होती ना - आणि तिने तोपर्यंत घेतले होते, जोपर्यंत ते तिला वधस्तंभापर्यंत घेऊन गेले नाहीत. - अगदी तिच्याचप्रमाणे आम्ही आमचा अभ्यास पुढे चालूच ठेवणार आहोत. अगदी आमच्या आजूबाजूची संस्कृती कोसळून पडेपर्यंत आम्ही आमचा अभ्यास चालूच ठेवणार आहोत.

२

''तुमचे दात आवळा! अगदी जोरात चावण्याचा आविर्भाव करा!'' आमचा कमांडिंग ऑफिसर आम्हाला ऑर्डर देतो. मार्क्विस एफ. आदेश देतो. तो 'के'च्या तोंडावर त्याच्या मुठीनं ठोसे मारतोय. तोपर्यंत ठोसे मारतो, जोपर्यंत 'के' त्याच्या गुडघ्यांमध्ये वाकत नाही. आणि जेव्हा 'के' वेदना असह्य झाल्यावर खाली पडला, मार्क्विसनं त्याला लाथांनी तुडवायला सुरुवात केली होती. मागच्या आठवड्यात त्यानं 'के' चे मागचे दोन दात तोडले होते. पण 'के' नं असा अभिनय केला की जणू काही झालंच नाही. त्याला काहीही दुःख किंवा वेदना होत नाहीये. तो डोळे मिचकावत जगाला दाखवण्यासाठी गोड हास्य करीत राहिला, जेव्हा की त्याच्या तोंडातून रक्त येत होतं.

'के' माझा वरिष्ठ आहे. आम्ही दोघंही तत्त्वज्ञानाच्या विभागात काम करतो. मी त्याचा कनिष्ठ अधिकारी होतो. काल, जेव्हा ती मारामारी फारच टोकाला जायला लागली, मी 'के'च्या वाटचा मार खाण्यासाठी त्याच्यापुढे जाऊन उभा राहिलो. मार्क्विस एफ.ला या गोष्टीचा अतिशय आनंद झाला. त्यानं माझ्या चेहऱ्यावर दोन्ही बाजूंवर ठोसे मारले. आणि मला त्याच्या बुटांच्या तळव्यानं झोडपलं. नंतर माझ्या तोंडातील आतील भागातील मांसाचा अगदी लगदा झाल्यासारखं वाटत होतं. मिसोच्या सूपचा लहानसा घोट घेणंही मला कठीण जात होतं; कारण त्यातील मीठ माझ्या तोंडातील जखमांना झोंबत होतं आणि माझ्या डोळ्यांत पाणी उभं राहत होतं. जखमांना झोंबणारं मीठ खरोखरच वेदनादायक होतं.

आई, मी हे छोटंसं पुस्तक तेलकट त्वचेच्या रंगाच्या कागदात गुंडाळून माझ्या खाण्याच्या जेवणाच्या डब्यात भाताखाली लपवलेलं आहे. माझा प्रयत्न हा आहे की, हे पुस्तक किंवा मी लिहिलेली ही डायरी तुला माझ्या मृत्यूआधीच मिळावी. मी तुला आता पत्रातून माझ्या व्यथा मोकळेपणानं कळवू शकणार नाही; पण मला ही आशा नक्कीच आहे की कोणत्या तरी एका दिवशी हे सत्य तुला कळेलच. एका विकृत आणि मूर्ख अधिकाऱ्याच्या अधिकारात मी कोणत्या सुखात आहे हे तुला समजेलच. ते माझ्या शरीरावर कितीही अत्याचार करू देत, त्या अत्याचाराच्या

जास्तीत जास्त वेदनासुद्धा मी सहन करू शकेन, अशी आशा मला आहे.

३

आदल्या रात्री विकृत आनंद मिळवण्यासाठी चाललेल्या त्या खेळांदरम्यान माझा चाललेला अपमान बघून 'के'च्या मनात चाललेली चलबिचल मला जाणवली. ल माक्विर्सनं दिलेले आदेश पाळत मी रायफल्स ठेवलेल्या मांडणीमागे उभा होतो आणि आपले हात त्या मांडणीच्या लाकडी पट्ट्यांमधून काढून एखाद्या बारमधल्या मुलीप्रमाणे मोहकपणे हलवत होतो. पहिल्यांदाच मी 'के'ला चेहरा फिरवताना बघितलं. तसंही मी जे करत होतो ते दृश्य सहन करण्यापलीकडचंच होतं.

ल मार्क्विसनं ते पाहिलं होतं आणि त्याचं लक्ष वेधण्याकरिता तो मला तसं करण्याचा आदेश वारंवार देत होता. तो मला माझ्या म्हणायच्या ओळींची आठवण करून देत होता. त्याच्या सांगण्याप्रमाणे मी ओरडत होतो. "ए सोल्जर!" मी म्हणत होतो. एखाद्या डायरेक्टरसारखा किंवा फिल्मच्या लेखकासारखा डोकं एका बाजूला कलतं करून तो माझ्या अभिनयाचं निरीक्षण करीत होता. त्यानं मला वरच्या पट्टीत आणि आणखी गोड आवाजात गायला सांगितलं. त्याच्या आज्ञेत गांभीर्य, निष्पापपणा आहे. 'तू आत येऊन माझ्याबरोबर खेळणार नाहीस का?' त्यानं आज्ञा देण्याआधीच मी ओरडलो. हल्ली हे खेळ रात्री उशिरापर्यंत चालू राहतात. सगळे दिवे बंद करण्यासाठी शेवटचा बिगूल वाजेपर्यंत चालू राहतात. रात्री कधी कधी मला 'के'च्या रडण्याचा आवाज येतो.

"हे सौंदर्य, जेव्हा तू मेलेल्या माणसाच्या शवावरून चालतोस, तेव्हा तू वाकुल्या दाखवत चालतोस; पण तू हे विसरला आहेस की तुझ्याजवळ असणाऱ्या त्या किमती खड्यांमध्येसुद्धा 'भयानकतेचा' असलेला खडा शेवटचा नाहीये!" आई. बुदलेअरला असल्या गोष्टी माहीत असतील का? याच त्या दुर्दैवाच्या फुलाच्या गडद पाकळ्या आहेत का?

४

बुश वारब्लेअरचं एक सुंदर गाणं आहे. त्या एफ.चा विचार केल्याशिवाय, त्याला ठार करण्याचा विचार केल्याशिवाय मी ते गाणं पुन्हा ऐकूच शकत नाही. न आवडणाऱ्या ऑफिसर्सना खोट्या खोट्या चकमकी करून, त्यात मागून गोळ्या घालून किंवा मारझोड करून ठार मारल्याच्या गप्पा आम्ही ऐकतो. मी मार्क्विसकडून मिळालेले ठोसे मोजून ठेवतोय. कधीतरी मी त्याला ते मोजून परत करणार आहे.

आजपर्यंत २६७ झाले आहेत.

मला मरण्याची भीती वाटत नाही. आम्हाला सर्वांनाच हे माहीत आहे की मृत्यू हाच आमच्या सगळ्यांचा शेवटचा परिणाम आहे. मला आता फक्त एवढीच आशा आहे की, मी सुडाच्या बदल्याचे गोड फळ चाखायच्या आधी मेलो नाही पाहिजे.

५

काहीच अर्थ नाही! खरंच काहीच अर्थ नाही! 'के' सकाळी इथून निसटला आणि नंतर आम्हाला सांगण्यात आलं होतं की त्यानं मालाचा पुरवठा करणाऱ्या रेल्वेगाडीसमोर आत्महत्या केली; पण एका माणसानं आम्हाला खरं काय ते सांगितलंच; कारण त्याने 'के'चं मृत शरीर पाहिलं होतं. तो म्हणाला की 'के'च्या पाठीत गोळी घालून त्याला मारण्यात आलं होतं. त्या रात्री मला त्याची 'मास्टर दोजेन्स शोबेजेन्झो' पुस्तकाची झिजलेली प्रत माझ्या बॅगमध्ये लपवलेली मिळाली. मी इथंच झोपलो आणि मला रडायला यावं असं वाटतं होतं; पण मी अंतर्बाह्य पार गोठून गेलोय. माझ्या सगळ्या संवेदना गोठून गेल्या आहेत. मार्क्विसच्या ठोश्यांनीही माझ्यावर एवढा परिणाम झाला नव्हता आणि माझ्यात चीड उत्पन्न करायला असमर्थ ठरले होते. ते ठोसे टॉर्पीडोजसारखे होते. असे टॉर्पीडोज, जे आपल्या लक्ष्यावर लागत नाहीत. आयुष्याच्या एका वळणावर मी विचार कसा करायचा हे शिकलो होतो. एखाद्या गोष्टीबद्दल मनापासून काही वाटणं म्हणजे काय, हे मला माहीत होतं; पण युद्धाच्या वेळी या सगळ्या गोष्टी विसरल्या तरच ठीक.

६

तुझ्या भेटीच्या दरम्यान, आई (मॅमन), मी माझ्याजवळची ही लिहिलेली पानं तुझ्यापर्यंत पोहचवण्याच्या तयारीत होतो; पण माझ्या चेहऱ्यावर खिळलेले तुझे डोळे पाहून मी माझे विचार बदलले. मी तुझ्याशी खोटं बोललो आणि तुला सांगितलं की मला झालेल्या जखमा म्हणजे रोजच्या सरावातील झालेले अपघात होते. मी असा विचारच केला नाही की तू माझ्यावर विश्वास ठेवशील म्हणून; पण त्या क्षणाला माझ्या खोटेपणानं मला ती गोष्ट करणं अशक्यच करून टाकलं होतं की मी लिहिलेली ती डायरी तुझ्यापर्यंत गुपचूप सरकवणार होतो. त्या डायरीत तर मी क्रूरतेच्या खूप साऱ्या लांबलचक कहाण्या, ज्या म्हणजे आमचं दैनंदिन जीवन होतं आणि त्या कहाण्या माझ्यासोबत घडत होत्या- मी लिहिल्या होत्या. खरंतर लष्करी जीवनात या गोष्टी क्षुल्लकच नव्हत्या का? त्यामुळे माझ्या या आत्मसंयमन

न करण्याच्या प्रवृत्तीमुळे आणि मानसिक अभ्यासाच्या सरावामुळे पुन्हा एकदा मी चंद्रप्रकाशात ही डायरी एकट्यानंच लिहीत आहे. माझ्या खोटेपणाचा मला आता पश्चात्ताप होत नाहीये. असो. काहीही झालं तरी मी तुला आणखी दुःखापासून वाचवण्यासाठी काहीही करायला तयार आहे.

आणि खरं सांगायचं तर मार्क्विसबद्दलचे माझे विचार आता रूपांतरित व्हायला सुरुवात झाली आहे. अगदी पहिल्यांदा त्यानं मला मारलं, तेव्हा मी घाबरलो होतो. मला हे कबूल करायला अजिबात काही वाटत नाही. आणि मी का घाबरणार नाही? कारण याआधी मी कधीच मार खाल्ला नव्हता. मीही त्या भाग्यवान मुलांपैकी होतो, ज्यांना माणुसकीनंच वाढवलं गेलं होतं. फक्त मऊ, लाडीगोडीचे शब्द वापरून आणि अतिशय प्रेमानं आणि मायेनं मला माझ्या आईनं वाढवलं होतं. अगदी पूर्ण काळजी घेऊन वाढवलं होतं. जगाच्या त्या कुरूप आणि घाणेरड्या वातावरणापासून वाचवलं होतं. अगदी जपून पांघरूण घालूनच ठेवलं होतं म्हणा ना. मी पूर्णच बिघडलो होतो आणि जगाच्या त्या निखालस क्रूरतेपासून स्वतःला वाचवायला कधीच तयार झालो नव्हतो. कदाचित माझ्या या लिहिण्याचा सूर तक्रारीचा असू शकतो; पण तसं नाहीये. तू हा विचार कधीच करू नकोस की मी तुझ्यावर आरोप करीत आहे. मला तर ही भीती वाटतेय की मी जगातील सगळ्यात कृतघ्न मुलगा आहे; पण खरंतर याच्याविरुद्ध गोष्ट म्हणजे मी तुझा फार म्हणजे फारच कृतज्ञ होतो. आणि तीच गोष्ट सत्य आहे. आता मी तुझा खूपच कृतज्ञ आहे, की ज्या पद्धतीनं तू आम्हाला वाढवलंस आणि आम्हाला दयेची आणि शिक्षणाची किंमत जगात काय असते ते शिकवलं होतंस. स्वतंत्रपणे उदार आणि आदर्श विचारांना स्वीकारण्याची क्षमताही आमच्यात निर्माण केलीस. अगदी त्या हुकूमशाही फॅसिजम पद्धतीला विरोध करण्याइतकी शक्ती आमच्यात होती. ज्याच्यामुळे आपला देश पार धुळीला मिळाला होता, धुतला गेला होता. आता सगळ्यात क्रूर शिक्षासुद्धा माझ्या डोळ्यांत पाणी आणू शकणार नव्हतीच; पण माझ्या मनात विचार येत होते की तू जे काही कठीण दिवस सहन केले होतेस, तेही तुझ्या आदर्शाकरिता, त्याची आठवण येऊन मी मनातल्या मनात लहान मुलासारखा रडत होतो.

इथं आता मात्र मी माझ्या डायरीची पानं माझ्या अश्रूंनी भिजवून खराब केली आहेत. त्यावर मोठ्या मुश्किलीनं मी शब्द लिहीत आहे. जरी हे शब्द ज्या कागदावर आणि ज्या शाईनं लिहिले जाणार तेवढ्या योग्यतेचे नसले, तरी कागद फारच मूल्यवान होते.

तर मी कुठे होतो बरं? अरे हो! मी तुला माझ्या मार्क्विस एफ.बद्दलच्या माझ्या भावनांमध्ये आलेल्या बदलांबद्दल सांगत होतो. पहिल्या काही आठवड्यांतील

शिक्षा आणि त्याच्या सरावानंतर माझ्या लक्षात यायला सुरुवात झाली की माझ्या आतील भीती आणि स्वतःबद्दलची असलेली दया किंवा कणव हे संतापामध्ये बदलले होते आणि नंतर ते सुडात बदलले होते. जेव्हा तो माझं नाव घ्यायचा, तेव्हा चिंता वाटण्याऐवजी माझ्या रक्ताचा कण न् कण रागाच्या लहरीनं किंवा एखाद्या तीव्र नशेच्या औषधाची लहर कशी असते, तसा पेटून उठायचा. आणि मी माझी नजर खाली वळवत असे. मला खात्री होती, की मी जर त्याच्या अधम आणि नीच चेहऱ्याकडे पाहिलं तर तो माझ्या नजरेतील तो तेजाने प्रदीप्त झालेला राग पाहू शकेल. आणि त्याच्या आदेशाची भीती वाटण्याऐवजी मला माझ्या रागाचीच आता भीती वाटू लागली होती.

पण आता इतक्यातच माझ्या जाणिवांमध्ये पुन्हा बदल होत असल्याचं मला जाणवलं. मागच्या आठवड्यात त्यानं मला बाहेर बोलावलं होतं. कदाचित मी त्याला जेवण वाढताना भाताचा दाणा सांडवला होता किंवा त्याच्या बुटांवर धुळीचा कण राहिला होता, किंवा त्याला अपचन झाल्यानं रात्री त्याची झोप नीट झाली नव्हती. मला आता नीटपणे आठवत नाही की नक्की काय कारण होतं ते; पण त्यानं मला फरशीवर गुडघे टेकवून बसायला सांगितलं आणि माझे दोन्ही हात माझ्या मांड्यांवर ठेवायला सांगितले. नंतर त्यानं त्याच्या पट्ट्यानं माझ्या चेहऱ्यावर आणि शरीरावर मारलं होतं.

नेहमी मी माझे डोळे खाली वळवून ठेवत होतो आणि फरशीवर एका विशिष्ट बिंदूवर स्थिर करीत होतो. जोपर्यंत माझ्या डोळ्यांना सूज येत नसे किंवा ते रक्ताने भरत नसत, किंवा मी जोपर्यंत पाहू शकत असे, तोपर्यंत मी माझे डोळे तसेच ठेवत होतो; पण त्या दिवशी काय झालं कोण जाणे! काही कारणानं मी माझे डोळे सरळपणे वर करून त्याच्याकडे रोखूनच पाहू लागलो होतो. अगदी त्याच्या डोळ्यांत डोळे घालून मी पाहत होतो. हा म्हणजे नियमांचा भंगच होता; कारण आम्हाला आमच्या वरिष्ठांशी डोळे मिळवून बोलायची किंवा त्यांच्याशी डोळे वर करून बघायची परवानगीच नव्हती. आणि मी जेव्हा असा विचित्रपणा केला, माझ्या लक्षात आलं की माझ्या मनात कणव उत्पन्न झाली. मला माहीतेय की हे ऐकायला विचित्र वाटतंय; पण तसं वाटलं तरी अगदी पहिल्यांदाच माझ्या लक्षात आलं की त्याच्या त्या छोट्याशा डोळ्यात ताप दिसत होता. त्याच्या भिवयांवर एक प्रकारचा तेलकट चमकदार घाम जमा झाला होता. आणि मला अचानकपणे त्याची कणवच वाटायला लागली होती. अगदी डझनभर पट्टे खाऊन मी त्याला अगदी खरंखुरं आणि मनापासून माफ केलं होतं. अर्थात ही काही फार चांगली योजना नव्हतीच; कारण माझ्या एकसारख्या स्थिर नजरेने आणि माझ्या त्या आज्ञाभंगानं त्याच्या संतापाचा पारा जरा जास्तच चढला होता. आणि बारा पट्ट्यांवरून वीस पट्टे, आणि

वीस पट्ट्यांवरून तीस पट्ट्यांपर्यंत तो पोचला. जेव्हा माझी शुद्ध हरपली, तेव्हाच त्या पट्ट्यांची मोजदाद थांबली. शेवटी मला मारणं थांबवण्यात आलं होतं. कोणीतरी मला माझ्या बरॅकमध्ये वाहूनच आणलं. आणि माझ्या अंगावर पांघरूण घातलं. मी जेव्हा उठलो, तेव्हा माझं सारं अंग जखमांनी भरलेलं होतं; पण मला मात्र त्या जखमांच्या वेदनांची जाणीवच होत नव्हती. त्याऐवजी मला स्वतःभोवती एक अनामिक उबदार शांततेचं वलय पसरलं आहे असंच वाटत होतं. आणि ही अनामिक शांतता बहुतेक माझ्या या आत्म्यातील दैवी शक्तीतूनच किंवा ज्ञानातूनच माझ्या शरीराभोवती पाझरत होती.

'के'ला मिळालेली शिक्षा मी स्वतःवर घेण्याआधी जेव्हा 'के' मार खात होता, तेव्हा त्याच्या चेहऱ्यावर दिसणाऱ्या स्मितहास्याचा हाच स्रोत होता, असं मला वाटतंय. तेव्हा 'के' तो स्वतःचा मार आणि स्वतःच्या त्या माराच्या वेदना झेलत होता आणि सहन करू शकला होता; पण त्याच्या दृष्टीनं माझा मार तो झेलू शकत नव्हता, सहन करूच शकत नव्हता. मी अजूनही या गोष्टीनं पराकाष्ठेचा दुःखी होतो की मीच त्याच्या मृत्यूला कारण ठरलो होतो; पण या कारण आणि परिणामांच्या गुंत्यात हे कळणंच खरंतर दुरापास्त होतं की, सत्य किंवा खरं काय आहे ते!

त्यानंतर आतापर्यंत दोन किंवा तीनदाच असे शिक्षेचे प्रसंग झालेत आणि त्यामधून हेच निष्पन्न झालं की मार्क्विस एफ. मला जरा कंटाळलाच होता. माझ्याविषयीचा त्याचा कंटाळा शेवटी वाढतच गेला होता. कदाचित तो आता माझ्या टक लावून बघण्याच्या नजरेला घाबरला असावा, किंवा ही माझी नुसती कल्पनासुद्धा असू शकते; पण त्यानंतर मात्र मला शिक्षा करण्यात त्याचं मन पुन्हा पहिल्याइतकं रमतच नव्हतं, आणि हे माझ्या लक्षात आलं होतं.

मी त्याचे आभार मानायला पाहिजे होते का? ज्या पट्ट्यानं मार खाता खाता मी माझी शुद्ध गमावून बसलो होतो, त्या पट्ट्यांना सव्याज तितक्याच तीव्रतेनं त्याला परत करण्याची इच्छाच मला उरलेली नव्हती. कदाचित याचा अर्थ असा होतो की, मी आता माझ्या या बालिशपणातून मुक्तच झालेलो होतो. कदाचित मी आता जणू एखाद्या पदवीधराप्रमाणे मोठा झालो होतो. मी आता एक पुरुष झालो होतो.

७

ऑगस्ट ७, १९४४ - मी पत्रात लिहू शकणार नाही असं काहीतरी आता इथं लिहितोय. खूपच अफवा पसरलेल्या आहेत. मॅमन, युद्ध नीटपणे चाललेले नाही. आमच्या सैन्याच्या तुकड्या उत्तर बर्मातून परत बोलावलेल्या आहेत आणि अमेरिकन

सैन्य गौमवर उतरलं आहे. जर अमेरिकेचं जपानवरील आक्रमण असंच चालू राहिलं तर आपली युद्धात पसरलेली जपानची ही शेवटचीच लाट असेल जिला अडवलं जाईल. मी खरोखरीच मनापासून अस्वस्थ आहे. जेव्हा मी तुझ्या बाबतीत ऐकलं की तू लष्करातील पोलीस स्टेशनला जाऊन आलीस आणि मला भीती वाटतेय की तुला लक्ष्य केलं जाईल; कारण तू राजकीय घडामोडींमध्ये नेहमीच सक्रिय राहतेस. मी तुझ्याकडून एवढीच अपेक्षा करतो की तू अतिशय काळजी घेऊन राहिलं पाहिजेस. माझी ही इच्छा आहे की तू माझ्या बहिणीचाही विचार करावास आणि तू ती जागा सोडून आता परत खेड्याकडे परतावंस.

८

मी तुला माझ्या मृत्यूच्या निर्णयाबद्दल कळवलं होतं. इथं तुला मी आता एक न सांगितलेली गोष्ट सांगतो आहे. माझ्या दोन्ही बाजूंना माझे सहकारी झोपेत अस्वस्थपणे कण्हत आणि सुस्कारे टाकतात आणि बाहेर किडे किरकीर करतात; पण मला आत्ता फक्त घड्याळाची टिकटिक ऐकू येतेय. दर सेकंदाला, दर मिनिटाला... टिक टिक टिक... तो बारीक आणि कोरडा आवाज शांततेच्या प्रत्येक बारीकसारीक फटी भरून टाकतो. मी जरा सावलीच्या अंधुकशा उजेडात आणि चंद्राच्या शांत प्रकाशात लिहितोय आणि माझ्या कानांना मी ताण देऊन त्या थंड आणि यांत्रिक टिकटिकीच्या पलीकडचा आवाज ऐकण्याचा प्रयत्न करतोय. खोलीत झोपलेल्या माझ्या मित्रांच्या रात्रीच्या झोपेतील नाकातून निघणाऱ्या उष्ण श्वासांच्या पलीकडचा आवाज ऐकण्याचा प्रयत्न करतोय. माझा सूर फक्त एकाच गोष्टीसाठी लागला आहे, तो म्हणजे त्या पाषाणहृदयी काळाच्या तालाच्या आवाजाकडे, जो माझ्या मृत्यूकडे चाललेला आहे.

जर मी त्या घड्याळाला ठेचून टाकलं तर? आणि काळाला पुढे पुढे जाण्यापासून थांबवलं तर? या सैतानी यंत्राला जर चिरडून टाकलं तर! त्याचा चपटा चेहरा तुकडे तुकडे करून, त्याच्या त्या शापित हातांना फाडून तोडून टाकलं, जे त्याच्या यातनामय कण्याच्या मर्यादेतून निघतात. मला नेहमीच असं वाटत आलेलं आहे की त्याचं ते कठीण लोखंडी शरीर माझ्या हातानं चुरगळून टाकावं, म्हणजे त्याच्या काचेचा चुरा होईल, त्याच्या कडांना तडे जाऊन त्या उघडतील. मग माझी बोटं मी त्याच्या आतड्यांमध्ये आतपर्यंत खुपसून त्याच्या सगळ्या स्प्रिंग खाली पाडीन आणि त्याचं नाजूक दंताळ्याचं चक्र पण बाहेर काढीन; पण नाही, त्याचा काहीच उपयोग होणार नाही. त्यानं काळ थांबणार नाही. म्हणूनच मी इथं नुसता पडलोय, अर्धांगवायू झाल्यासारखा (गलितगात्र होऊन),

माझ्या आयुष्यातले शेवटचे क्षण 'टिक टिक' करत निघून जाताना ऐकत.

मला मरायचं नाहीये, मामन! मला मरायचं नाहीये!
मला मरायचं नाहीये!

*

मला क्षमा कर! मी फक्त त्या चंद्राशीच बोलत होतो.

*

सगळा मूर्खपणा! माझ्या हृदयातल्या भावनांना वाट मोकळी करून देण्यात, मनातल्या मनात त्या घड्याळाचे तुकडे करण्यात आणि माझ्या कल्पनांमध्ये रडण्यात मी खूप शाई वाया घालवली. चला आता जरा त्या घड्याळाबद्दल विसरून जाऊ या. काळावर त्याची सत्ता चालत नाही; पण शब्दांची सत्ता तर चालते. आणि मला आता या पानांनासुद्धा फाडायचा मोह होतोय. मला जे लक्षात ठेवायचं होतं आणि आठवायचं होतं ते हेच आहे का? याच शब्दांत ते होतं का सारं? आणि तुझ्याबद्दलसुद्धा मी हाच विचार करतो आहे का आई?

पण नाही. मी या क्षणापासूनच ते सगळेच विचार सोडून देणार आहे. त्यामुळे तू त्यांना यापुढे कधीच पाहू शकणार नाहीस. मी हे माझ्या मनात येणारे विचार फक्त माझ्या फायद्याकरिता लिहिलेले आहेत. आणि मी तुला कळकळीची विनंती करतो की तू माझ्या मनात आहेस. या विचारांना मी फक्त माझ्यासाठीच लिहिलं होतं. ते सारं माझ्या हेतूसाठीच होतं.

'अभ्यासाचा मार्ग शोधणं म्हणजे एक प्रकारचा अभ्यासच करणं आहे.' दोजेनचं हे एक मान्यताप्राप्त वचन आहे. मी जेव्हा ध्यानाला बसतो तेव्हा मी ही शपथ घेत असतो. म्हणूनच ध्यानाला बसल्यावर माझ्या विचारांचा आणि जाणिवांचा सूक्ष्मपणे, पण तटस्थपणे, बारकाईनं अभ्यास करतो. हा अभ्यास ज्याप्रमाणे एखादा शास्त्रज्ञ एखाद्या मढ्याची काळजीपूर्वक चिरफाड करतो तसाच होता. त्यामुळे माझ्यामध्ये बरीच सुधारणा झाली होती; कारण आता माझ्याजवळ फक्त काही थोडेच आठवडे उरले होते. मी शपथ घेतली होती की मी अतिशय आनंदात राहणार आहे. आणि आई तेसुद्धा फक्त तुझ्याचसाठी. या डायरीतील पानं काढून किंवा फाडून टाकण्यानं माझ्या मनातला भित्रेपणा मला काढून किंवा कापून टाकता येणार नव्हताच. अगदी त्याचप्रमाणे, ज्याप्रमाणे घड्याळाचे हात त्याच्या चेहऱ्यावरून कापून काढल्याने वेळ जाण्याचं थांबणार नव्हतंच.

खरंतर मी खरोखरच एक भाग्यवान व्यक्ती आहे. मी सुशिक्षितही आहे आणि माझ्या मनाचा सराव आणि अभ्याससुद्धा पूर्ण झालाय. माझ्यात कोणत्याही गोष्टीचा विचार अगदी आरपारपणे करण्याची शक्ती आलेली आहे.

“तत्त्वसिद्धान्त मांडणं म्हणजे कसं मरावं हे शिकणं.”

सिसेरोची मतं नव्या पद्धतीनं मांडताना मॉंटेन यानं असं म्हटलंय. विचार तसा काही नवीन नाही. पश्चिमेला सॉक्रेटिस, तर पूर्वेकडे बुद्ध यांनी असेच विचार मांडलेत. हे खरं की 'तत्त्वसिद्धान्त' या शब्दामागच्या कल्पना वेगवेगळ्या होत्या.

“अभ्यासाचा मार्ग शोधणं म्हणजे एकप्रकारे अभ्यासच करणं होय. स्वतःचा अभ्यास करणं म्हणजे स्वतःलाच विसरणं होय. स्वतःला विसरणं म्हणजे असंख्य चांगल्या गोष्टींचा साक्षात्कार स्वतःतच करून घेणं होय.”

*

मियाझवाच्या कावळ्याच्या युद्धाबद्दलच्या गोष्टीचे विचार मी माझ्या पत्रातून तुला कळवले होते. आणि आता मला त्याबद्दलच खूप मूर्खपणा केल्यासारखं वाटतंय. मी काही कावळ्यांचा कप्तान नाही जो युद्धाकरिता झेप घेऊन जातो! पण सत्य तर हेच आहे की मी माझ्या उडण्याच्या वेडाला नाकारू शकतच नाही. आणि त्या गोष्टीतल्या कावळ्यासारखा मी मूर्ख वाटतही असेन कदाचित; पण ती कावळ्याच्या युद्धाची आणि त्या कावळ्याची गोष्ट माझ्या मनातून जातच नाहीये. नंतर मी स्वतःला त्या दृश्यात बघतो, जिथं तो कावळ्यांचा कप्तान त्याच्या मृत झालेल्या शत्रूला गाडतो आणि ताऱ्यांची प्रार्थना करतो. तुला तो उतारा आठवतो आहे का? त्यात असं काहीतरी लिहिलं होतं :

“हे ताऱ्यांना, आम्हाला असा आशीर्वाद द्या, आमच्याकरिता असं जग तयार कर, की जिथं आम्हाला कधीही जबरदस्तीनं त्या 'शत्रूंना' मारण्याकरिता पाठविलं जाणारच नाही, ज्यांचा द्वेष करण्याचं कारणच आमच्याजवळ नाही. आणि जेव्हा अशा काही गोष्टी या संदर्भात पुढे येतील, तेव्हा मी कधीही तक्रार करणार नाही. अगदी वारंवारपणे माझ्या शरीराचे छोटे छोटे तुकडे झाले तरीही!”

हे सुंदर शब्द सत्य आहेत असं मी मानतो. आता मला कळलेलं आहे की मी असा एक जवान आहे की जो एकटाच शत्रूसैन्यावर हल्ला करायला पाठवला जाणार आहे. आणि माझ्या बाबतीत त्यांची हीच मर्मभेदक अपेक्षा आहे किंवा मी म्हणजे त्यांच्या दृष्टीनं शत्रूवर हल्ला करण्याचं एक मर्मभेदक शस्त्रच आहे. जेवताना या उताऱ्याच्या आठवणीनं माझ्या डोळ्यांत पाणी साठून आलं होतं. दुर्दैवानं मी माझ्या डोळ्यांतलं ते पाणी पुसत असतानाच माझ्या हातून लोणच्याची वाटी खाली पडली. माझा नवा सहकारी मला मार्क्विसच्या शिव्यांपासून वाचवायला पुढे सरसावला आणि मी पाहिलं होतं की मार्क्विस त्या वेळेला आपलं लक्ष दुसरीकडेच आहे असं भासवीत होता.

माझ्याजवळ वेळ फार कमी उरल्याने माझा वेळेतला रस फार वाढलेला होता. मी ध्यानाला बसलो किंवा जपाची माळ जशी जशी माझ्या बोटांतून सरकते आहे आणि मी माळेचे मणी मोजतोय, त्याचबरोबर माझे राहिलेले मृत्यूपर्यंतचे क्षणसुद्धा मोजले जात आहेत. कुठंतरी दोजननं या बोटांमधून चटकन सरकणाऱ्या क्षणांबद्दलसुद्धा लिहून ठेवलेलं आहे. मला नेमकी संख्या आठवत नाही. फक्त एवढंच आठवतंय की, ते खूप सारे असतात. आणि ते सारे क्षण स्वतंत्र असतात, एखाद्या लहरी किंवा हास्यास्पद माणसासारखेच असतात; पण जेव्हा मी माझ्या विमानाच्या कॉकपिटमध्ये असतो आणि माझं ध्येय माझ्या विमानाचं नाक त्या अमेरिकन जहाजाच्या सांगाड्यात खुपसायचं असतं, तेव्हा मी ही कल्पना करतो की हा प्रत्येक स्वतंत्र क्षण मला स्पष्ट आणि शुद्धपणानं पाहायला, निर्णय घ्यायला शिकवतो. म्हणजे माझ्या मृत्यूच्या शेवटच्या क्षणापर्यंत मी पुढे पाहण्याइतका शुद्धीत आणि जिवंत राहीन.

दोजननं असंसुद्धा लिहिलेलं आहे की आपली मानवी इच्छा पूर्ण करायला आणि सत्याप्रत पोहोचायला एक क्षणही पुरेसा असतो. याआधी ही गोष्ट मला कधीच नीट कळली नव्हती; कारण वेळेबद्दलची माझी समज अंधारी आणि अस्पष्ट अशीच होती; पण आता माझा मृत्यू जवळच असल्यानं मला दोजेनच्या काळाबद्दलच्या अर्थांचं कौतुकच करावंसं वाटतंय. प्रत्येकच क्षणामध्ये जीवन आणि मृत्यू उघडपणे आपलं अस्तित्व दाखवत असतात. आपलं मानवी शरीर प्रत्येकच क्षणाला स्पष्ट होतं आणि अस्पष्ट किंवा नाहीसंसुद्धा होतं. ही प्रक्रिया निरंतरपणे न थांबता चालूच राहते. या प्रक्रियेचं निरंतर उगवणं किंवा त्या क्षणात प्रवेश करणं आणि त्या क्षणातून निघून जाणं, हाच आपल्या जीवन जगण्याचा आणि जिवंत राहण्याचा अनुभव असतो. हे क्षण एकमेकांपासून कधीच वेगळे नसतात. ते क्षण म्हणजे एकच गोष्ट आहे आणि अगदी सेकंदाच्या छोट्या तुकड्यातसुद्धा आपल्याला आपलं कृत्य निवडण्याची आणि त्या कृत्यातून सत्याप्रत जाण्याची किंवा त्यापासून दूर जाण्याची पूर्ण संधी असते. प्रत्येकच क्षण हा संपूर्ण जगासाठी एक कठीण परीक्षेचाच क्षण असतो.

मी जेव्हा हा विचार करतो तेव्हा मी दोन्ही भावनांचा अनुभव करतो. दुःख आणि आनंद. आनंदाची भावना यासाठी की, जगामध्ये असे पुष्कळ चांगल्या विचारांचे क्षण आहेत जे सातत्यानं आणि चांगलं काम करण्यासाठी जगाला प्रेरित करतात. दुःख अशासाठी की, अशा अनाठायी क्षणांचंसुद्धा अस्तित्व असतं. ते एकत्र येऊन एका अनावश्यक गोष्टींचा ढीग रचून आपल्याला या युद्धाच्या खाईत पूर्णपणे लोटतात.

मग शेवटी माझी स्वतंत्र बुद्धी कशाची निवड करेल? हे माहीत असून की, ज्या क्षणी माझ्या विमानाची धडक होईल त्या क्षणी माझं शरीर एका पेटत्या गोळ्याचं रूप घेईल आणि मला माहीतही नसणाऱ्या किंवा मी ज्यांचा कधीच द्वेष करू शकत नाही अशा असंख्य तथाकथित शत्रूंचा जीव घेईल, मी माझ्या विमानाची दिशा स्थिर धरून ठेवू शकेन? की भ्याडपणा (माझा मूळ चांगला स्वभाव) एकदाच आणि शेवटचा माझ्यावर मात करेल, ज्यानं विमानाच्या कंट्रोल स्टिकवरचा माझा हात डळमळेल आणि मी विमानाची दिशा बदलेन? त्या स्फोटक शौर्यपेक्षा लाजिरवाण्या आणि पाण्यात बुडून होणाऱ्या मृत्यूला मी कवटाळेन, ज्यामुळे एका क्षणात त्या युद्धनौकांवरच्या त्या शत्रूंचं नशीब बदलेल आणि त्यांच्याबरोबरच त्यांच्या आया, बहिणी, भाऊ, बायका आणि मुलं यांचं नशीबही बदलेल? यातलं काय होईल?

त्याच क्षणाच्या एका छोट्याशा भागात, माझ्या हाताची केलेली एक छोटीशी हालचाल जपानी सैनिकांचं आणि नागरिकांचं भविष्य/नशीब ठरवेल जे याच अमेरिकन्सच्या (तेच शत्रू; ज्यांना मी जिवंत ठेवेन) हातून कदाचित मारले जातील. आणि हे सगळं असंच चालू राहील. जोपर्यंत तुम्ही कदाचित असं म्हणाल की या साऱ्या युद्धाची निष्पत्ती केवळ एक क्षण किंवा एक छोटी हालचाल ठरवेल, जी माझ्या इच्छेचं बाह्य प्रकटीकरण असेल; पण हे सगळं मला कसं कळणार?

अरे देवा! जेव्हा एखादा माणूस मृत्यूला तोंड देत असतो तेव्हा त्याला किती उत्तमतेचा दर्जा दिला जातो. मला त्या तशा प्रकारे हिरो बनण्यात अजिबातच रस नव्हता. 'सेन आणि झेईथ' मध्ये मार्टीन हेईडगरनं अशी कल्पना हिरोच्या बाबतीत केलेली आहे. त्यानं ही हिरोची व्याख्या त्याच्या सत्य सर्वांच्या संदर्भातूनच आणि त्यानुसारच ठरवलेली होती. त्याचे हे सगळे संदर्भ ऐतिहासिकतेच्या आधारावर आणि हंगामी कृत्यानं हिरो ठरलेल्या त्या सर्व घटनांवरच आधारले होते, जे जगात कुठं ना कुठं घडून गेलेले होते आणि घडतही होते. आणि जेव्हा कधी ही व्याख्या मी माझ्यावर लागू करतो आणि अतिशय दक्षतेनं जेव्हा मी माझ्या तत्कालीन बिकट अवस्थेचं विश्लेषण मार्टीन हेईडगरच्या व्याख्येनुसार करतो, तेव्हा मला आता कुठं लक्षात येतंय की मला त्याच्या व्याख्येत समाधान न मिळता आपल्या जपानी परंपरेनुसार दोजेन सेनच्या व्याख्येतच जास्त मानसिक शांती आणि समाधान मिळतंय. कदाचित मार्टीन हेईडगरची व्याख्या सिद्धतेनं बरोबर असेलही; पण अनुभवानं आपली परंपराच मला जास्त भावतेय. 'भाषा ही घरापासूनच सुरू होते,' असं मार्टीन हेईडगरनंच लिहिलं होतं आणि दोजेनझेन[१] हे मान्य करतीलसुद्धा, यात

१. जे स्वत:च एक शब्दप्रभू आहेत.

काही संशयच नाही; पण मार्टीन हेईडगरच्या गुंतागुंतीच्या जर्मन भाषेच्या त्या खोल्यांमध्ये मला माझ्या त्या तेवढ्या कठीण परिस्थितीतसुद्धा जीव गुदमरल्याचा भास होतोय. आणि मला दोजेनझेनच्या रिकाम्या, शांत, साध्या आणि सरळ अशा शब्दांच्या खोल्यांमध्ये शांती मिळतेय. दोजेनने शब्दांमध्येसुद्धा शांती शोधली आहे.

*

खालच्या चेरीच्या झाडांना बहर येऊन ती गळायला पण लागली आहेत आणि अजूनही मी इथं त्यांच्या भवितव्याची वाट बघत उभा आहे.

*

''उद्या मी युद्धात मरणार आहे!'' कॅप्टन क्रो मला सांगत होता.

मॉन्टेननं लिहून ठेवलं आहे की मृत्यू म्हणजे खरंच काही नाही. हे तर फक्त मृत्यूचं भयच आहे जे मृत्यूला जास्त महत्त्वाचं बनवत असतं. मला आता भीती वाटायला लागली आहे! खचितच आणि अद्यापि...

''Que sais-je?'' मॉन्टेननं विचारलं ''मृत्यू म्हणजे काय?'' त्याचं उत्तर आहे ''काहीच नाही!'' आणि खरोखरच मला माहीत आहे की मृत्यू म्हणजे काहीच नाही.

आणि जेव्हा मी रात्री माझ्या बिछान्यावर झोपतो, माझ्या जपमाळेचे मोती माझ्या बोटांतून सरकताना मोजतो आणि एक माळ पूर्ण करतो, तीसुद्धा यासाठी की या पृथ्वीवर जे जे काही आहे त्याच्यावर मी खूप प्रेम करतो आणि हे असंच चालू राहील; कारण वर्तुळाला कधीच शेवट नसतो.

१०

आम्ही काल 'क्युशू' इथं आलो. दोन अनुभवी कसलेले सैनिक जे कुरापतखोर आणि त्रासदायक होते, त्यांना चायनावरून बोलवण्यात आलं होतं. त्यांना एकदा सेवेतून मुक्त केलं होतं आणि पुन्हा त्यांना इथं दुसऱ्यांदा परत ड्यूटीसाठी बोलवलं होतं. आणि ते आमच्या सैन्याच्या तुकडीतच आले होते. ते दोघंही फारच कठोर आहेत. दोघंही अतिशय असभ्य आहेत. शरीरानं सडपातळ आहेत. त्या दोघांचेही डोळे भयंकरच चमकदार आहेत आणि त्याच्यामध्ये दुष्टता अतिशय ठासून भरलेली आहे. अगदी मार्क्विस एफ.सुद्धा त्यांच्या आजूबाजूला असणाऱ्या अस्तित्वानं अतिशय अस्वस्थ दिसतोय. आमच्या बराकीतलं वातावरण ते दोघंही आमच्या बराकीत आल्याबरोबरच बदलून गेलं. आदल्या रात्री जेवणानंतर ते आमच्यामध्ये बसले होते. त्या दोघांच्याभोवती नवीन तरुण जपानी सैनिकांचा गराडा पडला होता. त्यांचे ते घाणेरडे दात कोरत ते अतिशय गर्वानं त्यांनी केलेल्या त्यांच्या दुष्कृत्यांविषयीची

घाणेरडी वर्णनं - जी त्यांनी जपानी सैनिक म्हणून 'शँडाँग' प्रांतात केलेली होती त्याबद्दल ते बोलत होते.

त्यांच्या त्या गोष्टी आठवूनसुद्धा मला मी खूप आजारी पडल्यासारखं वाटतं. या गोष्टी सांगताना ते खूप क्रूरतेनं हसतसुद्धा होते. जेव्हा ते त्या म्हाताऱ्या चिनी आजींच्या गोष्टी सांगत होते की त्या जेव्हा त्यांच्या नातवंडांसकट घाबरलेल्या, दबलेल्या अवस्थेत त्यांच्या झोपड्यांमध्ये सापडल्या होत्या. एकामागून एक त्यांनी त्या म्हाताऱ्या बायकांना खोलीच्या मध्यावर ओढून आणलं आणि त्यांच्यावर बलात्कार केला. जेव्हा त्यांच्यावर बलात्कार करून झाले तेव्हा त्यांनी त्यांच्या बंदुकीच्या संगिनीनं त्यांच्या गुप्तांगाची चिरफाड केली. हे सांगताना ते खदखदा हसत होते आणि त्या सगळ्या गोष्टींची ते विनोदी नक्कल करीत होते, की कशी त्या म्हाताऱ्या बायकांनी त्यांच्या आणि त्यांच्या नातवंडांच्या जीवनासाठी दयेची भीक मागितली होती. एकामागून एक ते त्या लहान मुलांना वर फेकत आणि त्यांच्या बंदुकीच्या संगिनीवर झेलत. आणि त्या मुलांना ते त्या संगिनीच्या टोकावरच अडकवत होते.

त्यांचे डोळे आणखी एक गोष्ट सांगताना खूपच चमकत होते, जेव्हा त्यांनी चिनी माणसांना उलटं टांगून जिवंत जाळलं होतं; जसं की आपण मांस आगीवर भाजतो तसं. त्यांचं जळतानाचं मांस कसं सोलल्यासारखं निघत होतं. त्यांचे हात एखाद्या ग्रिल केलेल्या किड्याच्या पायासारखे हलत होते. त्यांचे पाय तडफडत होते. जेव्हा तो माणूस मेला, तेव्हा त्याचं धड त्यांनी खाली उतरवलं आणि त्याच्या प्रेताचे तुकडे करून कुत्र्यांना खाऊ घातले.

ते आमच्याकडे बघून सहेतुक आणि कपटी असे नजरेचे बाण टाकत होते. जणू काय ते आम्हाला या गोष्टींची चमचमीत मेजवानीच देत होते. जपानी तरुण सैनिकांची गोष्ट सांगताना ते मला आणि 'के' ला कच्चे सैनिक समजून परत बंदुकीच्या संगिनीच्या प्रॅक्टिसची गोष्ट सांगत होते, की ते ही प्रॅक्टिस चिनी कैद्यांवरच आजमावून बघत. त्यामुळे त्या जपानी सैनिकांची लढाऊ वृत्ती बांधली जाणार होती. ते या चिनी कैद्यांना खांबाशी बांधत आणि त्यांच्या हृदयाच्या जागी लक्ष्याची खूण करीत. "तुम्ही तुमची संगीन जिथं लक्ष्याची खूण केली गेली आहे तिथंच ती खुपसली गेली पाहिजे," असं त्यांचे कमांडिंग ऑफिसर किंवा अधिकारी सांगत. त्या लक्ष्याची खूण जिवंत चिनी कैद्याच्या छातीवरच केल्यानं ते तोपर्यंतच जिवंत राहणार होते, जोपर्यंत त्यांच्या छातीवर ती बंदुकीची संगीन मारली जाणार नव्हती. ते नवीन जपानी सैनिक थरथर कापत; कारण जिवंत माणसांच्या छातीवर बंदुकीची संगीन खुपसणं, हे तर महाकर्मकठीण काम होतं. आणि मग हे सैनिक त्यांच्या पँटमध्येच घाण करीत. आमचे हे कसलेले सैनिक मग त्यांना जोरात हसत

आणि त्यांची भीती ते कुत्सितपणे बोलून दाखवत. शेवटी या सगळ्या प्रसंगांत ते चिनी कैदी मरून जात, तेव्हा त्यांच्या शरीराच्या चिंध्या करीत. त्या चिनी कैद्यांची प्रेतं रक्तानं न्हाऊन निघत आणि मग ते कोवळे जपानी सैनिक पुरुषाच्या, मर्दाच्या गणतीत मोजले जात.

या सर्व कृत्यांची वर्णनं ते दोघं असे काही करीत होते की, जणू ते सारं काही ते दोघंच करीत आहेत आणि त्यांना त्यांच्या त्या कृत्याची लाजसुद्धा वाटत नव्हती. ते सगळ्या आदेशांचं अगदी तंतोतंत पालन करीत होते. ते म्हणाले की चिनी लोकांना धडा शिकवण्यासाठीच त्यांनी हे नरसंहाराचं कांड सगळ्या खेड्यातील लोकांच्या समोरच घडवून आणलं होतं. जेव्हा त्यांच्या बळीला ते क्रूरपणे सजा देत तेव्हा त्यांची मुलं, आई-वडील, शेजारीपाजारी आणि मित्रांना बोलावून ती क्रूर सजा बघायला लावत. आणि त्यांच्या त्या कहाण्या पुन्हा पुन्हा सांगताना ते आम्हालाच आता क्रूरपणाचे धडे द्यायला लागले होते. ते आम्हाला त्यातून पुढे काय वाढून ठेवलेलं आहे हे सांगत होते.

"Chacun appelle barbarie ce qui n'est pas de son usage," मॉन्टेजीने हे लिहून ठेवले होते. त्याचा अर्थ हा होता की 'प्रत्येक जण केव्हा ना केव्हा अशा निर्दयतेला बोलावतोच, जी कधीच त्याच्या सवयीची नसते.'

मी परमेश्वराचे याकरिता अगदी आभारच मानले पाहिजेत की, मी अशा निर्दयतेची सवय करायला जास्त दिवस जिवंतच राहणार नव्हतो आणि एक प्रकारे मी त्या दोन नरराक्षसांचा आभारीच होतो की, त्यांच्या राक्षसी पाशवीपणानं माझ्या त्या छोट्याशा यातना आणि दुःख सहन करायच्या कालावधीत अक्षरशः नवीन प्रकाश पाडला होता. मला माझ्याबद्दलच मनापासून फारच लाज वाटायला लागली होती. मी उगीचच तक्रार करण्यासाठी शाई वाया घालवली होती. आता माझ्या आयुष्याचं पुस्तक बंद करण्याची वेळ आलेली होती. मॅमन[२] मला आता सुसाईड बॉम्बर म्हणजे 'सॉर्टी' किंवा आत्मघाती बॉम्ब म्हणून ते पाठवणार आहेत. त्यामुळे मी तुला आता शेवटचा नमस्कार करतो आहे. 'Tetsun no Ame'[३] म्हणजे आता

---

२. आई गं

३. यालाच स्टीलचं वादळ किंवा टायफून ऑफ स्टील किंवा ओकिनावाचं युद्ध म्हणतात. हे युद्ध दुसऱ्या महायुद्धात पॅसॅफिक थिएटरमध्ये जो घातपात झाला होता त्याचे परिणाम म्हणून झालं होतं. यामध्ये एक लाख जपानी सैनिक मारले गेले होते. जे पकडले गेले होते त्या जपानी सैनिकांनी आत्महत्या केल्या होत्या. एकत्रितपणे जो नरसंहार झाला, त्यात पासष्ट हजारांवर लोक मेले होते किंवा मारले गेले होते. तर ओकिनावातील बेचाळीस हजार माणसांपासून ते दीड लाख माणसांपर्यंत नागरिक मारले

ओकीनावासारखं युद्ध पुन्हा सुरू होणार आहे. आणि आज रात्री माझे सहकारी, अधिकारी आणि मी एक पार्टी, छोटासा समारंभ करणार आहोत. आम्ही 'साके' पिणार आहोत आणि आमच्या निरोपाचं एक पत्र लिहिणार आहोत. आता हे पोकळ शब्द हे नाविक अधिकारी तुझ्याकडे पाठवतीलच. त्यासोबत माझ्या सर्व वैयक्तिक गोष्टी, जसे तू दिलेली जपमाळ, माझं हे घड्याळ आणि 'के'च्या Shobogenzoची प्रतही आहे. ही डायरी अर्थातच माझ्या मालकीची नाही. मी हे कबूल करतो की मी माझं हृदय बदलवलं आहे. आणि आता माझी अशी इच्छा आहे की, असा काहीतरी मार्ग निघावा आणि तुझ्यापर्यंत ही डायरी पोहचावी; पण माझ्याकडे इतकं धैर्य नाही. यातील मजकुरानं माझी सुंदर देशभक्ती पार खराबच करून टाकली आहे. आम्ही अतिशय कठोरतेनं यातून निघालो होतो. आणि आता मला भीती वाटतेय की ही डायरी तुला संकटात टाकणार आहे आणि तुझ्या एकुलत्या एका मुलाचं बलिदान देशासाठी देऊन तुला जी नुकसानभरपाई किंवा मोबदला मिळणार आहे तो कदाचित मिळणारसुद्धा नाही. म्हणूनच मला हे कळलं नाही की मी आता काय करू शकेन? कदाचित आज रात्री मी डायरी जाळूनसुद्धा टाकेन, जेव्हा अर्थात मी प्यायलेलो असेन. किंवा मग ती मी माझ्याबरोबर समुद्राच्या तळाशी घेऊन जाईन. हे माझं समाधानच झालेलं असेल आणि जास्त मनोकल्पना करण्यापेक्षा माझा या गोष्टीवर खरोखर विश्वास आहे की, जरी तू माझी ही डायरी वाचू शकली नाहीस, तरीही माझ्या या डायरीतला मी लिहिलेला प्रत्येक शब्द तुला वाचता येणार आहे. माझी प्रिय आई, तू माझं सच्चं आणि शुद्ध हृदयच आहेस गं!

मी आता तुला काय सांगतो ते ऐक. मी कुठल्याही लष्करी कचेरीतल्या कागदांवरती काहीही लिहिलेलं नाही, की जे नंतर वाचलं जाईल किंवा पकडलं जाईल. मी माझे हे सारे निर्णय स्वतःच घेतलेले आहेत. उद्या सकाळी मी माझं डोकं एका पट्ट्यानं घट्ट बांधून घेणार आहे. त्यामध्ये माझं उगवत्या सूर्याचं मानचिन्ह असेल आणि मी ओकी नावाच्या दक्षिणेला जाणार आहे, जिथं माझ्या आयुष्याचं बलिदान मी माझ्या देशासाठी देणार आहे. माझा नेहमीच हा ठाम विश्वास राहिला आहे की हे युद्धच चुकीचं आहे. मी नेहमीच भांडवली, लोभी व साम्राज्यशाही असणाऱ्या उद्धटांचा मनापासून तिरस्कार केलेला आहे; कारण युद्धाला हेच लोक मनापासून चालना देतात. आता हे मला कळलेलं आहे की मी काय करणार आहे. या दुष्टपणासह ज्याच्याबरोबर हे युद्ध चालूच राहणार आहे, मी ठरवलं आहे की

गेले होते, जखमी झाले किंवा त्यांनी आत्महत्या तरी केली होती. ही संख्या एकंदर ओकिनावाच्या लोकसंख्येच्या जवळपास एक दशांशपासून ते एक तृतीयांश इतकी होती.

माझा शेवटचा आणि पराकाष्ठेचा प्रयत्न करणार आहे. मी माझं विमान उलट दिशेला फिरवणार आहे. माझ्या लक्ष्यापासूनच मी फिरणार आहे आणि सरळ समुद्रातच जाणार आहे.

युद्धात लढण्यापेक्षा या समुद्री लाटांशी लढणं केव्हाही चांगलंच राहील. या लाटा कदाचित मला क्षमासुद्धा करतील.

मला असं वाटतच नाहीये की मी तोच माणूस आहे जो उद्या मरायला जाणार आहे. उलट मला असं वाटतंय की मी तर कधीचाच आधी मेलेलो आहे!

रुथ

१

जेव्हा तिनं ते बेनॉइटनं अनुवादित केलेलं शेवटचं पान वाचलं, तेव्हा तिनं ते पान सोफ्यावर रचलेल्या इतर पानांच्या ढिगावर ठेवलं. त्या सोफ्याशेजारीच रुथ बसली होती. ती खिडकीच्या बाहेर असलेल्या क्षितिजाकडे एकटक बघत होती. वादळाचे गोळा होणारे ढग आता जास्तच गडद झालेले होते आणि त्यांच्या फिरण्यानं आकाश जरा जास्तच जड झालं होतं. त्या ढगांभोवतीचे चंदेरी काठ आता कडक झालेले होते. ते आता वाऱ्यानं धक्का दिलेले हलके पांढरे कणच बरसवत नव्हते, तर आता त्यातून पाण्याचे टपोरे थेंब वादळवाऱ्याच्या वेगासकट खाली येत होते. तिला आता क्षितिजावरच्या गडद ढगांच्या आणि गडद समुद्राच्या रेषेत फारसा फरक करणं अशक्यच झालेलं होतं. तिनं बसल्या जागेवरून थोडंसंच पुढे वाकून क्षितिजाकडे पाहण्याचा प्रयत्न केला. खरंच, किती कठीण होतं त्या सीमारेषांना ओळखणं... त्यांची कल्पना करणं! तिनं थोडंसं आणखी वाकून त्यांच्याकडे पाहिलं. जवळून त्या सीमारेषांवरचे ते ढग खूपच मोठे वाटत होते आणि एकही गोष्ट आता तिच्या नजरेतून सुटतच नव्हती.

"तो त्या लाटेमध्येच उडून गेला!" ती विचार करीत होती.

झपाट्याच्या वादळानं इजा होईपर्यंत घराला तडाखे देणं सुरू केलेलं होतं. जुन्या लाकडाची असलेली घराची तुळई आता करकरायला लागली होती. घराच्या बाहेरची झाडं अक्षरशः या वादळवाऱ्यानं, त्याच्या मारानं कण्हत होती आणि जरा जास्तच आडवी होऊन डोलत होती. ती जिवंत झाडं आता भीतीनं गारठलेली होती!

अजूनही नाओला या साऱ्या गोष्टींची अजिबातच कल्पना नाही. ती अजूनही हाच विचार करते आहे की तिच्या चुलत आजोबांनी त्यांचं विमान शत्रूच्या युद्धभूमीत नेलेलं होतं. ती विचार करते आहे की तिचे चुलत आजोबा हे युद्धातील हिरो म्हणूनच गेलेले आहेत, जेव्हा ते त्यांची योजना पूर्ण करण्याकरिता शत्रूच्या गोटात गेले होते. तिला हे माहीतच नव्हतं की त्यांनी ती योजना न राबवताच पळ काढला

होत. असं कसं घडू शकतं?

विजेचा प्रवाह चालू असला तरी घरातील प्रकाश देणारे दिवे बऱ्याचदा लागत-विझत होते. त्यांची ती लुकलुक चालूच होती. कुठंतरी विजेच्या तारांवर एखादं झाड आडवं पडलं होतं. त्यांचे जनरेटर अजूनही कॅम्पबेल नदीवरील त्यांच्या दुकानातच पडले होते. इथं अक्षरशः ते त्या दोऱ्यांवर लटकवल्यासारख्या अवस्थेत होते.

तिनं हारुकी नं१चं जपानी भाषेतलं पत्र वाचलं, जे सरकारी किंवा लष्करी कचेरीतलं पत्र होतं. ते तिला एका चित्राच्या फ्रेमच्या स्वरूपात मिळालं होतं आणि इतर जे जिकोनं तिला दिलं होतं; पण नाओनं यापैकी कुठल्याही तऱ्हेनं त्या फ्रेंच भाषेतल्या गुप्त डायरीचा उल्लेख केलेलाच नव्हता. तिला त्याबद्दल अजूनही माहीत नव्हतं का? कुठं आहे ती? हारुकी नं१नं जर दारू प्यायली असेल आणि डायरी जर जाळली असेल तर किंवा स्वतःबरोबर समुद्रात घेऊन गेला असेल तर ती डायरी कितीतरी दिवस आधी राखेत तरी परावर्तित झाली असेल आणि वाऱ्याबरोबर त्या राखेचं अस्तित्व विरघळूनसुद्धा गेलं असेल किंवा त्या डायरीच्या पानांचा सेल्युलोजचा भाग पाण्यात विरघळलाही असेल.

तिनं ते तेलकट कव्हरचं पाकीट उचललं. त्यात ती पुस्तकाच्या आकाराची रचना होती, जी बेनॉईटनं त्या अनुवादित पानांबरोबर परत केली होती. ती आता ते उलटं करून त्याची अभ्यासपूर्वक पाहणी करायला लागली.

ही जर खरी असेल तर ही इथे कशी आली होती? फ्रिजर बॅगमध्ये हिचा शेवट कसा झाला आणि ही इथं माझ्याकडे, माझ्या हातात कशी आली होती?

तिला या सगळ्या गोष्टींची चर्चा आता ऑलिव्हरशी करायची होती. तिला हे सगळे प्रश्न ऑलिव्हरला ओरडून विचारावेसे वाटत होते; पण ऑलिव्हर तर पेस्टोला शोधायला या पावसातच बाहेर गेला होता. तिनं तो तेलकट कागद हळूच काढला आणि ती पुस्तिका उघडली. तिनं आपली बोटं पानावरून फिरवली. तो कागद अतिशय हलक्या दर्जाचा आणि एकदम स्वस्त होता. त्यावरची शाई फिकट झाली होती; पण ती सांगू शकत होती की कधी काळी ती अक्षरं अगदी गडद निळीच्या रंगाची होती. त्यानं ही डायरी त्याच्या जेवणाच्या डब्यात लपवली होती आणि तीसुद्धा भाताखाली. नंतर त्यानं ती डायरी त्याच्या कोटाच्या अस्तराच्या आत लपवली होती. अगदी त्याच्या छातीजवळ! तिनं आपले डोळे मिटले आणि ती पानं तिनं तिच्या चेहऱ्यावर धरली आणि एक अगदी दीर्घ श्वास घेतला; पण त्यातून फक्त समुद्र आणि मेणाच्या कागदाचा वास तिच्या नाकपुड्यांत भिरभिरला.

नाओनं हे वाचलंच पाहिजे आणि तिच्या वडिलांनीसुद्धा! त्यांना तर खरं कळायलाच पाहिजे होतं.

तिनं डोळे उघडले. पुन्हा ती डायरी बंद केली. तिनं ती डायरी जशीच्या तशी

बंद करून ठेवली. आता मात्र बाहेर वातावरणात अंधार दाटून आला होता. तिनं आकाशाकडे पाहिलं आणि त्यावरून वेळेचा अंदाज घेण्यासाठी त्या सैनिकी घड्याळाकडे बघितलं. घड्याळ टिकटिकत होतं. ऑलिव्हर कुठं होता?

हारुकी नं. १नं खूपच कळकळीनं आणि मनापासून, नैतिकतेनं त्या तत्कालीन अस्तित्वात असलेल्या वंशभेद आणि युद्ध आणि त्यानंतरचा परिणाम म्हणून जवळ येऊन ठेपलेल्या मृत्यूच्या घटनेशी नेटानं संघर्ष केला होता आणि इथं आम्ही आमच्या हरवलेल्या मांजराबद्दल खूपच अस्वस्थ होत होतो ! हे माणुसकीच्या दृष्टीनं कसं काय घडत होतं?

पण, असं घडलं होतं आणि ते सत्यही होतं. ते तेव्हापासूनच भांबावून गेले होते, जेव्हापासून त्यांचं मांजर हरवलेलं होतं किंवा ते पळून गेलं होतं आणि जेव्हापासून बेनॉईटच्या कुत्र्याबद्दल त्यांनी ऐकलं होतं की, लांडग्यानं त्याला फाडून खाल्लं होतं, तेव्हापासून तर त्या दोघांचीही अस्वस्थता जरा जास्तच वाढली होती. जेव्हा जेव्हा बाहेरून काही आवाज यायचा, तो आपलं हातातलं काम थांबवून दरवाजाबाहेर जाऊन बघायचा. दरवाजा उघडून बाहेरचा कानोसा ऑलिव्हर सातत्यानं घ्यायचा. त्यानं घुबडांचे जोरजोरानं केलेले घुत्कार ऐकले, लांडग्यांचे रडके आवाज आणि जंगली कावळ्यांची कापरं भरलेल्या अवस्थेतली कावकावसुद्धा अगदी सारख्याच सरावानं ऐकली होती.

"मला वाटतं की पेस्टो ठीक असावा!" तो म्हणाला आणि तो स्वतःलाच चांगलं वाटून घेण्याचा प्रयत्न करीत होता. "तो किती लहान आहे गं! अगदी छोट्याशा घासासारखा. कुणाला त्याला खाण्याचा त्रास होईल?" पण दोघांनाही हे चांगलंच माहीत होतं की त्या जंगलात खूप सारे 'शिकारी' फिरतायत. आणि त्यांना ती छोटीशी मांजर खायला नक्कीच आवडेल आणि तेसुद्धा अगदी मनापासून. शेवटी ऑलिव्हर घरात जास्त वेळाकरता थांबू शकला नाही. तेव्हा वाऱ्याचा जोर अगदी शिखरावर पोहोचला होता आणि नेमका त्या वेळेसच तो पेस्टोला शोधायला घराच्या बाहेर पडला होता.

रुथला खरंच खूप वाईट वाटत होतं. हा तर तिचाच दोष होता की ती पेस्टोवर रागावली होती आणि तिनं पेस्टोला खूपच घाबरवलं होतं. बिछान्यातून रात्रीच्या वेळेस घरातून बाहेर हाकललं होतं. तिची खूपच इच्छा होती की तिच्या रागावर तिचं नियंत्रण असायला हवं आणि तो राग आतच राहायला हवा होता. तिची इच्छा होती की ऑलिव्हरनं तिला पहिल्याच ठिकाणी 'वेडी' समजायला नको होतं.

२

पाऊस आता सच्चेपणानं कोसळायला लागला होता. ती म्हणूनच खाली गेली. थोडी लाकडं तिला त्या फायरप्लेसमध्ये टाकायची होती. तिच्या लक्षात आलं की लाकडांचा स्टॉक कमी झाला आहे. तिनं रेनकोट घातला आणि गमबूट चढवले. एका हातात हेडलॅम्प आणि दुसऱ्या हातात लाकडाची मोळी ठेवायचा चामडीपट्टा घेऊन ती लाकडाच्या ढिगाकडे निघाली. आता मात्र वाऱ्याचा जोर खरोखरच वाढला होता आणि सिडारच्या झाडाचे बुंधे, त्यांना कोणी मारल्यासारखे थरथर कापत होते. ऑलिव्हर या सगळ्यात कुठं होता? ही वेळ काही जंगलात फिरायची नव्हतीच-तेही या भयानक वादळवाऱ्यात, जिथं झाडंसुद्धा कण्हायला लागली होती आणि त्यांचा कर्र कर्र आवाज साऱ्या जंगलामध्ये वादळी हल्ल्यामुळे घुमणाऱ्या वाऱ्याबरोबर विचित्रपणे फिरत होता. इतक्या उंच झाडांची मुळं आश्चर्यकारक रीतीनं उथळ होती आणि जंगलाची जमीन या पावसानं अगदी ओली आणि दलदली झाली होती. एका क्षणाकरता तिला वाटलं की तिनं बाहेर जाऊन त्याला शोधावं; पण हा सगळाच मूर्खपणा ठरला असता, असंच तिला वाटलं. आता तिनं कापलेले बारीक लाकडाचे ओंडके काढून त्या चामडी पट्ट्यावर रचायला सुरुवात केली होती. त्यानंतर लगेचच तिनं झाडावरून कठोर आवाजातील काव काव ऐकली. तिनं वर पाहिलं. ती जंगली कावळी होती. तिच्या नेहमीच्या राहण्याच्या जागी बसून ती सिडारच्या झाडाच्या फांदीवरून ओरडत होती. कावळी तिच्याकडे खाली बघत होती आणि तिच्या डोळ्यांत आपले मण्यासारखे डोळे घालून बघत होती. 'काव' पुन्हा ती ओरडली. तिच्या आवाजात एक तीव्रता आणि कळकळीचा आग्रह होता. जणू तिच्या आवाजातून ती तिला आगाऊपणे कोणती तरी ताकीद देण्याचा प्रयत्न करीत होती. तिनं पुन्हा कावळीच्या घरट्याकडे बघितलं. त्याच क्षणी तिच्या घरातील दिवे गेले. घराच्या खिडक्या अंधारल्या आणि तिच्या मनात एक भीती दाटून आली.

"आता मी काय करू?" ती जोरात ओरडली. आता पावसाने तिच्या चेहऱ्यावरती जोरात मारा करायला सुरुवात केली. ती आता पुन्हा त्या कावळीकडे वळली. तिला म्हणाली "तू तरी जा गं बाई! जा आणि कृपा करून त्याला शोधून आण गं!"

कावळी अजूनही रुथकडेच बघत होती.

तिच्या मनात विचार आला की आपण किती मूर्ख आहोत. आपण एका पक्ष्याशी बोलतोय! पण आसपास कुणीच नव्हतं बघायला आणि तसंही स्वतःचाच आवाज ऐकण्यानं तिला शांत व्हायला मदत झाली.

कावळीनं आपली मान ताणली आणि आपले पंख फडफडवले. रुथनं आता एक मोठा उसासा टाकला. तिनं आता ती चामड्याची पट्टी त्या जळाऊ लाकडाच्या

४०८ । कथा या क्षणाची

बारीक ओंडक्यांनी भरली आणि ती गुंडाळून खांद्यावर उचलली आणि आपल्या अंधाऱ्या घराकडे चालू लागली. 'काव' पुन्हा कावळी जोरात ओरडली आणि जेव्हा ती मागे वळली, तिनं पाहिलं की त्या झाडांच्या गर्दीतून ऑलिव्हर बाहेर येत होता. तो पावसाच्या पाण्यानं पूर्ण थबथबलेला होता. तिला तिथं जळाऊ लाकडांच्या मोळीसोबत उभं राहिलेलं पाहून त्यानं आपले दोनही हात पसरले. त्याचे दोन्ही हात रिकामे होते. त्याच्या हातात त्यांचं मांजर, पेस्टो नव्हतं.

नाओ

१

स्वतःच्या आयुष्याचा शेवट करण्याच्या निर्णयानंच मला माझ्या आयुष्यात एक प्रकाशाची तिरीप दाखवली होती. अगदी अचानकपणेच, माझी पणजी जिकोनंच मला त्या सगळ्या गोष्टी सुचवल्या होत्या. तिनं मला तेवढ्या काळापुरतं तरी चक्क जागृत करून त्या गोष्टीवर लक्ष केंद्रित करायलाच लावलं होतं. अगदी अचानकपणे प्रकाश पडून वास्तविकता समोर आल्यासारखी दाखवलं की तुम्हाला लक्षात येतं की तुमच्याजवळ इतकासुद्धा वेळ नाही, की जगातल्या उत्तम गोष्टींसाठी तुम्ही तुमच्या आयुष्यातले काही क्षणसुद्धा देऊ शकत नाही. माझं हे म्हणणं जरा टोचण्यासारखंच आहे; पण मला त्या गोष्टींचा अनुभव यायला सुरुवात झालेलीच होती. जसं की चौकाच्या बाजूनं उईनो पार्कमधल्या चेरी आणि प्लमच्या झाडांना बहर येऊन ती सुंदर फुललेली होती. मऊशार गुलाबी फुलांच्या त्या लांबलचक बोगद्यातून भटकत, ते गुलाबी फुलांचे झुपके बघत मी दिवसच्या दिवस घालवले. त्या फुलांच्या झुपक्यांमधून छोटे छोटे सूर्यकिरण खाली झिरपत असत आणि त्या हिरव्यागार पानांतून मधूनच निळं आकाश चमकत असे. काळाचं भानच राहिलं नव्हतं आणि या जगात जणू काही नव्यानंच मी जन्म घेतला होता. सगळं कसं योग्य आणि समर्पक होतं. जेव्हा वाऱ्याची मंद झुळूक वाहत असे, ती फुललेली चेरी ब्लॉसमची फुलं माझ्या चेहऱ्यावर पावसाच्या थेंबासारखी टपटपली. त्या सौंदर्यानं आणि थोड्याशा दुःखानं मी स्तब्ध झाले.

पहिल्यांदाच माझ्या आयुष्यात मला जगण्याकरिता एक दिशा मिळाली होती. एक लक्ष्य मिळालं होतं, ज्यावर मी माझं लक्ष केंद्रित करू शकणार होते. मला त्या सगळ्याच गोष्टी ठरवायच्या होत्या, ज्या मला माझ्या आयुष्यातील उरलेल्या वेळात पूर्ण करायच्या होत्या. मला माझ्या म्हाताऱ्या पणजीची- जिकोची गोष्ट लिहून काढायला हवी होती. जिको खूपच शहाणी आणि जिच्यामध्ये कुणीही रस घ्यावा अशी व्यक्ती होती. आणि आता, जेव्हा मला कळलंय की तिची गोष्ट लिहिणं मला

तितकंसं जमल नाहीये, मला रडावंसं वाटतंय.

२

मी त्या उइनो पार्कमधल्या बहरलेल्या झाडांमध्ये स्वतःला गुंतवून दिवस ढकलत होते; कारण बेबेट माझ्यावर अजूनही चिडलेली होती, आणि मी शाळेतही जात नव्हते. मी तेव्हापासूनच शाळा सोडली होती जेव्हापासून मी माझ्या डोक्यावरचे सर्व केस कापून टाकलेले होते आणि जेव्हापासून मला माझ्यातील सुपरपॉवरचा, अलौकिक शक्तीचा शोध लागला होता. त्या वेळेपासूनच मला खूप बरं वाटत होतं; पण आता शाळेचं वर्ष जवळजवळ संपतच आलेलं होतं आणि मला थोडा पश्चात्तापसुद्धा होत होता. मला खरंतर हायस्कूलची प्रवेश परीक्षा द्यायची होती. तसं वचनसुद्धा मी माझ्या आईला दिलं होतं; पण मी त्यावर पाणी टाकलं होतं. ज्या क्षणी मी माझ्या खुर्चीवर बसले, त्या क्षणीच मला वाटलं की मी आता संकटात सापडणार आहे. परीक्षेची खोली जरा जास्तच गरम होती. मनातून खूप घाबरलेल्या मुलांच्या रांगांनी ठासून भरलेली होती. सगळ्या पौगंडावस्थेतील मुलांनी घातलेल्या पॉलिएस्टरच्या कापडाच्या गणवेशाचा आणि त्यांच्या घामाचा एकत्रित वास त्या खोलीत दरवळत होता. तुम्ही हे बघू शकत होता की हवेमध्ये एक शारीरिक स्त्रावाच्या तीव्र वासाचं धुकं जमलेलं होतं. त्यानं माझ्या रसपूर्ण आणि हेतुपूर्ण गोष्टींनी भरलेल्या मेंदूला शिशासारखं स्थिर केलं होतं. जड, सुस्त आणि शिथिल मेंदू! मला फक्त डेस्कवर डोकं ठेवून झोपून जावं असं वाटत होतं.

त्याचा परिणाम म्हणून शेवटी मला बऱ्याच गोष्टी कळल्या, विशेषतः इंग्लिश विषयात; पण मी त्या गोष्टीबद्दल त्रास घेण्याचा विचारसुद्धा केला नाही, कारण मी प्रश्नांची उत्तरंच लिहिलेली नव्हती. माझ्या त्या मिळालेल्या गुणांची बेरीज पाहिल्यावर तो एक मोठा विनोदाचाच भाग ठरला होता, इतके कमी गुण मी मिळवलेले होते. मी जणू मंदबुद्धी असल्याचं किंवा असंच काहीतरी सिद्ध झालं होतं; पण मी अगदी ढिम्मच होते. काय होते कोण जाणे; पण मला या गोष्टींसाठीसुद्धा अजिबातच त्रास झालेला नव्हता; पण एका गोष्टीसाठी मला थोडंसं वाईटसुद्धा वाटत होतं की, मी आता हायस्कूलमध्ये कधीच जाऊ शकणार नव्हते आणि त्या सगळ्याच छान गोष्टी मी कधीच शिकू शकणार नव्हते, ज्या माझे चुलत आजोबा हारुकी नं१ त्यांच्या मृत्यूपूर्वी शिकले होते. म्हणजे माझ्या मताप्रमाणे किंवा तुम्ही असे म्हणू शकता की त्या सर्व गोष्टी शिकण्यात काय अर्थ आहे, जेव्हा तुम्ही स्वतःला संपवणार आहात. हे अगदी खरं आहे; पण हेसुद्धा खरं आहे आणि नक्कीच चांगलं आहे, जेव्हा काही माणसं आपलं सर्वस्व पणाला लावायचा प्रयत्न करतात. जशी की माझ्या पणजीची

एक 'सुपर हिरॉईन' होती 'कानो-सुगाको' जिनं तिचा इंग्लिशचा अभ्यास कायम चालू ठेवला होता आणि तिनं तिची डायरी तोपर्यंत लिहिली होती ज्या दिवसापर्यंत तिला फाशी दिलं नव्हतं. मला वाटतं की ती एक चांगली आदर्श ठरू शकते, जरी तिनं सम्राटाला बॉम्बनं उडवून द्यायचा प्रयत्न केला होता.

असो. मला आता हे कळलं होतं की माझा पृथ्वीवरचा वेळ फारच कमी होता. आता मला माझ्या अनमोल क्षणांचा वेळ मूर्खपणाच्या 'डेट्स'मध्ये घालवायचा नव्हता आणि बेबेट हेच करीत होती. ती मला त्रासून सोडत होती. ती मला म्हणत होती की फीफीच्या टेबलावरचा किमती वेळ मी घेतला होता आणि मी जे काही त्या टेबलावर बसून खरडत होते, त्यानं ग्राहकांचा (डेट्स)चा 'मूड' खराब होत होता. मी तिला हे समजवून सांगायचा प्रयत्न केला की, त्या ठिकाणी एखादा लेखक असणं म्हणजे ती जागा खरोखरच एखादं फ्रेंच कॅफे असल्यासारखं होतं; पण तिला ते पटलं नाही. तिनं मला निर्वाणीचं सांगितलं की 'एकतर डेटवर जा, नाहीतर इथून चालू पड.'

ठीक आहे.

तो कालचा दिवस होता.

ती ताडकन निघून गेली आणि मी तिरक्या नजरेनं तिच्याकडे पाहत तशीच लिहीत राहिले. तिनं आता ग्राहकाशी बोलायला सुरुवात केली होती. तो जवळच्या टेबलावर बसलेला ग्राहक होता आणि जेव्हा त्या माणसानं माझ्याकडे वळून पाहिलं मी अक्षरशः त्याच्यावर विश्वास ठेवूच शकले नाही. तो दुसरा तिसरा कोणीच नसून, तोच तो विकृत आणि ज्याची मी सुरुवातीला धास्ती घेतली होती तोच तो घाणेरडा माणूस होता, ज्याच्याबद्दल मी सुरुवातीलाच तुम्हाला सांगितलं होतं. त्याचे ते तेलकट केस आणि त्याच्या त्वचेचा तो घाणेरडा किळसवाणा रंग! तो माझ्याकडे अशा काही नजरेनं पाहत होता की जणू माझ्या मोज्यातूनच मला उपसून तो मला खाऊन टाकणार होता. तो तिथं नियमितपणे यायचा; पण नुसताच मुली बघायला यायचा. डेटवर जाण्यासाठी पुरेसे पैसे असणाऱ्यांपैकी तो नव्हता. पण बेबेट आपलं विक्रेतीचं कार्य चोखपणे बजावत होती. त्याला पटवलं होतं आणि आता मला ती गोष्ट अपमानास्पद वाटत होती. म्हणजे मला असं म्हणायचं आहे की मी खूपच चांगली, सोळा वर्षांची, शाळेच्या गणवेषातील मुलगी होते. तुम्ही याचा विचार करू शकता की तो किती आनंदी झाला असेल, जेव्हा त्याला माझ्याबरोबर डेट करायची संधी मिळाली असेल. बरोबर? शेवटी त्यानं त्याचं पैशाचं पाकीट काढलं आणि बेबेटला पैसे दिले. बेबेटनं त्या नोटांची घडी घालून आपल्या छातीत खोचली आणि तिनं माझ्याकडे बघितलं.

"ग्राहक," ती ओरडली.

मी दीर्घ उच्छ्वास सोडला आणि माझी डायरी बंद केली. मी बेबेटच्या मागून कपडे बदलायच्या खोलीत गेले, जिथं तिनं त्या नोटांच्या पुडक्याच्या गठ्ठ्यातून एक पातळसा नोटांचा गठ्ठा काढला आणि त्यातून काही नोटा काढून माझ्या हातात दिल्या. हे माझे पैसे होते.

मी आश्चर्यानं तिच्याकडे बघितलं.

ती शहारत म्हणाली ''रियूनं तुला बिघडवलं आहे!'' ती पुढे म्हणाली की ''वेळ आली आहे की तू आता व्यावहारिक वागावं!''

''पण मी काही हे याकरिता करत नव्हते!'' मी तिला म्हणाले आणि तिनं दिलेले पैसे मी तिला परत केले. ''मला काही माझा आत्मसन्मान आहे ना!''

तिच्या चेहऱ्यावरचं हास्य रुंद झालं. ते मंद हास्य तिच्या चेहऱ्यावर हळूहळू पसरत गेलं आणि बेबेटचा तो गोड बाहुलीसारखा गोल गोड चेहरा आता भयानक दिसायला लागला. तिनं माझा कोट पकडला आणि ढकलत ढकलत मला त्या कपडे बदलायच्या खोलीच्या भिंतीपर्यंत नेलं. माझी हनुवटी घट्ट पकडली आणि हाताची मूठ करून टोकदार बोटांच्या सांध्याची हाडं माझ्या जबड्याखालील आणि गळ्याच्या वरच्या मऊ भागात रोवली, जिथं जबड्याची हाडं व्ही (इंग्रजी)च्या आकारात फाकतात. मी वेदनेनं विव्हळू लागले आणि मला खूप त्रास होऊ लागला.

''खूपच आश्चर्याची गोष्ट आहे!'' ती म्हणाली ''तुझ्यासारख्यांची लायकी नाही आत्मसन्मानाबद्दल बोलायची. तेव्हा तू हे सगळं सोडलेलंच बरं.''

तिनं आता माझे दोन्ही गाल आपल्या हातात पकडले. आणि इतक्या क्रूरपणे जोरात दाबले, की माझ्या डोळ्यांत पाणीच दाटून आलं. तिनं मला तिच्या चेहऱ्याजवळ ओढलं- इतकं जवळ की, तिचं कपाळ माझ्या कपाळाला भिडलंच आणि तिचे दोन्ही डोळे एकत्र होऊन एकच होत तिच्या चेहऱ्यावर दिसायला लागला, भयंकर किळसवाणा एकच डोळा. अगदी काळाकुट्ट आणि चमकदार, ज्याच्या भोवती घनदाट झालरी लागलेल्या आहेत.

''तू खूपच भाग्यवान आहेस. मी खूपच उदार असल्यानं मी सर्व खर्च तुझ्यासोबत वाटून घेते आहे!'' ती म्हणाली. ''तुझी समस्या ही आहे की तू खूपच अमेरिकन लोकांप्रमाणे वागतेस. तू खूपच आळशी आणि स्वार्थी आहेस. तू आता निःस्वार्थी व्हायलाच हवं आणि खूप काम करायला हवं!'' तिनं माझ्या तोंडावर एक शेवटची थप्पड जोरात मारली आणि मला जोरजोरात हलवून अचानक सोडून दिलं.

मी धाडकन त्या कपडे बदलायच्या खोलीत भिंतीवर आदळले आणि भिंतीला टेकूनच खाली पडले. तिनं आपलं डोकं वाकडं करून माझ्याकडे बघितलं आणि ती खाली वाकली आणि माझ्या जळत्या गालांवर पुन्हा एकदा जोरात मारलं.

''किती गुलाबी!'' ती म्हणाली ''खूपच सुंदर!'' आणि पुन्हा एकदा थप्पड

मारली. तिथल्या कोटांमधला माझ्या डेटचा कोट तिनं शोधला आणि तो माझ्याकडे फेकून ती म्हणाली, "जा, मजा कर." आपला पेटीकोट उडेल अशा पद्धतीनं गिरकी घेऊन ती ताडकन निघाली तेव्हा मी जिथं बसले होते तिथून तिच्या चड्डीची झालरसुद्धा मला दिसली.

मला त्या विकृत माणसाचं नाव आठवत नाही. कदाचित मला ते कधीच माहीत नव्हतं. तो त्या स्वागत कक्षाच्या भागात माझी वाट पाहत उभा होता, जिथं नग्न बाईचा पुतळा लावलेला होता. मी त्याचा कोट त्याच्या हातात दिला. त्यानं तो हातात घेतला आणि माझ्या नजरेत नजर न मिळवता निघाला. तो तोंडातल्या तोंडात काहीतरी पुटपुटला. मला तो काय बोलला ते समजलं नाही, पण मी त्याच्याबरोबर बाहेर जावं अशीच त्याची अपेक्षा होती. छोट्या आकाराची लिफ्ट रिकामीच होती. आम्ही तिथं दोघंही लिफ्टमध्ये खूपच अवघडल्यासारखे उभे होतो. दोघंही लिफ्टच्या बंद दाराकडे बघत न बोलता उभे होतो. आम्हा दोघांनाही हे समजत नव्हतं, की काय बोलावं. खाली काही मजल्यांवर लिफ्ट आल्यावर अचानकपणे लिफ्टचं दार उघडण्याचा आवाज आला आणि खूप साऱ्या माणसांचा घोळका हसत हसत आणि प्यायलेल्या अवस्थेत झिंगत लिफ्टमध्ये शिरला. अचानक आलेल्या त्या गर्दीमुळे मी त्याच्याजवळ ढकलले गेले. त्याचा घाणेरडा, आंबट श्वास मला माझ्या मानेच्या मागच्या बाजूला जाणवत होता, जेव्हा त्यानं माझ्यामागून चिकटून माझ्या स्कर्टच्या खाली हात लावला. मला जोरात किंचाळावंसं वाटत होतं, CHIKAN! सब-वे मधून जाताना एखाद्या विकृत माणसानं तुम्हाला कुठं तरी हात लावून चाचपडलं तर तेव्हा जसं किंचाळावंसं वाटतं तसंच; पण मी स्वतःला आवरलं. शेवटी त्यानं या सर्व गोष्टींचे पैसे मोजले होते आणि जर त्याला हे सर्व आताच इथंच सुरू करायचं असेल तर मी काय म्हणू शकत होते? जेव्हा लिफ्टचं दार उघडलं आणि लिफ्टमधला एकूणएक माणूस बाहेर गेला, त्यानं त्याचा ओव्हरकोट त्याच्या पॅन्टभोवती गुंडाळला. तो धडपडत लिफ्टच्या बाहेर रस्त्यावर उतरला. प्रत्येक सेकंदाला तो मागे वळून बघत होता. मी त्याच्या मागे जाते आहे की नाही याची तो खात्री करून घेत होता. मी सहजपणे पळून जाऊ शकत होते; पण मी तसं केलं नाही. मी त्याच्या मागे गेले कारण त्यानं माझे पैसे दिले होते आणि ही एक उच्च दर्जाची गोष्ट त्यानं केली होती. मी खरोखरच त्या गोष्टीवर विश्वास ठेवू शकत नव्हते की तो किती नीच, घाणेरडा आणि खालच्या दर्जाचा होता. अगदी दयनीय असा होता; पण मला तरी त्याच्या हाती एकदा विकलं गेल्यावर आत्मसन्मान कुठं राहिला होता? त्यामुळे कोणतीही गोष्ट मला आता जास्त काही वाटू देण्याइतकी, जाणवण्याइतकी महत्त्वाची राहिली नव्हतीच. त्याला समाजात वावरताना कसं बोललं पाहिजे याच्याही पद्धती नव्हत्याच. त्यानं माझ्यासाठी एखादा स्वेटर किंवा

मोबाईल फोनसुद्धा विकत घेतला नाही. त्यानं मला एखादं पेयसुद्धा दिलं नाही किंवा मला 'काही खाण्याकरिता हवं का,' असंदेखील विचारलं नाही आणि ज्या हॉटेलमध्ये तो मला घेऊन गेला तिथं छोटासा बारसुद्धा नव्हता. तिथं शॅम्पेन, ब्रँडी काहीसुद्धा नव्हतं. फक्त बिअरचे कॅन आणि साके मिळणारं एक व्हेंडिंग मशिन होतं. त्या एक कप साकेच्या पेयावरून मला एकदम माझ्या वडिलांची एक गोष्ट आठवली, ती म्हणजे माझे वडील जेव्हा च्युओ रॅपिड एक्स्प्रेसच्या रुळावर स्वतःला झोकून देण्याआधी त्या रात्री भरपूर साके प्यायले होते. या आठवणीनं मला भयंकर उदास वाटायला लागलं; पण माझा हा ग्राहक इतक्या खालच्या दर्जाचा होता की त्यानं त्या साकेचा एक कपसुद्धा विकत घेतला नाही. असो.

जर तुमची काही हरकत नसेल तर मी त्यानंतर काय घडले याच्या वर्णनात जाणार नाही; कारण त्याच्याबद्दल विचार करूनसुद्धा मला खूप घाणेरडं आणि आजारी असल्यासारखं वाटतं आणि अजूनपर्यंत मला त्यानंतर अंघोळ करायलासुद्धा वेळ मिळालेला नाही; पण तरीही सांगते. रुममधील बेड गोल आकाराचा नव्हता, त्यावर पट्टेरी चादरसुद्धा नव्हती; पण नंतरची माझी आठवण अगदी स्पष्टपणे आणि तिच्या सर्व मुद्द्यांसकट माझ्या मनात आणि स्मृतीत नुकतीच घडल्यासारखी ताजी आहे. आम्ही रुममध्ये गेल्यावर ताबडतोबच त्यानं एकही क्षण वाया न घालवता त्याचं काम सुरू केलं होतं आणि जेव्हा तो माझ्या शरीराशी चाळे करीत होता, तेव्हा मी माझ्या आत्म्याला मनातल्या गोठवून टाकणाऱ्या शांत आणि निर्वात प्रदेशात घेऊन गेले. ती जागा एकदम स्वच्छ, थंड आणि या साऱ्याच भौतिक जगापासून खूप दूर होती आणि तिथं कुणीच जाऊ शकत नव्हतं.

त्याने काय केलं ते मला खरोखरीच आठवत नाही; पण नंतरचा थोडा भाग आठवतो, तो असा की मी माझ्या पोटाच्या भारावर झोपले होते आणि माझा केताई वाजायला लागला आणि मी या भौतिक जगात परतले होते. ओढले गेले होते.

मला या गोष्टीचं खूपच आश्चर्य वाटत होतं की मला कोण फोन करीत होतं? मी विचार केला की हा फोन कदाचित जिकोचा असावा. माझ्या डोळ्यांतून अश्रू गळायला सुरुवात झाली; कारण जिकोनं जर मला या अवस्थेत पाहिलं, तर तिला किती वाईट वाटलं असतं. मला आता जिकोची खूपच आठवण आली आणि तिच्याशी बोलण्याची तीव्रतेनं इच्छा झाली. अचानकपणे माझ्या मनात विचार आला की तिला कदाचित कळलं असावं की मी त्रासात आहे, म्हणूनच तिनं मला हा फोन केला होता. आणि कदाचित ती माझ्या भल्यासाठी जुझूचे (जपमाळेचे) मणी मोजत आणि प्रार्थना करत असेल. कदाचित त्या फोनच्या आवाजानं खरंच मला वाचवलं; कारण जिकोचा विचार माझ्या मनात आला आणि मला याची जाणीव झाली की, मला त्या मुलींसारखा आयुष्याचा शेवट नको होता ज्या पोलिसांना कुठंतरी मरून

पडलेल्या सापडतात. तसं झालं असतं तर जिकोचं मन दुखावलं असतं. आणि एकशे चार वर्षांचं आयुष्य जगल्यावर तुमच्या एखाद्या निष्काळजी पणतीमुळे असं होणं योग्य नाही. त्या क्षणी माझ्या त्या ग्राहकानं माझ्या शरीराशी असा काही चाळा केला की, मी अक्षरशः पाठीपर्यंत जाणाऱ्या त्या वेदनेनं तडफडलेच. त्या वेदनेनं मला माझ्या शरीराची जाणीव करून दिली. माझं रडणं मला स्वतःलाच ऐकू आलं आणि मग मी प्रतिक्रिया दिली. मी त्याला माझ्यापासून इतकं दूर ढकललं की मी त्याच्या शरीराखालून बाहेर निघाले. रियूनं मला शिकवलं होतं की अशी माणसं कधी कधी दादागिरीचीही मजा घेतात. त्यामुळे मी माझ्यातील त्या अलौकिक शक्तीला आवाहन केलं आणि त्या विकृताला त्याच्या पाठीवर झोपवलं आणि त्याच्या अंगावर बसून त्याच्या चेहऱ्यावर मी आता वेडेवाकडे प्रहार करायला सुरुवात केली. तुम्हाला कळल्यावर आश्चर्य वाटेल, पण त्याला या गोष्टीचा खूपच आनंद होत होता. मी त्याचा पट्टा काढला. त्याचे दोन्ही हात मागे बांधून टाकले. मला त्याला खूप जखमी करायचं नव्हतं किंवा दुःखीपण करायचं नव्हतं की त्याला एकदमच त्याच्या जाणिवांमधून मुक्ती मिळाली असती. हे किती आश्चर्यकारक होतं, की माणूस किती पटकन दुःखातून सुखाकडे वळतो. जिको नेहमीच म्हणायची की सुख आणि दुःख या दोन्ही सारख्याच गोष्टी आहेत.

जसा तो मार खाऊन गाढ झोपला, मी उठले आणि माझा फोन तपासला आणि ही पण खात्री करून घेतली की तो फोन जिकोचाच होता. म्हणजे तिला ते सारंच जाणवलं होतं आणि तिनंच मला वाचवलं होतं; पण जेव्हा मी तो लिखित संदेश वाचला तेव्हा मला कळलं की तो जिकोचा फोन नव्हता. हा फोन मूजीचा होता. त्यात फक्त एकच ओळ होती; पण मला त्या ओळीचा अर्थ लागतच नव्हता. मी परत परत ती ओळ वाचली. 先生の最期よ.早くお帰り.

"हे सेन्सईचे शेवटचे क्षण आहेत. ताबडतोब या!"

मी त्या आरसे लावलेल्या कोंदट खोलीच्या मधोमध उभी राहून माझ्या मोबाइलच्या छोट्याशा स्क्रीनकडे बघत होते. माझी डेट म्हणून आलेला तो माणूस बेडवर पडून घोरत होता. मी नजर वर केली तर मला आरशात एका नग्न मुलीचं प्रतिबिंब दिसलं आणि ते असंख्य वेळा परावर्तित होत होतं. तिचं शरीर कोवळं, ओबडधोबड आणि अवघडल्यासारखं दिसत होतं. मी स्वतःलाच मिठी मारल्यासारखे हात शरीरभोवती लापेटले, तर तिनंही तसंच केलं. मग मी रडायला सुरुवात केली आणि आम्ही दोघी बराच वेळ थांबलो नाही. मी तिच्यापासून दूर झाले. चुपचाप माझा शाळेचा गणवेष गोळा केला आणि तो अंगावर चढवला. मी त्या माझ्या ग्राहकाच्या कपड्यांचा ढीग माझ्या पायाच्या बोटानं सरकवला आणि त्याचं पैशाचं पाकीट शोधलं. मी त्याचं पाकीट पूर्णच रिकामं केलं. अगदी शेवटची नोटसुद्धा काढून

घेतली. मी त्याच्या कपड्यांचा एक मोठा गोळा केला आणि स्वतःला रडण्यापासून थांबवत चुपचाप दाराकडे सटकले. मी दरवाज्याची कडी काढून चटकन बाहेर आले आणि दार माझ्यामागे 'क्लीक' आवाज करीत बंद झालं आणि तेव्हाच त्यानं मारलेली हाक मी ऐकली. मी त्याकडे दुर्लक्ष करून धावायला सुरुवात केली. तो किती अस्वस्थ होऊन आपले कपडे शोधत असेल याचं चित्र मी मनातल्या मनात पाहू लागले. म्हणून मी ते कपडे हॉलच्या टोकाशी असलेल्या जिन्यातच टाकले. मी ते माझ्याबरोबर घेऊन जाऊन रस्त्यात टाकू शकले असते; पण मला तशी गरज वाटली नाही. तशी मी मनानं चांगली आहे.

मी बाहेर आल्यावर त्या इलेक्ट्रिसिटी टाउनच्या छोट्या गल्ल्यांमधून धावायला सुरुवात केली. त्या साऱ्या छोट्या गल्ल्यांना कापत मी निघाले. संध्याकाळच्या वेळी अकिबा शहर, लुकलुकणारे निऑन लाइट्स आणि जणू काही तुमचं डोकं चिरडून टाकतील अशा आवेशात खाली बघणाऱ्या मंगा ॲक्शन हिरोंच्या प्रतिमा, यामुळे एखाद्या प्रचंड भासासारखे वाटते. त्यात तिथला गोंधळ, तिथल्या खेळांच्या दुकानातले विचित्र आवाज, किंचाळणारे फेरीवाले आणि दारू प्यायलेल्या नोकरदारांना आणि टूरिस्ट्सना हाक मारणारे दलाल आणि ओताकू एखाद्या समुद्रावरच्या शेवाळ्यासारखे पसरलेले असतात.

नेहमी मला ते सगळं खूप आवडत असे आणि ती ऊर्जा माझ्यात खूपच बळ भरत असे; पण या साऱ्याकरिता तुमचं मन जाग्यावर हवं ना! आणि आत्ता माझं ते नव्हतंच. मी माणसांच्या गर्दीत स्वतःला ढकलत होते आणि माझा चेहरा खाली करून माझे अश्रू लपवत चालले होते. मला आत्ताच ताबडतोब माझ्या वडिलांना भेटायचं होतं. मला त्या क्षणी माझे बाबा खूप हवे होते. मला त्यांना हे सांगायचं होतं की जिको मरणाच्या शेवटच्या अवस्थेत होती. म्हणजे सगळं थांबवून मला ते स्टेशनवर घेऊन गेले असते आणि आम्ही दोघांनी मिळून मग पुढची सेन्दाईकडे जाणारी एक्सप्रेस पकडली असती. आता रात्र पसरायला लागली होती. बसेस शहरातून धावायच्या थांबल्या होत्या. मग आम्हाला स्टेशनपासून देवळाकडे, जिथं जिको राहत होती, तिथपर्यंत टॅक्सी घ्यावी लागली असती. आम्ही कदाचित तिथं अवेळीच पोहोचलो असतो. कदाचित पाच किंवा सहा तासांनी. आणि जेव्हा आम्ही पोहोचू, सगळंच शांत आणि थंड झालेलं असेल. मूजी बाहेर येऊन आमचं स्वागत करेल. आणि आम्हाला सांगेल की 'जिको आता खूप छान आहे. मला जिकोबद्दल आलेला संदेश खोटा आणि फसवा होता आणि जिकोच आमची माफी मागेल की तिनं आम्हाला असं बोलावून घेतलं आणि आमच्या नेहमीच्या आयुष्याचा क्रम मोडून टाकला. ज्याचं काही कारणच नव्हतं. पण आता जर आम्ही इथं आलोच आहोत! आम्हाला अंघोळ करायला आवडेल का.'

मला हे सारं असं अपेक्षित होतं. माझ्या वडिलांना शोधायचं, बरी आहे हे बघायचं आणि अंघोळ करायची. ट्रेनमधून प्रवास करताना माझं उतरायचं ठिकाण येईपर्यंत मान खाली घालून आणि माझ्या युनिफॉर्मच्या बाहीनं नाक पुसत मी याच विचारांवर लक्ष केंद्रित करत होते.

मी अपार्टमेंटमध्ये पोहोचले तेव्हा सारं काही शांत होतं.

'तादायमा....' मी आवाज दिला अगदी खूपच मऊपणे; पण माझा आवाज जणू रडल्यानंतर येणाऱ्या घोगऱ्या आवाजासारखा भासत होता.

मला काहीच उत्तर मिळालं नाही. जर बाबा इंटरनेटवर बसले असतील आणि त्यांना ऐकू गेलं नसलं तर असंच होणार होतं; पण आई अजून कामावरच असेल का याचं मला आश्चर्य वाटलं. मुजीनं त्यांना फोन केला असेल का? कदाचित ते मला न घेता आधीच सेन्दाईला जायला निघाले असतील.

"बाबा," मी आवाज दिला.

मला संडासातून पाण्याचा आवाज आला आणि नंतर बाथरूमचा दरवाजा उघडला आणि आतल्या उजेडानं बाहेरची खोली उजळली. मी माझे बूट काढले आणि आत गेले. विसरायला नको म्हणून आम्ही जिथं वस्तू ठेवतो, तिथं एक स्थानिक सुपर मार्केटमधली पिशवी ठेवली होती. मी ती पिशवी उघडून आत काय आहे ते पाहिलं आणि बंद करून उजेडाच्या दिशेनं गेले.

मी बाबांना बेडरूममध्ये पाहिलं. त्यांनी गडद निळ्या रंगाचा सूट घातला होता. त्यांनी दाढी करून स्वत:ला नीट तयार केलं होतं. ते आता मोजे घालत होते.

"बाबा," मी त्यांना आवाज दिला.

त्यांचे ते हडकुळे पाय एकदम फिकट पांढऱ्या रंगाचे आणि आजारी माणसाचे पाय वाटत होते. त्यांनी वर पाहिलं "ओ! नाओको, अगं तुला आत आलेलं तर मी पाहिलंच नाही!"

ते माझ्याकडे आरपार पाहत होते. त्यांचा आवाज निर्जीव आणि नीरस होता. ते पुन्हा मोजा नीट करण्यासाठी खाली वाकले. "तू आज लवकर आलीस!" त्यांनी विचारलं, "आज तू तुझ्या शाळेच्या मित्रमैत्रिणींबरोबर बाहेर जाणार नाहीस का?"

व्वा! म्हणजे अजूनही मला शाळेचे मित्रमैत्रिणी आहेत यावर त्यांचा विश्वास होता. ही गोष्ट हेच सांगत होती की त्यांना आमच्या दोघींच्या जीवनाबद्दल काहीच माहीत नव्हतं. त्यांच्यात काहीतरी बदल मात्र नक्कीच झाला होता. अगदी नेहमीच्या बदलापेक्षा हा बदल जरा वेगळाच होता. जणू काही ते एका झॉम्बीमध्ये बदलणार होते.

"आई कुठं आहे?" मी विचारलं.

"ती आता ओव्हरटाईम करते आहे." ते म्हणाले. ते उभे राहिले आणि त्यांनी

त्यांची पॅन्ट नीट केली.

"तुम्ही कुठे बाहेर चालला आहात का?" मी विचारलं.

"हो!" ते म्हणाले. त्यांचा आवाज आश्चर्यचकित करणारा होता. त्यांनी आज टायसुद्धा घातला होता. हा तोच टाय होता जो मी त्यांच्यासाठी पहिल्या ख्रिसमसला आणला होता, जेव्हा ते त्यांच्याकडे नोकरी असल्याचं नाटक करीत होते. तो टाय सिल्कचा नव्हता; पण त्यावर असलेलं फुलपाखरांचं डिझाईन खूपच छान होतं.

"तुम्ही कुठं चालला आहात?" मी पुन्हा त्यांना विचारलं.

"मित्राला भेटायला!" ते उत्तरले "एक मित्र आहे जो युनिव्हर्सिटीमध्ये मी असताना माझ्या सोबत होता. आम्ही जुन्या काळच्या आठवणींमध्ये मन रमवून थोडं पेयपान करणार आहोत; पण मला फारसा उशीर होणार नाही!" ते असं बोलत होते जणू त्यांनी ते शब्द लिहून पाठ केले आहेत. त्यांना नक्की असं वाटत होतं का की मी त्यांच्यावर विश्वास ठेवीन म्हणून?

आता माझ्या झॉम्बी बाबांनी सुटावर त्यांचं जॅकेटसुद्धा चढवलं.

"तुम्हाला कुणी फोन केला होता का?" मी त्यांना विचारलं.

त्यांनी त्यांचं डोकं नकारार्थी हलवलं- "नाही!" त्यांनी त्यांचं पैशाचं पाकीट सुटात ठेवलं आणि नंतर दोन मिनिटं ते स्तब्ध झाले. त्यांच्या कपाळाला आठ्या पडल्या. "का गं? तुला कुणाच्या फोन येण्याची अपेक्षा आहे का?"

आणि माझ्या हे लक्षात आलं की मुजीला जणू सर्व काही कळत असावं. आणि शिवाय जिकोलासुद्धा हे माहीत होतं की बाबा फोनला उत्तरसुद्धा देत नाहीत.

"नाही! काही नाही! मी फक्त सहजच विचारलं!" मी उत्तरले. मी त्यांच्याकडे लक्षपूर्वक पाहत होते. ते तिथंच उभे होते. त्यांच्या सुटामध्ये ते बरे दिसत होते. तो सूट हलक्या दर्जाचा होता; पण ते घरात घालत असलेल्या घाणेरड्या जुन्या ट्रेनर पॅन्टपेक्षा बरा होता.

मी त्यांच्या पाठीमागे हॉलच्या दारापर्यंत चालत गेले आणि पाहिलं की ते पायात बूट चढवत होते.

"तुम्ही तुमची पिशवी विसरू नका!" मी म्हणाले.

त्या पिशवीकडे ते आपोआप वळले आणि नंतर एकदम स्थिर झाले. "कोणती पिशवी?" ते ढोंग करीत होते; जणू ते गोंधळले आहेत आणि त्यांना हे माहीत नव्हतं की ती कोणती पिशवी आहे.

"ती पिशवी!" मी परत त्या सुपर मार्केटच्या पिशवीकडे बोट दाखवत म्हणाले, जी दरवाज्याच्या जवळच ठेवलेली होती.

"ओह! ती पिशवी होय! अर्थातच!" त्यांनी ती पिशवी उचलली आणि माझ्याकडे बघितलं. त्यांच्या त्या बघण्यावरून मी नक्की सांगू शकते की त्यांना असं

वाटत होतं की मी त्या पिशवीत काय आहे ते बघितलं. मी वळले आणि स्वयंपाकघराकडे गेले.

"Ittekimasu..." असं ते म्हणाले; पण त्यांच्या आवाजात खात्री नव्हती.

'Ittekimasu...' तेव्हा म्हणतात जेव्हा तुम्हाला माहीत असतं की तुम्ही परत येणार आहात. 'मी जातो आणि परत येतो' असा त्याचा अर्थ. जेव्हा कुणी तुम्हाला 'Ittekimasu...' म्हणतं, त्याला तुम्ही 'Itterashai' असं उत्तर देणं अपेक्षित असतं, ज्याचा अर्थ होतो 'जा आणि सुखरूप परत या.'

पण, मी तसं काहीच म्हटलं नाही. मी सिंकच्या समोर दाराकडे पाठ करून उभी राहिले. कोळशाच्या विटा आणि त्यांच्या आवडत्या निक ड्रेनची गाणी यांनी भरलेली पिशवी घेऊन ते तिथं उभे असल्याचं मी डोळ्यांसमोर आणलं. वेळेनं मला सांगितलं की 'आजचा दिवस पूर्ण झालेला आहे!'

कदाचित बाबांनी विचार केला असावा की मला त्यांचे शब्द ऐकू आलेले नाहीत. ते पुन्हा मला म्हणाले "Ittekimasu..!"

बाबा निघून का जात नाहीत! आणि दुसऱ्या सेकंदाला दरवाजा बंद झाल्याचा आवाज मी ऐकला.

"खोटारडे!" मी अगदी श्वासातल्या श्वासात कुजबुजले!

ही आता शेवटचीच रात्र होती.

मला आता माझ्या बाबांची जरुरी नव्हती. मी सेन्दाईला जाणारी शेवटची रेल्वेगाडी पकडली आणि मग स्थानिक गाडीने कशीबशी जिकोच्या देवळाच्या गावापर्यंत किंवा त्या छोट्या शहरापर्यंत पोहोचल; पण त्या विकृत माणसाच्या पाकिटात एवढेसुद्धा पैसे नव्हते की मी जिकोच्या त्या खेडेवजा शहरातील समुद्रकाठच्या जवळच्या गावाच्या भागात टॅक्सीनं जाऊ शकेन. म्हणून मी त्या स्टेशनवरील सुबक बाकड्यावर बसून वाट बघत राहिले. मी देवळात फोन करून विचारण्याच्या बेतात होते. मी कल्पना करू शकत होते की वाजणाऱ्या फोनच्या घंटीनं रात्रीची निरामय, नीरव आणि खोल असणारी देवळातील शांतता भंग झाली असती आणि हे तर फार चुकीचं होतं. त्याऐवजी मी त्यांना माझ्या केताईवरून मेसेज पाठवला. मला हेसुद्धा माहीत होतं की त्याला कुणीही उत्तर देणार नाही. मला त्या वेळेस खरोखरच कुणाशी तरी बोलावंसं फार वाटत होतं. मग मी तुमच्याकरिता इथं बसून ही सारी पानं लिहून काढलेली आहेत. मला हे माहीत आहे की तुम्हीसुद्धा मला उत्तर देणार नाही. आणि मग माझ्या अंदाजाप्रमाणे मी त्या बाकड्यावरच गाढ झोपी गेले.

आकाश आता काळपट धुरकट होत होतं. जेव्हा स्टेशनमास्तरनी मला त्या बाकड्यावरून हलवून उठवलं. त्यांनी मला जिकोच्या छोट्या शहराकडे जाणारी बस

कुठून घ्यायची, ते पण सांगितलं. मी तिथल्या वेंडिंग मशिनमधून गरम कॉफी घेतली. आणि येणाऱ्या पहिल्या बसची वाट पाहू लागले. मी देवळात फोन करण्याचा प्रयत्न केला; पण कुणीही उत्तर दिलं नाही. त्यामुळे तिथं काय चाललं आहे ते कळायला काहीच मार्ग नव्हता. मला आशा होती की जिको नीट असावी आणि ती चांगलीच राहणार होती. मला अशी आशा होती की ती आतापर्यंत गेली नसणार. ती माझी वाट बघणार असणार. मी हीच प्रार्थना करीत होते. माझी प्रार्थना तुम्हाला ऐकू येत नाही का?

मला हे माहीत आहे की हे मूर्खपणाचं आहे. मला हे माहीत आहे की तुम्ही अस्तित्वातच नाही आणि मी लिहिलेली डायरी वाचणार नाहीये. मी फक्त या मूर्ख बसथांब्यावरती बसून, कॅनमधील खूप गोड कॉफी पीत हे ढोंग करतेय, की मला कुणीतरी मित्र आहेत आणि हे मी लिहिलेलं ते वाचणार आहेत.

पण सत्य तर हेच आहे की तुम्ही खोटारडे आहात. 'तुम्ही' किंवा 'तुमचे अस्तित्व' ही माझ्या कल्पनेतून निर्माण झालेली एक आणखी मूर्ख गोष्ट होती; कारण मी खूपच एकटी होते आणि मला अशा कुणाचीतरी गरज होती, ज्याच्याजवळ मी माझ्या मनातलं सगळं बोलू शकेन. मी अजूनही मरायला तयार नव्हते. आणि जगण्यासाठी लागणाऱ्या उद्दिष्टाचीही मला फार गरज होती. मी तुमच्याशी असं वेड्यासारखं वागायला नको होतं; पण मी अशी वागतेच; कारण आता तुम्हीही माझा विश्वासघात करताय!

पण, खरी गोष्ट ही आहे की, मी अगदी एकटी आहे.

मला ही गोष्ट पूर्णपणे माहीत आहे की, जेव्हा मी ही डायरी लिहायला सुरुवात केली तेव्हा मला हे माहीत होतं की मी ही डायरी पूर्ण करू शकणार नाही; कारण माझ्या हृदयातील अंतर्हृदयात मला हे माहीत आहे की तुमचं अस्तित्वच नाहीये. का करावा मी असा विश्वास? मी ज्यांच्यावर पूर्ण विश्वास टाकते ती माणसे मरतायत. माझी म्हातारी जिको आता मरते आहे. माझे वडील बहुतकरून आता मरूनसुद्धा गेले असतील. आणि मीसुद्धा जिवंत राहणार आहे की नाही, या गोष्टीचा मला भरवसा वाटत नाहीये. आणि लवकरच माझं अस्तित्व संपेल. मी आत्ता, या क्षणापुरतीच आहे. जो लवकरच संपुष्टात येणार आहे.

बेबेट बरोबरच बोलत होती. मी स्वार्थी आहे. आणि मी फक्त माझ्याच आयुष्याची

काळजी घेतेय, जसे की माझे वडील करतात. ते फक्त स्वतःच्या मूर्ख आयुष्याची काळजी करतात. मला आता वाटायला लागलंय की मी या डायरीची ही सुंदर पानं खराब केलेली आहेत, वाया घालवलेली आहेत. मी माझं ध्येय गाठण्यात अयशस्वी झाले आहे. जिकोच्या चमकदार आणि आकर्षक अशा आयुष्यावर डायरी लिहिण्याचं माझं ध्येय होतं, जेव्हा माझ्याकडे भरपूर वेळ होता, तेव्हाची ही गोष्ट आहे. तिच्या मृत्यूपूर्वीच मला हे करायचं होतं; पण आता खूपच उशीर झालेला आहे. आता रोजच्या तात्पुरत्या गोष्टींवर बोलू. मला क्षमा कर माझ्या लाडक्या म्हाताऱ्या जिको! मी तुझ्यावर खूपच प्रेम करते, पण मी आता सगळेच बिघडवले आहे.

थंडी पडली आहे. स्टेशनसमोरील झाडांचा बहर जवळजवळ ओसरलाय आणि उरलेला जो फुलांचा बहर फांदीला चिकटलेला होता, तो घाणेरड्या मळकट कथ्थ्या रंगाचा झाला होता. तिथं एक निळ्या-पांढऱ्या जॉगिंग सूटमधला एक म्हातारा माणूस आपल्या लोणच्याच्या दुकानासमोरच्या त्या पाकळ्या झाडून काढत होता. त्यानं मला बघितलेलं नाही. स्टेशन मास्तर स्टेशनचे दरवाजे उघडतायत. एक पांढऱ्या रंगाचा कुत्रा रस्त्यात त्याचे अंडकोष चाटत बसलाय. निळ्या आणि पांढऱ्या रंगाचा रुमाल आपल्या डोक्यावर बांधून एक शेतकरी बाई सायकलवरून जातेय. कुणीच मला बघत नाहीये. कदाचित मी अदृश्य झालेय.

मला वाटतं हे असंच आहे, असंच काहीसं वाटतंय आत्ता.

रुथ

१

संध्याकाळच्या दरम्यान ईशान्येकडून वादळ आलं. ॲल्यूशियन बेटांना वळसा घालून, अलास्काच्या किनाऱ्यावरून सरकत, जॉर्जियाच्या सामुद्रधुनीवरून खूप वेगानं येणाऱ्या वाऱ्यांनी ते बेट निमिषार्धात उद्‌ध्वस्त केलं. इलेक्ट्रिसिटी गेली. एका क्षणापूर्वी ते बेट तिथं होतं. गावातल्या छोट्या छोट्या लुकलुकणाऱ्या दिव्यांनी त्या बेटाचं अस्तित्व होतं. आणि पुढच्याच क्षणी त्या दिव्यानं त्या बेटाला चक्री वादळाच्या आणि समुद्राच्या गर्तेत ढकललं : आकाशातून तरी तसंच दिसलं असणार.

नंतरच्या काही तासांच्या वेळेत वादळाचे तडाखे सातत्याने असेच चालू राहिले होते. उंच उंच झाडांना ते वादळ साफ करीत होतं. दूरवरचं ते छोटं घर जे अंधारातसुद्धा रात्री चमकून उठून दिसत असे, त्या दिवशी मात्र फक्त बेडरुमच्या छोट्या चौकोनी खिडकीतून निघणाऱ्या निःसत्त्व मंद उजेडाच्या तिरिपीमुळेच ओळखू येत होतं.

२

"... हे असंच आहे" रुथ वाचत होती. केरोसीनच्या दिव्याच्या मंद उजेडात ती डायरीमधील अक्षरं लावायचा प्रयत्न करीत होती. "असंच काहीसं वाटतंय आता!"

तिचा आवाज अगदी लहान प्रमाणात घुमला होता. त्या बाहेरच्या वादळवाऱ्याचा आवाज चाबूक मारल्याच्या आवाजासारखा घुमत होता. मोठ्या प्रमाणात तो आवाज घोंगावत होता; पण त्या क्षणी तरी तिचं ते उच्चारलेलं वाक्य बऱ्याच क्षणांकरिता टिकलं होतं. त्या शब्दांनी प्रत्येक गोष्ट स्थिरपणे उभी केली होती. कंदिलाची वात पुन्हा एकदा फरफरली. आणि जगानं जणू आपला श्वास रोखून धरला होता.

"तिनं स्वतःहूनच स्वतःला पकडून ठेवलं आहे!" ऑलिव्हरनं शांततेचा भंग

केला.

आपल्या पलंगावर शेजारी शेजारी बसून ती दोघं नाओनं काय लिहिलंय याचा विचार करत होते. त्याच वेळेस वादळवारा थांबल्याची चाहूल लागली होती. पण जेव्हा ती शांतता फारच वेळ टिकली तेव्हा ऑलिव्हर म्हणाला ''चल, पुढे वाच! थांबू नकोस!''

रुथनं डायरीची पानं उलटायला सुरुवात केली. तिच्या काळजाचा ठोकाच चुकला; कारण पुढचं डायरीचं पान पूर्णपणे कोरंच होतं.

पुढचं पान उलटलं, तेही कोरंच होतं.

आणि नंतरची सारीच पानं कोरी होती.

तिनं काही पानं सोडून पुढे पाहिलं. अजूनही त्या पुस्तकात वीस पानं शिल्लक होती. आणि ती सगळीच्या सगळी कोरीच होती. आता वादळी वाऱ्यानं पुन्हा जोर धरायला सुरुवात केली होती. त्यानं पुन्हा झाडांना झोडपायला सुरुवात केली होती. घराच्या टीनच्या छतावर पावसाच्या पाण्याच्या थेंबांनी ठोसे मारायला सुरुवात केलेली होती.

या गोष्टीला काहीच अर्थच उरलेला नव्हता. तिला हे माहीत होतं की ती पानं आधी भरलेली होती. याआधीसुद्धा दोन वेळा ती गोष्ट तिनं तपासली होती. जेव्हा आधी तिनं डायरीची पानं भरभर उलटली होती, तेव्हा शेवटपर्यंतची डायरीतील ती अक्षरं तिनं पाहिली होती. त्या मुलीनं चिकाटीनं शेवटपर्यंत लिहिल्याचं तिच्या लक्षात होतं आणि खरोखरच तसं होतंही! पूर्वी तिथं त्या पानांवर शब्द होते. तिला त्याची पूर्ण खात्री होती. आणि आता ते शब्द तिथं नव्हते. काय झालं होतं त्यांचं?

बेडवर टांगलेला हेडलॅम्प तिनं चाचपडत शोधला. तो पेटवून त्याचा बेल्ट आपल्या डोक्याभोवती गुंडाळला. त्याच्या एलईडीचा प्रखर झोत सर्चलाईटसारखा वाटत होता. अतिशय काळजीपूर्वक तिनं ते पुस्तक प्रकाशात धरलं. आणि मग पलंगावरील चादरीवर बघितलं आणि बारीक निरीक्षण चालू केलं. गादीच्या उंचसखल भागातही ती पाहू लागली. तिची अपेक्षा होती की अक्षरांच्या आभासी आकृत्या कदाचित सावल्यांमध्ये हालताना दिसतील.

''तू काय करते आहेस?'' ऑलिव्हरनं विचारलं.

''काही नाही रे!'' ती पुटपुटली आणि कोऱ्या पानांचं निरीक्षण करायला लागली. यदाकदाचित एखाददुसरा शब्द मागे सुटला असेल तर तो शब्द गादीवरच्या चादरीच्या चुण्यांमध्ये सापडेल असं तिला वाटलं.

''काही नाही म्हणजे काय? पुढे वाचत राहा. मला कळलंच पाहिजे काय झालं आहे ते!'' ऑलिव्हर म्हणाला.

''काही नाही झालं. म्हणजे मला हे म्हणायचं होतं की सगळे शब्द डायरीतून

नाहीसे झाले आहेत!'' रुथ म्हणाली.

आता त्यानं हळुवार उच्छ्वास सोडला. ''सगळेच शब्द गेले म्हणजे काय? तुला काय म्हणायचं आहे?'' त्यानं विचारलं.

''माझं म्हणणं एवढंच आहे की सारे शब्द या पानांवर पूर्वी होते; पण आता ते इथं नाहीत. ते सगळे नाहीसे झालेत, हरवलेत!'' रुथनं म्हटलं.

''तुला त्याची पूर्ण खात्री आहे?'' ऑलिव्हरनं विचारलं.

तिनं ते पुस्तक त्याच्यासमोर धरलं. ''अर्थातच! मला पूर्ण खात्री आहे, ऑलिव्हर. मी ही डायरी पूर्ण तपासलेली होती. तीसुद्धा खूप वेळा तपासली आहे. तिचं लिखाण शेवटच्या पानापर्यंत एकसारखंच होतं, ऑलिव्हर!'' रुथ म्हणाली.

''पण शब्द असे कधीच नाहीसे होत नाहीत, रुथ!'' ऑलिव्हर म्हणाला.

''खरंच ते झालेत. मी हे असं का घडलं याचं स्पष्टीकरण देऊ शकत नाही, ऑलिव्हर. कदाचित तिनंच आपलं मन बदलवलं असेल किंवा असंच काहीतरी!'' रुथ म्हणाली.

''हा जो सगळा प्रकार आहे ना, हा ताणामुळे निर्माण होणार छोटासा परिणाम आहे. तुला नाही वाटत असं? ती असं करूच शकत नाही. ती तिथपर्यंत पोहोचून अशी परत येऊच शकत नाही!'' ऑलिव्हरनं समजावण्याचा प्रयत्न केला.

''नाही रे बाबा! तिनं तसंच केलेलं आहे.'' रुथनं आता डोक्यावरचा दिवा विझवला. हे असं आहे, जणू तिचं आयुष्य नुकतंच कमी झालंय. प्रत्येक पानागणिक वेळ तिच्यापासून निसटून चाललाय...

ऑलिव्हरनं काहीही उत्तर दिलं नाही. कदाचित तो विचार करीत असावा. कदाचित तो गाढ झोपला असावा. तीही मग त्याच्या शेजारी बराच वेळ झोपली आणि बाहेरचं वादळ ऐकत राहिली. पाऊस कोसळत होता. अगदी घराच्या बाजूनंसुद्धा खिडकीतून आत घुसायचा प्रयत्न करीत होता. जणू काही एखादा प्राणी खिडकीतून आत घुसायचा प्रयत्न करतो आहे. बाजूच्या टेबलवरचा केरोसीनचा दिवा अजूनही जळत होता, पण त्याची वात आता काजळली होती. ती वात आता कापायला किंवा झटकायला हवी होती. तिला तिथं जाऊन ती वात विझवायला पाहिजे होती; पण तिला वात विझवल्यावर येणारा केरोसीनचा घाणेरडा वास आणि धूर आवडत नव्हता. आणि म्हणूनच ती वात पूर्ण जळायची ती वाट बघत राहिली. तेलाचे दिवे आणि एलईडीचे लाइट, जुनं आणि नवीन तंत्रज्ञान. एखाद्या विपरीत वर्तमानात, विरोधाभासी परिस्थितीत वेळेसारखी गोष्ट नेस्तनाबूत होते. कदाचित व्हेल माशाच्या तेलाचा दिवा या केरोसीनच्या दिव्यापेक्षा चांगला वास देत असेल का? त्या उदास आणि अशक्त प्रकाशाच्या दिव्यामध्ये ऑलिव्हर तिच्याजवळ झोपल्याची जाणीव तिला होती. एक मंद आणि अस्थिर सावली त्या अंधारात हलत

होती. मध्ये अजिबातच वेळ गेलेला नसल्यासारखं तो अचानक बोलला, तेव्हा त्याच्या त्या आवाजानं ती दचकली.

"जर हे असं असेल तर" तो म्हणाला, "फक्त *तिचंच* आयुष्य धोक्यात आहे असं नाही."

"तुला काय म्हणायचं आहे, ऑलिव्हर?" रुथनं विचारलं.

"या प्रसंगानं आपल्याही अस्तित्वावर प्रश्न उमटलेला आहे, रुथ! तू याचा विचार केलेला आहेस का?" तो म्हणाला.

"आपल्या?" ती म्हणाली. तो गंमत करतो आहे का?

"अगदी मला खात्री आहे," तो पुन्हा बोलला. "मला असं म्हणायचं आहे की, जर तिनं आपल्यासाठी म्हणून जे काही लिहिलेलं होतं, ते जर थांबवलंच असेल, तर आपणही त्या काळाबरोबर आणि तिच्याबरोबरच थांबून गेलेलो आहोत असंच नाही का होत, रुथ?

त्याचा आवाज फारच दुरून आल्यासारखा तिला भासत होता. की हा वादळाचाच एक भ्रम होता. तिच्या डोक्यात आता तो विचार आला.

"आपण?" तिनं विचारलं "तिनं ती डायरी फक्त माझ्यासाठीच लिहिली होती. मीच तिची 'तू' किंवा 'तुम्ही' आहे. मीच 'ती' आहे जिच्यासाठी नाओ डायरी लिहीत होती आणि मला हे सांग की केव्हापासून 'मी' 'आम्ही' मध्ये बदलला आहे रे!"

"मलासुद्धा तिची खूप काळजी वाटते, रुथ! आणि ही गोष्ट तुला तर चांगलीच माहीत आहे!" ऑलिव्हर तिला म्हणाला. आता त्याचा आवाज तिला पुन्हा जवळूनच यायला लागला. अगदी तिच्या कानाजवळून.

"तू जेव्हा ती डायरी वाचत होतीस तेव्हा मी ती ऐकत होतो. अगदी मनापासून ऐकत होतो. त्यामुळे मी विचार करतो आहे की मीसुद्धा या 'तुम्ही'साठी पात्रच ठरत नाही का? त्यातसुद्धा मी तुझा एक भाग म्हणूनच सामील आहे ना? आणि शिवाय 'तुम्ही'चा अर्थ एकवचनी आणि अनेकवचनीसुद्धा होतो. त्यामुळे तुला हे कसं माहीत की ती नाओ फक्त तुझ्यासाठीच लिहीत होती? कशावरून सुरुवातीपासून ती आपल्या दोघांकरिता ही डायरी लिहीत नाहीये?" ऑलिव्हरनं विचारलं.

वादळाच्या गोंगाटात तिला समजावून सांगणं त्याला जरा कठीणच जात होतं, पण तीसुद्धा आता विचार करीत होती, की खरंतर तिच्याच हळू आवाजानं ती पकडली गेली होती. मग तिनं तिच्या डोक्यावरचा दिवा लावला आणि त्याचे किरण त्याच्या तोंडावर फेकून त्याला विचारलं-

"तुला ही सारी गंमत वाटते आहे का?"

त्याने त्या कडक प्रखर प्रकाशाच्या समोर आपला हात डोळ्यांवर आडवा धरला. "अजिबात नाही!" तो म्हणाला. तो तिरपा होत म्हणाला "कृपा करून हा

लाइट...''

तिनं जणू त्याच्यावर उपकार करीत असल्यासारखं आपलं डोकं वळवलं.

''मी या बाबतीत गंभीर आहे, रुथ!'' त्याच्या आवाजात आता मंदपणा आला होता; जणू तो आता माघार घेत होता. तो पुढे तिला म्हणाला, ''कदाचित आपण दोघंही जिवंत नसू. आणि मला वाटतं की पेस्टोसोबतसुद्धा हेच झालं असावं. पेस्टोनंसुद्धा आपल्या आयुष्याचं पान मिटवून टाकलेलं आहे...''

ऑलिव्हरच्या बोलण्यात सत्यता होती की तिला नुसतंच तसं वाटलं.

३

बाहेर त्या उंच सिडारच्या झाडावर बसलेल्या त्या जंगली कावळ्यानं पावसाला विरोध करत असल्यासारखे पंख फडफडवले. फांद्यांमधून येणाऱ्या वाऱ्यानं त्याच्या अंगावरची काळी चमकणारी पिसं थरथरली. जणू त्या वाऱ्याला शिव्या देत असल्यासारखा तो कावळा ओरडला, ''काव काव.'' पण, त्या गोंगाटात वाऱ्याला कावळ्याचा आवाज ऐकू आला नाही. म्हणून त्यानं उत्तरही दिलं नाही. फांदी वाऱ्याने हेलकावली आणि कावळ्याने त्या फांदीवरची आपली पकड आणखीनच घट्ट केली आणि पुढे झुकून उडण्याची तयारी केली.

४

''तू तर माझ्यापेक्षाही जास्त वेड्यासारखं बोलतो आहेस!'' रुथ म्हणाली.

''नाही, अजिबातच नाही!'' ऑलिव्हर म्हणाला ''उलटपक्षी मी तर हे म्हणेन आपण दोघंही ही समस्या तात्त्विकदृष्ट्या मांडून तिला तोंड देण्याचा प्रयत्न करतो आहोत. आपण पायरीपायरीनंच पुढे चाललो आहोत.'' त्याच्या आवाजात आता ती गोष्ट काळजीपूर्वक बोलल्याचा भास रुथला होऊ लागला. त्यामुळे त्या आवाजानंच तिला अस्वस्थ वाटू लागलं होतं.

''तू मला सतावतो आहेस, ऑलिव्हर. हे थांबव!'' रुथ त्याला म्हणाली.

''जर तुला खरोखरीच खात्री असेल की त्या डायरीत ते शब्द होते तर...'' तो पुढे म्हणाला. ''तर ते तूच शोधून काढायला पाहिजेस, नाही का?''

''पण हे हास्यास्पद आहे!'' रुथ म्हणाली.

''ते शब्द तिथंच होते!'' तो पुढे म्हणाला ''आणि आता तेथून निघून गेले आहेत. मग ते हरवलेले शब्द गेले तरी कुठं?''

''मला कसं माहीत असणार ते?'' रुथ म्हणाली.

"अरे, कसं माहीत नाही? हेच तर तुझं काम आहे ना!'' त्यानं आपला शेरा वरच्या छताकडे बघून त्यालाच देतो आहे अशा थाटात दिला आणि त्यानं आपला चेहरा तिच्याकडे वळवला आणि तो तिला म्हणाला, "तू लेखिका आहेस ना?''

कदाचित त्यानं तिला म्हटलेली ही सगळ्यात क्रूर गोष्ट होती.

"पण मी नाहीये!'' ती रडत म्हणाली. तिचा तो दुःखी आवाज वाढला आणि त्या आवाजाची स्पर्धा आता वादळी वाऱ्याबरोबर व्हायला लागली. मी लेखिका होते; पण आता नाहीये. ते शब्द तिथं खरंच नाहीयेत...

"हं!'' तो म्हणाला "कदाचित तू खूपच जास्त प्रयत्न केला असणार किंवा तू चुकीच्या ठिकाणी वाचण्याचा किंवा पाहण्याचा प्रयत्न केला असशील!''

"तुला म्हणायचं काय आहे, ऑलिव्हर?''

"ते शब्द कदाचित इथं असतील, रुथ.'' ऑलिव्हर म्हणाला.

"इथं?'' तिनं विचारलं.

तो पुन्हा छताकडे बघत म्हणाला, "का नाही? विचार कर की जरा! शब्द कुठून येतात? ते येतात मृतांकडून. ते आपल्याला आई-वडिलांकडून, पूर्वजांकडून मिळतात. कधी आपण शब्द उसने घेतो. काही काळासाठी मृतांना जिवंत करण्यासाठी आपण त्यांचा वापर करतो.'' तो कुशीवर वळला आणि एका हातावर टेकून बसला. "प्राचीन ग्रीक लोकांचा हा विश्वास होता की जेव्हा तुम्ही मोठ्यानं वाचता-बोलता, तेव्हा ते मृत लोकच तुमच्या तोंडून पुन्हा बोलत असतात. पलंगाशेजारचा दिवा विझवण्यासाठी त्यानं आपलं शरीर तिच्या शरीरावरून झुकवलं. त्यानं आपल्या हाताची ओंजळ करून त्या काचेच्या चिमणीवर धरली आणि क्षणभरच त्याचा चेहरा खालून येणाऱ्या उजेडानं उजळला आणि त्याच्या डोळ्यांच्या खोबणी सावलीमुळे जास्तच खोल जाणवल्या. 'मृतात्म्यांचं बेट...' हरवलेले शब्द शोधायला यापेक्षा अजून कुठली योग्य जागा असणार?''

"तू आता मला घाबरवतो आहेस...'' ती म्हणाली.

तो हसला आणि त्यानं काचेच्या चिमणीवर फुंकर मारून दिवा विझवला. खोलीमध्ये आता अंधारानं आपलं साम्राज्य पसरवलं. त्याचबरोबर केरोसीनचा उग्र वास आणि पांढऱ्या धुराच्या वलयांचा भुतासारखा आकार खोलीत पसरला.

"शुभ रात्री! आणि गोड स्वप्नं पाहा!'' तो तिच्या कानात कुजबुजला.

५

"जर मी स्वप्नात खूप दूरवर प्रवासाला गेले आणि उठण्याच्या वेळेवर परत आले नाही तर?''

"तर मी तुला तिथून घेऊन येईन!"

झाडाच्या फांद्या विलग झाल्या होत्या आणि रस्ता दाखवत होत्या. जो रात्रीच्या वादळवाऱ्यानं लांबपर्यंत अरुंद होत गेला होता. आणि तिला तो रस्ता कायम घनदाट अरण्याकडे जाण्याचा मार्ग दाखवत होता. पाऊस पूर्णच थांबला होता. रातकिड्यांची किर्रकिर्र अजूनही चालू होती. देवळात लावलेल्या उदबत्त्यांचा, ओल्या सिडार आणि चंदन वृक्षांचा दरवळ हवेत पसरला होता.

लांबूनच पानांमध्ये तिची नजर काहीतरी टिपते. एखाद्या आकृतीचा विशिष्ट भाग. आकार की पूर्ण आकृतीच होती? ते सांगणं जरा कठीणच होतं. ती एखाद्या भाल्यासारखी सणाणत झाडांच्या फांद्यांमधून सरकते होते. एखादा पक्षी? त्या आकृतीचा भास एकदम आकारात जुळून येतो आणि एकदम काळपट गडद रंगात ती आकृती अचानकच विरघळून जाते. ती मेंदूला ताण देऊन आठवण्याचा प्रयत्न करते; पण तिला जमलं नाही. अचानकपणे तिला आठवलं *"कदाचित तू खूपच जास्त ताण दिला असेल!"* ती रडणं थांबवते.

"कधी कधी मनात सारं येतं; पण शब्दच आठवत नाहीत.

तर कधी कधी शब्द खूप सारे असतात; पण मनातच काही येत नाही."

हे शब्द येतायत तरी कुठून? तिनं आता स्वतःचं चालणंसुद्धा थांबवलं होतं. ती जंगलात एका सिडारच्या झाडाच्या एकात एक गुंतलेल्या घट्ट मुळ्यांच्या गादीवर सावकाशपणे बसते. अगदी मऊ असा मातीचा आकार एखाद्या कापसाच्या उशीसारखा तिच्या खाली आलाय. थंडगार, ओलसर असा तो स्पर्श अस्वस्थ करणारा नव्हता. ती आपले पाय एकमेकांत गुंफते.

"कधी कधी मनात येते आणि शब्दही आठवतात.

पण कधी कधी मनातही येत नाही आणि शब्दसुद्धा आठवत नाहीत.

तिच्या डोक्यावरच्या फांदीवर एक कोळी आपल्या शरीरातून एक चमकता चांदीचा दोरा बाहेर टाकतो. एक मंद वाऱ्याची झुळूक झाडांच्या वरच्या भागाला सुखावून जाते. दवाचे आणि पावसाच्या पाण्याचे थेंब पानांवर आणि झाडाखालच्या आजूबाजूला असणाऱ्या झुडपांवर चिटकून बसतात. प्रत्येक थेंबामध्ये एक चकाकता चंद्र पकडून ठेवल्यासारखे दिसतात.

"मन आणि शब्द हे काळापुरतेच असतात, येतात आणि जातात. तेसुद्धा काही काळापुरतेच असतात."

काहीतरी तिच्या नजरेसमोरच्या परिघाच्या पृष्ठभागात फिरतं. ती आपलं डोकं वळवून बघण्याचा प्रयत्न करते. तिनं एक टाच बघितली जी एका स्वस्त मोज्यामध्ये होती आणि दुसऱ्याच क्षणाला तिच्या जोडीची टाच दुसऱ्या मोज्यामध्ये तिच्यासमोर झाडांच्या फांद्यांमध्ये एक मीटर किंवा त्यापेक्षा कमी-जास्त अंतरावर दोन्ही बुटांची

जोडी अगदी व्यवस्थितपणे पाचूसारख्या हिरव्यागार उंच गवताच्या वर सरळ रेषेत ठेवल्यासारखी लटकलेली दिसत होती. तिनं त्या जोडीच्या दिशेनं वर बघितलं. आता ती हवेतील बुटांच्या टाचेची मोज्यातील जोडी निःस्तब्धपणे झाडांच्या फांद्यांच्या मध्ये झाडांच्या सावलीत फाशी दिल्यासारखी लटकलेली वाटत होती. हे चूक आहे ही गोष्ट तिलासुद्धा जाणवत होती; पण ती या सगळ्या अचानकपणे घडलेल्या प्रकारानं स्तब्ध, निश्चल आणि जडच झाली. इतकी की एखाद्या फाशी दिलेल्या माणसाचं शरीर कसं जड पडतं आणि मग ते वाऱ्याच्या हलक्याशा धक्क्यानंसुद्धा त्या वितळणाऱ्या वाऱ्याच्या प्रवाहात गोल गोल फिरत राहतं.

किंवा मग हे पाणी तर नाही ना? आणि ती आता त्या पाण्यात पोहत तर नाहीये ना? ती गारठून गेली होती आणि त्याच अवस्थेत पोहत होती. तिच्या आजूबाजूला समुद्राचे पाणी काळे दाट आणि कचऱ्याने भरलेले होते. ती आता बुडायला लागली होती आणि वरचे चिखलाचे छपरासारखे आवरण तिच्यावर पांघरुणासारखे तिला झाकत होते.

आवाज एकमेकांत मिसळत होते आणि ते वेगवेगळेसुद्धा होत होते. त्यांचा संयोगही होत होता आणि ते स्पष्टपणे स्वतंत्रसुद्धा होत होते. शब्द हळूहळू उकळल्यासारखे त्या प्रवाहात बुडबुड्यासारखे येत होते. 'मोदके' जातीच्या मासोळ्यांचा एकत्रित असणारा ढगांसारख्या आकाराचा समूह भाल्यासारखा इकडून तिकडे वेगाने फिरून पाण्याच्या तळावर गोलगोल लहरी उमटवत होता. हे सगळेच न समजणारे वातावरण होते. "आपण एका मोठ्या लांबशा खोलीत रांगेत झोपलो आहोत जसे माशांना सुकण्यासाठी एका रांगेत ठेवतात तसे..."

पण कधी कधी काहीतरी शब्दांच्या बाबतीत त्या वेळेला चुकत जाते. अक्षरे लोंबतात, लटकतात, रेंगाळतात आणि उधळून वर येण्यासाठी नकार देतात. आणि एकदम शांततेत नाहीसे होतात. विरून जातात. म्हणूनच आता तेथे आवाजाचा मोठा ढीग लागला आहे. जसे की एखाद्या राजमार्गावर हजारो चारचाकी वाहने एकमेकांवर आदळून त्यांचा मोठा ढीग झालेला आहे. त्या शब्दांचे सारे अर्थ कर्कश आणि बदसूर आवाजात बदललेत. आणि तिला काही कळायच्या आतच ती त्या आवाजाच्या प्रचंड गोंगाटात, कोलाहलात मिसळून गेली. आता ती निःशब्द आणि आवाजरहित वातावरणात होती. तिच्या घशात रडणे दाटून आले होते. ते वाढतच होते आणि वर वर येत होते; जणू ते नेहमीकरिताच असे वर वर येणार होते; येत राहणार होते. आता वेळ एखाद्या सुजेसारखी फुगली होती आणि तिच्यावर प्रचंड प्रमाणात पसरली होती. आता तिनं घाबरून आणि भिऊन न जाण्याचं ठरवलं होतं. तिनं स्वतःला शांत केलं आणि स्वतःचं शरीर अगदी हलक्यानंच ढिलं केलं. तिच्या मनावर आलेला ताण हळूहळू दूर करीत, त्याला विरोध करीत तिने त्याचा निचरा

केला आणि ती आता पळण्यासाठी मोकळी झाली होती; पण ती कुठं जाणार होती? तिला एकदम जिकोच्या लिफ्टची कल्पना आठवली. जेव्हा आपण वर जातो, वर वर राहतो; पण हे 'वर'सुद्धा कशाच्या तरी खाली असतं. सगळंच खाली आणि वर जे असतं ते सारं एकच असतं! जे वर आहे तेच खाली आहे. खाली आणि वर म्हणजे फक्त एकसारख्या कल्पना आहेत. आता कुठंही खाली, वर, आत, बाहेर अशा कल्पनाच उरल्या नाहीत. मागे आणि पुढे हवासुद्धा नाही. फक्त एकच भावना आहे- ती म्हणजे थंडपणाची. एक थंडगार फुटणारी चिरडणारी लाट, एक अनाम आणि सातत्यानं चालणारी मिसळण्याची आणि एकमेकांत विरघळण्याची निरंतर प्रक्रिया म्हणजे थंडपणाची भावना होती. जमीन नसलेल्या त्या लाटेच्या पृष्ठभागावरती तिचा संघर्ष चाललेला आहे.

तिच्या मांडीला जणू वाळूच्या लाटेचा स्पर्श जाणवतोय. जसे, समुद्राच्या पाण्याच्या लाटा त्याच्या काठावरच्या रेतीत खेळत काठांना स्पर्श करतात, तसा स्पर्श! जिकोनं तिचा चष्मा पकडून ठेवला होता. तिनं तो तिच्या हातातून घेतला आणि पुन्हा नाकावर चढवला. तिला तो चष्मा घालणं फारच आवश्यक होतं, हे तिला माहीत होतं. त्या धुरकट माखलेल्या भिंगातून सगळं जग बघताना ते जग म्हणजे एखाद्या ननच्या आयुष्याच्या भूतकाळातील आठवणींच्या तडकलेल्या प्रवाहासारखं वाटत होतं. त्या चष्म्याच्या भिंगातून तशाच प्रतिमा समोर येत होत्या. अर्धवटच, तुटलेल्या, तडकलेल्या. वास आणि आवाज. एका स्त्रीनं तिच्या आज्ञाभंगासाठी तिला झालेल्या फाशीच्या शिक्षेच्या वेळी तिला लटकवलं जाण्याआधीचा तिने घेतलेला तो दम आणि शेवटचा श्वास, जेव्हा फासांची सरकगाठ तिच्या मानेवर बसत होती, तेव्हाचा तो आवाज. एका तरुण मुलीचे सुतकी रडणे, मुलाच्या रक्ताची चव आणि त्याचे ते तुटलेले दात, जळणाऱ्या शहरांच्या ज्वाळांचा तो करपट घाणेरडा वास, मशरूमच्या आकाराचे उठणारे धुरांचे ढग आणि त्यांची एखाद्या कळसूत्री बाहुल्यांसारखी चालणारी पावसातील लष्करी कवायत. एका क्षणाकरिता तिच्या मनानं घेतलेले हे सारेच हिंदोळे होते, जे तिच्या कल्पनेच्या काठावर धडका देत होते आणि तिचे हरवलेले सारे शब्द तिथंच तिच्या बोटांवरती नाचत होते. तिला त्यांचा आकार जाणवत होता. ती त्यांना पकडून आणि जाणिवांच्या क्षेत्रातून आरपार करून आणू शकत होती; पण तिला हे माहीत होतं की ती तिथं जास्त वेळ राहू शकणार नाहीये. एका सेकंदाच्या एका परार्ध तुकड्यात तिनं ताबडतोबच निर्णय घेतला- तिच्या मनाच्या बंद मुठी उघडून तिथून निघून जाण्याचा निर्णय घेतला. ती स्वतःला एकाच वेळेस त्या म्हाताऱ्या ननच्या जुन्या भूतकाळात लटकवून ठेवू शकत नव्हती आणि तिला अजूनपर्यंत नाओलासुद्धा शोधायचं होतं.

"नाओ!" अचानकपणे नाओचे विचार तिच्या डोक्यात घुमायला लागलेत.

नाओऽऽऽ... ना..उ..ओ... तु...आ...ओ... एखादी मासोळी कशी आपली शेपूट भरभर हलवीत पाण्यात फिरत, इकडून तिकडे पळते, तशीच ही नाओची कथा होती; पण या नाओ नावाच्या मासळीचा पाठलाग ती सोडणारच नव्हती. एखादा शिकारी कुत्रा कसा आपल्या शिकारीचा पाठलाग करतो तसाच पाठलाग! तिचे बाहू आणि पाय पाण्यामध्ये आता अशीच हालचाल करीत होते. जसे वेळेच्या ठरावीक अंतराने, एखाद्या विशिष्ट संगीताच्या तालावर जणू ते नाचत होते, जसे की पोहणाऱ्या सगळ्या व्यक्तींच्या पाण्यातील हालचाली अगदी लयबद्ध आणि एकसारख्या एकाच वेळी घडवून आणल्या गेल्या तर त्या हालचाली पाण्यात कशा दिसतील, जसे जुन्या सिनेमांच्या रिळात दिसत असे तसे. जोपर्यंत थकल्याची भावना तिच्यावर खूप जास्त प्रमाणात पसरली नाही, तोपर्यंत ती शब्दांच्या या जगाला चारुदर्शकातून त्यातील विभागीय आकृत्यांसारखीच भेग पाडणार होती. ती जलद गतीनं आपले पाय हलवत आणि चमकणाऱ्या छोट्या छोट्या लाटांना पिंजवत होती. ज्या फुटत होत्या आणि स्वतःला पुन्हा पुन्हा पहिल्याच रूपात आणत होत्या. त्या आरसे लावलेल्या खोलीत गोलाकार बिछान्यावर पट्टेरी चादर टाकली होती. छान! म्हणजे ती विचार करते आहे तर! ती आता खूपच जवळ आली होती. ती नाओला आता आरशात पाहत होती. ही तर एक तात्त्विक जागा होती; पण इथं तर फक्त नाओचं प्रतिबिंबच दिसणार होतं. तेही तिच्या स्वतःच्या प्रतिबिंबाच्या रूपात आणि त्या प्रतिबिंबातील नाओला तिनं ओळखलंच नव्हतं.

"तू कोण आहेस?" तिनं विचारलं.

तिच्या प्रतिबिंबानं तिच्याकडे आरशातून वाकून पाहिलं आणि ते विचित्रपणे शहारलं. कदाचित आरशाच्या पृष्ठभागावरती तळ्यात दगड टाकल्यावर पाण्याच्या कशा गोल लहरी उठतात तशा लहरी उठल्या. त्या लहरी स्थिर झाल्या आणि तिच्या त्या प्रतिबिंबाची जागा आता दुसऱ्या प्रतिबिंबानं घेतली होती. हे थोडं वेगळं होतं; पण हे तिचं प्रतिबिंब मात्र नव्हतं.

"मी तुला ओळखते का?" तिनं त्या आरशातील प्रतिबिंबाला विचारलं.

"मी तुला ओळखते का?" शब्दांच्याविनाच त्या आरशातील प्रतिबिंबानं तिची नक्कल केली.

"तू इथं काय करते आहेस?" तिनं विचारलं.

"तू इथं काय करते आहेस?" त्या प्रतिबिंबानं परत तिच्या आवाजाचा इको तिला मुकेपणानं दिला.

" मला वाकुल्या दाखवून तू का चिडवते आहेस?" तिनं विचारलं.

तिच्या त्या नवीन प्रतिबिंबानं तिला परत आपला जबडा फिरवून प्रतिउत्तर दिलं. त्या प्रतिबिंबाचा जबडा फाकला. आतलं त्याचं तोंड लाल रक्तानं भरलं होतं आणि

त्यातून लाल गळतेय असं दिसलं. एका भयंकर मुखाचं दर्शन! जेव्हा त्या रक्त आणि लाळेनं भरलेल्या तोंडात हास्याची लकेर चमकली आणि ते फाकलं तेव्हा जणू पृथ्वीच हादरायला लागली. आणि नंतर तिच्या त्या बोगद्यासारख्या, भुयारासारख्या घशातून एक मोठी लळलळीत, लपापलेली, दोन भागांत विभागलेली सर्पजीभ वेगानं वर आली आणि आपल्या पाठीमागच्या भागावर उभी राहून वळवळत सापासारखी डंख मारण्यासाठी पुढे झाली.

"थांब! तिथंच थांब!" ती म्हणाली. त्यानंतर लागलीच तिच्या लक्षात आलं की एक तरुण मुलगी तिच्या मागच्या बाजूला आरशात उभी आहे. ती मुलगी पूर्णपणे नग्न होती. तिच्या अंगावर फक्त एक माणसाचा शर्ट बटणं उघडलेल्या अवस्थेत घातलेला होता. त्या शर्टभोवतीच्या कॉलरवर टाय टांगल्यासारखा ढिलेपणानं लोंबत होता. त्या दोघींचे डोळे एकमेकांना भेटलेत. त्यांची नजरभेट झाली आणि त्या मुलीनं शर्टाची बटणं लावायला सुरुवात केली; पण रुथ जेव्हा तिच्याशी बोलायला मागे वळली, ती मुलगी आधीच तिथून निघून गेली होती आणि पट्टेरी चादरीनं झाकलेला पलंग रिकामा होता.

"मूर्खासारखी वागू नकोस!" तिच्या प्रतिबिंबाने जोराने ओरडल्यासारखे म्हटले. इतक्या जोराने की ती खोली, त्यातील आरसा आणि त्यातील प्रकाश या सगळ्यांचा एकदमच स्फोट झाला. त्या आवाजाने क्षणात सारे काही गरगरले.

"थांबा!" ती जोरात ओरडली; पण नुकत्याच झपाटलेपणाच्या त्या कडांनी विरघळायला सुरुवात केली, ज्यांनी तिला आतापर्यंत पकडून झपाटून टाकलं होतं. हे झपाटलेपण आता एका, डोळ्यांना चकचकीतपणानं अंधारी आणणाऱ्या चमकदार उजेडात विरघळलेलं होतं. तिनं तिच्या डोळ्यांच्या कडांतून पाहिलं. काहीतरी काळं असणारं असं एका तिच्या डोळ्याच्या फटीपुढून वेगानं गेलं. ते अगदी क्षुल्लक असं काहीतरी होतं. तिनं आपला श्वास रोखून धरला आणि वाट पाहू लागली; पण मागे वळून पाहण्याची आणि त्याकडे सरळपणे नजर टाकण्याची हिंमत तिनं केली नाही. एक छोटीशी काळ्या रंगाची क्षुल्लक गोष्ट परत आपले पंख चोचीनं साफ करत तिच्या संपूर्ण आभासी आकारासकट तिच्यासमोर यायला सुरुवात झाली आणि नंतर तिनं तिच्या ओळखीचा तोच मंद काव कावचा आवाज ऐकला!

"कावळा?"

सगळे शब्द आता क्षितिजावर तरळायला लागलेत. काळा रंग सहन न होणाऱ्या प्रखर प्रकाशाविरुद्धचा होता आणि जसा जसा तो जवळ यायला लागला, तो एका नागमोडी आणि लांब आकारात वळला. त्यातील 'सी'(C) हे अक्षर त्याचा गोल कणा दाखवत होतं. तर 'ओ' हे अक्षर (O) लांबुळक्या चपट्या आकाराचं त्याचं पोट दर्शवत होतं. त्यातील आर (R) हे अक्षर आडवं फिरवल्यास त्यापासून

कावळ्याचं कपाळ आणि मोठ्या प्रमाणात उघडलेली त्याची चोच तयार होत होती. त्या कावळ्यानं आपले पंख रुंदपणानं डब्ल्यू (W) या अक्षराच्या साहाय्यानं पसरवले होते. आपले पंख त्यानं एकदा, दोनदा, तीनदा फडफडवले आणि नंतर पूर्णपणे पसरून उडायला सुरुवात केली.

ही तर त्यांची जंगली कावळी होती. जिने तिला वाचवले होते. तिने तेथून स्वतःलाच उठवले आणि ती जंगली कावळी फांदीफांदीतून उडेल तशी तिच्यापाठी जाऊ लागली; पण ती जमिनीवरून चालत होती आणि ती जमीन फारच खडकाळ होती. जेव्हा ती अडखळत होती किंवा ठेच लागून पडत होती तेव्हा ती जंगली कावळी थांबून तिची वाट पाहत असे. आपले डोके वाकडे करून ती तिच्या मण्यासारख्या डोळ्यांनी तिचे निरीक्षण करीत होती. हे म्हणजे असे होते, की ती तिला कुठंतरी घेऊन जाण्यासाठी मार्गदर्शन करीत होती. तिनं थोड्या वेळातच रस्त्यावरील प्रवाहाचा आवाज ऐकला. ती त्या खडकाळ आणि उंच चढावावरून चढून गेली आणि तिनं त्या अस्ताव्यस्त ताणून पडलेल्या सिटी पार्कमध्ये स्वतःला पाहिलं. जिथं उंचावरून तिला खूप मोठं तळं दिसलं होतं. त्या तळ्याच्या काठावर कमळं, इतर पाणवनस्पती व लव्हाळ्यांनी दाटी करून तो भाग व्यापला होता; पण मधलं तळ्याचं पाणी अगदी स्वच्छ होतं. आता संध्याकाळ होत आली होती; पण काही चमकत्या पेस्टल रंगाच्या पेडळ-बोट तिथे होत्या. त्यांचे आकार लांब मानेच्या हंसासारखे होते. त्या बोटी त्या पाण्यामध्ये असून, त्या तळ्याच्या चमकत्या पाण्याच्या प्रवाहाला कापत फिरत होत्या आणि त्यांच्या त्या अस्थिर हालचालींनी, बोटीतून निघणाऱ्या विशिष्ट चिकट द्रवानं पिवळ्या, गुलाबी आणि निळ्या रंगाचे डाग पाण्यावर उमटत होते आणि त्यांचे आकार इंग्रजी 'व्ही' अक्षरासारखे होते. तळ्याकाठचा शिलाजीत लावलेला काठ रंगीत दगडांनी सजवला होता. त्यावर बसण्यासाठी बाकडीसुद्धा लावलेली होती. त्यावर तासाच्या हिशेबानं नेहमीच्या विश्रांतीसाठी बसता येत होतं.

एक माणूस त्या बेंचवर विपिंग विलो जातीच्या झाडाखाली लावलेल्या बाकड्यावर बसला होता. तो कावळ्यांना कसल्यातरी लाह्या खाऊ घालत होता. कावळे त्याच्याभोवती पंख फडफडवत, आपल्या दोन पायांवर नाचत आपापसात स्पर्धा करत लाही आणि ब्रेडसाठी नाचत होते. जी जंगली कावळी रुथबरोबर होती, ती त्या माणसाच्या पायाशी उतरली. इतर कावळ्यांना तिनं आपले पंख फडफडवून पांगवलं. त्यामुळे तिथं धुळीचा छोटा ढग तयार झाला. तिनं कावळीच्या कृत्याला पाठिंबा देऊन त्या माणसाच्या बाजूला त्या बेंचवर जाऊन बसली.

तो माणूस बसल्या जागीच त्या बाकावर ताठ झाला. मग त्या माणसानं आपलं डोकं तिच्या तात्पुरत्या स्वागतासाठी थोडं वाकवलं. "तुम्ही त्याच आहात का, ज्यांची मी येथे वाट पाहतो आहे?"

"मला माहीत नाही!" तिनं उत्तर दिलं.

आता तिनं त्याचं जवळून चांगलं निरीक्षण करायला सुरुवात केली. तो मध्यमवयीन, निळ्या रंगाच्या चमकदार सुटातील माणूस होता; पण ती संध्याकाळ पुरेशी उबदार असल्यानं त्यानं आपलं जॅकेट बाजूला काढून ठेवलं होतं. जॅकेट व्यवस्थितपणे घडी घालून बाकावरच ठेवलं होतं. त्यानं लहान बाह्यांचा पांढरा शर्ट घातला होता आणि त्यावर फुलपाखरांच्या डिझाइनचा टाय बांधला होता.

"तुम्ही या पार्कच्या सदस्य आहात का?" त्यानं विचारलं.

"मेंबर? सदस्य?" तिला आश्चर्य वाटलं.

"मेंबर? सदस्य म्हणजे या बगीच्याच्या संघटनेच्या..." तो म्हणाला.

"छे! छे! मी तसला काही विचारसुद्धा केला नाही!" ती उत्तरली.

"ओ!" तो आता खिन्न दिसू लागला.

त्यानं आपलं मनगटावरील घड्याळ पाहिलं. तिनं त्याच्या पायाजवळील सुपर मार्केटची खरेदीची पिशवी बघितली.

"कोळशाची पूड त्या खरेदी पिशवीत भरलेली आहे का?" आणि तिने तो प्रश्न विचारल्याबरोबरच त्याला आकसताना पाहिलं, जसा माणूस भयाची सूचना ऐकल्यावर आकसतो.

"बार्बेक्यू करणे म्हणजे वर्षातील सगळ्यात मौजेचा वेळ असतो नाही का?" तिने म्हटले. ती आता पाण्यातील तरंगणाऱ्या पेस्टल रंगाच्या पाणबोटींकडे टक लावून बघू लागली होती. त्यांच्या त्या लांब हंसासारख्या सुंदर माना एखाद्या प्रश्नचिन्हासारख्या वाटत होत्या. आणि त्या बोटीवरील हंसाच्या चित्रांवर काढलेले त्यांचे डोळे जणू त्या हंसाचा आत्माच असल्याचे भासत होते.

त्या माणसानं आपला घसा खाकरला; जणू काय त्याच्या घशात काहीतरी अडकलेलेच होते.

"तुम्हाला खात्री आहे ना की तुम्ही ती व्यक्ती नाही, जिला मी भेटणार आहे?" त्यानं परत विचारलं.

"मला अगदी पक्की खात्री आहे की मी ती नाहीच!" रुथ म्हणाली.

"कदाचित तुम्हीसुद्धा येथे कोणाला तरी भेटायला आलेल्या आहात?" त्याने विचारले.

"होय!" ती म्हणाली "मी येथे तुम्हालाच भेटायला आलेले आहे!"

"मला?" तो उद्‌गारला.

"होय! कारण तुम्हीच ते हारुकी नं.२ आहात ना?" तिनं विचारलं. तो आता तिच्याकडे टक लावून पाहू लागला होता.

"तुम्हाला कसं कळलं हे!" त्यानं विचारलं.

"तुमच्या मुलीनंच मला सांगितलं!" ती एका ठोकळ्यावर आपलं कौशल्य आजमावीत होती. ती हवेतच बोलत होती. निदान त्या क्षणी तरी ती ते बोलणं यशस्वी करण्यासाठी अंतर्मनात प्रार्थना करीत होती.

"नाओको!" तो म्हणाला.

"होय! ती...अं...ती म्हणाली की तुम्ही येथे भेटाल." तिनं म्हटलं.

"तिनं हे केलंय तर!" तो म्हणाला.

"होय! तर तिला असं वाटतं आहे की मी तिचा संदेश तुम्हाला द्यावा." ती म्हणाली.

आता त्याला तिचा संशय यायला लागला होता.

"तुम्हाला माझ्या मुलीबद्दल कसं माहीत आहे?" त्यानं तिला विचारलं.

"म्हणजे मला माहीत नव्हतं..." मग विचार करून ती चटकन पुढे म्हणाली "म्हणजे मला असं म्हणायचं आहे की आम्ही पेन-फ्रेंड आहोत! पेन-मित्र!"

त्यानं तिच्याकडे सरळपणे बघून चटकन म्हटलं "पण तुम्ही तर वयानं मोठ्या दिसता. तिच्या पेन फ्रेंड बनण्याचं तुमचं वय नाही!"

"मी तुमचे धन्यवाद मानते!" ती म्हणाली.

"अं... म्हणजे मला तसं म्हणायचं नव्हतं हो!" त्यानं बोलायला सुरुवात केली. अचानकपणे एक विचार त्याच्या मनात आला "म्हणजे तुम्ही तिला इंटरनेटवर ऑन-लाइन भेटलात का? तुम्ही त्या इंटरनेटवरच्या स्टॉकर्सपैकी एक आहात का?" त्यानं विचारलं.

"अर्थातच नाही!" ती उत्तरली.

"व्वा! मग तर फारच छान झालं!" तो म्हणाला. आता तो जरा शांत झालेला होता.

"हे इंटरनेट म्हणजे संडासचा वाडगा आहे! मला माझ्या भाषेकरीता क्षमा

करा!'' तो म्हणाला. त्यानं ब्रेडचा एक छोटासा तुकडा कावळ्यांसमोर टाकला. मग त्यानं आपलं लक्ष त्यांच्या बोलण्याकडे वळवलं. तो म्हणाला ''आम्ही हा विचारच केला नाही की असं काही होईल की...'' तो अर्धवटच बोलला. मग ते दोघंही कावळ्यांची ब्रेडकरिता होणारी लढाई बघू लागले.

''ठीक आहे!'' ती म्हणाली, ''खरंतर मी तिला बीचवर चालताना भेटले. मला वाटतं की ही घटना वादळानंतरची आहे!''

''ओ! मग तर हे चांगलंच झालं. ती आपला वेळ बाहेरच फार घालवते. आम्ही जेव्हा कॅलिफोर्नियात राहत होतो तेव्हा आम्ही बऱ्याचदा बीचवर जात असू! मला तिची फार काळजी वाटते. तिनं शाळा सोडली आहे! तुम्हाला हे माहीत आहे?'' त्यानं विचारलं.

''शाळा सोडली?'' तिनं विचारलं.

त्यानं त्यावर होकारार्थी डोकं हलवलं आणि आणखी एक ब्रेडचा छोटा तुकडा कावळ्यांकडे फेकला.

''मी खरंतर यासाठी तिला कधीच आरोपी ठरवणार नाही. तिच्यावर खूपच अत्याचार झालेत. त्यांनी इंटरनेटवर तिच्याबद्दल घाणेरड्या गोष्टी पोस्ट केल्या होत्या.'' तो म्हणाला. त्यानं एक दीर्घ उच्छ्वास सोडला. ''मी एक संगणक प्रोग्रॅमर आहे; पण मी तिच्यासाठी काहीच करू शकलो नाही. एक संपत नाही तर दुसरं पुन्हा तयार होतंच. ते सगळीकडेच पसरलं होतं. तुम्हाला माहीत आहे ना? ते तुमचा कायम पाठलाग करीत राहतं आणि तुम्ही त्यापासून कधीच आपली सुटका करू शकत नाही!'' तो म्हणाला.

''खरंतर मला अगदी याच्या विरुद्ध अनुभव आहे!'' ती पुढे म्हणाली ''कधी कधी मी दुसऱ्याच गोष्टींसाठी शोध घेत असते आणि जी माहिती मला हवी असते ती संगणकाच्या पडद्यावर फक्त एक मिनिटच टिकते किंवा कशीबशी राहते आणि नंतर गायबच होते. अगदी पुऽऽफ होते!'' ती म्हणाली.

''पुऽऽफ'' त्यानं उच्चारलं. त्याच्या चेहऱ्यावर आता प्रश्नचिन्ह होतं.

''पुऽऽफ म्हणजे गाळली जाते. पुसूनच जाते! अगदी यासारखं!'' तिनं आपली बोटं हवेतच पुसल्यासारखी केली.

''गाळली जाते, नाही का? तुम्हाला हा असा परिणाम कोठे पाहायला मिळाला?'' त्यानं विचारलं.

''तर आम्ही ज्या बेटावर राहतो तिथून इंटरनेट चालवताना ही अडचण येते. आम्ही थोडेसेच काळाच्या मागे आहोत. आणि आमचे जगाशी इंटरनेटवरच असलेले संबंध असेच आहेत, संदिग्ध, प्रश्नार्थक आणि शंकेनं भरलेले.'' ती म्हणाली.

''मी नेहमीच विचार करीत आलो आहे, की वेळ हा नेहमीच माझ्याकरिता असा

प्रश्नार्थक, संदिग्ध आणि शंकेनं, कुशंकेनंच भरलेला राहिला आहे!'' तो म्हणाला.

पार्कच्या त्या बेंचवर बसून त्याच्याशी बोलणं फार छान वाटत होतं; पण एकदम अचानकपणे तिच्या मेंदूत आकुंचनाची जाणीव व्हायला लागली. आता आवरतं घ्यायला हवं. तिच्याजवळ आता वेळ नव्हता. तिच्या मेंदूनं तिला वेळ संपल्याची सूचना केली होती. तिनं स्वतःला त्या मुद्द्यावर लक्ष केंद्रित करण्यासाठी मनातल्या मनात हलवलं.

''तुम्हाला तुमच्या मुलीनं दिलेला संदेश ऐकायचा आहे की नाही?'' तिनं विचारलं. तिनं पाहिलं, की तो दचकला होता, पण नंतर म्हणाला,

''अर्थातच मला ऐकायचा आहे!''

''ठीक आहे तर मग!'' ती आता बेंचवर त्याच्याकडे तोंड करून बसली होती. त्यामुळे ती या विषयाच्या बाबतीत गंभीर आहे, हे त्याला कळणार होतं.

''तिनं म्हटलं आहे की बाबांना सांगा पुन्हा तसं काही करू नका!'' ती म्हणाली.

''तसं करू नका! काय तसं करू नका?'' त्यानं विचारलं.

तिनं त्याच्या पायाजवळील खरेदीच्या पिशवीकडे बोट दाखवलं.

''ओ! ते?'' तो म्हणाला.

''होय तेच ते!'' ती म्हणाली ''तुमच्या मुलीला तुमची खूपच काळजी वाटते.'' ती म्हणाली.

''खरंच, तिला माझी काळजी वाटते?'' एक छोटीशी चमकती भावनेची चुणूक त्याच्या चेहऱ्यावर आली; पण ताबडतोब विरली.

''खरंतर हे चांगलंच नाही का? की मी जे काही करतो आहे ते सगळं संपवण्यासाठीच ना? तिच्यासाठीच मी हे करीत आहे. मग ती तिचं आयुष्य हवं तसं जगायला मोकळी होईल ना!'' तो उत्तरला. त्याच्या उत्तरानं तिला राग आला.

''मला तुम्ही क्षमा करा; पण तुम्ही असे स्वार्थी होऊ शकत नाही!'' ती म्हणाली.

त्याला फार आश्चर्य वाटलं. ''स्वार्थी?'' त्यानं विचारलं.

''अर्थातच! ती तुमची मुलगी आहे. ती तुमच्यावर प्रेम करते. तुम्ही हा समज कसा करून घेतला की तुम्ही तिला असं सोडून गेल्यावर तिला फारच बरं वाटेल? अशा पद्धतीनं सगळं संपावं, असं तिला वाटत नाहीये. तुम्ही किती आणि कुठे होता हे तिला माहीत आहे आणि तुम्हीच असं केलं तर तिचीसुद्धा अशीच स्वतःला मारून टाकण्याची इच्छा होईल!'' तिनं म्हटलं.

आणि अचानकपणे तो त्या उतरलेल्या खांद्यासकट पुढे वाकला आपल्या हाताची ढोपरं त्यानं त्याच्या मांडीवर ठेवली आणि आपला चेहरा आपल्या दोन्ही

हातांनी झाकून घेतला. त्याच्या पांढऱ्या शर्टची कॉलर घामानं थबथबलेली होती आणि त्याच्या बाही नसलेल्या बनियनच्या कडा त्याच्या शर्टमधूनही ती बघू शकत होती. त्याचे खांदे एकदम उभे झाले. एखाद्या नवीन, नुकत्याच अंड्यातून निघालेल्या पक्ष्याच्या पंखासारखेच अशक्त आणि पूर्ण वाढ न झालेले. ज्यांचा खूप काही उपयोग होता असं तिला वाटलं नाही.

"तुमचा खरंच विश्वास आहे का, की तुम्ही जे सांगितलं ते पूर्ण सत्य आहे!" त्यानं त्याच्या चेहरा झाकलेल्या बोटांतूनच विचारलं.

"होय! मला पूर्ण खात्री आहे. तिनंच मला हे सांगितले आहे. तिनं स्वतःलाही मारून टाकायची योजना बनवली आहे. आणि जगामध्ये तुम्हीच एक माणूस असे आहात की तिला तुम्ही थांबवू शकाल. तिला तुमची खूपच गरज आहे. खरंतर आपल्याला तिची फार गरज आहे." ती म्हणाली.

त्यानं आपलं डोकं या बाजूकडून त्या बाजूकडे हलवलं. नंतर चेहऱ्यावरून हात फिरवला. आता तो तलावाच्या पलीकडे टक लावून बघत होता. ते बराच वेळ तेथे बसलेले होते.

तलावातील त्या आनंदी बोटींची मजा घेत बसले होते. शेवटी तो बोलला...

"मला समजत नाहीये; पण तुम्ही म्हणता ते खरं असेल तर मी आता एक संधी घेतो; मी घरी जाऊन तिच्याशी बोलतो." तो म्हणाला.

"पण ती आता घरी नाही. ती आता सेन्दाईच्या बसथांब्यावरती आहे. तिला आता देवळात जायचं आहे. त्यासाठी ती प्रयत्न करते आहे. तुमची जी आजी आहे ना..." ती बोलत असताना तिचे बोलणे तोडून तो म्हणाला,

"होय! होय!" आणि तो तिच्याकडे मोठ्या अपेक्षेने पाहू लागला; पण ताबडतोबच त्याच्या चेहऱ्यावरचे भाव बदलले. त्याच्या चेहऱ्यावरच्या भावांनी काळजीची जागा घेतली होती. तो तिला म्हणाला...

"तुम्ही ठीक आहात ना?" त्यानं पुन्हा विचारलं "तुम्ही तर खूपच फिकट दिसता आहात."

तिला त्याला खूप काही सांगायचं होतं; पण आता तिच्या घशामधून आवाजच येणं बंद झालं होतं. तिचा मेंदू आकुंचित व्हायला लागला. तिची वेळ आता बहुतकरून पूर्णच संपली होती; पण अजून असं काहीतरी राहिलं होतं, जे तिला करायचं होतं आणि तिला आठवलं तर ती ते करणारही होती. ती उभी झाली; पण एका गरगरणाऱ्या प्रचंड लाटेनं तिला वेढलं. आता ती जंगली कावळी आणि ते शहरी कावळे आपापसात ब्रेडसाठी भांडत होते. त्यांना आणखी ब्रेड हवा होता. तिनं आजूबाजूला त्या जंगली कावळीकरिता बघितलं; पण ती कावळी आता गायब झालेली दिसत होती.

"काव" ती ओरडली. रडायला लागली. जणू काही पृथ्वीवरचं गुरुत्वाकर्षण नाहीसं झालेलं होतं. तिने मिठी घातलेल्या जगाने तिला आपल्या मिठीतून पूर्ण मुक्त केलं होतं. तिच्या पायाखालूनसुद्धा ते पूर्णच निसटलं होतं; जेव्हा ती परत जाण्यासाठी वाऱ्याबरोबरच वाहू लागली होती.

चंद्राच्या प्रकाशात उगवणाऱ्या फुलांचे वादळ, रात्रीचे ते स्मशानातील देऊळ, वादळी वारे आता चेरीच्या जुन्या झाडालाही झोडपताहेत. त्यांच्या फांद्यांवरून फुलांचे झुबके खाली उतरताहेत. आणि त्या जागी उरलेल्या फिकट बहरामध्ये अंधार भरताहेत. ही फिकट फुलेच तिच्या खांद्याभोवती गोलगोल फिरताहेत आणि शेवटी त्या थडग्यांच्या दगडावर पडताहेत. लाकडाच्या स्मृतीलेखाच्या फळ्या आता आपपासात बोलायला लागल्या आहेत. त्यांचा करकर आवाज भुतांनी दातावर दात घासल्याप्रमाणे येणाऱ्या आवाजासारखा होता आणि हवेमध्ये तिने तो अवाज ऐकला. खरं तर तो कुणाचाच आवाज नव्हता. ते एक सुभाषित होतं. "हे तेव्हाच होते जेव्हा आकाशात पूर्ण चंद्र उगवतो..." जणू ते असे म्हणायचा प्रयत्न करीत होते की हा नुसता आवाज नाही तर हा झपाटलेल्या त्या झुळुकीचा आवाज आहे, जो रिकाम्या बाटलीच्या मानेतून आरपार होऊन येतो; पण हा आवाज इथेच का येतो आहे? तिने विचारलं. तिने खाली पाहिलं आणि तिच्या लक्षात आलं की तिने तो जुना रचलेला ग्रंथ किंवा त्यासारखं एक पुस्तक पकडून ठेवलेलं आहे. आणि तिला अचानकपणे आठवलं. तिला आपला देवळाजवळच्या जमिनीवरून जाणारा यज्ञवेदीच्या अभ्यासिकेचा रस्ता माहीत होता. तिला हे माहीत होते, की ती पेटी तिथे कुठे ठेवलेली आहे आणि कपाटाच्या वरच्या टोकावर ती होती. तिला ती पेटी हस्तगत करायला काहीच वेळ लागणार नव्हता. त्यानंतर त्या भोवतीचे पांढऱ्या कापडाचे वेष्टन काढायचे, त्याचे झाकण उचलायचे आणि हातातील त्या पाकिटासकटच ते पुस्तक आत सरकवायचे. तिने गोंधळाचा आवाज ऐकला आणि पाहिले तर ती म्हातारी नन दरवाज्यातच उभी होती. ती तिच्याकडेच बघत होती. तिच्या मागे बगीचा होता. तिने काळ्या रंगाचा एक मोठा बुरखा घातला होता आणि जेव्हा तिने जगाला मिठीत घेण्यासाठी हात पसरले, तिच्या त्या लांब बाह्या खालपर्यंत लोंबत होत्या. त्या बाह्या लांबच लांब आणि रुंदच रुंद होत गेल्यात, त्या तोपर्यंत वाढत राहिल्यात जोपर्यंत त्यांनी रात्रीचे आकाश व्यापले नाही आणि जेव्हा त्या पूर्ण जगाला सामावण्याइतक्या मोठ्या झाल्यात. रुथ एकदम शेवटी मनापासून शांत झाली. तिला आता खूपच बरं वाटत होतं. आणि बघता बघता रुथ त्या ननच्या बाहुपाशात केव्हा गेली, ते तिलाही कळलं नाही. रुथभोवती आता निरामय शांतता आणि फक्त अंधार होता.

६

रात्रीतून वादळ निघून गेलं होतं आणि दिवसाच्या थंड प्रकाशात ती आता स्वयंपाकघरातील ओट्याजवळच उभी होती. चहाचं पाणी उकळण्याची वाट बघत होती. खरंतर आज खूपच उशीर झालेला आहे. तशी तांत्रिकदृष्ट्या तुम्ही ती सकाळ म्हणू शकता; पण खरंतर ती दुपार होती. ऑलिव्हर सकाळीच लवकर उठून जंगलात गेला होता आणि किती झाडं जंगलात वादळात उन्मळून पडली ते बघायलाच गेला होता. पेस्टो अजूनही परत आलेला नव्हता. ऑलिव्हर स्वयंपाकघरात येऊन त्याच्या ओट्याजवळील स्टुलावर बसला होता. त्याच्या मांडीवर त्या वेळी बहुतेक रोजच पेस्टो बसलेला असे. तो चहा पिता पिता त्याच्या आयफोनवर आलेले ई-मेल तपासत होता. त्याच वेळेस रुथ त्याला आपल्या रात्रीच्या स्वप्नाबद्दल सांगत होती. मांजर अजूनही तिथंच कुठंतरी त्यांच्या आसपास घोटाळत असल्याचा भास त्यांना होत होता; पण स्वयंपाकघरात ऑलिव्हरच्या मांडीवर ते नव्हतं. त्याच्या अनुपस्थितीत त्या मांजराच्या बसण्याच्या जागी खळगा तयार झाला होता.

"मी तिचे शब्द शोधू शकले नाही." ती म्हणाली. "मी पाहिले आणि पाहतच राहिले; पण तरीही मी ते शब्द शोधू शकले नाही. मी रिकाम्या हातानं परत आले." तिनं आपली बोटं पसरली आणि हाताच्या व्यर्थ आणि निष्फळ तळव्यांना निरखू लागली.

"असो! हे तर छानच आहे की तू प्रयत्न केलास!" ऑलिव्हर म्हणाला.

चहाचं पाणी आता उकळलं होतं. त्या पाण्याने तिने चहाची किटली भरली.

"खरंतर! एक क्षण मला वाटलं होतं की मला काहीतरी मिळालं आहे. अगदी माझ्या हातांच्या बोटांवर ते होतं; पण नंतर मला जाणवलं की ती म्हाताऱ्या जिकोची गोष्ट होती; नाओची नव्हतीच. म्हणूनच मी ती गोष्ट जाऊ दिली. मला स्वतःला नाओच्या गोष्टीपासून वेगळं व्हायचं नव्हतं, ऑलिव्हर!" ती म्हणाली.

ऑलिव्हरनं त्यावर डोकं संमतिदर्शक हलवलं होतं. एखाद्या गोष्टीपासून वेगळं होणं म्हणजे काय, हे तो चांगलंच समजत होता. तिनं ऑलिव्हर बाहेर पाठवत असलेल्या ई-मेलचा आवाज ऐकला होता आणि त्यानं मग फोन खाली ठेवून त्या थंड झालेल्या चहाचा घोट घेतला.

"प्लेईस्थेसीन्समधील माझे सगळे मित्र मला विचारत आहे की माझा मोनोग्राफ[१] पाठवण्यासाठी जमा करण्यासाठी केव्हा तयार होणार आहे?" तो म्हणाला.

त्याच्या आवाजात उदासीनता, खिन्नता होती. "मला तो आताच्या आत्ता पूर्ण

---

१. विशिष्ट विषयावर लिहिलेला छोटा प्रबंध

करून पाठवायला पाहिजे आहे. मी त्या गोष्टीवर लक्ष केंद्रित का करू शकत नाहीये? आणि त्यांना तरी इतकी घाई का झाली आहे कोण जाणे! '' तो बोलला.

त्याचा प्रश्न आलंकारिक उत्तराचा होता. त्यामुळे रुथनं त्यावर अजिबातच उत्तर देण्याची तसदी घेतली नाही. तिनं परत त्याचा चहाचा कप भरला आणि स्वतःच्याही चहाच्या कपात चहा ओतून घेतला.

''मी फक्त हारुकीचे शब्द शोधून काढले!'' ती म्हणाली ''पहिले म्हणजे त्याची गुप्त 'फ्रेंच' भाषेतील डायरी; पण आपण आधीच ती वाचली आहे. त्यामुळे मी ते सर्व मागेच ठेवलं आहे.'' रुथ म्हणाली.

''खरंतर हीच त्या माझ्या प्लेईन्स्टोसीनामधल्या मित्रांची अडचण आहे.'' तो म्हणाला. ''नेहमीच त्यांना घाई, घाई आणि घाई असते. त्यांना सगळेच 'परवा' हवे असते!'' तो बोलला.

''मी ती डायरी आणि त्यासोबत जे काही होतं त्या पेटीत, झोपेतून उठायच्या आधीच टाकून आले आहे. हे म्हणजे योग्य वेळेवर योग्य गोष्ट केल्यासारखं झालं आहे, नाही का?'' ती म्हणाली.

''पण हा काही त्यांचा दोष नाही,'' तो पुढे म्हणाला, ''मला हे माहीत आहे की ते माझे आहेत; पण पेस्टोशिवाय त्या गोष्टीवर मी लक्ष केंद्रित करू शकत नाहीये.''

''मी काय बोलते आहे ते माझे सारे शब्द तू ऐकलेस का?'' रुथनं ऑलिव्हरला विचारलं.

त्यानं नजर वर करून तिच्याकडे बघितलं आणि म्हणाला ''अर्थातच मी ऐकलं आहे! तू जे बोलते ते सगळंच एखाद्या स्वप्नासारखंच होतं. तू परत ती डायरी तपासली होती का, रुथ?'' त्यानं तिला प्रश्न विचारला.

तिनं चहाचा कप खाली ठेवला आणि त्याला म्हटलं, ''ओह!'' ती पुढे त्याला म्हणाली,

''तुला वाटतं का की ती डायरी मी पुन्हा तपासायला पाहिजेच?''

भाग ४

"पुस्तक हे एखाद्या मोठ्या स्मशानासारखं असतं, ज्यातल्या थडग्यावरची पुसलेली नावं कोणीही वाचू शकत नाही; पण त्याच वेळेस कधीतरी त्यांची नावं अगदी मनापासून, चांगल्या पद्धतीनं आठवली जातात. काहीही माहीत नसताना जर काही नावं सुरुवातीला आली असतील, तर ज्यांची ती नावं होती ती आता या पानांवर कायमस्वरूपी जिवंत झालेली आहेत."

— मार्सेल प्रोयुस्ट ला तेम्स रेत्रोयुब्दे

नाओ

१

तुम्ही अजून आहात ना?

या वेळी तुम्ही माझ्या बाबतीत हार मानली असेल, तर मी तुम्हाला दोष नाही देणार. मीच हार मानली आहे. नाही का? मग मी तुमच्याकडून अपेक्षा कशी करणार? पण जर तुम्ही अजून असाल (आणि मला खरंच वाटतंय तुम्ही असाल) तर माझ्यावर विश्वास ठेवल्याबद्दल मी तुमची आभारी आहे.

तर आपण कुठे होतो? बरोबर! मी त्या बसच्या थांब्यावरील बाकावर बसले होते आणि बसची वाट पाहत होते, जी मला जिकोच्या देवळाकडे घेऊन जाणार होती. म्हणजे मग मी माझ्या म्हाताऱ्या जिकोला मरताना बघू शकणार होते आणि तेथे एक म्हातारा माणूस जॉगिंग सूट घालून रस्त्याच्या कडेला गळलेल्या पाकळ्या झाडत होता आणि एक पांढरा कुत्रा आपले अंडकोष चाटत होता. स्टेशनमास्तर स्टेशनचे सारे दरवाजे उघडत होता. ट्रेननं कामाच्या ठिकाणी ये-जा करणारे यायला लागले : मग एक ट्रेन आली आणि काही प्रवासी उतरले. एखाद्या छोट्याशा रेल्वे स्टेशनवर दिसेल तसंच ते दृश्य होतं. विशेष असं काही नव्हतं; पण काही मिनिटांनंतर स्टेशनमास्तर परत बाहेर आला. त्याच्याबरोबर सुटाबुटातली एक व्यक्ती होती. त्या स्टेशन मास्तरनं सगळीकडेच नजर फिरवली. मी दिसल्यावर माझ्याकडे बोट दाखवून त्या व्यक्तीला मी तिथं असल्याचं सांगितलं. त्या व्यक्तीनं त्याला वाकून नमस्कार करून आभार प्रदर्शित केले आणि जेव्हा ती व्यक्ती सरळ उभी राहिली, मी पाहिलं की ते माझे बाबाच होते!

माझा त्यावर विश्वास बसत नव्हता. मला वाटलं की ते आतापर्यंत मेलेसुद्धा असतील. खरंतर मी असा विचारच करू शकत नव्हते; कारण प्रत्येक वेळेस जेव्हा मी हा विचार करत आले, तेव्हा माझ्या मनात त्यांच्या आत्महत्येचे चित्र येत असे. मी त्यांना कारमध्ये पाहत असे. ती कार घनदाट जंगलात कुठंतरी असे. त्यांच्याबरोबर त्यांच्यासारखेच आत्महत्या करण्याच्या विचारानं प्रेरित त्यांचे काही मित्र असत

आणि ते सर्व कारमध्ये विषारी वायूनं गुदमरत मरताना 'निक ड्रेक'ची गाणी ऐकता ऐकता शेवटचा श्वास घेत आहेत.

पण, बाबा तर मेले नव्हते. ते माझ्याकडे सरळपणे चालत येत होते. मी त्यांना बघण्याचं ढोंग केलं आणि इकडे-तिकडे बघू लागले. जेव्हा ते माझ्या बेंचजवळ येऊन उभे राहिले, तेव्हा मी बघत होते की कुत्रा त्याच्या अंगावरच्या गोचिडी खाजवत होता. त्यांना हे कळलं होतं की मला माहीत आहे की ते तिथं आहेत; पण आम्हा दोघांजवळही एकमेकांशी बोलण्यासारखं फार काही उरलंच नव्हतं. त्यामुळे संभाषण जेव्हा एकदाचं सुरू झालं, तेव्हा ते अगदी पांगळं आणि अनौपचारिक होतं. ते असं चाललं-

''हाय, बेटा!'' बाबा.

''हाय, बाबा!'' मी.

''तू इथं खूप वेळापासून आहेस का, बाळा?'' बाबा.

''अं ऽऽ होय! जवळपास संपूर्ण रात्रभर.'' मी

''ओ! मी तुझ्याजवळ बसलो तर तुला चालेल का, बाळा?'' बाबा.

''जसं तुम्हाला वाटतं तसं!'' मी.

मी जरा मागे सरकून संकोचून बसले; कारण एक तर मला बाबांना जागा द्यायची होती; दुसरं म्हणजे मला त्यांना स्पर्श करायचा नव्हता. ते माझ्याजवळ बाकड्यावर बसले. आम्ही दोघंही त्या कुत्र्याला पाहत बसलो, जोपर्यंत तो कुत्रा त्याचं खाजवणं संपवून तेथून निघून गेला नाही.

''तू ओबाकामाला बघण्यासाठी आली होतीस का?'' बाबा.

मी फक्त होकारार्थी डोकं हलवलं.

''ती आजारी आहे का?'' बाबा.

मी पुन्हा होकारार्थी डोकं हलवलं.

''ती आता मरत आहे का?'' बाबा.

मी पुन्हा होकारार्थी डोकं हलवलं.

''तू मला ही गोष्ट का सांगितली नाहीस?'' बाबा.

मी हसले. खूप मोठ्यानं नाही; पण 'कळलं असतं तरी काय होणार होतं' अशा अर्थी हसले.

मला काय म्हणायचं होतं ते त्यांना कळलं; पण ते काहीच बोलले नाहीत. तेवढ्यात थांब्याच्या कोपऱ्यावरून बस वळताना दिसली. आम्ही दोघंही उठून उभे राहिलो. आम्ही दोघंच फक्त त्या बसचे प्रवासी होतो; पण मग आम्ही दोघंही सभ्यासारखे एकामागून एक रांगेत उभे झालो. मी पुढे आणि माझे बाबा माझ्या मागेच होते. जणू आम्ही दोघंही एकमेकांना ओळखतच नव्हतो. अनोळखी असल्यासारखे!

जेव्हा बस थांब्यावर आली, मी त्यांना म्हटलं, "मला वाटलं की तुम्ही आतापर्यंत मेले असाल!"

मी जणू बसच्या बाजूशी बोलते आहे असंच माझं बोलणं होतं. मला खात्री नव्हती की त्यांनी माझं बोलणं ऐकलं असेल! ते शब्द माझ्या डोक्यातच होते आणि अक्षरशः मी त्यांना रोखण्यापूर्वीच ते माझ्या तोंडातून बाहेर पडले. मला खरोखरीच त्यांना असं बोलून दुखवायचं नव्हतं. जेव्हा त्यांनी मला काहीच उत्तर दिलं नाही, तेव्हा मला सुटल्यासारखं वाटलं. बसची दारं उघडली. आम्ही दोघंही आत शिरलो. बाबांनी तिकिटाचे पैसे दिले. मी बसच्या मागच्या भागात गेले आणि तिथंच बसले. माझे बाबासुद्धा माझ्या पाठोपाठ तिथं आले. एका क्षणाकरिता त्यांना संकोच वाटला; पण नंतर ते माझ्या बाजूच्या सीटवर बसले. त्यांनी एक दीर्घ श्वास सोडला. जणू काही आम्ही दोघांनी खूप मोठी गोष्ट पूर्ण केली होती. नंतर माझ्याजवळ सरकून त्यांनी माझा हात पकडला आणि तो थोपटत ते म्हणाले, "नाही! मी अजून तरी मेलेलो नाही."

जेव्हा आम्ही देवळात पोचलो, म्हातारी जिको अजूनही जिवंत होती. तिथं बरेच लोक तिच्याभोवती तिच्या मृत्यूच्या घटकेसाठी जमा झाले होते. त्यांपैकी काही दान्का होते तर काही नन्स पण होत्या. त्याशिवाय पुजारीसुद्धा जमा झाले होते. काही वर्तमानपत्राचे वार्ताहरसुद्धा आले होते; कारण जिको खूपच म्हातारी होती आणि इतक्या म्हाताऱ्या बाईचा मृत्यू ही गोष्ट खचितच जिकोच्याही प्रसिद्धीचा भाग ठरणारी होती.

आम्ही तिच्या कुटुंबाचा भाग असल्यानं आम्हाला खूप जास्त महत्त्वाच्या लोकांची (VIP) सेवा मिळत होती. आम्हाला सरळपणे जिकोला भेटण्यासाठी जाऊ देण्यात आलं. मुजी आम्हाला तिच्याजवळ घेऊन गेली. म्हातारी जिको तिच्या गोधडीवर झोपली होती. ती आता खूपच बारीक दिसत होती. जणू काहीतरी खूपच जुनं मूल असल्यासारखी वाटत होती. तिची त्वचा जवळजवळ पारदर्शक झाली होती आणि त्याखाली तिच्या गालाची सुंदर गोलाकार हाडं आम्ही पाहू शकत होतो. ती छताकडे एकटक बघत पडली होती; पण जेव्हा मी तिच्या गोधडीच्या बाजूला बसून वाकले आणि तिचा हात हातात घेतला, तेव्हा तिनं आपली मान वळवली आणि माझ्याकडे तिच्या त्या धुरकट, निळसर रिक्ततेच्या फुलांमधून रोखूनच बघितलं.

"मला खूपच आनंद झाला!" ती पुटपुटली "तू अगदी वेळेच्या आतच आलीस."

तिची बोटं अगदी पातळ, बारीक काडीसारखी होती; पण एकदम गरम होती. मला वाटतं की मला तिच्या त्या गरम बोटांचा दाब जाणवत होता. मी माझ्या

तोंडातून काहीच शब्द काढू शकले नाही; कारण त्या वेळेस मी न रडण्याचा प्रयत्न करीत होते. माझ्याजवळ तिथं बोलण्यासारखं काय होतं? तिला हे माहीत होतं की मी तिच्यावर खूप प्रेम करते. कधी कधी तुम्हाला तुमच्या मनात किंवा हृदयात काय आहे हे सांगायला शब्दांची गरज पडत नाही.

पण, तिच्याजवळ आम्हाला सांगण्यासारखं काहीतरी होतं. मला वाटतं ती कशाचीतरी वाट बघत होती. तिनं आपले हात उचलले आणि बसण्याचा प्रयत्न केला; पण तिचं शरीर म्हणजे फक्त हाडं भरलेली त्वचेची पिशवीच झालं होतं आणि मला भीती वाटत होती की तिला काही धक्का बसेल किंवा ती जखमी होईल.

''मुजी,'' जिको हळुवार आवाजात कुजबुजली.

मुजी तिथेच होती आणि माझे बाबासुद्धा तिथेच होते.

''सेन्सेई, तुम्ही कृपा करून झोपूनच राहा. तुम्हाला खरंतर...'' मुजीनं तिला विनंती केली.

पण, मुजीचं बोलणं पूर्ण होण्याआधीच जिकोनं तिला आग्रह केला. जिकोला तिच्या नेहमीच्या, गुडघ्यावर बसण्याच्या स्थितीतच बसायचं होतं. म्हणून मग त्यांनी तिला तिच्या काखेतून धरूनच उठवलं आणि तिला गुडघ्यावर बसायला मदत केली. मी प्रामाणिकपणानं सांगते, की मला वाटलं, की आता तिचे हात खांद्यापासून खाली पडतील आणि हे सारे प्रयत्न तिला मारून टाकण्यासाठी पुरेसे ठरतील. तुम्ही पाहिलं असतं तर तुम्हाला कळलं असतं की ते किती कठीण होतं! पण शेवटी त्यांनी तिच्या त्या नाजूक शरीराचा तोल सांभाळून तिला सरळ ताठपणे तिच्या गुडघ्यावरती बसवलं होतं. मुजीनं जिकोची कॉलर सरळ केली. झालेल्या त्रासातून बरं वाटावं म्हणून जिको थोडा वेळ डोळे मिटून शांत बसली. मग तिनं आपला एक हात उंचावला. मुजीला कळलं तिला काय हवं होतं. तिच्याजवळ ब्रश आणि शाई होती, जी तिच्या टेबलजवळ म्युजीने तयार ठेवली होती. मुजीनं तो ब्रश आणि शाई जिकोच्या गोधडीजवळ काळजीपूर्वक तिच्यासमोर ठेवली होती.

तुम्हाला माहीत नसेल तर सांगते, ही झेन मास्टर्सची जुनी परंपरा आहे की ते त्यांच्या मृत्यूसमयी एक शेवटची कविता लिहितात. त्यामुळे हे जे काही चाललं होतं, ते आमच्याकरिता नवीन आणि अनोळखी मुळीच नव्हतं. जरी ते इतरांना, तिथं जमलेल्या बाहेरच्या लोकांना जरा विचित्र वाटत असलं, तरीसुद्धा! पण या सगळ्या गोष्टींची मला मात्र जाम भीती वाटत होती. पुढल्या एका मिनिटात, ती आपला शेवटचा श्वास घेईल, असं मला वाटत होतं; पण दुसऱ्याच क्षणाला शाई आणि ब्रश घेऊन बसलेल्या जिकोला मी बघत होते.

मुजी लिखाणाची तयारी करत होती तोपर्यंत जिको डोळे मिटून शांत बसली होती. मुजीनं तांदळापासून तयार केलेला पांढराशुभ्र कागद जिकोच्या समोरील

लिखाणाच्या डेस्कवर ठेवला आणि अतिशय काळजीपूर्वक तिनं शाईचा दगड घोटून शाई तयार केली. मुजीची सगळी तयारी झाल्यावर तिनं बोरू जाग्यावर ठेवला आणि ती झुकून जिकोला म्हणाली, ''सेन्सेई...''

आणि जिकोनं डोळे उघडले. तिनं आपला ब्रश त्या काळ्याकुट्ट शाईत बुडवला आणि हलक्या हातानंच त्या शाईघोटणीत दाबला. थोडा घोटणीच्या काठावरही झटकला. जणू जगातील सारा काळ ती फक्त याच कामासाठी वापरणार होती, इतक्या हळुवार पद्धतीनं तिचं काम चाललं होतं; कारण आता काळ हळूहळू धावत होता आणि तिच्या कामासाठी लागणारे सारे क्षण तिला देत होता. तिला जे हवं होतं तेच! तिच्या त्या अलौकिक शक्तीच्या सन्मानार्थ, ज्या शक्तीनं काळालाही हळू चालायला लावलं होतं आणि तिच्या मोठ्या प्रयत्नांसाठी आम्ही खोलीत जमलेले सारे लोक एकदम ताठ आणि सरळ बसलो. मी आणि माझे वडील तिच्यासमोर गुडघ्यावर ताठपणे बसलो होतो. मुजीसुद्धा आमच्या बाजूला जिकोसमोर तशीच बसली होती. त्या खोलीत शांतता पसरली होती. फक्त ब्रश बुडवण्याचा आणि आपटल्याचा आवाज येत होता. जेव्हा तिच्या हातातला ब्रश नीट टोकदार झाला, तिनं एक खोल, दीर्घ श्वास घेतला आणि ब्रश पांढऱ्याशुभ्र कागदावर टेकवला. तिचा हात एकदम स्थिर होता. काळ्या शाईचा थेंब ब्रशच्या टोकाशी जमा व्हायला लागला. तो कागदावर गळण्याआधीच ब्रश कागदावर एकदम असा काही फिरला, जणू एखादा काळाभोर पक्षी ढगाळ आकाश कापत यावा. आणि एका क्षणातच पाच काळेभोर जाड फटकारे कागदावर उमटले. ती कविता नव्हती. हे फक्त एक अक्षर होतं!

生

ब्रशचे पाच फटकारे सेई-इकिरू म्हणजे ''जीवन जगा!''
अजूनही ब्रश पकडून ती माझ्याकडे आणि बाबांकडे स्थिर नजरेनं पाहत होती. ती आम्हा दोघांनाही म्हणाली, ''आत्ता या क्षणापुरतं!''

बरेचसे झेन मास्टर जप करतानाच, ध्यानात असतानाच मृत्यू यावा अशी प्रार्थना करतात; पण म्हातारी जिको झोपली. ही काही फार मोठी घटना नव्हती. याचा अर्थ असा नव्हता की जिको झेन मास्टर नव्हती. तुम्ही खरे झेन मास्टर असतानासुद्धा तुम्ही झोपून आपले प्राण देऊ शकता. बुद्धानंही झोपूनच आपले प्राण त्यागले होते.

आणि ध्यानात बसून प्राण त्यागणं वगैरे मृत्यूसमयीचे हे सारे नियम दणकट आणि तब्येतीनं व्यवस्थित असणाऱ्या झेन मास्टरसाठी होते. ज्या पद्धतीनं म्हातारी जिको मेली, ती पद्धत तिच्याकरिता अगदी सर्वस्वी योग्य अशीच होती. जिकोनं काळजीपूर्वक तो ब्रश जागेवर ठेवला. नंतर ती हळूहळू तिच्या उजव्या कुशीवर कलंडली, जसे की म्हातारे शाका-सामा. अजूनही तिचे गुडघे घडी केलेल्या अवस्थेतच होते. ती गुडघ्यावर बसलेल्या अवस्थेतच कलंडली होती. तिनं ते गुडघे सरळ करण्याचेही कष्ट घेतले नाहीत. जेव्हा तिचं डोकं जमिनीला लागलं, तेव्हा तिनं आपले हात आपल्या गालाखाली जणू पाळण्यासारखे धरले आणि तिनं आपले डोळे बंद करून घेतले. जणू ती आता एका छोट्याशा झोपेसाठी तयार होती. ती आता खूपच सुखी आणि आरामात झोपल्यासारखी वाटत होती. तिचा श्वास मंद मंद होत गेला आणि मग तिनं शेवटचा श्वास घेतला होता, तेव्हा सारं जग तिच्याबरोबरच श्वास घेऊ लागलं होतं. आणि मग तिनं श्वास घेणंच थांबवलं होतं. अगदी असंच घडलं होतं. आम्ही पुन्हा तिच्या श्वास घेण्याची वाट बघू लागलो; पण पुढे काहीच घडलं नाही. ती आता पूर्णपणेच तिच्या त्या शरीरातून निघून गेली होती.

मुजी तिच्याजवळ वाकली. तिनं जिकोचे ओठ शेवटच्या क्षणाच्या पाण्यानं ओले केले. नंतर तिनं जिकोसमोर रेहाई पद्धतीनं वाकून नमस्कार केला. मी आणि माझ्या वडिलांनीही रेहाई पद्धतीचा शेवटचा नमस्कार केला. नंतर त्यांनी जिकोचं लहानसं शरीर तिच्या पाठीवर केलं. तिचे गुडघे सरळ केले. मुजीनं सुगंधी उदबत्त्या पेटवल्या आणि जिकोच्या तोंडावरून शरीरभर एक पांढरं स्वच्छ कापड आच्छादलं. तिनं आधीच एक वेदी तयार करून ठेवली होती. त्यावर मेणबत्त्या, फुलं आणि सुगंधी द्रव्यं पसरली होती. आणि ती बाहेर जमलेल्या लोकांना, जे वाट बघत होते, त्यांना जिकोच्या मृत्यूची बातमी सांगायला निघून गेली.

मी फक्त तिथं बसले आणि हे काय घडलं हे समजून घेण्याचा प्रयत्न करू लागले. माझा विश्वास बसत नव्हता की म्हातारी जिको मेली होती आणि अजूनही मला त्या पांढऱ्या कापडाखाली वाकून बघण्याची इच्छा होत होती. मला खूपच काळजी वाटत होती की, जिको त्या पांढऱ्या कपड्याखाली गुदमरून जाईल; पण जिकोच्या चेहऱ्यावरचा पांढरा कपडा हलत नव्हता, त्यामुळे मला कळत होतं की जिको श्वास घेत नाहीये. जळणाऱ्या उदबत्तीच्या टोकाकडून छपराकडे जाणाऱ्या धुराच्या बारीक रेषेशिवाय खोलीत कसलीच हालचाल नव्हती.

वेळ अजूनही हळूहळू आणि विचित्रपणे पुढे सरकत होती. आणि मला किती मिनिटं, सेकंदं, तास किंवा दिवस गेले हे कळतच नव्हतं. देवळाच्या इतर भागात चाललेल्या बऱ्याच हालचाली ऐकू येत होत्या. खोलीतील तातामी गवताच्या साऱ्याच चटया नाहीशा होत होत्या. शेवटी काही माणसांनी एक घंगाळासारखं

लाकडाचं मोठं अंघोळीचं भांडं आणलं. मुजीनं ते लाकडी घंगाळं शेवटच्या अंघोळीसाठी पाण्यानं भरलं. त्याला सकातामिझू म्हणतात. ते घंगाळं प्रथम गरम आणि मग थंड पाण्यानं भरतात. जेव्हा ते घंगाळं पाण्यानं भरलं, त्यांनी म्हाताऱ्या जिकोचं शरीर उचललं आणि त्या लाकडी घंगाळात ठेवलं. मी तिचं ते शरीर धुवायला मदत केली. मी पाहिलं की माझे बाबा माझ्या बाबतीत खूपच काळजी करीत होते. त्यांनी मला म्हटलं की जिकोला अंघोळ घालायला माझ्या मदतीची काहीच गरज नाही; पण मी त्यांना म्हटलं की मला मदत करायचीय. मी आणि जिकोनं एकत्र अंघोळी केल्या होत्या आणि मी तिची पाठ स्वच्छ करायला मदतही केली होती. तिला कशी अंघोळ घालायची हे मला माहीत होतं; बरोबर ना? जणू काही त्या अंघोळी याचाच सराव म्हणून होत्या. किती जोरात पाठ घासायची हे मला बरोबर माहीत होतं. अर्थात, त्यानं आता काहीच फरक पडत नव्हता; कारण ती आता गेली होती.

शेवटी मुजीनं आणि मी जिकोला खास पांढराशुभ्र किमोनो चढवला. मुजीनं तो किमोनो आधीच तिच्यासाठी शिवून ठेवला होता. किमोनो शिवताना त्यात मुजीनं कुठंही गाठी मारल्या नव्हत्या. त्यामुळे म्हातारी जिको जगाच्या कुठल्याही बंधनात अडकणार नव्हती. आम्ही तिचा तो किमोनो तिच्याभोवती उजवीकडून डावीकडे गुंडाळला. ही पद्धत जिवंत स्त्रिया किमोनो घालतात त्याच्या अगदी विरुद्ध होती. मग आम्ही तिला झोपवलं. तिचं डोकं दक्षिणेऐवजी उत्तरेकडे केलं. मुजीनं एक छोटा चाकू तिच्या छातीवर ठेवला, त्यामुळे जगाशी तिचे उरलेले बंधसुद्धा जिको कापून काढू शकणार होती. जिको पुढचा संपूर्ण दिवस तिथंच पडून राहिली होती. दान्का आणि इतर धर्मगुरू येऊन तिच्यासमोर झुकून नमस्कार करत होते आणि तिला अखेरची श्रद्धांजली वाहत होते. नंतर त्यांनी तिला शवपेटिकेत ठेवलं.

माझ्या विचाराप्रमाणे मला जपानी क्रियाकर्माबद्दल माहिती होती; कारण माझ्या वर्गमित्रांनी माझं क्रियाकर्म केलेलं मी पाहिलं होतं; पण जिकोचं क्रियाकर्म माझ्या केलेल्या क्रियाकर्मापेक्षा फारच वेगळं होतं. जिकोचं क्रियाकर्म तर फारच वेगळं, भव्य आणि मोठं होतं. शिवाय ते देवळाच्या मुख्य पवित्र खोलीत केलं गेलं. तिथं कितीतरी लोक तिच्यासाठी निरोप द्यायला जमले होते. त्यात देवळाचे मुख्य पुजारी, नन वगैरेसुद्दा सामील होत्या. माझी आई शेवटी मला दिसलीच. ती अगदी योग्य अशा काळ्या पोशाखात तयार होऊन आली होती. तिनं माझ्या वडिलांसाठीसुद्धा काळ्या रंगाचा सूट आणला होता. आणि माझ्यासाठी एक स्वच्छ युनिफॉर्म आणला होता. तिथल्या पुजाऱ्यांनी आणि ननंनी बऱ्याच मंत्रांचा अव्याहत घोष केला आणि प्रत्येकाला पाळीपाळीनं त्या जिकोच्या वेदीवर उदबत्ती लावण्याची संधी दिली. मी माझ्या वडिलांनंतर उदबत्ती लावण्यासाठी दुसऱ्या नंबरवर गेले. त्यामुळे मला खूपच

उदास वाटत होतं. त्याच वेळी आपण कुणीतरी महत्त्वाचं असल्यासारखंही वाटत होतं. जेव्हा सगळ्याच पाहुण्यांना जिकोला नमस्काराची आणि तिच्या वेदीवर उदबत्ती लावायची संधी दिली गेली, तेव्हा म्हाताऱ्या जिकोला कॉफीनमध्ये बंद करून ठेवण्याआधी आम्ही सगळ्यांनी जिकोबरोबर फुलं ठेवली. त्याचबरोबर तिला मृत्यूनंतरच्या आयुष्यात उपयोगी पडू शकतील अशी तिची सूत्रांची पुस्तकं, तिच्या सपाता, चष्मा आणि माऊंट फिअर डोंगरावर जाताना लागणाऱ्या 'थ्री क्रॉसिंग' नदीवर देण्यासाठीची सहा नाणीही तिच्याबरोबर ठेवली. जेव्हा कोणी बघत नव्हतं, तेव्हा मी जिकोच्या हातावर काही 'मेल्टी किसेस' नावाची चॉकलेट्स ठेवली. झेन मास्टर शुद्धभूमीत जाताना चॉकलेट्स नेत नाहीत; कारण त्यांना जगातील सामान्य वस्तूंशी नातं तोडायचं असतं; पण मला हे माहीत होतं की म्हाताऱ्या जिकोला चॉकलेट्स खूपच आवडत होती आणि मी हे केलं याबद्दल मला काहीच वाटत नाहीये. मी जेव्हा तिच्या बोटांना हात लावला तेव्हा मला ती बोटं बर्फासारखी थंडगार वाटली होती; पण तिनं जेव्हापासून प्राण त्यागले होते, तेव्हापासून ती खूपच बदलली होती. आदल्या दिवशी जेव्हा आम्ही तिला अंघोळ घालत होतो, तेव्हा ती तिच्या शरीरात होती; पण आता ते शरीर रिकामंच वाटत होतं. ही तर एक त्वचेची रिकामी पिशवी होती, ज्यात जिको कुठंच नव्हती.

त्यांनी कॉफीन बंद केलं आणि वर दगडानं खिळे ठोकून बंद करताना सगळे पुजारी आणि नन सातत्यानं मंत्रघोष करीत होते. आठवणी या छोट्या लाटांसारख्याच असतात. त्या माझ्या मनाच्या कडांना धडका देत होत्या. मला परत एकदा माझ्या वर्गमित्रांनी केलेल्या माझ्या त्या क्रियाकर्म किंवा अंत्यविधीकडे नेलं आणि ओगावा सेन्सेईंचा दुःखी आवाज आणि त्यांचे शब्द परत माझ्या कानात घुमू लागले. *'आकार हा रिकामा असतो आणि रिकामपणाला एक आकार असतो.'* आता त्याचा अर्थ मला कळत होता; कारण एका क्षणापूर्वी जिको आकारात होती आणि दुसऱ्या क्षणी ती रिकामेपणात सामावली होती. त्यानंतर मला ती काराओके पार्टी आठवली, जी आम्ही एकत्र केली होती, जेव्हा जिकोनं ते 'अशक्य स्वप्नांचं' गाणं म्हटलं होतं. का कुणास ठाऊक; पण मी त्या गाण्याशी कुठूनतरी जोडले गेले होते. तिच्या शपथेशी जोडली गेली होते, जी तिनं सर्व वस्तू सांभाळण्यासाठी घेतली होती. आणि आता मी तिला तिथं झोपलेली बघत होते. मला खूपच वाईट वाटत होतं. जिको हरली होती. अजूनही जग घाणेरड्या आणि विकृत अशा जिवंत माणसांनी आणि त्यांची धास्ती घेतलेल्या माणसांनी भरलं होतं; पण नंतर आणखी एक गोष्ट अचानकपणे माझ्या मनात आली, की तिची हार ही काही खूप मोठी गोष्ट नव्हती; कारण कमीत कमी ती तिच्या त्या अशक्त स्वप्नाप्रती खऱ्या मनानं समर्पित होती- अगदी तिच्या मृत्यूच्या दिवसापर्यंत. मला आश्चर्य हे वाटत होतं की तिच्या हृदयात

शांतता आणि निरामय स्तब्धता नांदत असेल का, जेव्हा ती तिथं आराम करीत असेल आणि तेव्हाही ती या जगाची काळजी करीत असेल का? ती माझी काळजी करत असेल का असं मला वाटलं. हे जरा स्वार्थीपणाचं आहे, पण मी तशी आशा केली. म्हणजे मला असं म्हणायचंय, सगळ्या लोकांना वाचवण्यात यश न येणं एकीकडे; पण माझ्यासाठी तरी ती थांबू शकत होती. मी शेवटी तिची सख्खी पणती होते; पण तिनं ते केलंच नाही. ती तशीच पुढे निघून गेली.

आम्ही तिचं शरीर त्या सुंदर सजवलेल्या गाडीवर ठेवून अंत्यविधी करता येणाऱ्या दहनभूमीजवळच्या मोठ्या देवळाकडे घेऊन गेलो. मग नन आणि पुजाऱ्यांनी पुन्हा मंत्रघोष करायला सुरुवात केली. त्यांनी म्हाताऱ्या जिकोचं कॉफीन एका धातूच्या ट्रेमध्ये ठेवलं आणि त्यांनी तो ट्रे मोठ्या भट्टीत सरकवला, जसा पिझ्झा भाजायला टाकतात. मग त्या भट्टीची दारं बंद झाली आणि अचानकपणे मला माझ्या त्या 'मल्टी किसेस'च्या चॉकलेटची काळजी वाटायला लागली. ती वितळून तिच्या पांढऱ्या शुभ्र किमोनोवर सगळीकडे पसरून डाग लागले असतील; पण आता सगळ्याच गोष्टीला फार उशीर झाला होता. काहीच करता येणार नव्हतं. आम्ही सगळे बाहेर उभे राहून वाट बघायला लागलो. आणि मी पाहिलं की निरभ्र, निळ्या आकाशात धुरांच्या रेषा उठत होत्या. माझे वडील बाहेर आले आणि माझ्याजवळ उभे राहून त्यांनी माझा हात पकडला आणि मी त्या गोष्टीबद्दल नाराजी दाखवली नाही. आम्ही एकमेकांशी काहीही बोललो नाही. जेव्हा ते सगळं संपलं, तेव्हा आम्ही परत तिथं गेलो आणि त्यांनी तो धातूचा ट्रे बाहेर काढला. तिथं चॉकलेटचं काहीसुद्धा चिन्ह नव्हतं. त्यावर गरम, पांढुरक्या हाडांचा तुटलेला सापळाच फक्त उरला होता. ती इतकी लहानशी होती, यावर माझा विश्वासच बसू शकत नव्हता.

दहनभूमीमधल्या माणसानं मोठी हाडं तोडण्यासाठी एक छोटासा हातोडा आणला. मग आम्ही सगळेच जण त्या ट्रेभोवती उभे राहिलो. आमच्या हातात लाकडी चॉपस्टिक्स होत्या, ज्यामुळे आम्ही जिकोच्या हाडांचे तुकडे उचलू शकणार होतो. तुम्हाला हे एखाद्या सोबत्याबरोबर करायचं असतं. प्रत्येक वेळेस तुम्ही मिळून हाडं उचलून प्रेतसंस्काराच्या जवळ ठेवलेल्या अस्थिपात्रात टाकायची असतात. तुम्हाला पायाच्या हाडापासून सुरुवात करायची असते; कारण तुम्हाला तिला या शाश्वत कालात उलटं टांगायचं नाही. मी आणि माझे बाबा मिळून एक टीम झालो होतो. आम्ही दोघं फारच काळजीपूर्वक सर्व विधी करीत होतो आणि आम्ही उचललेलं हाड कोणतं आहे ते मुजी आम्हाला समजावून सांगत होती. "ओ ऽ" "हे तिच्या पायाच्या घोट्याचं हाड आहे!" "हे तिच्या मांडीचं हाड आहे!" "ओ! हे बघा, हे तिच्या ढोपराचं हाड सापडलं आहे!" "ओ! हे बघा हे तिच्या घशाचं

हाडसुद्धा सापडलं आहे!''

प्रत्येक जण तेव्हा फारच आनंदी झाला; कारण हे घशाचं हाड सापडणं, ही एक चांगली खूण समजली जाते. मुजीनं सांगितलं की हे खूपच महत्त्वाचं हाड आहे. याला इंग्लिशमध्ये 'ॲडम ॲपल' म्हणतात, तर जपानी लोक याला घशातील बुद्ध म्हणतात; कारण हे त्रिकोणी आकाराचं असतं आणि एखादा माणूस ध्यानाला बसल्यावर कसा दिसतो, तसं ते दिसतं. जर तुम्हाला हे हाड सापडलं, तर मृत झालेली व्यक्ती निर्वाणात प्रवेश करते आणि मग अथांग शांतीच्या शाश्वत समुद्रात परतते. घशातील बुद्धाचं हाड अस्थिपात्रात सगळ्यात शेवटी वर ठेवायचं असतं. त्याप्रमाणे झालं आणि मग ते अस्थिपात्र बंद केलं गेलं.

आम्हाला परत जाताना मोठी तिरडी लागली नाही; कारण जिको आता खूपच छोटी झाली होती आणि आता माझ्या मांडीवर बसली होती आणि मी तिला परत डोंगरापर्यंत जाईस्तोवर नीट पकडून ठेवलं होतं. जेव्हा आम्ही घरी परतलो, आम्ही जिकोच्या रूममध्ये गेलो आणि तिचं अस्थिपात्र आणि फोटो हारुकी नं.१च्या फोटोच्या बाजूला ठेवला.

मुजी तिथून गेली आणि जिकोनं लिहिलेला शेवटचा शब्द त्या मुख्य पवित्र खोलीतून आणला. कुणीतरी आधीच ती कागदाची गुंडाळी आणि भिंतीवर फोटो टांगण्याचा पुठ्ठासुद्धा तिथं आणलेला होता. मुजीनं आता तो फोटो कुटुंबाच्या वेदीवर आणि जिकोच्या प्रेतसंस्काराआधी काढलेल्या फोटोशेजारी लावला. वृत्तपत्रकारांनी तिच्या त्या तिनं लिहिलेल्या मृत्यूआधीच्या शेवटच्या शब्दाचं खूपच मोठं अवडंबर माजवलं होतं आणि ते त्याच्यासंबंधी, त्याच्या गूढ अर्थासंबंधी मुख्य देवळातील सगळ्यात मोठ्या हुद्द्यावर असणाऱ्या आणि ज्ञानानंही मोठ्या असणाऱ्या पुजाऱ्यांना विचारीत फिरत होते. त्यांना त्या शब्दाचा मुख्य अर्थ आणि त्याचं योग्य भाषांतर हवं होतं. त्या शब्दाविषयी कुणाचंही एकमत होत नव्हतं. काही लोक म्हणत होते की ती कवितेची सुरुवात होती आणि ती (जिको) कविता पूर्ण करू शकली नाही. बाकीचे लोक म्हणत होते की खरंतर एका शब्दातच तिनं पूर्ण वाक्य सांगितलं होतं आणि ते वाक्य हे सांगत होतं की, ती अजूनही जीवनाला चिकटून आहे. त्यामुळे आयुष्याची अगदी एकशेचार वर्षं पूर्ण झाल्यावरसुद्धा तिची समज तेव्हाही जरा कमी आणि अयोग्यच होती. आणखी काही लोक म्हणत होते की, तिनं मृत्यूच्या आधी जो 'जीवन' शब्द लिहिला होता, त्याचा अर्थच तो होता की, तिला समजलं होतं की जीवन आणि मृत्यू हा एकच आहे आणि म्हणूनच ती पूर्ण साक्षात्कारी 'स्त्री' होती. आणि ती संदिग्धावस्था किंवा द्विधा अवस्थेतून सुटली होती; पण खरं म्हणजे असं होतं की कुणालाच कळलं नाही की तिनं तो शब्द का लिहिला होता. त्या शब्दाचा खरा अर्थ मला आणि बाबानांच कळला होता; कारण तो फक्त आम्हा

दोघांसाठीच होता; पण आम्ही दोघंही गप्प बसलो होतो.

माझी आई मग मुजीला मदत करायला गेली आणि इतर दान्का बायकांनी आता स्वयंपाकघर स्वच्छ केलं आणि अचानकपणे मी आणि बाबा दोघे पुन्हा एकटेच एकत्र आलो होतो. आम्ही दोघंही आमच्या कुटुंबाच्या वेदीसमोर बसलो होतो आणि बसस्टॉपवर भेटल्यानंतर आम्ही दोघं आताच पुन्हा एकटे एकत्र आलो होतो. सगळीकडे कसं शांत होतं. अगदी खरी शांतता पसरली होती. त्या क्षणापर्यंत तरी सगळं काही कसं वेड्यासारखं आणि वेगानं वाहत होतं. त्या सगळ्या नन, पुजारी, त्यांचे ते मंत्रघोष, दान्काची सेवा देणं, वार्ताहरांचं सातत्यानं प्रश्न विचारणं; पण आता फक्त मी आणि माझे बाबाच इथं होतो. आणि आतापर्यंत जे शब्द आमच्या दोघांत बोलले गेले नाहीत, ते आता भुतं होऊन आमच्या आजूबाजूला तरळत होते आणि जिकोनं लिहिलेला तो मोठा शब्द म्हणजे सगळ्यात मोठं घाबरवणारं भूत होतं.

दोघांमध्येही थोडासा अवघडलेपणा आला हाता. स्वयंपाकघरातून आता कुजबुजीचे, कुरकुरण्याचे आवाज दुरून ऐकल्यासारखे ऐकू येत होते. जेवण बनवण्याचा आवाज त्यात मिसळला होता आणि बगीच्यातील किड्यांचं ओरडणंही ऐकू येत होतं. आता पुन्हा गरम व्हायला लागलं होतं. उन्हाळा आता जवळ येत होता.

"मला जरा आश्चर्य वाटतंय त्या डब्यात काय असेल?" बाबांनी विचारलं.

मला असं वाटलं की ते संभाषणाला सुरुवात करण्याच्या विचारात होते; पण तिथल्या एका कपाटाकडे बोट दाखवत होते; जे आमच्याच कुटुंबाच्या वेदीवर होतं. त्या डब्यात हारुकी नंबर १च्या साऱ्या उरलेल्या वस्तू होत्या. मला खूप सुटल्यासारखं वाटलं; कारण बाबांनी खरंच काहीतरी असं विचारलं होतं जे मला माहीत होतं आणि त्याला उत्तर देताना मी त्यांना सगळी खरी हकिकत सांगितली. त्यापैकी त्यांना थोडीबहुत माहिती असेलच; पण मी त्याची पर्वा केली नाही. ती खूपच चांगली गोष्ट होती. याचा मला खूप अभिमान होता; कारण जिकोनंच एकदा ती मला सांगितली होती आणि आता मी ती बाबांना सांगितली होती. मी त्यांना सांगितलं की हारुकी नं.१ कसा फ्रेंच फिलॉसॉफीच्या विषयाचा विद्यार्थी होता. जेव्हा तो त्या निवडक शिपायांच्या टोळीत गेला, तेव्हाचा त्याचा तो कठीण सराव, त्याला झालेल्या शिक्षा, त्याच्यावर झालेले अत्याचार आणि त्याला भोगाव्या लागणाऱ्या साऱ्या यातना... पण सगळ्या कठीण प्रसंगांतही त्यानं त्याची आत्महत्येची योजना कशी शौर्यानं पूर्ण केली होती. त्याचं विमान त्यानं शत्रूच्या गोटात घुसवलं होतं आणि तो एक लष्करी मर्द गडी होता. त्यानं त्याचं ध्येय पूर्ण केलं होतं. त्याचं कर्तव्य पूर्णपणे बजावलं होतं आणि लष्करी अधिकाऱ्यांनी जिकोला त्याचा अर्धवट रिकामा असलेला पेटीवजा डबा तसाच पाठविला होता.

‘‘त्याचं असं काही उरलंच नव्हतं.’’ मी बाबांना स्पष्टीकरण देत होते. त्यामुळे त्यांनी आतमध्ये एक कागदाचा तुकडा चिकटवला होता, ज्यावर लिहिलं होतं ‘‘इकोत्सु!’ तुम्हाला बघायचा आहे तो?’’ मी विचारलं.

‘‘नक्कीच!’’ बाबा उत्तरले.

मी त्या वेदीजवळ गेले आणि कपाटावरून ती पेटी काढून आणली. मी त्याचं झाकण उघडलं आणि आत पाहिलं. मला फक्त एक कागदाचा तुकडा मिळण्याची अपेक्षा होती; पण त्यात त्याऐवजी आणखी काहीतरी होतं. एक छोटंसं पाकीट होतं. मी आत हात घालून ते पाकीट बाहेर काढलं.

ते पाकीट तेलकट कागदात गुंडाळलेलं होतं. त्याच्यावर बुरशीचे डाग होते. ते थोडं थोडं किड्यांनीही कुरतडलं होतं. मी जेव्हा ते उघडलं, त्यातून खाली काहीतरी पडलं. मी त्यावरची धूळ झटकली.

‘‘काय आहे ते?’’ बाबांनी विचारलं.

‘‘मला माहीत नाही.’’ मी म्हणाले. ‘‘पण यापूर्वी ते यात नव्हतं!’’

‘‘उघड ते!’’ बाबा म्हणाले.

मी ते आता पूर्णच उघडलं. त्यामध्ये एक पातळसर पुस्तक होतं आणि ते चार घड्यांत मोडून ठेवलं होतं. मी बाहेरचा तेलकट कागद ओढून काढला; पण तो न फाटू देण्याची दक्षतासुद्धा मी घेतली. मी त्याचं पहिलं पान उघडलं. ते फिकट निळ्या शाईनं लिहिलेल्या शब्दांनी भरलेलं होतं. ही सारी अक्षरं कागदाच्या डाव्या बाजूकडून उजव्या बाजूकडे जाणारी होती. जपानी भाषेत लिहितात तसं ते वरून खाली लिहिलेलं नव्हतं. मला ते कळलं नाही.

‘‘मी हे वाचू शकत नाही!’’ मी बाबांना म्हणाले.

बाबा आपला हात पुढे करीत म्हणाले, ‘‘दाखव मला ते!’’

मी ते पुस्तक त्यांच्याकडे दिलं.

‘‘हे तर फ्रेंच भाषेत आहे!’’ बाबा म्हणाले. ‘‘अरे व्वा! हे तर खूपच चांगलं आहे!’’

मला मात्र खूपच आश्चर्य वाटलं. त्यांना फ्रेंच भाषा येते अशी अपेक्षासुद्धा मला नव्हती.

बाबा त्या पुस्तकावर झुकले आणि जीर्ण झालेली ती पानं मोठ्या काळजीनं उलटू लागले. ‘‘हे बहुतेक हारुकी काकांनीच लिहिलं असावं असं मला वाटतं.’’ बाबा म्हणाले. ‘‘जिको ओबासामा एकदा या डायरीसंबंधी काहीतरी म्हणाली होती. ती म्हणाली होती की हारुकी नं १ नेहमीच डायरी लिहीत असे. ही डायरी हरवलेली असेल असं तिला वाटत होतं.’’

‘‘मग ही डायरी इथं आली तरी कशी?’’ मी विचारलं.

बाबांनी डोकं हलवून म्हटलं, ''कदाचित ही तिच्याजवळ आधीच असेल!''

''असं शक्यच नाहीये! नाहीतर तिनं मला सांगितलंच असतं की!'' मी पुन्हा म्हणाले.

''हे बघ हारुकींनी याच्यावर तारखा लिहिलेल्या आहेत!'' बाबा पुढे म्हणाले ''१९४४. १९४५. त्या काळात ते नौदलातच काम करीत होते. मला आश्चर्य याचं वाटतंय की, त्यांनी फ्रेंच भाषाच का वापरली?''

मला ते उत्तर माहीत होतं आणि मी ते पटकन दिलं. ''ते सुरक्षित होतं ना?'' मी म्हणाले. मी पुढे स्पष्टीकरण दिलं, ''जर त्यांच्यावर अत्याचार करणाऱ्यांना ही डायरी सापडली असती, तर ते ही डायरी वाचूच शकले नसते!''

''हं!'' बाबा पुढे म्हणाले, ''तुझं कदाचित बरोबरही असावं; कारण ही एक गुप्त डायरी आहे.''

मला खूपच आनंद झाला. ''हारुकी काका खूपच चतुर होते.'' मी म्हणाले, ''ते फ्रेंच, जर्मन आणि इंग्लिश भाषा बोलू शकत होते!'' मला कळत नव्हतं की मी का फुशारकी मारत आहे? जणू मीच ती होते, जिनं या सगळ्या गोष्टी केल्या होत्या.

बाबांनी माझ्याकडे पाहिलं, ''आपण ही डायरी आपल्याबरोबर घरी घेऊन जाऊ या का? तुला या गोष्टीची उत्सुकता वाटत नाहीये का, की त्यांनी या डायरीत त्यांचे काय विचार मांडलेत? त्यांना काय सांगायचं आहे?'' बाबा माझ्याकडे बघत विचारत होते.

अर्थात. मला हवंच होतं ते. मला खूपच आनंद झाला; कारण मला हे खरोखरच माहीत करून घ्यायचं होतं, की हारुकी काकांनी त्यांच्या गुप्त फ्रेंच भाषेतील त्या डायरीत एवढं लिहिलंय तरी काय? पण हे खूप दिवसांनी घडत होतं, की मी आणि बाबा, आम्हा दोघांजवळ मिळून करायला ही एक गोष्ट होती. दोघांकडेही एक समान योजना होती. मी त्यांच्याकडे पाहिलं. ते आमच्या कौटुंबिक वेदीवर झुकून ती डायरी बघत होते. त्यातील फ्रेंच भाषेतील शब्दांचे अर्थ लावत होते. ते आता मला माझ्या जुन्या अभ्यासक बाबांसारखे दिसत होते, जे स्वतःला अतिशय आनंदानं दुसऱ्या जगात हरवून टाकत होते. तेव्हाच माझ्या डोळ्यांसमोर दृश्य तरळून गेलं की, काही दिवसांनी माझे आणि माझ्या बाबांचे अवशेष अशाच धूरभरल्या कलशात या कुटुंबाच्या वेदीवर ठेवले असतील आणि त्या अवशेषांची काळजी घ्यायलाही कुणी नसेल. फार वेळ नाही याला! आधीच आम्ही दोघंही आमच्या अपूर्ण योजनांच्या मध्यात होतो आणि या अपूर्ण ध्येयाच्या योजना म्हणजे माझी आणि बाबांची शेवटची पूर्ण करण्याची गोष्ट. आमच्या दोघांच्याही आत्महत्येच्या योजना!

बाबांना लागलीच जाणवलं की मी त्यांच्याकडे रोखून पाहते आहे; कारण त्यांनी मध्येच वर पाहिलं. मी लागलीच त्यांच्याकडे पाठ केली, जेणेकरून त्यांनी मला रडताना पाहू नये. ते मला बघूच शकले नसते. माझ्या मनात या दुःखद गोष्टीची दृष्टी माझ्याबद्दल आणि माझ्या बाबांबद्दलसुद्धा होती. आणि त्याचबरोबर हेसुद्धा माझ्या मनात आलं की आमच्या दोघांच्याही अस्थिकलशाची काळजी घेणारं या कौटुंबिक वेदीवर पुढे कोणी उरणारच नव्हतं आणि ही गोष्ट काही फार लांबच्या काळातील तर नव्हतीच ना?

"नाओचान!" बाबांनी मला आवाज दिला.

"काय आहे?" मी जरा जोरातच ओरडले. मला हे माहीत होतं की माझा आवाज आता अगदी उद्धट होता; पण मी त्याची अजिबातच काळजी केली नाही.

मी मनापासून ऐकते आहे की नाही हे कळेपर्यंत बाबा थांबले आणि नंतर अतिशय मऊ आणि कुजबुजत्या आवाजात ते म्हणाले, "हे तर सगळं जिकोनंच लिहिल्यासारखं आहे. या सगळ्याचा अर्थ तोच आहे, नाओचान! आणि आपण आता ही गोष्ट चांगल्या पद्धतीनंच करायला हवी!"

मी एकदमच शहारले. म्हणजे असे की, बाबा बोलत होते ते ऐकायला फारच छान वाटत होतं; पण मी त्यांच्यावर विश्वास कसा ठेवू शकत होते?

"Ikiru shika nai!" ते म्हणाले. जणू ते स्वतःशीच अर्धवट बोलत होते आणि नंतर त्यांनी माझ्याकडे वर पाहिलं आणि ताबडतोब त्यांचे ते शब्द त्यांनी परत परत उच्चारले, तेसुद्धा अगदी घाईघाईनं. आणि इंग्रजीमध्ये. म्हणजे मला त्याचा अर्थ नीट कळलाय याची खात्री होईपर्यंत. "आपण जिवंत राहिलंच पाहिजे. आपल्याकडे दुसरा पर्यायच नाही. आपण लढलंच पाहिजे."

मी माझं डोकं हलवलं. मी अक्षरशः कसाबसा श्वास घेत होते. जणू एखादी मोठी मासोळी माझ्या पोटात आतमध्ये आपली ती प्रचंड शेपूट जोरजोरानं आपटत होती आणि हवेमध्ये मोठ्या मोठ्या उसळ्या मारीत होती. नंतर अतिशय जोरानं पाण्यात धपकन पडल्याचा आवाज येतो, तसा आवाज आला आणि त्या मासोळीनं आता पाण्यात प्रवेश केला. ती शांतपणे पाण्यात पोहत होती. आणि ते पाणी शांत झालं.

'Ikiru shika nai!' माझी मासोळी आता जिवंत राहणार होती आणि पर्यायानं मी आणि माझे बाबासुद्धा जिवंत राहणार होतो. अगदी माझ्या म्हाताऱ्या जिकोनं लिहिलं होतं तसंच!

माझे बाबा आता परत वाचायला बसले. 'चीबी-चॅन' मांजर बाहेरच्या व्हरांड्यात आता 'म्याऊ म्याऊ' असं ओरडत होतं. म्हणून मी उठून त्याला आत घेतलं. मी जेव्हा ते व्हरांड्याचं सरकदार सरकवलं, तेव्हा त्यानं एकदमच त्या उघड्या जागेतून

माझ्या दोनही पायांतच उडी मारली होती. जणू काय नरकातल्या कुत्र्याचं भूत त्याचा पाठलाग करीत होतं. त्याच्या कण्यावरचे केस एकदम ताठ आणि सरळ झाले होते आणि बगीच्यातून आलेली एक जोरदार गरम वाऱ्याची झुळूक त्या उघड्या दारातून मांजराचा पाठलाग करीत आत शिरली. त्यामुळे फ्रेममध्ये लावलेल्या कागदाची दारं फडफडली. तो आवाज जिकोचा गालातल्या गालात हसण्याचा आवाज असतो तसाच होता. बाबांनी त्यांच्या काकांच्या डायरीच्या पानांतून वर पाहिलं आणि मला विचारलं. ''तू काही म्हणालीस का बाळा?''

मी फक्त माझं डोकं नकारार्थी हलवलं.

आई दुसऱ्याच दिवशी निघाली; कारण तिला तिच्या कामावर परत हजर व्हायचं होतं; पण मी आणि बाबा तिथंच राहिलो; कारण आम्हाला मुजीला नंतरच्या कामासाठी मदत करायची होती. त्यामुळे जिकोच्या उरलेल्या गोष्टी पण व्यवस्थित लावता आल्या असत्या. तसं जिकोजवळ फारसं काहीच नव्हतं. तिच्या मालकीचं आता तिथं काहीच नव्हतं. फक्त हारुकी नं. १ची जुनी तत्त्वज्ञानाची काही पुस्तकं होती. बाबा म्हणत होते की ती पुस्तकं आता ते स्वतःकडेच ठेवून घेणार होते. एकच गोष्ट अशी होती की जिकोला ज्याची खरंच खूप काळजी होती, ती म्हणजे तिचं ते देऊळ 'जिगेन्जी', त्याचं पुढे काय होणार होतं? त्याच्या नशिबात काय होतं? पण ते छोटं देऊळ जिकोची इस्टेट नव्हतंच. ते मुख्य देवळाच्याच मालकीचं होतं. आणि त्यांना अजूनही जोरदार आशा होती की ते देऊळ ते कोणत्याही डेव्हलपरला विकू शकत होते; पण सुदैवानं हा रिअल इस्टेटचा बाजार आर्थिक बुडबुड्याच्या फुटण्यानं फारच गडगडला होता. त्यामुळे त्या सगळ्या थडग्यांची जागा बदलणं फारच महाग झालं होतं. त्यासाठी त्यांना पुढची आर्थिक परिस्थिती नीट होण्याची वाट पाहावी लागणार होती. त्याचा अर्थ असा होता की, मुजी तिथंच राहणार होती. निदान तात्पुरते काही दिवस तरी! आणि आमची कौटुंबिक वेदीसुद्धा काही दिवस अजूनतरी असणार होती. मुजीनं आम्हाला त्या वेदीची काळजी घेण्याचं वचन दिलं होतं. जणू काही ती तिच्या कुटुंबाची वेदी होती आणि थोड्याफार फरकानं ते तसंच होतंही. माझ्या मते तरी तसंच होतं; कारण ती मला माझ्या मावशीसारखीच वाटत असे. मी तिला वचन दिलं होतं की, मी प्रत्येक उन्हाळ्यात देवळात येईन आणि प्रत्येक वर्षी मार्च महिन्यात भेट देऊन जिकोच्या श्रद्धांजलीसाठी तिला मदत करेन. ही तर चांगलीच व्यवस्था होती, निदान काही काळापुरती तरी!

रुथ

१

व्हेलटाउनमधली ती छोटीशी स्मशानभूमी त्यांच्या घरापासून फार दूर नव्हती; पण रुथ कधीच तिथं वारंवार जात नसे. जेव्हा तिला वेळ होत असे तेव्हाच ती तिथं भेट द्यायची. तिनं एक डॉगवूडचं छोटं रोपटं तिच्या आई-वडिलांच्या थडग्याजवळच लावलं होतं; पण पहिल्या उन्हाळ्यात तिथं दुष्काळ पडला होता आणि ती त्या रोपट्यांना पाणी द्यायला विसरली होती आणि त्यामुळेच ती छोटी झाडं फक्त जिवंतच राहिली होती. त्यांच्या साऱ्याच फांद्या वाळल्या होत्या आणि तिनं केलेली त्यांची एकसारखी सुंदर रचना होती, ती पूर्णच बिघडलेली होती.

''मला क्षमा कर, आई!'' ती म्हणाली. तिनं झाडू घेऊन ते सर्व साफ करायला सुरुवात केली. त्या छोट्या ग्रॅनाईटच्या दगडानं बनवलेल्या चौकोनी भागावरची धूळ आणि वाळलेली पानं तिनं सरकवली. त्या पानांखाली तिच्या आईचं नाव झाकलं गेलं होतं. ''मी काही फार चांगली नाही या कामात!'' ती स्वतःशीच बोलली.

अर्थात, तिच्या आईनं यावर काहीच उत्तर दिलं नाही; पण रुथला माहीत होतं की तिची आई या बाबतीत जास्त काळजी करणारी नव्हतीच. रुथची आई मसाको ही काही फार धार्मिक वृत्तीची बाई नव्हती. तिला कुणाचेही वाढदिवस लक्षात राहत नसत किंवा कुठलीही वार्षिक गोष्ट लक्षात ठेवून ती साजरी करत नसे. आणि अशा प्रसंगांची ती फारशी काळजीसुद्धा करत नसे. रुथला या साऱ्या गोष्टी माहीत होत्या आणि ती या साऱ्या गोष्टींशी सहमतसुद्धा होती; पण नाओकोनं लिहिलेल्या जिकोच्या अंतिम संस्काराचं वर्णन वाचल्यापासून तिलादेखील असं वाटू लागलं होतं की तिनंसुद्धा आपल्या आईच्या जाण्याचा असा उत्सव साजरा करायला पाहिजे होता.

तिच्या आईचा मृत्यू म्हणजे जास्त देखावा न केलेली गोष्ट होती. तिला शेवटी तोंडाचा कॅन्सर झाला होता; पण त्यानंतर त्यात जास्त गुंतागुंत वाढायच्या आधीच तिला विस्मृतीचा रोग जडला होता. तिचा अर्धा जबडा काढून टाकण्याची शस्त्रक्रिया

करून ती जगू शकली असती; पण ती फारच नाजूक होती. ती शस्त्रक्रिया ती सहनच करू शकली नसती. तिच्या त्या कॅन्सरचा इलाज करणाऱ्या डॉक्टरनी तिच्यासाठी वरवरचा उपाय म्हणजे रेडिएशनचा उपचार सुचवला होता. त्यानं तिचा कॅन्सर बरा होणार नव्हता; पण तिच्या वेदना थोड्यातरी कमी झाल्या असत्या. त्या कॅन्सरच्या गाठी त्यानं जरा कमी झाल्या होत्या आणि तिच्या जखमा थोड्या भरून आल्या होत्या; पण तोपर्यंत रुथ आणि ऑलिव्हर त्या बेटावर तिची जितकी काळजी घेत होते त्यापेक्षा जास्त काळजी घेण्याची आवश्यकता होती. म्हणून त्यांनी तिला व्हिक्टोरिया इथल्या एका नर्सिंग होममध्ये ठेवलं. तिथं तिनं तिच्या आयुष्याची शेवटची दोन वर्षं घालवली. जेव्हा कॅन्सरची गाठ पुन्हा वाढली, तेव्हा त्यांनी पुन्हा रेडिएशन देण्याचं ठरवलं; पण तिच्या आईच्या शरीरात ते सहन करण्याची ताकदही नव्हती आणि इच्छाही नव्हती. शेवटी ती कोमातच गेली.

मृत्यू खूपच लवकर आला. ही गोष्ट रात्री उशिरा घडली. नर्सिंग होम अगदी शांत होतं. रुथ आणि ऑलिव्हर तिच्या बाजूलाच वाचत बसले होते. अचानक तिच्या आईचे डोळे जणू खोबणीतून बाहेर आल्यासारखे खाली-वर हलले. तिचं दिसणंच बंद झालं. जणू त्या तेवढ्या क्षणाकरिता तिला आंधळेपणा आला होता. तिनं बसण्याचा प्रयत्न केला. तिचा श्वास आता मंद झाला होता.

रुथनं तिच्या आईचं ते छोटं, आखडलेलं शरीर आपल्या बाहूत धरलं. ऑलिव्हरनं तिच्या आईच्या कपाळाला स्पर्श केला. ती जरा स्थिर झाल्यासारखी वाटली. तिच्या डोळ्यांवर प्रकाशझोत सोडण्यात आला, तेव्हा तिच्या डोळ्यांच्या पापण्या फडफडल्या. तेवढ्या क्षणापुरती ती तिथं लटकल्यासारखी झाली. त्यानंतर एका गूढतेच्या उंबरठ्यावर पोचली. तिनं या जगात आता शेवटचा श्वास घेतला. आणि ती दुसऱ्या जगात गेली.

ते दोघं तिच्याबरोबर काही वेळ तिथंच राहिले. कदाचित तिचा आत्मा तिथं घोटाळत असेल या भावनेनं ते थांबले. त्यांनी तिचे हात पकडून ठेवले आणि तिचं शरीर थंड पडेपर्यंत ते तिच्याशी बोलत राहिले.

ती सोमवारची रात्र होती. तिचा दहनविधी शुक्रवारी करण्यात आला. खूप दिवस त्यानंतर निघून गेले होते आणि रुथला खूपच उदास वाटत होतं. तिची उदासीनता तिच्या आईच्याच संदर्भात होती. रुथला तिची आई तेव्हा कशी दिसत असेल याची काळजी लागून राहिली होती; पण जेव्हा एका छोट्याशा दुपारी त्यांनी मसाकोचं शरीर अंत्यसंस्कारासाठी आणलं, तेव्हा तिचं शरीर एका पांढऱ्या कापडाच्या चादरीत एका खाकी रंगाच्या कार्डबोडच्या पेटीत होतं. तिला पुन्हा पाहून रुथला बरं वाटलं. त्यांनी तिच्याबरोबर पाठवायला तिच्या आवडीच्या गोष्टीसुद्धा बरोबर आणल्या होत्या. कुटुंब आणि मित्रांकडून मिळालेले फोटो, पत्रं, शुभेच्छापत्रं मांडीपर्यंत येणारा

आणि क्रोशाने विणलेला एक पोशाख जो फ्री स्टोअरमधून घेतला होता आणि तो तिला खूपच आवडायचा. तिचे कॅनव्हासचे जोडे, हातमोजे आणि काही चॉकलेटचे बारसुद्धा आणले होते. एक कॅलेंडरही आणलं होतं. त्यामुळे तिला तारखा लक्षात ठेवता येणार होत्या. नखांना घासण्याची पट्टी, एक चिकटपट्टी, एक वॉटर कलरमधलं पेंटिंग, फुलं. ऑलिव्हरला हवाई येथील प्रादेशिक कटिबंधातील फुलं द्यायची होती; कारण आई तिथंच लहानची मोठी झाली होती. म्हणून त्यानं 'हीलो'मधून अॅन्थ्युरियाम्सची फुलं आणली होती. टाईच्या झाडाची पानं तिच्या पुढच्या चांगल्या भाग्यासाठी आणली होती. थोडंसं आलं आणि एक भडक रंगाचा मोठा स्वर्गीय पक्षीसुद्धा त्यानं विकत आणला होता. त्यांनी तिचं कार्डबोर्डचं ते कॉफीन त्या वस्तूंनी भरलं. त्यानंतर ते तिच्यासोबत तिथंच बसले आणि नंतर काय करायचं ते माहीत नसल्यानं त्यांनी तिला निरोपाचं शेवटचं चुंबन दिलं. रुथला वाटत होतं की त्या कॉफीनमध्ये ती आपल्या त्या साऱ्याच वस्तूंबरोबर फारच छान दिसत होती. आरामात असल्यासारखी. अंत्यविधी करणाऱ्या त्या मार्गदर्शकानं ते कॉफीनचं झाकण बंद केलं आणि त्याच्या मदतनिसांनी ते कॉफीन चाकावरून सरकवत भट्टीकडे नेलं. हळूहळू धातूचं ते स्ट्रेचर भट्टीच्या तोंडापर्यंत गेलं. भट्टीची दारं उघडली गेली. ते कॉफीन भट्टीत सरकवलं गेलं. रुथनं त्या भट्टीची बटणं फिरवली. तिची आई खूपच लहानशी होती. तो दहनक्रिया करणारा मार्गदर्शक म्हणाला की ती फक्त चौऱ्याहत्तर पौंडांची होती. त्यामुळेच तिला जास्त वेळ लागणार नव्हता. फक्त काही तासच. त्यानंतर दोनच तासांनी ते तिची हाडं आणि राख गोळा करू शकणार होते.

त्यांनी मग तिथल्या स्मारकाच्या बगीच्यात चक्कर मारली, जे अगदी त्या अंत्यविधीच्या जागेपासून जवळच होतं. ती फारच सुंदर सकाळ होती. पॅसिफिक समुद्रावर पसरलेलं सगळं आकाश ढगांच्या रेषा ओढल्यासारखं दिसत होतं आणि त्यातून सूर्य अगदी स्पष्टपणे चमकत होता. साऱ्या वातावरणात दवबिंदूचा ओलसरपणा पसरला होता. त्यावर पसरलेली सूर्यकिरणं आपली सोन्यासारखी चमक सगळीकडे उधळत होती. मोठ्या डग्लस फरची झाडं - ज्यांच्यावर तिच्या आईचं विशेष प्रेम होतं, त्यांनी संपूर्ण बगीचा वेढला होता. सगळ्या पानगळती वृक्षांची रांग आता बदलायला लागली होती. त्यांची ती पिवळी आणि नारिंगी रंगाची पानं काळ्या शंक्वाकृती खोडांच्या पार्श्वभूमीवर चमकदार दिसत होती. गवतावर आता त्या चमकदार पानांचा कचरा अगदी खचाच्या रूपात पडला होता. त्यांनी त्या बगीच्यातील तळ्याभोवती चक्कर मारली आणि तोपर्यंत त्या रस्त्यावरून चालत राहिले, जोपर्यंत त्यांना दहनभूमीची भट्टीची चिमणी दिसली नाही. आणखी थोडा वेळ त्यांनी इकडे-तिकडे बघण्यात घालवला. चिमणीतून धूर निघत नव्हता; पण एक काळपट

आणि दाट रंगाचा, लुकलुकणाऱ्या आगीचा एक स्तंभ ते पाहू शकत होते. हा स्तंभ त्या गोष्टींचा होता, ज्या तिच्या आईच्या शरीराबरोबरच जळत चालल्या होत्या आणि तिची आई आता हवेच्या रूपात बदलली होती. ऑलिव्हर त्याला माणसाच्या शरीरातील 'ईथर' नावाच्या द्रव्याचा आकार मानत होता. त्याच्या मते तिची आई आता वाऱ्यावर स्वार होऊन 'हिलो' बेटाकडे निघाली होती आणि अगदी कमी वेळातच तिथं पोहोचणार होती आणि रुथ म्हणाली की तिच्या आईला खरंच ते आवडेल.

त्यांनी तिच्या अस्थी व्हेलटाउनला परत आणल्या. आणि रुथ डोराशी बोलली. डोरा ही व्हेलटाउनच्या स्मशानाची मुख्य अधिकारी होती आणि तिथल्याच एका सामाजिक संघटनेच्या मंडळाची सचिवसुद्धा होती.

"अगदी कुठंही!" डोरा म्हणाली. "तुम्ही एक स्थळ निवडा आणि तिथं जमिनीला एक छिद्र पाडा; पण ते दुसऱ्या कुणाच्या जागेवर येणार नाही याची काळजी घ्या."

रुथ त्यावर म्हणाली होती "हे अगदी छोटंसं असेल. या फक्त माझ्या आईच्या आणि बाबांच्या अस्थी आहेत; पण मला तिथं एखादं झाड लावायला आवडेल. हे जपानी डॉगवूडचं झाड आहे; कारण हे झाड त्या दोघांनाही फार आवडत होतं!"

डोरा त्यावर म्हणाली " काही समस्याच येणार नाहीय; पण जोपर्यंत दुसऱ्याला त्रास होत नाही तोपर्यंत. आणि त्या झाडाला पाणी घालायला विसरू नका म्हणजे झालं."

तिच्या आईचा मृत्यू झाल्यापासून ते छोटंसं, वेडंवाकडं वाढलेलं डॉगवूडचं झाड फार वाढलं नव्हतं; पण प्रत्येक वसंतात त्याला काही फुलं लागली, ती लक्षात येण्यासारखी काही माणसं आसपास होती. रुथच्या आई-वडिलांना दफनविधी वगैरे नको होता. तिचे आई-वडील त्यांच्या मित्रांच्या बऱ्याच नंतर गेले आणि त्यांचं थडगंसुद्धा आता त्या दुर्गम अशा बेटावर होतं, ज्यामुळे त्यांच्या थडग्याला नेहमी भेट द्यायला कुणी त्यांच्यामागे जिवंत राहिलेला येऊ नये म्हणून आपोआपच रोखलं जातच होतं. कधी कधी रुथला तिच्या आईच्या थडग्यावर वाळलेलं गुलाबाचं फूल सापडायचं, कधी कधी एखादं कापूस भरलेलं छोटं खेळणं सापडायचं. याचा अर्थ त्यांच्या थडग्यावर कुणीतरी येत असे. तिचा अंदाज होता की गुलाबाचे फूल कदाचित डोरा थडग्यावर ठेवत असावी; पण खेळणी ठेवलेली पाहिल्यावर तिचा जरा गोंधळ झाला होता. तथापि, तिच्या आईलासुद्धा खेळणी आवडत असत.

"मला आशा आहे की तुम्ही दोघं इथं एकटे नाही!" रुथ बोलता बोलता तिच्या वडिलांच्या थडग्यावर शेवटचा झाडू फिरवत होती. ती आता इतर थडग्यांकडेही साशंकतेनं पाहू लागली. बरीचशी जुनी थडगी तिला उदासीनतेत बुडालेली वाटली.

त्यांच्यावरचे छोटे लाकडी क्रॉस आता सडायला लागले होते. ज्या थडग्यांवर दगड लागले होते, ते चांगले ओळखू येण्याच्या स्थितीत होते. एक किंवा दोन जुन्या थडग्यांवरच्या दगडावर काही जलपर्यटनाविषयीच्या कविता लिहिल्या होत्या; म्हणजे एखाद्या कोळ्याच्या सन्मानार्थ किंवा बोटीच्या कप्तानाच्या सन्मानाच्या संदर्भात जो समुद्रात बोटीवरच मेला होता. काही नवीन थडग्यांवर मात्र अपूर्ण स्वरूपात स्मृतिस्तंभ उभारले होते. काही ठिकाणी स्मृतिलेखांच्या लाकडी फळ्या लावल्या होत्या, ज्यावर त्यांची गोत्रं आणि वंशावळी होत्या आणि त्यांच्यावर एका विशिष्ट प्रकारच्या चांगल्या-वाईट आत्म्याचं चिन्ह असलेल्या हिप्पींचं चित्र कोरलं होतं. काही थडग्यांची काळजी घेतली गेल्याचं चिन्ह दिसत होतं; पण इतर बरीच थडगी मात्र दुर्लक्षित होती. आधी ज्या वस्तू त्या थडग्यांवर समर्पित केल्या गेल्या होत्या, त्यात काही शिंपले, दगड, पन्हाळीचे दिवे, सुंदर व कौशल्यपूर्ण पद्धतीनं गाठी मारलेल्या दोऱ्याच्या विणलेल्या पट्ट्या, ज्या स्वप्नांना पकडून ठेवतात असं मानलं जातं, त्याही तिथंच आजूबाजूला पसरलेल्या, पडलेल्या होत्या. एक फाटलेला तिबेटियन प्रार्थनेचा झेंडा सिडारच्या झाडावरून लटकत होता. ती एकाकी जागा होती. रुथची आईसुद्धा एकलकोंडीच व्यक्ती होती; पण तिचे वडील मात्र लोकांच्या सहवासात राहणं खूपच पसंत करीत.

रुथनं झाडू तिच्या पिशवीत टाकला आणि त्यातून तिनं एक कोयता काढला. त्यानं ती परसबागेतलं मेलेलं गवत उपटून काढत असे. तिनं डॉगवूडच्या छोट्या रोपांचं निरीक्षण केलं. ते अजूनही वेडंवाकडं असलं, तरी पहिल्यापेक्षा थोडं वाढलं होतं. फांदीच्या टोकाला पालवी फुटली होती. आणि उन्हाळ्यात कळ्यांचा बहर बघायला ती येईल, असं तिनं मनाशी पक्कं केलं. तिनं स्थानिक बाजारातून काही उदबत्त्या आणल्या होत्या. त्या तिने तिच्या पिशवीतून काढून सिगारेट लायटरनं पेटवल्या. पेटवलेल्या उदबत्त्या मातीत रोवून ती थडग्यांसमोरच बसली... काय करायला? तिला काहीच माहीत नव्हतं. तिथली जमीन अजूनही पावसानं ओली होती. उदबत्तीच्या टोकावरून धुराची एक पातळ रेषा हवेत उठली. वरती, डोक्यावर निळं आकाश मोठ्या आणि जाड ढगांनी फटकाऱ्यांनी भरलं होतं. नाओच्या खोट्या अंत्यसंस्काराबद्दल आणि जिकोच्या खऱ्या अंत्यसंस्काराबद्दल ती विचार करायला लागली आणि तिला वाटलं की तिला एखादं सूक्त आलं असतं तर तिनं ते तेव्हा म्हटलं असतं. शब्द गेले कसे? गेले ते गेलेच, पार पलीकडे...

अगदी असंच काहीतरी!

२

''हे जपानी लोक अंत्यसंस्कार आणि स्मृती अतिशय गंभीरतेनं घेतात!'' रुथ म्हणाली.

''पण तुझी आई तर तशी नव्हती ना!'' ऑलिव्हरनं म्हटलं.

ते दोघंही त्या उंच टेकडीवरच्या घराच्या गच्चीच्या पुढच्या भागावर उभे होते. ही गच्ची त्या उतारावर बांधली होती आणि तिचा आकार एखाद्या जहाजाच्या डेकसारखाच होता. त्यांच्यासोबत म्युरिअलसुद्धा होती. ते एका पक्षिनिरीक्षण करणाऱ्या दुर्बिणीची चाचणी घेत होते. ती दुर्बीण ऑलिव्हरनं त्या डेकवर लावली होती. त्यानं त्याच्या आयफोनवरून ऑर्डर देऊन ती दुर्बीण मागवली होती. म्युरिअलला परत तो जंगली कावळा दिसण्याची अपेक्षा होती आणि रुथला वाटत होतं की ऑलिव्हरनं त्या कावळ्याचा एक फोटो काढावा आणि त्याच्या 'जीपीएस'को-ऑर्डिनेट्ससहित कॉर्नेल ऑर्निथॉलॉजीच्या प्रयोगशाळेतल्या 'सिटिझन सायन्स डेटाबेस'साठी पाठवावा.

''होय! माझी आई जरा विचित्रच होती. ती खरोखरच एक अस्सल जपानी नव्हतीच!'' रुथ म्हणाली.

''आणि तूसुद्धा तशी नाहीस, रुथ!'' ऑलिव्हर तिला म्हणाला. त्यानं त्या दुर्बिणीच्या लांबलचक नळीला फिट केलेली टेली फोटो लेन्स हातानं पकडली आणि त्यावर त्यानं आयफोन जोडला. आयफोनच्या छोट्या छोट्या पडद्यावरून तो डग्लस फरच्या फांद्यावर कावळ्याचा शोध घेत होता. ती झाडं निळ्या आकाशाच्या पार्श्वभूमीवर एकदम काळपट दिसत होती आणि त्यामुळे त्याचा शोध घेणं जड जात होतं.

''मला माहीत आहे!'' रुथ म्हणाली, ''पण मी प्रयत्न करते आहे. मला सकाळी स्मशानात खूपच बरं वाटत होतं आणि थडग्याभोवती लावलेली डॉगवूडची झाडं जरा कमी प्रमाणात कलती झालेली आहेत!''

त्यानं आपला लेन्स कॅमेरा सिडारच्या वृक्षराजीकडे वळवला. ''आता झाडांची मुळं अगदी व्यवस्थितपणे स्थापित झालेली असतील. आणि त्यामुळे ते झाड आणखी काही वर्षं दुष्काळ आणि दुर्लक्ष या दोन्ही गोष्टींचा सामना करू शकेल.''

त्यानं लेन्सवरून बोटं फिरवली आणि समोरच्या दृश्यावर फोकस करायचा प्रयत्न केला. म्युरिअलनं तिची स्वतःची जास्त पॉवरची दुर्बीण आणली होती. ती झाडाच्या फांद्याचं निरीक्षण करता करता त्या दोघांचं बोलणंसुद्धा ऐकत होती.

''मला नाही वाटत की तुझी आई विचित्र होती!'' ती पुढे म्हणाली. ''मला ती खरंच आवडत असे. तिला इथं मित्र-मैत्रिणी होत्या. जरी ती त्यांना ओळखू शकत नव्हती तरी त्यांच्याशी तिची मैत्री होतीच. ही अगदी लाजिरवाणी गोष्ट आहे

की तुझ्याजवळ तिची अगदी एखादी छोटी स्मृतीसुद्धा नाही. अर्थात तिच्यासाठी नाही तरी ती ज्यांना ओळखत होती त्यांच्यासाठी तरी हवी होती!''

''मला माहीत आहे! मला माहीत आहे!'' रुथ म्हणाली.

''मग तुला ही गोष्ट माहीत आहे का, की बेनॉईट तिच्या थडग्याला भेट देतो! तिच्यासाठी फ्री स्टोअर्समधून छोटी खेळणी आणतो!'' म्युरिअल म्हणाली.

रुथ एकदम शांत झाली. 'बेनॉईट'! अर्थातच म्युरिअल बरोबरच बोलत होती. तिला लाज वाटायला पाहिजे होती. तिनं आता विषय बदलला.

खरंतर माझा मुद्दा नाओ आणि जिकोबद्दल होता! जपानी लोक स्मृती फार गंभीरतेनं घेतात. म्हातारी जिको मार्चमध्ये गेली होती. बरोबर! आणि नाओनं मुजीला वचन दिलं होतं की ती प्रत्येक मार्चमध्ये देवळाला भेट देऊन तिला स्मृतिस्थळाच्या कामात मदत करेल. हे देऊळ सेन्दाईच्या उत्तरेला होतं. समुद्र किनाऱ्याजवळ आणि भूकंपाच्या केंद्रबिंदूच्याहीजवळ, शिवाय जवळजवळ सुनामीच्या वाटेतच. त्यामुळे माझा प्रश्न हा आहे की मार्चच्या वीस तारखेला ती तिथं होती का? माझ्याकडे पुरावे सबळ आहेत. ती तिथं होती. तिला माहीत होतं की सुनामी लाटा येणार आहेत. तिनं मुजीकडून प्लॅस्टिकच्या बॅग घेतल्या, त्यात स्वतःच्या महत्त्वाच्या वस्तू भरल्या- जसं की हारुकी नं. १ची पत्रं ... तिची स्वत:ची डायरी आणि घड्याळ...!''

''तू काय सांगते आहेस? कोणता तर्क मांडत आहेस?'' ऑलिव्हरनं तिला विचारलं, ''तू तर अजूनही ती डायरी पूर्ण वाचली नाहीयेस!'' म्युरिअलनं आता तिची दुर्बीण खाली केली आणि विचित्र नजरेनं रुथकडे बघत विचारलं, ''तू अजून ती डायरी पूर्ण वाचली नाहीस?''

''नाही!'' रुथ म्हणाली. ''मला अजून त्या डायरीतील काही पानं वाचायची आहेत!''

म्युरिअलनं रुथकडे बघून आपलं डोकं हलवलं आणि म्हणाली, ''मला खरंच तुझं काहीच कळत नाहीये, रुथ!'' ती पुढे म्हणाली, ''मी एका बैठकीतच ती डायरी अगदी सुरुवातीपासून शेवटच्या पानापर्यंत वाचून संपवली असती. आणि जे काय शक्य असेल ते मी शोधूनच काढलं असतं. एखाद्या पुराव्याकडे बघण्यापेक्षा मी माझ्या निष्कर्षापर्यंत केव्हाच पोहोचले असते. कोणतीही गोष्ट मला डायरीच्या अंतापर्यंत जाण्याकरिता रोखू शकली नसती!''

त्याला उत्तर देताना रुथ म्हणाली, ''ठीक आहे!'' ती पुढे म्हणाली, ''तू काय म्हणतेयस ते मला कळतंय; पण मी माझ्या गतीनं जाण्याचा प्रयत्न करीत आहे. मला वाटतं की डायरी म्हणजे नाओचे मोठे उपकारच आहेत. मला त्याच वेगानं ती डायरी वाचायची आहे, ज्या वेगानं ती जगली. हे सगळंच मूर्खपणाचं वाटतंय!''

ती बोलायची थांबली. पुढे काही बोलावं की नाही हे न कळल्यासारखी... आणि नंतर शेवटी एक अडचण आलीच आहे...''

"शेवटी काय अडचण आली?'' म्युरिअलनं विचारलं.

"नाही. म्हणजे तसं काहीच नाही. म्हणजे होतं असं की ते सगळंच बदलत राहतं!'' रुथ म्हणाली.

"बदलतं म्हणजे?'' म्युरिअलनं विचारलं.

"नंतर सगळंच कमी होतं गेलं, माघारलं!'' रुथ म्हणाली.

"हे खरंच फार रस घेण्यासारखंच आहे, रुथ! मला तू आता जरा समजावून सांगशील का?'' म्युरिअलनं विचारलं. मग रुथनं सारंच सांगितलं. तिनं हे सांगितलं की जेव्हा तिनं वरवर डायरी चाळली होती, तेव्हा तिला सारीच पानं शेवटपर्यंत भरलेली दिसली होती आणि मग तिचा शोध पूर्ण झाला की ती डायरी शेवटपर्यंत लिहिलेली आहे; पण नंतर शेवटची काही पानं अचानकपणे कोरी झाली होती; तेही तिनं वाचायला सुरुवात करायच्या आधीच. तिनं ऑलिव्हरकडे स्वतःच्या समर्थनाकरिता पाहिलं. त्यानं आपल्या भुवया उंचावल्या आणि खांदे उडवले.

"विचित्रच आहे हे जरा, नाही का?'' म्युरिअल म्हणाली. ती पुढे म्हणाली, "मला क्षमा करा हं! पण मी हे विचारतेय की तुम्ही दोघं जरा जास्तच मारिजुआना ओढता का?''

"अर्थातच नाही!'' रुथ म्हणाली, "तुला माहीत आहे की आम्ही दोघंही मारिजुआना पीत नाही.''

"मी फक्त तपासत होते!'' म्युरिअल म्हणाली. ती डेकवर ठेवलेल्या एका आधाराच्या खुर्चीवर बसली आणि ती खुर्ची जोरजोरानं कुरकुरायला लागली. त्यामुळे ऑलिव्हर जरा अस्वस्थच झाला. डेकवरचं फर्निचरसुद्धा त्या डेकसारखंच होतं. तो नेहमीच त्या वातावरणाची सूचना देणाऱ्या हवामानाची, घराच्या फळ्या पडण्याच्या संधीची आणि घराचं फर्निचर तुटायची वाट पाहत होता. त्याला नेहमीच वाटे की त्याखाली सापडून कुणीतरी जखमी झालं असतं.

"जे काही तू सांगते आहेस ना रुथ, हे खरंच फार विचित्र आहे!'' म्युरिअल म्हणाली. ती आता तिच्या बोटातील अंगठी फिरवत बोलत होती. ती म्हणाली, "जर वाचकांच्या समोर ही कोरी पानं आली तर ते म्हणतील हा लेखकाच्या कोरेपणाचा भाग आहे. फक्त जरा उलट्या दिशेनं!''

रुथनं त्यावर विचार करून म्हटलं की "तुझं म्हणणं असं आहे का की, मी नाओच्या डायरीची वाचक आहे म्हणून मी माझे डोकं बधिर करून घेतलं आहे किंवा पूर्णच बंद झालं आहे आणि त्याचा परिणाम म्हणून तिच्या डायरीतले शब्द

गायब झालेत? मला हे अजिबातच आवडलं नाही. शिवाय त्यातून काहीच अर्थ निघत नाही.''

''खरंच कठीण आहे. शेवटी मध्यस्थी करणं हा चातुर्याचाच व्यवसाय आहे. जेव्हा ती पाने कोरी झाली, त्या वेळेस ती काय लिहीत होती?'' म्युरिअलनं विचारलं.

रुथ त्यावर म्हणाली, ''ती तेव्हा फक्त स्वतःलाच पकडून बसली होती. तिच्या गोष्टीत फक्त त्या वेळेची आणि त्या क्षणीचीच नाओ होती जी सेन्दाईच्या बसथांब्यावर बसली होती. आणि तिचे शेवटचे शब्द होते की ''असंच काहीसं वाटतंय आता.'' आणि त्यानंतर काहीच नाही. एकदम सगळंच बंद झालं. तिला शब्दसुद्धा सुचत नव्हते आणि हे तोपर्यंत....''

रुथला एकदम बोलावं की नाही असं वाटून ती आशंकित झाली. तिचं स्वप्न तर आणखीनच विचित्र होतं. तिला या बाबतीत खात्री नव्हती की ते स्वप्न तिनं म्युरियलला सांगावं की नाही; पण म्युरिअल तिच्याकडे सहेतुकपणे पाहत होती. त्यामुळे तिनं त्या जंगली कावळिणीनं उईनो पार्कमधील बेंचपर्यंत कसं मार्गदर्शन केलं, जिथं नाओचे वडील तिची वाट पाहत बसले होते आणि सोबत त्यांची ती आत्महत्या करण्यासाठी खरेदी केलेल्या सामानाची पिशवीसुद्धा होती, ते नाओविषयी काय आणि कसं बोलले आणि ते सेन्दाईला नाओला शोधायला कसे गेले, हे सगळं सांगितलं.

रुथ पुढे म्हणाली, ''आणि नंतर दुसऱ्या दिवशी सकाळी मी जेव्हा डायरी तपासली, तेव्हा तिनं संपूर्ण नव्यानं घडलेल्या गोष्टींची दखल घेतली होती. आणि तिच्या आजीच्या अंत्यसंस्काराविषयी लिहिलं होतं. तिच्या वडिलांबरोबर झालेला तिचा समेट, तिनं मुजीला दिलेलं वचन की दर वर्षी ती मार्च महिन्यात देवळाला भेट देण्यासाठी येणार आहे आणि तिथं राहून मुजीला तिच्या कुटुंबीयांच्या स्मृतींना नीट ठेवण्यासाठी मदत करणार आहे, हे लिहिलं होतं.''

''हा शेवट तर बऱ्यापैकी गोडच झाला की!'' म्युरिअल म्हणाली.

''असं म्हणायचं. फक्त मी अजून शेवटपर्यंत पोहोचले नाही. ज्या ज्या वेळेस मी ती डायरी उघडते, तेव्हा त्यात आणखीन पानं असतात. जसं की मी म्हणते आहे की हा शेवट कमी कमी होत आलेला आहे. परत जाणारी लाट जशी आपल्या पोहोचण्याच्या कक्षेच्या बाहेर असते आणि जिला मी अजूनपर्यंत पकडू शकले नाही.'' रुथनं आपलं स्वप्न सांगितलं.

''जिज्ञासू आणि जिज्ञासू!'' म्युरिअल म्हणाली, ''ठीक आहे. माझ्याकडे या बाबतीत अजून दोन सिद्धान्त आहेत. देशी पौराणिक कथांमध्ये कावळ्यांचा सहभाग हा फारच शक्तिमान दाखवला जातो, तेव्हा आपण असा अंदाज बांधू की ही जंगली

कावळीण तुमच्या कुटुंबातील एक सदस्य आहे. तुमच्या ओळखीचा तुमचा कोणी ठरावीक वंशज, पूर्वज आहे. जसं की ऑलिव्हरसाठी मांजर त्याचं.'' नंतर तिनं आपलं बोलणं तोडलं आणि ऑलिव्हरकडे वळून म्हणाली, ''मी पेस्टोविषयी ऐकलं. मला वाईट वाटलं. तुम्हाला माहीत आहे ना की बेनॉईटनंही आपला छोटा कुत्रा गमावला आहे!''

''होय!''ऑलिव्हर म्हणाला. त्यानं जणू त्या छोट्याशा शब्दातच जोरदार प्रतिउत्तर दिलं होतं आणि आपली पाठ वळवलेलीच ठेवली होती. तो म्हणाला, ''हे फार वाईट आहे!'' त्याला अजूनही वाटत होते की पेस्टो सुरक्षितपणे घरी येणार आहे. त्याचा कणा त्या विशिष्ट आशेनं अगदी ताठ झाला; पण जसजसे दिवस जात होते, त्याचं हे वाटणं हळूहळू कमी होत गेलं. म्युरिअलनंसुद्धा आपलं मांजर एका कूगरमुळे (रानमांजरामुळे) गमावलं होतं. तिनं एक दीर्घ श्वास घेतला. तिचं संपूर्ण शरीर त्या कुरकुरणाऱ्या खुर्चीत ढिलेपणानं पसरलं.

''हे खरोखरीच वाईट आहे.'' ती म्हणाली. ''मी स्वतःला नेहमीच सांगत आले आहे की आम्ही निसर्गाच्या सान्निध्यात, पर्यावरणात राहतो. आणि आम्ही खूपच भाग्यवान आहोत; पण हा निसर्ग त्यात राहणाऱ्या शिकाऱ्यांनासुद्धा शाबूत राहण्यासाठी पुरेसा आधार देतो, हे लक्षातच आलं नाही. मी माझ्या अर्विनला गमावून बसले!'' हे बोलताना ती आपल्या मांडीकडे एकटक पाहत होती. नंतर तिनं एक दीर्घ श्वास घेतला आणि स्वतःला त्या खुर्चीतून उठवलं. ती पुढे म्हणाली, ''माझ्या सिद्धान्ताप्रमाणे ही कावळी नाओच्या जगातून इथं आली आणि तुला स्वप्नात घेऊन गेली, जेणे करून तू तिच्या गोष्टीचा शेवट बदलू शकशील. तिच्या गोष्टीचा शेवट एक प्रकारे होणार होता, त्याच वेळेस तू मध्ये आलास. त्यामुळे जी परिस्थिती निर्माण झाली, त्याचे परिणाम वेगळे झाले. एक नवीन 'आत्ता' किंवा वर्तमान तयार झालं, ज्याला नाओ अजून सरावलेली नाही.'' म्युरियल पुन्हा तिच्या खुर्चीत बसली. ती स्वतःवरच खूश होती.

रुथ आता जोरात हसली आणि म्हणाली, ''आणि तू स्वतःला एक मानवंशशास्त्रज्ञ समजतेस!''

''मी आता सेवानिवृत्त नाही का झाले रुथ?'' म्युरिअल तिला म्हणाली.

''अच्छा! तर मग मला आता तुझा तो दुसरा सिद्धान्त सांग बघू!'' रुथ म्हणाली.

''तुला कदाचित हा सिद्धान्त आवडणार नाही!'' म्युरिअल म्हणाली.

''तरीही तुझा तो सिद्धान्त माझ्यावर लादण्याचा प्रयत्न कर!'' रुथ म्हणाली.

''वाचकांना येणाऱ्या अडथळ्यांच्या सिद्धान्ताशी हा समधर्मी आहे. हे सगळं नाओच्या आत्तांशी संबंधित नाही. याचा संबंध तुझ्याशी आहे. तू अजून स्वतःपर्यंत,

स्वतःच्या ‘आत्ता’पर्यंत पोहोचलीच नाहीयेस. आणि ते जोपर्यंत होत नाही, तोपर्यंत तू शेवटपर्यंत पोहोचू शकणार नाहीस.''

रुथ आता त्यासंबधी विचार करू लागली. ती म्हणाली, ''तुझं बरोबरच आहे!'' ती पुढे म्हणाली ''मला काही हे आवडलं नाही की, याकरिता कुणी मध्यस्थानं इतकं स्पष्टीकरण करून सांगावं!''

म्युरिअल जोरात हसून म्हणाली, ''हीच तर खरी कादंबरीकाराची बोलण्याची एक उत्तम पद्धत आहे ना!''

''अगं पण मी काही....'' रुथचं ते वाक्य मध्येच अडवत ऑलिव्हर तिला म्हणाला. ''हे पाहा!'' आणि त्यानं त्याच्या त्या लेन्सला मेपलच्या झाडावर फोकस केलं होतं. तो पुढे म्हणाला. ''त्या तिथं त्या खालच्या फांदीवर तुमची जंगली कावळीण आहे!''

म्युरिअलनं आता पुढे वाकून तिची दुर्बीण उचलली. ''अरे, ही तर जंगली कावळीणच आहे!'' ती म्हणाली, ''अगदी सुंदर पक्षी आहे. तुला काय वाटतं?'' तिनं बोलता बोलता दुर्बीण रुथच्या हातात दिली होती.

''रुथला त्या गुंतलेल्या फांद्यांमध्ये लक्ष केंद्रित करायला एक क्षण लागला; पण नंतर तिनं पाहिलं की एक चमकदार काळा पंख हिरव्या रंगाच्या झाडीत झळकतो आहे. तिनं आता त्या दुर्बिणीच्या भिंगांना त्याच जागी बरोबर केंद्रित केलं. कावळी फारच दूर होती; पण भिंगातून तिची ती प्रतिमा स्थिर झाली होती. त्यामुळे ती अगदी जवळून पाहिल्यासारखी स्पष्ट दिसत होती.

''होय! अरे, ही तर तीच आहे. मी तिची गरुडाच्या चोचीसारखी बाह्यरेषा चांगलीच ओळखते. मला जवळजवळ खात्री आहे.'' रुथ म्हणाली.

आता कावळीनं तिची मान ताणली आणि आपली मान वळवली.

''तिनं आपल्याला बघितलं आहे!'' रुथ पुन्हा म्हणाली. ''ती आता अगदी एकटक बघते आहे!''

ऑलिव्हरनं आणखी काही फोटो घेतले. ''हे काही फार चांगले फोटो नाहीत!'' तो म्हणाला. ''पण कदाचित हे फोटो ओळखण्यासाठी पुरेसे आहेत. अजून चांगले फोटो मिळाले असते तर बरं झालं असतं.'' आणि त्यानं पुन्हा त्याच्या लेन्स फोकस करण्याचा प्रयत्न केला; पण तो हे करतो न करतो, तोच त्या कावळीनं आपल्या खांद्यातून पोक काढलं, आपले पंख पसरले आणि उडण्यासाठी भरारी घेतली.

''ही आता कुठं गेली?'' रुथनं विचारलं.

तिच्या प्रश्नाला उत्तर देताना म्युरिअल म्हणाली, ''तिथं!'' आणि तिनं उडणाऱ्या कावळीकडे बोट दाखवलं.

कावळीनं फांद्यांच्या जाळीतून आपली सुटका करून घेतली. आणि ती एक विशिष्ट उंची गाठत आणि मधलं कुरण पार करून त्यांच्याकडेच, त्यांच्या दिशेनं येत होती. जेव्हा ती अगदी सरळपणे त्यांच्या डोक्यावर आली, तेव्हा तिनं तिच्या पंजाच्या नख्यांमधून त्यांच्याकडे काहीतरी टाकलं. ती छोटीशी वस्तू हवा चिरत त्यांच्या पायाजवळ डेकच्या जमिनीवर आदळली, थोडीशी घरंगळली आणि दोन सडलेल्या डेकच्या लाकडी फळ्यांच्या फटीत स्थिर झाली.

''विचित्रच आहे नाही!'' रुथ म्हणाली. ''ते काय होतं?'' तिनं पुन्हा विचारलं.

''एक कठीण कवचाचं फळ आहे!'' ऑलिव्हर उत्तरला. तो वाकला आणि ते फळ उचलण्याकरिता ऑलिव्हरनं फळ्यांवर हात फिरवला. ''अरे! हे तर या फळ्यांच्या फटीत अडकलेलं आहे!'' तो म्हणाला.

''कठीण कवचाचं फळ?'' रुथ म्हणाली. ती निराश झाली होती. ''तिला काय अपेक्षित असेल?''

ऑलिव्हर गुडघ्यावर बसला. ''हे झलनटसारखं दिसतंय.'' त्यानं आपलं हत्यारांचं पाकीट काढलं. त्यातून त्यानं चाकूचं पातं काढलं. ''कदाचित आपल्या झाडांपैकी एखाद्या झाडाचं हे शेवटचं उरलेलं फळ असावं.'' त्यानं ते फळ फटीतून उपसून काढलं आणि त्याच्या हातावर घेतलं.

रुथनं वर बघितलं. कावळी त्यांच्या डोक्यावर आता गोल गोल घिरट्या घालीत होती आणि प्रत्येक घिरटीनंतर आणखी उंच उंच जात होती. ती विचार करीत होती की ही हारुकीची 'कप्तान कावळी' असावी.

''तुला वाटतं का की ती आपल्यावर बॉम्ब टाकतेय?'' रुथनं विचारलं.

''मला तर त्याबद्दल संशय आहे!'' म्युरिअल म्हणाली, ''कावळे कठीण कवचाची फळं दगडावर टाकून फोडतात!''

ती कावळी अजूनही डोक्यावर घिरट्या घालीत होती; पण आता पहिल्यापेक्षाही उंच गेली होती. जणू काही ती आकाशातला एक ठिपका झाली होती.

''तू असा तर विचार करीत नाहीस ना की, आपण ते फळ फोडून द्यावं म्हणून ती वाट पाहतेय?'' रुथनं विचारलं.

''ती काही वाट पाहण्याच्या स्थितीत दिसत नाही!'' म्युरिअल म्हणाली. ''ती बहुतेक ही जागा सोडून जात आहे आणि त्यासाठी जातानाची ही शेवटची भेट तिनं आपल्याला दिली आहे.'' म्युरिअल म्हणाली.

''हे घे!'' ऑलिव्हर. ऑलिव्हरनं ते फळ रुथला देताना म्हटलं. ''जर हे फळ आहे तर हे फक्त तुझ्याचसाठी आहे.''

''धन्यवाद!'' रुथ म्हणाली. तिच्या तळव्यावर ते लहानसं फळ घरंगळत होतं. ''मी हे सर्व वैयक्तीकरीत्या घेण्याचा प्रयत्न करीत नाहीये.'' रुथ म्हणाली.

ऑलिव्हर अजूनही गुडघ्यांवरच बसला होता. आणि ते हत्यारांचं पाकीट गुंडाळत होता, तेवढ्यात त्याला त्या लाकडी डेकच्या फळ्यांखाली काहीतरी हलताना दिसलं.

हे उंचावरचं, टेकडीवरचं घर आणि त्या टेकडीच्या उताराचा आधार घेऊन लाकडी फळ्यांच्या साहाय्यानं डेक उभारला होता. त्यामुळे एखाद्या जिन्याखाली जशी तिरप्या आकाराची जागा तयार होते, तशी मोठी सरपटण्याइतकी, पुरेशा उंचीची जागा डेकखाली तयार झाली होती.

''तिथं खाली काहीतरी हलतं आहे!'' तो म्हणाला. तो त्या सडलेल्या लाकडी फळ्यांवर वाकला. ते फळ जिथं अडकलं होतं, त्या फटीतून डोकावून तो खाली काय आहे ते बघायचा प्रयत्न करत होता. ''खाली खूपच अंधार आहे. मला जरा माझा फोन देतेस का, प्लीज?'' तो म्हणाला. रुथने फ्लॅशलाइटचं ॲप चालू करून मोबाईल त्याच्याकडे दिला. त्यानं प्रकाशाचा झोत खाली अंधाराकडे रोखला. ''काय आहे ते?'' रुथनं त्याला विचारलं. तो कसाबसा त्याच्या पायांवर उभा राहिला. आणि धावतच त्यानं तो डेक आणि व्हरांडा पार केला.

आता तो त्या पायऱ्यांखाली घुसला. त्याच्या रस्त्यात येणाऱ्या छोट्या दाट फर्नच्या झुडपांना झोडपत तो गेला. आणि नंतर तो आपले हात आणि गुडघे जमिनीवर टेकवून रांगतच त्या डेकखाली शिरला. डेकवरून त्या फळ्यांच्या फटीतून त्या दोघी त्याला प्रकाशाचे किरण टाकून रस्ता दाखवत होत्या. त्यामुळे त्याला डेकखालच्या अंधारात, चिखल आणि घाणीतून बरोबर त्याचा रस्ता काढता आला असता. नंतर त्या दोघींनी एक बारीक आवाज ऐकला. हा आवाज म्हणजे बारीक किंचाळी आणि लहान मुलाच्या कुरकुरण्याच्या मधला आवाज होता. नंतर तिला ऑलिव्हरच्याच रडण्याचा आवाज आला.

''तू इथं काय करतो आहेस?''ऑलिव्हरनं हा प्रश्न रडतरडतच विचारला होता.

''हा पेस्टो आहे!'' रुथनं म्युरिअलचा हात घट्ट पकडला. ''तो मृत्यूच्या दारातून परत आला आहे.'' रुथ म्हणाली.

३

त्या मांजरावर हल्ला झाला होता आणि ते भयंकर जखमी झालं होतं. हा प्रसंग खूप दिवस आधी घडला होता; कारण त्याच्या जखमा बंद झाल्या होत्या आणि आता त्यात संसर्ग झाला होता. त्याची शेपूट, जिचा त्याला भयंकर गर्व होता आणि जी शेपूट नेहमीच हवेत ताठ उभी राहत असे, ती आता अगदी लुळी होऊन लटकत

होती आणि जमिनीवर फरपटत होती. तो अगदी अशक्त झाला होता. त्याची केसाळ कातडी रक्तानं भरली होती आणि त्याच्यावर धुळीची आणि मातीची पुटं चढली होती. त्याचे डोळे अंधूक आणि निस्तेज झाले होते, जणू काही त्यानं आतल्या आत माघार घेतली होती आणि तो अशा ठिकाणी गेला होता, जिथं त्याच्यावर कुणी हल्ला करणार नाही आणि त्याला वेदनाही होणार नाहीत. ऑलिव्हरनं त्याला उचलून बाहेर आणलं आणि तो त्याला पकडून उभा राहिला. रुथनं एक खोका शोधला. त्यात एक मऊ टॉवेल घातला. त्यांनी त्याला खोक्यात घातलं तेव्हा त्यानं उभं राहण्याचा प्रयत्न केला; पण तो ताबडतोब खाली पडला. त्याचे मागचे पाय कामच करीत नव्हते.

"हे काही चांगलं नाही!" ऑलिव्हर म्हणाला. "त्याच्या या जखमा फारच खोल आहेत आणि त्या सगळ्या चिघळल्या आहेत."

त्यानं एक खोल श्वास घेतला आणि आपला हात मांजराच्या अंगावरून हळुवारपणे फिरवला. जेव्हा त्याचा हात त्याच्या जखमी शेपटीला लागला, तेव्हा पेस्टोनं विरोध केला आणि तो जोरानं गुरगुरला; पण ते श्रमसुद्धा त्याला जास्त झाले आणि तो खोक्यातल्या टॉवेलवर कोसळला.

"त्याला भयंकरच वेदना होत आहेत!" ऑलिव्हर म्हणाला. त्याच्या आवाजाची टीप आता मोठी झाली होती आणि त्याचे शब्द आता अडखळतच येत होते. तो त्या त्याच्या खोक्याजवळच ताठपणे आणि स्तब्धपणे उभा राहिला. आणि खोक्यात एकटक बघू लागला होता. "मूर्ख मांजर! कदाचित तो यातून जगेलसं नाही वाटत."ऑलिव्हर म्हणाला.

"तुला कसं काय माहीत?" रुथनं विचारलं.

"नाही!" त्यानं रुथचं बोलणं मध्येच तोडलं, "त्याच्या सगळ्या शरीरात तो संसर्ग पोहोचला आहे. आपल्याला त्याला मारावंच लागेल."

"तुझ्या मते मी डोराला बोलवायला हवं का?" म्युरिअलनं विचारलं.

"नाही. आम्ही त्याला खाली शहरात घेऊन जातो. आम्ही त्याला एका जनावरांच्या डॉक्टरकडे नेतो." रुथ म्हणाली.

"त्यात अजिबातच अर्थ नाही." ऑलिव्हर म्हणाला. तो तिथून झपाट्यानं निघून गेला आणि डेकच्या काठाला टेकून उभा राहिला. "मला माहीत होतं की हे होणार आहे. मूर्ख मांजर! उगीचच भांडणात पडला. हा खरं तर काही काळाचाच आता प्रश्न आहे." ऑलिव्हर म्हणाला.

"आपण आताच निघालो तर आपल्याला दोन वाजताची फेरीबोट मिळेल." रुथ त्याला म्हणाली.

"ते काही योग्य नाही." तो म्हणाला. "आता तो मरतच आहे. अगदी मूर्ख

आणि ठोंब्या मांजर आहे.'' ऑलिव्हर म्हणाला.

''आपण त्या जनावरांच्या डॉक्टरला फेरीबोटमधूनच आपण येतोय म्हणून फोन करू.'' रुथ म्हणाली.

''नको. ते डॉक्टर खूपच महाग आहेत. आपण एवढा प्रवास करून जाऊ आणि तिथं जाऊन त्यांना मांजराला मारावंच लागेल...'' ऑलिव्हर म्हणाला.

तो अजूनही डेकवर उभा होता आणि त्यानं डेकच्या रेलिंगचे काठ घट्टपणे पकडले होते. रुथनं त्याच्या कडक आणि ताठ झालेल्या कण्याकडे पाहिलं. तो खूपच रागावलेला दिसत होता. तिच्यावर- त्या मांजरावर आणि सगळ्या जगावरसुद्धा! कारण त्याचं हृदय फारच दुखावलं होतं. रुथ आतमध्ये गेली. तिनं कारच्या चाव्या आणल्या. ती पुन्हा बाहेर आली. तिनं पेस्टोचा खोका त्याच्यासकट उचलला, त्याला ती हॅचबॅक कारपर्यंत घेऊन गेली आणि त्याला तिनं कारमध्ये ठेवलं. तिनं कार मागे आणली आणि कारची खिडकी खाली करून ती ऑलिव्हरला म्हणाली, ''चल लवकर!''

त्यानं मान वळवली. आणि मग जावं की नाही या निर्णयावर अडकला.

''चल जा आता!'' म्युरिअलनं त्याला कारकडे ढकललं.

फेरीबोटमध्ये बसल्यावर ऑलिव्हर बोटीच्या खिडकीतून बाहेर सरळ समुद्राच्या लाटांकडे एकटक बघत बसला. त्याच वेळेस रुथनं जनावरांच्या डॉक्टरला फोन करून उपचारासाठी येत असल्याचं कळवलं. ''मूर्ख मांजर!'' अजूनही ऑलिव्हर पुटपुटत होता. ''मूर्ख मांजर!'' पण जसे ते त्या व्हेटरनरी डॉक्टरच्या दवाखान्यात पोहोचले त्यानं पेस्टोचा खोका उचलला. त्याला टेबलावर काढून ठेवलं. डॉक्टरनं पेस्टोच्या अंगावरील जखमांच्या ठिकाणाचे केस काढून टाकले. आणि त्या ठिकाणचा भाग छेद देऊन उघडा केला. त्या जखमा स्वच्छ केल्या. आणि त्या सुकण्यासाठी तिथं औषध लावलं. त्या जखमा अतिशय खराब होत्या. त्यानं आजपर्यंत इतक्या खराब जखमा पाहिल्या नव्हत्या. त्या जखमा दातानं केल्याच्या, पंज्यानं फाडल्याच्या होत्या. कदाचित त्या रकूननं किंवा रकूनच्या झुंडीनंच त्याच्यावर हल्ला केला होता. पेस्टोनं पळण्याचा प्रयत्न केला होता. त्यामुळेच त्याच्या शरीरातील मागच्या भागातील जखमा अगदी तीव्र स्वरूपाच्या होत्या; पण त्यापेक्षा त्या जखमांमध्ये झालेला संसर्ग भयंकर होता. त्याचा संसर्ग जरा जास्तच तापदायक होता; कारण तो संसर्ग त्याच्या शरीरभर पसरण्याची शक्यता होती. आणि त्यानंतर होणाऱ्या रोगाचा परिणाम अतिशय वाईट असाच असता. त्यांनी पेस्टोच्या जखमा स्वच्छ आणि उघड्याच ठेवायला हव्या होत्या. म्हणजे मग त्याच्यात संसर्ग झाला नसता. आणि त्या जखमा चिघळल्या नसत्या. त्यांनी त्याला ॲन्टिबायोटिक

औषधांवर ठेवायची गरज होती. त्याला फारच सांभाळून ठेवायची आणि त्याची पूर्ण काळजी घ्यायची गरज होती. त्याला एप्सम सॉल्टच्या पाण्यानं दिवसातून तीन वेळा धुवायची गरज होती. ऑलिव्हरनं डॉक्टरांना बरेच प्रश्न विचारले. त्याच्या नोंदी करून घेतल्या आणि त्यांना चाकूबद्दलसुद्धा विचारलं. ज्या वेळेस डॉक्टर ऑलिव्हरला पेस्टोच्या जखमा उघड्या कशा करायच्या आणि त्यातील पू काढून त्या जखमा स्वच्छ, कोरड्या कशा करायच्या ते सांगत होते, तेव्हा रुथ एका खुर्चीत बसली आणि आपण बेशुद्ध पडणार नाही याची काळजी घेत होती. ऑलिव्हरचा चेहरा खिन्न दिसत होता; पण त्याची निश्चयी प्रवृत्ती परत आली होती. आणि त्यानं आता ठरवलं होतं की तो त्या मांजराला वाचवणारच होता.

जेव्हा ते बोटीतून परतले, तेव्हा तिला थोडं मळमळतच होतं. आता अजूनही तिची मळमळ थांबली नव्हती. त्यामुळे कारमध्ये बसल्यावर बोटीपासून घरापर्यंत ऑलिव्हरनंच कार चालवली होती. पेस्टोला दिलेल्या गुंगीच्या औषधातून तो आता बाहेर आला होता आणि त्याच्या खोक्यात मागे सरकून शांतपणे झोपला होता. फेरीच्या बोटीच्या रांगेतून उतरल्यावर रुथनं स्वत:ला कारमध्ये झोकून दिलं. तिनं आपलं डोकं कारच्या मागच्या सीट आणि दरवाज्याच्या कोपऱ्यात टेकवलं आणि डोळे मिटून घेतले होते. ऑलिव्हर जे बोलत होता ते ऐकत राहिली. ऑलिव्हर परत परत तेच ते बोलत होता आणि त्याच्या कल्पनेप्रमाणे काय घडलं ते सांगत होता.

''शेवटी निदान आपल्याला कळलं तरी,'' तो बोलत होता. ''जरी पेस्टो गेला तरीसुद्धा आपल्याला कळलंच ना की काय झालं आहे ते! आणि नेमकी हीच गोष्ट माझ्या संतापाला कारणीभूत ठरली. आपल्याला हे माहीत नाही की तो कुठे गेला होता; आणि तो जिवंत होता की मेला होता; पण आपल्याला निदान आता तरी कळलेलं आहे. त्याला वाचवण्यासाठी आपण आपले चांगलेच प्रयत्न करायचे. आणि तरीही जर आपण त्याला वाचवू शकलो नाही, तरीही आपल्याला शेवटी हे तर माहीतच असेल की आपण त्याला वाचवायचे प्रयत्न केले. मूर्ख मांजर कुठचं, जगात 'माहीत नसणं' या गोष्टीइतकी वाईट गोष्ट खरंतर कुठलीच नाही आणि''......

४

प्रिय रुथ,

माझ्या प्रयत्नांना काही फळं आलीत. अजून त्याचे परिणाम आपल्याला आवडण्याइतके समाधानकारक नाहीत. आपल्या शेवटच्या पत्रव्यवहारानंतर मी माझ्या काही खराब होऊन नाहीशा झालेल्या संगणकातील फाईल्स नीट करून परत मिळवू शकलो आणि त्यात मी हॅरीचा एक जुना ई-मेल शोधू

शकलो, जो त्यानं मला पाठवला होतो. मी कबूल करतो की, त्याच्याबद्दल मी पूर्णपणे विसरूनच गेलो होतो. मग मी हॅरीला ताबडतोबच सर्व लिहिलं; पण अजून त्याचं उत्तर काही आलं नाही. मी तुझ्या बाबतीत जरा जास्तच स्वातंत्र्य घेऊन तुझा ई-मेल त्याला पाठवून दिला आहे आणि त्याला तुझ्या सगळ्या तत्काळ शंकांबद्दलही त्यात   लिहिलं आहे. त्यामुळे कदाचित त्याचं उत्तर तुलाच येण्याची शक्यता जास्त आहे; पण मी पुन्हा हे म्हणू शकतो की, तुला कदाचित त्याचं उत्तर येणारसुद्धा नाही. मी तुला त्याचा ई-मेल पाठवतो. आणि जेव्हा तू तो वाचशील, मी काय म्हणतो आहे ते तुझ्या लक्षात येईल.

अर्थातच त्याचा हा ई-मेल सुनामी आणि भूकंप या नैसर्गिक आपत्ती येण्याच्या आधीचा आहे. त्यामुळे मला जरा शंका आहे की हा तुझ्या उपयोगाचा ठरेल की नाही ते! किंवा तुझ्या साऱ्याच प्रश्नांची उत्तरं यात मिळतील की नाही! आणि माझ्या त्या गूढ स्वभावाच्या मित्राबद्दल व त्याच्या कुटुंबाबद्दल, त्यांच्या सध्याच्या पत्त्याबद्दल तुला कळू शकेल की नाही; पण मी काहीच करू शकत नाही. असो. मला असं वाटतं की या ई-मेलमध्ये अशा काही गोष्टी आहेत ज्या तुझ्या कामाच्या असतील. सगळ्यात शेवटी एवढंच की, मला वाटतंय की तू हा तुझा आणि माझा झालेला पत्रव्यवहार गुप्त ठेवावा, जरी याला खूप वर्षं झाली असली तरी.

५

प्रिय रॉन,

तुझा मी आभारी आहे की माझ्यासारख्या जुन्या मित्राला, ज्यानं बरीच वर्षं तुझ्याकडे दुर्लक्ष केलं होतं आणि तुला काहीच कळवलं नव्हतं, तू विसरला नाहीस. आधी मला तुझ्या प्रश्नांची उत्तरं द्यायची आहेत. माझं पूर्ण कुटुंब अगदी व्यवस्थित आहे. माझ्या बायकोची टेक्स्टबुक कंपनीतली नोकरी चालूच आहे. आणि तिला आता नुकताच एक नवीन छंद लागला आहे, तो म्हणजे खोल समुद्रात डायव्हिंग करणं. मी तिचा खूपच आभारी आहे की तिनं माझ्या कठीण काळात मला मानसिक आणि आर्थिक आधार दिला. मी माझ्या मुलीचाही- नाओकोचाही तितकाच आभारी आहे. जेव्हा आम्ही अमेरिकेतील सनीवेलमधून टोकियोला आलो, त्यानंतरचा तिचा काळ थोडा कठीण होता. काही काळाकरिता तिला शाळेतूनही काढून टाकलं होतं; पण नंतर तिनं स्वतःच्या निश्चयानं त्या पातळीवरच्या परीक्षेकरिता

अर्ज केला. आणि अतिशय कठोरपणे अभ्यास करून ती पास झाली. तिला उत्तम विद्वत्ता शिष्यवृत्ती मिळवण्यात यश आलं. ही शिष्यवृत्ती आंतरराष्ट्रीय उच्च माध्यमिक मॉन्ट्रियलमधल्या शाळेची होती. तिथं तिनं फ्रेंच भाषा आणि संस्कृती यांच्या विशेष अध्ययनात रस घेतला होता.

आणि आता माझ्याबद्दल. बरीच वर्षं आधी मी इंटरनेटवर माझी एक नवीन काम करणारी कंपनी सुरू करू शकलो. 'म्यु-म्यु' व्हायरल हायजीनिक्स नावाची ऑनलाइन एनक्रिप्शन आणि सिक्युरिटी पुरवणारी ही कंपनी होती. मी याविषयीची जास्त माहिती सांगू शकत नाही; कारण मी तसा करार करून बसलोय; पण मला अशा कंपनीची कल्पना नाओकोनंच दिली होती. तिच्या माध्यमिक शालान्त दिवसांत ती अत्यंत घाणेरड्या आणि वाईट अत्याचाराची बळी ठरली होती. तिचे वर्गमित्र आणि मैत्रिणी तिला चिडवत. तिचे वाईट अवस्थेतले व्हिडिओ काढून त्यांनी तिला फार शरमिंदं केलेलंच होतं; पण पुढे जाऊन त्यांनी ते व्हिडिओ इंटरनेटवर पाठवले. मी जेव्हा हे पाहिलं तेव्हा मी खूपच रडलो होतो आणि मी खूपच रागावलो होतो; मी तिचा बाप होतो आणि बाप म्हणून मुलीचं रक्षण करणं माझं कर्तव्यच होतं; पण मी त्यातही अयशस्वी झालो होतो. मी एखाद्या आंधळ्या माणसासारखा झालो होतो. खूपच स्वार्थी! कारण मी स्वतःशिवाय दुसरं काहीच पाहू शकत नव्हतो आणि माझे सारेच विचार फक्त माझ्यासंबंधीचे होते.

शेवटी जेव्हा मी खऱ्या अर्थानं जागा झालो आणि संशोधनाला सुरुवात केली, आणि मी एक चांगला स्पायडर विकसित करण्यात यशस्वी झालो. तो स्पायडर सर्च इंजिनच्या माध्यमातून माहितीच्या सर्वच क्षेत्रांत हळूहळू शिरून कोणत्याही साईटवरची नको असलेली माहिती काढून टाकतो, कायमच नाहीशी करतो. माझ्या मुलीच्या नावाखालील तिची घाणेरडी माहिती, तिचे ते घाणेरडे व्हिडिओ, पोस्टर्स आणि तिच्याबद्दलची वाईट वैयक्तिक माहिती कायमच काढून टाकून मी तिच्या साईटचं शुद्धीकरणच करून घेतलं होतं. अगदी एकही शब्द तिथं उरलेला नव्हता. "अतिजास्त स्वच्छ!" नाओको म्हणाली आणि तिच्या आयुष्याची अशी स्वच्छ, सुंदर, नेटकी सुरुवात मॉन्ट्रियल स्कूल ऑफ कॅनडा इथं करताना तिला खूपच आनंद होत होता.

झालं ते सगळं चांगलंच झालं म्हणायचं; पण नंतर माझ्या डोक्यात एक कल्पना आली की, कदाचित हा माझा छोटा गोंडस कोळी, ज्याला मी 'म्यु-म्यु' म्हणजे 'काहीच नाही' हे नाव दिलं होतं, हा 'वाईट गोष्टी!' नाहीशा करणारा जादूगारच बनू शकतो. जसा नाओला याचा उपयोग झाला तसा तो

इतर लोकांनाही होऊ शकतो. जसं की, जगात बरेच लोक आहेत जे चुका करतात आणि मग त्यांना त्या सुधारायच्या असतात. आणि माझा छोटा गोंडस कोळी त्यांना मदत करू शकतो. किंवा खूपशा लोकांना जणू काही अदृश्य व्हायचं असतं. आणि म्यु-म्यु तसं करतो आणि कुणी तुम्हाला शोधू शकत नाही. उदाहरणच द्यायचं झालं तर असं समजा की तुम्ही एक खूपच प्रसिद्ध व्यक्ती आहात. तुम्ही खूप थकून गेला आहात आणि तुम्हाला एका सामान्य माणसासारखं जगायचंय.

म्हणूनच यासाठी आम्ही या 'म्यु-म्यु च्या दोन पद्धती विकसित केल्यात. पहिली पद्धत क्वांटम प्रकारची आहे, जिला आम्ही 'क्यू-म्यु' म्हणतो. ज्यात म्यु तुमच्या मागच्या काळातील सारे नको असलेले प्रसंग आणि जर ते इतर साईटवरही गेले असतील, तर त्यांना शोधून 'काहीच नाही' मध्ये बदलवतो, म्हणजेच नाहीसे करतो. मला हे कळत नाही की मी कसं स्पष्टीकरण देऊ ते! मी फक्त एवढंच सांगू शकतो की, आपण काळाबरोबर ओरिगामी चित्रांचा खेळ करतो आहे; पण ही पद्धत भयंकर महाग आहे आणि कठीणसुद्धा आहे; कारण क्यू-म्यु- हा इंटरनेटमधील अनेक जगांशी संबंधित असतो. त्यांच्याबरोबर तो सहकार्यानं काम करतो. आणि भूतकाळात शक्य तितक्या मागे जाऊन तो त्यातील नकोशा असलेल्या घटना नाहीशा करतो. त्यामुळे तुम्ही खूप श्रीमंत असाल तरच ते सारं शक्य आहे. आणि तरीही, कधीकधी काही लोक इतके प्रसिद्ध असतात की त्यांची सगळी माहिती नाहीशी होत नाही; कारण ते लोक बऱ्याच क्षेत्रांमध्ये बरेच प्रसिद्ध असतात.

पद्धत नं. २ अगदी सोपी आणि यांत्रिक पद्धत आहे; कारण हा म्यू- फक्त भविष्य आणि वर्तमानच बदलवू शकतो. यालाच 'मेकॅम्यू' असंही म्हटलं जातं. सर्वसामान्य लोकही वापरू शकतात इतका सहज आहे. हा जरा सावकाश चालतो; पण तरीही तितकाच लोकप्रिय आहे. या पद्धतीत मेकॅम्यू फक्त सर्चइंजिनला आपलं लक्ष्य बनवतो. आणि तुमचं नाव खाऊन टाकतो. त्यामुळे तुम्हाला शोधणाऱ्यांना तुमचा शोध लावता येत नाही. म्हणजे जेव्हा तुम्हाला कोणीच शोधू शकत नाही, तुम्ही प्रसिद्धीच्या झोतात येत नाही. आणि तुम्ही बऱ्याच काळाकरिता नाहीसे होऊ शकता. हा एखाद्या हळूहळू नाहीशा करणाऱ्या काळातील घड्याळासारखं काम करतो. आणि हा मोठ्या किंमत परिणामाच्या क्षेत्रातच काम करतो, म्हणजे किमतीप्रमाणे परिणाम.

खूपच प्रसिद्ध व्यक्ती माझे ग्राहक आहेत. ज्यांच्याबद्दल तुम्ही आजपर्यंत

कधीही ऐकलेलं नाही! (हा विनोद आहे; पण हे खरंही आहे.)

हे बघ रॉन, आता माझ्या लक्षात आलंय, की 'आत्महत्या' हा जुना विचार आणि जुन्या काळातील आधिभौतिकवादी परिस्थितीतील विचार होता. शिवाय ते त्रासदायक आणि अनावश्यक नाहीत. आता माझ्या म्यू-म्यूच्या साहाय्यानं कोणत्याही अशा त्रासाच्या परिस्थितीला तोंड देता येतं. आणि त्यासंबंधी आता काळजी करण्याचं कारणच उरत नाही; कारण माझा छोटा गोंडस कोळी (म्यू-म्यू) झालेल्या गोष्टी उलटवू शकतो. म्हणजे तुम्ही केलेलं नाहीसं करून पूर्वीच्या पदावर आणतो. शिवाय, तुम्हाला जर त्याच क्षणी थांबायचं असेल, तर त्याच वेळेस आणि त्याच ठिकाणी तुम्ही थांबू शकता. नाओ गमतीनं याला 'म्युयू' म्हणते. ती म्हणते 'म्युयू' म्हणजेच न्यू यू (नवीन अस्तित्व). नवीन विचार. ती म्हणते नाव नसणं म्हणजे नव्यानं प्रसिद्ध होण्यासारखंच आहे. तुमच्या नावानं कुणीही काही शोधत नाहीये, हे किती छान आहे. तुम्ही कुणाला माहीत नसणं यातच तुमचं खरं स्वातंत्र्य आहे, असंही ती म्हणते. मला माहीत नाही की हे खरं आहे की नाही; पण कदाचित खरंच असावं; कारण माझा 'म्यु-म्यु' आता खूपच छान काम करतोय. तो डॉटकॉमचा बुडबुडा फुटला तेव्हापासून मी पहिल्यांदाच माझ्या कुटुंबाला अगदी सुखासीन राहणीमान पुरवू शकलो आहे.

मला वाटतं की तुम्हीसुद्धा चांगलेच असाल. मी तुमच्या वेबसाईटवरील तुमच्या कामाचा मागोवा घेत असतो. आणि आता ते बघून मला वाटतंय की यापुढे तुम्हाला माझ्या सेवेची गरज नाही; पण तरीही भविष्यात कधी माझी मदत लागली, तर मला आशा आहे की, तुम्ही मला नक्कीच पुन्हा विचाराल!

तुमचाच मित्र,
हॅरी

नाओ

१

व्वॉव! मला खरंच तुमची खूप आठवण येणार आहे. मला माहीत आहे की, हा वेडेपणा आहे; कारण तुम्ही अस्तित्वातच नाही आहात. जोपर्यंत तुम्हाला हे पुस्तक सापडत नाही आणि तुम्ही ते वाचत नाही, तुमचं अस्तित्व नसणार. तुम्ही माझ्या कल्पनेतले एक मित्र आहात. निदान सध्यातरी.

तरीही मला असं वाटतं की, जर तुम्ही रस्त्यावरून माझ्या जवळून गेलात किंवा 'स्टारबक' मध्ये बसलेले असताना आपली नजरानजर झाली तर मी तुम्हाला ओळखेन. किती विचित्र आहे ना हे? जरी मी ठरवलं की हे पुस्तक तुम्हाला सापडेल अशा ठिकाणी ठेवायचं नाही, किंवा मी असं ठरवलं की तुम्ही माझ्या कल्पनेत असलेलेच बरे, तरी मला वाटतं की मी तुम्हाला एका क्षणात ओळखेन. काल्पनिक असलात तरी तुम्ही माझे खरे मित्र आहात आणि मला तुमची मदतही झालीय. मी अगदी मनापासून बोलतेय.

असो. काहीही झालं तरी तुम्ही हे बघितलं असेल की, या डायरीतील पानं संपत आली आहेत. म्हणून हेच चांगलं राहील. आपण हे आता सगळं गुंडाळावं. मला फक्त जिकोच्या अंत्यसंस्कारानंतर काय घडलं होतं ते तुम्हाला सांगायचं होतं. त्यानंतर माझ्या आयुष्यात काय घडलं, माझ्या कुटुंबाबरोबर काय घडलं ते तुम्हाला सांगायचं होतं. त्यामुळे मग तुम्हाला माझी आणि माझ्या कुटुंबाची फारशी काळजी करण्याची गरजच उरणार नाही. सेन्दाईवरून घरी परतताना माझे बाबा मला 'डिस्नेलॅन्ड'मध्ये घेऊन गेले. खरंतर घरात एखादा अंत्यविधी झाल्यावर ही गोष्ट करणं जरा विचित्रच होतं आणि मीसुद्धा आता इतकी मोठी होते की, मिकीशी हात मिळवताना मला लहान मुलांसारखा आनंद होणं शक्यच नव्हतं; पण तरीही मला खूपच मजा आली. विशेषतः माझ्या बाबांना 'फ्यूचरलँड' मध्ये बघून. ते खूपच छान वाटले. खास करून त्या बर्फाच्या गुहेतून प्रकाशाच्या वेगानं 'डेथ स्टार'चा पाठलाग करताना बघून खूपच आनंद झाला.

घरी येऊन जवळपास एक महिना झाला होता आणि एका रात्री मी आणि बाबा सुमिदा नदीकाठच्या छोट्याशा बागेत पाय मोकळे करायला गेलो. तिथल्या झोपाळ्यावर बसून आकाशातल्या चांदण्या आणि नदीचा खोल, गडद प्रवाह पाहत बसलो. रानमांजर अंधारातून गुपचूप फिरत होती आणि कचऱ्यातून खाणं शोधीत होती. त्या अंधारात झोके घेता घेता, आयुष्यातल्या अवघड गोष्टींबद्दल बोलणं सोपं होतं. तारे, विश्वाचा आकार यांबद्दल आम्ही गप्पा मारल्या, युद्धाबद्दलही बोललो. आम्ही दोघांनी नुकतीच हारुकीकाकांची डायरी वाचून संपवली होती. बाबांनी त्यांच्या एका विद्यार्थ्याकडून त्या डायरीचा फ्रेंच भाषेतून जपानी भाषेत अनुवाद करून घेतला होता. तो विद्यार्थी महाविद्यालयात फ्रेंच काव्याचा अभ्यास करत होता. आम्ही दोघांनी मिळून मग तो अनुवाद वाचत होतो. आणि अगदी पहिल्यांदाच मला कळलं की जगात किती दुष्ट माणसं असू शकतात. मला वाटत होतं की फक्त मलाच माहीत आहे की जगात किती दुष्टपणा भरला आहे आणि मला त्याबद्दल सारं काही कळलेलं आहे; पण आता तर उलटंच झालं होतं. मला खरोखरच काही कळलं नाही. माझ्या म्हाताऱ्या जिकोला मात्र सगळंच कळलं होतं. त्यामुळेच हारुकीकाकांची जपमाळ ती स्वतःजवळ सततच ठेवत होती. त्यामुळे ती प्रार्थना करू शकत होती, की ते लोक एकमेकांशी क्रूरतेनं वागणं कमी करतील. तिच्या (जिकोच्या) अंत्यसंस्कारानंतर मुजीनं मला ती जपमाळ दिली होती. आणि मी आता ती नेहमीच माझ्याबरोबर बाळगते. ते फारच छान आणि सुंदर मणी होते. गडद आणि जड. जड अशाकरिता की जिको आणि हारुकीकाकांनी सतत केलेल्या प्रार्थनांमुळे ते भारले होते. त्या जपमाळेवरून दोघांचीही बोटं प्रेमानं फिरली होती. मला तर काही प्रार्थना वगैरे येत नव्हती. त्यामुळे मी नुसतेच ते मणी हातात गोल फिरवते आणि माझ्या प्रिय लोकांसाठी आशीर्वाद मागते. आणि माझे आवडते लोक आणि गोष्टी संपल्या की मी अशा गोष्टींचा विचार करते, ज्यांचा मी फार द्वेष करत नाही. आणि कधी कधी मला असा शोध लागतो की, ज्या गोष्टींचा मी द्वेष करत होते, त्या मला आवडू शकतात.

त्या फ्रेंच भाषेतल्या गुप्त डायरीच्या शेवटी, त्या आदल्या रात्री मरायच्या आधी माझ्या काका आजोबांनी त्यांच्या त्या आत्महत्येच्या योजनेविषयी लिहून ठेवलं होतं. आणि मला आणि माझ्या बाबांना हे वाचून खूप आश्चर्य वाटलं, की त्यांनी ठरवलं होतं, की ते शत्रूच्या विमानतळावर त्यांचं विमान पाडणार नव्हते, तर त्याऐवजी ते त्यांचं विमान पाण्यात बुडविणार होते. अर्थातच ही एक अतिशय गुप्त आणि महत्त्वाची योजना होती. हारुकी जाणूनबुजून आपलं लक्ष्य चुकवणार ही गोष्ट, आणि युद्धात मरण पावलेल्या वैमानिकांच्या परिवारांना मिळणारी भरपाईची रक्कम आपल्या आईला आणि बहिणीला मिळेल यासाठी त्यांनी केलेले प्रयत्न जर त्यांच्या वरिष्ठांना कळले असते, तर या देशद्रोहासाठी हारुकींना देहदंड मिळाला

असता. हारुकीकाकांची ही गोष्ट माझ्या मनात घर करून गेली. ते जणू 'क्रो कॅप्टन' होते. हारुकी आजोबांची युद्धाला कधीच संमती नव्हती. ते युद्धाचा द्वेष करीत. आणि त्यांना त्यांच्या या माहीत नसलेल्या शत्रूच्या त्रासाचं आणि वेदनांचं कारण बनायचं नव्हतं. जेव्हा मी हे वाचलं, मला थोडी लाज वाटली. मी कशी त्या दायसुके-कुनसाठी लपून बसले होते आणि त्याला ठोकून काढलं होतं, कसा माझा शत्रू रेईकोचा डोळा फोडला होता, ते मला आठवलं. मला या सर्वच गोष्टींबद्दल वाईट वाटत होतं. मी ठरवलं की, जर ते दोघं मला कधी दिसलेच, तर मी त्या दोघांचीही माफी मागेन; पण ते दोघंही मला आता कधीच दिसण्याची शक्यता नव्हती. दायसुके आणि त्याची आई ही जागा सोडून गेले होते आणि मी शाळेत जाणंही सोडलं होतं. त्यामुळे रेईको मला आता भेटत नव्हती.

असो. जेव्हा आम्ही हारुकी आजोबांच्या या निश्चयाबद्दल वाचलं, तेव्हा माझ्या बाबांचा तोल सुटला. आम्ही घरी कोचावर बसलो होतो. बाबा ती डायरी माझ्यासाठी मोठ्यानं वाचत होते. वाचता वाचता जेव्हा बाबा त्या मुद्द्यावर आले, तेव्हा त्यांनी ते पान खाली ठेवलं आणि त्यांनी एखादी मोठी शिंक यावी तसा विचित्र आवाज काढला. हा त्यांच्या दुःखाचा स्फोट होता. ते उठून बाथरूममध्ये गेले आणि त्यांनी दार लावून घेतलं. ते आत गेले तरीही मला त्यांच्या घुसमटून रडण्याचा आवाज बाहेर ऐकू येत होता. हे विचित्रच होतं, नाही का? बरोबर! तुमच्या वडिलांना असं कोसळताना बघणं कठीण जातं. मला कळतच नव्हतं की मी काय बोलू. मी थोडीशी घाबरलेही होते. त्यापूर्वी कितीतरी वेळा तुमच्या वडिलांनी आत्महत्येचा प्रयत्न केलेला असला की अस्वस्थ वाटणारच ना! थोड्या वेळानं ते बाथरूममधून बाहेर आले आणि जणू काही घडलंच नाही, अशा थाटात रात्रीचा स्वयंपाक बनवायला सुरुवात केली. मग मीही तो विषय काढला नाही; पण नंतर त्याच रात्री, जेव्हा आम्ही त्या पार्कमध्ये झोक्यावर बसलो होतो, तेव्हा मी त्यांना विचारलं की संध्याकाळी असं काय घडलं होतं आणि ते असे विचित्रासारखे का वागले? आणि त्यांनी मला कारण सांगितलं.

या सगळ्याचा संबंध सनीवेलमधली त्यांची नोकरी आणि तिथून झालेली त्यांची हकालपट्टी यांच्याशी होता. हे सगळं घडलं तेव्हा मी खूप लहान होते. त्या वेळी मला हे सगळं समजलं नाही. मला एवढंच माहीत होतं की, ते एका कॉम्प्यूटर गेम्स तयार करणाऱ्या कंपनीत काम करत होते. आणि मला त्याची खूपच गंमत वाटायची.

"मी केलेले गेम्स खरंच खूप चांगले होते," ते म्हणाले, "ते खूप मजेशीर होते. लोकांना ते खेळायला खूप आवडतं होतं." ते सगळं अर्धवट राहिल्याच्या दुःखाचे भाव त्यांच्या चेहऱ्यावर होते. "आम्ही एका काम चालवण्याविषयीच्या

कल्पनेची प्रतिकृती बनवत होतो. त्यामुळे मला ते 'पीओव्ही'चा (प्रोटोटायपिंग ऑपरेटिंग व्हर्जनचा) संस्थापकच म्हणत होते. नंतर माझ्या कंपनीनं अमेरिकन लष्कराशी करार केला. माझा हा प्रोग्रॅम ते लष्कराच्या शस्त्रांची अशी रूपरेषा तयार करण्यासाठी वापरणार होते, जी शस्त्रे लष्कराच्या नियामक सैन्यासाठी उपयोगात आणली जाणार होती.

"व्वॉव!" मी उद्गारले. हेही खरंतर खूप भारी होतं. मी असं काही म्हटलं नाही, तरी माझ्या आवाजावरून त्यांनी ते ओळखलं. पायातल्या प्लॅस्टिक चपलेचा अंगठा वाळूत रुतवून त्यांनी त्यांचा झोपाळा थांबवला.

"ते चूक होतं!" आपलं शरीर साखळ्यांवर झोकून ते म्हणाले, "लष्करातले ते तरुण जवान त्या शस्त्रांचा उपयोग करून लोकांना ठार मारणार होते. लोकांना ठार मारणं ही काही मजेची गोष्ट असूच शकत नाही!"

मीही झोका घ्यायची थांबले आणि त्यांच्यासारखीच थोडी वाकून बसले. माझ्या छातीत धडधडत होतं आणि सगळं रक्त माझ्या गालात जमा झाल्यासारखं मला वाटत होतं. मी खूप मूर्ख आणि लहान आहे असं मला वाटलं. त्याच क्षणी माझ्या आतमध्ये मला काहीतरी जाणवलं. कदाचित माझ्या आतलं जग मला काहीतरी महत्त्वाचं उलगडून दाखवण्याचा प्रयत्न करीत होतं. मला कळत होतं की मला त्याचा फार थोडा भाग दिसत आहे; पण मला आजपर्यंत दिसलेल्या किंवा जाणवलेल्या कुठल्याही गोष्टीपेक्षा ते फारच मोठं होतं.

आता ते झोपाळ्यावरून उतरले आणि त्यांनी चालायला सुरुवात केली. मी त्यांच्या मागे मागे चालत गेले. त्यांनी मला सांगितलं की नंतर ते त्यामुळे खूपच उदासीनतेच्या गर्तेत सापडले. त्यांची रात्रीची झोपसुद्धा त्यामुळे उडून गेली होती. आपल्या या भावनांविषयी बोलण्यासाठी, मन मोकळं करण्यासाठी ते कुणाच्यातरी शोधात होते. ते कॅलिफोर्नियाला एका मानसोपचार तज्ज्ञाकडेसुद्धा जाऊन आले होते. त्यांनी त्यांच्या कामाच्या जागीसुद्धा कंपनीत हा मुद्दा मांडला होता. आणि त्यांच्या डेव्हलपमेंट टीमच्या सदस्यांना या गोष्टीपासून परावृत्त करण्यासाठी खूपच प्रयत्न केले होते. त्यांना समजवण्याचे सारे मार्ग त्यांनी वापरले. त्यांनी अशा पद्धतीचा प्रोग्रॅम बनवण्याची संधी मिळावी म्हणून परवानगी मागितली, की ज्यामुळे जुनी शस्त्रं वापरण्याच्या प्रोग्रॅमची सत्यता पडताळून पाहता येईल. त्यामुळे गरीब बिचारे वैमानिक त्यांच्या त्या युद्धाच्या धुंदीतून जागे होतील आणि ते कोणता वेडेपणा करताहेत याची त्या वैमानिकांना कल्पना येईल; पण लष्कराच्या कॉन्ट्रॅक्टर्सना ही कल्पना अजिबातच आवडली नाही आणि बाबांच्या वारंवार सांगण्याच्या पद्धतीमुळे त्यांचे सहकारी, टीमचे सदस्य आणि अधिकारी त्यांचे तेच तेच मुद्दे ऐकून कंटाळले आणि त्यांनी बाबांना कामावरून काढून टाकलं.

बाबा सिमेंटपासून बनवलेल्या पांडाच्या पुतळ्यावर बसले. त्याचा चेहरा दोन्ही हातांनी झाकून ते म्हणाले, "मला तेव्हा खूपच लाज वाटली होती!"

माझा या गोष्टीवर विश्वासच बसला नाही. मी त्यांच्याकडे एकटक पाहत बसले. माझं हृदय त्यांच्याविषयीच्या अभिमानानं फुगून फुटेल, असं मला वाटलं. ते एक सुपरहिरो होते आणि खरंतर मलाच लाज वाटायला हवी होती. त्यांच्या विचारांबद्दल त्यांना केवळ छळलं गेलं होतं. त्यांनी नोकरी सोडली, पैसे घालवले आणि आमचं आयुष्य बरबाद केलं, असं समजून मीही त्यांच्यावर चिडले होते. तुम्हाला कळलंच असेल मला किती माहीत होतं ते!

बाबा अजूनही बोलत होते. "...म्हणूनच मी हारुकीकाकांची डायरी वाचून आज खूप रडलो, नाओ! मला ताबडतोब समजलं की त्यांना काय वाटलं असेल! हारुकी नं.१नी त्यांचा निर्णय घेतला. त्यांनी त्यांचं विमान समुद्रात कोसळवलं. त्यांना माहीत होतं की हा मूर्खपणा होता; पण ते त्याच्याशिवाय दुसरं काय करू शकणार होते? मीसुद्धा त्यांच्यासारखाच निर्णय घेतला; पण माझ्या विमानात माझं संपूर्ण कुटुंब बसलं होतं. मला तुझ्याविषयी, तुझ्या आईविषयी आणि सगळ्यांविषयी अतिशय वाईट वाटतं. मी तुमचा विचारच केला नाही. माझ्या या आत्महत्येच्या कृत्यामुळे सगळ्यांना त्रास झाला."

"जेव्हा तो ९/११चा प्रसंग झाला, तेव्हा हे नक्की झालं की युद्ध अटळ आहे. त्यांनी भरपूर प्रमाणात त्या युद्धाची तयारी केली होती. आता अमेरिकन वैमानिकांची एक नवीन पिढी मी बनवलेला प्रोग्रॅम वापरून कितीतरी निष्पाप आणि निरागस अशा अफगाणी आणि इराकी लोकांना मारायला सज्ज झालेली होती. हा सगळा माझा दोष होता. मला त्या अरबी लोकांबद्दल आणि त्यांच्या कुटुंबीयांबद्दल खूपच वाईट वाटलं होतं. मला हेसुद्धा माहीत होतं की याचे परिणाम अमेरिकन वैमानिकांनाही भोगावे लागणार आहेत. कदाचित ताबडतोब नसते लागले. त्या वेळेस ते तरुण वैमानिक त्यांची योजना पार पाडत होते. ते सगळंच त्यांना अद्भुत आणि मजेशीर वाटलं असेल; कारण तो प्रोग्रॅम तसाच बनवला होता; पण काही दिवस, महिने किंवा काही वर्षंही उलटतील आणि मग त्यांनी काय करून ठेवलं, हे त्यांच्या लक्षात येईल. तेव्हा त्यांना अतिशय राग येईल आणि दुःखही होईल. तो राग मग ते स्वतःवर आणि त्यांच्या कुटुंबीयांवर काढतील. तीही खरंतर माझीच चूक असेल.

अतिशय अस्वस्थपणे ते पांडावरून उठले आणि खेळाच्या मैदानाला घातलेल्या तारेच्या कुंपणापर्यंत गेले. मीही त्यांच्या मागून गेले. त्या कुंपणाच्या छोट्या दारातून नदीकाठच्या कॉंक्रीटच्या बंधाऱ्याकडे आम्ही गेलो आणि नदीच्या त्या वाहणाऱ्या गडद रंगाच्या पाण्याच्या प्रवाहाकडे बघत बांधाच्या उतारावर शेजारी शेजारी बसलो.

मला नक्कीच माहीत होतं की आत्ताही ते या पाण्यात बुडून आत्महत्या करण्याचा विचार करत होते. याआधीही ते काही वेळा इथं जीव द्यायला आले होते. त्याचाही ते विचार करत असतील, हे मला माहीत होतं. जवळ येऊन त्यांनी माझा हात पकडला.

"मी तुझा विश्वासघात केला," ते म्हणाले, "मी केलेल्या अपराधामुळे माझंच मन मला खात होतं. जेव्हा तुला माझी खरंच गरज होती, तेव्हा मी तुझ्याजवळ नव्हतो."

मी माझा श्वास रोखून धरला. मला वाटलं की आता बाबा त्या चड्डीच्या प्रसंगाबद्दल बोलणार आणि त्यांनी माझ्या त्या चड्डीच्या लिलावात भाग घेऊन बोली लावली होती अशी कबुलीही देणार. मी माझा हात सोडवण्याचा प्रयत्न केला. मला त्या विषयावर अजिबातच बोलायचं नव्हतं; पण मी पळवाट कशी काढणार? शेवटी मीच त्यांना तो कठीण प्रश्न विचारला होता आणि त्यांनी मला खरं आणि प्रामाणिक उत्तर दिलं होतं. त्यामुळे मला त्यांचं ऐकून घ्यायलाच हवं होतं. त्यामुळे जेव्हा त्यांनी मला विचारलं की, माझी ती चड्डी त्या बुरुसेरा या विकृत वेबसाईटवर कशी आली आणि त्या व्हिडिओमध्ये काय होतं, तेव्हा मी एक दीर्घ श्वास घेतला आणि त्यांना शाळेतला त्या दिवशीचा प्रसंग जशाचा तसा सांगितला. मला हे माहीत होतं की बाबा आणि आई यांच्यात माझ्या त्या रॅगिंगबद्दल बोलणं झालं होतं; पण तो प्रकार किती वाईट होता हे त्यांना कळलं असेल असं मला नाही वाटत. पण मी बघू शकत होते की, त्यांना त्याचं दुःखही झालं होतं आणि मनस्तापही झाला होता.

"धन्यवाद, नाओ! तू मला सगळं सांगितलंस ते बरं झालं!" मी जेव्हा माझं बोलणं पूर्ण केलं, तेव्हा बाबा म्हणाले. त्यांच्या आवाजाला धार आली होती; पण मला माहीत होतं की ते काही माझ्यावर रागावले नाहीयेत. त्या आवाजातून मला हे नक्की जाणवलं की कुठल्यातरी गोष्टीकरिता त्यांनी त्यांचं मत पक्कं केलं आहे. ते उभे राहिले आणि माझा हात ओढून माझ्या पायांवर उभं केलं. एक अक्षरही न बोलता आम्ही दोघंही घरी आलो. येताना फक्त एकदा व्हेंडिंग मशिनजवळ माझ्यासाठी 'पल्पी' घेण्यासाठी थांबलो. ते स्वतःच्याच विचारांत मग्न असल्यासारखे दिसत होते. मला हे माहीत नव्हतं की त्यांच्या डोक्यात काय चाललं होतं; पण त्या रात्रीपासून ते कॉम्प्यूटरवर काम करण्यात इतके गुंतले होते की, त्यांच्या अंगात या सर्व गोष्टींचं कारण शोधण्याचं पिशाच शिरल्यासारखं वाटत होतं.

त्यांनी 'ग्रेट माइन्ड्स ऑफ फिलॉसॉफी' वाचण्याचं पूर्णपणे थांबवलंय. आणि त्यांचा सगळा वेळ त्यांच्या सुपरपॉवरवर, म्हणजेच प्रोग्रॅमिंग करण्यात घालवतात. म्हणजे मला असं म्हणायचंय की, जगात वेगवेगळ्या शक्ती असणारे वेगवेगळे

सुपरहिरो आहेत. काही अति ताकदवान, अति वेगवान आहेत, तर काही रेणूंच्या पुनर्रचनेने तयार झालेले, शक्तीचे स्रोत असणारे आहेत; पण या सगळ्या क्षमता जिकोच्या अद्भुत शक्तींपेक्षा फार काही वेगळ्या नव्हत्या. जसे ती अगदीच हळू चालायची, लोकांची मनं वाचायची, अचानकपणे दारात प्रकट व्हायची. तिच्या केवळ असण्यानं आसपासच्या लोकांना बरं वाटायचं.

असो. मला हे कळत नाहीये की मी या साऱ्या गोष्टी तुम्हाला का सांगते आहे? मला वाटलं की तुम्हालाही हे कळलं तर आवडेल. माझ्या वडिलांना त्यांची सुपरपॉवर मिळाली होती. आणि मीही माझी सुपरपॉवर शोधायला सुरुवात केली आहे. ती आहे मी तुमच्यासाठी करत असलेलं हे लिखाण. या डायरीची पानं संपण्याआधी मला फक्त तुम्हाला हेच सांगायचं आहे, की मी आणि माझे बाबा ठीक आहोत. आता मला त्यांचा स्वभाव कळला आहे. जरी आम्ही उघडपणे आत्महत्येबद्दल काही बोललो नसलो, तरी मला आता पक्की खात्री आहे की, आम्हा दोघांपैकी कुणालाही कधीही या विषयावर बोलायची गरज पडणार नाही. मी तरी नक्कीच बोलणार नाही. ही पानं लिहून संपली की मी नवीन डायरी विकत घेणार आहे आणि तुम्हाला दिलेलं वचन पूर्ण करणार आहे. ते वचन म्हणजे, माझ्या म्हाताऱ्या जिकोच्या जीवनाची संपूर्ण कथा लिहून काढणं. हे खरं आहे की ती आता या जगात नाही; पण तिच्या साऱ्याच गोष्टी विसरायच्या आधी मला लिहून काढायच्या आहेत. माझी स्मरणशक्ती तशी चांगली आहे; पण आठवणी नेहमीच काही काळापुरत्याच असतात, जसं की चेरीच्या झाडांचा बहर किंवा जिन्कोच्या झाडांची पानं. काही काळापुरतीच ती सुंदर दिसतात आणि नंतर त्यांचे रंग उडून जातात आणि ती मरतात.

आणि कदाचित तुम्हाला हे ऐकून आनंद होईल, की आयुष्यात प्रथमच मला मरू नये असं वाटतंय. रात्री मध्येच कधी जाग आली की मी हारुकी नं १चं ते सैनिकी घड्याळ चालू आहे की नाही हे बघते. नंतर मी स्वतःलाही तपासते, की मी जिवंत आहे की नाही! आणि तुम्ही विश्वास ठेवा किंवा ठेवू नका, कधी कधी मला खरंच खूप भीती वाटते. जसं की, *अरे देवा! जर मी मेले तर! ते तर खूपच भयंकर असेल! मी अजूनही म्हाताऱ्या जिकोच्या जीवनाची गोष्ट लिहिली नाहीये!* कधी कधी मी जेव्हा रस्त्यावरून चालत असते, तेव्हा मी स्वतःच्याच विचारांमध्ये हरवलेली असते. *ओ! ती लेक्सस कार ताबा सुटून माझ्या अंगावर येणार नाही ना! तो विकृत नोकरदार माणूस चाकूने माझ्यावर वार करणार नाही ना! किंवा तो पांढरे कपडे घातलेला माणूस, जो एखाद्या दहशतवाद्यासारखा दिसतोय, माझ्या गाडीत विषारी गॅसने भरलेली पिशवी टाकणार नाही ना... हे सगळे तोपर्यंत घडायला नको जोपर्यंत मी माझ्या म्हाताऱ्या जिकोची जीवनकहाणी पूर्ण लिहून काढत नाही. ते*

काम झाल्याशिवाय मला अजिबात मरायचं नाही! मला जिवंत राहायचं आहे! मला मरायचं नाहीये! मला मरायचं नाहीये!

हे असले विचार माझ्या डोक्यात घोळत राहतात. जोपर्यंत मी जिकोची जीवनकहाणी लिहून पूर्ण करत नाही, तोपर्यंत मला खरंच मरायचं नाही. जिकोच्या विश्वासघाताच्या विचारानंच माझे डोळे पाण्यानं भरून येतात आणि मला वाटतं की तुम्ही म्हणाल 'सर्वसाधारण माणसाप्रमाणे मृत्यूला घाबरणं ही माझ्या मनःस्थितीतली खूपच मोठी सुधारणा आहे'.

आणि हे आता शेवटचं, बरं का! माझा उत्साह वाढवणारी एक गोष्ट मला कळली आहे. मला असं कळलंय की त्या म्हाताऱ्या मार्सेल प्राउस्टने *'A la recherche du temps perdu'* हे एकच पुस्तक लिहिलेलं नाही; त्यानं सात पुस्तकं लिहिली आहेत. आश्चर्यकारक आहे, नाही का? *'A la recherche du temps perdu'* ही हजारो पानांची एक खूपच दीर्घ कथा आहे. त्यामुळे त्याला ती वेगवेगळ्या खंडांमध्ये प्रसिद्ध करावी लागली होती. आणि शेवटच्या खंडाचं नाव *'le temps retrouve'* म्हणजे त्याचा अर्थ आहे 'पुन्हा मिळालेला काळ!' किती योग्य नाव आहे नाही! म्हणूनच मी आता माझे डोळे उघडे ठेवून त्या *le temps retrouve'* ची प्रत मला मिळते का हे बघणार आहे. ते पुस्तक मी त्या हाराजुकूच्या क्राफ्टच्या दुकानात घेऊन जाईन आणि तिथं काम करणाऱ्या बाईला सांगेन, की ते पुस्तक तिच्या हॅकरला दे आणि त्याचं वहीत रूपांतर करून दे; म्हणजे मग मी म्हाताऱ्या जिकोची जीवनकहाणी त्यात लिहू शकेन.

अं... तुम्हाला एक सांगू? माझ्या मनात एक दुसराच विचार आलाय. कदाचित मी आधी म्हटल्याप्रमाणे नाही करणार. मी कदाचित खरोखरच फ्रेंच भाषा शिकण्याचा प्रयत्न करेन, म्हणजे मग मी मार्सेलची पुस्तकं वाचू शकेन आणि त्यातली पानं फेकून देण्याची गरज राहणार नाही. हे चांगलं नाही का? आणि माझ्या म्हाताऱ्या जिकोच्या जीवनकहाणीबद्दल म्हणाल, तर मी असा विचार करतेय की जुने कोरे कागद घेऊन त्यावर लिहायला सुरुवात करावी.

रुथ

१

तिने पुस्तक बंद केलं.

ती पुस्तकाच्या शेवटाला पोहोचली होती. शेवटचं पान. पुस्तक वाचून संपलं. आता पुढे काय?

तिनं घड्याळाकडे बघितलं. लाल रंगात चमकणारे आकडे पहाटेचे ३.४७ वाजल्याचे दाखवत होते. म्हणजे जवळपास सकाळचे चार. दिवाणखान्यातली लाकडी शेगडी विझून बराच वेळ झाला होता आणि घरात खूपच थंडी होती. जर ती जिकोच्या देवळात असती, तर आत्तापर्यंत ती उठली असती आणि तासाभरात झाझेनसाठी बसायची तयारी करत असती. रुथ थंडीनं शहारली. बेडरूमच्या खिडकीबाहेर सर्द, मिट्ट काळोख भरून राहिला होता. तिच्या हेडलॅम्पचं प्रतिबिंब तेवढंच काय ते खिडकीच्या तावदानावर पडलं होतं. बांबूमधून धावणाऱ्या वाऱ्याचा आवाज तिला ऐकू येत होता. उंच झाडाची करकरसुद्धा ऐकायला येत होती. तिच्या बाजूला ऑलिव्हर गाढ झोपला होता. त्याच्या तोंडातून श्वासाचा बारीक आवाज येत होता. ऑलिव्हर झोपला होता त्या बाजूला बेडशेजारी ठेवलेल्या खोक्यात जखमी मांजर शांत पडून होतं. तेसुद्धा गाढ झोपी गेलेलं असणार.

काहीही कारण नसताना तिला तासभर लवकर जाग आली. थोडा वेळ लोळत पडूनही झोप येत नाही हे कळल्यावर तिनं ती डायरी उचलली. काही कळायच्या आत तिनं शेवटून दुसरं पान वाचायला सुरुवात केली. आता फक्त एकच पान वाचायचं राहिलं होतं. डायरीची पानं अचानक वाढतील असं वाटून ती जरा अडखळली; पण तसं काहीच झालं नाही. तिनं शेवटचं पान वाचायला सुरुवात केली. क्रमानं आलेले शब्द तिनं शेवटपर्यंत वाचले. पानाच्या तळाशी जाऊन ते शब्द संपले. त्याबद्दल काही शंकाच नव्हती. आता तिथे ना पानं होती, ना ते शब्द!

पुस्तकं संपतातच. त्यात तिला आश्चर्य वाटण्यासारखं काय होतं?

ती आता मागे हरवलेल्या शब्दांचा विचार करायला लागली. त्या शब्दांना

शोधून ती परत घेऊन आली होती का? हे ऐकायला जितकं विचित्र वाटतं होतं तितकं नव्हतं. कधी कधी एखादी गोष्ट लिहीत असताना ती त्यात पूर्णपणे हरवून जात असे. दुसऱ्या दिवशी सकाळी ती तिच्या त्या कागदपत्रांची फाईल उघडायची आणि त्यातलं लिखाण बघून तिला वाटायचं की हे आपण याआधी कधीही पाहिलेलं नाही. काही वेळा तर त्यातले संपूर्ण प्रसंगसुद्धा तिला लिहिलेले आठवत नसत. ते तिथं कसे आले, ही एक गूढ भावना होती. आणि त्यापाठोपाठ एक भीतीची भावनाही उचंबळून यायची - *कुणीतरी माझ्या कथेत बदल करतंय* - जिचं रूपांतर नंतर खळबळीत व्हायचं; जसजशी ती पुढे वाचत जायची. कॉम्प्यूटरचा पडदा जणू काही प्रकाशाचा स्रोत असावा, अशा तऱ्हेने त्यावर उलगडणारी वाक्यं ती वाचत जायची. अस्पष्टपणे, हळूहळू तिला आता आठवायला लागलं होतं. स्वप्नात दिसणाऱ्या एखाद्या पतंगाप्रमाणे तिचं मन त्या शब्दांकडे संशयानं बघत, तर कधी लाजत त्यांना चाचपडत होतं. तिला भीती होती की ते शब्द फडफडत दुसऱ्याच जगात उडून जातील, धूसर होत होत नाहीसे होतील. दृष्टीच्याही पलीकडे निघून जातील. विस्मृतीत जातील.

पण, या वेळेस काही वेगळं झालं होतं. या वेळेस ती लिहीत नव्हती, वाचत होती. काढून टाकलेल्या शब्दांना पुन्हा बोलावण्याची अशी विचित्र जादू एखाद्या वाचकाला कशी करता येईल; पण तिनं तसं केलं तरी होतं, किंवा ती वेडी होती. किंवा...

आपण दोघे मिळून जादू करू...

मग कुणी कुणावर जादू केली?

तिला आठवलं की ऑलिव्हरनं तिला ही गोष्ट एकदा सुचवली होती; पण त्या वेळेस तिनं त्याचा तो प्रश्न दुर्लक्षित केला होता. ती एखादं स्वप्न होती का? तिच्यामधूनच नाओ हे सारे लिहीत होती का? मध्यस्थी हा एक चतुर व्यवसाय असतो, असं म्युरिअल म्हणाली होती. आपण पुरेसे खंबीर आहोत असं रुथला नेहमीच वाटायचं; पण कदाचित ती तशी नव्हती. तिच्या नावाप्रमाणेच ती 'करुणा' होती. आपल्या जाणिवांवर शंका घेण्याचं तिच्याकडे काही कारणच नव्हतं. एक जिवंत व्यक्ती म्हणून तिच्या आठवणींच्या खऱ्याखुऱ्या जगात तिला आलेले अनुभव खरंतर विश्वास ठेवण्यासारखेच होते; पण त्या अंधारात, पहाटे चार वाजता तिला याची खात्री नव्हती. भीतीनं तिचा थरकाप उडाला आणि त्या अचानक दचकण्यानं तिला याची जाणीव झाली की ती तिच्या पलंगावर आहे. पलंगावरच्या गुबगुबीत, जाड पांघरुणाची ऊब जाणवून घ्यायचा तिनं प्रयत्न केला. चेहऱ्याला आणि हातांना गार हवा लागत होती. आपल्या हृदयाची धडधड ऐकायचाही तिनं प्रयत्न केला.

तिच्या हातातील डायरीसुद्धा आता उबदार लागत होती. डायरीच्या त्या लाल रंगाच्या वेष्टणाकडे तिनं एकटक बघितलं. ही फक्त तिची कल्पना होती, की ते कापडी वेष्टण पहिल्यापेक्षा जास्त विरलेलं दिसत होतं, जेव्हा तिला ती डायरी सापडली होती. तिनं ते उलटलं. त्याच्या मागे एक गडद रंगाचा डाग होता. तिच्या मांजरानं त्यावर लाळ गाळली होती. तिनं ती डायरी आपल्या नाकाजवळ धरली. कॉफीच्या बियांचा कडवट वास आणि शाम्पूचा फळांसारखा गोड वास फिकट झाला होता. आता त्याला लाकडाच्या धुराचा, सिडार वृक्षाचा मंद वास येत होता. त्याचबरोबर बुरशीचा आणि धुळीचाही वास येत होता. तिनं पुस्तकावरच्या सोनेरी अक्षरांना स्पर्श केला आणि ते पुस्तक पटकन उघडून शेवटच्या पानावर गेली; जणू काही ती जादू होताना रुथ ती पकडणार होती.

पण, ते पान तसंच होतं! अर्थात, ते बदलणार नव्हतंच. तिला काय वाटत होतं? की तिचं लक्ष नाही, असं बघून पुस्तक बंद असताना काही शब्द गुपचूप पुस्तकाच्या पानांत लपले असतील? हास्यास्पद आहे ना!

तरीही, अजून थोडे शब्द असते तर थोडा फरक पडला असता. तिनं पुन्हा पुस्तक बंद केलं. एखाद्या माणसाला आपल्या पडत आलेल्या दाताची जशी काळजी वाटते, तशी तिला त्या पुस्तकाच्या फाटत आलेल्या कोपऱ्यांची काळजी वाटत होती. डायरीचं कव्हर आधीपेक्षा खरंच चांगलं वाटत होतं, की हीसुद्धा तिची कल्पनाच होती?

बस झालं!

तिनं ती डायरी शेजारच्या टेबलावर ठेवली आणि दिवा घालवला. सकाळी पुन्हा तिनं त्या डायरीला स्पर्श केला, तेव्हा ती डायरी थंड पडली होती.

२

"तुझं जर वाचून झालं असेल, तर मला हे कळायलाच हवं की मी वेड्यासारखी वागतेय का?"

ते दोघं स्वयंपाकघरातील ओट्याजवळ सकाळचा चहा घेत बसले होते. केस काढून टाकलेला, जखमांनी भरलेला आणि मानेला कॉलर (कोन ऑफ शेम) लावलेला पेस्टो ऑलिव्हरच्या मांडीवर असलेल्या टॉवेलवर झोपला होता. औषधांचा खूप मारा झाल्यानं तो फारच चिडचिडा झाल्यासारखा दिसत होता. ऑलिव्हरनं डायरीची शेवटची पानं नुकतीच वाचून संपवली होती. जेव्हा त्यानं तिचा प्रश्न ऐकला, तेव्हा त्यानं आपला हात वर करून तिला थांबवलं आणि म्हणाला, "मला वाटतं की आपली चर्चा भांडणाकडे जाणार आहे, तेव्हा आपण त्याबद्दल बोलणं

टाळू या.''

त्याच्या विरोधाकडे पूर्ण दुर्लक्ष करीत ती म्हणाली, ''त्या रात्री जेव्हा शब्द हरवले होते आणि तू मला सांगितलं होतंस की त्यांना शोधणं हे माझं कामच आहे, तेव्हा ती पानं कोरी आहेत यावर तुझा विश्वास बसला नव्हता. या गोष्टीचा शेवट मागे येतोय हेही तुला पटलं नव्हतं. खरं ना?'' हा खरंतर प्रश्न नव्हताच.

त्यानं तिच्या डोळ्यांत अगदी सरळपणे पाहिलं आणि एकही सेकंद वाया न घालवता तो म्हणाला, ''लाडके, तुझ्यावर विश्वास नाही असं कधी झालंय का?''

''पण तू मला म्युरिअलबरोबर या विषयावर चर्चा करू दिलीस आणि ती माझ्याबद्दल आता हाच विचार करीत असेल की, मी मूर्ख आहे!'' रुथ म्हणाली.

''ओ!'' तो म्हणाला. त्याच्या आवाजात आता सुटकेचा सूर होता. ''जर तू त्या गोष्टीची काळजी करीत असशील, तर तू फार विचार करू नकोस; कारण या बेटावर राहणारे सगळे जण मूर्खच आहेत. म्युरिअल कधीच या गोष्टीला दुसरा अर्थ देणार नाही.''

ऑलिव्हरच्या या उत्तरानं तिला थोडं बरं वाटलं; पण अजूनही बरेच अनुत्तरित प्रश्न होते, जे तिला सोडून द्यायचे होते. ''ठीक आहे!'' ती म्हणाली. ''समजा आपण असं धरून चालू की म्युरिअलचा सिद्धान्त अगदी बरोबर होता आणि स्वप्नामध्ये त्या जंगली कावळीच्या मागे त्या उईनो पार्कमध्ये जाऊन, नाओच्या वडिलांना शोधून मी त्यांना सेन्दाईला पाठवू शकले...''

त्यानं ती डायरी बाजूला ठेवली होती आणि आता तो नुकत्याच आलेल्या '*न्यू यॉर्कर*'ची पानं चाळत होता.

''ऑलिव्हर!'' तिनं जोरात आवाज दिला.

''काय?'' त्यानं तिच्याकडे बघितलं, ''मी ऐकतोय. तू कावळ्याच्या मागे उईनो पार्कमध्ये गेलीस आणि त्या नाओच्या वडिलांना भेटलीस आणि त्यांना सेन्दाईला पाठवलंस!'' तो म्हणाला.

''ठीक आहे! म्हणजे मग मला सांग या सगळ्या गोष्टींचा अर्थ काय?'' रुथनं विचारलं.

''या सगळ्या गोष्टींचा अर्थ काय म्हणजे काय?'' त्यानं तिला विचारलं.

''म्हणजे तू असं म्हणतोयस का की तो जंगली कावळा त्या काळात घेऊन गेला? आणि जर मला ते स्वप्नच पडलं नसतं, तर नाओच्या वडिलांनी ठरल्याप्रमाणेच आत्महत्या केली असती? नाओलाही तिचे वडील एक सदसद्विवेकबुद्धी असणारी एक व्यक्ती होती हे आणि तिच्या कामीकाझे काकांबद्दलचं सत्य कळलं नसतं का?''

''मी काहीच म्हणत नाहिये!'' ऑलिव्हर म्हणाला. ''विश्वास ठेव!''

''जर मी ती हारुकी नं. १ची फ्रेंच भाषेतली गुप्त डायरी त्यांच्या कौटुंबिक वेदीवर ठेवलेल्या त्यांच्या शिल्लक असलेल्या वस्तूंच्या पेटीत टाकली नाही, तर ती तिथं कशी गेली?'' रुथ म्हणाली.

ऑलिव्हरनं तिच्याकडे आश्चर्यानं पाहत विचारलं, ''ती डायरी त्या अवशेषांच्या पेटीत तू टाकली होतीस?''

''होय! मी तुला त्याबद्दल सांगितलं. माझ्या स्वप्नाच्या शेवटी ती माझ्या हातात असल्याचं मला आढळलं; पण मी तेव्हा जागी होण्याच्या बेतात होते, म्हणूनच मी घाईनं ते पाकीट त्या पेटीत टाकलं.''

''हुशार आहेस!'' तो म्हणाला.

तिनं आनंदानं खांदे उडवले आणि म्हणाली, ''हो ना! तेव्हा मला थोडंसं सुपरहिरो असल्यासारखं वाटलं.''

''तुला तसं वाटलं याबद्दल मी पैज लावू शकतो.'' ऑलिव्हर म्हणाला.

पण, तिची खात्री पटली नाही. ''मला माहीत नाही!'' आत्मविश्वास कमी होत असल्यासारखं ती म्हणाली.

''जर मी माझंच ऐकत असते, तर मी विचार केला असता की मीही जरा वेडी होते. कदाचित एक सोपं, बुद्धीला पटणारं स्पष्टीकरणही देता येईल. ते असं की जिकोनंच ती डायरी तिथं ठेवली असेल. ती आधीपासून तिच्याकडेच असेल. हारुकी नं १नी युद्धावर जाण्याआधी ती डायरी तिला पाठवण्याची व्यवस्था केली असेल; पण काही कारणानं तिला हे कुणाला कळू द्यायचं नसेल. कदाचित तिचा युद्धाला गुप्तपणे पाठिंबा असेल आणि आपल्या मुलाच्या या आत्महत्या करण्याच्या शेवटच्या निर्णयाची तिला लाज वाटत असेल. तिला वाटलं असेल की तो भ्याड आहे...''

''पुरे झालं!'' ऑलिव्हर म्हणाला, ''आता मात्र मला तू खरंच वेडी वाटायला लागली आहेस. तुझ्या या म्हणण्याला खरं ठरवेल असा एकही पुरावा नाही. आत्तापर्यंत नाओनं म्हटल्याप्रमाणे जिको एक शांतताप्रिय आणि मूलगामी स्त्री होती, जरी ती १०४ वर्षं वयाची असली तरीही. त्यामुळे उगीच तू जास्त न पटणारे तर्क लढवू नको आणि स्वतःला हुशार सिद्ध करण्यासाठी इतिहासात परत बदल घडवण्याचा तार्किक सराव करू नको! जिको कशी आहे हे दाखवून देताना तू वेडी ठरलीस तरी हरकत नाही. आणि हे सगळ्यांना लागू आहे.''

रुथ गप्प झाली. ऑलिव्हरचं बरोबरच होतं. त्यानं पुन्हा *न्यू यार्कर* घेतला; पण रुथला तो विषय तिथंच सोडायचा नव्हता.

''ठीक आहे!'' ती म्हणाली. ''पण आता मला सांग त्या हारुकी नं २च्या ई-मेलचं काय? त्यानं शोधलेल्या त्या क्यू-म्यु आणि मेकॅम्यू यांचं आणि इतर

सगळ्या संगणकीय गोष्टींचं काय? तू या सगळ्यावर विश्वास ठेवू शकतोस का? ते तर माझ्यापेक्षाही वेडे वाटतात.''

ऑलिव्हरनं नियतकालिकातून वर बघितलं. ''क्वांटमची माहिती ही एखाद्या स्वप्नाच्या माहितीप्रमाणे आहे.'' तो म्हणाला, ''आपण ती कुणाला दाखवू शकत नाही आणि जेव्हा आपण वर्णन करायला जातो, तेव्हा आपली त्याबद्दलची स्मृती बदलते.''

''मस्तच!'' ती उद्गारली, ''हे तर सुंदरच आहे. हे वाक्य तू तयार केलंस का?'' रुथनं त्याला विचारलं.

''नाही! एक प्रसिद्ध भौतिकशास्त्रज्ञ असं म्हणाला आहे. या क्षणी मला त्याचं नाव आठवत नाहीये.''

(त्याचं नाव चार्ल्स बेनेट. ऑलिव्हरनं नंतर हे वचन कुणाचं आहे ते शोधून काढलं. 'द न्यू यॉर्कर'च्या २ मे, २०११च्या अंकात रिव्हका गाल्चेन यांनी लिहिलेल्या 'क्वांटम कम्प्यूटिंग'बद्दलच्या लेखात त्याला ते सापडलं.)

''मी लिहायला बसते तेव्हा असंच होतं. माझ्या डोक्यात एक सुंदर जग तयार असतं; पण जेव्हा मी ते आठवून लिहिण्याचा प्रयत्न करते, तेव्हा त्यात बदल होतात. आणि नंतर मला ते सापडत नाही.'' रुथ म्हणाली. तिनं खिन्न मनानं खिडकीबाहेर पाहिलं आणि स्वतःच्या सोडून गेलेल्या आठवणींबद्दल विचार करायला लागली. आणखी एक उद्ध्वस्त जग. हे खूप दुःखद होतं. ''पण अजूनही मला हे समजत नाही की क्वांटमबद्दलच्या माहितीचा या सगळ्याशी काय संबंध?''

ऑलिव्हरनं मांजरीला या मांडीवरून त्या मांडीवर घेतलं. ''ठीक आहे,'' तो म्हणाला, ''तू नेहमीच विविध परिणाम देणाऱ्या कल्पनांचा विचार करतेस, बरोबर? हे विविध परिणाम वेगवेगळ्या जगांत लागू होतात. तू काही एकटीच नाहीस, जी या बाबतीत आश्चर्यात पडतेस. हा सिद्धान्त जगात गेल्या ५० वर्षांपासून मांडला जातोय. आपण दोघं आता ज्या वयाचे आहोत, तेवढ्याच वयाचा तो आहे.''

''म्हणजे हा सिद्धान्त जुनाच आहे की!'' रुथ म्हणाली.

''माझा मुद्दा हा आहे की हा काही नवा सिद्धान्त नाही. खरंतर काहीच नवीन नाही आणि तू जर अनेक जगांनी क्वांटम मेकॅनिक्सचा लावलेला अर्थ विकत घ्यायला गेलीस, तर ज्याची शक्यता आहे ते सर्व काही घडेल. कदाचित घडलंही असेल. आणि जर असं असेल, तर ही शक्यता नाकारता येत नाही की, हारुकी नं २नी क्यू-म्यु कसा तयार करायचा आणि या जगातील वस्तू त्यांच्या जगात कशा न्यायच्या, याचा शोध लावला. क्वांटम गुंतागुंतीने दोन समांतर जगांमध्ये माहितीची अदलाबदल कशी करायची हे त्यांनी शोधलंही असेल.'' ऑलिव्हर म्हणाला.

रुथनं खिन्नपणे मांजराकडे पाहिलं. ''मला हे काही कळत नाहीये. हे समजून घेण्याइतकी मी हुशार नाही!''

''असू दे. मीही एवढा हुशार नाही. हे समजण्यासाठी त्यामागचं गणित समजायला हवं आणि आपल्यापैकी बहुतेक लोकांसाठी ही कल्पनेपलीकडची गोष्ट आहे; पण तुला 'श्रॉडिनेर्स कॅट'बद्दल माहीत आहे. नाही का?''

३

अर्थातच तिला 'श्रॉडिनेर्स कॅट'बद्दल माहिती होती. तिनं त्यांच्या मांजराला 'श्रॉडिनेर' हे नाव दिलं होतं; पण ते नाव काही त्याला चिकटलं नाही. जरा जोर देऊन विचारलं तर ती हे कबूल करेल की 'श्रॉडिनेर' हे नाव तिला उगाचच काळजीत टाकायचं. अगदी त्याचप्रमाणे जेव्हा ती 'प्राउस्ट' हे नाव ऐकायची.

तिला हे चांगलंच माहीत होतं की 'श्रॉडिनेर्स कॅट' हा एक वैचारिक प्रयोग होता. श्रॉडिनेर नावाच्या भौतिकशास्त्रज्ञानं हा प्रयोग केला, म्हणून त्याचंच नाव या प्रयोगाला दिलं. या प्रयोगाचा संबंध जीवन, मृत्यू आणि क्वांटम फिजिक्स यांच्याशी होता.

तिला हे माहीत होतं की क्वांटम फिजिक्स हे भौतिक वस्तू आणि ऊर्जा यांच्या सूक्ष्मदर्शी वर्तनाबद्दल माहिती देतं. या पातळीवर वस्तूचे अणू आणि त्याहून लहान कण हे डोळ्यांना दिसणाऱ्या वस्तूपेक्षा फार वेगळं वर्तन करतात, मांजरांप्रमाणेच.

तिला हे माहीत होतं की श्रॉडिनेरनं त्याचं काल्पनिक मांजर एका काल्पनिक खोक्यात ठेवावं असं सुचवलं होतं. त्या खोक्यात एक घातक विषसुद्धा ठेवलं होतं. विशिष्ट परिस्थिती निर्माण झाल्यास ते विष खोक्यात पसरणार होतं.

''बरोबर आहे!'' ऑलिव्हर म्हणाला, ''मलाही काही जास्त तपशिलात आठवत नाही. (श्रॉडिनेर्स कॅटबद्दल अधिक माहिती अपेंडिक्स 'ई'मध्ये दिलेली आहे.) त्याचा मूळ सिद्धान्त असा होता की, जर मांजर हे जर सूक्ष्म कणांसारखं वागलं, तर ते एकाच वेळेस जिवंत आणि मृतसुद्धा असेल. असं तोपर्यंतच म्हणता येईल, जोपर्यंत खोका बंद आहे आणि आपल्याला माहीत नाही की ती ठरावीक परिस्थिती निर्माण झाली आहे किंवा नाही; पण त्या विशिष्ट क्षणाला एक निरीक्षक तो खोका उघडतो आणि त्यात बघून परिस्थितीचा अंदाज घेतो. त्याला ते मांजर मेलेलं तरी मिळेल किंवा जिवंत मिळेल.''

''तुला असं म्हणायचंय की तो त्या मांजराकडे नुसतं बघून त्याला मारू शकेल?'' रुथनं विचारलं.

''नाही, अगदी तसंच नाही. श्रॉडिनेरला जे सांगायचं होतं, त्याला कधी कधी

निरीक्षकाचा विरोधाभास असं म्हणतात. खूप लहान गोष्टींच्या, जसं की अणूंपेक्षाही लहान कणांच्या वर्तनाचा अभ्यास करायला गेलं की अशा समस्या उद्भवतात. क्वांटम फिजिक्स ही एक विचित्र कल्पना आहे. अणूहूनही लहान कणांच्या पातळीवर, एक छोटासा कणही एकाच वेळी अनेक ठिकाणी असू शकतो आणि अनेक शक्यता दर्शवतो. एकाच वेळी अनेक ठिकाणी असण्याच्या या क्षमतेला 'सुपरपोझिशन' म्हणतात.''

"सुपरपॉवरबद्दल सांग ना!'' रुथ म्हणाली, "नाओलासुद्धा ते नक्कीच आवडलं असतं.'' तिलासुद्धा ते आवडत होतंच; कारण तीही जर अणूहून लहान कण असती, तर ती एकाच वेळी इथं आणि न्यू यार्कमध्येही असती.

"सुपरपोझिशनमधल्या कणांच्या या क्वांटम वर्तनाला गणिती भाषेत 'वेव्ह फंक्शन' किंवा तरंगीय कार्य म्हणतात. यातला विरोधाभास असा आहे की, तो कण सुपरपोझिशनमध्ये तोपर्यंत असतो जोपर्यंत कुणीही पाहत नाही. ज्या क्षणी तुम्ही अशा कणांची रचना समजून घ्यायला जाता, त्या क्षणी त्यांचे तरंगीय कार्य नाहीसे होते आणि तो कण अनेक शक्यतांपैकी कुठल्यातरी एकाच ठिकाणी अस्तित्वात राहतो, तेही केवळ एका कणाच्या स्वरूपातच.'' ऑलिव्हर म्हणाला.

"अनेका'चं रूपांतर 'एकात' होतं का?'' रुथनं विचारलं.

"होय! खरंतर हा केवळ एक सिद्धान्त होता की, जोपर्यंत आपण लक्ष देत नाही तोपर्यंत एक ठरावीक परिणाम निष्पन्न होत नाही. निरीक्षण करेपर्यंत तिथं फक्त वेगवेगळ्या शक्यताच असतात. म्हणून ते मांजर एका काल्पनिक, अस्पष्ट अस्तित्वाच्या स्थितीत असतं. मेलेलंही आणि जिवंतही.'' ऑलिव्हर म्हणाला.

"पण हे तर फारच हास्यास्पद आहे!'' रुथ म्हणाली.

"अगदी बरोबर! हाच तर श्रॉडिनेरचा मुद्दा होता. तरंगीय कार्य नष्ट होण्याच्या या सिद्धान्तात दोन-तीन अडचणीही आहेत. विस्तारानं सांगायचं झालं तर हा सिद्धान्त असं सांगतो की, कुठल्याही एखाद्या क्षणी, एखादा कण कुठल्याही काल्पनिक स्थितीत असू शकतो. त्याचं खरंखुरं अस्तित्व नसतं, ही पहिली अडचण आहे. दुसरी अडचण अशी की, आत्तापर्यंत कुणीही या सिद्धान्ताला पुष्टी देईल असं गणित मांडलेलं नाही. त्यामुळे श्रॉडिनेरसुद्धा ही कल्पना आपलीशी करू शकला नाही. हा सगळा मांजराचा प्रकार ती परिस्थिती किती हास्यापद आहे हे दाखवण्यासाठी होती.'' ऑलिव्हर म्हणाला.

"त्यांच्याकडे यापेक्षा दुसरी चांगली कल्पना होती का?'' रुथनं विचारलं.

"नाही! पण नंतर दुसऱ्या कुणालातरी ती सुचली. 'ह्यूग एव्हरिट' नावाच्या एका माणसानं या सिद्धान्ताच्या पर्यायी सिद्धान्ताला पुष्टी देणारं गणित मांडलं. (ह्यूग एव्हरिटबद्दल अधिक माहिती अपेंडिक्स 'ई'मध्ये दिलेली आहे.) पर्यायी

सिद्धान्ताप्रमाणे तरंगीय कार्य नष्ट वगैरे होत नाही. कधीच होत नाही. त्याऐवजी सुपरपोझिशनमधली क्वांटम पद्धती तशीच राहते; फक्त तिचं निरीक्षण केलं असता, तिच्या शाखा तयार होतात, किंवा तिला फाटे फुटतात. आता मांजर जिवंत **किंवा** मृत असं नाही, तर ते जिवंत **आणि** मृत आहे. जणू दोन वेगवेगळी मांजरं दोन वेगवेगळ्या जगांत अस्तित्वात असल्यासारखी.'' ऑलिव्हर म्हणाला.

''तुला म्हणायचंय की, खऱ्याखुऱ्या जगात?'' रुथनं विचारलं.

''होय! भयानक आहे ना? त्याचा हा सिद्धान्त एका अशा गोष्टीवर आधारित आहे, ज्याला तो 'युनिव्हर्सल वेव्ह फंक्शन' असं म्हणतो. या सिद्धान्ताप्रमाणे क्वांटम मेकॅनिक्सचे नियम फक्त अणू किंवा त्याहून लहान कणांच्या बाबतीत लागू होतात असं नाही; ते सगळीकडे लागू आहेत, अगदी अणूपासून मांजरांपर्यंत. हे सारं विश्वच क्वांटम तंत्रावर चालत आहे. आता इथं हे सगळं खऱ्या अर्थानं विचित्र होतं. जर जिवंत मांजराचं विश्व आणि मेलेल्या मांजराचं विश्व असं वेगवेगळं असेल, तर हाच नियम त्यांच्याकडे बघणाऱ्यालाही लागू होतो; कारण बघणाराही क्वांटम सिस्टीममध्येच आहे. तुम्ही त्यापासून अलिप्त राहू शकत नाही. एखाद्या अमिबासारखे (सूक्ष्मजीवासारखे) तुमचे दोन भाग होतात. आता एक तुम्ही जिवंत मांजर बघताय, तर दुसरे तुम्ही मेलेलं मांजर बघताय. मांजर एकवचनी होतं. आता ते अनेकवचनी झालं. बघणाऱ्याच्या बाबतीतही तसंच झालं. दुसऱ्या जगात असणाऱ्या तुझ्या स्वतःशीच तू बोलू शकत नाहीस. खरंतर या दुसऱ्या अस्तित्वाविषयी तुला माहीतही नाही; कारण तुला काही आठवत नाहीये...''

४

तिच्या वाईट आठवणींचा अर्थ लागायला या सगळ्याची मदत होईल का?

तिनं मांजराकडे एकटक बघितलं. ते अस्वस्थपणे ऑलिव्हरच्या मांडीवर चुळबूळ करत होतं. डोळे मिटण्याआधी मांजरानंही तिच्याकडे एक वाईट कटाक्ष टाकला. कोण कोणाला निरखीत होतं? पेस्टोकरिता एखादी गोष्ट निरखणं हे फारच कठीण होतं, तेसुद्धा अशा वेळी जेव्हा त्याच्या गळ्याभोवती तो कोन ऑफ शेमचा पट्टा होता. त्या रकूनच्या हल्ल्याच्या आधी पेस्टोला नेहमीच स्वतःचं निरीक्षण करायला आवडायचं. पेस्टो हा स्वतःच स्वतःचा निरीक्षक असू शकेल का? चांगला प्रश्न आहे! आपला पाय वर करून स्वतःचा पार्श्वभाग निरखायला पेस्टोला आवडायचं. मला नाही वाटतं की या निरीक्षणामुळे तो अनेक पार्श्वभाग निरखत असलेल्या अनेक मांजरांत विभागला जाईल.

त्याच क्षणी तिला नाओचे शब्द आठवले, की ते जिकोचे शब्द होते? *मार्गाचा*

अभ्यास करणं म्हणजे स्वतःचा अभ्यास करणं होय. नाही, हे शब्द तर हारुकींनी लिहिले होते. त्या वेळेस तो दोजेनची वचनं सांगायचा आणि झाझेनविषयी बोलायचा. त्याच्या त्या सर्व गोष्टींना काहीतरी अर्थ नक्कीच होता. त्यावरून रुथ असं म्हणू शकत होती की, झाझेन म्हणजेच प्रत्येक क्षणाला स्वतःचंच निरीक्षण करणं, ज्यामुळे माणसाला ज्ञानप्राप्ती होते; पण याचा तरी नक्की अर्थ काय?

स्वतःचा अभ्यास करणं म्हणजे स्वतःलाच विसरणं होय. कदाचित तुम्ही पुरेसा वेळ झाझेन करत बसलात, तर तुमची स्वतःच्या शरीराची भौतिक जाणीव विरून जाईल. किती आरामदायक कल्पना आहे! एखाद्या मुक्त क्वांटम रचनेचा भाग असल्यासारखे तुम्ही मजेत राहू शकाल.

स्वतःला विसरणे म्हणजेच असंख्य मार्गांनी ज्ञानप्राप्ती होणे. डोंगर आणि नद्या, गवत आणि झाडं, कावळे आणि मांजरं आणि लांडगे आणि जेलीफिश. हे तर फारच छान असेल.

दोजेनला हे सगळं समजलं होतं का? क्वांटम मेकॅनिक्सच्या आधी, श्रॉडिनेरनं त्या रूपकात्मक खोक्यात ते गूढ, अनाकलनीय मांजर ठेवण्याआधी कितीतरी शतकं दोजेननं हे लिहून ठेवलं आहे. ह्यूग एव्हरिटनं आपला अनेक विश्वांचा सिद्धान्त मांडला, त्याआधीच जवळजवळ आठशे वर्षं दोजेन मरण पावले होते.

नक्की मरण पावले होते ना!

"म्हणजे हे बघ!" ऑलिव्हर अजूनही बोलतच होता, "आपण या जगात आहोत जिथे पेस्टो जिवंत आहे; पण अजूनही एक जग असं आहे की, जिथे त्या निर्दयी रकूननी पेस्टोला मारून खाऊन टाकलं. तसंही मी त्या रकूनना जाळ्यात पकडून मारणार आहे; म्हणजे पुन्हा त्या विश्वाचे दोन भाग होतील. एक विश्व मेलेल्या रकूनचं आणि एक जिवंत रकूनचं."

"माझं डोकं दुखायला लागलंय." रुथ म्हणाली.

"माझंसुद्धा," ऑलिव्हर म्हणाला, "त्याची जास्त काळजी करू नकोस."

"त्या रकूनना तू मारावंस असं मला वाटत नाही," ती म्हणाली, "निदान या जगात तरी!"

"मला तसं करायची इच्छा नाही! पण त्यामुळे हे जग विभागायचं थांबणार नाहीये! जेव्हा जेव्हा एखादी शक्यता निर्माण होते, तेव्हा तेव्हा तसं घडतंच." ऑलिव्हर म्हणाला.

"आउच्!" ती उद्गारली. तिनं याबद्दल विचार केला. हे काही तितकंसं वाईट नव्हतं. दुसऱ्या जगात तिनं आपल्या आठवणी पूर्ण केलेल्या आहेत. आणि कदाचित एक-दोन कादंबऱ्यासुद्धा लिहिलेल्या आहेत. या विचारानं ती प्रफुल्लित झाली. दुसऱ्या जगात जर ती इतकी निर्मितिक्षम आहे, तर या जगात तिला थोडे

कष्ट घ्यायला काहीच हरकत नाही. पुन्हा कामाला लागण्याची कदाचित तीच वेळ होती; पण त्याऐवजी ती तिथंच बसून राहिली.

''तुझा या गोष्टीवर विश्वास बसतोय का?'' तिनं विचारलं, ''की दुसरं एक जग आहे, जिथं हारुकी नं १ हे समुद्राच्या लाटांमध्ये मेले नाहीत; कारण दुसरं जागतिक महायुद्ध झालंच नाही... जिथं भूकंपामुळे आणि सुनामीमुळे कुणी मेलं नाही... जिथं नाओ जिवंत आणि ठणठणीत आहे, आणि जिकोचं चरित्र लिहीत आहे... आणि तू आणि मी न्यू यॉर्कमध्ये राहतोय आणि मी माझी पुढची कादंबरी लिहून संपवतीये... जिथं गळती लागलेले न्यूक्लिअर रिॲक्टर्स आणि समुद्रातले कचऱ्याचे ढीगही नाहीत...?'' रुथनं विचारलं.

''खरंतर हे माहीत व्हायला काहीच मार्ग नाही.''ऑलिव्हर म्हणाला, ''पण तू हे लक्षात ठेव की, दुसरं महायुद्ध झालंच नसतं, तर आपण दोघंही कधीच भेटलो नसतो.''

''हं... हे एक वाईट झालं असतं!'' रुथ म्हणाली.

५

माहीत नसणं म्हणजे कठीण गोष्ट आहे. सुनामी आणि भूकंपात १५,८५४ लोक मेले, पण हजारो लोक तर अगदी सहजपणे नाहीसे झाले, जिवंत गाडले गेले किंवा समुद्राच्या त्या प्रचंड लाटेनं त्यांना शोषून घेतलं. त्यांचे मृतदेह कधी सापडलेच नाहीत. त्यांचं काय झालं हे कुणालाच कळणं शक्य नाही. निदान या जगातलं तरी हे एक कठोर सत्य आहे.

''नाओ जिवंत आहे असं तुला वाटतं का?'' रुथनं विचारलं.

''सांगणं कठीण आहे. अनेक जगांची शक्यता असणाऱ्या या विश्वात कुणाचा मृत्यू होणं शक्य आहे का? आत्महत्या तरी शक्य आहे का? त्या प्रत्येक जगासाठी, जिथं तुम्ही स्वतःला मारून टाकता, एक दुसरं जग असेल, जिथं तुम्ही तसं न करता पुढे जगत राहता. या अनेक जगांच्या कल्पनेमुळे अमरत्वाला पुष्टी मिळाल्यासारखी वाटते...''

ती अधीरपणे म्हणाली, ''मला दुसऱ्या जगांची काळजी करण्याचं काहीच कारण नाहीये. मला या जगाची काळजी आहे. या जगात ती जिवंत आहे किंवा नाही याची मला काळजी वाटते. आणि मला हे कळलंच पाहिजे की तिची डायरी आणि इतर गोष्टी या बेटापर्यंत वाहत कशा आल्या.'' तिनं त्या हारुकी नं १च्या सैनिकी घड्याळाकडे बोट दाखवलं. ''हे घड्याळ खरं आहे. ते चालू आहे. ते मला वेळ दाखवतं. मग हे इथं कसं आलं?'' रुथनं विचारलं.

"मला नाही माहीत." ऑलिव्हरनं खांदे उडवत उत्तर दिलं.

"आत्तापर्यंत हे मला कळेल असं मला वाटलं होतं," उभी राहत ती म्हणाली. "मला वाटलं की ही डायरी शेवटपर्यंत वाचत गेलं की मला उत्तरं मिळतील; पण तसं नाही झालं. हे फारच निराशाजनक आहे!"

पण आता ती त्याबद्दल काहीच करू शकत नव्हती. वरच्या मजल्यावर जाऊन नेहमीच्या कामांना सुरुवात करायला हवी होती. जसा तिनं तिचा हात पेस्टोच्या डोक्यावरून फिरवण्यासाठी त्या कॉलरमध्ये घातला, तसा तिच्या मनात एक विचार आला. "श्रॉडिनेरचं मांजर," ती म्हणाली, "त्याच्यावरून मला तुझी आठवण होतीय. तू त्या तळघरातल्या खोक्यात लपलेला असताना कोणत्या क्वांटम स्थितीत होतास?"

"ओह! तेव्हा. नक्कीच घाणेरड्या स्थितीत. अर्धवट जिवंत आणि अर्धवट मेलेल्या अवस्थेत; पण तू मला शोधलं असतंस, तर मी नक्कीच मेलो असतो."

"मग मी तुला शोधायला गेले नाही, हे बरंच झालं ना!"

तो हसला, "तुला खरंच तसं म्हणायचंय का?"

"अर्थात! तुला काय वाटतं? मला तुझं मरण हवंय?"

त्यानं आपले खांदे उडवले. "कधी कधी मी विचार करतो की तुझं आयुष्य माझ्याशिवाय नक्कीच चांगलं झालं असतं. तू एखाद्या उद्योगपतीशी लग्न करून न्यू यॉर्कमध्ये सुखाने जगत असतीस! त्याऐवजी तू इथं माझ्याबरोबर या एकाकी बेटावर एका वाईट, केस गेलेल्या मांजराबरोबर अडकून पडली आहेस."

"आता तू इतिहासाला आपल्या मनाप्रमाणे बदलतोयस की!" रुथ म्हणाली, "तू जे म्हणतोयस त्याला काही पुरावा आहे का?"

"होय. हे मांजर अतिशय वाईट असल्याचे कितीतरी पुरावे मी तुला आताही देऊ शकतो! शिवाय याचे केस गेलेले आहेतच!"ऑलिव्हर म्हणाला.

"मी माझ्याबद्दल बोलते आहे. मी तुझ्याशिवाय चांगली कशी राहू शकते याबद्दल?" रुथनं त्याला विचारलं.

"मला माहीत नाही! म्हणजे मला तसं वाटतंय!" ऑलिव्हर म्हणाला.

"ठीक आहे. मग तू असं बोलल्याबद्दल आता ही कॉलर तुझ्या गळ्यात अडकवली पाहिजे. तू आता अगदी पलीकडे जाऊन मला सुनावतोयस की त्या दुसऱ्या जगात न्यू यॉर्कमध्ये माझ्या नवऱ्याच्या गावंढळ राज्यात राहतीये. धन्यवाद ऑलिव्हर!" मांजराच्या नाकावर एक हलकेच चापटी मारत रुथ म्हणाली.

"काळजी करू नकोस! तो पुढे म्हणाला. "तोपर्यंत तू माझ्याबद्दल पूर्णच विसरलेली असशील!"ऑलिव्हर गमतीनं म्हणाला.

अर्थात ती त्याची गंमत असली तरीही तिला तिच्या भावना दुखावल्यासारखं

वाटलंच. तिनं आपला हात काढून घेत म्हटलं, ''मी विसरले नाहीये!''

टेबलापलीकडे जाऊन त्यानं तिचं मनगट आपल्या हातात पकडलं. ''मी तुझी फक्त गंमत करत होतो!'' ऑलिव्हर म्हणाला. ती निघून जाऊ नये म्हणून त्यानं तिचा हात तसाच पकडून ठेवला. ''तू खुश आहेस ना?'' त्यानं तिला विचारलं, ''इथं? या जगात?''

आश्चर्यचकित होऊन ती थोडा वेळ स्तब्ध उभी राहिली. त्याच्या प्रश्नावर विचार करून ती म्हणाली, ''होय! मला वाटतंय मी खुश आहे. निदान आत्ता तरी!''

तिनं दिलेल्या उत्तरानं त्याचं समाधान झाल्याचं दिसत होतं. नंतर त्यानं तिचं मनगट हलकेच दाबलं आणि सोडून दिलं. ''ठीक आहे!'' पुन्हा *न्यू यॉर्कर*मध्ये डोकं खुपसत तो म्हणाला, ''एवढं असलं तरी चांगलं आहे!''

उपसंहार

तुला माझ्याबद्दल उत्सुकता आहे.

मला तुझ्याबद्दल.

तू कोण आहेस आणि काय करत आहेस?

मी तुला डोळ्यांसमोर आणण्याचा प्रयत्न करतेय. तू आता एक तरुण स्त्री असशील आणि... थांब, मला तुझ्या वयाचा अंदाज बांधू देत... सव्वीस? सत्तावीस? असंच काहीतरी! तू कदाचित टोकियोत आहेस. किंवा पॅरीसमध्ये, खरोखरीच्या फ्रेंच कॅफेमध्ये. तुझ्या पुस्तकाच्या पानांमधून शब्द शोधता शोधता आजूबाजूनं जाणाऱ्या लोकांना बघत आहेस. मला नाही वाटत तू मरण पावली असशील.

जिथं कुठं तू असशील, मला माहीत आहे की तू लिहीत असशील. तू तुझं लिखाण बंद नाही करू शकत. तुला पेन हातात घट्ट धरून बसलेलं मी पाहू शकते. तू अजूनही जांभळ्या रंगाची शाई वापरतेस की ती वापरणं तू सोडलंस... अजूनही तू तुझी नखं खातेस का?

मी तुला एखादी नोकरी करताना पाहिलं नाहीये. तू बेरोजगार असशील असंही नाही वाटत. मला तर असा संशय येतो की तू शाळेत पदवीचा अभ्यास करत असशील. इतिहास हा विषय घेऊन 'ताइशो लोकशाही'मध्ये अराजक माजवणाऱ्या स्त्रिया किंवा स्त्रियांच्या अस्तित्वाची अस्थिरता यावर प्रबंध लिहीत असशील. (एका वेड्या क्षणी मी विचार केला की, मला इंटरनेटवर मिळालेला प्रबंधही तूच लिहिलेला असावा; पण तो कुणी लिहिलाय हे बघण्याआधीच तो नाहीसा झाला.) असो. कितीही सावकाश लिहिलं असलंस, तरी जिकोचं चरित्र तू लिहून पूर्ण केलं असशील असं मला वाटतं. कधीतरी मला ते वाचायला नक्की आवडेल.

मला हे कळत नाहीये की मी हे सर्व का लिहितेय. जर मी तुला शोधून काढावं असं तुला वाटत नसेल, तर मी तुला कधीच शोधू शकणार नाही. तुझी इच्छा असेल तरच तू मला सापडशील.

तुझ्या डायरीत तू म्हाताऱ्या जिकोनं अज्ञानाबद्दल सांगितलेलं काहीतरी लिहिलंयस, की अज्ञान हा कसा सगळ्यात जवळचा मार्ग आहे. तू तसं लिहिलं होतंस, की ती

माझी कल्पना होती. असो! मी या गोष्टीवर खूप विचार केला आणि मला वाटतं की ते खरं असावं. खरंतर मला अशी अनिश्चितता आवडत नाही. त्यापेक्षा मला जाणून घ्यायला आवडेल; पण अज्ञान असलं की सगळ्या शक्यतांचे मार्ग मोकळे असतात. ही स्थिती सगळ्या जगांना जिवंत ठेवते.

पण, हे सगळं म्हणताना मला एवढंच सांगायचंय की, जर तुझं मन बदललं आणि तू सापडावीस असं तुला वाटलं, तर मी तुझी वाट बघतेय; कारण मला तुला केव्हातरी भेटायला नक्कीच आवडेल! तू माझ्यासारखीच आहेस.

तुमचीच,
रुथ

ता. क. माझ्याकडे एक मांजर आहे आणि ते माझ्या मांडीवरच बसलंय. त्याच्या कपाळाला सिडार वृक्षासारखा आणि गोड, ताज्या हवेसारखा वास येतोय; पण तुला हे कसं काय माहीत झालं?

परिशिष्ट

परिशिष्ट A : झेन क्षण

एकदा झेन नन जिको यासूतानी मला स्वप्नात म्हणाली होती, की या पृथ्वीवर जगणं म्हणजे काय हे तुला तोपर्यंत समजणार नाही, जोपर्यंत तुला वेळेचं अस्तित्व समजणार नाही, आणि ते समजण्यासाठी तुला क्षण म्हणजे काय हे समजून घ्यावं लागेल.

स्वप्नातच मी तिला विचारलं, की *या पृथ्वीवर एक क्षण म्हणजे काय?*

क्षण हा काळाचा अगदी छोटासा तुकडा किंवा कण आहे. तो इतका लहान आहे की ६,४०,००,९९,९८० क्षणांचा एक दिवस होतो.

जेव्हा मी नंतर याचा विचार केला, तेव्हा मला आढळलं की झेन मास्टर दोजेन यांनी त्यांच्या *'शोबोजेन्झो'* या उत्कृष्ट पुस्तकात हीच संख्या लिहिलेली आहे. *(The Treasury of the True Dharma Eye)*

आकडे डोळ्यांना समजत नाहीत, म्हणून मला तुम्हाला ते शब्दांत सांगू दे - सहा अब्ज चाळीस कोटी नव्याण्णव हजार नऊशे ऐंशी. दोजेन यांच्या मताप्रमाणे एका दिवसात एवढे क्षण असतात. जिकोने हे आकडे घडाघडा म्हणून दाखवल्यावर मजेत चुटक्या वाजवल्या. संधिवातामुळे तिची बोटं वाकडी झाली होती, त्यामुळे तिला नीट चुटक्या वाजवता येत नसत; पण जमतील तशा चुटक्या वाजवून तिनं आपला मुद्दा स्पष्ट केला.

"तूही चुटकी वाजव," ती म्हणाली, "वाजवलीस? जर वाजवली असलीस तर त्याला लागलेला वेळ जवळजवळ पासष्ट क्षणांइतका आहे."

काळाकडे पाहण्याचा झेन लोकांचा दृष्टिकोन तेव्हाच स्पष्ट होतो, जेव्हा तुम्ही त्या मागचं गणित करून पाहता. (१ चुटकी = ६५ क्षण, ६,४०,००,९९,९८० क्षण = १ दिवस; म्हणून ६,४०,००,९९,९८० ÷ ६५ = ९,८४,६३,०७७ चुटक्या प्रतिदिन) किंवा तुम्ही जिकोवर विश्वासही ठेवू शकता. तिनं पुढे झुकून आपला काळ्या फ्रेमचा चष्मा नाकावर नीट बसवला आणि त्या जाड, धूसर काचांमधून डोळे लुकलुकवत ती पुन्हा एकदा बोलली-

"जर तुम्ही या क्षणी चुटक्या वाजवायला सुरवात केली आणि न थांबता, सातत्यानं १,८४,६३,०७७ वेळा चुटक्या वाजवल्यात, तर सूर्य उगवेल आणि मावळेल, आभाळ अंधारेल आणि रात्र होईल. सगळे झोपतील आणि तरीही तुम्ही चुटक्या वाजवत असाल. आणि शेवटी, उजाडल्यानंतर थोड्या वेळानं जेव्हा तुमच्या चुटक्या वाजवून संपतील, तेव्हा आपल्या आयुष्यातल्या एका दिवसातला प्रत्येक क्षण तुम्ही कसा घालवला, याची तुम्हाला खरीखुरी जाणीव होईल."

नंतर ती तिच्या टाचांवर बसली आणि तिनं आपलं डोकं हलवलं. तिने जो विचारांचा हा प्रयोग सांगितला होता तो खचितच विचित्र होता; पण तिचा मुद्दा अगदी साधा होता. विश्वातील प्रत्येक गोष्ट सातत्यानं बदलत असते. कोणतीही गोष्ट कायम राहत नाही. जागं व्हायचं असेल आणि खऱ्या अर्थानं आपलं आयुष्य जगायचं असेल, तर काळ किती भरभर निघून जातो हे आपल्याला समजून घ्यावंच लागेल.

यालाच चालू काळापुरतं अस्तित्वात असणं असं म्हणतात. म्हातारी जिको मला म्हणाली आणि तिनं पुन्हा एक चुटकी वाजवली.

आणि अगदी असेच, एका चुटकीत, तुम्ही मरतासुद्धा.

परिशिष्ट B : क्वांटम मेकॅनिक्स

क्वांटम मेकॅनिक्स म्हणजे वर्तमान; पण क्लासिकल फिजिक्सबद्दलही असंच म्हणता येईल. पदार्थ आणि ऊर्जा या दोन्ही गोष्टी काळ आणि अवकाश यांतून जात असताना त्यांच्यातील परस्पर संबंधांवर दोन्हीही शास्त्रं भाष्य करतात. फरक फक्त त्यांच्या परिमाणात आहे. लहानात लहान पातळीवर, जिथं अणूंची संख्या वाढते, तिथं पदार्थ आणि ऊर्जा वेगवेगळ्या नियमांनी वर्तन करायला लागतात; ज्याचं स्पष्टीकरण क्लासिकल फिजिक्सला देता येत नाही. तेव्हा क्वांटम मेकॅनिक्स हे अणू आणि त्याहून लहान कणांना लागू होणारी काही नवीन तत्त्वं मांडून स्पष्टीकरण देतं. ती तत्त्वं पुढीलप्रमाणे-

सुपरपोझिशन : या तत्त्वाप्रमाणे एकच कण एकाच वेळी दोन किंवा त्याहून जास्त ठिकाणी किंवा स्थितींमध्ये असू शकतो. (उदा. झेन मास्टर दोजेन जिवंतही आहेत आणि मृतही.)

एन्टँगलमेन्ट : या तत्त्वाप्रमाणे दोन वेगवेगळे कण अवकाश आणि काळाच्या माध्यमातून आपली वैशिष्ट्यं एकमेकांशी जुळवून घेतात आणि एकच रचना असल्याप्रमाणे वर्तन करतात. (उदा. झेन मास्टर आणि त्यांचा शिष्य, एखादं

व्यक्तिमत्त्व आणि त्याची माहिती सांगणारा निवेदक, म्हातारी जिको आणि नाओ, ऑलिव्हर आणि मी)

मोजदाद करण्यामधली समस्या : याद्वारा निरीक्षणाची जी प्रक्रिया होते, त्यात बदल होतात. (तरंगीय कार्याचा नाश, रात्री पाहिलेले स्वप्न सकाळी सांगणे.)

जर झेन मास्टर दोजेन भौतिकशास्त्रज्ञ असते, तर त्यांना क्वांटम मेकॅनिक्स ही संकल्पना फारच आवडली असती. सुपरपोझिशन तत्त्वाचे सर्वसमावेशक गुणधर्म त्यांना सहजरीत्या अवगत झाले असते आणि एन्टँगलमेन्ट तत्त्वामध्ये आढळणारे परस्परसंबंध त्यांनी त्यांच्या अंतर्ज्ञानानं जाणून घेतले असते. एक विचारवंत आणि त्याचबरोबर कृतिशील व्यक्ती म्हणून, एखाद्या वास्तवावर विचार केंद्रित केल्यानं त्या वास्तवात बदल होऊ शकतो आणि त्याच वेळी मानवी सदसद्‌विवेकबुद्धी ही आकाश, पाणी किंवा शेकडो गवताळ प्रदेशांपेक्षा मोठी किंवा लहान नाही, या कल्पनेनं त्यांची जिज्ञासा चेतवली गेली असती. अज्ञान किंवा 'माहीत नसणं' या गोष्टीच्या अफाटपणाचं त्यांनी कौतुक केलं असतं.

परिशिष्ट C : रॅम्बलिंग थॉट्‌स (विचारांचं भरकटणं)

पर्वतांनी आपली जागा सोडण्याचा दिवस आला आहे.
किंवा मी असं म्हणतोय, जरी कुणीही माझ्यावर विश्वास ठेवला नाही तरीही.
हे पर्वत फक्त काही काळाकरिताच झोपले होते.
पण, गेल्या काही काळात त्यांनी सोडलीय आपली जागा, जणू काही ते पेटून उठले होते.
जर तुमचा माझ्यावर विश्वास नसेल तर ठीक आहे, माझं काहीच म्हणणं नाही. माझी एवढीच विनंती आहे की, तुम्ही यावर, आणि फक्त यावरच विश्वास ठेवा,
की या क्षणी स्त्रिया जाग्या होत आहेत त्यांच्या गाढ निद्रेतून.

मी हे सगळं प्रथमपुरुषी एकवचनात लिहू शकत नाही...
मी, एक स्त्री.
जर मी हे सगळं प्रथमपुरुषी एकवचनात लिहू शकलो असतो तर...
मी, मी.

योसानो अकिको

योसानो अकिकोच्या 'सोझोरोगोतो' (विचारांचं भरकटणं) या दीर्घ कवितेमधल्या सुरुवातीच्या ओळी आहेत. स्त्रियांच्या समान हक्कांचा पुरस्कार करणाऱ्या 'सेइतो' नावाच्या नियतकालिकाच्या, सप्टेंबर १९११मध्ये प्रसिद्ध झालेल्या पहिल्याच अंकात या ओळी छापून आल्या होत्या.

परिशिष्ट D : टेम्पल नेम्स (देवळांची नावे)

जपानी देवळांच्या नावाच्या परंपरेबद्दल मी जेव्हा थोडं संशोधन केलं, तेव्हा मला असं आढळलं की 'जिगेन्जी' हे त्या देवळाचं नाव आहे आणि 'हियुझान' किंवा 'सान्गो' हे त्या तथाकथित पहाडाचं नाव आहे. जुन्या चिनी परंपरेप्रमाणे झेन मास्टर शहरी भागापासून दूर एखाद्या डोंगरावर जाऊन राहत. तिथल्या एकांतात ध्यानासाठी ते एक झोपडी बांधत आणि ध्यानधारणेला वाहून घेत. जशी त्यांच्या साक्षात्काराची बातमी पसरत असे किंवा त्यांची तपस्या पूर्ण झाल्याचं कळत असे, तसे त्यांचे शिष्य त्यांना शोधत त्या उंच पर्वतावर चढून येत. खूप सारी लोकवस्ती पसरवण्याआधीच तिथं रस्ते बांधून होत आणि मोठमोठी भक्तिधाम उभारली जात आणि त्यांना आधी एकाकी असलेल्या या पर्वताचं नाव दिलं जायचं. (त्यांची तपस्या पूर्ण होण्याची बातमी कशी पसरली? इंटरनेट वगैरे नसतानाही या विषारी जाळ्याचा आणि प्रतिष्ठेच्या अर्थकारणाचा विकास कसा झाला?)

जेव्हा हे झेन गुरू जपानमध्ये आले, तेव्हा देवळांना पर्वतांची नावं देण्याची पद्धत टिकून राहिली. ते देऊळ डोंगरावर आहे किंवा नाही याचा त्याच्याशी काहीही संबंध नव्हता. त्यामुळे टोकियोसारख्या प्रमुख शहराच्या समुद्रकिनाऱ्यावरच्या देवळांनाही पर्वतांची नावं दिलेली आहेत. आणि त्याचं कुणालाच काही वाटत नाही असं दिसतंय.

तसं तर जिगेन्जी या देवळाच्या नावासाठी अनेक कान्जी किंवा चिन्हं आहेत; पण त्यातल्या त्यात जास्त आवडीचं जे नाव आहे त्यात 'दयाळू', 'बुबूळ' आणि 'देऊळ' या तीन शब्दांची चिन्हं वापरली जातात. जेन किंवा 'बुबूळ' यासाठी तेच चिन्ह वापरलं आहे, जे मास्टर दोजीन यांच्या 'शोबोजेन्झो, ट्रेझरी ऑफ द ट्रू धर्मा आय'मध्ये वापरलं आहे.

'हियुझान'साठी 'लपलेल्या उष्ण झऱ्याचा डोंगर' असं वर्णन करणारी कान्जीच योग्य वाटते. जेव्हा पहिल्यांदा मी हे नाव वाचलं, माझ्या मनात प्रथम शब्द आले ते म्हणजे 'माउंट मेटाफर'. रेने दाउमालच्या *'माउंट ॲनालॉग : अ नॉव्हेल ऑफ सिम्बॉलिकली ऑथेन्टिक नॉन-युक्लिडियन ॲडव्हेन्चर्स इन माउंटन क्लाइंबिंग'* या सुंदर कलाकृतीची मला आठवण आली. ज्याचं शिखर गाठता येणार नाही; पण

पायथ्याशी जाता येईल, असा एक असामान्य पण खराखुरा पर्वत हे दाउमालच्या शोधाचं उद्दिष्ट होतं. तो लिहितो, "अदृश्याप्रत नेणारा दरवाजा दृश्यच असायला हवा." माउंट ॲनालॉगवरच 'पेरादम' मिळू शकतं. ही एक असामान्य, अज्ञात अशी स्फटिकासारखी वस्तू आहे, जी केवळ त्यालाच दिसू शकते, जो तिच्या शोधात असतो.

हे सगळं कदाचित विषय सोडून भलतीकडेच वाहत असल्यासारखं वाटेल; पण जेव्हा म्हाताऱ्या जिकोचं देऊळ ही फसवी कल्पना पुढे आली, तेव्हा या माउंट ॲनालॉगनं मला खूपच मोठ्या आशेच्या जाणिवेचा आधार दिला होता.

परिशिष्ट E : श्रोडिनेर्स कॅट

एकंदर हा प्रयोग असा आहे...

एक मांजर एका स्टीलच्या बंद डब्यात ठेवलं आहे. त्याच्या सोबत त्या डब्यात एक अघोरी रचना आहे : हायड्रोसायनिक ॲसिडनं भरलेलं एक काचेचं भांडं, एक छोटा हातोडा, ज्याचा नेम त्या काचेच्या भांड्यावर बसवला आहे आणि एक कळ किंवा चाप जो त्या हातोड्याला धरून ठेवतो किंवा सोडूही शकतो. हातोड्यावर नियंत्रण ठेवणासाठी एक किरणोत्सर्गी पदार्थ आहे, ज्यावर 'गेइजर काउन्टर'चं लक्ष आहे. (हे एक छोटंसं मोजण्याचं उपकरण आहे. हे उपकरण एच. गेईजर नावाच्या एका जर्मन भौतिकशास्त्रज्ञानं शोधून काढलं होतं. हे उपकरण किरणोत्सर्जनाच्या वेळी अणूचं होणारं विघटन मोजतं. म्हणजे हे उपकरण एकंदर किती अणू वाढलेत याची मोजदाद करतं. त्यासाठी या उपकरणातच वेगवेगळी भौतिक गुणधर्म असलेली मूलद्रव्यं भरलेली असतात. त्यांना आयसोटोप्स म्हणतात.) साधारण एका तासात जर एका अणूचं विघटन झालं, तर 'गेईजर काउंटर' त्याची नोंद करून हातोडा सोडेल आणि ॲसिडचं भांडं फुटेल, ॲसिड बाहेर येईल आणि मांजर मरेल. तेवढीच अशीही शक्यता आहे की, तासाभरात एकही अणू विघटित होणार नाही, हातोडा सुटणार नाही आणि ते मांजर जिवंत राहील.

हे खूप सोपं वाटतं. या वैचारिक प्रयोगाचा उद्देश मांजराला छळायचं नाही, हा आहे. मुद्दा आहे की त्याला मारायचं नाही, वाचवायचंही नाही आणि यांपैकी कुठल्या एका नशिबाच्या ते अधीन होईल, याचा हिशोबही करायचा नाही. क्वांटम मेकॅनिक्समधल्या मोजणीत येणाऱ्या तथाकथित अडचणींच्या गोंधळून टाकणाऱ्या विरोधाभासाचा हा मुद्दा आहे. क्वांटम सिस्टिममधल्या एकमेकांत गुंतलेल्या कणांचं जेव्हा निरीक्षण केलं जातं आणि मापन केलं जातं, तेव्हा त्यांचं काय होतं हा मुद्दा आहे.

इथं मांजर आणि अणू हे दोन आपसांत गुंतलेल्या (एन्टँगल्ड) कणांचं प्रतिनिधित्व करतात. (श्रोडिनेरनं या एन्टँगलमेन्टला किंवा गुंतण्याच्या प्रक्रियेला अतिशय युक्तीनं त्याच्या वैचारिक प्रात्यक्षिकाचा भाग म्हटलं होतं. आईनस्टाईननं नंतर या गुंतण्याला 'थोड्या दूरवर घडणारी एक प्रकारची भुताटकीची क्रिया' असं म्हटलं होतं.) एन्टँगलमेन्ट म्हणजे त्या दोन गोष्टींमध्ये काही गुणधर्म किंवा वर्तन यांचं साम्य असतं. या ठिकाणी म्हणायचं झालं तर खोक्याच्या आत असतानाचं त्यांचं नशीब : *अणूचं विघटन = मेलेलं मांजर* ; आणि *अविघटित अणू = जिवंत मांजर* . दोन्हीही गोष्टी एकच असल्याप्रमाणे वर्तन करतात. त्या डब्यात एकत्रितपणे, एकमेकांत गुंतलेले अणू/मांजर हे एका अशा क्वांटम सिस्टिमचा भाग आहेत, जिचं एका निरीक्षकाकडून मापन होत आहे. गृहीत धरून चालू की तो निरीक्षक तुम्हीच आहात.

आता थोडा वेळ तो विचार तसाच मनात धरून ठेवा; कारण पुढे जाण्यासाठी आपल्याला अजून दोन मूलभूत क्वांटम घटना समजून घ्याव्या लागतील : *सुपरपोझिशन* आणि *मोजदाद करण्यामधली समस्या.*

कल्पना करा की, स्टीलच्या डब्यातील मांजर किंवा अणूला मोजण्याऐवजी तुम्ही त्यातील एक एकल इलेक्ट्रॉन (विद्युत परमाणू) मोजत आहात. त्याच्या निरीक्षणासाठी तो स्टीलचा डबा उघडण्याआधी तो इलेक्ट्रॉन तरंगीय कार्याच्या स्वरूपात अस्तित्वात असेल. त्या डब्यात तो इलेक्ट्रॉन जिथं जिथं असू शकेल अशा सर्व शक्यतांची ती एक रचनाच आहे. यालाच *सुपरपोझिशन* म्हणतात. या स्थितीत एखादा कण त्याला शक्य असलेल्या सर्व ठिकाणी एकाच वेळी अस्तित्वात असू शकतो. (चालणारा वाघ आणि पिंजरा यांच्या एकमेकांवर ठेवलेल्या छायाचित्रांची कल्पना करा. एका कॅमेऱ्याचं शटर दर दोन-तीन सेकंदांनी उघडून त्याचा फोटो घेतं. त्या एकमेकांवर ठेवून काढलेल्या छायाचित्रात वाघ थोडा धूसर किंवा एखाद्या तेलकट डागासारखा दिसेल. सुपरइम्पोझिशन तत्त्वानं चालणाऱ्या सूक्ष्मदर्शी क्वांटम विश्वामध्ये तो वाघ एक डागच आहे.)

ज्या क्षणी त्या कणाचं निरीक्षण करण्यासाठी तुम्ही तो डबा उघडता, त्या क्षणी मोजमापाची समस्या उद्‌भवते. जेव्हा तुम्ही तसं करता, तेव्हा तरंगीय कार्याची रचना कोसळून काळ आणि अवकाशात बांधली जाऊन एकाच स्थितीत येते. (वाघाच्या बाबतीत म्हणायचं तर, धुरकट झालेला वाघ पुन्हा एकदा एक विलक्षण पशू बनतो.)

ठीक आहे. आता पुन्हा आपण डब्यातलं मांजर आणि किरणोत्सर्गी अणू यांच्या गुंतागुंतीकडे जाऊ या. आपण इथं वाघ कुठं आहे हे मोजत नसून, अणू आणि मांजर यांची गुंतागुंत मोजत आहोत. पिंजऱ्यामध्ये वाघ कुठं असू शकेल

अशा जागांऐवजी आपण मांजर जिवंत राहण्याच्या शक्यता मोजत आहोत.

आपल्याला माहीत आहे की या मोजण्याच्या समस्येमुळे, ज्या क्षणी तुम्ही मांजराची स्थिती जाणून घेण्यासाठी डबा उघडाल, त्या क्षणी तुम्हाला ते मांजर जिवंत किंवा मेलेल्या अवस्थेत आढळेल. पन्नास टक्के वेळा ते जिवंत असेल, तर पन्नास टक्के वेळा मेलेले असेल. यांपैकी काहीही एक असलं तरी, ते मांजर एकवचनात असेल आणि त्या विशिष्ट काळात विशिष्ट ठिकाणी असेल.

पण, तुम्ही तो डबा उघडण्याच्या *आधी* ते मांजर एखाद्या डागाप्रमाणे धुरकट आणि वेगवेगळ्या ठिकाणी असणार, अगदी त्या धुरकट दिसणाऱ्या वाघाप्रमाणेच. एन्टँगलमेन्ट आणि सुपरपोझिशन यांच्या क्वांटम तत्त्वांप्रमाणे, जोपर्यंत निरीक्षण करत नाही, तोपर्यंत मांजर *एकाच वेळी* जिवंत आणि मृत या दोन्ही अवस्थांमध्ये असणारच.

अर्थातच हा निष्कर्ष अतिशय हास्यास्पद आहे. आणि हाच खरा श्रोडिनेरचा मुद्दा होता; पण त्याच्या या वैचारिक प्रयोगामुळे उभे राहिलेले प्रश्न खूपच मनोरंजक आहेत : नक्की कोणत्या क्षणी क्वांटम सिस्टिम शक्य त्या सर्व स्थितींचे सुपरपोझिशनमधले वर्तन थांबवून एकवचनात येते?

त्यापुढे जाऊन, एकवचनात असलेल्या त्या मांजराच्या अस्तित्वासाठी- जिवंत किंवा मृत- तुमच्यासारख्या एखाद्या बाह्य निरीक्षकाची गरज असते का? आणि तुमची नसेल, तर कुणाची गरज असते? ते मांजर स्वतःच स्वतःचं निरीक्षक असू शकेल का? आणि कुठलाही बाह्य निरीक्षक नसताना, आपण सगळे एकाच वेळी शक्य त्या सर्व स्थितींच्या रचनेमध्ये अस्तित्वात आहोत का? (निरीक्षकामुळे उत्पन्न होणाऱ्या या कोसळण्याच्या कल्पनेला आव्हान देण्यासाठी श्रोडिनेरनं त्याच्या गूढ मांजराची कल्पना मांडली. त्यानं पाठपुरावा केला की, भौतिकशास्त्रज्ञ या कोसळून पडण्याच्या कल्पनेला चिकटून राहतात; कारण तसं न केल्यास सगळ्याच शक्यतांना, मग त्या भौतिक असोत किंवा इतर, फाटे फुटत जातील. आणि काही कळण्याआधीच आपण दलदलीत अडकत असल्याप्रमाणे आपल्या सभोवतालच्या परिस्थितीत अडकत जाऊ. आजूबाजूच्या रूपरेषा धुरकट होत जातील आणि आपण एखाद्या जेलीफिशमध्ये बदललो आहोत, असं वाटेल.)

या विरोधाभासाबद्दल स्पष्टीकरण देण्याचे प्रयत्न बऱ्याच जणांनी केले. कोपनहेगन यांनी आधी दिलेल्या आणि नील्स बोहर आणि वर्नर हाइसेनबर्ग यांनी १९२७मध्ये व्यवस्थित मांडणी केलेल्या स्पष्टीकरणाने, तरंगीय कार्याच्या कोसळण्याच्या सिद्धान्ताला पुष्टी दिली. ते हेच सत्य मानून चालले की, जेव्हा निरीक्षण होते, तेव्हा सुपरपोझिशनमधली क्वांटम सिस्टिम अनेक शक्यतांमधून कोसळून एका वस्तुस्थितीत रूपांतरित होते. आणि ही कोसळण्याची क्रिया *घडावीच* लागते; कारण सूक्ष्मदर्शी जगातील

वास्तवाची तशी मागणीच असते. अडचण एवढीच आहे की, याला पुष्टी देणारं गणित आजपर्यंत कुणीही मांडू शकले नाहीत.

१९५७ मध्ये अमेरिकन भौतिकशास्त्रज्ञ ह्यूग एव्हरेट यानं मांडलेल्या 'अनेक जगांच्या अस्तित्वा'च्या संकल्पनेनंही तरंगीय कार्य कोसळण्याच्या सिद्धान्ताला आव्हान दिलं. त्यानं दिलेल्या स्पष्टीकरणाप्रमाणे सुपरपोझिशनमधील क्वांटम सिस्टिम तशीच राहते आणि तिला शाखा फुटतात. प्रत्येक सांध्याच्या ठिकाणी- प्रत्येक झेन क्षणाला किंवा प्रसंगाला जेव्हा एखादी शक्यता निर्माण होते, तेव्हा तिथं मतभिन्नत्व येतं, विश्वाला शाखा फुटतात आणि त्यापाठोपाठ खूप मोठी विविधताही येते. *'हे किंवा ते'* अशी परिस्थिती जाऊन त्याची जागा *'आणि'* घेते. *'आणि'*, अजून एक *'आणि'*, अजून एक *'आणि'*... अशा पद्धतीनं एक अमर्याद, सर्वसमावेशक, तरीही एकमेकांबद्दल अनभिज्ञ अशा अनेक जगांचं जाळं तयार होतं.

खगोलभौतिकशास्त्रज्ञ ॲडम फ्रँकनं मला सांगितलं की, क्वांटम मेकॅनिक्सच्या बाबतीत लक्षात ठेवण्यासारखी सगळ्यात महत्त्वाची गोष्ट ही की, जरी कोपनहेगन इत्यादींनी दिलेली अनेक स्पष्टीकरणं असली, तरीही क्वांटम मेकॅनिक्स स्वतःच गणिताची एक शाखा आहे. प्रयोगान्ती मिळणारे परिणाम काय असतील, हे आधीच वर्तवणारं ते एक यंत्र आहे. हे चंद्र दाखवण्यासाठी उचललेलं एक बोट आहे.

प्रोफेसर फ्रँक यांनी केलेल्या वक्तव्याचा संदर्भ झेनच्या सहाव्या प्रमुख धर्मगुरूंबद्दल केलेल्या विधानाशी होता. हे धर्मगुरू अशिक्षित होते. जेव्हा त्यांना विचारलं गेलं की, शब्द वाचता येत नसतील तर बौद्ध धर्मातील सत्य त्यांना कसं कळणार; तेव्हा त्यांनी चंद्राकडे बोट दाखवलं. सत्य हे आकाशातील चंद्राप्रमाणे आहे. शब्द हे बोटाप्रमाणे आहेत. चंद्र कुठे आहे हे बोट दाखवू शकतं; पण बोट म्हणजे चंद्र नव्हे. चंद्र पाहण्यासाठी तुम्हाला बोटापलीकडे पाहावं लागेल. त्यांच्या म्हणण्याप्रमाणे पुस्तकात सत्य शोधणं म्हणजे बोटालाच चंद्र समजण्यासारखं आहे. चंद्र आणि बोट या दोन्ही गोष्टी एकच नाहीत, भिन्न आहेत.

"सारख्या नाहीत!" म्हातारी जिको म्हणाली होती, "आणि भिन्नही नाहीत!"

परिशिष्ट F : एव्हरेट

'मेनी वर्ल्ड्स' या नावाने ओळखले गेलेले एव्हरेट यांचे क्वांटम मेकॅनिक्सबद्दलचे स्पष्टीकरण त्यांनी १९५७ मध्ये 'रिव्ह्यू ऑफ मॉडर्न फिजिक्स'मध्ये प्रसिद्ध केले. त्या वेळी ते २७ वर्षांचे होते. प्रिन्सेटॉन येथे डॉक्टरेट मिळवण्यासाठी त्यांनी

लिहिलेला तो प्रबंध होता; पण त्याचे स्वागत काही चांगल्या प्रमाणात झाले नाही. त्या काळातले आघाडीचे भौतिकशास्त्रज्ञ त्याला विक्षिप्त, वेडा म्हणत. त्यामुळे एव्हरेटने नाउमेद होऊन क्वांटम फिजिक्सचा नाद सोडला आणि तो शस्त्रांच्या विकासासाठी लागणारे काम करू लागला. 'पेन्टागॉन्स वेपन्स सिस्टिम इव्हॅल्यूएशन ग्रूप' यांच्यासाठी त्यांनी काम केले. त्याने लष्कराच्या युद्धातील डावपेचासाठी एक लष्करी खेळाचा सिद्धान्त लिहिला होता. त्याला त्याने 'रिकर्सिव्ह गेम' हे नाव दिले होते, जो या क्षेत्रातला अत्यंत उत्तम असा प्रबंध होता. त्याने युद्धावरील खेळाकरिता एका सॉफ्टवेअरची रचना केली होती, जी अणुयुद्धाची प्रतिकृतीच होती. तो 'क्यूबन मिसाईल क्रायसिस'मध्ये सहभागी होता. व्हाइट हाऊसला अणुयुद्धाच्या विकसित योजनांचे आणि शीतयुद्धासंबंधीच्या डावपेचांचे सल्ले त्याने दिले होते. शहरे आणि वस्तीची ठिकाणे यांना अण्वस्त्रांनी लक्ष्य बनवण्यासाठीचे सॉफ्टवेअर त्याने बनवले होते; जेणेकरून आण्विक शीतयुद्ध पेटून उठावे. त्याने त्याच्या अनेक जगांच्या अस्तित्वाबद्दलचे स्पष्टीकरण गणिती भाषेत आधीच मांडून ठेवले होते आणि त्याचा या गोष्टींवर खूप विश्वास होता की, तो ज्या कल्पना करतो त्या प्रत्यक्षात उतरतीलच किंवा उतरलेल्या आहेत. यात अजिबातच आश्चर्य नव्हते की तो खूपच दारू प्यायचा.

त्याचे कौटुंबिक आयुष्य खूपच खराब होते. त्याचे त्याच्या मुलांबरोबरचे नाते अतिशय दूरचे आणि त्रासाचे होते. त्याची मुलगी लीझ हिला मानसिक उदासीनतेने घेरले होते आणि ती नशेच्याही अधीन होती. तिने झोपेच्या गोळ्या खाऊन आत्महत्या करण्याचा प्रयत्न केला होता. तिचा भाऊ मार्क याने तिला बाथरूमच्या फरशीवर पडलेले पाहिले आणि तो तिला हॉस्पिटलमध्ये घेऊन गेला. तिथे डॉक्टरांनी तिचे हृदय परत सुरू केले. जेव्हा मार्क दवाखान्यातून घरी आला, तेव्हा एव्हरेटने त्याच्या हातात असलेल्या *न्यूजवीक*मधून डोके वर काढले आणि म्हणाला, ''मला माहीत नव्हतं की ती एवढी दुःखी आहे.''

त्यानंतर दोनच महिन्यांनी एव्हरेट हृदयविकाराच्या धक्क्याने मरण पावला. त्या वेळी तो ५१ वर्षांचा होता. या जगात तो मृत होता; पण त्याच्या मते इतर अनेक जगांत तो जिवंत होता. त्याच्या पत्नीने त्याच्या दाहसंस्कारानंतरचे त्याचे अवशेष त्यांच्या जेवणाच्या खोलीतल्या कपाटात ठेवलेले होते. शेवटी ते अवशेष त्याच्या इच्छेप्रमाणे कचऱ्यात टाकून दिले. मार्कने एक रॉक म्युझिशियन म्हणून आपली कारकीर्द यशस्वीपणे पुढे नेली; पण लीझचे आयुष्य मात्र गर्तेत सापडले. शेवटी १९९६ मध्ये ती आत्महत्या करण्यात यशस्वी झाली. स्वतःला संपवण्यासाठी तिने झोपेच्या गोळ्यांचा खूप जास्त डोस घेतला होता. तिने मृत्यूपूर्वी शेवटचे पत्र लिहिले होते :

कृपा करून माझ्यावर दाहसंस्कार करा आणि नंतर मला **कपाटात ठेवू नका.** माझी राख सुंदर पाण्यावर पसरवा... किंवा कचऱ्यावरही चालेल. कदाचित त्या मार्गाने मी समांतर विश्वात जाऊन माझ्या वडिलांना भेटू शकेन!

'Little Daughter' या इंग्रजी पुस्तकाचा अनुवाद

ब्रह्मकन्या

बर्मातील संघर्षमय जगण्याची विलक्षण कहाणी

लेखक
झोया फन / डेमियन लुईस

अनुवाद
श्रद्धा भोवड

पूर्व बर्मातल्या जंगलांमध्ये वसलेलं करेन गाव. त्या गावातील झोया फन. तिच्या आईला सैनिकी पार्श्वभूमी लाभलेली, तर वडील करेन प्रतिकार चळवळीतील नेते. त्यांच्या गावावर बर्मी सैनिकांचा हल्ला होतो. जीव वाचवण्यासाठी झोया आणि तिचे कुटुंबीय पळ काढतात. त्या वेळी झोया चौदा वर्षांची असते. त्यांचं घर पेटवलं जातं. जंगलांमधून अर्धपोटी वणवण आणि सदैव पाठलागावर असणाऱ्या बर्मी सैन्याची भीती, हे प्राक्तन हजारो करेन लोकांप्रमाणेच या कुटुंबाच्या वाट्यालाही येतं. थायलंडमधील एका सैनिकी छावणीत ते आसरा घेतात. जन्मजात हुशार झोया शिष्यवृत्ती मिळवून थायलंडमध्ये आणि त्यानंतर इंग्लंडमध्ये शिक्षणाकरिता प्रवास करते आणि तिथे आश्रयासाठी अर्ज करते.

पुढच्याच वर्षी फ्री बर्मा मोर्च्याच्या निमित्ताने तिला बोलायची संधी मिळते. तिच्या आयुष्यातील पहिलीवहिली मुलाखत थेट बीबीसीवरून प्रसारित होते आणि ती बर्माच्या स्वातंत्र्यलढ्याचा आंतरराष्ट्रीय आवाज बनते. झोया अनेक मुरब्बी राजकारण्यांच्या भेटीगाठी घेते, अभिनेत्यांना सोबतीला घेऊन, व्यासपीठावरून मदतीचं आवाहन करते; पण तिच्या प्रत्येक हालचालीवर बर्मी जुंत्याचे लक्ष आहे. तिच्या प्रयत्नांनी तिला प्रसिद्ध तर केलं आहेच; पण तिच्या जिवाला आता कायम धोका असणार आहे. झोयाला तिच्या मायदेशी परतायला मिळाले का? मिळेल का?

www.ingramcontent.com/pod-product-compliance
Lightning Source LLC
LaVergne TN
LVHW090007230825
819400LV00031B/596